यात एका कायद्याशी संबंधित थरार कथेचा अनुभव आहे, आणि ती जास्तीच धक्कादायक आहे कारण ही एक सत्य-कथा आहे.

– द टाइम्स

जॉन ग्रिशॅम याने आपल्या लेखनाच्या अवाक करणाऱ्या कारकिर्दीत उत्तम, वेगवान, पुर्णपणे विश्वासार्ह्य अशा कायद्यासंबंधित थरारकथा सादर केल्या आहेत. पण त्याचं १९वं पुस्तक इतकं थरकाप उडवणारं आणि भीषण आहे की ते विश्वसनिय वाटतच नाही. पण ती सत्य-कथा आहे ... पुर्णपणे सत्य.

– मिरर

उत्तम कलाकृती... हे एक धक्कादायक आणि सुंदर पुस्तक आहे. ग्रिशॅमने आपल्या देश-बांधवांप्रती दाखवलेली धगधगती काळजी आणि आदर, झिरपून प्रत्येक पानात उतरलाय.

– संडे एक्सप्रेस

ट्रूमन कॅपोच्या 'इन कोल्ड ब्लड' प्रमाणेच 'द इनोसंट मॅन' सुद्धा, एखादा गुन्हा आणि त्यानंतर उद्भवलेली परिस्थिति या बद्दलच्या माणसांच्या प्रतिक्रिया आणि गुंतागुंतीचा घटनाक्रम, पुन:निर्माण करण्याची कादंबरीकाराची क्षमता दाखवतो.

– संडे टाइम्स

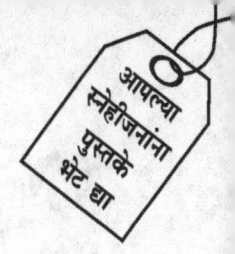

आपल्या
स्नेहीजनांना
पुस्तके
भेट द्या

द इनोसंट मॅन

जॉन ग्रिशॅम

अनुवाद
संजय गडकरी

मेहता पब्लिशिंग हाऊस

Please contact us at **Mehta Publishing House,**
Email : production@mehtapublishinghouse.com
Website : www.mehtapublishinghouse.com

THE INNOCENT MAN by JOHN GRISHAM

Copyright © 2006 by Bennington Press LLC

Translated into Marathi Language by Sanjay Gadkari

द इनोसंट मॅन / अनुवादित कादंबरी

TBC-29 Book No. 4

अनुवाद : संजय गडकरी
author@mehtapublishinghouse.com

मराठी अनुवादाचे व प्रकाशनाचे हक्क मेहता पब्लिशिंग हाऊस, पुणे.

प्रकाशक : सुनील अनिल मेहता, मेहता पब्लिशिंग हाऊस,
१९४१, सदाशिव पेठ, पुणे ३०.

मुखपृष्ठ : फाल्गुन ग्राफिक्स

प्रथमावृत्ती : फेब्रुवारी, २०२१

P Book ISBN 9789353175375
E Book ISBN 9789353175382
E Books available on : play.google.com/store/books
www.amazon.in
https://books.apple.com

ॲनेट हडसन, रेनी सिमॉन्स
आणि त्यांच्या भावाच्या स्मृतीस अर्पण

लेखकाची टिपण्णी

रॉन विल्यमसनच्या दफनविधीनंतर दोन दिवसांनी 'द न्यू यॉर्क टाइम्स' चाळत असताना, त्याच्यासाठी लिहिलेली श्रद्धांजली माझ्या पाहण्यात आली. मथळा होता 'रोनाल्ड विल्यमसन, मृत्युदंडातून मुक्तता, वयाच्या ५१ व्या वर्षी मृत्यू'. मथळा लक्षवेधक होताच; पण जिम ड्वायरने लिहिलेल्या लांबलचक श्रद्धांजलीमध्ये एका खूप मोठ्या कहाणीची बीजे स्पष्ट दिसत होती. दोषमुक्तीच्या दिवशीचा, न्यायालयात उभा असतानाचा, रॉनचा एक मनात ठसणारा फोटो छापला होता. फोटोत तो थोडा गोंधळलेला, चिंतामुक्त आणि थोडा तोऱ्यात असल्यासारखा वाटत होता.

त्याच्या १९९९ च्या मुक्ततेबद्दलची बातमी माझ्या नजरेतून सुटली होती आणि रॉन विल्यमसन आणि डेनिस फ्रिट्झ यांच्याबद्दल मी कधीही ऐकलं नव्हतं.

मी पुन्हा एकदा ते वाचून काढलं. रॉनच्या कहाणीएवढी कसदार आणि असंख्य पैलू असलेली कलाकृती, मी माझ्या अत्युच्च सृजनशीलतेच्या क्षणीसुद्धा निर्माण करू शकणार नाही. या वृत्तान्तात बऱ्याच गोष्टींचा अंतर्भाव झालेला नाही, हे माझ्या लवकरच लक्षात आलं. मग काही तासांच्या आतच मी त्याच्या बहिणी ॲनेट आणि रेनी या दोघींबरोबर बोललो आणि अचानकच यावर एक पुस्तक तयार होऊ शकतं, असं मला जाणवलं.

कादंबऱ्या लिहिणं हे माझ्यासाठी इतकं आनंदाचं होतं की, सत्य घटनांवर ललितेतर लिखाण करण्याचं माझ्या कधी मनातही आलं नव्हतं आणि 'मी हे काय करतोय' याची मला कल्पना आली नाही. ती गोष्ट, त्याबाबत संशोधन करून ते लिहिणं यात माझे पुढचे अठरा महिने गेले. त्यासाठी मी बरेचदा अडाला गेलो, न्यायालय, तुरुंग, गावाच्या आजूबाजूची कॉफी शॉप्स, मॅकॲलिस्टरमधील जुन्या आणि नवीन – दोन्हीही मृत्युकोठड्या, ॲशरमध्ये जाऊन मैदानावर बसून मर्ल बोवेनबरोबर बेसबॉलबद्दल चर्चा केली. न्यू यॉर्कमधलं 'इनोसन्स प्रोजेक्ट'चं ऑफिस, सेमिनोलमधील एका कॅफेमध्ये जाऊन न्यायाधीश सिये यांच्याबरोबर जेवण घेतलं,

यान्की स्टेडियममध्ये गेलो, लेक्सिंग्टनमधील तुरुंगात जाऊन मी टॉमी वॉर्डबरोबर काही वेळ घालवला आणि नॉर्मन – जिथे माझंही ऑफिस आहे, तिथे मार्क बॅरेटला बरेचदा भेटून या गोष्टीबाबत त्याच्याशी तासन्‌तास गप्पा मारल्या. कन्सासमध्ये जाऊन डेनिस फ्रिट्झला भेटलो, ॲनेट आणि रेनी यांना तलसामध्ये जाऊन भेटलो. ग्रेग विल्होइटला कॅलिफोर्नियाहून घरी यायला राजी केलं, त्याच्याबरोबर 'बिग मॅक'मध्ये गेलो, त्याची जुनी कोठडी त्याने पंधरा वर्षांनंतर पहिल्यांदाच पुन्हा पहिली.

प्रत्येक भेटीनंतर आणि प्रत्येक चर्चेनंतर गोष्ट वेगळीच दिशा घ्यायची. मी यावर पाच हजार पानंसुद्धा लिहू शकलो असतो.

या मोहिमेमुळे, मी चुकीच्या दोषसिद्धीच्या जगाच्या संपर्कात आलो. एके काळी वकिली करत असतानासुद्धा या गोष्टीवर विचार करण्यात मी कधी वेळ घालवला नव्हता. हे फक्त ओक्लाहोमाचंच वैशिष्ट्य नाही, याउलट, चुकीची दोषसिद्धी या देशाच्या प्रत्येक राज्यात, प्रत्येक महिन्याला घडतेय. प्रत्येक ठिकाणची कारणं वेगळी वाटली, तरी सारखीच आहेत – पोलिसांची खराब कामगिरी, कालबाह्य विज्ञानाचा वापर, प्रत्यक्षदर्शी साक्षीदारांची गुन्हेगारांना ओळखण्याची सदोष प्रक्रिया, बचाव पक्षाचे खराब वकील, आळशी किंवा उद्दाम सरकारी वकील.

शहरांमधल्या गुन्हेगारी शास्त्राच्या तज्ज्ञांवरचा ताण इतका प्रचंड प्रमाणात वाढलाय की, अव्यावसायिक वागणूक आणि प्रक्रिया यांची वाढ व्हायला लागली आहे. छोट्या गावांमध्ये पोलिसांना योग्य प्रशिक्षण दिलं जात नाही आणि त्यांच्यावर कोणाचा अंकुशही नसतो. खून आणि बलात्कार या धक्कादायक घटना आहेत आणि लोकांना न्याय हवा असतो, तोही झटपट! अधिकारी योग्य रीतीनेच वागतील, असा नागरिकांचा आणि ज्युरींचा विश्वास असतो आणि जेव्हा ते तसे वागत नाहीत, तेव्हा रॉन विल्यमसन आणि डेनिस फ्रीट्झ यांच्यासारखे निकाल आपल्याला बघायला मिळतात.

टॉमी वॉर्ड आणि कार्ल फोन्टेनॉट हेसुद्धा याचीच उदाहरणं आहेत. दोघेही आता जन्मठेप भोगताहेत. कदाचित टॉमी एखाद्या दिवशी पॅरोलसाठी पात्र होईलसुद्धा! पण कुठल्यातरी विचित्र कायदेशीर प्रक्रियेमुळे कार्लला ते कधीच शक्य होणार नाही. जीवशास्त्रीय पुरावा अजिबातच नसल्यामुळे DNA सुद्धा त्यांचा बचाव करू शकत नाही. डेनिस हॅरावेचे जे कोणी एक किंवा जास्त खुनी असतील ते कधीच सापडणार नाहीत, निदान पोलिसांना तरी नाहीच. त्यांची गोष्ट तपशिलात जाणून घ्यायची इच्छा असल्यास www.wardandfontenot.com तुम्ही बघू शकता.

या पुस्तकासाठी संशोधन करत असताना, अडाच्या संबंधांतील आणखी दोन घटना मला सापडल्या. १९८३ मध्ये, कॅल्विन ली स्कॉट नावाच्या एका माणसावर पोन्टोटॉक काउन्टी न्यायालयात, बलात्काराच्या आरोपावरून खटला भरण्यात

आला होता. एका तरुण विधवेवर हा प्रसंग गुदरला होता. ती पलंगावर झोपलेली असताना तिच्यावर हल्ला झाला आणि बलात्काऱ्याने तिच्या चेहऱ्यावर उशी धरल्यामुळे ती त्याला ओळखू शकली नाही. गुन्ह्याच्या ठिकाणी सापडलेले दोन केस, कॅल्विन ली स्कॉटच्या नमुन्याशी पडताळले असता ते 'सूक्ष्मदर्शकाखाली सुसंगत' असल्याचा निर्णय OSBI च्या तज्ज्ञाने दिला होता. आरोपीने हे आरोप कडाडून फेटाळले, तरी ज्युरींचं मत वेगळं पडलं आणि त्याला पंचवीस वर्षांच्या तुरुंगवासाची शिक्षा ठोठावण्यात आली. त्याने वीस वर्षं तुरुंगवास भोगल्यानंतर त्याची सुटका झाली. २००३ मध्ये DNA चाचणी केल्यानंतर त्याला दोषमुक्त करण्यात आलं.

या प्रकरणाचा तपास डेनिस स्मिथने केला होता आणि डिस्ट्रिक्ट ॲटर्नी होता, बिल पीटरसन.

२००१ मध्येच, अडाचा एकेकाळचा साहाय्यक पोलीसप्रमुख, डेनिस कॉर्व्हिन याच्यावर ठेवण्यात आलेले 'मेटॅम्फेटॅमाइन' या अमली द्रव्याचं उत्पादन आणि वितरण केल्याचे आरोप त्याने मान्य केले होते आणि त्याला सहा वर्षांची शिक्षा झाली होती. जर तुम्हाला आठवत असेल, तर ग्लेन गोअरने त्याची सही करून सादर केलेल्या शपथपत्रामध्ये लिहिल्याप्रमाणे, त्याच्या वीस वर्षांपूर्वीच्या अमली द्रव्यांच्या दुःसाहसात, कॉर्व्हिन या तेव्हाच्या अडामधल्या पोलिसाचा त्याने उल्लेख केला होता.

अडा हे एक छान गाव आहे आणि साहजिकच असा एक प्रश्न मनात येतो की, या गावातील चांगली माणसं घाण आणि वाईट प्रवृत्तीचा नाश करून आपलं गाव साफसूफ करणार तरी कधी?

कदाचित, खोट्या खटल्यांसाठीचा भुर्दंड भरायला ते कंटाळतील, तेव्हाच हे घडू शकेल. रॉन आणि डेनिस यांनी केलेला दावा मिटवण्यासाठी वापरलेला राखीव निधी भरून येण्यासाठी, अडामध्ये गेल्या दोन वर्षांत दोन वेळा मालमत्ता कर वाढवण्यात आला. हा कर सर्वच मालमत्ताधारकांना भरावा लागला होता, त्यात डेबी कार्टरच्या कुटुंबातल्या बऱ्याच सदस्यांचासुद्धा समावेश होता, यापेक्षा क्रूर थट्टा कोणती असू शकेल?

वाया गेलेल्या एकूण रकमेचा हिशेब लावणं अशक्य आहे. एका कैद्याला तुरुंगात ठेवण्यासाठी ओक्लाहोमाचा खर्च दरवर्षी २०,००० डॉलर आहे. मृत्युकोठडीसाठीचा जादाचा खर्च आणि राज्याच्या मनोरुग्णालयात करण्यात आलेले उपचार या खर्चांकडे दुर्लक्ष केलं, तरी रॉनवरचा किमान खर्च २,५०,००० डॉलर इतका येतो, तेवढाच डेनिसकरता. त्यांना नागरी दाव्यात मिळालेला पैसा त्यात जमा केला तर हिशेब सोपा होतो. त्यांच्या खटल्यामुळे लाखो डॉलर वाया गेले एवढं तरी

आपण नक्कीच म्हणू शकतो.

या दोघांना सोडवण्यासाठी प्रामाणिकपणे काम करणाऱ्या वकिलांनी घालवलेले हजारो तास या रकमेत विचारात घेतलेले नाहीत; तसेच त्यांना शिक्षा व्हावी म्हणून धडपडणाऱ्या सरकारी वकिलांचा वेळही जमेस धरलेला नाही. शेवटी काय, शिक्षा करण्यासाठी किंवा त्यांना सोडवण्यासाठी खर्च करण्यात आलेला प्रत्येक डॉलर हा करदात्यांनी भरलेल्या पैशातूनच वापरला गेला.

पण काही बचतसुद्धा झाली. रॉनचा बचाव करण्यासाठी बार्नी वॉर्डला ३,६०० डॉलर इतकी 'प्रचंड' रक्कम देण्यात आली आणि तुम्हाला आठवत असेलच, सरकारने सादर केलेला पुरावा तपासण्यासाठी विश्लेषणतज्ज्ञाची मदत घेण्यासाठी बार्नी वॉर्डने केलेली पैशांची विनंती न्यायाधीश जोन्स यांनी फेटाळून लावली होती. ग्रेग सॉन्डर्सलासुद्धा ३,६०० डॉलर इतकीच रक्कम देण्यात आली आणि त्यालाही तज्ज्ञांची मदत नाकारण्यात आली. शेवटी करदात्यांचे पैसे वाचवणंही महत्त्वाचं होतंच ना?

पैशांचा चुराडा तर निराशाजनक आहेच; पण माणसांना मोजावी लागलेली किंमत, भोगावा लागलेला त्रास जास्त नुकसानकारक आहे. रॉनची मानसिक परिस्थिती, त्याच्या चुकीच्या दोषसिद्धीनंतर साहजिकच जास्त चिघळली आणि सुटका झाल्यानंतरसुद्धा तो कधीच सावरू शकला नाही. बहुतेक दोषमुक्ती मिळालेले सावरू शकत नाहीतच. डेनिस फ्रिट्झ मात्र नशीबवान ठरला. त्याने धैर्य आणि बुद्धिमत्ता वापरून आणि कालांतराने, मिळालेले पैसे वापरून आपलं जीवन पूर्वपदावर आणलं. कन्सास शहरात आता तो एक शांत, सर्वसाधारण आणि समृद्ध जीवन जगतो. गेल्याच वर्षी तो आजोबा झाला.

बाकीच्या व्यक्तींपैकी, बिल पीटरसन अजूनही अडाचा डिस्ट्रिक्ट ॲटर्नी आहे. नॅन्सी श्यू आणि ख्रिस रॉस त्याचे साहाय्यक आहेत. गॅरी रॉजर्स अजूनही त्याच्याकडे तपासनीस आहे. डेनिस स्मिथ १९८७ साली अडाच्या पोलीस खात्यातून निवृत्त झाला आणि ३० जून, २००६ रोजी अकस्मात मृत्यू पावला. बार्नी वॉर्ड २००५च्या उन्हाळ्यात, मी हे पुस्तक लिहीत असताना मरण पावला आणि त्याची मुलाखत घ्यायची संधी मला कधीही मिळाली नाही. न्यायाधीश जोन्स यांना १९९० मध्ये मतदानानंतर पायउतार व्हावं लागलं, त्यानंतर ते अडा विभाग सोडून गेले.

ग्लेन गोअर अजूनही मॅकॲलिस्टरच्या 'एच' युनिटमध्ये आहे. जुलै २००५ मध्ये, 'ओक्लाहोमा कोर्ट ऑफ क्रिमिनल अपील्स'कडून त्याची दोषसिद्धी फेटाळण्यात आली आणि नव्याने खटला चालवण्याचे आदेश देण्यात आले. ग्लेन गोअरचा खटला योग्य रीतीने चालवला गेला नाही, असं न्यायालयाचं म्हणणं होतं. त्यांच्या मते, याच खुनासाठी आधी दोन वेगळ्या माणसांवर खुनाचा गुन्हा सिद्ध झाला होता,

हा पुरावा बचाव पक्षाला न्यायाधीश लॅन्ड्रिथ यांनी सादर करू दिला नव्हता.

२१ जून, २००६ रोजी पुन्हा एकदा ग्लेन गोअरवरचे दोषारोप सिद्ध झाले. मृत्युदंडाच्या शिक्षेबाबत ज्युरींमध्ये झालेली कोंडी सुटू शकली नाही; त्यामुळे कायद्याप्रमाणे न्यायाधीश लॅन्ड्रिथ यांना गोअरला विनापॅरोल जन्मठेप ही शिक्षा सुनवावी लागली.

या पुस्तकासाठी मदत केलेल्या बऱ्याच लोकांचा मी ऋणी आहे. ॲनेट, रेनी आणि त्यांच्या कुटुंबीयांनी रॉनच्या आयुष्याच्या प्रत्येक पैलूची मला पूर्णपणे माहिती करून दिली. ओक्लाहोमामध्ये मला फिरवण्यात मार्क बॅरेटने अगणित तास खर्च केले. त्याने सांगितलेल्या गोष्टींवर विश्वास ठेवायला सुरुवातीला अवघड जात होतं. त्याने जोडलेल्या अनेक लोकांचा त्याने उपयोग केला, साक्षीदार शोधून काढले, जुन्या फाइल्स मिळवल्या. त्याची साहाय्यक, मेलिसा हॅरिस हिने लाखो कागदपत्रांच्या प्रती काढल्या आणि प्रत्येक गोष्ट काळजीपूर्वक, व्यवस्थित लावून ठेवली.

डेनिस फ्रिट्झने आपल्या वेदनामय इतिहासात उत्साहाने पुन्हा एकदा फेरफटका मारला आणि माझ्या सगळ्या प्रश्नांची उत्तरं दिली, ग्रेग विल्होइटनेसुद्धा तसंच केलं.

'अडा ईव्हनिंग न्यूज'च्या ब्रेन्डा टॉलेटने अतिशय कष्ट घेऊन त्या दोन खुनांची विस्तृत माहिती ऐतिहासिक दस्तऐवजातून शोधून काढून, जादुई तत्परतेने त्याच्या प्रती मला काढून दिल्या. आता 'द ओक्लाहोमा'साठी काम करणारी ॲन केली विव्हरने, दोषमुक्तीसंबंधातल्या बऱ्याच गोष्टी आठवून सांगितल्या.

सुरुवातीला, न्यायाधीश सिये त्यांच्याच एका प्रकरणाबद्दल बोलण्याकरता उत्सुक नव्हते. न्यायाधीशांची मते ऐकली जावीत; पण त्यांना प्रसिद्धीची गरज नसावी, अशा जुन्या विचारसरणीचे ते होते; पण शेवटी ते बोलायला तयार झाले. एकदा फोनवर बोलत असताना, 'तुम्ही एखाद्या बहादुरासारखं काम केलंत' असं मी त्यांना म्हणालो. त्यांनी पटकन त्या वर्णनालासुद्धा आक्षेप घेतला. बाराशे मैलांवरून माझं मत फेटाळण्यात आलं. विकी हिल्डेब्रॅंड अजूनही त्यांच्यासाठी काम करते आणि रॉनच्या हेबीयस कॉर्पस अर्जाचं पहिलं वाचन तिला आजही आठवतं.

जिम पेनी आता स्वतःच एक राष्ट्रीय न्यायाधीश आहेत. त्यांनी खूपच सहकार्य केलं. मात्र, रॉनचा जीव वाचवल्याचं श्रेय घेण्यात त्यांना जराही रस नव्हता; पण ते खरोखरच आदरणीय आहेत. जेनेट चेस्लीने लिहिलेल्या अर्जाचं ऑफिसच्या वेळानंतर घरी जाऊन त्यांनी केलेलं वाचन, न्यायाधीश सिये यांच्याकडे जाऊन, शेवटच्या क्षणी शिक्षेच्या स्थगितीसाठी त्यांनी केलेली शिफारस हे सर्वच फार महत्त्वाचं ठरलं.

न्यायाधीश टॉम लॅन्ड्रिथ यांचा गोष्टीतला प्रवेश नंतरच्या थोड्या प्रकरणांमध्ये झाला असला तरी, एप्रिल १९९९ मधील दोषमुक्तीसाठीची सुनावणी त्यांच्या

नियंत्रणाखाली झाली, याचं त्यांना अनन्यसाधारण समाधान वाटलं. अडा न्यायालयातील त्यांच्या ऑफिसमध्ये जाऊन त्यांना भेटण्याचा अनुभव नेहमीच सुखद असायचा. खूप गोष्टी, त्यांतल्या बऱ्याच खऱ्याही असू शकतील, ते अतिशय सहज सांगायचे.

'इनोसन्स प्रोजेक्ट'चे बॅरी श्चेक आणि त्याचे लढवय्ये मोठ्या मनाचे आणि दिलखुलास होते. हे लिहीत असेपर्यंत, DNA चाचणीच्या आधाराने त्यांनी १८० कैद्यांची सोडवणूक केली होती आणि त्यांच्या प्रेरणेने देशभरात आणखी निदान तीस तरी 'इनोसन्स प्रोजेक्ट' सुरू झाले.

अधिक माहितीसाठी www.innocenceproject.orgला भेट देऊ शकता.

टॉमी वॉर्डने, त्याला लेक्सिंग्टन इथल्या तुरुंगात कायमचं हलवण्यात येण्यापूर्वी, मृत्युकोठडीच्या 'एफ' कोठडीगृहात तीन वर्षं आणि नऊ महिने काढले होते. आमचा बराच पत्रव्यवहार झाला. त्याने मला रॉनबद्दलच्या बऱ्याच गोष्टी कळवल्या आणि पुस्तकात त्या वापरायची मला परवानगी दिली.

त्याच्या दुःस्वप्नांच्या बाबतीत, मला रॉबर्ट मेयरच्या 'द ड्रीम्स ऑफ अडा' या पुस्तकाची खूप मदत झाली. ते पुस्तक म्हणजे खरोखरच्या गुन्ह्यांचं लिखाण कसं असावं याचा एक उत्तम नमुना आहे. माझ्या संशोधनादरम्यान मला मि. मेयर यांनी संपूर्ण सहकार्य केलं.

ओक्लाहोमाच्या 'इंडिजंट डिफेन्स सिस्टम'चे वकील जेनेट चेस्ली, बिल लुकर आणि किम मार्क्स यांचा मी आभारी आहे. तसंच ब्रूस लेबा, मर्ल बोवेन, ख्रिस्टी शेफर्ड, लेस्ली डेल्क, डॉ. किथ ह्युम, नॅन्सी व्होलेरस्टेन, डॉ. सुसान शार्प, मायकेल सलेम, गेल सेवर्ड, ली मान, डेव्हिड मॉरिस आणि बर्ट कॅली यांचाही मी आभारी आहे. 'युनिव्हर्सिटी ऑफ व्हर्जिनिया'मधला कायद्याच्या तिसऱ्या वर्गाचा विद्यार्थी जॉन शर्मन याने दीड वर्ष आम्ही संशोधनातून जमा केलेल्या कागदपत्रांनी भरलेल्या खोक्यांमध्ये स्वतःला गुंतवून ठेवलं आणि ते सगळं यशस्वीपणे व्यवस्थित ठेवलं.

या कहाणीत गुंतलेल्या बऱ्याचजणांनी शपथेवर दिलेल्या जबानीच्या, माझ्याजवळ जमलेल्या प्रचंड मोठ्या साठ्याचा मला फार उपयोग झाला. घेतलेल्या काही मुलाखतींची नंतर गरज वाटली नाही, तर काहीजणांनी मुलाखतींसाठी नकार दिला. फक्त बलात्काराचे दावे केलेल्या स्त्रियांची नावे बदलण्यात आलेली आहेत.

जॉन ग्रिशॅम

१ जुलै, २००६

१

ओक्लाहोमा राज्याच्या आग्नेयेला नॉर्मनपासून अर्कान्सासपर्यंत दूरवर पर्वतरांगा पसरलेल्या आहेत. एके काळी त्या पर्वतरांगांच्या खाली असलेल्या कच्च्या तेलाच्या साठ्यांचा आता तिथे फारसा मागमूस दिसत नाही. तेल काढण्यासाठी पूर्वी वापरात असलेली यंत्रणा मात्र अजूनही आजूबाजूच्या भूप्रदेशात विखुरलेली दिसते. त्यातील काही कार्यरत असलेली यंत्रे आत्ताही कशीबशी फिरत असतात आणि मोठ्या मुश्किलीने काही गॅलन तेल सावकाश बाहेर काढत असतात. बाहेर पडणाऱ्या तेलाचं प्रमाण पाहून, 'हे चालू ठेवण्यासाठी एवढे कष्ट करण्याची गरज आहे का?' असाच प्रश्न जाणाऱ्या-येणाऱ्याला पडत असतो. त्यातल्या बऱ्याच यंत्रणा चालू ठेवण्याचे प्रयत्न केव्हाच सोडून देण्यात आलेत आणि त्या निःस्तब्ध पडून आहेत. एके काळी तेलाने वाहणाऱ्या विहिरी, झटपट धनाढ्य व्हायच्या लालसेने, तेल उत्खननासाठी येणारे लोक. या सुवर्णकाळाच्या गंजत चाललेल्या आठवणी करून देण्याशिवाय, त्या यंत्रसामग्रीचा आता काहीही उपयोग नाही.

अडा गावाच्या भूप्रदेशातसुद्धा अशीच यंत्रणा विखुरलेली दिसते. अडा हे सोळा हजार लोकवस्ती असलेलं, एके काळी तेलाच्या उत्पादनासाठी ओळखलं जाणारं एक गाव; जिथे एक कॉलेज आणि न्यायालयसुद्धा आहे. आता तिथले तेलसाठे संपलेले आहेत आणि जुनी यंत्रणा निष्क्रिय पडून आहे. अडामध्ये पैसे मिळवण्यासाठी आता कारखाने, धान्याच्या गिरण्या, अक्रोडसारख्या असलेल्या पिकन नावाच्या फळांची शेती अशा ठिकाणी तासांच्या हिशेबाने काम मिळू शकतं.

अडाच्या कचेरी असलेल्या विभागात गजबज असते. तिथल्या मुख्य रस्त्यांवर रिकाम्या इमारती किंवा भाड्याने देण्याबाबतचे फलक लागलेल्या इमारती आढळत नाहीत. आता बरेचसे व्यवसाय गावाच्या वेशीच्या आजूबाजूला पसरलेले असले, तरी व्यापाऱ्यांचा धंदा जेमतेम होत असतो. जेवणाच्या वेळेस मात्र कॅफे गर्दीने भरलेले असतात.

येथील पोन्टोटॉक काउन्टी न्यायालयाची इमारत जुनी आणि लहान आहे. ती वकील आणि त्यांच्या अशिलांनी कायम गजबजलेली असते. त्याच्या आजूबाजूला सरकारी इमारती आणि वकिलांच्या कचेऱ्यांची नुसती दाटी झालेली आहे. पूर्वीच्या काळी बॉम्बवर्षावापासून आसरा घेण्यासाठी बनवण्यात आलेल्या एका बैठ्या, खिडक्या नसलेल्या इमारतीचं रूपांतर तुरुंगात करण्यात आलं आहे आणि काही अगम्य कारणांमुळे तुरुंगाची इमारत न्यायालयाच्या आवरातल्या हिरवळीवर आहे. 'मेटॅम्फेटॅमाइन' या अमली द्रव्याचा गावाला जो शाप लागलाय; त्यामुळे तो तुरुंगही नेहमी भरलेला असतो.

'ईस्ट सेंट्रल युनिव्हर्सिटी'च्या आवाराजवळ जाऊन मुख्य रस्ता संपतो. तिथे चार हजार विद्यार्थी शिक्षण घेतात आणि त्यांतले बरेचसे बाहेरून प्रवास करून येणारे आहेत. नवीन येणाऱ्या या विद्यार्थ्यांमुळे इथल्या समाजात जिवंतपणा आहे आणि बाहेरून येणाऱ्या शिक्षकांमुळे आग्नेय ओक्लाहोमाला थोडं वैविध्य प्राप्त झालंय.

'अडा ईव्हिनिंग न्यूज' या स्थानिक वृत्तपत्राच्या नजरेतून फारसं काही सुटत नाही. एक चैतन्यपूर्ण वृत्तपत्र, आपल्या विभागातल्या सर्व बातम्यांचा समावेश करण्याचा त्यांचा प्रयत्न असतो. 'द ओक्लाहोमा' या राज्यातल्या सर्वांत मोठ्या वृत्तपत्राबरोबर त्यांची स्पर्धा चालते. पहिल्या पानावर साधारणतः जागतिक आणि राष्ट्रीय स्तरावरील महत्त्वाच्या बातम्या असतात, नंतर राज्यस्तरीय आणि त्यानंतर प्रादेशिक (Regional) बातम्या, शेवटी शाळांच्या क्रीडा स्पर्धा, सामुदायिक (Community) राजकारण, कार्यक्रमांची दिनदर्शिका आणि श्रद्धांजली असं त्याचं स्वरूप असतं.

अडा आणि पोन्टोटॉकमधील जनता म्हणजे, दक्षिणेकडचे छोट्या गावातले लोक आणि स्वतंत्र विचारांचे पाश्चिमात्य यांचं सुखद असं मिश्रण आहे. बोलण्याची ढब पूर्व-टेक्सास किंवा अर्कान्सासप्रमाणे आहे. ते 'आय'चा उच्चार हलका करतात आणि बाकीचे स्वर बरेच लांबवतात. तो पूर्णपणे 'चिकासॉ' समाजाचा प्रदेश आहे. बाकी कुठल्याही राज्यापेक्षा ओक्लाहोमामध्ये मूळ अमेरिकन लोकांची संख्या जास्त आहे आणि आता शेकडो वर्षांच्या मिश्रणांनंतर बऱ्याच गोऱ्या लोकांमध्येसुद्धा रेड इंडियन अंश आहे. आपल्या इतिहासाबद्दल त्यांना वाटणारा कमीपणा आता नाहीसा होत आहे. एवढंच नाही, तर आता त्यांना आपल्या परंपरांबद्दल अभिमान वाटू लागलाय.

'बायबल बेल्ट' म्हणून ओळखला जाणारा पट्टा अडामधून जातो. वेगवेगळ्या बारा पद्धतींनी पाळल्या जाणाऱ्या ख्रिश्चन धर्माची पन्नास चर्च या गावात आहेत. फक्त रविवारीच नाही, तर इतर दिवशीसुद्धा चर्चमध्ये माणसांची ये-जा चालू असते. तिथे एक कॅथॉलिक आणि एक एपिस्कोपॅलियन चर्चपण आहे. मात्र, त्या गावात

एकही देऊळ किंवा सिनेगॉग नाही. बरेचजण ख्रिश्चन आहेत किंवा त्यांचा तसा दावा आहे. एका कुठल्यातरी चर्चचं सदस्य असणं हे इथे अपेक्षितच आहे. एखाद्या माणसाचं समाजातलं स्थान, बरेचदा त्याच्या धार्मिक संलग्नतेवर ठरवलं जातं.

ओक्लाहोमाच्या ग्रामीण भागातल्या इतर गावांच्या तुलनेत, सोळा हजार लोकवस्ती असलेलं अडा हे गाव मोठं समजलं जातं; त्यामुळे कारखाने आणि मोठी दुकानं तिकडे आकर्षित होतात. कामगार आणि ग्राहक दूरवरून तिकडे येत असतात. अडा हे ओक्लाहोमा शहराच्या आग्नेय दिशेला ऐंशी मैलांवर, तर डल्लास शहराच्या उत्तरेला कारने तीन तासांच्या अंतरावर आहे. टेक्सासमध्ये राहणाऱ्या कोणा ना कोणालातरी इथला प्रत्येकजण ओळखतो.

तिथे चालणाऱ्या अमेरिकन जातीच्या घोड्यांच्या शर्यती, ज्या 'क्वार्टर हॉर्स शर्यती' म्हणून प्रसिद्ध आहेत, त्या स्थानिक लोकांच्या अभिमानाचा विषय आहेत. अडामध्ये उत्तम प्रतीच्या घोड्यांची पैदास होते. तीच गोष्ट फुटबॉलची; 'अडा हाय क्रुगर्स' हा स्थानिक फुटबॉल संघ राज्यस्तरावरच्या एखाद्या स्पर्धेत विजयी ठरला, तर मग तो आनंद काही वर्षे पुरतो.

अडा हे एक सौहार्दपूर्ण वागणारं गाव आहे. इथले लोक नेहमीच एकमेकांबरोबर बोलतात, तसंच ते अनोळखी लोकांबरोबरही बोलतात. एखादा अडचणीत असेल, तर त्याला मदत करायला ते कायम तत्पर असतात. सावलीत असलेल्या घरापुढील गवतावर मुलं खेळत असतात. घरांचे दरवाजे दिवसभर उघडे असतात. किशोरवयीन मुलांचं रात्रीचं फिरणंही कोणाला त्रास होणार नाही, असंच असतं.

१९८० च्या दशकाच्या सुरुवातीला जर दोन निर्घृण खून झाले नसते, तर अडा गाव बाकी देशांच्या लक्षातही आलं नसतं आणि पोन्टोटॉक काउन्टीच्या चांगल्या समाजाला तेच जास्त आवडलं असतं.

*

एखादा अलिखित नियम असावा, तसे सगळे नाइटक्लब आणि बार गावाच्या वेशीवरच होते. अनिष्ट लोक आणि त्यांचे दुराचार यांचा गावातल्या चांगल्या जनतेला त्रास होऊ नये म्हणून जणू त्यांची गावाबाहेर हकालपट्टी झालेली होती. 'कोचलाइट' हा अशाच प्रकारचा एक नाइटक्लब होता. गुहेसारखी मोठी धातूची इमारत, खराब प्रकाशव्यवस्था, स्वस्त बिअर, ज्युकबॉक्स, खास वीकएंडला येणारा बँड, डान्ससाठी जागा, बाहेरच्या बाजूला कार पार्क करण्याकरता खडी पसरलेलं भलं मोठ्ठं मैदान, जिथे सेदान कारपेक्षा धुळीने माखलेल्या पिक-अप व्हॅनची संख्याच खूप जास्त असायची. कामावरून घरी जाता जाता, एखाद्या ड्रिंकसाठी थांबणारे कारखान्यांतले कामगार, रात्री उशिरा भटकणारी, गमतीच्या शोधात असणारी

विशीच्या जवळपासची मुलं, डान्स करायला, संगीत ऐकायला, मौजमजा करायला येणारे घोळके – हे त्या क्लबचे नियमित ग्राहक होते. विन्स गिल्ल आणि रँडी ट्रावीस यांनी आपल्या कारकिर्दीच्या सुरुवातीला तिथे गाण्याचे कार्यक्रम केले होते.

तो एक लोकप्रिय क्लब होता आणि तिथे बरेचदा गर्दी असायची. बार-टेंडर, सुरक्षारक्षक, कॉकटेल-वेट्रेस अशा प्रकारच्या बऱ्याच अर्धवेळ नोकऱ्या त्या क्लबमध्ये उपलब्ध असायच्या. डेबी कार्टर ही त्या क्लबमध्ये अर्धवेळ काम करणारी कॉकटेल-वेट्रेस होती. काही वर्षांपूर्वी अडा हायस्कूलमधून पदवीधर झालेली ती एकवीस वर्षांची मुलगी होती. ती अजून अविवाहित होती. अशाच आणखी दोन अर्धवेळ नोकऱ्या ती करत होती; तसंच अधूनमधून ती मुलं सांभाळण्याचं कामसुद्धा करायची. 'ईस्ट सेंट्रल युनिव्हर्सिटी'जवळच्या क्रमांक आठच्या रस्त्यावर, एका गॅरेजवर असलेल्या तीन खोल्यांच्या घरामध्ये ती एकटीच राहायची. तिच्या मालकीची एक कार होती. डेबी दिसायला सुंदर व आकर्षक होती. गडद केस, सुडौल बांधा, एखाद्या खेळाडूसारखी शरीरयष्टी. ती मुलांमध्ये आवडती होती आणि खूपच स्वतंत्र विचारसरणीची होती.

डेबी आपला बराचसा वेळ 'कोचलाइट' आणि इतर क्लब्जमध्ये घालवत असल्यामुळे तिची आई – पेगी स्टीलवेल – हिला तिची काळजी वाटायची. असं आयुष्य जगण्यासाठी तिने आपल्या मुलीला नक्कीच वाढवलं नव्हतं. खरंतर डेबीचं संगोपन चर्चच्या शिकवणीनुसारच झालेलं होतं. शिक्षण संपल्यानंतरच डेबीचं रात्री उशिरापर्यंत बाहेर राहणं, मौजमजा, पार्ट्या करणं सुरू झालं होतं. डेबीच्या या नवीन जीवनशैलीला पेगीचा आक्षेप होता आणि त्यावरून दोघींची अनेकदा वादावादीही व्हायची. मग डेबीने स्वतंत्र राहण्याचा निर्णय घेतला. तिला हवं तसं अपार्टमेंट मिळाल्यावर तिने घर सोडलं; पण तिची आईबरोबरची जवळीक कायम राहिली.

७ डिसेंबर १९८२ च्या रात्री डेबी 'कोचलाइट'मध्ये काम करत होती. ग्राहकांना ड्रिंक्स देत असतानाच तिचं घड्याळाकडेही लक्ष होतं. ती रात्र जरा कंटाळवाणीच वाटत होती. मित्र-मैत्रिणींबरोबर वेळ घालवण्याच्या उद्देशाने तिने आपल्या बॉसकडे काम थांबवण्याची परवानगी मागितली. त्याचा काही आक्षेप नव्हता; त्यामुळे थोड्याच वेळात आपली शाळेतील खास मैत्रीण जीना व्हिएटा आणि बाकीच्या मैत्रिणींबरोबर ड्रिंकचा आनंद घेत ती एका टेबलवर बसली. तेवढ्यात ग्लेन गोअर नावाचा एकजण तिथे आला आणि त्याने तिला आपल्याबरोबर डान्स करण्याबाबत विचारलं. तिने होकार दिला आणि त्याच्याबरोबर डान्स करायला गेली; पण गाणे चालू असताना अचानक मध्येच थांबून, रागारागात गोअरपासून ती लांब निघून आली. नंतर महिलांसाठी असलेल्या स्वच्छतागृहात तिच्या मैत्रिणींना ती म्हणाली की, त्यांच्यापैकी कोणी रात्री तिच्यासोबत तिच्या घरी राहिली, तर तिला सुरक्षित

वाटेल; परंतु 'आपल्याला कशाची काळजी वाटतेय' हे मात्र तिने कोणालाच सांगितलं नाही.

'कोचलाइट' लवकर बंद व्हायला सुरुवात झाल्यावर, रात्री १२.३०च्या सुमारास, जीना व्हिएटाने आपल्या बरोबरीच्या काहीजणींना ड्रिंक्स घेण्यासाठी आपल्या घरी येण्याचं आमंत्रण दिलं. बऱ्याचजणी तयार झाल्या; पण डेबीला भूक लागली होती आणि ती दमलीही होती; त्यामुळे सरळ घरी जाण्याची तिची इच्छा होती. सगळ्याजणी क्लबमधून रमतगमत बाहेर पडल्या.

'कोचलाइट' बंद होत असताना, बऱ्याचजणांनी पार्किंगच्या जागेत डेबीला ग्लेन गोअरबरोबर बोलताना बघितलं. एका काचेच्या फॅक्टरीमध्ये एकत्र काम केलं असल्यामुळे टॉमी ग्लोवर डेबीला चांगला ओळखत होता. तो ग्लेन गोअरलाही ओळखत होता. क्लबमधून बाहेर पडून, घरी जाण्यासाठी स्वतःच्या पिक-अप ट्रकमध्ये शिरत असताना त्याने पाहिलं की, डेबी तिच्या कारच्या ड्रायव्हरच्या बाजूचं दार उघडत असताना कुठूनतरी ग्लेन गोअर तिच्याजवळ आला, काही सेकंद दोघे एकमेकांशी बोलले आणि तिने गोअरला ढकलून दिलं.

माइक आणि टेरी कारपेंटर हे दाम्पत्य, दोघेही कोचलाइटमध्ये काम करायचे; तो सुरक्षारक्षक आणि ती वेट्रेस होती. ते आपल्या कारकडे चालले असताना, डेबीच्या कारजवळूनच पुढे गेले, तेव्हा डेबी ड्रायव्हरच्या जागेवर बसून, दरवाजाजवळ उभ्या असलेल्या ग्लेन गोअरबरोबर बोलत होती. गोअरचा स्वभाव संतापी असल्यामुळे आपल्याला त्याची भीती वाटत असल्याचं एका महिन्यापूर्वीच डेबीने माइकला सांगितलं होतं.

टोनी रामसे ही क्लबमध्ये बुटांना पॉलिश करून देण्याचं काम करायची. १९८२ साली ओक्लाहोमामध्ये तेलाचा व्यवसाय तेजीत होता; त्यामुळे चांगल्या प्रतीचे बूट वापरणारे बरेचजण होते. तसं बूट पॉलिश करायला कोणीतरी हवंच होतं आणि त्यातूनच टोनीला तिच्या गरजेपुरते पैसेही मिळायचे. ती गोअरला चांगलं ओळखायची. त्या रात्री टोनी जेव्हा बाहेर पडली, तेव्हा तिने डेबीला ड्रायव्हरच्या जागेवर बसलेलं पाहिलं. गोअर दुसऱ्या बाजूचा दरवाजा उघडा ठेवून, बाहेर उभा राहून, वाकून डेबीशी बोलत उभा होता. तिच्या अंदाजाप्रमाणे 'काही बिनसलंय' असं वाटत नव्हतं, दोघे एकमेकांशी व्यवस्थित बोलत होते.

गोअरकडे स्वतःची कार नव्हती; तो रॉन वेस्ट नावाच्या एका माणसाच्या कारमधून, रात्री ११.३०च्या सुमारास 'कोचलाइट'ला आला होता. वेस्टने आरामात बसून बिअर मागवली आणि नंतर तो क्लबमध्ये फिरला. तो प्रत्येकाला ओळखत असल्यासारखा दिसत होता. क्लब बंद होत असल्याची घोषणा झाल्यावर, वेस्टने गोअरला गाठलं आणि 'परत जातानाही कारमधून यायचंय का' असं विचारलं.

गोअरने होकार दिल्यावर, वेस्ट पार्किंगच्या भागात गेला आणि आपल्या कारजवळ त्याची वाट बघत उभा राहिला. काही वेळाने गोअर घाईघाईत आला आणि कारमध्ये बसला.

भूक लागल्याची जाणीव झाल्यामुळे वेस्टने डाउनटाउनमधल्या 'वॅफलर' नावाच्या कॅफेकडे कार वळवली. तिथे दोघांनी खाणं मागवलं. 'कोचलाइट'मध्ये जसे ड्रिंक्सचे पैसे दिले होते, तसेच इथेही जेवणाचे पैसे वेस्टनेच भरले. त्याची रात्र सुरू झाली होती ती 'हॅरॉल्ड्स' या क्लबमध्ये, जिथे व्यवसायानिमित्त काही लोकांना भेटण्यासाठी तो गेला होता; पण तिथे त्याची भेट त्या क्लबमध्ये कधीकधी बार-टेंडर आणि डिस्क जॉकीचं काम करणाऱ्या ग्लेन गोअरबरोबर झाली. दोघांची विशेष ओळख नव्हती; पण जेव्हा गोअरने 'कोचलाइट'पर्यंत सोडण्याची विनंती केली, तेव्हा वेस्ट नकार देऊ शकला नाही.

दोन लहान मुलींचा बाप असलेला वेस्ट संसारात रमणारा माणूस होता. रात्री उशिरापर्यंत बारमध्ये तो क्वचितच थांबायचा. आता त्याला घरी जाण्याची घाई झाली होती; पण गोअर त्याला चिकटला होता आणि वेस्टसाठी तो तासागणिक जास्तच खर्चिक ठरायला लागला होता. कॅफेतून बाहेर पडल्यावर 'तुला कुठे सोडायचंय?' अशी वेस्टने विचारणा केल्यावर, उत्तरेकडच्या अगदी जवळच असलेल्या आपल्या आईच्या घरी सोड, असं गोअरने सांगितलं. वेस्टला गावाची चांगलीच माहिती होती. तो त्या दिशेने निघाला; पण ते ओक स्ट्रीटला पोहोचण्यापूर्वीच, गोअरने अचानक आपला निर्णय बदलला. काही तास वेस्टला इकडेतिकडे फिरवल्यावर, गोअरला चालण्याची इच्छा झाली. बोचरे वारे सुटले होते, हवा अतिशय थंड होती आणि तपमान आणखी कमी व्हायला लागलं होतं. थंडी वाढायला लागली होती.

ओक ॲव्हेन्यू बाप्टिस्ट चर्चजवळ ते थांबले. गोअरने सांगितलेला आपल्या आईचा पत्ता तिथून जवळच होता. तो खाली उतरला, वेस्टचे आभार मानले आणि पश्चिमेच्या दिशेने चालायला लागला.

ओक ॲव्हेन्यू बाप्टिस्ट चर्चपासून डेबी कार्टरचं घर साधारण एक मैल अंतरावर होतं.

वास्तविक गोअरच्या आईचं घर चर्चच्या जवळपास कुठेही नव्हतं, ती गावाच्या दुसऱ्या भागात राहत होती.

आपल्या घरात मैत्रिणींच्या समवेत असताना, जीना व्हिएटाला पहाटे २.३०च्या सुमारास दोन विचित्र फोन आले. दोन्ही फोन डेबी कार्टरने केलेले होते. पहिल्या फोनच्या वेळी तिने सांगितलं की, तिच्याकडे कोणीतरी माणूस आलाय; त्यामुळे तिला भीती वाटतेय. तिने जीनाला विनंती केली की, तू ताबडतोब इकडे येऊन मला तुझ्याकडे घेऊन जा. जीनाने विचारलं की, 'तो कोण आहे? तुझ्याकडे कोण

आलाय?' त्यांचं बोलणं मध्येच तुटलं. फोन वापरण्याबद्दल दबक्या आवाजात बोलण्याचे आणि झटापटीचे आवाज तिला ऐकू आले. साहजिकच जीना काळजीत पडली. ती विनंतीही तिला विचित्रच वाटली. डेबीकडे स्वतःची कार होती, १९७५ची ओल्ड्समोबाइल आणि नक्कीच ती स्वतः कार घेऊन कुठेही जाऊ शकत होती. जीना घाईघाईने आपल्या घरातून बाहेर पडत असतानाच, पुन्हा फोन वाजला. तो डेबीचाच फोन होता. तिने सांगितलं की, आता तिच्याकडे सगळं ठीकठाक आहे, तिने आपलं मत बदललंय आणि जीनाने येण्याची तसदी घ्यायची गरज नाही. जीनाने पुन्हा एकदा 'घरी कोण आलंय?' अशी चौकशी केल्यावर डेबीने विषय बदलला आणि त्याचं नाव काही सांगितलं नाही. तिने जीनाला सकाळी फोन करण्याची विनंती केली, म्हणजे आपल्याला कामावर पोहोचायला उशीर होणार नाही, असं कारण तिने दिलं. ही विनंतीसुद्धा जीनाला विचित्रच वाटली, कारण अशी विनंती डेबीने यापूर्वी कधीही केलेली नव्हती.

तरीही जीना कार घेऊन निघणार होती; पण मग तिने आपला विचार बदलला. तिच्याही घरात पाहुणे होते. उशीरही खूप झाला होता आणि डेबी कार्टर नक्कीच स्वतःची काळजी घेऊ शकत होती. शिवाय डेबीबरोबर एखादा पुरुष असताना, आगंतुकासारखं तिथे जाणं तिला योग्य वाटलं नाही. जीना झोपून गेली आणि काही तासांनंतर डेबीला फोन करायला विसरली.

आठ डिसेंबरला, सकाळी अकराच्या सुमारास, डॉना जॉन्सन सहजच डेबीला भेटायला म्हणून तिच्या घरी पोहोचली. हायस्कूलमध्ये असताना, डॉना ही डेबीची अगदी जवळची मैत्रीण होती. नंतर डॉना एका तासावर असलेल्या 'शॉनी' इथे राहायला गेली. त्या दिवशी ती आई-वडिलांना आणि मित्र-मैत्रिणींना भेटण्यासाठी गावात आली होती. गॅरेजच्या वर असलेल्या डेबीच्या घराला बाहेरच्या बाजूने अरुंद जिना होता. ती जिन्यावरून उड्या मारतच वर निघाली; पण पायऱ्यांवर काचा पडलेल्या लक्षात आल्यावर तिचा वेग एकदम कमी झाला. दरवाजाला असलेल्या छोट्या खिडकीची काच फुटली होती. काही कारणामुळे तिच्या मनात पहिला विचार असा आला की, घराच्या किल्ल्या आत राहून दरवाजा बंद झाला असावा आणि डेबीने काच फोडून दरवाजा उघडला असावा. तिने दरवाजा ठोठावला. आतून काहीच प्रतिसाद आला नाही. तिला आतून रेडिओवरील गाण्यांचा आवाज ऐकू आला. दरवाजाची मूठ फिरवल्यावर, दरवाजा उघडाच असल्याचं तिच्या लक्षात आलं. आत एक पाऊल टाकल्याबरोबर काहीतरी गडबड असल्याचं तिला जाणवलं.

घराची अवस्था फारच भयानक होती. सोफ्यावरच्या उश्या जमिनीवर फेकलेल्या होत्या, सगळीकडे कपडे पडलेले होते. पलीकडच्या भिंतीवर उजव्या बाजूला, कोणीतरी लाल रंगाच्या कुठल्यातरी द्रवाच्या साहाय्याने खरडलेलं होतं – 'यानंतर

जिम स्मिथ मरणार आहे.'

डॉनाने ओरडून डेबीच्या नावाने हाका मारल्या; काहीच प्रतिसाद नव्हता. ती पूर्वी एकदा या घरात येऊन गेल्यामुळे, तिला घराची माहिती होती. ती मैत्रिणीच्या नावाने हाका मारतच बेडरूमकडे गेली. पलंग जागेवरून उचकटल्यासारखा बाजूला सरकवलेला होता. सगळ्या चादरी काढून टाकलेल्या होत्या. तिला एक पाय दिसला; नंतर पलंगाच्या दुसऱ्या बाजूला जमिनीवर तिला डेबी दिसली – चेहरा जमिनीकडे, नग्न, रक्ताने माखलेली आणि पाठीवर काहीतरी लिहिलेल्या अवस्थेत पडलेली.

डॉना भीतीने थिजल्यासारखी जागेवरच उभी राहिली, पुढे पाऊल टाकणं तिला अशक्य झालं, त्याऐवजी ती एकटक आपल्या मैत्रिणीकडे बघत, ती श्वास घेण्याची वाट पाहत उभी राहिली. कदाचित हे एक स्वप्न असेल, तिच्या मनात येत होतं.

तशीच मागे जात, ती स्वयंपाकघरात शिरली. तिथल्या छोट्या, पांढऱ्या टेबलावर खुन्याने आणखी काही शब्द खरडून ठेवलेले तिला दिसले. तो अजूनही इथेच असू शकतो, हा विचार अचानक तिच्या मनात आल्यावर ती धावतच घरातून बाहेर पडून आपल्या कारमध्ये जाऊन बसली. नंतर ती पटकन जवळच्या एका दुकानात गेली आणि तिथून डेबीच्या आईला फोन केला.

पेगी स्टीलवेलने शब्द तर ऐकले; पण तिचा त्यावर विश्वास बसत नव्हता. तिची मुलगी जमिनीवर पडलीय? नग्न, रक्ताळलेली, हालचाल न करता? तिने डॉनाला सगळं पुन्हा एकदा सांगायला लावलं आणि धावतच आपल्या कारकडे गेली. कारची बॅटरी बंद पडलेली होती. त्या भयानक बातमीने ती सुन्न झाली होती. ती धावतच घरात परत आली आणि तिने चार्ली कार्टरला फोन लावला. चार्ली म्हणजे डेबीचे वडील आणि एके काळचा पेगीचा नवरा. काही वर्षांपूर्वी झालेला त्यांचा घटस्फोट सामंजस्याने झालेला नव्हता. आणि ते क्वचितच एकमेकांशी बोलायचे.

चार्ली कार्टरकडे कोणी फोन उचलला नाही. कॅरोल एडवर्ड्स नावाची पेगीची मैत्रीण डेबीच्या जवळच राहायची. पेगीने फोन करून, काहीतरी भयानक गडबड असल्याचं तिला सांगितलं आणि आपल्या मुलीच्या घरी जाऊन बघून येण्याची तिला विनंती केली. पेगी बराच वेळ वाट बघत बसली, नंतर परत तिने चार्लीला फोन केला, जो या वेळेस त्याने उचलला.

कॅरोल एडवर्ड्स धावतच डेबीच्या घराकडे गेली, तिलाही जिन्यावर पडलेल्या काचा आणि दार उघडं दिसलं. ती आतमध्ये गेली आणि तिला खाली पडलेली डेबी दिसली.

चार्ली कार्टर हा सणसणीत तब्येतीचा, गवंडीकाम करणारा माणूस होता.

कधीकधी तो 'कोचलाइट'मध्ये सुरक्षारक्षकाचं काम करायचा. त्याने आपल्या पिक-अपमध्ये उडी मारली आणि वेगानेच तो आपल्या मुलीच्या घराकडे निघाला. रस्त्यातून जाताना एखाद्या पित्याच्याच मनात येऊ शकतील, असे नाही - नाही ते भयानक विचार त्याच्या मनात थैमान घालत होते; पण दुर्दैवाने तिथलं दृश्य त्याच्या कल्पनेपेक्षाही भीषण होतं.

तिला असं पडलेलं पाहिलं, तेव्हा त्याने दोनदा तिला नावाने हाका मारल्या. तो खाली वाकून तिच्याजवळ बसला आणि तिचा चेहरा दिसावा म्हणून अगदी हळुवारपणे त्याने तिच्या खांद्याला धरून थोडंसं उचलून पाहिलं. टेबल पुसण्याचं रक्ताळलेलं एक फडकं तिच्या तोंडातून बाहेर लोंबत होतं. आपली मुलगी मरण पावल्याची त्याची खात्री पटली; तरीसुद्धा जिवंतपणाची काही लक्षणं दिसण्याच्या आशेने त्याने थोडा वेळ वाट पाहिली. काहीच लक्षणं न दिसल्यावर तो सावकाश उभा राहिला आणि त्याने आजूबाजूला नजर फिरवली. पलंग हलवण्यात आला होता, भिंतीपासून खेचून बाजूला केला गेला होता, चादरींचा पत्ता नव्हता; खोलीची दुर्दशा झालेली होती. तिथे नक्कीच झटापट झालेली दिसत होती. तो बाहेरच्या खोलीत गेला आणि त्याने भिंतीवर लिहिलेले शब्द पाहिले; नंतर तो स्वयंपाकघरात गेला आणि तिथली परिस्थिती बघितली. हे गुन्ह्याचं ठिकाण होतं, कुठेही स्पर्श न करणंच योग्य होतं. चार्लीने दोन्ही हात खिशांत खुपसले आणि तो सावकाश बाहेर पडला.

डॉना जॉन्सन आणि कॅरोल एडवर्ड्स या दोघी घराच्या दरवाजाबाहेर रडत आणि वाट बघत थांबल्या होत्या. तिच्याबरोबर जे घडलंय, त्यामुळे होत असलेलं दुःख चार्लीने बोलून दाखवल्याचं आणि त्याने आपल्या मुलीचा निरोप घेतल्याचं त्या दोघींना ऐकू आलं. तो जेव्हा धडपडत बाहेर आला, तेव्हा तोही रडत होता.

"मी ॲम्ब्युलन्ससाठी फोन करू का?" डॉनाने विचारलं.

"नको, ॲम्ब्युलन्सचा आता काही उपयोग नाही, तू पोलिसांना बोलाव." त्याने सांगितलं.

पहिल्यांदा दोन पॅरामेडिक्स आले. ते घाईघाईत जिन्याने वर आले, घरात शिरले आणि काही सेकंदांतच त्यातला एकजण परत बाहेर आला आणि कठड्याजवळ उभा राहून त्याने उलटी केली.

जेव्हा डिटेक्टिव्ह डेनिस स्मिथ तिथे पोहोचला, तोपर्यंत रस्त्यावर बऱ्यापैकी गर्दी जमली होता; पॅरामेडिक्स, रस्त्यावरचे पोलीस, बघे – त्यात दोन स्थानिक वकीलही होते. मानवी हत्येचा गंभीर मामला आहे, हे लक्षात आल्याबरोबर त्याने तो भाग बंदिस्त करून, आजूबाजूच्या लोकांपासून सुरक्षित करून ठेवला.

अडा पोलीस विभागात त्याला सतरा वर्षांचा अनुभव होता आणि आता तो कॅप्टनच्या हुद्द्यावर होता. आता आपण काय करणं अपेक्षित आहे, हे स्मिथला बरोबर माहिती होतं. तो आणि एक पोलीस असे फक्त दोघेजणच तिथे थांबले, बाकी सर्वांना त्याने घराबाहेर पाठवलं. काही पोलिसांना त्याने आजूबाजूला चौकशी करून कोणी साक्षीदार मिळताहेत का, ते बघायला पिटाळलं. तो संतापला होता आणि स्वतःच्या भावना ताब्यात ठेवण्याच्या प्रयत्नात होता. डेबीला तो चांगला ओळखत होता. त्याची मुलगी आणि डेबीची सर्वांत धाकटी बहीण चांगल्या मैत्रिणी होत्या. पेगी स्टीलवेल आणि चार्ली कार्टर या दोघांनाही तो चांगला ओळखत होता आणि त्यांची मुलगी तिच्या स्वतःच्या बेडरूममध्ये जमिनीवर मरून पडली आहे, यावर त्याचा विश्वासच बसत नव्हता. तिथली परिस्थिती आटोक्यात आल्यावर त्याने घराची तपासणी चालू केली.

जिन्यावर पडलेल्या काचा, मुख्य दरवाजाला असलेल्या काचेच्या तावदानाच्या होत्या. तावदान फुटून काचा घराच्या आत आणि बाहेर दोन्हींकडे पडल्या होत्या. मुख्य खोलीत डाव्या हाताला सोफा होता, त्यावरील उश्या खोलीभर फेकण्यात आल्या होत्या. त्याच्या पुढ्यात फ्लॅनेलचा नवा नाइटगाउन पडला होता. त्यावर वॉलमार्टचं लेबल अजूनही तसंच होतं. खोलीतल्या पलीकडच्या भिंतीवरचा संदेश त्याने तपासला. तो नेलपॉलिश वापरून लिहिला असल्याचं त्याच्या ताबडतोब लक्षात आलं. 'यानंतर जिम स्मिथ मरणार आहे.'

जिम स्मिथ त्याला माहिती होता.

स्वयंपाकघरात छोट्या पांढऱ्या टेबलावर त्याला दुसरा संदेश दिसला. तो केचअपने लिहिल्यासारखा वाटत होता – 'आम्हाला शोधायचा प्रयत्न करू नका, नाहीतर...' टेबलाजवळ खाली जमिनीवर जीनची पँट आणि बूट पडले होते. आदल्या रात्री 'कोचलाइट'मध्ये येताना डेबीने तेच घातले होते, असं त्याला नंतर कळलं.

तो बेडरूमकडे गेला. तिथे पलंगाने दरवाजाचा थोडा भाग अडवला होता. खिडक्या उघड्या होत्या, पडदे बाजूला ओढलेले होते, खोली अतिशय थंडगार झाली होती. मृत्यूपूर्वी जोरदार झटापट झालेली दिसत होती. कपडे, चादरी, ब्लँकेट, सॉफ्ट टॉइज जमिनीवर पडलेले होते. कुठलीच गोष्ट जागेवर दिसत नव्हती. डिटेक्टिव्ह स्मिथ जेव्हा डेबीच्या शवाजवळ वाकला, तेव्हा त्याला खुन्याने मागे सोडलेला तिसरा संदेश दिसला. तिच्या पाठीवर केचअपने लिहिल्यासारखे वाटणारे आणि आता वाळलेले शब्द होते – 'ड्यूक ग्रॅहम.'

ड्यूक ग्रॅहम त्याला माहिती होता.

तिच्या शरीराखाली एक इलेक्ट्रिकची वायर आणि चांदीचं मोठं बक्कल

असलेला 'वेस्टर्न' पद्धतीचा एक पट्टा होता. त्याच्या मध्यभागी 'डेबी' असं नाव कोरलेलं होतं.

अडा पोलीस विभागाचाच एक अधिकारी माइक काइसवेटर हा घटनास्थळाचे फोटो काढत होता. स्मिथने पुरावे गोळा करायला सुरुवात केली. तिच्या शरीरावर, जमिनीवर, पलंगावर आणि सॉफ्ट टॉइजवर त्याला केस सापडले. त्याने पद्धतशीरपणे एकेक केस उचलला आणि कागदाच्या घड्या घालून बनवलेल्या एका पाकिटात ठेवला; केस नेमके कुठे सापडले याची नोंद त्याने केली.

त्याने काळजीपूर्वक वस्तू गोळा करून, त्याला लेबल लावून बॅगेत भरल्या; त्यामध्ये चादरी, उशीचे अभ्रे, ब्लँकेट, इलेक्ट्रिकची वायर आणि पट्टा, बाथरूममध्ये सापडलेल्या फाटक्या चड्ड्यांची जोडी, काही सॉफ्ट टॉइज, मार्लबरो सिगारेटचं एक पाकीट, सेव्हनअपचा एक रिकामा कॅन, प्लॅस्टिकची शॅम्पूची बाटली, सिगारेटची थोटकं, स्वयंपाकघरातला पाणी प्यायचा एक ग्लास, टेलिफोन आणि तिच्या शरीराखाली सापडलेले काही केस अशा वस्तू होत्या. डेबीच्या जवळ एका चादरीत गुंडाळलेली, डेल मॉन्टे कंपनीची केचअपची बाटली होती. राज्याच्या गुन्हे अन्वेषण शाखेत पाठवण्यासाठी तीही बॅगमध्ये काळजीपूर्वक भरण्यात आली. त्याचं झाकण सापडत नव्हतं; पण ते नंतर वैद्यकीय तपासनिसाला सापडणार होतं.

पुरावे गोळा करून झाल्यावर, डिटेक्टिव्ह स्मिथने आत्तापर्यंत बऱ्याच गुन्ह्यांच्या ठिकाणी बऱ्याच वेळा केलेलं, बोटांचे ठसे गोळा करण्याचं काम सुरू केलं. मुख्य दरवाजाची आतली आणि बाहेरची अशा दोन्ही बाजू, खिडकीच्या बाजूच्या कडा, बेडरूममधले सगळे लाकडी पृष्ठभाग, स्वयंपाकघरातलं टेबल, फुटलेल्या काचेचे मोठे तुकडे, टेलिफोन, दरवाजाच्या आणि खिडकीच्या रंगवलेल्या कडा, खाली उभी असलेली डेबीची कारसुद्धा त्याने सोडली नाही.

गॅरी रॉजर्स हा 'ओक्लाहोमा स्टेट ब्युरो ऑफ इन्व्हेस्टिगेशन' म्हणजेच OSBI मधला एक अधिकारी होता. तो अडामध्ये राहायचा. तो १२.३०च्या सुमारास तिथे पोहोचल्यावर डेनिस स्मिथने त्याला सगळी माहिती पुरवली. ते दोघे मित्र होते आणि बऱ्याच गुन्ह्यांच्या तपासात त्यांनी एकत्र काम केलं होतं.

बेडरूममध्ये, दक्षिणेकडच्या भिंतीवर, तळाजवळ, भिंतीला खाली बसवलेल्या टाइल्सच्या पट्टीच्या जरासा वर, विजेच्या बोर्डाच्या बाजूला असलेल्या 'शिटरॉक'वर रॉजर्सला रक्ताचा ठसा आढळला. नंतर शव तिथून हलवून झाल्यावर, रिक कार्सन या अधिकाऱ्याला त्याने तेवढा चार इंचांचा चौकोनी तुकडा कापून, तो ठसा जपून ठेवायला सांगितला.

एकापेक्षा जास्त खुनी असावेत, असंच गॅरी रॉजर्स आणि डेनिस स्मिथ यांचं पहिलं मत झालं. घराची अस्ताव्यस्त परिस्थिती, डेबीच्या मनगटावर आणि घोट्यांवर

बांधल्याच्या खुणांचा अभाव, तिच्या डोक्यावर झालेली मोठी जखम, तिच्या तोंडात खोलवर खुपसलेलं फडकं, शरीराच्या बाजूवर आणि हातांवर असलेल्या माराच्या खुणा, वायर आणि पट्ट्याच्या वापराची शक्यता; एवढे सगळे प्रकार म्हणजे एकट्याने घडवलेली हिंसा वाटत नव्हती. डेबी तशी नाजूक मुलगी नव्हती, पाच फूट आठ इंच उंची, १३० पौंड वजन. तिच्यात जोश होता आणि आपला जीव वाचवण्यासाठी तिने नक्कीच खुन्यांचा धाडसाने सामना केला असणार.

स्थानिक वैद्यकीय अधिकारी डॉक्टर लॅरी कार्टमेल तपासणीसाठी आले. 'गुदमरल्यामुळे मृत्यू' असं त्यांचं प्रथमदर्शनी मत झालं. त्यांनी शव तिथून हलवण्याची परवानगी दिली आणि टॉम क्रिसवेल, जो स्थानिक अंत्यविधी-गृहाचा मालक होता, त्याला पुढील कारवाईसाठी शव ताब्यात घेण्याचे अधिकार दिले. क्रिसवेलच्या शववाहिकेतून, ओक्लाहोमा शहरातील राज्य वैद्यकीय तपासणी अधिकाऱ्याच्या ऑफिसमध्ये संध्याकाळी ६.२५ वाजता शव आणण्यात आलं आणि ते शीतगृहातल्या शवपेटीत ठेवण्यात आलं.

डिटेक्टिव्ह स्मिथ आणि रॉजर्स अडा पोलीस खात्याच्या ऑफिसमध्ये परतले आणि डेबी कार्टरच्या कुटुंबीयांच्या समवेत त्यांनी काही वेळ घालवला. त्यांचं सांत्वन करण्याचा प्रयत्न करत असतानाच, त्यांनी काही नावंही मिळवली. मित्र, प्रेमी, सहकारी, शत्रू, पूर्वीचे बॉस; डेबीला ओळखणारा आणि तिच्या मृत्यूबद्दल सांगू शकेल असा कोणीही. जशी यादी वाढू लागली, तशी स्मिथ आणि रॉजर्स यांनी तिच्या परिचित पुरुषांना फोन करायला सुरुवात केली. कृपया पोलीस विभागाच्या ऑफिसमध्ये येऊन आपल्या बोटांचे ठसे, थुंकी तसेच डोक्याच्या आणि गुप्तांगाच्या केसांचे नमुने जमा करावेत, इतकी साधी त्यांची विनंती होती.

कोणीही नकार दिला नाही. माइक कारपेंटर, 'कोचलाइट'मधला सुरक्षारक्षक, ज्याने रात्री १२.३०च्या सुमारास पार्किंग विभागात डेबीला ग्लेन गोअरबरोबर बघितलं होतं, तो स्वेच्छेने सर्वप्रथम आला. टॉमी ग्लोवर, हा डेबी आणि गोअरला एकत्र बघणारा आणखी एक साक्षीदार, त्यानेही झटपट येऊन नमुने जमा केले.

आठ डिसेंबरला संध्याकाळी ७.३० वाजता, ग्लेन गोअर हॅरॉल्ड्स क्लबमध्ये पोहोचला. त्या दिवशी त्याला तिथे बार-टेंडर आणि गाण्याच्या रेकॉर्ड लावणे अशी कामं होती. क्लब जवळजवळ रिकामाच होता आणि जेव्हा त्याने गर्दी एवढी कमी असण्याचं कारण विचारलं, तेव्हा कोणीतरी त्याला खुनाबद्दल सांगितलं. फक्त ग्राहकच नाही; तर हॅरॉल्ड्सचा कर्मचारी-वर्गसुद्धा पोलीस स्टेशनमध्ये प्रश्नांची उत्तरं देत आणि बोटांचे ठसे जमा करण्यात गुंतला होता.

गोअर घाईने पोलीस स्टेशनवर गेला. तिथे गॅरी रॉजर्स आणि डी. डब्ल्यू. बॅरेट

नावाचा अडामधला एक पोलीस यांनी त्याची मुलाखत घेतली. त्याने सांगितलं की, तो डेबीला हायस्कूलपासून ओळखत होता आणि आदल्या रात्री 'कोचलाइट'मध्ये त्याने तिला पाहिलं होतं.

गोअरच्या मुलाखतीचा पोलिसांनी बनवलेला अहवाल खालीलप्रमाणे :

> ग्लेन गोअर हॅरॉल्ड्समध्ये डिस्क जॉकीचं काम करतो. ८-१२-८२ रोजी संध्याकाळी ७.३० वाजता सुसी जॉन्सन हिने ग्लेनला डेबीच्या खुनाबद्दल सांगितलं. ग्लेन डेबीबरोबर शाळेमध्ये एकत्र होता. ग्लेनने सोमवारी सहा डिसेंबरला तिला हॅरॉल्ड्समध्ये पाहिलं, तसंच त्याने तिला ७-१२-८२ रोजी 'कोचलाइट'मध्येही पाहिलं. डेबीची कार रंगवण्याबाबत त्यांनी चर्चा केली. कोणापासून काही त्रास असल्याबद्दल ती ग्लेनला काही बोलली नाही. ग्लेन रात्री १०.३० वाजता रॉन वेस्टबरोबर 'कोचलाइट'ला गेला होता. रात्री १.१५ वाजता तो रॉनबरोबर बाहेर पडला. डेबीच्या घरी ग्लेन कधीही गेला नव्हता.

डी. डब्ल्यू. बॅरेटने तो अहवाल बनवला आणि गॅरी रॉजर्सने 'साक्षीदार' म्हणून सही केली आणि इतर डझनभर अहवालांबरोबर तो फाइल केला गेला.

ग्लेनने नंतर आपली कहाणी बदलत असा दावा केला की, सात डिसेंबरच्या रात्री क्लबमध्ये रॉन विल्यमसन नावाचा एक माणूस डेबीला त्रास देत असलेला त्याने बघितला होता. त्याच्या हकिकतीच्या या सुधारित आवृत्तीला कोणीच दुजोरा दिला नाही. त्या दिवशी तिथे हजर असलेले बरेचजण प्रत्यक्षात रॉन विल्यमसनला ओळखणारे होते. तो 'दारू पिऊन, उच्च आवाजात बढाया मारणारा' म्हणून कुप्रसिद्ध होता. त्याला 'कोचलाइट'ला पाहिल्याचं कोणालाही आठवत नव्हतं. याउलट, मुलाखत घेतलेल्या बऱ्याचजणांनी 'तो तिथे नव्हताच' हे ठामपणे सांगितलं.

रॉन विल्यमसन जर क्लबमध्ये असला, तर ते सर्वांना कळायचंच.

गमतीचा भाग म्हणजे, बोटांचे ठसे देणे, केसांचे नमुने गोळा करणे या आठ डिसेंबरला चाललेल्या धामधुमीत गोअर त्यातून निसटून गेला. एकतर तो तिथून गुपचूप बाहेर पडला असावा किंवा त्याच्याकडे पूर्णपणे दुर्लक्ष झालं असावं. कारण काहीही असो; त्याच्या बोटांचे ठसे घेतले गेले नाहीत की त्याने थुंकी आणि केसांचे नमुनेही दिले नाहीत.

खुनाच्या रात्री, डेबी कार्टरबरोबर सर्वांत शेवटी दिसलेल्या माणसाचे, म्हणजे गोअरचे नमुने एकदाचे अडा पोलिसांनी घेतले; पण त्यासाठी मध्ये तीन वर्षे जावी लागली.

दुसऱ्या दिवशी, म्हणजेच नऊ डिसेंबरला दुपारी तीन वाजता, राज्याचे वैद्यकीय अधिकारी आणि गुन्हे अन्वेषण चिकित्सक डॉ. फ्रेड जॉर्डन यांनी शवचिकित्सा केली. गॅरी रॉजर्स आणि OSBI चाच जेरी पीटर्स त्या वेळी उपस्थित होते.

आत्तापर्यंत हजारो शवचिकित्सा केलेले डॉ. जॉर्डन हे एक अत्यंत अनुभवी चिकित्सक होते. त्यांच्या निरीक्षणाची सुरुवात पुढीलप्रमाणे झाली – तरुण, गोऱ्या स्त्रीचं शव, फक्त पांढऱ्या मोज्यांव्यतिरिक्त बाकी शरीर पूर्ण नग्न. मृत्यूनंतर शरीर कडक होण्याची प्रक्रिया पूर्ण झाली आहे; याचाच अर्थ मृत्यू होऊन कमीतकमी चोवीस तास झाले आहेत. तिच्या छातीवर, लाल रंगाचं नेलपॉलिश वापरून लिहिल्यासारखं वाटत होतं. शब्द होता – 'मर'. आणखी काहीतरी लाल रंगाचं तिच्या अंगावर पसरवलं होतं, ते बहुधा केचअप असावं. तिच्या पाठीवर केचअप वापरून लिहिलेले शब्द होते – 'ड्यूक ग्रॅहम'.

तिच्या हातांवर, छातीवर आणि चेहऱ्यावर छोट्या-छोट्या जखमांचे बरेच व्रण होते. तिच्या ओठांच्या आतल्या बाजूलाही कापल्याच्या खुणा दिसत होत्या. घशात खूप खोलवर खुपसलेलं, हिरवट रंगाचं फडकं तिच्या तोंडातून बाहेर लोंबत होतं. ते त्यांनी काळजीपूर्वक बाहेर काढलं. तिच्या गळ्याभोवती अर्धवर्तुळाकारात, खरचटल्याच्या खुणा, जखमांचे डाग आणि व्रण होते. योनिमार्गावरही जखमांच्या खुणा होत्या. गुदद्वार विस्फारलं गेलं होतं. तपासणी केल्यावर डॉ. जॉर्डन यांना तिथे छोटं, धातूचं, बाटलीवर फिरवून बसवण्याचं झाकण सापडलं, ते त्यांनी बाहेर काढलं.

अंतर्गत तपासणीमध्ये अनपेक्षित असं काही आढळलं नाही. बंद पडलेली फुफ्फुसं, प्रसरण पावलेलं हृदय, डोक्यावरील त्वचेला झालेल्या जखमांच्या थोड्याफार खुणा होत्या; पण मेंदूला काही इजा झालेली दिसत नव्हती.

सगळ्या दुखापती ती जिवंत असतानाच झालेल्या होत्या.

मनगटावर आणि घोट्यावर बांधल्याच्या खुणा दिसत नव्हत्या. हातांवर छोट्या जखमांच्या बऱ्याच खुणा दिसत होत्या; त्या बहुधा बचावाच्या प्रयत्नात झालेल्या असाव्यात. मृत्यूच्या वेळी तिच्या रक्तातील मद्याचं प्रमाण अगदी कमी होतं, फक्त ०.०४. कापसाच्या बोळ्याने तिच्या तोंडातले, योनीतले आणि गुदद्वारातले नमुने गोळा करण्यात आले. नंतर केल्या गेलेल्या सूक्ष्मदर्शक तपासणीमध्ये, योनी आणि गुदद्वारामधल्या नमुन्यांत शुक्राणू आढळून आले; पण तोंडामधल्या नमुन्यात ते आढळले नाहीत.

पुरावा सांभाळून ठेवण्यासाठी डॉ. जॉर्डन यांनी तिची नखं कापून घेतली, केचअप आणि नेलपॉलिशचा नमुना खरवडून काढून घेतला, योनीजवळच्या आणि डोक्यावरच्या केसांचा काही भाग कापून घेतला.

'गुदमरल्यामुळे मृत्यू' असं डॉक्टरांनी जाहीर केलं. गुदमरण्याचं कारण होतं,

घशात खोलवर खुपसण्यात आलेलं फडकं आणि विजेची वायर किंवा पट्ट्यामुळे दाबला गेलेला गळा.

डॉ. जॉर्डन यांनी शवचिकित्सा संपवल्यावर, जेरी पीटर्सने शवाचे फोटो काढले आणि बोटांच्या आणि तळव्यांच्या ठशांचा एक पूर्ण संच बनवला.

पेगी स्टीलवेलला इतकी टोकाची उद्विग्नता आली होती की, दैनंदिन कामकाज निभावणं आणि कसलाही निर्णय घेणं तिला अशक्य झालं होतं. अंत्यविधी करण्याबाबतचे कोणी आणि काय निर्णय घेतलेत याची तिला फिकीरच नव्हती, कारण 'आपण उपस्थित राहायचं नाही' असं तिने ठरवूनच टाकलं होतं. ती जेवण-खाण किंवा अंघोळही करू शकत नव्हती. आपली मुलगी या जगात नाही, ही वस्तुस्थिती स्वीकारायलाच ती तयार नव्हती. ग्लेना लुकास नावाची तिची एक बहीण तिच्याबरोबर राहायला आली आणि तिने हळूहळू सगळ्या गोष्टी आपल्या ताब्यात घेतल्या. अंत्यविधीची तयारी केली गेली आणि तिला उपस्थित राहावंच लागेल, हे हळुवारपणे तिला पटवून देण्यात आलं.

११ डिसेंबरच्या शनिवारी, क्रिसवेल अंत्यविधी-गृहाच्या छोट्या चॅपलमध्ये डेबीवर अंत्यसंस्कार करण्यात आले. ग्लेनानेच पेगीला अंघोळ घातली, कपडे घालून तयार केलं, कारमधून चर्चमध्ये घेऊन गेली आणि ते संपूर्ण दिव्य संपेपर्यंत तिचा हात धरून तिच्यासोबत थांबली.

ग्रामीण ओक्लाहोमामध्ये बहुतेक सर्वच ठिकाणी अंतिम संस्कार पार पडत असताना शवपेटी उघडी ठेवण्याची पद्धत आहे. धर्मगुरू ज्या व्यासपीठावरून बोलतात, त्याच्या खालीच शवपेटी अशा पद्धतीने तिरपी ठेवतात की, अंत्यविधीसाठी जमलेल्या सर्व लोकांना, संपूर्ण वेळ मृत व्यक्ती समोर दिसत राहते. या पद्धतीची कारणं अस्पष्ट आहेत आणि आता विस्मृतीत गेलेली आहेत; पण त्याचा परिणाम असा होतो की, मुळातच दुःखी असलेल्या लोकांसाठी ते जास्तच क्लेशकारक ठरतं.

शवपेटी उघडी असल्यामुळे, डेबीला मारहाण झाल्याचं स्पष्टचं दिसत होतं. चेहरा सुजलेला होता आणि त्यावर जखमांचे व्रणही होते; पण उंच कॉलरचा, लेसचा ब्लाउज घातल्यामुळे गळा दाबल्याच्या खुणा मात्र लपवता आल्या होत्या. काउबॉय पद्धतीच्या मोठ्या बकलाच्या पट्ट्यासह तिला तिची आवडती जीनची पँट आणि बूट घालण्यात आले होते. नाताळनिमित्त तिच्या आईने डेबीकरता आधीपासूनच घेऊन ठेवलेली, घोड्याच्या नालाच्या आकारासारखी असलेली हिऱ्याची अंगठी तिला घालण्यात आली होती.

जमलेल्या मोठ्या गर्दीसमोर रेव्हरंड रिक समर्स यांनी अंत्यविधी पार पाडले.

नंतर रोझडेल दफनभूमीत डेबीचं दफन करण्यात आलं, तेव्हा हलकासा बर्फ पडायला सुरुवात झाली होती. तिच्या मागे तिचे आई-वडील, दोन बहिणी, चार आजी-आजोबांपैकी दोघेजण आणि दोन भाचे – एवढा परिवार होता. ती एका छोट्या बाप्टिस्ट चर्चची सदस्य होती, जिथे वयाच्या सहाव्या वर्षीच तिला बाप्तिस्मा दिला गेला होता.

या खुनामुळे अडा हादरलं. जरी अडाला हिंसा आणि खुनांचा भलामोठा इतिहास असला, तरी त्यांमध्ये बळी पडलेले बहुधा गुंड, भटके किंवा तसल्या प्रकारचेच लोक असायचे. त्यांना जर बंदुकीच्या गोळीने आधी गाठलं नसतं, तर त्यांचं आयुष्य तसंही तुरुंगातच गेलं असतं; पण एका तरुणीचा बलात्कार करून निर्घृण खून हा प्रकार भयानकच होता. गावात वावड्या उठायला लागल्या, अंदाज वर्तवले जाऊ लागले आणि गावावर भीतीची छाया पसरली. रात्रीच्या वेळी खिडक्या, दरवाजे कुलूपबंद व्हायला लागले. किशोरवयीनांसाठी रात्रीची सक्त संचारबंदी लागू झाली. लहान मुलं घराबाहेरच्या सावलीतल्या गवतावर खेळत असताना त्यांच्या तरुण आया जवळपास घुटमळायला लागल्या.

बारमधल्या गप्पांना तर दुसरा विषयच नव्हता. बऱ्याच बारमध्ये डेबी कधी ना कधी गेलेली असल्यामुळे, तिथले नेहमीचे ग्राहक तिला ओळखायचे. आत्तापर्यंत तिचे बरेच प्रेमी झाले होते. पोलिसांकडून त्यांच्या मुलाखती घेणं चालू होतं. त्या मुलाखतींमधूनही बरीच नावं पुढे येत राहिली. आणखी काही मित्र, आणखी काही परिचित, आणखी काही प्रेमी. डझनभर मुलखतींमधून नवनवीन नावं पुढे येत राहिली; पण खरे संशयित कोणीही नव्हते. ती एक लोकप्रिय मुलगी होती, सर्वांची आवडती, मनमिळाऊ. तिला अपाय करण्याची कोणाची इच्छा असेल, यावर विश्वास ठेवणं अवघड जात होतं.

सात डिसेंबरला 'कोचलाइट'मध्ये उपस्थित असलेल्या तेवीस लोकांची यादी बनवून, पोलिसांनी त्यातल्या बहुतेकांच्या मुलाखती घेतल्या. रॉन विल्यमसनला ओळखणारे बरेचजण असले, तरी त्या दिवशी त्याला तिथे पाहिल्याचं कोणालाही आठवत नव्हतं.

विचित्र व्यक्ती पाहिल्याच्या आठवणी, वर्दी आणि गोष्टींचा पोलीस विभागाकडे ओघ लागला. ॲन्जेलिया नील नावाच्या तरुणीने डेनिस स्मिथबरोबर संपर्क साधला आणि ग्लेन गोअरबरोबर झालेल्या एका अकस्मात भेटीबद्दल माहिती दिली. तिची आणि डेबी कार्टरची चांगली मैत्री होती. आपल्या कारच्या काचेचे वायपर्स ग्लेन गोअरनेच चोरले असावेत, असा डेबीला संशय होता. त्या दोघांत त्या विषयावर बरेच दिवस वाद चालू होता. ॲन्जेलियापण गोअरला हायस्कूलपासून ओळखत होती आणि तिला त्याची भीती वाटायची. खुनाच्या साधारण एक आठवडा आधी,

गोअर जिथे राहत होता तिथे, ॲन्जेलिया आपल्या कारमधून डेबीला घेऊन गेली होती. डेबी त्याच्या घरात गेली आणि तिची गोअरबरोबर वादावादी झाली. डेबी परत आली, तेव्हा ती खूपच रागात होती आणि त्यानेच वायपर्स चोरल्याची तिची खात्री पटली होती. तशाच त्या पोलीस चौकीत जाऊन तिथल्या अधिकाऱ्याबरोबर बोलल्या होत्या; पण तेव्हा अधिकृत तक्रार दाखल केली गेली नव्हती.

अडा पोलीस ड्यूक ग्रॅहम आणि जिम स्मिथ या दोघांनाही चांगलेच ओळखत होते. ग्रॅहम आपली पत्नी जॉनी हिच्या साहाय्याने एक नाइटक्लब चालवायचा. तो लोकांसाठी असलेला एक सुसंस्कृत क्लब होता; तिथे धांगडधिंगा, गोंधळ, भांडणं खपवून घेतली जायची नाहीत. वादावादी किंवा खटके फार दुर्मिळ असायचे; पण एकदा जिम स्मिथबरोबरच्या वादाने उग्र रूप धारण केलं होतं. जिम स्मिथ हा किरकोळ स्वरूपाच्या गुन्हेगारीत सहभाग असणारा एक स्थानिक भामटा होता. एकदा त्याने दारू पिऊन गोंधळ घालायला सुरुवात केली आणि निघून जायलाही तो नकार द्यायला लागल्यावर, ड्यूकने आपली शॉटगन बाहेर काढून त्याला पळवून लावलं होतं. एकमेकांना धमक्या दिल्या गेल्यावर काही दिवस क्लबच्या जवळचं वातावरण तंग होतं. स्मिथ हा एक धोकादायक माणूस होता; आपली शॉटगन घेऊन तिथे येऊन गोळीबार करायलाही त्याने कमी केलं नसतं.

ड्यूकच्या क्लबमध्ये ग्लेन गोअर नियमित जायचा. तिथे त्याचा बराचसा वेळ जॉनीच्या मागे, तिला गटवण्याच्या प्रयत्नातच जायचा. तो जास्तीच आक्रमकपणे वागायला लागल्यावर तिने गोअरला त्याची जागा दाखवून दिली आणि ड्यूकने मध्ये पडत परिस्थितीचा ताबा घेतला. गोअरला त्या क्लबमध्ये येण्यास कायमची बंदी घालण्यात आली.

ज्या कोणी डेबी कार्टरचा खून केला होता, त्याने खुनाचा आळ ड्यूक ग्रॅहमवर यावा आणि त्याच वेळी जिम स्मिथही घाबरून जावा, याकरता प्रयत्न केलेला दिसत होता. स्मिथ आधीपासूनच राज्य तुरुंगामध्ये तुरुंगवास भोगत होता आणि ड्यूक ग्रॅहमने स्वतः पोलीस चौकीत येऊन, त्या दिवशी आपण दुसरीकडे उपस्थित असल्याचा जबरदस्त पुरावा सादर केला.

डेबी राहत होती ते घर रिकामं करण्यात यावं, असं डेबीच्या कुटुंबीयांना कळवण्यात आलं. तिची आई अजूनही आपला दिनक्रम चालू करण्याच्या मनःस्थितीत नव्हती; त्यामुळे डेबीची मावशी ग्लेना लुकास, हिनेच ती अप्रिय कामगिरी करण्याची तयारी दर्शवली.

एका पोलिसाने कुलूप काढून तिला ते घर उघडून दिलं आणि ग्लेना सावकाश आत शिरली. खुनाच्या घटनेनंतर काहीही हलवाहलवी करण्यात आली नव्हती.

ग्लेनाची पहिली प्रतिक्रिया संतापाची होती. तिथे नक्कीच झटापट झालेली दिसत होती. तिच्या भाचीने जीव वाचवण्यासाठी जबरदस्त प्रतिकार केलेला कळत होता. इतक्या गोड आणि सुंदर मुलीवर एवढा क्रूर अत्याचार कोण करू शकतो? ती विचार करत होती.

घर थंड होतं आणि एक प्रकारचा उग्र वास येत होता. तो कशाचा आहे, हे ती ओळखू शकली नाही. 'जिम स्मिथ यानंतर मरणार आहे' हा संदेश भिंतीवर तसाच होता. ग्लेना अविश्वासाने, अतिशय खराब अक्षरांत खरडलेल्या त्या संदेशाकडे एकटक बघत राहिली. या सगळ्याला वेळ तर लागलाच असणार, ती विचार करत होती. तो नक्की इथे बराच वेळ असणार. त्या क्रूर प्रसंगाला तोंड देत, तिची भाची शेवटी मरण पावली होती. बेडरूममध्ये भिंतीजवळ गादी पडली होती आणि कुठलीही वस्तू आपल्या मूळ जागेवर नव्हती. कपाटात हँगरवर एकही कपडा नव्हता. खुन्याला हँगरवरचा एकूणएक कपडा काढून फेकायचं कारण काय असेल?

छोटं स्वयंपाकघर अव्यवस्थित होतं; पण तिथे झटापटीच्या खुणा दिसत नव्हत्या. डेबीच्या शेवटच्या जेवणात 'टॅटर टॉट्स'च्या गोठवलेल्या बटाट्यांचा समावेश होता आणि उरलेलं जेवण एका कागदाच्या बशीत, केचअपसहित अजून तसंच पडलेलं होतं. ती बशी आणि बशीच्या शेजारी मिठाची बाटली – डेबी जेवायला बसायची त्या छोट्या, पांढऱ्या टेबलावर तशाच होत्या. बशीच्या शेजारी, अशुद्ध भाषेत लिहिलेला आणखी एक संदेश होता – 'आम्हाला शोधायचा प्रयत्न करू नका, नाहीतर...' खुन्याने काही ठिकाणी लिहिण्यासाठी केचअप वापरलंय, हे ग्लेनाला कळलं होतं. ग्लेनाला संदेशातल्या स्पेलिंगच्या चुका स्पष्टपणे जाणवल्या.

मनात येणारे भयानक विचार बाजूला सारत, ग्लेनाने सामान आवरायला सुरुवात केली. कपडे, भांडी, टॉवेल अशा गोष्टी खोक्यात भरायला तिला दोन तास लागले. एक रक्ताळलेली चादर पोलिसांनी नेली नव्हती. जमिनीवरही रक्ताचे डाग अजून तसेच होते.

ग्लेना घर स्वच्छ करण्याबद्दल काही ठरवून आली नव्हती, फक्त डेबीच्या वस्तू गोळा करून शक्य तेवढ्या लवकर तिथून बाहेर पडायचं, असाच तिचा विचार होता. डेबीचं नेलपॉलिश वापरून खुन्याने लिहिलेले शब्द तसेच ठेवून जाणं तिला विचित्र वाटत होतं आणि डेबीच्या रक्ताचे फरशीवर पडलेले डाग दुसऱ्या कोणाला तरी साफ करावे लागावेत, हेही तिला चुकीचं वाटत होतं.

संपूर्ण घर पुसून लख्ख करावं असं तिला वाटत होतं. खुनाची एकूणएक निशाणी मिटवायची तिची इच्छा होती; पण ग्लेनाने जे काही पाहिलं, तेच तिच्यासाठी जास्त होतं, तिच्या मनाच्या तयारीपेक्षाही ती मृत्यूच्या जास्तच जवळ गेली होती.

नेहमीच्या संशयितांना पकडून आणण्याचं काम खुनानंतर काही दिवस चालूच राहिलं. एकवीस माणसांचे बोटांचे ठसे आणि त्यांच्या थुंकीचे किंवा केसांचे नमुने घेतले गेले. सोळा डिसेंबरला डिटेक्टिव्ह स्मिथ आणि एजंट रॉजर्स दोघेही ओक्लाहोमा शहरातल्या OSBI प्रयोगशाळेत गेले आणि खुनाच्या जागेवरून गोळा केलेले पुरावे आणि त्याबरोबर सतरा माणसांचे घेतलेले नमुने त्यांनी तिथे जमा केले.

चार इंचांचा 'शिट रॉक'चा (प्लॅस्टर) चौकोनी तुकडा हा फार महत्त्वाचा आणि आशादायक पुरावा होता. जर तो ठसा खुनाच्या वेळेस झालेल्या झटापटीच्या दरम्यान तिथे उठला असेल आणि जर तो डेबीच्या ठशाबरोबर जुळला नाही, तर पोलिसांना खुन्यापर्यंत घेऊन जाणारा तो एक जबरदस्त सुगावा ठरला असता. जेरी पीटर्स या OSBI च्या एजंटाने, त्या प्लॅस्टरच्या तुकड्यावरच्या ठशाची तपासणी केली आणि शवविच्छेदनाच्या वेळी घेतलेल्या डेबीच्या ठशाबरोबर तो काळजीपूर्वक पडताळून पाहिला. तो ठसा डेबी कार्टरच्या ठशाबरोबर जुळत नाही असं त्याचं प्राथमिक मत पडलं; पण तरीसुद्धा आपल्या विश्लेषणाची फेरपडताळणी करण्याची गरज त्याला वाटत होती.

चार जानेवारी, १९८३ रोजी डेनिस स्मिथने आणखी काही ठसे आणून जमा केले. त्याच दिवशी, गुन्ह्याच्या ठिकाणी गोळा केलेले केस आणि डेबी कार्टरच्या केसांचे नमुने OSBI मधील केस-विश्लेषणतज्ज्ञ सुसान लॅंड हिच्याकडे जमा करण्यात आले. दोन आठवड्यांनंतर, गुन्ह्याच्या ठिकाणचे आणखी काही नमुने तिच्या टेबलावर येऊन पोहोचले. त्यांची सूची तयार केली गेली. आधीच्या नमुन्यांबरोबर ते एकत्र करण्यात आले आणि भविष्यात कधीतरी लॅंडकडून तपासणी करण्यात येणार असलेल्या नमुन्यांच्या रांगेत ते ठेवण्यात आले. लॅंडकडे कामाचा प्रचंड ढीग साचला होता आणि आधीपासून साचलेलं काम संपवण्याची तिची धडपड चालू होती. बाकीच्या ठिकाणच्या गुन्हे अन्वेषण प्रयोगशाळांप्रमाणेच तुटपुंजा निधी, अपुरा कर्मचारीवर्ग आणि गुन्ह्याची उकल करण्यासाठी येत असलेला प्रचंड दबाव अशीच परिस्थिती ओक्लाहोमामध्येही होती.

OSBI कडून येणाऱ्या निष्कर्षांची वाट बघत असतानाच, स्मिथ आणि रॉजर्स यांनी मिळत असलेल्या बाकी मागमुसांचा पाठपुरावाही चालूच ठेवला. अडावासीयांच्या दृष्टीने खुनाची बातमी हा अजूनही गरमागरम चर्चेचा विषय होता आणि तो लवकर सोडवला जावा, अशी त्यांची मागणी होती. बार-टेंडर्स, सुरक्षारक्षक, खास मित्र, प्रेमी, तसेच रात्री उशिरापर्यंत भटकणाऱ्यांना प्रश्न विचारून झाले, तरीसुद्धा कंटाळवाण्या तपासात काही प्रगती होत नव्हती. स्पष्टपणे कोणीही संशयित दिसत नव्हता की कुठलाही सुगावा मिळत नव्हता.

७ मार्च १९८३ रोजी गॅरी रॉजर्सने, रॉबर्ट जिन डिथेरिज नावाच्या एका स्थानिक

माणसाची मुलाखत घेतली. दारूच्या नशेत वाहन चालवल्याबद्दल पोन्टोटॉक तुरुंगामध्ये तुरुंगवासाची शिक्षा भोगून, डिथेरिज नुकताच बाहेर आला होता. त्याच्या प्रमाणेच, दारूच्या नशेत वाहन चालवल्याबद्दल शिक्षा भोगणारा, रॉन विल्यमसन नावाचा एकजण त्याच्या कोठडीत होता. कार्टर खून या विषयावर तुरुंगात जोरदार चर्चा चालायची. काय घडलं असेल याबद्दल अनेक तर्कवितर्क लढवले जात होते आणि आतल्या गोटातल्या तसेच खास माहिती असल्याचा दावा करणाऱ्यांची तिथे कमतरता नव्हती. कोठडीतले साथीदार बरेचदा खुनाची चर्चा करायचे आणि डिथेरिजच्या म्हणण्याप्रमाणे, या गप्पांमुळे विल्यमसन अस्वस्थ होत असल्यासारखा वाटायचा. त्यांचे खूपदा वाद व्हायचे आणि कधीकधी तर हाणामाऱ्याही झाल्या होत्या. मग लवकरच विल्यमसनला दुसऱ्या कोठडीत हलवण्यात आलं. कुठल्यातरी प्रकारे रॉनचा खुनात सहभाग असू शकतो, असं काहीसं डिथेरिजचं संदिग्ध मत बनलं होतं. विल्यमसनवर पोलिसांनी संशयित म्हणून लक्ष केंद्रित करावं, असं त्याने गॅरी रॉजर्सला सुचवलं.

संपूर्ण तपासकार्यात रॉन विल्यमसनचा उल्लेख होण्याची ही पहिलीच वेळ होती.

दोन दिवसांनंतर पोलिसांनी नोएल क्लेमन्ट याची मुलाखत घेतली. सुरुवातीलाच स्वेच्छेने येऊन बोटांचे ठसे आणि केसांचे नमुने जमा करणाऱ्यांतला नोएल एक होता. रॉन विल्यमसन नुकताच क्लेमन्टच्या घरी येऊन गेल्याची माहिती त्याने दिली. त्याच्या मते, रॉन दुसऱ्याच कोणालातरी भेटायला आल्याचे सांगत, दरवाजासुद्धा न ठोठावता त्याच्या घरात शिरला होता. घरात गिटार दिसल्यावर ते उचलून घेत, क्लेमन्टबरोबर त्याने कार्टर खुनाबद्दल चर्चा करायला सुरुवात केली. बोलताना विल्यमसनने त्याला सांगितलं की, खुनाच्या दुसऱ्या दिवशी त्याच्या घराच्या जवळपास पोलिसांच्या गाड्या दिसल्यावर, त्या आपल्यासाठीच आल्या आहेत, असंच त्याला वाटलं होतं. त्याचप्रमाणे तो असंही बोलला की, तलसामध्ये असताना पोलिसांबरोबर त्याच्या काही कटकटी झाल्या होत्या आणि तशा त्या अडामध्ये होऊ नयेत, या प्रयत्नात तो होता.

पोलीस रॉनपर्यंत पोहोचणार हे अटळ होतं, तरीसुद्धा त्याला प्रश्न विचारेपर्यंत मध्ये तीन महिने गेले, हेच आश्चर्य होतं. रिक कार्सनसारख्या आता पोलीस असलेल्या इतर काहीजणांच्या संगतीमध्ये रॉन लहानाचा मोठा झाला होता आणि बाकी बरेच पोलीस त्याला त्याच्या पूर्वीच्या बेसबॉल खेळामुळे ओळखत होते. १९८३ पर्यंतसुद्धा, सर्वांत जास्त फी देऊन टीममध्ये घेतला गेलेला तोच एकमेव खेळाडू होता. १९७१ मध्ये जेव्हा त्याला ओकलँडच्या 'अ' संघात घेण्यात आलं, तेव्हा

विल्यमसनसहित सर्वांनाच असं वाटलं होतं की, ओक्लाहोमामधून तयार झालेला तो कदाचित दुसरा मिकी मॅन्टल ठरू शकतो, त्याच्यासारखाच एक सर्वोत्तम खेळाडू बनू शकतो.

पण आता बेसबॉल इतिहासजमा झाला होता. पोलिसांच्या दृष्टीने तो आता प्रचंड प्रमाणात दारू पिणारा, विचित्र वागणूक असलेला आणि आपल्या आईबरोबर राहणारा एक बेरोजगार गिटारवादक होता.

त्याला आत्तापर्यंत दारू पिऊन वाहन चालवल्याबद्दल दोनदा, सार्वजनिक ठिकाणी दारू पिऊन गोंधळ केल्याबद्दल एकदा अटक करण्यात आली होती आणि तलसामध्ये तो बदनाम होता.

२

अडामध्ये ३ फेब्रुवारी १९५३ रोजी रॉन विल्यमसनचा जन्म झाला. तो रॉय विल्यमसन आणि जुआनिता याचं शेवटचं अपत्य आणि एकटाच मुलगा होता. रॉले कंपनीच्या घरगुती उपयोगाच्या वस्तू दारोदार फिरून विकणं, हे रॉयचं काम होतं. कोट आणि टाय घालून, हातामध्ये नमुन्यांची जड बॅग घेऊन, फुटपाथवरून दमूनभागून, परिश्रमपूर्वक फिरणारा रॉय हे अडामध्ये दिसणारं एक सुपरिचित दृश्य होतं. त्याच्या बॅगेत जेवणाबरोबर लागणारे पदार्थ, मसाले, स्वयंपाकघरात लागणाऱ्या वस्तू इत्यादी प्रकार भरलेले असायचे. आतुरतेने त्याला भेटायला, अभिवादन करायला धावणाऱ्या छोट्या मुलांसाठी तो नेहमी खिशात टॉफी, खाऊ, कॅन्डी ठेवायचा. उदरनिर्वाह चालवण्यासाठी हा प्रकार कष्टप्रद होता, कारण एकतर दिवसभर फिरणं हे दमछाक करणारं होतंच; पण रात्री उशिरापर्यंत जागून कागदपत्रं बनवावी लागायची आणि त्या मानाने मिळणारं कमिशन माफक असायचं; त्यामुळे रॉनच्या जन्मानंतर लवकरच जुआनिताने अडामधल्या इस्पितळात नोकरी पत्करली.

आई-वडील दोघेही दिवसभर कामानिमित्त बाहेर असल्यामुळे रॉनचा सांभाळ करण्याची जबाबदारी त्याच्या बारा वर्षांच्या बहिणीवर – ॲनेटवर – येऊन पडली, ज्याचा तिला अतिशय आनंद झाला. ती त्याला जेऊखाऊ घालायची, स्वच्छ करायची, खेळवायची. तिच्या अति लाडाकोडाने तिने त्याला पूर्ण बिघडवला. तिच्या दृष्टीने रॉन म्हणजे तिच्या नशिबाने तिला मिळालेलं एक आनंददायक खेळणं होतं. ॲनेट जेव्हा शाळेत नसेल, तेव्हा ती आपल्या भावाला तर सांभाळायचीच; पण त्याचबरोबर घराची साफसफाई करून जेवणही बनवायची.

रेनी – मधली मुलगी – रॉनच्या जन्माच्या वेळी पाच वर्षांची होती. त्याला सांभाळायची जरी तिची तयारी नसली, तरी लवकरच ती खेळातील त्याची सवंगडी बनली. ॲनेटची तिच्यावरही दादागिरी चालायची; त्यामुळे मोठे व्हायला लागल्यावर रॉन आणि रेनी एकत्र येऊन, पालक असल्यासारखं वागणाऱ्या आपल्या बहिणीच्या

खोड्या काढायचे.

जुआनिता ही अतिशय धार्मिक ख्रिश्चन होती. ती अट्टाहासाने आपल्या कुटुंबाला दर रविवारी, बुधवारी आणि एरवी जेव्हाही धार्मिक कार्यक्रम असतील, तेव्हा चर्चमध्ये घेऊन जायची. ख्रिश्चन धर्माचं रविवारी घेतलं जाणारं शिक्षण, सुट्टीतले बायबलचे वर्ग, उन्हाळ्यातली शिबिरं, चर्चमधली संमेलनं, धर्मात नवीन सदस्य सामील करून घेण्याचा कार्यक्रम हे त्या मुलांनी कधीच चुकवलं नाही. एवढंच कशाला; त्यांना विवाह समारंभ आणि अंतिम संस्कार यासाठीही काही वेळा उपस्थित राहावं लागायचं. रॉय तिच्याएवढा धार्मिक नसला, तरी त्याची जीवनशैली शिस्तबद्ध होती; नियमितपणे, निष्ठेने चर्चमध्ये उपस्थिती; दारू, जुगार, शिवीगाळ, पत्ते किंवा डान्स पूर्णपणे वर्ज्य आणि आपल्या कुटुंबीयांना पूर्णपणे वाहून घेतलेला असा तो होता. तो कठोरपणे नियमांचं पालन करायचा आणि त्याबाबत कोणी चुकारपणा करत असल्यास, कमरेचा पट्टा काढून धमकावण्यास किंवा खरोखरच एक-दोन रट्टे देण्यास तत्पर असायचा आणि ती वेळ बहुधा त्याच्या एकुलत्या एका मुलाच्या पार्श्वभागावर देण्याचीच यायची.

विल्यमसन कुटुंब, जोशपूर्ण ख्रिश्चन धर्माचं पालन करणाऱ्या समुदायाच्या 'फर्स्ट पेन्टेकोस्टल' होलीनेस चर्चमध्ये जायचं. सर्व पेन्टेकोस्टल भाविकांप्रमाणेच उत्कट प्रार्थना, येशू ख्रिस्ताबरोबरच्या वैयक्तिक संबंधांचे संगोपन, चर्चवर आणि चर्चच्या सर्व प्रकारच्या कार्यांवर दृढ निष्ठा, बायबलचा परिश्रमपूर्वक अभ्यास, बाकीच्या सदस्यांना प्रेमालिंगन यांवर त्यांचा ठाम विश्वास होता. जोमदार, रसरशीत संगीत, आवेशपूर्ण प्रवचन, समुदायाच्या सदस्यांचा भावपूर्ण सहभाग, ज्यामध्ये बरेचदा अगम्य भाषेतले संवाद, जागच्या जागी लोकांना बरे करणे किंवा हात फिरवून बरे करणे आणि आपल्या आतमधून आत्मा ज्या काही भावना बाहेर काढेल, त्या मुक्तपणे व मोठ्याने व्यक्त करणे, हे असे सगळे प्रकार असल्यामुळे पेन्टेकोस्टलमधील उपासना हे लाजऱ्याबुजऱ्यांचं काम नव्हतं.

तरुण मुलांना 'ओल्ड टेस्टामेंट'मधल्या उत्कंठावर्धक कथा शिकवल्या जायच्या आणि बायबलमधल्या जास्त लोकप्रिय असलेल्या प्रार्थना पाठ करण्यासाठी प्रोत्साहित केलं जायचं. येशूवर विश्वास ठेवणं, पापांची कबुली देणं (पाप-निवेदन), पवित्र आत्म्यांना आपल्या आयुष्यात कायमचं येण्यासाठी निमंत्रित करणं, येशूचं अनुकरण करून सार्वजनिक बाप्तिस्मा (ख्रिस्ती चर्चचे सदस्य करून घेण्याचा कार्यक्रम) घेणे हे वसंत ऋतूतल्या लांबलचक धार्मिक कार्यक्रमानंतर रॉनला वयाच्या सहाव्या वर्षी, गावाच्या दक्षिणेला असलेल्या 'ब्ल्यू रिव्हर'मध्ये बाप्तिस्मा देऊन, चर्चचं सदस्य करण्यात आलं.

अडाच्या पूर्वेला कॉलेजच्या जवळ असलेल्या, रस्ता क्रमांक चारवर विल्यमसन

कुटुंब एका छोट्या घरात शांततेत राहत होतं. त्याच भागात राहत असलेल्या नातेवाइकांना भेटायला जाणं, चर्चच्या कामात व्यग्र राहणं आणि कधीतरी जवळच्याच 'स्टेट पार्क'मध्ये सहलीला जाणं हे त्यांचे विरंगुळ्याचे मार्ग होते. खेळात त्यांना जास्त रस नव्हता; पण रॉन बेसबॉल खेळायला लागल्यावर त्यात आमूलाग्र बदल झाला. त्याने बाकीच्या मुलांबरोबर रस्त्यावर खेळायला सुरुवात केली. त्यांच्या खेळाचे डझनभर तरी विविध प्रकार होते आणि नियम सदोदित बदलते असायचे. पहिल्यापासून हे स्पष्टच दिसत होतं की, त्याच्या बाहूंमध्ये ताकद होती आणि हालचालींमध्ये चापल्य होतं. 'प्लेट'च्या डावीकडून तो बॅट घुमवायचा. पहिल्या दिवसापासूनच त्या खेळाने त्याला वेड लावलं आणि लवकरच आपल्याला ग्लोव्ह आणि बॅट घेऊन द्यावी म्हणून त्याने वडिलांच्या मागे भुणभुण चालू केली. घरात जादाच्या पैशांची चणचण असूनसुद्धा रॉय आपल्या मुलाला खरेदीकरता घेऊन गेला आणि त्यातूनच एका वार्षिक रिवाजाचा जन्म झाला. वसंत ऋतूच्या सुरुवातीला 'हेन्स हार्डवेअर'मध्ये जाऊन ग्लोव्ह विकत घेणे आणि तेसुद्धा, त्या दुकानातले सर्वांत महागडे असतील तेच घेतले जायचे.

जेव्हा तो ते ग्लोव्ह वापरत नसे, तेव्हा आपल्या बेडरूमच्या एका कोपऱ्यात त्याने उभारलेल्या एका देवळासारख्या पवित्र जागी ते ठेवलेले असायचे. सर्वोत्तम 'यान्की' खेळाडू आणि ओक्लाहोमाने मोठ्या सामन्यांना दिलेला महान खेळाडू 'मिकी मॅन्टल' याचं ते देऊळ होतं. मॅन्टल हा संपूर्ण देशातल्या मुलांच्या गळ्यातला ताईत होताच; पण ओक्लाहोमावासीयांना तो देवाच्या ठिकाणी होता. छोट्या गटात खेळणाऱ्या प्रत्येकाचंच पुढे जाऊन, दुसरा मिकी बनण्याचं स्वप्न असायचं; तसंच रॉनचंही होतं. त्याने मिकीचे फोटो आणि बेसबॉलची कार्डं एका फलकाला चिकटवून एका कोपऱ्यात ठेवली होती. मिकी मॅन्टल आणि इतर बऱ्याच खेळाडूंची आकडेवारी तो वयाच्या सहाव्या वर्षीच तोंडपाठ म्हणून दाखवायचा.

जेव्हा तो रस्त्यात खेळत नसायचा, तेव्हा घरातच हातात बॅट धरून ती पूर्ण ताकदीनिशी घुमवत असायचा. घर लहान होतं आणि फर्निचर साधंच असलं, तरी बदलणं शक्य नव्हतं; त्यामुळे जेव्हाही त्याच्या आईला तो बॅट घुमवताना दिसायचा आणि दिवा किंवा खुर्ची थोडक्यात वाचलेली दिसायची, तेव्हा लगेच ती त्याला बाहेर पिटाळायची; पण थोड्याच वेळात तो परत घरात असायचा. जुआनितासाठी आपला छोटा रॉन 'खास' होता. जरी तो थोडासा बिघडलेला असला, तरी तो कधीच वावगं वागणार नाही, याची तिला खात्री होती.

त्याचं वागणं पाहून कोणीही गोंधळात पडला असता. कधीकधी तो गोड आणि संवेदनशील वागायचा, आपल्या आई आणि बहिणींवर प्रेमाचा वर्षाव करायला तो मागेपुढे पाहायचा नाही; तर दुसऱ्याच क्षणी तो एखाद्या बिघडलेल्या, हट्टी मुलाप्रमाणे

आपल्या कुटुंबाकडे वाट्टेल त्या मागण्या चालू करायचा. अशा प्रकारे त्याच्या वागण्यात आकस्मिक आणि विनाकारण होणारा बदल, तो लहान असतानाच जाणवलेला असला तरी, ते फार काळजी करण्यासारखं वाटलं नव्हतं. घरातला सर्वांत लहान मुलगा आणि त्यातच तिघींच्या प्रेमाच्या वर्षावाचा हा परिणाम असावा, असंच समजलं जात होतं.

प्रत्येक छोट्या गावात, छोट्या गटातल्या मुलांना प्रशिक्षण देणारा एखादा प्रशिक्षक असतोच. त्याचं आपल्या खेळावर इतकं प्रेम असतं की, तो सतत एखाद्या शिकाऱ्यासारखा नवीन प्रतिभावान खेळाडूच्या शोधात असतो; मग तो खेळाडू फक्त आठ वर्षांचा असला तरी काही फरक पडत नाही. अडामध्ये 'पोलीस इगल्स' या संघाचा प्रशिक्षक असलेला 'डेवायन सँडर्स' हा याच प्रकारचा माणूस होता. चौथ्या रस्त्यावरच्या विल्यमसन यांच्या घराजवळच्या कोपऱ्यावर असलेल्या एका सर्व्हिस स्टेशनमध्ये तो काम करायचा. प्रशिक्षक सँडर्सकडे रॉनची माहिती पोहोचली आणि रॉनला लगेचच संघात घेण्यात आलं.

रॉन हा एक उत्तम खेळाडू आहे, हे एवढ्या लहान वयातसुद्धा सहजच लक्षात यायचं आणि त्याच्या वडिलांना बेसबॉलची अजिबात माहिती नसल्यामुळे सगळ्यांना हे विचित्र वाटायचं. रॉन रस्त्यावर खेळतच हा खेळ शिकला होता.

उन्हाळ्याच्या दिवसांत बेसबॉलचा खेळ लवकरच चालू व्हायचा. मुलं एकत्र गोळा व्हायची आणि आदल्या दिवशी झालेल्या 'यान्कीज'च्या खेळाबद्दल त्यांच्या गप्पा चालू व्हायच्या. बाकी कुठल्या संघाचं नावही नाही, तर फक्त 'यान्की.' धावसंख्येचा अभ्यास व्हायचा, मिकी मॅन्टलबद्दल बोलणं व्हायचं आणि एकमेकांकडे चेंडू फेकत, मुलं बाकीच्या खेळाडूंची वाट बघत थांबायचे. कमी मुलं जमली तर रस्त्यातच खेळ होणार, हे ठरलेलं असायचं. कधीतरी एखाद्या खिडकीची काच फुटायची, तर कधी मध्येच एखादी आलेली कार चुकवत खेळ चालू असायचा. जास्त मुलं जमल्यावर रस्त्यातला खेळ थांबवून, सगळे जवळच्या मोकळ्या मैदानात जायचे. तिथला जास्त गंभीरपणे चालणारा खेळ दुपारी उशिरापर्यंत चालायचा. त्यानंतर सगळे आपापल्या घरी परतायचे, स्वच्छ व्हायचे, थोडंफार खायचे; गणवेश चढवायचे आणि मग खऱ्याखुऱ्या स्पर्धेसाठी 'किवानीस पार्क'मध्ये जायचे.

'पोलीस इगल्स' बरेचदा पहिल्या स्थानावर असायचे. ज्या निष्ठेने डेवायन सँडर्सने खेळाला वाहून घेतलं होतं, त्याचं ते प्रमाणपत्र होतं. रॉन विल्यमसन त्या संघाचा स्टार खेळाडू झाला होता. तो नऊ वर्षांचा असतानाच त्याचं नाव पहिल्यांदा 'अडा ईव्हिनिंग न्यूज'मध्ये छापून आलं – 'पोलीस इगल्स'ने बारा हिट्स वापरले, त्यातले दोन होमर्स रॉन विल्यमसनचे होते, त्याचे आणखी दोन डबलसुद्धा होते.

रॉय विल्यमसन प्रत्येक स्पर्धेला उपस्थित असायचा; वर छत नसलेल्या भागातल्या स्वस्तातल्या बाकावर बसून तो शांतपणे सामने बघायचा. पंच किंवा प्रशिक्षकच नाही, तर आपल्या मुलाच्या नावानेही त्याने कधी आरडाओरडा केला नाही. कधीतरी एखाद्या खराब खेळानंतर, वडीलकीच्या नात्याने तो आपल्या मुलाला उपदेश जरूर करायचा; पण ते खेळाऐवजी आयुष्याबद्दलचं बोलणं असायचं. रॉय कधीच बेसबॉल खेळलेला नव्हता आणि अजून तर तो खेळाबद्दल शिकत होता. खेळाच्या बाबतीत, त्याचा लहान मुलगा त्याच्यापेक्षा कितीतरी वर्षे पुढे होता.

अकरा वर्षांचा झाल्यावर रॉनला 'अडा किड्स लीग'मध्ये प्रवेश मिळाला आणि लगेचच तो 'यान्कीज'कडून निवडला गेला. 'ओक्लाहोमा स्टेट बँक' हे त्याचे पुरस्कर्ते होते. त्या मोसमात तो संघ, त्याच्या नेतृत्वाखाली अपराजित राहिला. तो बारा वर्षांचा असताना आणि 'यान्कीज'साठी खेळत असतानाच्या, त्या वर्षीच्या मोसमातल्या त्यांच्या संघाच्या बातम्या, अडाच्या वृत्तपत्रांत पुढीलप्रमाणे येत होत्या – 'पहिल्या डावाच्या शेवटी ओक्लाहोमा स्टेट बँकेच्या १५ धावा झाल्या होत्या, रॉन विल्यमसनने २ ट्रिपलेट केले' (९ जून, १९६५), यान्कीज संघाने फक्त तीनच वेळा फलंदाजी केली; पण रॉय हॅनी, रॉन विल्यमसन आणि जेम्स लॅम्ब यांच्या तडाख्याने समोरच्यांना संपवलं. विल्यमसनचा ट्रिपल होता (११ जून १९६५), 'ओक्लाहोमा स्टेट बँक यान्कीज' संघाने पहिल्या डावात दोनदा गुण मिळवले. रॉन विल्यमसन आणि कार्ल टिल्ले यांचे चारातले दोन हिट होते. दोन्ही डबल (१३ जुलै, १९६५); दरम्यान बँकेचा संघ उसळी मारून दुसऱ्या स्थानावर पोहोचला. रॉन विल्यमसनचे दोन डबल आणि एक सिंगल, (१५ जुलै १९६५).

✲

१९६०च्या दशकात 'बिंग हायस्कूल' अडा गावाच्या हद्दीपासून ईशान्येला साधारण आठ मैलांवर होतं. ती छोट्या गावातील शाळा समजली जायची आणि भरपूर विस्तारलेल्या 'अडा हायस्कूल'पेक्षा खूपच लहान होती. तेवढा प्रवास करण्याची तयारी असेल, तर जवळपासच्या मुलांना 'अडा हायस्कूल'ला जाणं शक्य असायचं, तरीपण बहुतेक सर्वचजण बिंगची छोटी शाळा पसंत करायचे. बिंगची बस अडाच्या पूर्व भागातून जायची; पण अडा स्कूलची बस त्या भागातून जात नव्हती. रॉनच्या भागात राहणाऱ्या बऱ्याच मुलांनी बिंग निवडली.

बिंग ज्युनिअर हायस्कूलमध्ये रॉन सातवीच्या वर्गाचा प्रतिनिधी निवडला गेला आणि त्याच्या पुढच्या वर्षी अध्यक्ष, तसाच आठवीच्या वर्गातला सर्वांत लोकप्रिय विद्यार्थी. १९६७ साली बाकीच्या साठजणांबरोबर, बिंग हायस्कूलमधल्या नववीच्या वर्गात त्याने प्रवेश घेतला.

बिंगमध्ये फुटबॉल खेळला जात नसे. तो खेळ अनधिकृतपणे अडासाठी राखीव ठेवला गेला होता. दरवर्षी घेतल्या जाणाऱ्या 'राज्य अजिंक्यपद स्पर्धा'मध्ये तिथले प्रबळ संघ भाग घ्यायचे. बिंगचा खेळ बास्केटबॉल होता. रॉन ज्या झपाट्याने बेसबॉल शिकला होता, त्याच प्रकारे हायस्कूलच्या पहिल्याच वर्षी, बास्केटबॉलमध्येही त्याने उत्तम प्रगती केली.

तो पुस्तकी किडा कधीच नव्हता; पण त्याने आवडीने वाचन करत 'अ' आणि 'ब' श्रेणी मिळवल्या. गणित हा त्याचा सर्वांत आवडता विषय होता. जेव्हा पाठ्यपुस्तकं वाचायचा कंटाळा यायचा, तेव्हा रॉन शब्दकोश आणि ज्ञानकोश वाचत बसायचा. एखाद्या ठरावीक विषयाचं खूळ त्याच्या डोक्यात शिरायचं. शब्दकोश वाचनाच्या वेडाच्या अतिरेकादरम्यान, आपल्या मित्रांनी कधी ऐकले नसतील असे शब्द त्यांना ऐकवायचा आणि त्याचा अर्थ जर ते सांगू शकले नाहीत, तर त्यावरून त्यांची चेष्टा करायचा. त्याने अमेरिकेच्या प्रत्येक राष्ट्राध्यक्षाचा अभ्यास केला. प्रत्येकाबाबतचे अगणित तपशील त्याने पाठ केले. त्यानंतर कित्येक महिने तो दुसऱ्या विषयांवर बोलतच नव्हता. आता जरी तो हळूहळू चर्चपासून दूर जायला लागला असला तरी, त्याला अजूनही धर्मग्रंथातल्या डझनभर तरी प्रार्थना तोंडपाठ होत्या. त्याचा उपयोग तो बरेचदा स्वतःच्या फायद्यासाठी आणि त्याहीपेक्षा जास्त वेळा आपल्या आजूबाजूच्यांना आव्हान देण्यासाठी करायचा. या वेडामुळे कधीकधी तो आपल्या मित्रांच्या आणि कुटुंबीयांच्या सहनशीलतेचा अंत पाहायचा.

पण रॉन एक प्रतिभासंपन्न खेळाडू होता आणि त्यामुळे शाळेत तो खूप प्रिय होता. हायस्कूलच्या पहिल्याच वर्षी तो 'उपाध्यक्ष' म्हणून निवडून आला. मुलींचं त्याच्याकडे लक्ष जायला लागलं. त्यांना तो आवडू लागला आणि त्यांना त्याच्याबरोबर डेटवर जायची इच्छा व्हायला लागली. अर्थात तोही या बाबतीत लाजाळू नव्हताच. आपल्या दिसण्याकडे तो फारच काळजीपूर्वक लक्ष द्यायला लागला आणि कपड्यालत्त्यांच्या बाबतीत जास्तच चिकित्सक झाला. त्याला चांगले कपडे वापरायचे असायचे. जरी आपल्या आई-वडिलांना ते परवडण्याच्या पलीकडे असले, तरी त्याचा हट्ट कायम असायचा. आपल्या मुलाला चांगले कपडे वापरायला मिळावेत म्हणून, रॉयने स्वतःसाठी गुपचूप वापरलेले जुने कपडे विकत घ्यायला सुरुवात केली.

आता ॲनेटचं लग्न झालं होतं आणि ती अडामध्येच राहत होती. अडामधल्या ज्युलियन हॉटेलच्या तळमजल्यावर तिने आणि तिच्या आईने मिळून १९६९ मध्ये 'ब्युटी कासा' या नावाने एक ब्युटी पार्लर चालू केलं होतं. लवकरच त्यांना त्यांच्या कष्टांचं फळ मिळालं आणि त्यांचा व्यवसाय चांगला चालायला लागला. त्यांच्या ग्राहकांमध्ये त्याच हॉटेलच्या वरच्या मजल्यावर वेश्या-व्यवसाय करणाऱ्या मुली

होत्या. कित्येक वर्षांपासून अशा मुली, अडा गावचा अविभाज्य भाग बनून गेल्या होत्या. बऱ्याचजणांची वैवाहिक आयुष्यं त्यामुळे बरबाद झाली होती. त्यांना सहन करणं जुआनिताला अवघड जायचं.

कपड्यांवर आणि मुलींवर खर्च करण्यासाठी ॲनेटकडून रॉन पैसे उकळायचा. आपल्या भावाला नकार देण्याची आयुष्यभराची असमर्थता ॲनेटला इथेही छळत होती. तिथल्या कपड्यांच्या एका दुकानात तिचं उधारीचं खातं आहे हे कुठूनतरी रॉनला समजल्यावर, त्याने त्या उधारीत भर घालायला सुरुवात केली. स्वस्तातल्या वस्तू घ्यायचा विचार कधीच त्याच्या मनात यायचा नाही. कधीतरी तो आधी परवानगी घ्यायचा; पण बरेचदा न विचारताच त्याची खरेदी व्हायची. कधीतरी ॲनेटच्या रागाचा स्फोट व्हायचा, त्यांची वादावादी व्हायची; पण शेवटी चलाखीने तो तिला बिल भरायला लावायचा. त्याच्यावरच्या मायेमुळे ती त्याला कधीच 'नाही' म्हणू शकायची नाही आणि आपल्या धाकट्या भावाने जे सर्वोत्तम असेल तेच वापरावं, अशीच तिचीही इच्छा असायची. प्रत्येक वेळी भांडण चालू असताना, आपलं तिच्यावर किती प्रेम हे बोलून दाखवणं तो जमवायचाच आणि खरंच त्याच्या बहिणींवरच्या प्रेमाबद्दल शंकेला जागाच नव्हती.

ॲनेट आणि रेनी, दोघींनाही आपला भाऊ जास्तच बिघडत चालल्याची काळजी वाटत होती आणि आई-वडिलांवर तो फारच दबाव आणतोय, हेही जाणवत होतं. त्या दोघी कधीतरी त्याला चांगल्याच फैलावर घ्यायच्या, त्यांची काही भांडणं लक्षात राहण्यासारखी होती; पण अंतिम विजय त्याचाच असायचा. तो रडायचा, माफी मागायचा आणि शेवटी सर्वांना हसवायचा. आपल्या आई-वडिलांना न परवडणारे असे त्याचे चोचले पुरवण्यासाठी दोघी बहिणी बरेचदा त्याला गुपचूप पैसे द्यायच्या. तो आत्मकेंद्री, हट्टी, अहंकारी, पूर्णपणे पोरकट, कुटुंबातलं बाळ असल्यासारखा वागला तरी, आपल्या व्यक्तिमत्त्वातल्या भुरळ पाडणाऱ्या अशा गुणविशेषामुळे तो संपूर्ण कुटुंबाला आपल्या ओंजळीने पाणी प्यायला लावायचा.

घरातल्या सर्वांचंच त्याच्यावर अतिशय प्रेम होतं आणि तोही त्या सर्वांवर तसंच प्रेम करायचा तसेच तो शेवटी आपलंच म्हणणं खरं करणार, याची जाणीव त्याच्या कुटुंबीयांना भांडण चालू असतानासुद्धा असायची.

नववीनंतरच्या उन्हाळ्याच्या सुट्टीत, काही सुदैवी मुलांनी, जवळच्या कॉलेजच्या मैदानावर होणाऱ्या बेसबॉल शिबिरात दाखल व्हायचं ठरवलं. रॉनलासुद्धा जाण्याची इच्छा होती; पण रॉय आणि जुआनिताला ते परवडणारं नव्हतं. रॉनचा हट्ट चालूच होता. त्याच्या मते, खेळात सुधारणा करून घेण्याची आणि त्याचबरोबर वेगवेगळ्या कॉलेज-प्रशिक्षकांच्या नजरेत भरण्याची ही एक दुर्मिळ संधी होती. काही आठवडे

तो दुसऱ्या विषयावर बोलतच नव्हता आणि आपल्या मनाप्रमाणे काही घडत नाही हे लक्षात आल्यावर रुसून बसायचा. शेवटी, आपला विरोध संपवून रॉय मुकाट्याने कबूल झाला आणि त्याने बँकेकडून पैसे कर्जाऊ घेतले.

रॉनचा यापुढचा प्रकल्प मोटरबाइक खरेदी करणं हा होता. नेहमीप्रमाणेच नकार, वादावादी, समजूत घालण्याचे प्रयत्न असे कार्यक्रम झाले. हे अजिबातच परवडणार नाही आणि शिवाय ते धोकादायक आहे असं दोघांचं म्हणणं पडल्यावर, आपण स्वतःच्या पैशांनीच मोटरबाइक घेऊ, असं रॉनने जाहीर केलं. त्याने त्याची पहिली नोकरी पकडली, ती होती दुपारी वर्तमानपत्रं वाटणं आणि त्यातून मिळणारी प्रत्येक पै साठवायला त्याने सुरुवात केली. मोटरबाइक विकत घेण्यासाठी सुरुवातीला काही पैसे एकरकमी भरणे आवश्यक होते, तेवढे जमल्याबरोबर त्याने बाइक विकत घेतली आणि बाकीचे पैसे मासिक हप्त्याने देण्याचे ठरले.

त्या दरम्यान, गावोगावी फिरून, तंबू बांधून धार्मिक प्रवचनं सादर करणारी एक कंपनी गावात आली आणि बाइकचे पैसे हप्त्याने भरण्याची रॉनची योजना बारगळली. बड चेंबर्स याचं धार्मिक अभियान अडामध्ये येऊन धडकलं आणि त्याने प्रचंड गर्दी खेचायला सुरुवात केली. भरपूर संगीत, चित्तवेधक प्रवचनं हे कार्यक्रम रात्रीचे चालायचे. पहिल्याच रात्रीच्या प्रवचनाने रॉन प्रचंड भारावून गेला आणि दुसऱ्या रात्री आपण शिल्लक टाकलेल्यांतले बरेच पैसे बरोबर घेऊन गेला. जेव्हा दानपात्र फिरवलं गेलं, तेव्हा त्यात त्याने आपले खिसे रिकामे केले; पण ब्रदर बडला आणखी पैशांची गरज होती. त्याच्या दुसऱ्या दिवशी रॉन आपली उरलीसुरली बचतही घेऊन गेला. त्यानंतरच्या दिवशी जी काही चिल्लर सापडेल ती आणि शिवाय कोणाकडून उधार-उसनवार मिळतील ते, असे सगळे पैसे बरोबर घेऊन तंबूत पोहोचला आणि आपले परिश्रमपूर्वक कमावलेले पैसे कोलाहलयुक्त, हुल्लडबाज प्रवचनानंतर तिथे दान करून परतला. संपूर्ण आठवडाभर कसंही करून रॉन पैसे देत राहिला आणि शेवटी जेव्हा एकदाचं ते धार्मिक अभियान गाव सोडून गेलं, तोपर्यंत तो कफल्लक झालेला होता.

नंतर बेसबॉलच्या सरावात व्यत्यय येतो या कारणासाठी त्याने वर्तमानपत्रं टाकण्याचं काम बंद केलं. रॉयने धडपड करून, इथूनतिथून गोळा करून मोटरबाइकचे पैसे फेडून टाकले.

दोघी बहिणी आता घराबाहेर असल्यामुळे, आता घरच्यांनी सतत आपल्या मागेच असावं, आपलेच हट्ट पुरवावेत अशी रॉनची अपेक्षा होती. एखादं कमी आकर्षक किंवा बाकीच्यांना मुग्ध करू न शकणारं मूल असं वागलं असतं, तर ते असह्य ठरू शकलं असतं; पण आपल्या वागण्याने घरच्यांना मोहित करण्याची क्लृप्ती रॉनला बरोबर साधली होती. तो स्वतः मनमिळाऊ, मैत्रीपूर्ण वागणारा आणि

दिलदार असल्यामुळे आपल्या कुटुंबीयांनी आपल्या बाबतीत सढळ हाताने वागावं, अशी अपेक्षा ठेवण्यात त्याला काही गैर वाटायचं नाही.

रॉनच्या दहावीच्या प्रवेशाच्या वेळेस, अडा हायस्कूलचा फुटबॉलचा प्रशिक्षक रॉयला येऊन भेटला आणि रॉयने आपल्या मुलाला एखाद्या मोठ्या शाळेत पाठवावं असं त्याने सुचवलं. तो मुलगा उपजतच एक उत्तम खेळाडू आहे, तो बेसबॉल आणि बास्केटबॉलचा एक असामान्य खेळाडू आहे, हे आत्तापर्यंत सगळ्या गावाला माहिती झालं होतं; पण ओक्लाहोमा फुटबॉलसाठी प्रसिद्ध होतं आणि रॉन जर 'अडा क्रुगर्स'कडून खेळला, तर त्याचं भवितव्य उज्ज्वल ठरू शकेल, अशी त्या प्रशिक्षकाने रॉयची खात्री पटवून दिली. त्याची शरीरयष्टी, वेगवान हालचाली आणि शक्तिशाली बाहू या गोष्टी लक्षात घेतल्या, तर लवकरच तो एक चांगला खेळाडू बनू शकेल आणि कदाचित संघातसुद्धा निवडला जाऊ शकेल; हे त्याने रॉयच्या मनावर ठसवलं. रोज सकाळी घरी येऊन, रॉनला शाळेत नेऊन सोडण्याची तयारीही त्या प्रशिक्षकाने दर्शवली.

पण निर्णय रॉनवर सोपवला गेला आणि निदान पुढची दोन वर्षे बिंगमध्येच राहायचं असं त्याने ठरवलं.

अडाच्या उत्तरेला वीस मैलांवर, हायवे १७७ वर असलेला ॲशर हा ग्रामीण विभाग कोणाच्या फारसा लक्षातही येत नाही. वस्ती फार कमी आहे, ५०० पेक्षाही कमी! वेगळा दाखवण्यासारखा ऑफिस विभाग नाहीच, दोन चर्च, पाण्याची एक उंच टाकी, थोडेसेच पक्के रस्ते आणि त्यांच्या आजूबाजूला पसरलेली जुनाट घरं. 'डिव्हिजन स्ट्रीट'वर असलेल्या छोट्या क्लास-बी हायस्कूलच्या नंतर असलेलं सुंदर बेसबॉलचं मैदान ही ॲशरसाठी अभिमानाची बाब आहे.

इतर छोट्या गावांप्रमाणेच, ॲशरमध्येही काही विशेष सापडणं असंभव वाटलं, तरी गेली चाळीस वर्षे तिथला संघ राष्ट्रीय स्तरावरील बेसबॉलच्या सामन्यांमध्ये सातत्याने जिंकतोय. खरंतर या स्पर्धेच्या इतिहासात, कुठल्याही हायस्कूलने, मग ते खासगी असो की सरकारी, 'ॲशर इंडियन्स'एवढे सामने कधीच जिंकलेले नाहीत.

हे सगळं १९५९ मध्ये सुरू झालं. मर्ल बोवेन नावाचा एक तरुण प्रशिक्षक तिथे पोहोचला आणि त्याने खूप वर्षांपासून दुर्लक्षित असलेले कार्यक्रम पुन्हा नव्याने राबवायला सुरुवात केली. १९५८ मध्ये त्यांचा संघ एकही सामना जिंकू शकला नाही. लवकरच परिस्थिती बदलू लागली. पुढच्या तीन वर्षांतच ॲशरने पहिलं राज्यस्तरीय विजेतेपद मिळवलं. त्यामागोमाग डझनभर विजेतेपदं येणार होती.

ओक्लाहोमामधल्या एका नियमामागचं कारण कळण्यापलीकडचं आहे. तिथे

विद्यापीठ स्तरावरची बेसबॉलसाठीची परवानगी फक्त त्याच हायस्कूलना मिळते, जी फुटबॉल खेळण्यासाठी फार लहान पडतात.

मर्ल बोवेनच्या कारकिर्दीत अशा घटना दुर्मिळ नव्हत्या, जेव्हा त्यांचा संघ पानगळीच्या मोसमात राज्य विजेतेपद मिळवायचा आणि लगेचच वसंतात त्याची पुनरावृत्ती करायचा. एका उल्लेखनीय कालखंडात तर त्यांचा संघ सलग साठ वेळा राज्य विजेतेपदाच्या अंतिम फेरीत पोहोचला – ओळीने तीस वर्षं, पानगळ आणि वसंत अशा दोन्ही मोसमांत त्यांनी अंतिम फेरी गाठली.

चाळीस वर्षांमध्ये, प्रशिक्षक बोवेनच्या संघाने २११५ सामने जिंकले, फक्त ३४९ हरले. राज्य विजेतेपदाच्या त्रेचाळीस ट्रॉफी मिळवल्या आणि डझनावारी खेळाडूंना कॉलेज आणि मायनर लीग बेसबॉलमध्ये प्रवेश मिळवून दिला. १९७५ साली बोवेनला 'राष्ट्रीय प्रशिक्षक' पुरस्काराने सन्मानित करण्यात आले, तर गावकऱ्यांनी मैदानाचं 'बोवेन फील्ड' असं नामकरण करून त्याचा सत्कार केला. १९९५ साली त्याला पुन्हा एकदा तोच सन्मान प्राप्त झाला.

"मी काहीच केलं नाही," मागे वळून बघताना तो विनयाने बोलतो. "जे काही केलं, ते मुलांनीच केलं. मी तर एकही धाव काढली नाही."

कदाचित नसेलही; पण त्याने नक्कीच भरपूर खेळाडू घडवले. त्याची सुरुवात व्हायची प्रत्येक वर्षीच्या ऑगस्ट महिन्यात. ओक्लाहोमाचं तापमान तेव्हा १०० अंशाला पोहोचायचं. प्रशिक्षक बोवेन आपल्या खेळाडूंच्या छोट्याशा घोळक्याला एकत्र आणायचा आणि पुढच्या राज्यस्तरीय सामन्यांसाठी चढाईची योजना आखायला सुरुवात करायचा. त्याच्या पटावरच्या खेळाडूंची संख्या नेहमीच कमी असायची. ॲशरच्या पदवीच्या वर्गामध्ये साधारण वीस विद्यार्थी असायचे, त्यातही अर्ध्या अधिक मुलीच असायच्या; त्यामुळे त्याच्या संघात फक्त बारा खेळाडूच असायचे, त्यातही आठवीच्या वर्गातला एखादा उदयोन्मुख, होतकरू खेळाडू असायचा. कोणीही संघ सोडून जाऊ नये म्हणून तो सुरुवातीलाच गणवेशवाटप करायचा. प्रत्येक मुलगा संघात टिकून राहायचा.

नंतर चालू व्हायचं ते त्यांना घडवायचं काम! आठवड्यात तीन दिवसांच्या सरावाने सुरुवात व्हायची. तासन्तास मेहनत, जोरात पळण्याचा सराव, दोन बेसमध्ये पळण्याचा सराव; मूलभूत गोष्टींची तयारी अशा तऱ्हेने तो करून घेत असलेला व्यायाम 'कठोर' या शब्दापलीकडचा होता. त्याचा सल्ला असायचा – कठोर परिश्रम, मजबूत पाय, खेळावर निष्ठा आणि सर्वांत महत्त्वाचे म्हणजे खिलाडूवृत्ती. कोणाही ॲशर खेळाडूने कधीही पंचांशी वाद घातला नाही, कधीही वैतागाने हेल्मेट फेकले नाही किंवा कधीही प्रतिस्पर्ध्याची बेइज्जत करण्याचा प्रयत्न केला नाही आणि जर शक्य असलंच तर, कुठल्याही ॲशर संघाने कमकुवत

संघाबरोबर भलीमोठी धावसंख्याही उभारली नाही.

खासकरून वसंत ऋतूत जेव्हा मोसम जास्त मोठा असायचा आणि स्पर्धेच्या कार्यक्रमात लवचीकता असायची, अशा वेळ बोवेन कमकुवत प्रतिस्पर्धी टाळण्याचा प्रयत्न करायचा. मोठ्या शाळांना आव्हान देऊन त्यांचा पराभव करण्यात ॲशर प्रसिद्ध होतं. अडा, नॉर्मन आणि ओक्लाहोमा शहर तसेच तलसामधल्या '४ ए' आणि '५ ए' या मोठमोठ्या संघांचा ॲशर नियमितपणे धुव्वा उडवायचे. जसजशी त्यांची ख्याती पसरू लागली, तसे मोठे संघ ॲशरला येऊन, प्रशिक्षक बोवेन स्वतः देखभाल करत असलेल्या त्या उत्तम मैदानावर उतरून, खेळणे पसंत करायला लागले; पण फारच कमी वेळा, परतताना त्यांच्या बसमध्ये जल्लोष असायचा, बरेचदा त्यांना शांततेतच परतावं लागायचं.

त्याचे संघ अतिशय शिस्तबद्ध असायचे आणि समीक्षकांच्या मते, अगदी योग्य खेळाडूंची संघात भरती झालेली असायची. मोठी स्वप्ने बघणारे आणि बेसबॉलचा खेळ गांभीर्याने घेणारे खेळाडू ॲशरकडे आकर्षित व्हायचे आणि एक दिवस रॉन विल्यमसन त्याच शाळेत येणार, हे अटळ होतं. उन्हाळी लीग सामन्यांदरम्यान रॉनची ब्रूस लेबाबरोबर ओळख झाली आणि त्यांची चांगली मैत्री जमली. ब्रूस हासुद्धा ॲशरमध्येच होता आणि दुसऱ्या क्रमांकाचा उत्कृष्ट खेळाडू होता, रॉनपेक्षा फक्त एक-दोन पावलेच तो मागे असेल. लवकरच त्यांच्यात अतूट मैत्री निर्माण झाली आणि पुढच्या वर्गात गेल्यावरसुद्धा ॲशरकडून एकत्र खेळण्याच्या त्यांच्या योजना सुरू झाल्या. आपल्या संघात भरती करण्यायोग्य संभाव्य खेळाडू हेरण्यासाठी, कॉलेजचे तसेच व्यावसायिक क्लबचे प्रतिनिधी 'बोवेन फील्ड'च्या आसपास घुटमळत असायचे. त्या संघाला १९७०च्या पानगळ आणि १९७१च्या वसंत ऋतूच्या हंगामात, राज्यस्तरावरील विजेतेपदाची उत्तम संधी होती आणि त्याचा फायदा रॉनला मिळून तो या प्रतिनिधींच्या नजरेत भरण्याची शक्यता होती.

शाळा बदलायची म्हणजे ॲशरमध्ये भाड्याने घर घेणं भाग होतं, त्यासाठी आई-वडिलांना फार मोठा त्याग करावा लागणार होता. पैशांची चणचण तर नेहमीचीच होती, त्यात आता रॉय आणि जुआनिताला रोज ॲशरहून अडाला ये-जा करावं लागणार होतं; पण रॉन आपल्या निर्णयावर ठाम होता. त्याच्या शेवटच्या वर्षाच्या उन्हाळ्यानंतर तो चांगल्या क्लबसाठी निवडला जाणार, अशी बऱ्याच बेसबॉल प्रशिक्षक आणि प्रतिनिधींप्रमाणेच रॉनचीही खात्री होती. व्यावसायिक खेळाडू बनण्याचं त्याचं स्वप्न आता आवाक्यात आलं होतं, फक्त थोड्या जास्त प्रयत्नांची आवश्यकता होती.

कदाचित तोच पुढचा मिकी मॅन्टल असू शकेल, अशी कुजबुज खूपदा व्हायची आणि ते रॉनच्या कानावर पडायचं.

बेसबॉलच्या चाहत्यांनी गुपचूप, पडद्यामागून केलेल्या मदतीमुळे रॉय विल्यमसनना ॲशर हायस्कूलपासून दोन चौक पलीकडे एक छोटंस घर भाड्याने घेता आलं आणि ऑगस्टमध्ये प्रशिक्षक बोवेन यांच्या शिबिरात रॉन दाखल झाला. सुरुवातीला, तंदुरुस्तीसाठी घेण्यात येत असलेले कष्ट आणि केवळ पळणे, पळणे आणि पळणे यात घालवला जात असलेला वेळ पाहून तो थक्क झाला. जोरदार फलंदाजी, गोलंदाजी, दोन बेसमध्ये पळणे, मैदानात दूरवरून चेंडू फेकणे आणि इतके कमी खेळाडू असूनसुद्धा दुसऱ्या डावाच्या लांबलेल्या सत्रातसुद्धा आपला दम टिकवून ठेवणे या सगळ्यासाठी लोखंडासारखे मजबूत पाय असणं अत्यंत गरजेचं आहे, हे प्रशिक्षकांना आपल्या नव्या स्टार खेळाडूला बरेचदा समजावून सांगावं लागलं. या दृष्टिकोनातून गोष्टी पटायला रॉनला जरा वेळ लागला; पण ब्रूस लेबा आणि ॲशरचे बाकीचे खेळाडू, तंदुरुस्तीसाठी घेत असलेले परिश्रम पाहून त्याच्यावरही परिणाम झाला. त्यानेही जोरदार व्यायाम चालू केला आणि लवकरच तोसुद्धा शारीरिकदृष्ट्या तंदुरुस्त झाला. संघात फक्त चारच वरिष्ठ खेळाडू होते, त्यातला तो एक होता; त्यामुळे ब्रूस लेबा त्यांचा नेता आणि रॉन अनधिकृत कप्तान झाला.

रॉनची शरीरयष्टी, त्याचा वेग, मैदानाच्या मध्यावरून वेगाने चेंडू फेकण्याची त्याची पद्धत या गोष्टी मर्ल बोवेनला फार आवडल्या. त्याचे बाहू एखाद्या उखळी तोफेसारखे काम करायचे आणि डाव्या बाजूने पूर्ण ताकदीनिशी बॅट फिरवण्याची त्याची पद्धत जबरदस्त होती. फलंदाजीच्या सरावाच्या वेळी, उजव्या बाजूच्या भिंतीच्या वरून त्याने मारलेले काही फटके उल्लेखनीय होते. पानगळीचा हंगाम सुरू झाल्यावर, भरती करणाऱ्या प्रतिनिधींच्या फेऱ्या सुरू झाल्या आणि लवकरच ते ब्रूस लेबा आणि रॉन विल्यमसन यांच्याकडे गांभीर्याने लक्ष द्यायला लागले. त्या हंगामात त्यांची सामन्यांची कार्यक्रमपत्रिका छोट्या, फुटबॉल न खेळणाऱ्या शाळांनी भरली होती. केवळ एका सामन्यात हार पत्करत, बाकीचे सामने सहजपणे जिंकत त्यांनी आणखी एक विजेतेपद पटकावलं. रॉनने सहा होम रन्ससहित .४६८ बनवले, तर ब्रूस लेबा – त्याचा खेळीमेळीचा स्पर्धक – याने सहा होम रन्ससहित .४४४. दोघेही एकमेकांना प्रोत्साहित करत होते आणि दोघांनाही मोठ्या लीगमध्ये निवड होण्याची खात्री वाटत होती.

लवकरच त्यांनी मैदानाबाहेरही जोरदार मौजमजा सुरू केली. दर वीकएंडला ते बिअर प्यायचे आणि थोड्याच दिवसांत त्यांना 'मॅरिजुआना' या अमली द्रव्याची ओळख झाली. ते मुलींच्या मागे असायचे आणि ॲशरमध्ये बेसबॉलचे हिरो सर्वांनाच आवडत असल्यामुळे, मुलींची साथ मिळायला त्यांना कसलीच अडचण यायची नाही. पार्टीचा आनंद लुटणं नित्याचंच झालं आणि अडाच्या आजूबाजूच्या क्लब्ज आणि दारूच्या अड्ड्यांचा मोह टाळणं अशक्य होऊ लागलं. दारूची नशा जास्त

झाली की, कार चालवत परत ॲशरला जायची त्यांना भीती वाटायची. अशा वेळी ते ॲनेटच्या घरी जायचे, तिला झोपेतून उठवायचे आणि काहीतरी खायला मागायचे. तो संपूर्ण वेळ ते तिची माफी मागत असायचे आणि हे आई-वडिलांना कळू देऊ नकोस, अशी विनवणी रॉन करत राहायचा.

तसे ते काळजीपूर्वक वागायचे आणि पोलिसांबरोबरच्या कटकटी टाळण्यात त्यांना आत्तापर्यंत तरी यश आलं होतं. ते मर्ल बोवेनला तर घाबरून असायचेच, शिवाय १९७१च्या प्रचंड आश्वासक वाटत असलेल्या वसंतातल्या हंगामावर त्यांच्या फार आशा होत्या.

ॲशरच्या बेसबॉल संघाला आपली तंदुरुस्ती टिकवून ठेवण्यासाठी बास्केटबॉल हासुद्धा एक चांगला मार्ग होता. रॉनने फॉरवर्ड या जागेवर खेळत संघाला गुण करायला मदत केली. काही छोट्या कॉलेजेसकडून विचारणा झाली; पण रॉनला त्यात रस नव्हता. हंगाम संपत यायला लागला, तशी व्यावसायिक बेसबॉलच्या प्रतिनिधींकडून त्याला पत्रं यायला सुरुवात झाली. त्यात त्याच्या सामन्यांचं वेळापत्रक मागवलेलं असायचं. काही आठवड्यांतच त्याचा खेळ बघण्याचं आश्वासन असायचं आणि उन्हाळ्यातल्या त्यांच्या निवड-शिबिराला येण्याचा सल्ला असायचा. ब्रूस लेबालाही तशीच पत्रं येत होती आणि दोघांनाही आपापल्या पत्रांवर चर्चा करायला गंमत वाटायची. एखादा आठवडा 'फिलीज' आणि 'कब्ज'चा असायचा, तर पुढचा 'एंजल्स' आणि 'अथलेटिक्स'चा.

फेब्रुवारीच्या शेवटी शेवटी बेसबॉलचा हंगाम संपल्यानंतर ॲशरमध्ये दिमाखदार करमणुकीची वेळ असायची.

सुरुवातीला सोप्या संघांबरोबरचे सामने जिंकून संघ तयार व्हायचा आणि मग मोठ्या शाळांचे संघ गावात आल्यावर पूर्ण जोमाने त्यांचा खेळ चालू व्हायचा. रॉनने जोशात सुरुवात केली आणि त्याच जोमात शेवटपर्यंत खेळत राहिला. प्रतिनिधी औत्सुक्याने कुजबुजत होते, संघ जिंकत होता, एकंदरीत ॲशरमधलं आयुष्य मजेत चाललं होतं. उत्तमांतल्या उत्तम प्रतिस्पर्ध्यांना सामोरं गेल्यामुळे, प्रशिक्षक बोवेनच्या खेळाडूंना दर आठवड्याला चांगल्या गोलंदाजीचा सामना करायला मिळायचा. प्रेक्षकांमध्ये बसलेल्या प्रतिनिधींना, आपण कोणाही गोलंदाजाचा समाचार घेऊ शकतो, हे रॉनने प्रत्येक खेळामधून सिद्ध करून दाखवलं. त्या मोसमातील त्याची धावसंख्या होती .५००, त्यात पाच होम रन्स आणि ४६ धावा होत्या. प्रतिस्पर्धी संघ तो मारू शकणार नाही अशी गोलंदाजी करण्याच्या प्रयत्नात असायचे, त्यातूनही तो बरोबर मार्ग काढायचा. त्याची ताकद, कुठल्याही चेंडूला बॅटने टोलवण्याची त्याची शिस्त, पहिल्या बेसपर्यंत पोहोचण्याचा त्याचा वेग आणि सर्वांत महत्त्वाचं म्हणजे त्याचे शक्तिशाली बाहू या सगळ्यांवर सामने बघायला

येणारे प्रतिनिधी फिदा असायचे.

एप्रिलच्या शेवटी, ओक्लाहोमा राज्यातर्फे हायस्कूलच्या असामान्य खेळाडूला मिळणाऱ्या 'जिम थोर्पे अवॉर्ड'करता रॉनचं नामांकन झालं. ॲशर सव्वीस सामने जिंकलं आणि पाच सामने हरलं आणि १ मे १९७१ रोजी ग्लेनपूलला ५.० असे हरवत ॲशरने आणखी एक राज्य-अजिंक्यपद पटकावलं.

प्रशिक्षक बोवेन यांनी राज्याच्या संघासाठी विचारात घेतली जावीत, यासाठी रॉन आणि ब्रूस लेबा यांची नावं पाठवली. ते दोघेही त्या योग्यतेचे होते; पण तेवढ्यात आपल्या हलगर्जीपणाच्या वागण्याने आपली नावं विचारात घेतली जाऊ नयेत, अशीच परिस्थिती त्यांनी जवळपास ओढवून घेतली.

पदवीदान समारंभाला काही दिवस शिल्लक राहिलेले असतानाच, आयुष्यात होणार असलेला आमूलाग्र बदल दिसायला लागल्यावर, आपला ॲशरमधला बेसबॉल लवकरच संपणार, हे त्यांना जाणवलं. गेले वर्षभर ते एकमेकांच्या जितके जवळ होते, तेवढे आता आयुष्यात परत कधीही येऊ शकणार नव्हते. त्याची आठवण म्हणून, मनसोक्त दारू पिऊन रात्रभर धमाल करत, तो क्षण साजरा करायचं असं त्यांनी ठरवलं.

त्या वेळी ओक्लाहोमा शहरामध्ये तीन 'स्ट्रिप-क्लब' होते. त्यांतला सर्वांत चांगला असलेला 'रेड डॉग' नावाचा क्लब त्यांनी निवडला. निघण्यापूर्वी लेबाच्या घरातून त्यांनी बिअरचा सहा पॅकचा बॉक्स आणि व्हिस्की बरोबर घेतली. हा ऐवज बरोबर घेऊन ते ॲशरहून निघाले आणि रेड डॉगला पोहोचेपर्यंत ते पूर्णपणे नशेत होते. त्यांनी आणखी बिअर मागवली आणि स्ट्रिपर्सकडे बघत बसले, दारूच्या नशेमुळे मिनिटागणिक त्या जास्तच सुंदर दिसायला लागल्या. स्ट्रिप-क्लबमधून चालत असलेल्या लॅप डान्सची त्यांनी मागणी केली आणि त्यांच्याकडचे पैसे गळती लागावी, तसे संपू लागले. ब्रूसच्या वडिलांनी रात्री एकच्या आत घरी परत येण्याचे अतिशय कडक निर्बंध त्याच्यावर लादले होते; पण दारूच्या नशेत आणि लॅप डान्स करणाऱ्या स्ट्रिपर्सच्या सान्निध्यात त्यांचं घडाळ्याकडे लक्षच नव्हतं. शेवटी, एकदाचे रात्री १२.३० वाजता ते लडखडत क्लबच्या बाहेर पडले. तिथून ब्रूसचं घर दोन तासांच्या अंतरावर होतं. नव्याने क्षमता आणि ताकद वाढवलेली आपली कॅमॅरो गाडी वेगात चालवायला ब्रूसने सुरुवात केली; पण अचानक रॉन काहीतरी बोललेलं न आवडल्यामुळे त्याने गाडी थांबवली. दोघांची वादावादी आणि एकमेकांना शिवीगाळ सुरू झाली, भांडणाचा निर्णय तिथल्या तिथे करायचा असं ठरलं. ते कसेबसे धडपडत कॅमॅरोमधून बाहेर पडले आणि दहाव्या रस्त्यावर, भर रस्त्यातच मध्यभागी त्यांची मारामारी सुरू झाली.

एकमेकांना लाथा-बुक्क्यांनी मारल्यावर दोघेही दमले, दोघांमध्ये समेट झाला,

दोघेही कारमध्ये जाऊन बसले आणि पुन्हा त्यांचा घराच्या दिशेने पुढचा प्रवास सुरू झाला. दोघांपैकी कोणालाही नंतर त्या भांडणाचं कारण आठवलं नाही, त्या रात्रीचा तेवढा एक तपशील मात्र कायमचा धुक्यात विरून गेला.

ज्या रस्त्यावरून बाहेर पडायला हवं होतं, तिथून बाहेर न पडता ब्रूस चुकीच्या ठिकाणी वळला. काहीच न कळून, आपण कुठेतरी रस्ता चुकलोय हे लक्षात येऊन, माळरानातून वळण घेऊन त्याने पुढे जायला सुरुवात केली. त्याच्या मते, ते साधारणपणे ॲशरच्या दिशेनेच चालले होते. घरी पोहोचण्याची वेळ चुकल्यामुळे तो विमानासारखी कार चालवत होता. त्याचा साथीदार मागच्या सीटवर बेशुद्ध पडल्यासारखा झोपला होता. सगळीकडे अंधार होता, तेवढ्यात मागच्या बाजूने लाल दिवे खूप वेगाने जवळ येताना दिसले.

आपण 'विल्यम मीट पॅकिंग कंपनी'च्या समोर थांबल्याचं त्याला आठवत होतं; पण जवळपास कुठलं गाव आहे याची त्याला खात्री नव्हती. एवढंच नव्हे, तर आपण कुठल्या काउन्टीमध्ये आहोत, हेही त्याला कळत नव्हतं.

ब्रूस कारमधून खाली उतरला. तो पोलीस खूपच चांगला होता. ''तू दारू प्यायला आहेस का?'' त्याने विचारलं.

''यस सर.''

''तू खूप जोरात कार चालवतो आहेस याची तुला जाणीव आहे का?''

''यस सर.''

ते थोडा वेळ बोलले. त्या पोलिसाचा चलन बनवण्याचा किंवा ब्रूसला अटक करण्याचा काही विचार दिसत नव्हता. आपण सुरक्षितपणे कार चालवत घरी जाऊ शकू, अशी ब्रूसने त्याची खात्रीही पटवून दिली. तेवढ्यात अचानक रॉनने मागच्या खिडकीतून डोकं बाहेर काढलं आणि दारूमुळे जडावलेल्या आवाजात काहीतरी अगम्य आरडाओरडा केला.

''तो कोण आहे?'' पोलिसाने विचारलं.

''मित्र.''

तो मित्र पुन्हा काहीतरी ओरडल्यावर, पोलिसाने त्याला कारमधून बाहेर यायला सांगितलं. काही कारणाने रॉनने रस्त्याच्या विरुद्ध बाजूचं दार उघडलं आणि बाहेर येण्याच्या प्रयत्नात तिथल्या खड्ड्यात पडला.

दोघांनाही अटक करून थंड, दमट आणि पलंगांची कमतरता असलेल्या तुरुंगात नेण्यात आलं. एका तुरुंगाधिकाऱ्याने, छोट्या कोठडीत दोन गाद्या आणून दिल्या. अजूनही दारूच्या नशेत, भयग्रस्त अवस्थेत आणि थंडीने कुडकुडत ती रात्र त्यांनी तिथे काढली. आपल्या वडिलांना फोन न करण्याएवढी अक्कल त्यांना होती.

रॉनकरता मात्र, आयुष्यात तुरुंगांच्या गजांआड घालवाव्या लागणाऱ्या अनेक

रात्रींमधली ही पहिली रात्र होती.

दुसऱ्या दिवशी सकाळी तुरुंगाधिकाऱ्याने त्यांना कॉफी आणि बेकन आणून दिले आणि घरच्यांना बोलावून घेण्याचा सल्ला दिला. काचकुच करत, अगदी नाइलाजाने त्यांनी घरी फोन केले आणि दोन तासांनंतर त्यांची सुटका झाली. काही कारणामुळे मि. लेबा आणि मि. विल्यमसन यांनी रॉनला आपल्या कारमध्ये बसायला लावलं आणि ब्रूसला त्याच्या कॅमॅरोमधून एकट्यालाच घरी पाठवलं. तो दोन तासांचा प्रवास फार लांबतोय, असंच रॉनला वाटत होतं आणि त्यातच ॲशरला जाऊन प्रशिक्षक बोवेन यांना तोंड द्यावं लागणार होतं.

दोघांच्या वडिलांनी असंच आपल्या प्रशिक्षकाकडे जाऊन खरं काय घडलं ते सांगण्यासाठी त्यांना ठणकावलं. दोघांनीही वडिलांचं ऐकलं. बोवेनने सगळं शांतपणे ऐकून घेत, काहीच प्रतिक्रिया दिली नाही. बोवेन नाराज झाला, तरी त्याने मोसमपश्चात मानसन्मानासाठी पाठवलेली दोघांची नामांकनं मात्र मागे घेतली नाहीत.

आणखी काही आपत्ती न येता त्यांचं पदवीदान पार पडलं. दुसऱ्या क्रमांकाचा मान मिळालेल्या ब्रूसने छानपैकी तयार केलेलं उत्तम भाषण केलं. शेजारच्याच सेमिनोल काउन्टीच्या जिल्हा न्यायालयाचे सुप्रसिद्ध न्यायाधीश माननीय फ्रँक एच. सिये यांचं प्रारंभिक अभिभाषण झालं.

ॲशर हायच्या १९७१ च्या पदवीच्या वर्गात सतरा विद्यार्थी होते आणि त्यांतल्या प्रत्येकासाठीच ही फार महत्त्वाची घटना होती. आपल्या अभिमानी कुटुंबीयांबरोबर, कौतुकाने मनात जपून ठेवायचा आयुष्यातला एक महत्त्वाचा टप्पा. त्यांच्यातल्या फारच कमी पालकांना कॉलेजला जाण्याची संधी मिळाली होती, काहीजण तर हायस्कूलही संपवू शकले नव्हते; पण रॉन आणि ब्रूसला त्या समारंभाचं काही विशेष कौतुक वाटत नव्हतं. अजूनही राज्य-विजेतेपदाच्या उन्मादातून ते बाहेर पडले नव्हते आणि त्याहीपेक्षा महत्त्वाचं म्हणजे, मोठ्या लीगसाठी होणाऱ्या संभाव्य निवडीची स्वप्नं ते बघत होते. ग्रामीण ओक्लाहोमामध्ये आपलं आयुष्य घालवायची त्यांची इच्छा नव्हती.

एका महिन्यानंतर दोघांचीही राज्याच्या संघात निवड झाली आणि त्या वर्षाच्या सर्वोत्तम खेळाडूंमध्ये रॉन दुसऱ्या स्थानावर निवडला गेला. उत्तमोत्तम खेळाडूंचा सहभाग असलेल्या राज्यस्तरीय वार्षिक सामन्यांत, प्रेक्षकांनी खचाखच भरलेल्या स्टेडियममध्ये खेळण्याची संधी त्यांना मिळाली. प्रेक्षकांमध्ये सगळ्या मोठ्या संघांचे आणि बऱ्याच कॉलेजेसचे प्रतिनिधी उपस्थित होते. खेळ संपल्यानंतर 'फिलीज'चा एक आणि 'ओकलँड ए'चा एक अशा दोन प्रतिनिधींनी या दोघांना बाजूला घेतलं आणि अनधिकृतपणे त्यांच्यासमोर एक प्रस्ताव ठेवला. प्रत्येकी अठरा हजार डॉलर एवढी रक्कम जर दोघांना मान्य असेल, तर 'फिलीज' ब्रूसची निवड करतील आणि

'ए' रॉनला निवडतील, असा तो प्रस्ताव होता. रॉनला ती रक्कम फारच कमी वाटली आणि त्याने नकार दिला. ब्रूसला आपल्या गुडघ्यांची काळजी वाटू लागली, त्यालाही ती रक्कम कमी वाटली. आपण आणखी दोन वर्षे सेमिनोल ज्युनिअर कॉलेजकडून खेळणार आहोत; पण कदाचित अजून जास्त रक्कम मिळाली तर आपण तो विचार बदलू शकतो, असं सांगून ब्रूसने ती रक्कम वाढवून मिळवण्याचा प्रयत्न केला; पण काही उपयोग झाला नाही. रकमेत वाढ झाली नाही.

एका महिन्यानंतर निवडीच्या दुसऱ्या फेरीत 'ओकलँड ॲथलेटिक्स'मध्ये रॉनची निवड झाली. आठशेजणांमधून निवडला गेलेला तो एकेचाळिसावा खेळाडू होता आणि ओक्लाहोमामधला पहिलाच! फिलीजने ब्रूसला निवडले नाही; पण त्याच्यापुढे कराराचा प्रस्ताव ठेवला. त्याने पुन्हा नकार दिला आणि तो ज्युनिअर कॉलेजमध्ये दाखल झाला. व्यावसायिक स्तरावर एकत्र खेळण्याचं त्यांचं स्वप्न धूसर होत चाललं होतं.

ओकलँडकडून आलेला पहिला प्रस्ताव अगदीच अपमानकारक होता. विल्यमसन परिवाराच्या मदतीला कोणी प्रतिनिधी किंवा वकील नसला, तरी 'ए' रॉनला स्वस्तात करारबद्ध करायचा प्रयत्न करताहेत, हे त्यांना कळत होतं.

रॉन एकटाच ओकलँडला जाऊन संघाच्या व्यवस्थापकांना भेटला. त्यांच्या चर्चेचा काही उपयोग झाला नाही आणि कराराशिवायच रॉन अडाला परतला. लवकरच त्यांनी त्याला परत बोलावून घेतले. दुसऱ्या भेटीच्या वेळी तो संघव्यवस्थापक डिक विलियम्स आणि संघातल्या काही खेळाडूंना भेटला. 'ए'चा 'दुसऱ्या बेस'वर खेळणारा डिक ग्रीन त्याला भेटला. तो मित्रत्वाने वागणारा माणूस होता. त्याने रॉनला क्लब हाउस आणि मैदान फिरवून दाखवलं. फिरत असताना त्यांना निर्विवाद सुपरस्टार रेगी जॅक्सन आणि स्वतः मि. ओकलँड भेटले. रॉन दुसऱ्या फेरीत निवडला गेलेला खेळाडू आहे असं कळल्यावर, 'तो कुठल्या जागेवर खेळतो' अशी रेगीने त्याच्याकडे चौकशी केली.

रेगीला चिडवण्यासाठी डिक ग्रीन बोलला, "रॉन उजव्या बाजूचा क्षेत्ररक्षक आहे." साहजिकच! रेगी उजव्या बाजूचा दादा मानला जात होता; तो जाता जाता बोलला, "मॅन, तू मायनर्समध्येच सडशील." आणि ती चर्चा तिथेच संपली.

रॉनला जास्त रक्कम द्यायला ओकलँड नाखूश होते, कारण रॉनची निवड त्यांनी 'कॅचर' म्हणून केली असली, तरी त्याला कॅच घेताना त्यांनी कधी पाहिलं नव्हतं. रटाळवाण्या वाटाघाटी चालू होत्या; पण त्यातून किरकोळ पैसे वाढवण्याशिवाय जास्त काहीच निष्पन्न होत नव्हतं.

रात्री जेवताना टेबलाभोवती बसल्यावर रॉनच्या कॉलेजला जाण्याबद्दल चर्चा चालू असायची. युनिव्हर्सिटी ऑफ ओक्लाहोमाची शिष्यवृत्ती स्वीकारण्याचं तोंडी

आश्वासन रॉनने दिलं होतं. त्याच्या पालकांचा आग्रह होता की, त्याने त्या पर्यायाचा विचार करावा. कॉलेजचं शिक्षण घेण्याची ही त्याला मिळत असलेली एक उत्तम संधी होती. शिक्षण त्याच्यापासून कोणीच हिरावून घेऊ शकणार नव्हतं. रॉनलाही ते पटत होतं; पण कॉलेजचं शिक्षण आपण नंतरही घेऊ शकतो, असं त्याचं म्हणणं होतं. तेवढ्यात अचानक 'ओकलँड'ने ५०,००० डॉलर रकमेचा प्रस्ताव समोर ठेवल्यावर तेवढ्याच घाईने रॉनने त्याचा स्वीकार केला आणि कॉलेजबद्दल विसरून गेला.

अ‍ॅशर आणि अडासाठी ती एक मोठी बातमी होती. आत्तापर्यंत त्या विभागातून एवढी मोठी रक्कम मिळून निवडला गेलेला रॉन हा पहिलाच खेळाडू होता आणि त्याच्यावर सगळ्यांचं लक्ष केंद्रित झाल्यामुळे, काही दिवसांसाठी का होईना; तो अतिशय नम्रतेने वागत होता. त्याची स्वप्नं वास्तवात यायला सुरुवात झाली होती. आता तो एक व्यावसायिक खेळाडू झाला होता. त्याच्या कुटुंबीयांनी केलेल्या त्यागाचं चीज व्हायला लागलं होतं. पवित्र आत्मेच आपल्याला मदत करताहेत असंच त्याला वाटलं. तो परत चर्चमध्ये गेला आणि रविवारच्या रात्रीच्या प्रार्थनेच्या वेळी, धार्मिक विधी करण्याच्या वेदीवर जाऊन, त्याने प्रवचनकारांबरोबर प्रार्थना केली. नंतर त्याने आपल्या समाजबांधवांना संबोधित केलं. समाजातल्या सर्व बंधू-भगिनींचे, त्याला दिलेल्या प्रेम आणि पाठिंब्याबद्दल त्याने आभार मानले. देवाचा आशीर्वाद लाभल्याबद्दल तो स्वतःला खरोखरच नशीबवान समजत होता. डोळ्यांत येत असलेले अश्रू थोपवून धरत, मिळणारे पैसे आणि आपली प्रतिभा यांचा वापर केवळ परमात्म्याचा नावलौकिक वाढवण्यासाठीच करण्याचं त्याने वचन दिलं.

त्याने स्वतःसाठी 'कटलास सुप्रीम' कार आणि काही कपडे विकत घेतले. आपल्या आई-वडिलांसाठी एक रंगीत टेलिव्हिजन विकत घेतला. नंतर उरलेले सगळे पैसे तो पोकरच्या खेळाच्या जुगारात हरला.

१९७१ मध्ये 'ओकलँड अ‍ॅथलेटिक्स' या क्लबची मालकी चार्ली फिनले या एका कलंदर माणसाकडे होती. १९६८ साली त्याने कॅन्सास शहरातून संघाची जागा बदलली होती. तो स्वतःला दूरदृष्टी असलेला माणूस समजायचा; पण वागायचा एखाद्या विदूषकासारखा. बेसबॉल जगताला हादरे देण्यात त्याला गंमत वाटायची. रंगीबेरंगी गणवेश, चेंडू द्यायला मुली, नारिंगी रंगाचे चेंडू (जी कल्पना फारच अल्पजीवि ठरली), होम प्लेटवरच्या पंचांकडे नवीन चेंडू फेकायला एक यंत्र. थोडक्यात म्हणजे प्रसिद्धीसाठी काहीही! एक खेचर विकत घेऊन त्याने त्याचं नाव 'चार्ली ओ' असं ठेवलं. त्या खेचराला तो कधी मैदानावर, तर कधी हॉटेलच्या लॉबीमध्येसुद्धा फिरवायचा.

त्याच्या विक्षिप्त वागण्याचे मथळे वृत्तपत्रांत झळकत असले, तरी त्याच वेळी तो एक परंपराही निर्माण करत होता. डिक विलियम्स या काबिल व्यवस्थापकाची त्याने नेमणूक केली आणि रेगी जॅक्सन, ज्यो रुडी, सॅल बॅन्डो, बर्ट कॅम्पनरीस, रिक मंडे, विडा ब्ल्यू, कॅटफिश हंटर, रोली फिंगर्स आणि टोनी ला'रुझा अशा एकापेक्षा एक मातब्बर खेळाडूंचा त्याने संघात समावेश केला.

१९७०च्या दशकाच्या सुरुवातीला, बेसबॉल संघामध्ये 'ए' संघ सर्वोत्तम होता, यात काही वादच नाही. पांढऱ्या रंगाचे 'क्लिट्स' (बुटांखालचे खिळे) वापरणारा तो पहिलाच आणि एकमेव संघ होता. त्यांचे गणवेश डोळ्यांत भरणारे आणि झगमगीत असायचे. त्यात हिरवा, सोनेरी, पांढरा आणि राखाडी असे वेगवेगळे रंग वापरलेले असायचे. लांब वाढवलेले केस, वाढवलेली दाढी आणि बंडखोर वृत्ती. शंभर वर्षांपेक्षा जुना खेळ, जिथे परंपरा जपल्या जाव्यात अशीच सर्वांची इच्छा असायची; तिथे 'ए' धक्कादायक वाटायचे. त्यांच्या वागण्यात तोरा होता. राष्ट्र अजून १९६० च्या दशकातून बाहेर पडलं नव्हतं. आता अधिकारशाहीची गरज कशाला? सगळीकडेच बंधनं झुगारून दिली जाऊ शकत होती, मग तो परंपरा सांभाळणारा व्यावसायिक बेसबॉल का असेना, अशीच काहीशी वृत्ती होती.

१९७१ मध्ये ऑगस्टच्या शेवटी, रॉन तिसऱ्या वेळी ओकलँडला पोहोचला. आता तो 'एक खेळाडू' म्हणून आला होता, क्लबचा सदस्य होता; त्यांच्यातलाच एक मुलगा होता. जरी तो अजून व्यावसायिक बेसबॉलचा एकही सामना खेळला नसला, तरीही भविष्यातला एक चमकता तारा होता. त्याचं चांगलं स्वागत झालं, त्याच्या पाठीवर थोपटलं गेलं, उत्तेजनपर बोललं गेलं. तो अठरा वर्षांचा होता; पण एखाद्या लहान बालकासारखा गोल चेहरा आणि कपाळावरून डोळ्यांपर्यंत आलेली झुलपं, यामुळे तो पंधरा वर्षांपेक्षा मोठा वाटायचाच नाही. करारबद्ध होणाऱ्या सर्वच नवोदित खेळाडूंप्रमाणेच, त्याच्या विरोधात जाऊ शकणाऱ्या गोष्टींची भलीमोठी यादी होऊ शकली असती, तरी अनुभवी खेळाडूंनी त्याचं स्वागत केलं. तेही कधीतरी त्याच जागी होते.

व्यावसायिक खेळाडू म्हणून करारबद्ध होणाऱ्यांपैकी दहा टक्क्यांपेक्षाही कमीजण, मोठ्या लीगमधला केवळ एखादाच सामना खेळू शकतात; पण हे ऐकण्याची कुठल्याच अठरावर्षीय मुलाची तयारी नसते.

रॉन डगआउटजवळ आणि मैदानावर रेंगाळला, खेळाडूंबरोबर त्याने वेळ घालवला; सामन्याआधीचा फलंदाजीचा सराव समजावून घेतला. त्यानं प्रेक्षकांना 'ओकलँड अलामेडा काउन्टी कोलिजियम' स्टेडियममध्ये शिरताना पाहिलं. सामना सुरू होण्याच्या खूप आधीच 'ए'च्या डगआउटमागेच असलेल्या एका सीटवर त्याला बसवण्यात आलं आणि तिथून त्याने आपल्या नव्या संघाला खेळताना

बघितलं. दुसऱ्या दिवशी तो अडाला परतला, तो लवकरात लवकर छोट्या लीगमधून बाहेर पडून वयाच्या विसाव्या वर्षापर्यंत मुख्य सामने खेळण्याचा निर्धार करूनच! फार तर एकविसावं वर्ष. मोठ्या लीग सामन्यांचं उत्तेजित करणारं वातावरण त्याने पाहिलं, अनुभवलं आणि ते त्याच्यात इतकं भिनलं की, तो आता कधीच पूर्वीसारखा साध्या सामन्यात समाधान मानणारा खेळाडू राहणार नव्हता.

त्याने केस वाढवले, नंतर मिशा वाढवायचाही प्रयत्न केला; पण निसर्गाने साथ दिली नाही. त्याचे मित्र 'तो श्रीमंत झाला' असं समजत होते आणि तोही त्यांचा तसा ग्रह करून देण्याच्या प्रयत्नात असायचा. त्याच्या डोक्यात बसलं होतं की, तो वेगळा होता, अडामधल्या बाकीच्या साध्यासुध्या माणसांपेक्षा स्टायलिश होता, कारण तो प्रत्यक्ष कॅलिफोर्नियाला जाऊन आला होता.

संपूर्ण सप्टेंबरमध्ये त्याने मोठ्या आनंदाने 'ए' संघाने १०१ सामने जिंकत, 'अमेरिकन लीग वेस्ट'चं विजेतेपद खेचून आणलेलं बघितलं. तो लवकरच तिथे असणार होता. त्यांच्याबरोबर झेल घेत किंवा मध्यभागी खेळत, रंगीबेरंगी गणवेशात, लांब वाढवलेले केस, खेळातल्या सर्वांत जास्त फॅशनेबल संघाचा तो एक सदस्य असणार होता.

नोव्हेंबरमध्ये त्याने 'टॉप्स च्युइंगगम'बरोबर करार केला. त्याचं नाव, चेहरा, फोटो आणि बेसबॉल कार्डावर त्याची सही छापणे, प्रदर्शित करणे, त्यांच्या प्रती काढणे इत्यादींचे संपूर्ण हक्क त्या कंपनीला बहाल करण्यात आले होते.

अडामधल्या प्रत्येक लहान मुलाप्रमाणे त्यानेही हजारो कार्डं गोळा केली होती, जपून ठेवली होती, इतर मुलांबरोबर कार्डांची अदलाबदल केली होती, त्यांची फ्रेम बनवली होती, बुटांच्या खोक्यामधून ती इकडून तिकडे नेली होती आणि आणखी विकत घेण्यासाठी चिल्लर जमवली होती. मिकी मॅन्टल, व्हायटी फोर्ड, योगी बेरा, रॉजर मॉरिस, विली मेज, हॅन्क ॲरॉन या सगळ्या खेळाडूंची मूल्यवान कार्डं त्याने जमवली होती. आता त्याची स्वतःची कार्डं असणार होती.

त्याची स्वप्ने झपाट्याने वास्तवात यायला लागली होती.

ओकलँडपासून दूर असलेल्या ओरेगॉनमधल्या कूस बे इथले 'अ' वर्गातले लीग सामने ही त्याची पहिली कामगिरी होती. १९७२ सालच्या ॲरिझोनामधल्या मेसा इथल्या प्रशिक्षणात त्याची कामगिरी उल्लेखनीय नव्हती. त्याने कोणाचं लक्ष वेधलं नाही किंवा फार कौतुकास्पदही काही घडलं नाही. त्याला कुठल्या जागेवर खेळवायचं हे ओकलँडला अजून समजत नव्हतं आणि त्याला प्लेटच्या मागे उभं केलं, तर त्या जागेवर कसं खेळावं हे त्याला कळत नव्हतं, केवळ तो जोरदार चेंडू फेकू शकतो, या कारणासाठी नंतर त्याला माउन्डवर उभं केलं गेलं.

वसंतातल्या प्रशिक्षणाच्या वेळी दुर्दैव आडवं आलं. त्याचं आंत्रपुच्छ (अॅपेन्डिक्स) फुटलं आणि तातडीच्या शस्त्रक्रियेसाठी त्याला अडाला जावं लागलं. आपल्या जखमा भरून येण्याची अस्वस्थपणे वाट बघत असतानाच, वेळ घालवण्यासाठी त्याचं मोठ्या प्रमाणावर दारू पिणं सुरू झालं. स्थानिक पिझ्झा हटमध्ये बिअर स्वस्त मिळायची आणि तिथे कंटाळा आल्यावर, आपली नवीन 'कटलास' कार घेऊन 'एल्कस लॉज' इथे जाऊन बर्बन आणि कोक प्यायला त्याने सुरुवात केली. तो कंटाळला होता आणि कुठल्यातरी मैदानावर जाऊन खेळायला आतुर झाला होता. त्याला कारण माहिती नव्हतं आणि असं कशामुळे होतंय हेही कळत नव्हतं; पण दारूच्या आश्रयाला गेल्यावर त्याला सुरक्षित वाटायचं. शेवटी, एकदाचं त्याला बोलावणं आलं आणि तो ओरेगॉनकडे निघाला.

'कूस बे नॉर्थ बेंड अॅथलेटिक्स'कडून अर्धवेळ खेळताना, १५५ वेळा फलंदाजी करताना त्याला ४१ हिट्स मिळाले होते, त्यातली त्याची .२६५ ची सरासरी काही खास नव्हती. ४६ सामन्यांमध्ये काही डाव त्याला 'सेंटर फील्ड' म्हणून खेळायला मिळाले. हंगामाच्या शेवटच्या काळात, मिड वेस्ट लीगसाठी आयोवामधल्या बर्लिंग्टनकडे त्याचा करार पाठवण्यात आला. अजूनही 'अ' वर्गातच; पण एक पायरी वर आणि घराच्या जास्त जवळ! बर्लिंग्टनकरता तो फक्त सात सामने खेळला आणि मोसम संपल्यावर अडाला परतला.

मायनर लीगमधली मध्यंतरे तात्पुरती असली, तरी खेळाडूंना अस्वस्थ करणारी असतात. त्या काळात खेळाडूंची कमाई अगदीच कमी असते. जेवणासाठी मिळणारे किरकोळ पैसे आणि यजमान क्लब जी काही दानत दाखवेल, त्यांवरच ते राहत असतात. स्वतःच्या क्लबच्या गावी असताना ते निदान महिन्याच्या दराने मॉटेलमध्ये खोली घेऊन राहू शकतात किंवा काहीजण मिळून एखादं छोटं अपार्टमेंट भाड्याने घेऊन एकत्र राहू शकतात. प्रवासात असताना बसमार्गावर असलेल्या मॉटेलमध्ये ते राहतात; पण बसमार्गावर मॉटेलच्या बरोबरीने बार, नाइटक्लब, स्ट्रिप-क्लबसुद्धा असतात. खेळाडू तरुण तर असतातच शिवाय त्यातील फारच कमी मुलं विवाहित असतात. कुटुंबापासून दूर राहत असल्यामुळे, रात्री उशिरापर्यंत कुठेतरी वेळ घालवत फिरायची त्यांना सवय लागते. बरेचजण किशोरवयीन असतात, अपरिपक्व असतात. त्यांचं आत्तापर्यंतचं आयुष्य लाडात गेलेलं असतं. शिवाय आपण मोठमोठे सामने खेळून भरपूर पैसे कमावणार आहोत, अशी सर्वांनाच खात्री असते.

त्यांच्या जोरदार पार्ट्या चालतात. सामने संध्याकाळी सात वाजता सुरू होऊन रात्री दहापर्यंत संपतात. झटपट अंघोळ उरकून बारकडे धाव घ्यायची वेळ होते. रात्रभर बाहेर भटकायचं आणि दिवसा घरात किंवा बसमध्ये झोपा काढायच्या. भरपूर दारू प्यायची, मुलींच्या मागे धावायचं, जुगार खेळायचा, अमली पदार्थांचं सेवन

करायचं ही मायनर लीगमध्ये खेळणाऱ्यांच्या आयुष्याची दुसरी बाजू असते. रॉनने पूर्ण आवेगाने हे आयुष्य जगायला सुरुवात केली.

कुठल्याही वडिलांप्रमाणेच, रॉय विल्यमसनसुद्धा आपल्या मुलाच्या खेळाकडे मोठ्या उत्सुकतेने आणि अभिमानाने लक्ष ठेवून असायचा. रॉन कधीतरीच घरी फोन करायचा आणि त्याहीपेक्षा कमी वेळा पत्र पाठवायचा, तरीही रॉयला त्याच्या खेळाची आकडेवारी माहिती असायची. आपल्या मुलाला सामना खेळताना बघायला, रॉय आणि जुआनिता दोनदा ओरेगॉनलासुद्धा जाऊन आले होते. रॉन आपल्या व्यावसायिक खेळाच्या पहिल्या वर्षात चाचपडत होता. 'स्लायडर्स' आणि 'कर्व्ह' प्रकारच्या गोलंदाजीबरोबर जमवून घेणं त्याला अजून जड जात होतं.

अडामध्ये रॉयला एका प्रशिक्षकाचा फोन आला. रॉनच्या मैदानाबाहेरील सवयींची त्याला काळजी वाटत होती - पार्ट्या, दारू, उशिरापर्यंत जागरण, हँगओव्हर इत्यादी तो मुलगा सगळ्यांचाच अतिरेक करत होता. अर्थात, पहिल्याच मोसमात घरापासून दूर राहणाऱ्या एकोणीस वर्षांच्या मुलाच्या बाबतीत हे घडायचंच; पण वडिलांनी जर कडक भाषेत कानउघाडणी केली, तर कदाचित थोडाफार चांगला परिणाम व्हायची शक्यता होती.

रॉनचेसुद्धा फोन चालू होते. उन्हाळा संपत आला होता आणि प्रत्यक्ष सामन्यात खेळण्याचे थोडेच दिवस शिल्लक होते. व्यवस्थापक आणि कर्मचारी आपल्याला जास्त खेळायला मिळू न देऊन, आपला पुरेसा उपयोग करून घेत नाहीत, असं वाटून त्याची चिडचिड होत होती. आपल्याला नुसतं बेंचवरच बसवून ठेवलं, तर आपला खेळ सुधारणार तरी कसा? असा प्रश्न त्याला पडला होता.

मग त्याने थोडी धोकादायक आणि क्वचितच वापरली जाणारी क्लृप्ती वापरायला सुरुवात केली. आपल्या प्रशिक्षकांना वगळून, परस्पर 'ए'च्या ऑफिसमध्ये फोन करून, त्याने तक्रारींचा पाढा वाचायला सुरुवात केली. 'ए'मधलं आयुष्य अगदीच निराशाजनक झालं होतं, त्याला पुरेसे सामने खेळायला मिळत नव्हते आणि ज्यांनी त्याची निवड केली त्यांच्या कानापर्यंत हे पोहोचावं, अशी त्याची इच्छा होती.

ऑफिसमधल्यांना त्याच्याबद्दल सहानुभूती नव्हती. मायनर्समध्ये शेकड्यांनी मुलं खेळत होती, त्यातले कित्येकजण खेळामध्ये त्याच्यापेक्षा काही मैल तरी पुढे होते; त्यामुळे त्या तक्रारींचा त्यांच्यावर काही परिणाम होत नव्हता. त्यांना रॉनची प्रगती माहिती होती आणि तो अजून धडपडतोय, हे त्यांना कळत होतं.

शेवटी, रॉनने गप्प राहावं आणि आपल्या प्रशिक्षकांच्या सांगण्याप्रमाणे वागावं, अशा सूचना वरून त्याच्याकडे आल्या.

१९७२ च्या पानगळी (फॉल) च्या सुरुवातीला तो अडामध्ये परतला, तेव्हाही तो स्थानिक हिरोच होता आणि आता तर त्याच्यावर कॅलिफोर्नियाचे रंग चढले होते. रात्री उशिरापर्यंत भटकण्याचा नित्यक्रम त्याने इथेही चालूच ठेवला. ऑक्टोबरच्या शेवटी 'ओकलँड ए'ने प्रथमच जागतिक मालिका जिंकल्यावर, रॉनने तो विजय मोठ्या उत्साहात आणि जोशात एका स्थानिक बारमध्ये साजरा केला. "तो माझा संघ आहे," तो सारखा टेलिव्हिजनकडे बघून जोरात ओरडत होता आणि त्याचे पिणारे साथीदार कौतुकाने त्याच्याकडे बघत होते.

पॅटी ओ'ब्रायन – एक सुंदर तरुणी आणि एके काळची 'मिस अडा' – हिच्याबरोबर ओळख होऊन, नियमित भेटीगाठी सुरू झाल्यावर मात्र त्याच्या सवयी अचानक बदलल्या. लवकरच दोघेही एकमेकांबाबत गंभीरपणे विचार करायला लागले आणि नियमितपणे भेटायला लागले. ती बाप्टिस्ट चर्चची धर्मनिष्ठ सदस्य होती, दारूला अजिबात स्पर्श न करणारी. तिला रॉनच्या वाईट सवयी बिलकूल मान्य नव्हत्या. तोही स्वतःत बदल घडवायला आनंदाने तयार झाला.

१९७३ साल उजाडलं, तरी तो मोठ्या सामन्यांच्या जवळपासही पोहोचला नव्हता. मेसामधल्या वसंतातल्या सुमार कामगिरीच्या मोसमानंतर त्याला 'बर्लिंग्टन बी'कडे पाठवण्यात आलं. तिथे फक्त सात सामने खेळल्यानंतर त्याला फ्लॉरिडा राज्याच्या लीग सामन्यांसाठी 'की वेस्ट कॉन्चस'कडे पाठवण्यात आलं. तेही 'अ' वर्गातलेच सामने होते. तिथे एकोणसाठ सामन्यांमध्ये तो फक्त .१३७ अशी निराशाजनक धावसंख्या गाठू शकला.

आपण मोठे लीग सामने कधीतरी खेळू शकू का, अशी शंका आयुष्यात पहिल्यांदाच त्याला भेडसावू लागली. व्यावसायिक खेळाडूंच्या गोलंदाजीचा सामना करणं, मग जरी ते 'अ' वर्गातले सामने असले तरी, हे ॲशर शाळेच्या खेळापेक्षा फारच उच्च प्रतीचं आहे, हे त्याला दोन मामुली कामगिरीचे मोसम पार पडल्यानंतर जाणवायला लागलं. प्रत्येकाची गोलंदाजी जोरदार होती, प्रत्येक 'कर्व्ह बॉल' तीव्रतेने वळायचा. मैदानावरचा प्रत्येक खेळाडू चांगलाच असायचा; पण त्यांतले काहीच खेळाडू मोठ्या लीग सामन्यापर्यंत पोहोचायचे. त्याला देण्यात आलेले पैसे वायफळ गोष्टींवर केव्हाच खर्च झाले होते. बेसबॉल कार्डांवर छापलेल्या त्याच्या हसऱ्या चेहऱ्याची जादू दोन वर्षांतच ओसरली होती.

त्याला असं वाटायला लागलं होतं की, प्रत्येकजणच आपल्यावर लक्ष ठेवून आहे. अडा आणि ॲशरचं स्वप्न त्याने पूर्ण करावं, अशी त्याच्या मित्रांची आणि अडावासीयांची त्याच्याकडून अपेक्षा आहे. तो ओक्लाहोमामधला दोन नंबरचा सर्वोत्कृष्ट खेळाडू समजला जात होता. मिकी मॅन्टल वयाच्या एकोणिसाव्या वर्षी

उच्च प्रतीच्या सामन्यांत पोहोचला होता. त्या मानाने रॉन आत्ताच मागे पडला होता.

तो अडाला पॅटीकडे परतला. खेळाचा हंगाम चालू नसण्याच्या काळात त्याने एखादी अर्थपूर्ण नोकरी पत्करावी, असं पॅटीने त्याला खंबीरपणे सुचवलं. एका नातेवाइकाची टेक्सासमध्ये ओळख होती, त्यांच्यामुळे व्हिक्टोरिया इथे जाऊन रॉनने काही महिने इमारतीवरील छतांचं काम करणाऱ्या एका ठेकेदाराकडे काम केलं.

तीन नोव्हेंबर, १९७३ रोजी, अडामधल्या फर्स्ट बाप्टिस्ट चर्चमध्ये – जे पॅटीचं चर्च होतं – रॉन आणि पॅटीचं लग्न झालं, तेव्हा तो वीस वर्षांचा होता आणि त्याच्या मते, तो अजूनही मोठ्या लीगचा उमेदवार होता.

अडाच्या दृष्टीने रॉन विल्यमसन हा मोठा हिरो होता आणि आता त्याचं चांगल्या घराण्यातल्या एका सौंदर्यवतीबरोबर लग्न झालं होतं.

फेब्रुवारी १९७४ मध्ये मेसामधल्या वसंतातल्या सराव-शिबिरासाठी नवविवाहित दाम्पत्य तिथे पोहोचलं. नवीन पत्नी बरोबर असल्यामुळे लवकरात लवकर वरच्या दर्जाच्या लीगमध्ये जाण्यासाठीचा दबाव त्याच्यावर वाढू लागला. अगदीच 'ए ए ए' नाही तर निदान 'ए ए' स्तर तरी मिळावा, असं त्याला वाटू लागलं. १९७४ मधला त्याचा करार बर्लिंग्टनबरोबर असला तरी, परत तिकडे जायची त्याची इच्छा नव्हती. त्याला बर्लिंग्टन आणि की वेस्टचा कंटाळा आला होता आणि जर 'ए'ने त्याला परत तिकडेच पाठवलं, तर त्यातून स्पष्ट संदेश दिला गेला असता की, ते त्याला मोठ्या लीगमधला संभाव्य खेळाडू समजत नाहीत.

त्याने स्वतःला सरावात जास्तच झोकून दिलं, पळण्याचा जास्त सराव, फलंदाजीचा जादा सराव आणि ॲशरमध्ये घेतली होती, तशी मेहनत घ्यायला त्याने सुरुवात केली. असाच एके दिवशी, नेहमीप्रमाणे सराव करत असताना त्याने सेकंड बेसकडे जोरात चेंडू फेकला आणि त्याच्या कोपरात वेदनेची तीव्र चमक आली. सर्व खेळाडू करतात त्याप्रमाणे आपणही तसंच खेळत राहू शकतो असं स्वतःला समजावत त्याने त्या वेदनेकडे दुर्लक्ष करण्याचा प्रयत्न केला. हे वसंतातल्या सरावामुळे झालेलं किरकोळ दुखणं निघून जाईल, असंच तो समजत होता. दुसऱ्या दिवशी त्या वेदना परत आल्या आणि दिवसेंदिवस वाढतच गेल्या. मार्चच्या शेवटी तर त्याला चेंडू कसाबसा इकडून तिकडे टाकण्यापलीकडे काहीच जमत नव्हतं. एकतीस मार्चला 'ए'ने त्याला संघातून कमी केलं; मग पॅटी आणि तो ओक्लाहोमाकडे परत निघाले.

अडाला टाळून ते तलसामध्ये स्थायिक झाले. तिथे रॉनला बेल टेलिफोन कंपनीच्या सेवाप्रतिनिधीची नोकरी मिळाली. त्याच्या दृष्टीने ती नवीन कारकीर्द नव्हती, तर हाताची जखम भरून येईपर्यंत पैसे कमावण्याचा तो केवळ एक मार्ग

होता. काही महिन्यांतच एखादा बेसबॉलतज्ज्ञ जो खरोखरच त्याची गुणवत्ता जाणतो, अशा कोणाच्या तरी फोनची त्याला प्रतीक्षा होती; पण काही महिन्यांत त्याच्यावरच फोन करण्याची वेळ आली आणि तेव्हा कोणालाही त्याच्यात स्वारस्य नव्हतं.

पॅटीने एका इस्पितळात नोकरी पत्करली आणि ते आपल्या आयुष्याचं बस्तान बसवण्याच्या तयारीस लागले. त्यांना आपली बिलं भागवायला मदत व्हावी म्हणून ॲनेटने त्यांना दर आठवड्याला पाच-दहा डॉलर पाठवायला सुरुवात केली. पॅटीने जेव्हा तिला फोन करून सांगितलं की, हे पैसे रॉन बिअरवर खर्च करतो आणि ते तिला अजिबात पसंत नाही, तेव्हा हा भत्ता थांबला.

विसंवादाची ठिणगी पडली होती. त्याचं दारू पिणं पुन्हा सुरू झाल्यामुळे ॲनेट काळजीत होती. त्या दोघांच्या वैवाहिक जीवनाबद्दल तिला काहीच कळत नव्हतं. पॅटी स्वभावाने लाजरी आणि अबोल होती आणि विल्यमसन कुटुंबीयांबरोबर तिला कधी मोकळेपणा वाटला नव्हता. ॲनेट आणि तिचा नवरा अधूनमधून या जोडप्याला भेटायला जात असत.

बढतीसाठी डावललं गेल्यावर बेलची नोकरी सोडून, रॉनने 'इक्विटेबल'साठी विमा-पॉलिसी विकायला सुरुवात केली. ते १९७५ साल होतं. अजूनही त्याचा बेसबॉलचा करार झालेला नव्हता की दुर्लक्षित प्रतिभावान खेळाडूंच्या शोधात असलेल्या संघाकडून त्याला काही विचारणाही झाली नव्हती.

त्याच्याकडे असलेला खेळाडूचा आत्मविश्वास आणि मनमिळाऊ व्यक्तिमत्त्वामुळे त्याने भरपूर विमा-पॉलिसी विकल्या. विक्री त्याला स्वाभाविकपणे जमायची. मिळणाऱ्या सफलतेमुळे आणि पैशांमुळे तो खुशीत होता. रात्री उशिरापर्यंत बार आणि क्लबमध्ये मौजमजा करणं पुन्हा सुरू झालं होतं. पॅटीला दारू पिणं आणि गोंधळ घालणं अजिबात सहन व्हायचं नाही. त्याला अमली पदार्थांची सवय लागली आणि त्या गोष्टीचा तर तिला अगदी तिटकारा होता. त्याचं मनःस्थिती बदलण्याचं प्रमाणही अतिशय वाढलं होतं. तिने ज्याच्याशी लग्न केलं होतं, तो एक चांगला तरुण आता बदलायला लागला होता.

१९७६ च्या वसंतातल्या एका रात्री रॉनने आपल्या आई-वडिलांना फोन केला. आपल्या भावना त्याला काबूत ठेवता येत नव्हत्या. आपलं आणि पॅटीचं भांडण होऊन ते दोघं विभक्त होत असल्याची बातमी त्याने रडतच सांगितली. रॉय आणि जुआनिता, तसेच ॲनेट आणि रेनी सगळ्यांनाच ते ऐकून धक्का बसला. तरीपण त्यांचा विवाह टिकून राहील, या आशेवर ते होते. सर्वच तरुण जोडप्यांवर अशा सांसारिक वादळांना तोंड द्यायची वेळ येतेच. कुठल्याही दिवशी रॉनला फोन येईल, तो गणवेश चढवेल आणि त्याची कारकीर्द सुरू होईल. त्यांचा संसार पुन्हा रुळावर येईल आणि हे निराशेचे अंधकारमय दिवस पार करून त्यांचा विवाह तरून जाईल,

अशी आशा ते करत होते.

पण परिस्थिती हाताबाहेर गेली होती. रॉन आणि पॅटी यांच्यात जी काही समस्या होती, त्याबद्दल न बोलणंच त्यांनी पसंत केलं होतं. दिलजमाई होण्यापलीकडचे मतभेद असल्याच्या कारणास्तव त्यांनी घटस्फोटासाठी अर्ज केला आणि ते पूर्णपणे विभक्त झाले. त्यांचा विवाह तीन वर्षांपेक्षा कमी काळ टिकला.

रॉय विल्यमसनचा हॅरी ब्रेचीन नावाचा एक बालपणीचा मित्र होता, तो त्याच्या बेसबॉलच्या कारकिर्दीत 'हॅरी द कॅट' म्हणून ओळखला जायचा. दोघेही ओक्लाहोमातील फ्रांकीसमध्ये वाढले होते. हॅरी 'यान्कीज' संघासाठी खेळाडू भरती करणारा प्रतिनिधी होता. रॉयने त्याला शोधून काढलं आणि त्याचा फोननंबर आपल्या मुलाला दिला.

रॉनची समोरच्याला पटवून देण्याची शक्ती जून १९७६ मध्ये उपयोगी पडली. आपली जखम पूर्णपणे भरली असून, आता आपण अगदी तंदुरुस्त असल्याची 'यान्कीज'ची त्याने खात्री पटवून दिली. काही चांगल्या गोलंदाजीचा सामना केल्यावर, आपण धावा करू शकणार नाही हे लक्षात आल्यावर, रॉनने आपला शक्तिशाली उजवा हात उपयोगात आणायचं ठरवलं. भरती प्रतिनिधींना त्याच्या उजव्या हातातील ताकद नेहमीच जाणवली होती. ओकलँडने गोलंदाज म्हणून त्याचं परिवर्तन करण्याबाबत बरेचदा चर्चाही केली होती.

न्यू यॉर्क-पेन लीगच्या 'अ' वर्गाच्या सामन्यांसाठी त्याने ओनेओन्टा यान्कीजबरोबर करार केला आणि आता कधी एकदा तलसामधून बाहेर पडतोय, असं त्याला झालं. पुन्हा एकदा स्वप्न मूर्त स्वरूप धारण करू लागलं होतं.

त्याची फेक जोरदार असली, तरी चेंडूच्या दिशेवर त्याचं नियंत्रण नसायचं. त्याच्या फेकीत सफाई नसायची आणि अनुभवाची कमतरता स्पष्ट दिसायची. खूप जोरात आणि खूप घाईत चेंडू फेकत राहिल्यामुळे परत दुखणं उद्भवू लागलं. सुरुवातीला प्रमाण कमी वाटत असलं, तरी लवकरच दुखण्याने उग्र रूप धारण केलं आणि आपला हात लुळा पडलाय असंच त्याला वाटू लागलं. दोन वर्षे खेळापासून दूर राहिल्यामुळे ही हानी झाली होती. जेव्हा मोसम समाप्त झाला, तेव्हा पुन्हा एकदा त्याला संघातून डच्चू मिळाला.

पुन्हा एकदा अडाला जायचं टाळून तो तलसाला आला आणि विमा-पॉलिसी विकायला सुरुवात केली. ॲनेट त्याला भेटायला आलेली असताना, बेसबॉल आणि त्याचं अपयश याकडे चर्चा वळल्यावर तो वेड्यासारखा, बराच वेळ न थांबता रडत राहिला. आपल्याला नैराश्याचे झटके येत असल्याचं त्याने मान्य केलं.

त्याने पुन्हा एकदा मायनर लीगमध्ये अंगवळणी पडलेलं आयुष्य जगायला सुरुवात केली. त्याच्या जुन्या सवयींप्रमाणे वागणं सुरू झालं. बारच्या जवळपास

घुटमळणं, बायकांच्या मागे लागणं आणि बेसुमार बिअर पिणं. वेळ घालवण्यासाठी तो एका सॉफ्टबॉलच्या संघात दाखल झाला. एखाद्या छोट्या रंगमंचावर मोठ्या स्टारला मिळावा, तसा भाव खायला मिळत असल्यामुळे तो खुशीत होता. एका रात्री, एक सामना खेळत असताना पहिल्या बेसकडे त्याने जोरात चेंडू फेकला आणि त्याच्या खांद्यातून वेदनेची चमक उठली. तो संघातून बाहेर पडला आणि त्याने सॉफ्टबॉल खेळणंही सोडून दिलं; पण व्हायचं ते नुकसान होऊन गेलं होतं. तो एका डॉक्टरांकडे गेला आणि तब्येत पूर्ववत होण्यासाठी खडतर प्रयत्न केले; पण फारशी सुधारणा झाली नाही.

पुरेशी विश्रांती घेतल्यावर, वसंतातल्या मोसमापर्यंत आपली जखम भरून येईल, या आशेवर त्याने आपलं दुखणं इतरांपासून लपवून ठेवलं.

पुढच्या वर्षीचा वसंतातला हंगाम, म्हणजे १९७७ मधला, हा व्यावसायिक बेसबॉल खेळण्याचा त्याचा शेवटचा प्रयास ठरला. आपल्या बोलण्याच्या जोरावर त्याने आणखी एकदा यान्कीजमध्ये प्रवेश मिळवून त्यांचा गणवेश चढवला. गोलंदाज म्हणून त्याचं वसंतातलं शिबिर व्यवस्थित पार पडलं आणि फ्लॉरिडा राज्याच्या लीगसाठी 'फोर्ट लॉडरडेल' या संघात त्याची नेमणूक झाली. एकूण एकशे चाळीस सामने, त्यातले निम्मे बाहेर असल्यामुळे तेवढे दिवस बसमध्ये फिरत काढायचे. त्यातसुद्धा जसजसे दिवस जात होते, तसे त्याला अगदी कमी वेळा खेळवले जात होते. तरीसुद्धा आपला शेवटचा मोसम संपेपर्यंत त्याने संघात टिकाव धरला. फक्त चौदा सामन्यांतल्या तेहतीस डावांत त्याला गोलंदाजी करण्याची संधी मिळाली. आता तो चोवीस वर्षांचा झाला होता आणि खांद्याची जखम भरून येऊन तो पूर्वीसारखा तंदुरुस्त होणं अशक्य होतं. मर्ल बोवेनचे दिवस आणि ॲशरमधला नावलौकिक आता फार मागे पडला होता.

बरेच खेळाडू विधिलिखित वेळेवर समजून जातात; पण रॉन त्यांतला नव्हता. त्याच्या मते, गावाकडचे बरेचजण अजूनही त्याच्याकडून आशा ठेवून होते, त्याच्या कुटुंबीयांनी त्याच्यासाठी प्रचंड त्याग केला होता. मोठा खेळाडू व्हायचं म्हणून त्याने कॉलेज व शिक्षण सोडून दिलं होतं; त्यामुळे खेळ सोडणं हा पर्याय नव्हता. लग्नात तो अयशस्वी ठरला होता; पण त्याला हरण्याची सवय नव्हती. तो वापरत असलेला यान्कीजचा गणवेश, त्याची स्वप्ने जिवंत ठेवण्याचे स्पष्ट प्रतीक होता.

संपूर्ण मोसम संपेपर्यंत तो चिकाटीने संघाला धरून राहिला; पण पुन्हा एकदा त्याच्या प्रिय यान्कीज संघाने त्याला काढून टाकले.

३

मोसम संपल्यानंतर काही महिन्यांनी, तलसामधल्या 'साउथ रोड्स मॉल'मध्ये सहज फेरफटका मारत असताना, ब्रूस लेबाला ओळखीचा चेहरा दिसल्यामुळे तो आश्चर्याने थबकला. 'टॉपर्स मेन्स वेअर'च्या आतमध्ये त्याचा जुना मित्र रॉन विल्यमसन, सुंदर कपडे घालून, त्याच प्रकारचे कपडे गिऱ्हाइकांच्या गळ्यात मारण्याच्या प्रयत्नात असलेला त्याला दिसला. दोघांनी एकमेकांना घट्ट मिठी मारली आणि दोघे जुन्या आठवणींमध्ये रमून गेले. एके काळी अगदी भावांसारखी असणारी दोन मुलं, आता एकमेकांपासून पूर्णपणे दुरावलेली पाहून दोघांनाही आश्चर्य वाटत होतं.

ॲशरमधून पदवी घेतल्यावर, दोघेही भिन्न मार्गांनी गेले आणि त्यांचा आपसांतला संपर्क तुटला. ब्रूस त्यानंतर दोन वर्षे ज्युनिअर कॉलेजकडून बेसबॉल खेळला; पण गुडघ्यांचा त्रास सुरू झाल्यावर शेवटी त्याने खेळाला रामराम ठोकला होता. रॉनची कारकीर्दही फारशी चांगली ठरली नव्हती. दोघांच्याही खात्यावर एकेक घटस्फोट जमा असला तरी, मुळात त्यांची लग्नं झाल्याचीही एकमेकांना माहिती नव्हती. आपल्या मित्राचं रात्रीचं जीवन तेवढ्याच आवडीनं जगणं अजूनही चालू आहे, हे कळल्यावर दुसऱ्याला आश्चर्य वाटलं नाही.

दोघेही तरुण होते, दिसायला चांगले होते आणि वैवाहिक आयुष्य संपल्यामुळे दोघेही मजा मारायला मोकळे होते. कामकाज करत असल्यामुळे खिशात पैसे खुळखुळत होते; त्यामुळे आता क्लबमध्ये जाणं, बायकांच्या मागे लागणं असले कार्यक्रम त्यांनी एकत्रितपणे चालू केले. मुली ही रॉनची कमजोरी होतीच; पण काही मोसम 'मायनर लीग'मध्ये घालवल्यापासून मुलींच्या मागे धावण्याचं त्याचं वेड प्रचंड वाढलं होतं.

ब्रूस अडामध्ये राहायचा आणि जेव्हा तो तलसाला यायचा, तेव्हा तो, रॉन आणि त्यांचे बाकीचे मित्र मिळून रात्रभर मौजमजा करायचे.

मोठे खेळाडू व्हायचं स्वप्न भंगल्याचं दुःख असलं, तरी अजूनही 'बेसबॉल' हा त्यांचा जिव्हाळ्याचा विषय होता. अॅशरमधले ते मंतरलेले दिवस, प्रशिक्षक बोवेन, त्यांनी एकत्रितपणे पाहिलेली स्वप्नं, त्यांच्याप्रमाणेच प्रयत्न केलेले; पण अपयशी ठरलेले, त्यांच्या संघातले इतर सहकारी अशा न संपणाऱ्या गप्पा असायच्या. दोन्ही गुडघ्यांच्या समस्येमुळे ब्रूसने खेळापासून पूर्णपणे फारकत घेतली होती; निदान मोठ्या सामन्यांमुळे मिळू शकणाऱ्या प्रसिद्धीची स्वप्नं बघणं तरी सोडून दिलं होतं. मात्र, रॉनचं तसं नव्हतं. एखाद्या दिवशी काहीतरी घडेल, काहीतरी चमत्कार होऊन आपला हात तंदुरुस्त होईल, कोणाचातरी फोन येईल आणि आपण पुन्हा एकदा खेळायला सुरुवात करू, असा रॉनला विश्वास वाटत होता. आयुष्य परत चांगलं सुरळीत चालू होईल, असं तो नेहमी म्हणायचा. सुरुवातीला ब्रूसने तिकडे दुर्लक्ष केलं. हे फक्त लुप्त होत चाललेल्या कीर्तीचे अवशेष आहेत, हे तो ओळखून होता. हायस्कूलमधला खेळाडू, इतर कुठल्याही खेळाडूपेक्षा फार वेगाने लोप पावतो, हे कटू सत्य त्याने स्वतः अनुभवलं होतं. काहीजण त्याचा सामना करतात, ते स्वीकारतात आणि आपलं आयुष्य पुढे जगायला सुरुवात करतात. बाकीचे त्याच स्वप्नांत जगत, आयुष्यातील कित्येक वर्षं वाया घालवतात.

आपण अजूनही मोठ्या सामन्यांमधून खेळू शकू, या भ्रमात रॉन वावरत होता. अपयशाच्या विचारांनी त्याला नुसता त्रासच होत होता असं नाही, तर त्याने तो पूर्णपणे ग्रासला होता. अडामधले लोक आपल्याबद्दल काय बोलतात, तो दुसरा मिकी मॅन्टल बनू शकला नाही म्हणून ते नाराज आहेत का? कॅफे आणि कॉलेजमधून अजूनही त्याच्या नावाची चर्चा असते का? याची तो नेहमी ब्रूसकडे चौकशी करायचा. नाही! असं काहीही होत नाही; ब्रूस त्याला हमी द्यायचा.

पण त्यामुळे काही फरक पडत नव्हता. आपल्या जन्मगावातले लोक आपल्याला अपयशी समजतात, याची त्याला पक्की खात्री होती. त्या सर्वांचं मत बदलायला त्याला शेवटच्या फक्त एकाच कराराची गरज होती, ज्याच्या मदतीने तो नक्कीच मोठ्या सामन्यांपर्यंत पोहोचू शकला असता.

"मित्रा, आता ते सगळं विसरून जा!" ब्रूस त्याला नेहमी सांगायचा. "खेळाचा नाद सोड. आपलं स्वप्नं संपलेलं आहे."

रॉनच्या व्यक्तिमत्त्वामध्ये घडून येत असलेला आमूलाग्र बदल त्याच्या कुटुंबीयांच्या लक्षात यायला सुरुवात झाली होती. कधीकधी तो उदास आणि प्रक्षुब्ध असायचा, अशा वेळी तो कुठल्याही एका विषयावर लक्ष केंद्रित करू शकायचा नाही. सगळे कुटुंबीय एकत्र जमलेले असतानासुद्धा तो एखाद्या मुक्या माणसांसारखा शांत बसून असायचा; मग मध्येच त्यांच्या गप्पांमध्ये भाग घेऊन तो स्वतःबद्दलच बोलत

राहायचा. जेव्हाही तो बोलायचा, तेव्हा त्याला चर्चेवर वर्चस्व हवं असायचं आणि स्वतःच्या आयुष्याशी निगडित असलेल्या विषयांवरच त्याला बोलायचं असायचं. स्वस्थ बसणं त्याला जमायचं नाही. तो सारखा सिगारेट ओढत बसायचा. सगळेजण बसलेल्या खोलीतून मध्येच उठून कुठेतरी निघून जाण्याची विचित्र सवय त्याला जडली. १९७७ मध्ये 'थँक्स गिव्हिंग'च्या वेळी, ॲनेटने सर्व कुटुंबीयांना एकत्र जमवून पारंपरिक मेजवानीच्या पदार्थांची रेलचेल केली होती. प्रत्येकजण टेबलाभोवती बसल्याबरोबर अचानक उठून रॉन त्या खोलीतून बाहेर पडला आणि तडक अडामधल्या आईच्या घरी पोहोचला. तसं करण्यामागचं कुठलंही स्पष्टीकरण त्याने दिलं नाही.

इतर वेळी सगळे कुटुंबीय एकत्र जमले की, तो आपल्या बेडरूममध्ये निघून जायचा, दरवाजा आतून लावून घ्यायचा आणि एकटाच आत बसून राहायचा. त्याचं हे वागणं बाकीच्यांना चिंतित करणारं असलं तरी, तो गेल्यावर त्यांच्या गप्पा निदान प्रसन्न वातावरणात तरी व्हायच्या. मग तो अचानक धाडकन खोलीतून बाहेर यायचा आणि त्या वेळी त्याच्या मनात जे काही असेल त्यावर बडबडत राहायचा. बाकीचे जे काही बोलत असतील, त्यापेक्षा त्याचा विषय अगदीच वेगळा असायचा. तो खोलीच्या मध्यभागी येऊन उभा राहायचा आणि एखाद्या वेड्या माणसासारखा दमेपर्यंत अखंड बोलत राहायचा, नंतर तो सुसाट आपल्या बेडरूममध्ये जायचा आणि परत दरवाजाला आतून कुलूप लावायचा.

एकदा त्याच्या अशाच उच्छाद मांडणाऱ्या प्रवेशात तो गिटार बरोबर घेऊन आला आणि जोरात गिटार वाजवत, भसाड्या आवाजात त्याने गायला सुरुवात केली. सर्वांनी आपल्याबरोबर गाणं म्हणावं असा त्याचा हट्ट होता. दोन-चार अप्रिय गाण्यांनंतर त्याने गाण्याचा नाद सोडला आणि पाय आपटत तो आपल्या बेडरूममध्ये निघून गेला. दीर्घ श्वास घेतले गेले, सर्वांनी एकमेकांकडे बघून माना हलवल्या आणि थोड्या वेळाने परिस्थिती पूर्वपदावर आली. त्याच्या अशा वागण्याची आता त्याच्या कुटुंबीयांना सवय झाली होती.

कधीकधी रॉन स्वतःच्याच कोशात, घुम्यासारखा, विनाकारण किंवा कुठल्याही कारणाने दिवसेंदिवस नाराज होऊन बसून राहायचा. नंतर अचानक त्याच्यात बदल होऊन तो त्याच्या मनमिळाऊ व्यक्तिमत्त्वात परत यायचा. त्याच्या बेसबॉलच्या अपयशी कारकिर्दीमुळे त्याच्यात नैराश्य आलं होतं आणि त्या विषयावर बोलण्याची त्याची इच्छा नसायची. कधी फोनवर बोलताना तो खिन्न आणि दयनीय अवस्थेत असायचा, तर पुढच्याच क्षणी तो उल्हसित आणि आनंदी असायचा.

तो दारू प्यायला लागलाय हे त्याच्या कुटुंबीयांना माहिती झालं होतं. त्याच बरोबर तो अमली पदार्थांचंही सेवन करू लागलाय, अशी जोरदार अफवा होती. कदाचित, दारू आणि इतर रसायनांची काही प्रक्रिया होऊन असंतुलन निर्माण होत

असावं आणि त्याच्या मानसिक स्थितीच्या दोलायमान अवस्थेला ते कारणीभूत होत असावं. ॲनेट आणि जुआनिताने त्याला न दुखावता, धोरणीपणे त्याच्याकडून माहिती काढायचा प्रयत्न केला; पण त्यांना त्याच्या रागाला तोंड द्यावं लागलं.

नंतर रॉयला कॅन्सर झाल्याचं निदान झालं आणि रॉनच्या समस्येचं महत्त्व कमी झालं. मोठ्या आतड्यात एक ट्यूमर झाल्याचं आणि तो झपाट्याने वाढत असल्याचं लक्षात आलं. रॉन लहानपणापासूनच 'आईवेडा मुलगा' म्हणून ओळखला जात असला, तरी आपल्या वडिलांबद्दल त्याला प्रेम आणि आदर होता. आपल्या वागणुकीबद्दल त्याच्या मनात अपराधीपणाची भावना निर्माण झाली. त्याने चर्चमध्ये जाणं बंद केलं. ख्रिश्चन धर्माविषयीच त्याच्या मनात प्रश्न निर्माण व्हायला लागले, तरीसुद्धा पापाला शिक्षा ही होतच असते, या पेन्टेकोस्टल चर्चच्या समजुतीबाबत तो ठाम राहिला. त्याच्या वडिलांनी कायमच एक स्वच्छ आयुष्य जगलं होतं; पण आता त्याच्या अनुचित वागणुकीची शिक्षा त्याच्या वडिलांना होत होती, या भावनेनं त्याच्या मनात घर केलं.

रॉयच्या ढासळत्या तब्येतीबरोबरच रॉनचं नैराश्यही वाढू लागलं. स्वतःच्या स्वार्थी, अप्पलपोट्या स्वभावावर तो विचार करत राहायचा. चांगल्या कपड्यांसाठी आई-वडिलांकडे केलेला हट्ट, खेळाचं महागडं साहित्य, बेसबॉल शिबिरं आणि सहली, तात्पुरतं ॲशरला राहायला जाणं. ओकलँडकडून मिळालेल्या पैशांमधून एक रंगीत टेलिव्हिजन त्यांना भेट देऊन, अगदी मोठेपणाचा आव आणून या सगळ्याची परतफेड करण्याचा प्रयत्न त्याने केला होता. आपल्या बिघडलेल्या मुलाला उत्तम कपडे घालून हायस्कूलमध्ये जाता यावं म्हणून रॉयने जुने, वापरलेले कपडे विकत घेतलेले त्याला आठवले. अडामधल्या उन्हाळ्यातसुद्धा आपली नमुन्यांनी भरलेली अवजड बॅग घेऊन, व्हॅनिला आणि मसाले विकायच्या प्रयत्नात फूटपाथवरून कष्टपूर्वक फिरणारे आपले वडील त्याच्या डोळ्यांसमोर आले आणि तो खेळत असलेला एकही सामना न चुकवता, स्वस्तातल्या स्टँडमधल्या बेंचवर बसून बघत असलेले आपले वडील त्याला दिसले.

१९७८ च्या सुरुवातीला, ओक्लाहोमा शहरामध्ये रॉयवर रोगाची तपासणी करण्यासाठी शस्त्रक्रिया करण्यात आली. कर्करोग विकसित होऊन पसरला होता; त्यामुळे शल्यचिकित्सकांच्या हातात करण्यासारखं काही राहिलं नव्हतं. ते अडाला परतले. त्यांनी केमोथेरपीला नकार दिला आणि तब्येतीचा अतिशय वेदनामय ऱ्हास सुरू झाला. त्यांच्या शेवटच्या दिवसांमध्ये तलसाहून रॉन आपल्या घरी आला. साश्रू नयनांनी आणि सुन्न अवस्थेमध्ये तो आपल्या वडिलांभोवती घुटमळत असायचा, एकसारखी त्यांची क्षमा मागायचा आणि त्यांनी आपल्याला माफ करावं म्हणून त्यांची विनवणी करायचा.

या सर्व प्रकाराला कंटाळून त्यांनी एकदा रॉनला समजावलं – "आता समंजसपणे वाग. एक माणूस म्हणून जग. हे रडणं, भेकणं, वेडेपणा थांबव. नव्याने एक चांगलं आयुष्य सुरू कर."

१ एप्रिल १९७८ रोजी रॉय मरण पावले.

१९७८ साली रॉन तलसामध्येच राहत होता. स्टॅन विल्कीन्स नावाचा, लोखंडकाम करणारा, त्याच्यापेक्षा चार वर्षांनी लहान असलेला एकजण आणि रॉन एका घरात एकत्र राहत होते. दोघांनाही गिटार वाजवण्याची आणि लोकप्रिय संगीताची आवड होती. दोघेही गिटारवादनात आणि गायनात तासन्तास रमून जायचे. रॉनच्या आवाजात ताकद होती; पण आवाजावर संस्कार, तसंच गाण्याचं प्रशिक्षण नव्हतं. तो एका जागी बसून काही तास गिटार वाजवू शकायचा.

त्या वेळी तलसामध्ये डिस्को डान्स जोरात होता आणि हे एकत्र राहणारे दोघे बरेचदा तिकडे जायचे. कामावरून आल्यावर ड्रिंक घ्यायचे आणि ते क्लबमध्ये पोहोचायचे. तिथे रॉन सुपरिचित होता. तो बायकांचा वेडा होता आणि बायकांच्या मागे बिनदिक्कत फिरायचा. तिथल्या घोळक्याचं तो निरीक्षण करायचा, त्यातील सर्वांत चांगली दिसणारी स्त्री हेरायचा आणि पुढे होऊन तिला आपल्याबरोबर डान्स करण्याबद्दल विचारायचा. जर ती तयार झाली, तर बरेचदा तिला पटवून तो घरी घेऊन यायचा. रोज रात्री वेगळी सहचरी हे त्याचं ध्येय होतं.

त्याला जरी दारू पिण्याची आवड असली, तरी बायकांच्या मागावर असताना तो काळजीपूर्वक वागायचा. जास्त दारू आपल्या पलंगावरच्या क्षमतेवर परिणाम करेल अशी त्याला भीती वाटायची. काही रसायनांबद्दल मात्र तशी काळजी नव्हती. कोकेन हे तेव्हा देशभरात प्रसिद्ध होतं आणि तलसामधल्या क्लब्जमधून ते उपलब्ध असायचं. लैंगिक संबंधांतून संसर्ग होणाऱ्या रोगांबद्दल तेव्हा जास्त काळजी केली जात नव्हती. एड्स (AIDS) हा रोग अजून आला नव्हता. हर्पिस या संसर्गजन्य रोगाचीच सर्वांना काळजी वाटायची. १९७० च्या दशकाचा उत्तरार्ध, बेलगाम इंद्रियसुख आणि उच्छृंखल वागण्याकडे ज्यांचा ओढा होता, त्यांच्यासाठी अतिशय उत्तम होता आणि रॉन विल्यमसनवर तर कोणाचंच नियंत्रण नव्हतं.

३० एप्रिल १९७८ रोजी, तलसा पोलिसांना लिझा लेन्ट्झ हिच्या घरी बोलावून घेण्यात आलं. ते जेव्हा तिथे पोहोचले, तेव्हा रॉन विल्यमसन याने आपल्यावर बलात्कार केल्याचं तिने सांगितलं. पाच मे रोजी त्याला अटक करण्यात येऊन १०,००० डॉलरच्या जामिनावर त्याला सोडण्यात आलं.

रॉनने मग जॉन टॅनर या अनुभवी बचाव-वकिलाची नेमणूक केली आणि लिझाबरोबर आपण विषयसुख उपभोगल्याचं त्याने अगदी सहजपणे मान्य केलं; पण

ते दोघांच्या सहमतीने घडल्याचं तो शपथेवर सांगत होता. ते दोघे क्लबमध्ये भेटले, तिने त्याला आपल्या घरी येण्याचं निमंत्रण दिलं आणि तिथेच नंतर हे घडलं. टॅनरने आपल्या अशिलावर विश्वास ठेवण्याच्या घटना जरी दुर्मिळ असल्या तरी, टॅनरचा खरोखरच आपल्या अशिलावर विश्वास बसला.

रॉनच्या मित्रांच्या दृष्टीने, रॉनने बलात्कार करण्याची कल्पनाच हास्यास्पद होती. बायकाच त्याच्यावर लट्टू असायच्या. कुठल्याही बारमध्ये जाऊन, स्वतःला हवी ती स्त्री तो पटवू शकायचा आणि तसाही तो चर्चमधल्या पुरोगामी विचारसरणीच्या कुमारिकांच्या मागावर नक्कीच नसायचा. क्लब आणि डिस्कोमध्ये त्याला भेटणाऱ्या स्त्रिया काहीतरी रोमांचक घडावं या आशेनेच तिथे आलेल्या असायच्या.

ते आरोप त्याला मानहानिकारक वाटत असले, तरी आपल्याला त्याची फिकीर वाटत नसल्यासारखं दाखवायचं त्याने ठरवलं होतं. त्याने पूर्वीसारखीच मौजमजा चालू ठेवली आणि तो अडचणीत आला आहे असं जरी कोणी सुचवलं, तरीही तो ते हसण्यावारी न्यायचा. त्याचा वकील चांगला होता; त्यामुळे 'खटला उभा राहूच द्या!' अशीच त्याची वर्तणूक होती.

मनातून मात्र तो त्या सर्व प्रक्रियेला घाबरला होता आणि त्यामागची कारणंही तशीच होती. असे गंभीर स्वरूपाचे आरोप चिंतनीय तर होतेच; पण एकदा ज्युरींसमोर उभा राहिल्यावर ते त्याला बऱ्याच वर्षांसाठी तुरुंगात पाठवण्याची शक्यता जास्त भयावह होती.

अडा फक्त दोन तासांच्या अंतरावर असलं तरी, बरेचसे तपशील त्याने आपल्या कुटुंबीयांपासून लपवून ठेवले; पण त्याची मवाळ वागणूक आणि मनःस्थिती दोलायमान होण्याचं वाढलेलं प्रमाण त्यांना जाणवल्याशिवाय राहिलं नाही.

जीवन आणखी उदासवाणं झाल्यावर, त्याच्याकडे असलेल्या एकमेव हत्यारानिशी त्याने लढा द्यायला सुरुवात केली. तो आणखी जास्त दारू प्यायला लागला, रात्री जास्त उशिरापर्यंत भटकायला लागला; जास्त मुलींच्या मागे धावायला लागला. आपण मौजमजेचं आयुष्य जगत असल्याचं स्वतःलाच भासवत, आपल्या काळज्यांपासून दूर पळण्याचा हा त्याचा एक प्रयत्न होता. दारूमुळे त्याच्या नैराश्यात भर पडत होती किंवा असंही असेल की, जास्त नैराश्यामुळे त्याला जास्त दारूची गरज वाटत असावी. कारण काहीही असलं, तरी त्याची मनाची अस्थिरता आणि उदासीनता जास्त वाढली. त्याच्या वागण्याबद्दल भाकीत करणं अवघड व्हायला लागलं.

नऊ सप्टेंबरला तलसा पोलिसांना बलात्काराचा आळ घेणारा आणखी एक फोन आला. ॲमी डेल फेर्निहो नावाची अठरा वर्षांची एक तरुणी क्लबमध्ये रात्री उशिरापर्यंत वेळ घालवून, पहाटे चारच्या सुमारास घरी परतली. ती ज्याच्याबरोबर

राहत होती त्या मित्राबरोबर सध्या भांडण चालू असल्यामुळे, तो घराच्या दरवाजाला आतून कुलूप लावून झोपी गेला होता. स्वतःची किल्ली तिला सापडत नव्हती आणि तिला तातडीने स्वच्छतागृहात जाण्याची गरज होती; त्यामुळे ती घाईघाईने, जवळच असलेल्या, रात्रभर उघडे असणाऱ्या एका दुकानात गेली. तिथे तिची रॉन विल्यमसनशी भेट झाली, ज्याची रात्री उशिराची मौजमजा अजूनही चालू होती. ते दोघे एकमेकांना ओळखतही नव्हते; पण त्यांच्या गप्पा सुरू झाल्या. नंतर ते त्या दुकानामागच्या उंच वाढलेल्या गवतात गेले आणि तिथे त्यांनी संभोगाची मजा लुटली.

फेर्निहोच्या दाव्याप्रमाणे, रॉनने तिला बुक्कीने मारले, तिचे बरेचसे कपडे फाडले आणि तिच्यावर बलात्कार केला.

रॉनच्या सांगण्याप्रमाणे, तिला घराबाहेर ठेवून घराला कुलूप घातल्याबद्दल फेर्निहो तिच्या मित्रावर संतापली होती; त्यामुळे रॉनबरोबर गवतात मजा मारायला ती पटकन तयार झाली.

पाच महिन्यांमध्ये दुसऱ्यांदा रॉनला जामीन भरायची आणि जॉन टॅनरला बोलावून घेण्याची वेळ आली. बलात्काराचे दोन आरोप डोक्यावर टांगते असल्यामुळे त्याने आपल्या रात्रीच्या कार्यक्रमांना लगाम घातला आणि एकान्तवास स्वीकारला. तो एकटाच राहत होता आणि कोणाशीही बोलत नव्हता. ॲनेट रॉनसाठी थोडेफार पैसे पाठवत असल्यामुळे तिला काही गोष्टी कळल्या होत्या. ब्रूस लेबाला काय घडतंय, यातलं काहीच माहिती नव्हतं.

फेब्रुवारी, १९७९ मध्ये, आधी फेर्निहोच्या खटल्याची सुनावणी झाली. रॉनने साक्षीमध्ये ज्युरींना सांगितलं की, त्या दोघांनी संभोग जरूर केला होता; पण तो संगनमताने घडला होता. हे जरी संमतीने घडलं असलं, तरी पहाटे चार वाजता आणि गवतात एका दुकानाच्या मागे, हा प्रकार जरा विचित्रच वाटत होता. ज्युरींनी एक तासभर विचारविनिमय केला, त्याच्या बोलण्यावर विश्वास ठेवला आणि तो निरपराध असल्याचा निर्णय जाहीर केला.

मे महिन्यात, वेगळ्या ज्युरी सदस्यांसमोर, लिझा लेन्ट्झवरील बलात्काराच्या आरोपांची सुनावणी झाली. पुन्हा एकदा रॉनने ज्युरींना संपूर्ण स्पष्टीकरण दिलं. तो लेन्ट्झला एका नाइट-क्लबमध्ये भेटला होता, त्याने तिच्याबरोबर डान्स केला, त्याला ती आवडली आणि तिलाही तो आवडला असावा, कारण तिनेच त्याला आपल्या घरी येण्याचं आमंत्रण दिलं होतं. घरी गेल्यावर सहमतीने त्यांचा संभोग झाला होता. लिझाने ज्युरींना सांगितलं की, आपण संभोग करायचा नाही असं तिने ठरवलं होतं आणि तिने त्याला बऱ्याच आधी थांबवायचा प्रयत्न केला; पण तिला रॉन विल्यमसनची भीती वाटत असल्यामुळे, त्याने आपल्याला अपाय करू नये म्हणून शेवटी ती त्या गोष्टीला तयार झाली. पुन्हा एकदा ज्युरींनी त्याच्यावर

विश्वास ठेवत त्याला निरपराध घोषित केले.

'बलात्कारी' असा उल्लेख होणं हे नामुष्की करणारं तर होतंच; पण हा शिक्का बरीच वर्षे आपला पाठपुरावा करेल, याची त्याला कल्पना होती. फारच कमी लोकांना हे लेबल दोनदा चिकटतं आणि तेही पाच महिने इतक्या कमी कालावधीत. सर्वांत महत्त्वाचं म्हणजे त्याच्यावर – महान रॉन विल्यमसनवर – बलात्कारी हा कलंक कसा काय लागू शकतो? ज्युरी काहीही बोलले असले तरी, लोकांच्या कुजबुजीतून आणि कुचाळक्यांतून ही गोष्ट जिवंत राहणारच. तो रस्त्यातून चालत असताना लोक त्याच्याकडे बोटं दाखवतच राहणार, हेच सतत त्याच्या मनात घोळत होतं.

तो आता सव्वीस वर्षांचा होता. आत्तापर्यंत त्याचं बरंचसं आयुष्य 'बेसबॉलचा एक स्टार' म्हणून व्यतीत झालं होतं. मोठ्या लीग सामन्यांच्या झगमगाटाकडे वाटचाल करणारा, स्वतःच्या खेळाचा गर्व असणारा एक उत्तम खेळाडू! अजूनही तो स्वतःचा हात कदाचित आपोआपच बरा होईल अशी आशा बाळगणारा आणि स्वतःच्या खेळावर विश्वास असणारा खेळाडू होता. अडा आणि अॅशरमधले लोक अजूनही त्याला विसरले नव्हते. तो तरुण होता, प्रतिभावान होता आणि प्रत्येकाला त्याचं नाव माहिती होतं.

बलात्कारांच्या आरोपांमुळे मात्र हे सगळं बदलून लोकांसमोरची त्याची 'खेळाडू' ही प्रतिमा पुसली जाऊन, तो आता 'बलात्काराचा आरोपी' म्हणूनच ओळखला जाईल, असंच त्याला वाटत होतं. त्याने लोकांमध्ये मिसळणं बंद केलं आणि स्वतःच्याच अंधाऱ्या आणि संभ्रमित जगात तो अधिकच गुरफटायला लागला. कामावर जाणं कमी करत शेवटी त्याने 'टॉपर्स मेन्सवेअर'मधील नोकरी सोडून दिली. जवळचं सगळं संपल्यावर कफल्लक होऊन, बॅगा भरून शांतपणे तो तलसातून निघून गेला. नैराश्य, दारू आणि अमली पदार्थांच्या गर्तेत खोल जायला त्याची सुरुवात झाली.

जुआनिता त्याची वाटच पाहत होती. तिला त्याची फार चिंता वाटत होती. तलसामधल्या समस्यांचे तपशील जरी त्यांना कळले नसले, तरी अॅनेटला आणि तिला काळजी वाटायला लागण्याएवढ्या गोष्टी त्यांच्या कानावर आल्या होत्या. रॉनची अवस्था फारच खराब होती. दारूचा अतिरेक, मनःस्थितीची बेफाम आणि तापदायक चंचलता, वाढत चाललेलं विचित्र वागणं. तो भयानक दिसू लागला. लांब केस, वाढलेली दाढी, गचाळ कपडे. एके काळी टापटिपीत राहणं आणि आकर्षक कपडे घालणं आवडणारा, उत्कृष्ट कपडे विकणारा आणि एखाद्या जॅकेटवर विशिष्ट टाय कसा योग्य नाही हे पटकन नजरेस आणून देणारा, तो रॉन

विल्यमसन हाच का, असा प्रश्न पडण्याएवढा तो बदलला होता.

घरी आल्याबरोबर आईच्या मुख्य खोलीत असलेल्या सोफ्यावर त्याने जागा पटकावली आणि तिथेच झोपी गेला. लवकरच त्याने दिवसातले वीस-वीस तास त्या सोफ्यावरच झोपायला सुरुवात केली. त्याची बेडरूम रिकामीच होती; पण अंधार पडल्यानंतर तिथे जाणं तो टाळू लागला. तिथे काहीतरी आहे आणि त्याची आपल्याला भीती वाटते, अशी त्याची तक्रार होती. जरी त्याला गाढ झोप लागत असली, तरी कधीकधी 'जमीन सापांनी भरलीय, भिंतीवर मोठ्ठाले कोळी आहेत' असं सांगत किंचाळत तो उठायचा.

त्याला वेगवेगळे आवाज यायला लागले; पण ते काय बोलताहेत हे तो आपल्या आईला सांगू शकत नव्हता. नंतर त्याने त्या आवाजांना उत्तरं द्यायला सुरुवात केली.

तो प्रत्येक गोष्टीने दमायचा. जेवण, अंघोळ यांसारख्या नित्यक्रमाच्या गोष्टीही त्याला प्रचंड दमवणाऱ्या वाटू लागल्या. काहीही केल्याबरोबर लगेचच तो झोप काढायला लागला. जो काही थोडा वेळ तो शुद्धीवर असायचा, तेव्हासुद्धा अंगात त्राण नसल्यासारखा आणि काही करण्याची इच्छा नसल्यासारखा वागायचा. जुआनिताने आपल्या घरात कधीच दारूला परवानगी दिली नव्हती – दारू आणि सिगारेटचा तिला तिटकारा होता. त्यांनी एक तोडगा काढला आणि तो स्वयंपाकघराच्या पलीकडच्या गॅरेज अपार्टमेंटमध्ये राहायला गेला. आपल्या आईच्या भावना न दुखावता तिथे तो सिगारेट ओढणे, दारू पिणे, गिटार वाजवणे असले उद्योग करू शकायचा. जेव्हा त्याला झोपायची इच्छा व्हायची, तेव्हा तो मुख्य खोलीत येऊन धाडकन सोफ्यावर अंग टाकून द्यायचा आणि जागा असताना मात्र स्वतःच्याच अपार्टमेंटमध्येच राहायचा.

कधीतरी त्याची मनःस्थिती बदलायची, त्याची ऊर्जा परत यायची आणि त्याला रात्रीच्या भटकंतीची गरज वाटायची. दारू, अमली पदार्थ आणि थोडंसं काळजीपूर्वक का होईना; पण बायकांच्या मागे धावणं चालू व्हायचं. मग काही दिवस तो गायब असायचा, मित्रांबरोबर राहायचा आणि ऐदी माणसासारखा, एखाद्या परिचिताकडे भीक मागितल्यासारखे पैसे मागायचा आणि मग हवा बदलावी, इतक्या सहजतेने त्याच्यात बदल व्हायचा. आपल्या सोफ्यावर तो परतायचा आणि बाकी जगाच्या दृष्टीने मेल्यासारखा पडून राहायचा.

जुआनिता निरंतर वाट बघत असायची आणि काळजी करायची. यापूर्वी कुटुंबात कोणालाही मानसिक आजार झालेला नव्हता; त्यामुळे त्याला 'कसं हाताळायचं' हे तिला समजत नव्हतं. ती सारखी प्रार्थना करायची. रॉनच्या समस्या ॲनेट आणि रेनीपासून लपवण्याचा आटोकाट प्रयत्न ती करायची. दोघीही लग्न

करून सुखात राहत होत्या आणि तशीही रॉनची जबाबदारी त्यांची नसून फक्त तिचीच असल्याचं तिचं मत होतं.

कधीतरी रॉन नोकरी शोधण्याबद्दल बोलायचा. आपण काम करू शकत नाही आणि स्वतःसाठीचा खर्चही करू शकत नाही, याची त्याला खंत वाटायची. ज्याला कर्मचाऱ्यांची आवश्यकता होती, अशा कॅलिफोर्नियामधल्या एका माणसाला त्याचा एक मित्र ओळखत होता. त्यासाठी रॉन पश्चिमेला गेल्यामुळे कुटुंबीयांना हायसं वाटलं. काही दिवसांनंतर आईला त्याचा फोन आला. सैतानाची उपासना करणाऱ्यांच्या तावडीत आपण सापडलो आहोत, आपल्याला प्रचंड भीती वाटतेय; पण ते आपल्याला सोडायला तयार नाहीत असं तो रडतरडत सांगत होता. जुआनिताने विमानाचं तिकीट पाठवल्यावर तो स्वतःची सुटका करून घेऊन परत आला.

नोकरीच्या शोधात तो मेक्सिको, फ्लॉरिडा आणि टेक्सास इथेही जाऊन आला; पण कुठेही एका महिन्यापेक्षा जास्त टिकू शकला नाही. प्रत्येक छोट्या दौऱ्यानंतरही तो दमून जायचा आणि नेहमीपेक्षा जास्त वेळ सोफ्यावर झोपून राहायचा.

शेवटी, मानसिक स्वास्थ्य-सल्लागाराला भेटण्यासाठी जुआनिताने त्याला राजी केलं. त्याच्या निदानाप्रमाणे रॉनला 'नैराश्य विकाराचा' त्रास होत होता. त्याला लिथियम घेण्यासाठी सांगण्यात आलं; पण ते तो नियमितपणे घेत नव्हता. त्याने कुठे कुठे अर्धवेळ नोकऱ्या केल्या; पण एकाही ठिकाणी तो टिकू शकला नाही. विक्रीकलेत तो प्रवीण होता; पण सध्यातरी लोकांना भेटून त्यांच्यावर प्रभाव पाडू शकेल अशा परिस्थितीत तो नव्हता. अजूनही तो स्वतःला 'व्यावसायिक बेसबॉल खेळाडू' म्हणवून घ्यायचा आणि आपण रेगी जॅक्सनचा खास मित्र असल्याचं सांगायचा; पण अडामधले लोक आता 'खरं काय' ते ओळखून चुकले होते.

१९७९ च्या शेवटी, पोन्टोटॉक काउन्टी न्यायालयाचे न्यायाधीश रोनाल्ड जोन्स यांची ॲनेटने भेट घेतली. त्यांना आपल्या भावाची परिस्थिती समजावून सांगितली आणि राज्यातर्फे किंवा न्यायव्यवस्थेकडून काही मदत मिळू शकते का, याची चौकशी केली. जोपर्यंत रॉन स्वतःसाठी किंवा इतरांसाठी धोकादायक ठरत नाही तोपर्यंत काही करता येणार नाही, असं न्यायाधीश जोन्स यांनी तिला सांगितलं.

एके दिवशी तब्येत व्यवस्थित असताना, अडामधल्या व्यावसायिक पुनर्वसन प्रशिक्षण केंद्राकडे रॉनने अर्ज केला. त्याची परिस्थिती पाहून तिथल्या समुपदेशकाला धक्काच बसला. त्याने रॉनला ओक्लाहोमा शहरातल्या सेन्ट अँथनी इस्पितळातल्या डॉ. एम. पी. प्रॉसर यांच्याकडे पाठवलं. तीन डिसेंबर, १९७९ रोजी त्याला तिथे दाखल करून घेण्यात आलं.

रॉनने, तिथले कर्मचारी पुरवू शकणार नाहीत अशा सोयी-सुविधांची मागणी

करायला सुरुवात केल्यावर, लवकरच तिथे समस्या उभ्या राहायला लागल्या. कर्मचाऱ्यांच्या त्याच्या वाट्याला असणाऱ्या वेळेपेक्षा, अधिक वेळ आणि जास्त वैयक्तिक लक्ष यांची तो अपेक्षा करायचा आणि जणू काही तोच त्यांचा 'एकमेव' रुग्ण असल्यासारखा वागायचा. ते त्याच्या मागण्या पूर्ण करू शकत नाहीत असं लक्षात आल्यावर तो इस्पितळ सोडून निघून गेला; पण काही तासांतच तो परत आला आणि आपल्याला पुन्हा दाखल करून घ्यावं, अशी त्याने विनंती केली.

आठ जानेवारी १९८० रोजी डॉ. प्रॉसर यांनी पुढीलप्रमाणे नोंद केली : या मुलाची वागणूक तो विक्षिप्त आणि मानसिक समतोल बिघडलेला आहे असं दर्शवणारी आहे. अडाच्या सल्लागाराला वाटल्याप्रमाणे त्याला वेडाचा उन्माद चढतो किंवा त्याच्यात स्किझोफ्रेनियाची लक्षणं असल्यामुळे तो वेड्यासारखा वागतो किंवा त्याच्या उलट म्हणजे वेडामुळे त्याला स्किझोफ्रेनिया असल्यासारखा वाटतो हे कधीच नक्की ठरवता येणार नाही. त्याला दीर्घकालीन उपचारांची आवश्यकता आहे; पण स्किझोफ्रेनियासाठी आपल्याला औषधोपचारांची गरजच नाही, असं त्याला वाटतं.

किशोरवयीन असतानाच, बेसबॉल मैदानावरची कीर्ती अनुभवल्यापासून रॉन एका स्वप्नमय दुनियेत राहत होता आणि आपली कारकीर्द समाप्त झालेली आहे, हे वास्तव त्याने स्वीकारलंच नव्हतं. बेसबॉल या खेळामधले जे शक्तिमान लोक आहेत ते त्याला कधीही बोलावून घेतील, त्याला पुन्हा खेळायला उभा करतील आणि तो प्रसिद्ध होईल या भ्रमातच तो होता. 'त्याच्या स्किझोफ्रेनियाच्या विकारामुळेच असं घडतंय,' असं डॉ. प्रॉसर यांनी लिहिलं होतं. 'त्याला मैदानावर खेळून एखादा मोठा स्टार खेळाडू व्हायची इच्छा आहे.'

स्किझोफ्रेनियासाठी दीर्घकालीन उपचार सुचवले गेले; पण रॉनला ते मान्य नव्हते. तो सहकार्य करत नसल्यामुळे, संपूर्ण शारीरिक तपासणी कधीच पूर्ण करता आली नाही, तरीसुद्धा डॉ. प्रॉसर यांचं निरीक्षण होतं : 'तो एक हिंडू-फिरू शकणारा, चपळ, धट्टाकट्टा नौजवान आहे. त्याच्या वयाच्या बऱ्याचजणांपेक्षा तो नक्कीच जास्त तंदुरुस्त आहे.'

जेव्हा तो काम करण्यासारख्या परिस्थितीत असायचा, तेव्हा तो आपल्या वडिलांप्रमाणेच, अडामध्ये रॉलेची उत्पादनं विकत घरोघर फिरायचा; पण ते काम कष्टप्रद होतं आणि कमिशन कमी मिळायचं. रात्री बसून कागदपत्रं बनवण्याएवढा संयम तर त्याच्याकडे नव्हताच; शिवाय त्याच्या मते, तो एक महान बेसबॉल खेळाडू होता आणि घरोघर जाऊन स्वयंपाकघरासाठी उपयोगी पडणारी उत्पादनं विकणं, हे त्याच्या लायकीचं काम नव्हतंच.

कुठल्याही उपचारांविना, कुठल्याही औषधाविना असताना त्याचं जोरदार दारू

पिणं सुरू झालं आणि तो अडाच्या आजूबाजूस असलेल्या बारमधला एक नियमित ग्राहक झाला. शांतपणे दारू पीत बसणं त्याला कधी जमायचंच नाही. प्यायल्यावर त्याचा आवाज वाढायचा. स्वतःच्या बेसबॉल कारकिर्दीबद्दल बढाया मारणे आणि बायकांना त्रास देणे असले कार्यक्रम चालू व्हायचे. बऱ्याचजणांना त्याची भीती वाटायची. बारमधले कर्मचारी आणि सुरक्षारक्षक त्याला चांगले ओळखायला लागले होते. जर रॉन विल्यमसन एखाद्या बारमध्ये दारू पिण्यासाठी आला, तर ते तिथे उपस्थित असलेल्या सगळ्यांना समजायचंच. कोचलाइट हा त्याचा एक आवडता क्लब होता आणि तो क्लबमध्ये आला की, तिथले सुरक्षारक्षक त्याच्यावर बारकाईने लक्ष ठेवायचे.

तलसामध्ये त्याच्यावर ठेवण्यात आलेले बलात्काराचे आरोप अडामध्ये माहिती व्हायला फारसा वेळ लागला नाही. मग पोलिसांनी त्याच्यावर लक्ष ठेवायला सुरुवात केली. कधीकधी अडामध्ये ते त्याचा पाठलागही करायचे. एके रात्री तो आणि ब्रूस लेबा वेगवेगळ्या बारमधून फिरत दारू पीत असताना, मध्येच पेट्रोल भरण्यासाठी एका पंपावर थांबले. एका पोलिसाने काही चौकांपर्यंत त्यांचा पाठलाग केला. तो त्यांना त्रास देण्याचाच एक प्रकार होता आणि अटक होण्यापासून ते थोडक्यात बचावले होते.

पण लवकरच अटक व्हायलाही सुरुवात झाली. एप्रिल, १९८० मध्ये त्याच्या वडिलांचं निधन झाल्यावर दोन वर्षांनी, दारू पिऊन वाहन चालवल्याच्या आरोपावरून रॉनला पहिल्यांदा तुरुंगवास घडला.

नोव्हेंबरमध्ये जुआनिता विल्यमसनने, दारू पिण्याच्या समस्येपासून सुटका करून घेण्यासाठी कोणाची तरी मदत घ्यायला आपल्या मुलाला राजी केलं. तिच्या हट्टाखातर तो अडामधल्या दक्षिण ओक्लाहोमाच्या मानसिक स्वास्थ्य केंद्रात गेला. तिथे अमली पदार्थांच्या व्यसनाच्या अतिरेकावर समुपदेशन करणाऱ्या ड्यूएन लाउजने त्याची भेट घेतली. त्याने मोकळेपणाने आपल्या समस्या तिच्यासमोर मांडल्या. आपण गेली अकरा वर्षे दारू पितोय आणि किमान गेली सात वर्षे अमली पदार्थांचं सेवन करतोय, तसेच 'यान्कीज'ने संघातून काढून टाकल्यावर पिण्याचं प्रमाण प्रचंड वाढल्याचं त्याने सांगितलं. मात्र, तलसामधल्या बलात्काराच्या दोन आरोपांचा त्याने उल्लेख केला नाही.

लाउजने अडापासून साठ मैलांवर असलेल्या, ओक्लाहोमामधल्या आर्डमोअर इथल्या 'ब्रिज हाउस' नावाच्या सुधारगृहात त्याला पाठवलं. दुसऱ्याच दिवशी रॉन ब्रिज हाउसमध्ये पोहोचला आणि दारूच्या व्यसनापासून सुटका करून घेण्यासाठी, एकान्तवास आणि बंदिस्त वातावरणातले अठ्ठावीस दिवसांचे उपचार करवून घेण्यासाठी तो तयार झाला. तो खूपच बेचैन होता आणि आपण फार भयानक गोष्टी केल्या

आहेत, असं तिथल्या समुपदेशकाला सांगत होता. दोनच दिवसांत कोणातही न मिसळता, त्याने एकट्यानेच राहायला सुरुवात केली आणि जेवणसुद्धा चुकवून बराच वेळ नुसता झोपून राहू लागला. एका आठवड्यानंतर, आपल्या बेडरूममध्ये तो सिगारेट ओढताना पकडला गेला. ते सरळसरळ तिथल्या नियमांचं उल्लंघन होतं. आपल्याला या जागेत राहायचं नसल्याचं त्याने जाहीर करून टाकलं आणि त्याच वेळेस त्याला आर्डमोअरमध्ये भेटायला आलेल्या ॲनेटबरोबर तो निघून गेला; पण लगेच दुसऱ्याच दिवशी 'आपल्याला परत दाखल करून घ्यावं' अशी विनंती करत तो तिथे हजर झाला. अडाला जाऊन दोन आठवड्यांच्या आत परत अर्ज करावा, असं त्याला सांगण्यात आलं. आपली आई संतापेल अशी भीती वाटून त्याने घरी जाणं टाळलं आणि त्याऐवजी काही आठवडे, आपण कुठे आहोत हे कोणालाही कळू न देता, तो कुठेतरी भरकटत राहिला.

२५ नोव्हेंबरला ड्युएन लाउजने रॉनला एक पत्र पाठवलं, त्यात चार डिसेंबरला रॉनला भेटीसाठी बोलावण्यात आलं होतं. त्या पत्रातला काही भाग असा : 'तुझ्या स्वास्थ्याची मला काळजी वाटते आहे; ...तू भेटायला येशील अशी मी आशा करते.'

रॉनला नोकरी लागली असून तो आर्डमोअर इथे राहतो, असं जुआनिताने चार डिसेंबरला मानसिक स्वास्थ्य केंद्राला कळवलं. पुढे असंही कळवलं की, रॉनला आता काही नवे मित्र मिळालेत, चर्चचा सदस्य होऊन त्याने परत येशूला स्वीकारलंय आणि त्याला आता मानसिक स्वास्थ्य सेवाकेंद्राच्या मदतीची गरज नाही. त्याची फाइल बंद करण्यात आली.

दहा दिवसांनंतर जेव्हा तो परत ड्युएन लाउजकडे आला, तेव्हा ती फाइल पुन्हा उघडण्यात आली. रॉनला दीर्घकालीन उपचारांची गरज होती; पण त्याला ते मान्य नव्हतं. मुख्यत्वेकरून 'लिथियम' हे त्याला लिहून देण्यात आलेलं औषधही तो नियमितपणे घेत नव्हता. कधी तो दारू आणि अमली पदार्थांचं अतिरेकी व्यसन असल्याचं मोकळेपणाने मान्य करायचा, तर कधी ते ठामपणे नाकारायचा आणि 'किती दारू पितोस' असं विचारल्यावर, 'फक्त थोडी बिअर' असं त्याचं उत्तर असायचं.

एकाही नोकरीत टिकू शकत नसल्यामुळे तो सदोदित कफल्लकच असायचा. जुआनिताने पैसे द्यायला नकार दिला की, पैसे देणारा दुसरा कोणी भेटतो का याचा शोध घेत तो अडामध्ये भटकत राहायचा. त्याचा मित्रपरिवार घटत चालला होता, यात काहीच आश्चर्य नव्हतं. बरेच लोक तर त्याला टाळायच्या प्रयत्नांतच असायचे. बरेचदा तो ॲशरला जायचा. तिथे बेसबॉलच्या मैदानावर मर्ल बोवेन हमखास असायचा. त्यांच्या गप्पा व्हायच्या; रॉन आपल्या दुर्दैवाची एखादी नवीन

कहाणी ऐकवायचा. नंतर नेहमीप्रमाणेच मर्ल बोवेन त्याला वीस डॉलर काढून द्यायचा. जीवनात आता तरी सुधारणा घडवून आणण्याविषयी मर्ल बोवेन कठोरपणे कानउघाडणी करत असताना, रॉन पैसे परत देण्याचं वचन देत राहायचा.

ब्रूस लेबा हा रॉनचा एक आश्रयदाता होता. ब्रूसने पुन्हा लग्न केलं होतं आणि गावाबाहेर काही मैलांवर असलेल्या आपल्या घरात तो आता खूपच शांततेत जीवन जगत होता. गबाळ्या अवस्थेत आणि दारूच्या नशेत रॉन त्याच्या घरी पोहोचायचा आणि झोपण्यापुरती जागा देण्याची विनवणी करायचा. ब्रूस नेहमीच त्याला घरात घ्यायचा, त्याला शुद्धीवर यायला मदत करायचा, खाऊ घालायचा आणि तो परत जायला निघाला की, त्याला दहा डॉलर द्यायचा.

फेब्रुवारी, १९८१ मध्ये दारूच्या नशेत वाहन चालवल्याबद्दल रॉनला पुन्हा एकदा अटक झाली. त्याने गुन्हा कबूल केला. काही दिवस तुरुंगात काढल्यानंतर, आपली बहीण रेनी आणि तिचा नवरा बॅरी यांना भेटायला तो त्यांच्या चिकाशा येथील घरी पोहोचला. एका रविवारी ते चर्चमधून घरी परतले, तेव्हा तो त्यांच्या घराच्या मागच्या अंगणात होता. त्यांच्या घराच्या मागच्या बाजूला, कुंपणाच्या बाहेर आपण तंबूमध्ये राहत होतो, असं त्याने सांगितलं. त्याचा अवतारही तसाच दिसत होता. पुढे त्याने असंही सांगितलं की, जवळच असलेल्या लॉटन या गावामधून काही सैनिकांच्या तावडीतून तो सुटून आला होता. त्या सैनिकांनी शस्त्रास्त्रांचा आणि स्फोटकांचा साठा करून ठेवला होता आणि तिथला लष्कराचा तळ ताब्यात घ्यायचा त्यांचा इरादा होता. त्याच्या नशिबाने तो वेळेवर तिथून पळाला होता आणि आता त्याला राहायला जागेची गरज होती.

रेनी आणि बॅरीने आपल्या मुलाच्या बेडरूममध्ये त्याला राहायची परवानगी दिली. बॅरीने त्याला एका शेतावर, गवत वाहून आणण्याची नोकरी मिळवून दिली. ती नोकरी त्याने दोन दिवसांतच सोडली. एका सॉफ्टबॉलच्या संघाला आपली गरज असल्याचं कारण त्याने दिलं. नंतर त्या शेतकऱ्याचा बॅरीला फोन आला आणि 'रॉनला पुन्हा आपल्याकडे पाठवू नकोस' असं त्याने बॅरीला सांगितलं. त्याच्या मते, रॉनला काहीतरी गंभीर मानसिक समस्या होती.

अमेरिकेच्या राष्ट्राध्यक्षांचं रॉनचं वेड पुन्हा एकदा उफाळून आलं; त्यानंतर कित्येक दिवस तो दुसऱ्या कुठल्याच विषयावर बोलत नव्हता. तो सरळ किंवा उलट क्रमाने पटापट त्यांची नावं सांगू शकायचा; एवढंच नाही तर त्याला प्रत्येकाची पूर्ण माहिती होती – जन्मतारीख, जन्मठिकाण, कारकिर्दीचा कालखंड, उपराष्ट्राध्यक्ष, पत्नी आणि मुलांची नावं, कारकिर्दीतील महत्त्वाच्या घटना आणि असंच बरंच काही! सिम्मन्स कुटुंबीयांच्या घरात चाललेली प्रत्येक चर्चा ही अमेरिकेच्या राष्ट्राध्यक्षांबद्दलच असायची. रॉन उपस्थित असेपर्यंत दुसऱ्या कुठल्याही विषयावर

चर्चा करणं अशक्यच असायचं.

तो पूर्णपणे निशाचर बनला होता. त्याची जरी रात्री झोपायची इच्छा असली, तरी तसं करायला तो असमर्थ असायचा. शिवाय, रात्रभर मोठ्या आवाजात टेलिव्हिजन बघत बसणं त्याला आवडायचं. सूर्याचे पहिले किरण आल्याबरोबर तो पेंगायला लागायचा आणि झोपून जायचा. सिम्मन्स कुटुंबीय मात्र झोपेअभावी दमलेले आणि लाल डोळे झालेल्या अवस्थमध्ये शांतपणे नाश्ता उरकायचे आणि आपापल्या उद्योगांनिमित्त बाहेर पडायचे.

बरेचदा तो डोकेदुखीची तक्रार करायचा. बॅरीला रात्री एकदा काही आवाज ऐकू आला म्हणून त्याने उठून पहिलं, तर रॉन औषधांचं कपाट उघडून त्यात काही वेदनाशामक औषध मिळतंय का, असं शोधताना आढळला.

रॉनचं वागणं असह्य झाल्यावर बॅरीने त्याच्याबरोबर गंभीरपणे चर्चा केली. रॉनच्या तिथे राहण्याबद्दल आपल्याला काहीच अडचण नसल्याचं स्पष्ट केलं; पण रॉनने त्यांच्या वेळापत्रकाशी जुळवून घेणं आवश्यक असल्याचंही त्याने सांगितलं. आपल्याला काही समस्या आहेत, हे रॉनला समजल्याचं कुठलंही लक्षण बॅरीला दिसलं नाही. तो शांतपणे तिथून निघून गेला आणि आपल्या आईच्या घरी पोहोचला. तिथे एकतर तो सोफ्यावर मृतवत पडलेला असायचा, नाहीतर दारं बंद करून आपल्या अपार्टमेंटमध्ये असायचा. आता तो अठ्ठावीस वर्षांचा होता तरी आपल्याला मदतीची गरज आहे, हे त्याला अजिबात मान्य नव्हतं.

ॲनेट आणि रेनीला आपल्या भावाची काळजी वाटत होती; पण त्या दोघींच्या हातात करण्यासारखं जास्त काही नव्हतं. तो अजूनही पूर्वीसारखाच जिद्दी होता आणि भटक्यासारखं आयुष्य जगण्यातच धन्यता मानायचा. त्याची वागणूक जास्तच विचित्र व्हायला लागली होती. तो मानसिकदृष्ट्या खालावत चाललाय याबाबत शंकेला जागाच नव्हती. त्यांनी तो विषय छेडायची चूक केली होती; पण रॉनच्या मते, तो विषय निषिद्ध होता. दारूचे व्यसन सोडवण्याचे उपचार घेण्यासाठी किंवा त्याने समुपदेशकाची भेट घ्यावी याकरता, जुआनिता त्याचं मन वळवू शकायची; पण त्याने कधीच शेवटपर्यंत दीर्घकालीन उपचार घेतले नाहीत. तो शुद्धीवर असण्याच्या प्रत्येक छोट्याशा कालखंडापाठोपाठच तो कुठे आहे किंवा काय करतोय याबाबत अनिश्चिततेचा, काही आठवड्यांचा मोठा कालखंड यायचा.

कधी इच्छा झाली, तर गंमत म्हणून तो गिटार वाजवायचा. बरेचदा आपल्या आईच्या घराच्या पुढच्या अंगणात बसून, कित्येक तास तो गाणी म्हणत आणि गिटार वाजवत असायचा. अंगणात बसून कंटाळा आल्यावर, हाच उद्योग तो रस्त्यामध्ये चालू ठेवायचा. कारमध्ये पेट्रोल भरण्यासाठी जवळ पैसे नसल्यामुळे,

अडामध्ये तो पायीच भटकत राहायचा. विविध ठिकाणी आणि वाट्टेल त्या वेळेला तो आपलं गिटार घेऊन फिरताना दिसायचा.

रिक कार्सन हा त्याचा बालमित्र आता अडाच्या पोलीस विभागात होता. त्याच्या वाट्याला जेव्हा रात्रपाळी असायची, तेव्हा कित्येकदा मध्यरात्रीनंतरसुद्धा त्याला रॉन भेटायचा. रस्त्यावर, फूटपाथवर, अगदी दोन घरांच्या मधूनसुद्धा गाणी म्हणत आणि गिटार वाजवत रॉन फिरत असायचा. कुठे चालला आहेस, अशी कार्सन त्याच्याकडे चौकशी करायचा. 'नाही, कुठलंही विशिष्ट ठिकाण नाही,' असं उत्तर यायचं. रिक त्याला घरी सोडायची तयारी दर्शवायचा. रॉन कधी त्याच्याबरोबर जायला तयार व्हायचा; पण बरेचदा पायी चालत राहणंच पसंत करायचा.

४ जुलै, १९८१ रोजी, सार्वजनिक ठिकाणी दारू पिण्याच्या गुन्ह्याबद्दल त्याला अटक झाली आणि त्याने गुन्हा मान्य केला. जुआनिताचा संताप झाला आणि त्याने कोणाचीतरी मदत घ्यावा, असा तिने हट्टच धरला. नॉर्मनमधल्या सेंट्रल-स्टेट या इस्पितळात त्याला दाखल करण्यात आलं. तिथले मनोविकारतज्ज्ञ डॉ. सांबाजोन यांनी त्याला तपासलं. आपल्याला 'मदतीची' गरज आहे, एवढी एकच रॉनची तक्रार होती. त्याची ऊर्जा आणि आत्मसन्मान पूर्णपणे लयाला गेला होता. आपण बेरोजगार, निकम्मे, निरुपयोगी आहोत या विचारांनी त्याच्या मनात थैमान घातलं होतं. त्याच्या मनात अगदी आत्महत्येचे विचारही येत होते. तो म्हणाला होता, ''मी स्वतःसाठी आणि माझ्या जवळच्या माणसांसाठी काहीही चांगलं करू शकत नाही. मी नोकरी टिकवू शकत नाही आणि माझ्या मनात नेहमी नकारात्मक विचारच येतात.'' त्याने डॉ. सांबाजोन यांना सांगितलं की, त्याच्या बाबतीतील नैराश्याच्या त्रासाची पहिली गंभीर घटना चार वर्षांपूर्वी घडली होती, तेव्हा त्याची बेसबॉलची कारकीर्द संपली होती आणि साधारण त्याच सुमारास त्याचा घटस्फोटही झाला होता. आपण दारू आणि अमली पदार्थांच्या सेवनाचा अतिरेक केल्याचं त्याने मान्य केलं; पण त्याच्या सध्याच्या समस्येशी त्याचा काही संबंध नाही याची त्याला खात्री वाटत होती.

डॉ. सांबाजोन यांचं निरीक्षण असंही होतं : 'तो गचाळ, अस्वच्छ, गबाळा–व्यवस्थित राहण्याच्या बाबतीत निष्काळजी होता. रुग्णाचा निर्णय फारसा चुकीचा नव्हता. स्वतःच्या सध्याच्या परिस्थितीचा त्याला काहीसा अंदाज होता.' त्याला 'डायस्थेमिक' (कमी प्रमाणातल्या नैराश्याचा जुनाट आजार) विकार असल्याचं निदान करण्यात आलं. डॉ. सांबाजोन यांनी त्याला औषधोपचार, समुपदेशन, समूह उपचार यांची शिफारस केली आणि कुटुंबीयांकडून नेहमीच प्रोत्साहन मिळत राहावं, अशी अपेक्षा व्यक्त केली.

सेंट्रल-स्टेटमध्ये तीन दिवस काढल्यानंतर, आपल्याला इथून सोडण्यात यावं

अशी मागणी त्याने केल्यामुळे त्याची मुक्तता करण्यात आली. एका आठवड्यानंतर, अडामधल्या मानसिक स्वास्थ्य केंद्रात तो परत हजर झाल्यावर, त्याला चार्ल्स ॲमोस या एका साहाय्यक मनोवैज्ञानिकाने तपासलं. एके काळचा व्यावसायिक बेसबॉल खेळाडू, ज्याला कारकीर्द संपल्यामुळे नैराश्य आलेलं आहे, अशी रॉनने स्वतःची ओळख करून दिली. त्याने आपल्या आजारासाठी धर्मालाही जबाबदार धरलं. ॲमोसने त्याला अडामधल्या एकमेव मनोविकारतज्ज्ञ, डॉ. मेरी स्नो यांच्याकडे पाठवलं आणि तिने दर आठवड्याला रॉनची भेट घ्यायला सुरुवात केली. अशा प्रकारच्या विकारात सर्वसामान्यपणे वापरलं जाणारं 'ॲन्सेडीन' हे उदासपणा दूर करणारं एक प्रकारचं औषध लिहून दिलं. रॉनमध्ये थोडीशी सुधारणा दिसू लागली. आपल्या रुग्णाला प्रदीर्घ मानसोपचाराची गरज असल्याचं त्याला पटवून देण्याचा डॉ. स्नो यांनी प्रयत्न केला; पण रॉन तीन महिनेच दम धरू शकला.

३० सप्टेंबर १९८२ रोजी पुन्हा एकदा, दारूच्या नशेत वाहन चालवण्याचा आरोप रॉनवर ठेवण्यात आला. त्याला अटक करून तुरुंगात टाकण्यात आलं आणि नंतर त्याने गुन्हा कबूल केला.

४

डेबी कार्टर हिच्या खुनानंतर तीन महिन्यांनी, डिटेक्टिव्ह डेनिस स्मिथ आणि माइक काइसवेटर हे विल्यमसन यांच्या घरी पोहोचले आणि त्यांनी त्या बाबतीत रॉनची पहिली मुलाखत घेतली. जुआनिता तेव्हा उपस्थित होती आणि तिनेही बोलण्यात भाग घेतला. ७ डिसेंबरच्या रात्री तो कुठे होता? असं विचारल्यावर, आता तीन महिन्यांनंतर आपल्याला ते आठवत नसल्याचं रॉनने सांगितलं. हो, तो कोचलाइटला बरेचदा जायचा, तसाच तो अडाच्या आजूबाजूला असणाऱ्या बऱ्याचशा क्लब्जमध्येही जायचा. जुआनिताने आपली डायरी आणली, ती तारीख तपासली आणि आपला मुलगा त्या रात्री दहा वाजता घरी परत आला होता, असं सांगितलं. तिने केलेली सात डिसेंबरची नोंद त्या पोलिसांना दाखवली.

तो डेबी कार्टरला ओळखत होता का? असं रॉनला विचारण्यात आलं. आपल्याला खात्रीपूर्वक सांगता येणार नाही, असं त्याने उत्तर दिलं. आपण ते नाव तर नक्कीच ऐकलंय, कारण खुनानंतर गावातले लोक दुसऱ्या कुठल्या विषयावर जास्त बोलतच नव्हते. स्मिथने तिचा फोटो दाखवल्यावर, रॉनने तो काळजीपूर्वक बघितला. हिला मी बहुतेक कधीतरी भेटलो असेन किंवा कदाचित नसेनही. नंतर त्याने तो फोटो पुन्हा बघायला मागितला. ती परिचित असावी असं अंधूकसं वाटतंय. मात्र, खुनाबद्दल काही माहिती असल्याचं त्याने ठामपणे नाकारलं. एखादी मनोविकृत व्यक्ती खुनी असावी, त्याने तिच्या घरापर्यंत तिचा पाठलाग केला असावा, घर फोडून आत शिरला असावा आणि गुन्हा केल्यानंतर ताबडतोब गावाबाहेर पळून गेला असावा, असं मत रॉनने मांडलं.

बोटांचे नमुने आणि केसांचे नमुने देण्याची तयारी आहे का? असं साधारण तीस मिनिटांनंतर पोलिसांनी रॉनला विचारलं. रॉनने तयारी दर्शवली आणि मुलाखत संपल्यावर त्यांच्यापाठोपाठ तो पोलीस स्टेशनवर गेला.

तीन दिवसांनंतर म्हणजेच १७ मार्चला तेच प्रश्न घेऊन ते परत आले. रॉनने

पुन्हा एकदा सांगितलं की, त्याचा खुनाशी काहीही संबंध नाही आणि ७ डिसेंबरच्या रात्री तो घरातच होता.

पोलिसांनी डेनिस फ्रिट्झ नावाच्या एका माणसाचीही मुलाखत घेतली. त्या माणसाचा खून तपासणीशी संबंध असण्याची एकमेव शक्यता म्हणजे त्याची रॉन विल्यमसनबरोबर मैत्री होती. पोलिसांच्या सुरुवातीच्या अहवालाप्रमाणे, फ्रिट्झ हा 'कार्टर खून-प्रकरणात एक संशयित किंवा निदान एका संशयिताचा परिचित माणूस होता.'

डेनिस क्वचितच 'कोचलाइट'ला जायचा आणि खुनाच्या आधी काही महिने तर तो तिकडे फिरकलाही नव्हता. खरंतर मार्च १९८३ पर्यंत कोणा साक्षीदाराने त्याचा उल्लेखही केला नव्हता. तो त्या भागात नवीन होता आणि त्या गावात त्याला जास्त कोणी ओळखतही नव्हतं. तो कधीही रॉन विल्यमसनला घेऊन 'कोचलाइट'ला गेला नव्हता. तो डेबी कार्टरला ओळखत नव्हता, तिला पूर्वी कधी पाहिल्याचंही त्याला आठवत नव्हतं आणि ती कुठे राहायची याची त्याला कल्पनाही नव्हती; पण आता गुन्हे तपासनीस रॉन विल्यमसनच्या मागावर होते आणि एकूण दोघेजण असल्याच्या कुठल्यातरी अविचारी सिद्धान्तावर पोलीस काम करत होते, त्यामुळे त्यांना आणखी एका संशयिताची आवश्यकता होती आणि त्यासाठी त्यांना फ्रिट्झ हा योग्य माणूस वाटत होता.

डेनिस फ्रिट्झ कॅन्सास शहराजवळ लहानाचा मोठा झाला होता. त्याचं हायस्कूलपर्यंतचं शिक्षण तिथेच पार पडलं होतं. १९७१ साली 'साउथ ईस्टर्न ओक्लाहोमा स्टेट युनिव्हर्सिटी'मधून जीवशास्त्र या विषयात त्याने पदवी मिळवली. १९७३ साली, त्याची पत्नी मेरी हिने त्यांच्या एकुलत्या एक अपत्याला जन्म दिला. त्यांनी मुलीचं नाव 'एलिझाबेथ' असं ठेवलं. त्या वेळी ते ओक्लाहोमा इथल्या ड्युरांट इथे राहत होते. जवळच्याच एका कॉलेजमध्ये मेरी काम करत होती आणि डेनिसला रेल्वे कंपनीत चांगली नोकरी होती.

१९७५ मधल्या नाताळच्या दिवशी, जेव्हा डेनिस कामानिमित्त बाहेरगावी गेला होता, तेव्हा मेरी आपल्या खोलीमधल्या खुर्चीत बसलेली असताना, त्यांच्या शेजारच्या सतरा वर्षे वयाच्या मुलाने तिच्या डोक्यात गोळी झाडून तिचा खून केला होता.

त्यानंतरची दोन वर्षे डेनिस कुठलंही काम करू शकला नाही. तो भावनिकदृष्ट्या खचला होता आणि त्या काळात एलिझाबेथची काळजी घेण्याशिवाय त्याने दुसरं काहीही केलं नाही. १९८१ साली तिने शाळेत जायला सुरुवात केल्यावर, त्याने स्वतःला सावरलं आणि कोनावा गावातल्या एका ज्युनियर शाळेत 'शास्त्र' हा विषय

शिकवण्याची नोकरी पत्करली. काही महिन्यांनंतर, तो अडामध्ये भाड्याने घेतलेल्या एका घरात राहायला गेला. ते घर विल्यमसन यांच्या घरापासून जवळ आणि पुढे कधीतरी डेबी कार्टर भाडेकरारावर घेणार असलेल्या घराच्या जवळ होतं. एलिझाबेथला सांभाळायला मदत होईल म्हणून त्याची आई वान्डा, हीसुद्धा अडाला येऊन त्याच्याबरोबरच राहिली.

नोबल या अडापासून एका तासाच्या अंतरावर असलेल्या गावातल्या एका शाळेत, नववीच्या वर्गाला जीवशास्त्र शिकवण्याची आणि मुलांना बास्केटबॉलचं प्रशिक्षण देण्याची नोकरी त्याला मिळाली. शाळेतल्या अधिकाऱ्यांनी त्याला शाळेच्या मैदानावरच, आपल्या कारच्या ट्रेलरमध्ये राहण्याची परवानगी दिली. तो दर वीकएंडला अडाला जाऊन एलिझाबेथ आणि आपल्या आईबरोबर राहायचा. नोबलमध्ये रात्रीच्या मौजमजेची काही सोय नव्हती; त्यामुळे कधीकधी तो मधल्या वारीसुद्धा अडाला जाऊन एलिझाबेथला भेटायचा आणि नंतर एखाद्या क्लबमध्ये जाऊन, ड्रिंक घेत एखादी मुलगी भेटते का, याचा शोध घ्यायचा.

नोव्हेंबर, १९८१ मध्ये असाच एका रात्री डेनिस अडामध्ये आला होता. तो कंटाळला होता आणि बिअर पिण्याची इच्छा झाल्यामुळे तो एका दुकानाजवळ आला. दुकानाच्या बाहेर, आपल्या आईच्या जुन्या ब्युक कारच्या पुढच्या सीटवर बसून रॉन विल्यमसन गिटार वाजवत होता. डेनिसलासुद्धा गिटार वाजवण्याची आवड होती आणि त्या वेळी नेमकं त्याचं गिटार त्याच्या कारमध्येच होतं. दोघांची संगीतावर चर्चा सुरू झाली. रॉनने आपण जवळच राहत असल्याचं सांगून, डेनिसला गिटार वादनासाठी घरी येण्याचं आमंत्रण दिलं. दोघेही मैत्रीच्या शोधात होते.

रॉनचं अपार्टमेंट लहान आणि अस्वच्छ होतं. फ्रिट्झला ती जागा अगदीच उदासवाणी वाटली. रॉनने सांगितलं की, तो आईबरोबर राहतो आणि तिला तंबाखू व दारू अजिबात सहन होत नाही. आपण नोकरी करत नसल्याचंही त्याने सांगितलं. मग तू दिवसभर करतोस तरी काय? असं डेनिसने विचारल्यावर, 'मी बरेचदा झोपा काढतो' असं उत्तर रॉनने दिलं. त्याची वागणूक मित्रत्वाची होती, बोलण्यात मोकळेपणा होता आणि तो हसण्यातही तत्पर होता, तरी त्याच्या वागण्यात फ्रिट्झला अलिप्तता जाणवली. मध्ये तो बराच वेळ, कुठेतरी एकटक नजर लावून बघत बसायचा आणि नंतर डेनिसकडे नजर वळल्यावर त्यात भावशून्यता जाणवायची. विचित्रच माणूस दिसतोय, डेनिसच्या मनात आलं.

पण त्यांना एकत्र बसून गिटार वाजवायला आणि संगीताबद्दल गप्पा मारायला आवडायचं. काही भेटीगाठींनंतर, डेनिसला रॉनच्या मनःस्थितीतील चंचलता जाणवू लागली. रॉनला बिअर आणि व्होडका प्यायला आवडायचं. दुपारी उशिरा, झोपेतून पूर्णपणे जागा झाल्यावर आणि आईच्या घरापासून दूर आल्यावर प्यायला सुरुवात

करायची, असा त्याचा शिरस्ता होता. दारूचा अंमल चढेपर्यंत तो उदास आणि निरुत्साही असायचा; पण नंतर त्याच्या व्यक्तिमत्त्वात जान यायची. लवकरच त्या दोघांची गावातल्या बार आणि क्लब्जमधून भटकंती सुरू झाली.

डेनिस एकदा दुपारी लवकरच त्याच्याकडे पोहोचला, नेहमीच्या वेळेच्या आधी आणि रॉन दारू प्यायला सुरुवात करण्यापूर्वी त्याने जुआनिताबरोबर गप्पा मारल्या. ती प्रसन्न वाटत असली, तरी तिने खूप दुःख भोगलेलं जाणवत होतं. ती जरी जास्त काही बोलली नाही, तरी ती रॉनच्या वागण्याला विटलेली आहे, हे दिसत होतं. ती निघून गेल्यावर रॉन आपल्या बेडरूममध्ये भिंतीकडे टक लावून बघत बसलेला डेनिसला आढळला. त्या खोलीत शिरल्यावर रॉनला अस्वस्थ वाटायचं; त्यामुळे तो क्वचितच तिथे जायचा.

रॉनची एके काळची पत्नी पॅटीचे मोठ्या आकारातले रंगीत फोटो आणि रॉनचे बेसबॉलच्या वेगवेगळ्या गणवेशांतले फोटो तिथे लावलेले होते.

"ती सुंदर आहे!" पॅटीच्या फोटोकडे बघत डेनिस म्हणाला.

"एक काळ होता, जेव्हा माझ्याकडे सर्व काही होतं." रॉन दुःखाने आणि कडवटपणे बोलला. तो फक्त अठ्ठावीस वर्षांचा होता; पण त्याने आत्ताच सगळ्या आशा पूर्णपणे सोडून देऊन पराभव मान्य केला होता.

एकापाठोपाठ एक असं करत वेगवेगळ्या बारमधून दारू पीत फिरणं हे त्यांना थरारक वाटायचं. रॉन कधीही क्लबमध्ये शांतपणे शिरायचा नाही आणि एकदा आत गेल्यावर सर्वांनी आपल्याकडेच लक्ष द्यावं, असा त्याचा अट्टाहास असायचा. छानसा सूट घालून, आपण डलासमधले एक श्रीमंत वकील आहोत अशी बतावणी करणं हा त्याचा एक आवडता कार्यक्रम होता. १९८१ सालापर्यंत बराचसा वेळ न्यायालयांमधून घालवल्यामुळे, वकिलांची भाषा आणि लकबी त्याने बरोबर उचलल्या होत्या. त्याची आवडती 'टॅनर' नक्कल आत्तापर्यंत नॉर्मन आणि ओक्लाहोमा शहरातल्या सगळ्याच क्लब्जमध्ये केली गेली होती.

डेनिस मागेमागेच राहायचा आणि जे काही चाललंय त्याची मजा घ्यायचा. रॉनला तो पूर्णपणे मोकळीक द्यायचा. असल्या साहसांना तो आता कंटाळला होता. रॉनबरोबर रात्र बाहेर घालवणं म्हणजे कुठल्या ना कुठल्यातरी संघर्षाला तोंड देणं आणि रात्रीचा शेवट अनपेक्षित प्रकाराने होणं, हे ठरलेलंच असायचं.

१९८२ च्या उन्हाळ्यात, असेच एकदा ते निरनिराळ्या बारमधून दारू पिऊन अडाला परत येत असताना, गॅल्व्हेस्टॉन इथे जाण्याची इच्छा रॉनने जाहीर केली. गॅल्व्हेस्टॉनच्या खोल समुद्रातल्या मासेमारीची गोष्ट रॉनला सांगून डेनिस मोठी चूक करून बसला होता आणि आता रॉन आपल्यालाही तसंच करायचंय, असा हट्ट

करत होता. दोघेही दारूच्या नशेत असल्यामुळे, रात्री इतक्या उशिरा, पूर्वनियोजित नसलेल्या ठिकाणी, आठ तास कार चालवत जाण्याच्या योजनेत त्यांना काहीच वावगं वाटलं नाही. ते डेनिसच्या पिक-अप ट्रकमध्ये बसलेले होते. नेहमीप्रमाणेच रॉनकडे कार नव्हती; वाहन चालवण्याचा परवाना नव्हता आणि पेट्रोल भरायला पैसेही नव्हते.

शाळांना सुट्ट्या लागलेल्या होत्या, डेनिसच्या खिशात थोडेफार पैसेही होते, मग मासेमारीला जायला काय हरकत आहे, असाच विचार त्याने केला. त्यांनी आणखी बिअर विकत घेतली आणि ते दक्षिणेच्या दिशेने निघाले.

टेक्सासमध्ये पोहोचल्यावर डेनिसला झोपेची गरज वाटू लागली म्हणून रॉनने कार चालवायला घेतली. डेनिसला जाग आली, तेव्हा एक काळा माणूस मागच्या सीटवर बसलेला होता. ''एका 'हिच-हायकर' (लिफ्ट मागत फिरणारा)ला मी कारमध्ये घेतलेय.'' रॉनने अभिमानाने सांगितलं. ह्युस्टनमध्ये कुठेतरी, पहाटेच्या सुमारास बिअर आणि खाण्याचे जिन्नस विकत घेण्यासाठी ते एका दुकानाजवळ थांबले. ते परत बाहेर आले, तोपर्यंत तो हिच-हायकर ट्रक चोरून घेऊन निघून गेला होता. आपण कारची किल्ली इग्निशनमध्येच विसरल्याचं रॉनने मान्य केलं; पुढे आणखी आठवल्यासारखं तो बोलला की, त्याने फक्त किल्ली इग्निशनमध्ये ठेवली एवढंच नाही; तर बहुधा त्याने कारही चालूच ठेवली होती. बिअर पीत त्यांनी आपल्या दुर्दैवावर विचारमंथन केलं. पोलिसांना फोन करण्याबाबत फ्रिट्झ आग्रही होता; पण ते योग्य ठरेल याची रॉनला खात्री वाटत नव्हती. त्यांचा वाद झाला; पण शेवटी डेनिसने पोलिसांना फोन केलाच; पण त्याचा काहीही उपयोग झाला नाही, कारण त्यांची कहाणी ऐकल्यावर, त्यांच्या समोरच पोलीस हसत सुटला.

ते शहरातल्या खराब वस्तीत होते, तरीपण तिथलं 'पिझ्झा हट' त्यांनी शोधून काढलं. पिझ्झा खाऊन आणि भरपूर बिअर पिऊन झाल्यावर, ते त्या शहरात हरवल्यासारखे भटकत राहिले. संध्याकाळच्या सुमारास काळ्या लोकांनी भरलेल्या एका बारजवळ ते आले. रॉनला आतमध्ये जाऊन मौजमजा करण्याची इच्छा होती. ती कल्पना मूर्खपणाची असली तरी, आपण रस्त्यापेक्षा क्लबच्या आतमध्ये सुरक्षित राहू हे डेनिसच्या लक्षात आल्यावर ते आत गेले. आतमध्ये जाऊन बिअर पीत असताना, आपल्याकडे कोणाचंही लक्ष जाऊ नये, अशी प्रार्थना डेनिस करत होता. मात्र, रॉनने नेहमीप्रमाणेच मोठ्या आवाजात बोलत, आपल्याकडे लक्ष वेधून घ्यायला सुरुवात केली. त्याच्या अंगावर आता सूट होता आणि तो डलासचा सुप्रसिद्ध वकील असल्याचं सोंग करत होता. तो रेगी जॅक्सनबरोबरच्या घनिष्ठ मैत्रीच्या बाता मारत होता, तर डेनिस आपल्या कारची काळजी करत, इथे आपल्यावर चाकूहल्ला होऊ नये, अशी आशा करत होता.

कॉर्टेझ नावाचा एकजण त्या क्लबमधला दादा वाटत होता. त्याची आणि रॉनची लवकरच गट्टी जमली. रॉनने कारचोरीची गोष्ट सांगितल्यावर कॉर्टेझ जोरजोरात हसत सुटला. बार बंद झाल्यानंतर, रॉन आणि डेनिसला कारमधून कॉर्टेझ आपल्या घरी घेऊन गेला. त्याचं घर जवळच होतं; पण तिथे पुरेसे पलंग नव्हते. दोघेही गोरे खाली जमिनीवर झोपले. सकाळी जागा झाल्यावर डेनिसला हँगओव्हर होता. कार चोरीला गेल्यामुळे तो चिडचिडा झाला होता आणि निदान स्वतः तरी अडाला सुस्थितीत पोहोचायचा त्याचा निर्धार होता. त्याने हलवून रॉनला उठवलं. बँकेत जाऊन काही पैसे काढणं डेनिसला शक्य झालं असतं, म्हणून थोडा मोबदला घेऊन कारमधून बँकेपर्यंत सोडायला त्यांनी कॉर्टेझला राजी केलं. बँकेजवळ आल्यावर कॉर्टेझ कारमध्येच बसून राहिला, तर डेनिस आणि रॉन आतमध्ये गेले. डेनिसने पैसे काढले आणि ते बाहेर पडणार एवढ्यात, सर्व दिशांकडून पोलिसांच्या डझनभर कार सायरन वाजवत तिथे पोहोचल्या आणि त्यांनी कॉर्टेझला घेरलं. शस्त्रसज्ज असलेल्या पोलिसांनी गचांडी धरून कॉर्टेझला कारमधून खेचून बाहेर काढलं आणि त्यांच्या एका कारच्या मागच्या सीटवर बसवलं.

रॉन आणि डेनिस बाहेर पडण्याऐवजी परत गुपचूप बँकेत शिरले, बाहेर पडत असलेल्या धाडीचा अंदाज घेतला आणि घाईघाईत दुसऱ्या बाजूच्या दरवाजाने बाहेर पडले. बाहेर पडून त्यांनी बसची तिकिटं काढली. घडलेल्या घटनांच्या आठवणींमुळे डेनिसला प्रवास रटाळ आणि त्रासदायक वाटला. रॉनच्या वागणुकीमुळे डेनिस वैतागला होता आणि त्याच्या निष्काळजीपणामुळे आपली कार चोरीला गेली म्हणून त्याच्यावर चिडला होता. यापुढे रॉनला शक्य होईल तेवढं टाळायचं अशी शपथ त्याने घेतली.

एका महिन्यानंतर रॉनला बाहेर जाण्याची इच्छा झाल्यावर त्याने डेनिसला फोन केला. ह्युस्टनमधल्या दुःसाहसापासून त्यांच्या मैत्रीत दुरावा निर्माण झालेला होता. थोडी बिअर पिणे, थोडाफार डान्स करणे अशासाठी बाहेर जायला डेनिसला आवडायचं; पण त्याचं वागणं नियंत्रणात असायचं. जोपर्यंत ते घरात बसून ड्रिंक्स घ्यायचे, तोपर्यंत रॉन व्यवस्थित वागायचा; पण एकदा का ते बारमध्ये गेले की, काहीही घडू शकायचं.

डेनिस रॉनच्या घरी पोहोचला आणि त्याला कारमध्ये घेऊन ते ड्रिंक्स घेण्यासाठी बाहेर पडले. नंतर उशिरा आपल्याला एका तरुणीला भेटायचं असल्यामुळे आपण रॉनबरोबर जास्त वेळ घालवू शकणार नाही, याची त्याने रॉनला कल्पना दिली. एखादी प्रेमिका भेटावी यासाठी डेनिसचे जोरदार प्रयत्न चालू होते. त्याच्या पत्नीचा मृत्यू होऊन आता सात वर्षं झाली होती. कोणाशीतरी स्थिर आणि दीर्घकालीन संबंधांसाठी तो आसुसला होता. याउलट स्त्रिया केवळ शरीरसुखासाठीच असतात;

बाकी काही नाही, असं रॉनचं म्हणणं होतं.

तरीपण रॉनला कटवणं डेनिसला अवघड गेलं आणि जेव्हा तो आपल्या मैत्रिणीला भेटायला गेला, तेव्हा रॉनही त्याच्याबरोबर गेला. आपण इथे आलेलं दोघांनाही आवडलेलं नाही हे लक्षात आल्यावर शेवटी तो चरफडत निघून गेला; पण तो चालत गेला नाही, जाताना त्याने डेनिसची कार चोरली आणि तो सरळ ब्रूस लेबाच्या घरी पोहोचला. डेनिस रात्री आपल्या मैत्रिणीकडेच राहिला आणि सकाळी उठल्यानंतरच आपली कार नसल्याचं त्याच्या लक्षात आलं. त्याने पोलिसांना फोन केला आणि तक्रार दाखल केली. नंतर ब्रूस लेबाला फोन करून, त्याने रॉनला पाहिलं का, अशी चौकशी केली. चोरीची कार आणि रॉन दोघांनाही अडाला घेऊन येण्याचं ब्रूसने मान्य केलं. ते आल्याबरोबर पोलिसांनी दोघांना अडवलं. शेवटी चोरीचे आरोप मागे घेण्यात आले; पण त्यानंतर बरेच महिने डेनिस आणि रॉन एकमेकांशी बोलत नव्हते.

डिटेक्टिव्ह डेनिस स्मिथने फोन केला, तेव्हा फ्रिट्झ आपल्या अडामधल्या घरातच होता. काही प्रश्नांची उत्तरं देण्यासाठी पोलिसांना तो पोलीस स्टेशनवर यायला हवा होता. 'कशा प्रकारचे प्रश्न?' असं फ्रिट्झने विचारल्यावर 'तू इकडे आल्यावर तुला कळेलच' असं उत्तर डेनिस स्मिथने दिलं.

फ्रिट्झ अनिच्छेनेच पोलीस स्टेशनवर गेला. त्याच्याजवळ लपवण्यासारखं काहीही नसलं तरी, अशा प्रकारची पोलिसांबरोबरची भेट धीर खचवणारीच असते. स्मिथ आणि गॅरी रॉजर्स यांनी त्याला रॉन विल्यमसनबरोबरच्या संबंधांबद्दल विचारलं. तो एक जुना मित्र आहे, त्याची काही महिन्यांत भेट झालेली नाही, असं उत्तर त्याने दिलं. सुरुवातीला प्रश्नांचं स्वरूप औपचारिक वाटलं तरी, हळूहळू त्यांचं स्वरूप बदलत एखाद्या आरोपीला विचारावे तसे वाटायला लागले.

"सात डिसेंबरच्या रात्री तू कुठे होतास?" डेनिस खात्रीने सांगू शकत नसल्यामुळे, ते आठवायला आपल्याला थोडा वेळ लागेल असं त्याने सांगितलं.

"तू डेबी कार्टरला ओळखत होतास का?"

"नाही."

असेच आणखी काही प्रश्न झाले. एका तासानंतर फ्रिट्झ तिथून बाहेर पडला. या तपासणीशी मुळात आपला संबंधच काय, या प्रश्नाने तो काळजीत पडला होता.

डेनिस स्मिथने पुन्हा एकदा फ्रिट्झला फोन करून तो 'पॉलिग्राफ टेस्ट' म्हणजे 'सत्य अन्वेषण चाचणी द्यायला तयार आहे का,' असं विचारलं. ही चाचणी अतिशय अविश्वसनीय असते, हे विज्ञानाची पार्श्वभूमी असल्यामुळे फ्रिट्झ जाणून होता. म्हणूनच असल्या चाचणीशी त्याला अजिबात संबंध नको होता; पण त्याच

वेळी, तो डेबी कार्टरला कधीही भेटला नव्हता हेही त्याला डेनिस स्मिथ आणि गॅरी रॉजर्सला सिद्ध करून दाखवायचं होतं. तो नाइलाजानेच तयार झाला आणि ती चाचणी ओक्लाहोमा शहरातल्या OSBIच्या ऑफिसमध्ये घेण्याचं ठरवण्यात आलं. जसजसा तो दिवस जवळ यायला लागला, तसा तो जास्तच अस्वस्थ व्हायला लागला आणि स्वतःची मनःस्थिती शांत ठेवण्यासाठी चाचणीच्या थोड्याच आधी त्याने 'वॅलियम' हे औषध घेतलं.

OSBIचा एजंट रस्टी फिदरस्टोन याने ती चाचणी घेतली. डेनिस स्मिथ आणि गॅरी रॉजर्स तेव्हा जवळच घुटमळत होते. चाचणी संपल्यावर, ग्राफच्याभोवती गोळा होऊन काहीतरी वाईट बातमी कळल्यासारखे ते पोलीस गंभीरपणे माना हलवत उभे होते.

'अतिशय वाईट पद्धतीने' चाचणी नापास झाल्याचं फ्रिट्झला सांगण्यात आलं.

"अशक्य आहे!" ही त्याची पहिली प्रतिक्रिया होती.

"तू काहीतरी लपवतो आहेस," ते बोलले.

आपण अस्वस्थ असल्याचं मान्य करून, शेवटी आपण वॅलियम घेतल्याचं फ्रिट्झने कबूल केलं. ते ऐकल्यावर पोलीस प्रक्षुब्ध झाले आणि त्यांनी फेरचाचणीसाठी त्याच्यावर दबाव आणला. आपल्याला परत चाचणी देण्याशिवाय पर्यायच नाही, असाच त्याचा ग्रह झाला.

एका आठवड्यानंतर चाचणीचं मशीन घेऊन फिदरस्टोन अडाला आला. ते त्यांनी तिथल्या पोलीस विभागाच्या तळघरात लावलं. फ्रिट्झ पहिल्यापेक्षाही जास्त अस्वस्थ होता; पण त्याने प्रश्नांची उत्तरं खरीखुरी आणि सहजतेने दिली.

फिदरस्टोन, रॉजर्स आणि स्मिथ यांच्या म्हणण्याप्रमाणे, या वेळीही फ्रिट्झ नापासच झाला आणि तेसुद्धा आधीपेक्षा जास्त वाईट पद्धतीने; त्यामुळे चाचणीनंतरची उलटतपासणी जास्तच जोशात सुरू झाली. रॉजर्स वाईट पोलिसाची भूमिका वठवत होता. त्याने शिवीगाळ आणि दमदाटी सुरू केली. "फ्रिट्झ, तू काहीतरी लपवतोयस." हे तो पुनःपुन्हा बोलत होता. फ्रिट्झच्या चांगल्या मित्राची भूमिका वठवायचा प्रयत्न स्मिथने केला; पण एकतर ती जुनी युक्ती होती आणि स्मिथचा प्रयत्न अगदीच बालिश होता.

रॉजर्सने अगदी बुटांपासूनच एखाद्या 'काउबॉय'सारखे कपडे केले होते आणि तोऱ्यात खोलीत फिरताफिरता बोलायची ढब त्याने उचलली होती. संथपणे खदखदत असल्यासारखा शिव्या देत, धमक्या देत मृत्युकोठडी आणि विषारी इंजेक्शनबद्दल तो बोलत होता. मग अचानक फ्रिट्झकडे झेपावत, त्याच्या छातीत बोटाने ढोसत 'तू कबुलीजबाब देणार आहेस' असं तो बोलायचा. त्यांचा हा कार्यक्रम भीतिदायक असला तरी, परिणामकारक नव्हता. "माझ्या तोंडासमोरून दूर व्हा," एवढंच

फ्रिट्झ सारखं बोलत होता.

सरतेशेवटी रॉजर्सने त्याच्यावर बलात्कार आणि खुनाचा आरोप केला. तो रागात बोलायला लागला आणि त्याची भाषाही जास्त अपमानजनक झाली. फ्रिट्झ आणि त्याचा मित्र विल्यमसन घर फोडून त्या मुलीच्या घरात कसे शिरले आणि त्यांनी तिच्यावर बलात्कार करून तिचा खून कसा केला याचं वर्णन रॉजर्सने केलं आणि आता तो (रॉजर्स) कबुलीजबाबाची मागणी करतोय असंही तो बोलला.

या प्रकरणात काहीच पुरावा नसल्यामुळे केवळ कबुलीजबाबाच्या आधारेच त्याची उकल होऊ शकली असती; त्यामुळे कसंही करून पोलिसांना ते फ्रिट्झकडून वदवून घ्यायचं होतं; पण फ्रिट्झ बधला नाही. त्याच्याजवळ कबुली देण्यासारखं काही नव्हतंच; पण सलग दोन तास शाब्दिक माराला तोंड दिल्यावर, त्यांना शांत करण्यासाठी काहीतरी सांगावं असं फ्रिट्झला वाटलं. फ्रिट्झने त्यांना गेल्या वर्षीच्या उन्हाळ्यात नॉर्मनमध्ये घडलेली एक घटना सांगितली. असेच एका रात्री तो आणि रॉन विविध बारमध्ये जाऊन भरपूर दारू पिऊन झाल्यावर, मुलींच्या शोधात रस्त्यात फिरत असताना त्यांना अशी एक मुलगी भेटली की, जी त्यांच्याबरोबर त्यांच्या कारमध्ये बसली खरी; पण तिला उतरावं असं वाटल्यावर ते कार थांबवायला तयार नाहीत असं लक्षात आल्यावर ती वेडीपिशी झाल्यासारखी वागायला लागली. शेवटी तिने चालत्या कारमधून बाहेर उडी मारली आणि पळत जाऊन पोलिसांना फोन केला. रॉन व डेनिसने एका पार्किंग लॉटमध्ये कार उभी केली आणि पोलिसांपासून लपून गाडीतच झोपून राहिले. त्या वेळी रीतसर तक्रार करण्यात आली नव्हती.

ती गोष्ट ऐकून पोलीस काही वेळासाठी तरी शांत झाल्यासारखे वाटले. पोलिसांचं मुख्य लक्ष्य रॉन विल्यमसनच होतं. आता त्यांना तो आणि फ्रिट्झ एकमेकांचे मित्र असल्याचं आणि ते एकत्र दारू प्यायचे हा पुरावा मिळाला. या सगळ्याचा कार्टर खुनाशी कसा काय संबंध येतो, हे फ्रिट्झला स्पष्ट होत नव्हतं आणि तसंही पोलीस जे काही बोलत होते, त्यातलं बरंचसं त्याला निरर्थकच वाटत होतं. आपण निरपराध आहोत हे फ्रिट्झला पक्कं माहिती होतं; पण स्मिथ आणि रॉजर्स जर त्याच्याच मागे लागणार असतील, तर मग खऱ्या खुन्याला काळजी करण्याचं कारणच नव्हतं.

फ्रिट्झवर तीन तास भडिमार केल्यावर शेवटी पोलिसांनी प्रश्नोत्तरं थांबवली. फ्रिट्झचा गुन्ह्यात सहभाग असल्याची त्यांना खात्री होती; पण तेवढ्यावर भागणार नव्हतं. गुन्ह्याच्या उलगड्यासाठी कबुलीजबाबाबरोबर, चांगल्या पोलीस-तपासाची जोड आवश्यक होती. मग त्यांनी फ्रिट्झवर लक्ष ठेवायला सुरुवात केली. गावात त्याचा पाठलाग करायचा, त्याला कधीही विनाकारण थांबवायचं असले प्रकार सुरू झाले. बरेचदा फ्रिट्झला जाग यायची, तेव्हा त्याच्या घरासमोर पोलिसांची गाडी उभी

असायची.

फ्रिट्झने स्वेच्छेने केस, रक्त आणि थुंकीचे नमुने जमा केले. त्यांना हवं ते देण्यात अडचण कसली? आपल्याला भीती बाळगण्याचं कारणच काय? अशीच त्याची भावना होती. वकिलाचा सल्ला घ्यायचा विचार त्याच्या मनात येऊन गेला; पण तो त्रास तरी घ्याच कशाला? तो पूर्णपणे निरपराध आहे आणि पोलिसांच्याही ते लवकरच लक्षात येईल, अशी त्याला खात्री वाटत होती.

डिटेक्टिव्ह स्मिथने फ्रिट्झचा भूतकाळ खणून काढला आणि १९७३ मध्ये ड्युरांट गावात मॅरिजुआना या अफुसारख्या अमली पदार्थाची लागवड केल्याबद्दल फ्रिट्झला शिक्षा झाल्याचं त्याला कळून चुकलं. ही माहिती घेऊन अडाचे पोलीस, नोबलमधल्या ज्या शाळेत फ्रिट्झ शिकवायचा तिथे पोहोचले. शिक्षकाच्या नोकरीसाठी शाळेत अर्ज करताना फ्रिट्झने ही माहिती लपवून ठेवल्याचं त्यांनी शाळा प्रशासनाच्या लक्षात आणून दिलंच, शिवाय आता त्याची खुनाच्या गुन्ह्यामध्ये तपासणी चालू असल्याचंही सांगितलं. फ्रिट्झला ताबडतोब नोकरीवरून काढण्यात आलं.

१७ मार्चला, फ्रिट्झ आणि विल्यमसन यांचे त्यांनी स्वतःच जमा केलेले डोक्यावरच्या आणि लिंगावरच्या केसांचे नमुने, डेनिस स्मिथने सुसान लँड या OSBIच्या तज्ज्ञाकडे पोहोचवले.

२१ मार्चला रॉन पोलीस स्टेशनवर गेला आणि त्याने स्वेच्छेने, OSBIचा आणखी एक तज्ज्ञ बी. जी. जोन्स घेणार असलेली पॉलिग्राफ चाचणी दिली. जोन्सच्या मते, त्या चाचणीचा निकाल निर्णयाप्रत पोहोचण्यासारखा नव्हता. रॉनने थुंकीचा नमुनाही जमा केला. एका आठवड्यानंतर, डेनिस फ्रिट्झच्या नमुन्यांच्या सोबत त्याचा नमुनाही OSBI कडे पाठवण्यात आला.

२८ मार्च रोजी OSBI च्या जेरी पीटर्सने बोटांच्या ठशांच्या विश्लेषणाचं काम संपवलं. त्याने आपल्या अहवालात, कुठल्याही प्रकारची 'जर-तर'ची भाषा न वापरता, पूर्ण जबाबदारी स्वीकारत आणि अतिशय निःसंदिग्धपणे असं लिहिलं होतं की, 'शीट रॉक'वर सापडलेला तळव्याचा ठसा डेबी कार्टर, डेनिस फ्रिट्झ किंवा रॉन विल्यमसन यांच्यापैकी कोणाच्याही ठशाबरोबर जुळत नाही. खरे तर पोलिसांना ही बातमी चांगली वाटायला हवी होती. आता त्यांना फक्त त्या ठशाशी जुळणारा ठसा शोधायचा होता आणि मग खुनी त्यांच्या हातात आला असता.

त्याऐवजी, रॉन विल्यमसन हाच मुख्य संशयित असल्याचं पोलिसांनी गुपचूप कार्टर कुटुंबीयांच्या कानावर घातलं. त्यांनी पुढे असंही सांगितलं की, आत्ता जरी त्यांच्याकडे पुरेसा पुरावा नसला, तरी ते प्रत्येक गोष्टीचा मागोवा घेत आहेत आणि सावकाश

आणि पद्धतशीरपणे त्याच्या विरुद्ध प्रकरण मजबूत करताहेत. त्यांच्या मते, तो नक्कीच संशयास्पद वाटत होता, कारण त्याची वागणूक विचित्र होती. तो काळ-वेळाचं भान नसल्यासारखा वावरायचा, आईबरोबर राहायचा, बेरोजगार होता, बायकांना त्रास देण्यासाठी प्रसिद्ध होता, नियमितपणे बारमध्ये दारू पिताना दिसायचा आणि सर्वांत महत्त्वाचं म्हणजे गुन्ह्याच्या ठिकाणापासून जवळच राहायचा. तो आपल्या घराच्या मागच्या गल्लीतून गेला, तर काही मिनिटांतच डेबी कार्टरच्या घरी पोहोचू शकत होता!

त्याशिवाय तलसामध्ये पूर्वी घडलेल्या त्या दोन घटना. ज्युरींनी काय निर्णय दिला ते सोडून द्या; पण तो माणूस नक्कीच बलात्कारी असावा.

डेबीच्या खुनानंतर काही दिवसांतच, तिची मावशी ग्लेना लुकास हिला एक निनावी फोन आला. एक पुरुष म्हणाला, "डेबी तर मेली, यानंतर तू मरणार आहेस." डेबीच्या घरातल्या भिंतीवर नेलपॉलिश वापरून लिहिलेलं 'यानंतर जिम स्मिथ मरणार आहे' हे वाक्य आठवून ग्लेनाचा थरकाप उडाला. दोन्हींतलं साम्य आठवून तिच्या मनात खळबळ माजली; पण पोलिसांना कळवण्याऐवजी तिने डिस्ट्रिक्ट ॲटर्नीला फोन केला.

बिल पीटरसन, हा अडामधल्या एका प्रतिष्ठित कुटुंबातला, धष्टपुष्ट तब्येत असलेला तरुण गेल्या तीन वर्षांपासून सरकारी वकील होता. पोन्टोटॉक, सेमिनोल आणि ह्युजेस अशा तीन काउन्टी त्याच्या जिल्ह्यामध्ये यायच्या आणि त्याचं ऑफिस पोन्टोटॉक काउन्टीच्या न्यायालयात होतं. कार्टर कुटुंबाला तो ओळखत होता आणि कुठल्याही छोट्या गावातल्या प्रॉसिक्यूटरप्रमाणेच तोही संशयिताला शोधून गुन्ह्याचा उलगडा करण्यास उत्सुक होता. डेनिस स्मिथ आणि गॅरी रॉजर्स नियमितपणे तपासकामातल्या प्रगतीची माहिती पीटरसनला पुरवीत होते.

ग्लेनाने निनावी फोनबाबत पीटरसनला सांगितल्यावर, कदाचित रॉन विल्यमसन यानेच फोन केला असावा आणि तोच खुनी असावा, यावर दोघांचं एकमत झालं. आपल्या गॅरेज अपार्टमेंटच्या मागच्या बाजूला काही पावलं चालल्यावर, रॉनला डेबीची जागा दिसू शकते आणि आईच्या घराच्या पुढच्या बाजूने काही पावलं चालल्यावर त्याला ग्लेनाचं घर दिसू शकतं. तो चमत्कारिक वागणारा, नोकरी नसलेला, वाट्टेल त्या वेळेस फिरणारा, फक्त आपल्या आजूबाजूच्या माणसांवर आणि शेजाऱ्यांवर लक्ष ठेवण्याचंच काम करणारा हा माणूस, बरोबर या दोघींच्या मध्यावर राहत होता.

बिल पीटरसनने ग्लेनाच्या फोनला रेकॉर्डर बसवण्याची व्यवस्था केली; पण नंतर पुन्हा तो फोन आला नाही.

तिची मुलगी ख्रिस्ती आठ वर्षांची होती आणि आपलं कुटुंब कुठल्या दिव्यातून

जातंय, हे ती समजू शकत होती. ग्लेना तिला कायम आपल्याजवळच ठेवत होती; एकटीला कुठेही सोडत नव्हती किंवा फोनही वापरू देत नव्हती. शाळेतही तिच्यावर काळजीपूर्वक लक्ष ठेवलं जातंय, याची तिने खात्री केली होती.

त्यांच्या घरात, कुटुंबीयांमध्ये विल्यमसनबद्दल कुजबुज सुरू झाली होती. त्याने डेबीचा खून का करावा? पोलीस आता वाट तरी कसली बघताहेत?

कुजबुज आणि गावगप्पा चालूच राहिल्या. लवकरच त्यांच्या वस्तीत आणि नंतर सर्व गावातच दहशत पसरली. खुनी मोकाट फिरत होता, सगळे त्याला बघू शकत होते आणि प्रत्येकाला त्याचं नावही माहिती होतं. पोलीस त्याला रस्त्यातून उचलून आत का टाकत नाहीत? हाच प्रश्न प्रत्येकाला सतावत होता.

डॉ. स्नो यांना भेटून रॉनला आता दीड वर्ष झालं होतं आणि आता त्याला खरोखरच रस्त्यापासून दूर ठेवणं निकडीचं झालं होतं. एखाद्या शुश्रूषागृहात त्याला दीर्घकालीन उपचारांची गरज होती. जून १९८३ मध्ये, पुन्हा आईने तगादा लावल्यामुळे, अडामधल्या मानसिक स्वास्थ्य केंद्राच्या, आता परिचित झालेल्या मार्गावर पावलं टाकायला त्याने सुरुवात केली. आपण निराश असून कुठलंच काम करू शकत नाही असं सांगत त्याने मदतीची याचना केली. त्याला कुशिंग इथल्या एका शुश्रूषागृहात पाठवण्यात आलं. तिथे अल रॉबर्ट्स या पुनर्वसन समुपदेशकाने त्याचं मूल्यमापन केलं. रॉनचा बुद्ध्यांक ११४, म्हणजेच कुशाग्र बुद्धिमत्तेच्या सर्वसाधारण कक्षेत येत असल्याचं रॉबर्ट्सने नमूद केलं; पण त्याचबरोबर दारूच्या अतिरेकामुळे मेंदूच्या कार्यक्षमतेचा काही प्रमाणात ऱ्हास झाला असण्याच्या शक्यतेबाबतही त्याने इशारा दिला.

रॉबर्ट्सने लिहिलं होतं :

'हा माणूस मदतीसाठी याचना करत असावा. तो धास्तावलेला, तणावाखाली, काळजीग्रस्त, मनाने खचलेला आणि उदास आहे. तो प्रचलित रूढीप्रमाणे न वागणारा आणि सत्ताधाऱ्यांचा द्वेष करणारा आहे. त्याची वागणूक चंचल आणि पूर्वानुमान करण्यास अशक्य होत जाणार आहे. भावनावेग आटोक्यात ठेवण्याची समस्या त्याला भेडसावते आहे. आजूबाजूच्या लोकांबद्दलचा संशय आणि अविश्वासाने त्याला ग्रासलंय. समाजात मिळून-मिसळून वागणं त्याला जमत नाही आणि तशी वेळ आलीच तर तो अस्वस्थ होतो. स्वतःच्या वागणुकीची जबाबदारी न घेणारी ही व्यक्ती आहे. स्वतःला दुखापत होण्याच्या भीतीने, रागाने किंवा वैरभावनेने तो समोरच्या व्यक्तीवर हल्ला करू शकतो. तो या जगाकडे धडकी भरवणारी आणि धमकावणारी

जागा समजून बघतो आणि त्यापासून स्वतःचा बचाव करण्यासाठी तो शत्रुत्वाने तरी वागतो किंवा स्वतःला आपल्याच कोशात गुरफुटून घेतो. रॉन खूप अपरिपक्व वाटतो आणि स्वतः बेफिकीर असल्याचं चित्र लोकांसमोर उभं करण्याच्या प्रयत्नात असतो.'

अडामधल्या 'ईस्ट सेंट्रल युनिव्हर्सिटी'मध्ये, व्यवसाय-प्रशिक्षण कार्यक्रमासाठी रॉनने अर्ज केला. रसायनशास्त्रातली पदवी मिळावी अशी त्याची इच्छा होती. नाहीतर शारीरिक शिक्षण देणारा प्रशिक्षक होणं हा त्याचा दुसरा पर्याय होता. वेगवेगळ्या चाचण्यांच्या मालिकेला सामोरं जाऊन, स्वतःचं मानसिक मूल्यमापन करवून घेण्याची तयारी त्याने दर्शवली. व्यावसायिक पुनर्वसन केंद्रातल्या मेल्विन ब्रुकिंग या साहाय्यक मनोविश्लेषणतज्ज्ञाने त्या चाचण्या घेतल्या.

मेल्विन, रॉन आणि विल्यमसन कुटुंबाला ओळखत होता, जरा जास्तच चांगला ओळखत होता. त्याने केलेल्या वर्तणुकीच्या निरीक्षणामध्ये बरेच जुने किस्से समाविष्ट होते आणि त्याने त्याचा उल्लेख सगळीकडे 'रॉनी' असा केला होता.

त्याच्या खेळाच्या कारकिर्दीबद्दल ब्रुकिंगने लिहिलं होतं : 'हायस्कूलमध्ये असताना रॉनी कशा प्रकारचा विद्यार्थी होता याची मला कल्पना नाही; पण तो एक असामान्य खेळाडू होता. मैदानावर आणि मैदानाबाहेरही त्याच्या वागण्यातले नखरे, सामान्यतः उन्मत्त आणि अपरिपक्व वागणूक, आत्मकेंद्रित आणि घमेंडखोर प्रवृत्ती हे त्याच्या कारकिर्दीतले अडथळे ठरले. स्वतःला फार महत्त्वाची व्यक्ती समजणे, बाकीच्या लोकांबरोबर मिळून-मिसळून वागण्यातील असमर्थता, तसेच नियम आणि शिस्त पाळण्याच्या बाबतीत त्याची बेपर्वा वृत्ती यामुळे तो जिथे जिथे गेला, तिथे खेळाडू म्हणून अयोग्य ठरला.'

कुटुंबाबद्दल लिहिलं : 'रॉनीच्या आईने आयुष्यभर अपार कष्ट उपसले. तिच्या मालकीचं एक ब्युटी पार्लर होतं, जे तिने बरीच वर्षे चालवलं. बऱ्याच संकटांच्या प्रसंगी त्याचे आई-वडील त्याच्या पाठीशी खंबीरपणे उभे राहिले. आता जरी शारीरिक आणि भावनिकदृष्ट्या ती खचली असली आणि तिची आर्थिक परिस्थितीसुद्धा तेवढी चांगली नसली, तरी असं दिसतं की, तीच त्याचा सांभाळ करत असावी.'

अपयशी विवाहाबद्दल त्याचं मत होतं : 'त्याचं एका खूप सुंदर मुलीबरोबर लग्न झालं होतं, एके काळी ती मिस अडा म्हणून निवडून आली होती. शेवटी त्याची दोलायमान मानसिक अवस्था आणि उपजीविकेसाठी पैसे कमावण्यातील त्याची असमर्थता यामुळे तिची सहनशक्ती संपली आणि तिने त्याच्यापासून घटस्फोट घेतला.'

रॉनने आपल्या दारू आणि अमली पदार्थांच्या व्यसनाची माहिती लपवलेली

दिसतं नव्हती. ब्रुकिंगच्या निरीक्षणात होतं : 'रॉनीची दारू आणि अमली पदार्थांच्या व्यसनाची समस्या गंभीर होती. टोकाच्या नैराश्यातून स्वतःला बाहेर काढण्यासाठी त्याने ड्रग्जची मदत घेतली असावी असं वाटतं. आता ही व्यसनं पूर्णपणे बंद केलेली आहेत, असं तो सांगतो.'

ब्रुकिंगने त्याचं निदान 'दुभंग-व्यक्तिमत्त्व विकार' असं केलं आणि पुढीलप्रमाणे त्याचं वर्णन केलं : 'दुभंग-व्यक्तिमत्त्व विकारामुळे हा तरुण प्रचंड दोलायमान मनःस्थिती अनुभवतो. कधी त्याच्यातील उन्मादाची भावना अतिशय तीव्र असते, तर कधी तो पूर्णपणे निष्क्रिय अशा उदासवाण्या अचेतन अवस्थेत असतो. मी असंच निदान करेन की, त्याला नैराश्य विकारानेच ग्रासलंय, कारण बहुतेक वेळा त्याची लक्षणं तशीच दिसतात. याउलट, त्याची उत्तेजित अवस्था फक्त थोड्या काळासाठी आणि तीसुद्धा ड्रग्जच्या परिणामामुळेच असते. गेली तीन ते चार वर्षं रॉनी नैराश्याच्या आजाराने गंभीररीत्या त्रस्त आहे. तो आपल्या आईच्या घराच्या मागच्या बाजूला असलेल्या अपार्टमेंटमध्ये राहतो, बराच काळ तो झोपलेलाच असतो, अत्यंत कमी वेळा काम करतो आणि उदरनिर्वाहासाठी पूर्णपणे आपल्या जवळपासच्या लोकांवर अवलंबून राहतो. आत्तापर्यंत तीन ते चार वेळा घराबाहेर पडून, स्वतःच्या पुनर्वसनासाठी त्याने मनापासून प्रयत्न केले; पण ते कधीच यशस्वी होऊ शकले नाहीत.'

ब्रुकिंगने रॉनला चित्तभ्रमविकृती विकार असल्याचंही निदान केलं – 'बाकीच्या लोकांवर व्यापक आणि असमर्थनीय प्रमाणात साशंकता आणि अविश्वास, अति संवेदनशीलता आणि सीमित मानसिक अस्वास्थ्य!'

आपला अहवाल जास्त परिणामकारक करण्यासाठी त्याने रॉनच्या दारूवर आणि अमली पदार्थांवर अवलंबून राहण्याच्या वृत्तीचाही उल्लेख केला. रोगाचं निदान त्याने खूपच सावधगिरीने केलं. निष्कर्षाचा शेवट करताना त्याने लिहिलं : 'दहा वर्षांपूर्वी घराबाहेर पडल्यापासून, स्वतःच्या आयुष्याचा गाडा व्यवस्थित हाकणं या तरुणाला जमलेलंच नाही. त्याचं आयुष्य म्हणजे विध्वंसक आपत्ती आणि समस्यांची मालिकाच बनलेलं आहे. तो आपलं आयुष्य सावरण्याच्या प्रयत्नात असतो; पण अजून तरी त्यात त्याला यश आलेलं नाही.'

ब्रुकिंगचं काम हे रॉनवर उपचार करणं नव्हतं, तर फक्त त्याचं मूल्यमापन करणं एवढंच होतं. १९८३ च्या उन्हाळ्याच्या शेवटी रॉनची मानसिक स्थिती जास्तच ढासळायला लागली. आवश्यक उपचारही त्याला मिळत नव्हते. एखाद्या शुश्रूषागृहात राहून दीर्घकालीन मानसोपचार घेण्याची त्याला गरज होती. त्याच्या कुटुंबीयांना ते परवडण्यासारखं नव्हतं, मदत पुरवण्याची सरकारची तयारी नव्हती

आणि सर्वांत महत्त्वाचं म्हणजे असे उपचार करवून घेण्याची रॉनचीच तयारी नव्हती.

ईस्ट-सेंट्रल युनिव्हर्सिटीकडे केलेल्या अर्जात त्याने आर्थिक मदतीसाठीसुद्धा विनंती केली होती. त्याची विनंती मान्य होऊन, शाळेच्या ऑफिसमध्ये चेक तयार असल्याचं त्याला कळवण्यात आलं. वाढलेले केस, वाढलेल्या मिशा, नेहमीसारख्याच गबाळ्या अवतारात तो चेक घेण्यासाठी पोहोचला. त्याच्याबरोबर दोन संशयास्पद, लुच्चे वाटणाऱ्या व्यक्ती होत्या आणि रॉनला पैसे मिळण्याच्या शक्यतेने ते दोघेही आनंदात दिसत होते. चेकवर रॉनचं नाव होतं; पण त्याचबरोबर शाळेच्या एका अधिकाऱ्याचंही नाव होतं. रॉन घाईत होता; पण त्या अधिकाऱ्याची सही घेण्यासाठी त्याला एका लांबलचक रांगेत थांबायला सांगण्यात आलं. कायद्याने त्या पैशांवर केवळ आपलाच हक्क आहे असं तो समजत होता आणि वाट पाहत थांबण्याची त्याची तयारी नव्हती.

त्याचे दोन साथीदार पैसे ताब्यात घ्यायला उत्सुक होते, म्हणून रॉनने शाळेच्या अधिकाऱ्याची नकली सही केली. ३०० डॉलर ताब्यात घेऊन तो निघून गेला.

नकली सहीचा प्रकार नॅन्सी कार्सनच्या लक्षात आला. अडा पोलिसात काम करत असलेल्या आणि रॉनचा बालपणीचा मित्र असलेल्या रिक कार्सनची ती पत्नी होती. ती त्याच ऑफिसमध्ये काम करत होती आणि रॉनला बऱ्याच वर्षांपासून ओळखत होती. जे घडलं ते पाहून तिला धक्काच बसला आणि तिने आपल्या नवऱ्याला फोन करून घडलेला प्रकार सांगितला.

कॉलेजमधला एक अधिकारी विल्यमसन कुटुंबाला ओळखत होता, तो तडक जुआनिताच्या ब्युटी पार्लरवर गेला आणि तिला या घटनेची माहिती दिली. त्याने असंही सांगितलं की, जर शाळेची ३०० डॉलरची भरपाई तिने करून दिली तर फौजदारी गुन्हा दाखल करण्यासाठी ते पाठपुरावा करणार नाहीत. जुआनिताने झटपट तेवढ्या रकमेचा चेक लिहून दिला आणि ती आपल्या मुलाला शोधायला बाहेर पडली.

दुसऱ्याच दिवशी, बनावट सहीने चेक वटवण्याच्या आरोपावरून रॉनला अटक झाली. त्या गुन्ह्यासाठी जास्तीतजास्त आठ वर्षांची तुरुंगवासाची शिक्षा होऊ शकायची. त्याला पोन्टोटॉक काउन्टी तुरुंगात ठेवण्यात आलं. त्याला जामीन देण्याची परवानगी नव्हती; त्यामुळे त्याचे कुटुंबीय त्याची मदत करू शकत नव्हते.

खुनाचा तपास संथ गतीने चालू होता. सुरुवातीला जमा केलेले बोटांचे ठसे, केसांचे आणि थुंकीचे नमुने यांबाबत अजून OSBI कडून काहीच बातमी नव्हती. डेनिस फ्रिट्झ आणि रॉन विल्यमसन यांच्यासह एकूण एकतीस माणसांचे नमुने तपासणीसाठी पाठवले होते. ग्लेन गोअरला थुंकी आणि केसांचे नमुने देण्याबाबत अजूनही

सांगण्यात आलं नव्हतं.

सप्टेंबर, १९८३ मध्येसुद्धा केसांचे नमुने, मेल्विन हेट्ट या OSBIच्या केस-विश्लेषणतज्ज्ञाच्या टेबलावर साचलेल्या कामात पडून होते.

नऊ नोव्हेंबरला, तुरुंगामध्ये असतानाच, रॉनने आणखी एक पॉलिग्राफ चाचणी दिली. ती चाचणीसुद्धा OSBI च्या रस्टी फिदरस्टोन यानेच घेतली. या वेळची चाचणी दोन तास चालली. रॉनला बऱ्याच वायर्स लावण्यात आल्या होत्या आणि त्याला भरपूर प्रश्न विचारण्यात आले. खुनात आपला सहभाग असल्याचा किंवा खुनाबद्दल काही माहिती असल्याचा त्याने सतत आणि ठामपणे इन्कार केला. आधीच्या चाचणीप्रमाणेच ही चाचणीसुद्धा अनिर्णायक ठरवण्यात आली, या संपूर्ण चाचणीची व्हिडिओ टेप बनवण्यात आली.

रॉनने गजाआडच्या आयुष्याबरोबर जुळवून घेतलं. त्याने दारू आणि गोळ्यांची सवय सोडून दिली, कारण त्याशिवाय पर्यायच नव्हता; पण त्याने दिवसातले वीस तास झोपायची सवय चालूच ठेवली. कुठल्याही प्रकारच्या उपचारांशिवाय आणि औषधांअभावी त्याची मानसिक स्थिती हळूहळू खालावत होती.

नंतर नोव्हेंबरमध्ये, विकी मायकेल ओवेन स्मिथ नावाच्या एका महिला कैद्याने डिटेक्टिव्ह डेनिस स्मिथला, रॉनबद्दल एक विचित्र गोष्ट सांगितली. डेनिस स्मिथने पुढीलप्रमाणे अहवाल बनवला :

'शनिवारी पहाटे ३.०० ते ४.००च्या दरम्यान रॉन आपल्या कोठडीच्या खिडकीतून बाहेर बघत असताना त्याला बाहेर विकी दिसली. त्याने ओरडायला सुरुवात केली की, विकी एक चेटकीण आहे, तिनेच आपल्याला डेबी कार्टरच्या घरी नेलं होतं, आता तिनेच डेबीच्या आत्म्याला त्याच्या कोठडीत आणलंय आणि त्या आत्म्याने त्याला त्रास देऊन जीव नकोसा करून टाकलाय. तसंच तो आईने आपल्याला माफ करावं असंही ओरडत होता.'

डिसेंबरमध्ये, खून झाल्याच्या एक वर्षानंतर, ग्लेन गोअरला पोलीस स्टेशनवर येऊन निवेदन देण्यासाठी सांगण्यात आलं. डेबी कार्टरच्या खुनात आपला सहभाग असल्याचा त्याने इन्कार केला. तिच्या खुनाच्या काही तास आधी तिला 'कोचलाइट'मध्ये पाहिल्याचं त्याने सांगितलं. त्या रात्री, रॉन विल्यमसन डेबीला त्रास देत असल्यामुळे, डेबीने आपल्याला तिच्याबरोबर डान्स करण्याची विनंती केल्याचं सांगत, ग्लेनने त्या प्रकरणाबाबत नवीनच संकेत दिला. त्या रात्री रॉनला कोचलाइटमध्ये बघितल्याचं इतर कोणीही सांगितलं नव्हतं, ही वस्तुस्थिती पोलिसांच्या दृष्टीने गौण होती.

रॉनवर गुन्ह्याचा ठपका ठेवण्यासाठी पोलीस कितीही उतावीळ असले तरी, त्यांच्याकडचा पुरावा अत्यल्प होता. डेबीच्या घरातून गोळा करण्यात आलेल्या

बोटांच्या ठशांमधला एकही ठसा डेनिस फ्रिट्झ किंवा रॉन विल्यमसन यांच्या ठशांबरोबर जुळत नव्हता. प्रदीर्घ काळ चाललेल्या हिंसक हल्ल्यात त्या दोघांचा सहभाग असल्याच्या पोलिसांनी मांडलेल्या सिद्धान्ताला त्यामुळे मोठंच खिंडार पडलं होतं. प्रत्यक्ष बघणारे साक्षीदार नव्हते आणि कोणी कसला आवाजही ऐकला नव्हता. केस-विश्लेषणाचं काम; जे तसंही नेहमीच तकलादू समजलं जायचं, ते OSBI मध्ये मेल्विन हेट्टच्या डेस्कवरच्या कामाच्या ढिगाऱ्यामध्ये अजूनही अडकून पडलं होतं.

दोन 'अनिर्णायक' पॉलिग्राफ चाचण्या, वाईट ख्याती, बळीच्या घरापासून फारसं दूर नसलेलं निवासस्थान आणि त्याला पाहिल्याचं ग्लेन गोअरने केलेलं विधान यापलीकडे रॉनच्या विरोधात पोलिसांजवळ काहीही नव्हतं.

डेनिस फ्रिट्झच्या विरोधातील केस तर याहीपेक्षा कमकुवत होती. नववीच्या वर्गावरच्या एका विज्ञान-शिक्षकाला आपली नोकरी गमवावी लागणे – खुनानंतरच्या एका वर्षातल्या तपासणीची एवढीच एकमेव ठोस अशी निष्पत्ती ठरली होती.

जानेवारी १९८४ मध्ये, रॉनने नकली सह्यांचा आरोप मान्य केला आणि त्याला तीन वर्षांच्या तुरुंगवासाची शिक्षा झाली. त्याला तलसाजवळच्या एका सुधारगृहात ठेवण्यात आलं. लवकरच त्याची विचित्र वागणूक तिथल्या कर्मचाऱ्यांच्या लक्षात आल्यावर, त्याला निरीक्षणासाठी मानसिक स्वास्थ्य केंद्रात हलवण्यात आलं. तेरा फेब्रुवारीला सकाळी डॉ. रॉबर्ट ब्रिओडी यांनी त्याची मुलाखत घेतली आणि नमूद केलं : 'तो सामान्यतः शांत असतो आणि स्वतःवर नियंत्रण असल्यासारखा वागतो.' पण त्याच दिवशीच्या दुपारच्या मुलाखतीच्या वेळी डॉ. ब्रिओडी यांना त्याच्यात एक वेगळाच माणूस पाहायला मिळाला. 'उन्मादावस्थेत, मोठ्या आवाजात बोलणारा, चिडचिडा, सहजच उत्तेजित होणारा, रिकामटेकडे साथीदार असलेला, कल्पनेची भरारी मारणारा, तर्कशून्य विचार, भ्रमिष्टावस्थेत वावरणारा.' त्यामुळे पुढे 'आणखी मूल्यमापन करून घ्यावं' असंही सुचवण्यात आलं.

त्या केंद्राची सुरक्षाव्यवस्था एवढी कडक नव्हती. रॉनला जवळच एक बेसबॉलचं मैदान सापडलं आणि रात्री चोरून तिकडच्या एकान्तात जाऊन बसायला त्याला आवडू लागलं. एकदा एका पोलिसाला तो मैदानावर डुलक्या काढताना आढळला आणि त्या पोलिसाने त्याला त्याच्या खोलीवर आणून सोडलं. कर्मचाऱ्यांनी त्याला धरून बसवलं आणि त्याच्याकडून एक निवेदन लिहून घेतलं. ते असं होतं :

'त्या रात्री मला फारच उदास वाटत होतं आणि मला विचार करायला थोडा वेळ हवा होता. मैदानावर मला नेहमीच शांत वाटत आलं आहे. मी रमतगमत मैदानावरच्या आग्नेयेकडच्या टोकाकडे गेलो आणि तिथल्या एका झाडाखाली आरामात पहुडलो. काही वेळाने एक पोलीस अधिकारी तिथे आला आणि त्याने मला CTC इमारतीत

परत जायला सांगितलं. मैदानात अर्ध्यावर आल्यावर मला ब्रेन्ट्स भेटला आणि तिथून मुख्य दारापर्यंत आम्ही बरोबरच आलो. मी काही विपरीत करत नव्हतो हे लक्षात आल्यावर, त्याने हे विसरून जायचं मान्य केलं; पण मी हे केलं होतं याचं प्रमाण म्हणून मी हे निवेदन लिहून देत आहे.'

प्रमुख संशयित गजाआड असल्यामुळे, डेबी कार्टरच्या खुनाची तपासणी जवळपास थांबल्यातच जमा होती. काही विशेष न घडता बरेच आठवडे गेले. डेनिस फ्रिट्झने काही काळासाठी एका शुश्रूषागृहात आणि काही काळासाठी एका फॅक्टरीमध्ये काम केलं. अडा पोलिसांनी त्याला बरेचदा त्रास दिला; पण कालांतराने त्यांनी त्याचा नाद सोडून दिला. ग्लेन गोअर अजूनही गावातच होता; पण पोलिसांना त्याच्यात काहीच स्वारस्य नव्हतं.

पोलीस मेटाकुटीला आले होते, तणाव खूप वाढला होता आणि आता तर एका घटनेमुळे त्यांच्यावरचा दबाव नाट्यमयरीत्या वाढणार होता.

एप्रिल, १९८४ मध्ये, अडा गावात आणखी एका तरुणीचा खून झाला. जरी तिच्या मृत्यूचा डेबी कार्टरच्या खून प्रकरणाशी काहीही संबंध नसला, तरी शेवटी त्या घटनेचा रॉन विल्यमसन आणि डेनिस फ्रिट्झ यांच्या आयुष्यावर खोलवर परिणाम होणार होता.

डेनिस हॅरावे ही चोवीस वर्षे वयाची ईस्ट-सेंट्रलची विद्यार्थिनी, अडाच्या पूर्वेकडच्या टोकाला असलेल्या मॅकनलीज् या दुकानात अर्धवेळ काम करायची. आठ महिन्यांपूर्वीच तिचं स्टीव्ह हॅरावेबरोबर लग्न झालं होतं. तोही ईस्ट-सेंट्रलमध्येच शिकत होता. त्याचे वडील अडामधले एक प्रख्यात दंतवैद्य होते. नवविवाहित दाम्पत्य डॉक्टरांच्या मालकीच्याच एका छोट्या घरात राहत होतं. दोघेही नोकरी करून स्वतःच्या कमाईवर शिकत होते.

२८ एप्रिलच्या शनिवारच्या रात्री, ८.३० च्या सुमारास एक ग्राहक मॅकनलीज्च्या प्रवेशद्वाराकडे येत असताना, एक आकर्षक तरुणी दुकानातून बाहेर पडत असलेली त्याला दिसली. तिच्याबरोबर एक तरुण होता. त्याचा हात तिच्या कमरेभोवती होता. ते एखाद्या तरुण प्रेमी युगुलासारखेच दिसत होते. ते दोघे एका पिक-अप ट्रकजवळ गेले, ती तरुणी बाजूच्या दरवाजाने आधी आत जाऊन बसली. नंतर तो तरुण ड्रायव्हरच्या जागेवर बसला आणि त्याने धाडकन दरवाजा लावून घेतला. काही सेकंदांतच इंजिन चालू झालं. ते गावाच्या विरुद्ध बाजूला पूर्व दिशेला निघून गेले. तो एक जुना शेवरले ट्रक होता, त्याच्यावर डाग पडले होते आणि बऱ्याच ठिकाणी रंगही उडाला होता.

तो दुकानात शिरल्यावर, आतमध्ये त्याला कोणीही आढळलं नाही. पैशांचा खण उघडाच होता आणि रिकामा केलेला दिसत होता. तिथल्या ॲश ट्रेमध्ये अजूनही एक पेटती सिगारेट होती. त्याच्या बाजूलाच एक उघडलेला बिअरचा कॅन होता. काउंटरच्या मागे एक तपकिरी रंगाची पर्स आणि एक पुस्तक उघडलेल्या स्थितीत होतं. पुन्हा एकदा त्याने तिथल्या कर्मचाऱ्यांना शोधण्याचा प्रयत्न केला; पण ते दुकान पूर्णपणे रिकामं होतं. इथे कदाचित दरोडा पडला असावा असं वाटून, त्याने मग पोलिसांना फोन केला.

त्या तपकिरी पर्समध्ये पोलिसांना डेनिस हॅरावे हिचा वाहनपरवाना सापडला. आपण याच तरुणीला अर्ध्या तासापूर्वी दुकानातून बाहेर जाताना पाहिल्याचं त्या ग्राहकाने सांगितलं. तो खात्रीपूर्वक सांगू शकत होता, कारण तो बरेचदा मॅकनलीज्मध्ये खरेदीसाठी थांबायचा; त्यामुळे डेनिस हॅरावेचा चेहरा त्याच्या परिचयाचा होता.

फोन आला त्या वेळी डिटेक्टिव्ह डेनिस स्मिथ झोपायच्या तयारीत होता. ते एक गुन्ह्याचं ठिकाण आहे, हे लक्षात घेऊन 'पूर्ण सावधगिरी बाळगा' अशी सूचना देऊन तो झोपी गेला; पण दुर्दैवाने त्याच्या आदेशाचं पालन झालं नाही. दुकानाचा व्यवस्थापक जवळच राहत होता, तो लगेच तिथे पोहोचला. त्याने तिजोरी तपासली, ती उघडली गेली नव्हती, तिजोरीत टाकण्यासाठी ठेवलेले ४०० डॉलर त्याला काउंटरच्या खाली मिळाले. दुसऱ्या एका पैशांच्या खणातले १५० डॉलरही जागेवरच होते. ते डिटेक्टिव्हची वाट पाहत थांबलेले असताना, त्या व्यवस्थापकाने दुकान आवरून नीटनेटकं केलं, सिगारेटचं थोटुक फेकून देऊन त्याने ॲश-ट्रे साफ केला आणि बिअरचा कॅनसुद्धा फेकून दिला. उपस्थित असलेल्या पोलिसांनीही त्याला तसं करण्यापासून अडवलं नाही. यदाकदाचित जर कॅनवर बोटांचे ठसे असलेच, तर तेही आता गेले होते.

रात्री अकरा वाजता मॅकनलीज् बंद झाल्यावर ती येईल म्हणून, आपल्या बायकोची घरी येण्याची वाट बघत स्टीव्ह हॅरावे अभ्यास करत बसला होता. पोलिसांचा फोन आल्यावर त्याला धक्काच बसला आणि तो घाईघाईने दुकानात पोहोचला. तिथली कार, अभ्यासाचं पुस्तक आणि पर्स आपल्या बायकोचीच असल्याचं त्याने पोलिसांना सांगितलं. तिचं वर्णन त्याने पोलिसांना दिलं आणि तिने कुठले कपडे घातले होते हे आठवायचा प्रयत्न केला. निळी जीन्सची पँट आणि टेनिसचे बूट; पण ब्लाउज कुठला होता हे काही त्याला आठवलं नाही.

रविवारी सकाळी लवकरच, अडा पोलीस दलातल्या प्रत्येक माणसाला, म्हणजे एकूण तेहतीसजणांना, कामावर बोलावून घेण्यात आलं. आजूबाजूच्या जिल्ह्यांमधूनही राज्य पोलिसांच्या तुकड्या येऊन दाखल झाल्या. स्टीव्हच्या नातेवाईक आणि मित्रमंडळींप्रमाणेच इतरही डझनभर स्थानिक गट शोधकार्यात मदत करण्याच्या

हेतूने, स्वेच्छेने तयार झाले. राज्य स्तरावर OSBI चा एजंट गॅरी रॉजर्सकडे तपासकार्याचं नेतृत्व सोपवण्यात आलं आणि पुन्हा एकदा अडा पोलिसांकडून ती जबाबदारी डेनिस स्मिथ याच्यावर टाकण्यात आली. त्यांनी काउन्टीचे छोटे विभाग पाडले आणि त्या विभागांतल्या छोट्या वाटा, रस्ते, हायवे, शेतजमिनी, दऱ्याखोऱ्या यांमध्ये शोध घेण्यासाठी, त्या त्या विभागात एकेक टीम पाठवण्यात आली.

मॅकनलीज्पासून अर्ध्या मैलावर असलेल्या, तशाच प्रकारच्या जेपीज् नावाच्या दुकानातील एक साहाय्यक पोलिसांकडे आली. तिने सांगितलं की, डेनिस नाहीशी झाली त्याच्या थोडा वेळ आधी, तिच्याकडेही दोन अनोळखी तरुण आले होते आणि त्यांची तिला खूप भीती वाटली. दोघेही विशीतले होते, त्यांनी लांब केस वाढवलेले होते आणि त्यांची वागणूक विचित्र होती. जाण्यापूर्वी ते पूलचा एक डाव खेळले आणि एका जुन्या पिक-अप ट्रकमधून निघून गेले.

मॅकनलीज्च्या ग्राहकाने डेनिसबरोबर एकाच माणसाला जाताना बघितलं होतं आणि तिला त्याची भीती वाटत असल्यासारखंही दिसलं नव्हतं. जेपीज्मधल्या त्या दोन विचित्र वागणाऱ्या मुलांच्या सर्वसाधारण वर्णनाबरोबर त्याचं वर्णन मात्र जुळत होतं. पोलिसांना पहिला सुगावा मिळाला होता. दोन गोरे पुरुष, बावीस ते चोवीस यामधलं वय, एकाची उंची पाच फूट आठ ते दहा इंचांच्यामध्ये, कानापेक्षा खाली आलेले भुरे केस आणि फिकट वर्ण, तर दुसरा फिके-तपकिरी रंगाचे, खांद्यापर्यंत केस वाढवलेला आणि बारीक शरीरयष्टी असलेला अशा वर्णनाच्या माणसांचा शोध घ्यायला पोलिसांनी सुरुवात केली.

रविवारच्या जोरदार शोधकार्यात काहीही निष्पन्न झालं नाही किंवा एखादा सुगावाही लागू शकला नाही. डेनिस स्मिथ आणि गॅरी रॉजर्स यांनी अंधार पडल्यावर शोधकार्य थांबवलं आणि दुसऱ्या दिवशी सकाळी लवकर पुन्हा सगळ्यांना जमायला सांगितलं.

सोमवारी त्यांनी डेनिसचा कॉलेजमधला फोटो मिळवला आणि तिचा सुंदर चेहरा आणि बाकीचं वर्णन छापून पत्रकं बनवली – उंची पाच फूट पाच इंच, वजन ११० पौंड, तपकिरी डोळे, गडद भुऱ्या रंगाचे केस आणि फिकट वर्ण. पत्रकात जेपीज्मध्ये आलेल्या त्या दोन मुलांचं वर्णन, तसंच जुन्या पिक-अप ट्रकचं वर्णनही छापण्यात आलं. अडा आणि त्याच्या जवळपासच्या भागांत पोलिसांनी आणि स्वयंसेवकांनी, दुकानांमधून आणि इतरत्र त्या पत्रकांचं वाटप केलं.

जेपीज्मधल्या साहाय्यकाबरोबर बसून, पोलिसांच्या चित्रकाराने दोन रेखाचित्रं काढली. जेव्हा ती रेखाचित्रं मॅकनलीज्च्या ग्राहकाला दाखवण्यात आली, तेव्हा त्यातलं किमान एक चित्र संशयिताच्या खूप जवळ जात असल्याचं त्याचं मत पडलं. ती दोन्ही चित्रं स्थानिक दूरदर्शन केंद्राकडे देण्यात आली. गावकऱ्यांना

टेलिव्हिजनवर संभाव्य संशयितांचं पहिलं दर्शन झाल्याबरोबर, पोलीस स्टेशनकडे फोनचा ओघ सुरू झाला.

त्या वेळी अडामध्ये चार पोलीस अधिकारी होते – डेनिस स्मिथ, माइक बस्कीन, डी. डब्ल्यू. बॅरेट आणि जेम्स फॉक्स. एवढ्या प्रचंड प्रमाणात फोन यायला लागल्यामुळे ते लवकरच जेरीस आले. शंभरपेक्षा जास्त फोन आले आणि संभाव्य संशयितांची पंचवीसपेक्षा जास्त नावं जमा झाली.

त्यात दोन नावं ठळकपणे दिसत होती. सुमारे तीसजणांनी बिली चार्लीचं नाव सुचवलं होतं. त्याला चौकशीसाठी बोलावून घेण्यात आलं. पोलीस स्टेशनवर येताना तो आपल्या आई-वडिलांना बरोबर घेऊनच आला. त्यांनी सांगितलं की, बिली शनिवारची संपूर्ण रात्र त्यांच्याबरोबर घरामध्येच होता.

तीस नागरिकांनी सुचवलेलं दुसरं नाव होतं, टॉमी वॉर्ड. तो एक स्थानिक मुलगा होता आणि पोलीस त्याला ओळखत होते. टॉमीला आत्तापर्यंत किरकोळ स्वरूपाच्या गुन्ह्यांसाठी खूपदा अटक झाली होती. सार्वजनिक जागी दारू पिणे, किरकोळ चोऱ्या; पण त्याचे गुन्हे हिंसक नव्हते. अडामध्ये त्याचे बरेच नातेवाईक होते, वॉर्ड घराण्यातील सर्वच माणसे 'सज्जन' म्हणून ओळखली जायची, सगळेजण भरपूर कष्ट करायचे आणि आपापले व्यवसाय सांभाळायचे. टॉमी चोवीस वर्षांचा होता, आठांतला शेवटून दुसरा मुलगा. हायस्कूलमध्येच त्याने शिक्षण सोडलं होतं.

तो स्वेच्छेने चौकशीसाठी हजर झाला. डिटेक्टिव्ह स्मिथ आणि बस्कीन यांनी त्याला गेल्या शनिवारच्या रात्रीबद्दल विचारलं. तो त्याचा मित्र कार्ल फोन्टेनॉटबरोबर मासेमारीसाठी गेला होता, तिथून ते दोघेही पार्टीला गेले होते; तिथे ते पहाटे चारपर्यंत होते, त्यानंतर ते चालत घरी गेले, असं उत्तर त्याने दिलं. टॉमीकडे वाहन नव्हतं. त्याचे भुरे केस अगदी बारीक कापल्याचं दोन्ही पोलीस अधिकाऱ्यांच्या लक्षात आलं. तेही घिसाडघाईने, वेडेवाकडे कापलेले होते आणि एखाद्या सराइताने कापलेले नाहीत हे स्पष्टच दिसत होतं. पोलिसांनी त्याच्या डोक्याचा मागच्या बाजूने फोटो काढला आणि त्यावर तारीख टाकली, १ मे.

दोन्ही संशयितांचे केस लांब आणि भुऱ्या रंगाचे होते.

डिटेक्टिव्ह बस्कीनने कार्ल फोन्टेनॉटला शोधून काढलं. कार्लला तो आधीपासून ओळखत नव्हता. त्याने कार्लला चौकशीसाठी पोलीस स्टेशनवर यायला सांगितलं. कार्लने कबूल केलं; पण तो गेला नाही. बस्कीननेही त्याचा पाठपुरावा केला नाही. फोन्टेनॉटचे केस गडद रंगाचे आणि लांब होते.

पोन्टोटॉक काउन्टी आणि त्याच्या आजूबाजूच्या विभागांत डेनिस हॅरावेचा शोध घेण्याचं काम नेटाने चालू होतं. शिवाय तिचं नाव आणि वर्णन देशभरातल्या पोलीस अधिकाऱ्यांना कळवण्यात आलं. सगळीकडून फोन येत होते; पण एकही कामाचा

नव्हता. डेनिस कुठलाही मागमूस न सोडता पूर्णपणे नाहीशी झाली होती.

स्टीव्ह हॅरावे जेव्हा पत्रकं वाटत किंवा बायकोच्या शोधात कार घेऊन रस्ते पालथे घालत नसायचा, तेव्हा तो आपल्या मित्रांबरोबर घरात बसून फोन घेत असायचा. येणारा प्रत्येक फोन नवीन आशा घेऊन यायचा.

डेनिसला निघून जाण्याचं कुठलंच कारण नव्हतं. त्यांच्या लग्नाला एक वर्षही झालेलं नव्हतं आणि अजून ते एकमेकांच्या प्रेमात होते. दोघेही ईस्ट-सेंट्रलमध्ये सीनियरच्या वर्गात होते आणि पदवी प्राप्त झाल्यावर अडा सोडून दुसरीकडे कुठेतरी स्थायिक होण्याच्या विचारात होते. तिला तिच्या मर्जीविरुद्ध नेण्यात आलंय, याची त्याला खात्री होती.

प्रत्येक नव्या दिवसाबरोबर, डेनिस जिवंत सापडण्याच्या आशा कमी होत होत्या. तिला जर एखाद्या बलात्काऱ्याने पकडलं असतं, तर एव्हाना त्याने आपलं काम उरकून तिला सोडून दिलं असतं. जर तिचं अपहरण झालेलं असतं, तर आत्तापर्यंत खंडणीची मागणी आली असती. टेक्सासमधल्या तिच्या एका जुन्या प्रियकराबद्दल अफवा उठल्या; पण त्यात काही तथ्य नव्हतं. अमली पदार्थांचा व्यापार करणाऱ्या टोळीचा यात हात असू शकतो, अशाही अफवा पसरल्या; पण एखाद्या विचित्र गुन्ह्याच्या बाबतीत अशा वावड्या नेहमीच्याच होत्या.

अडा गावाला या गुन्ह्यामुळे, पुन्हा एकदा धक्का बसला होता. डेबी कार्टरचा खून होऊन सतरा महिने झाले होते आणि आत्ता कुठे गावकरी त्या दुःस्वप्नातून सावरत होते. पुन्हा एकदा दरवाजे नुसतेच कुलूपबंद नाही, तर दुहेरी कुलपांनी संरक्षित व्हायला लागले, पुन्हा एकदा किशोरवयीनांसाठी कठोर संचारबंदी लागू झाली आणि स्थानिक दुकानांमधून बंदुकांची जोरदार खरेदी सुरू झाली. ज्या गावात कॉलेज होतं, प्रत्येक कोपऱ्यावर दोन चर्च होती, त्या छोट्याशा सुंदर गावाला कोणाची नजर लागली काही कळत नव्हतं.

काही आठवडे गेले आणि अडामधल्या बऱ्याचशा जनतेचं आयुष्य हळूहळू पूर्वपदावर आलं. लवकरच उन्हाळा सुरू झाला आणि मुलांच्या शाळांना सुट्ट्या लागल्या. अफवांचा जोर कमी झाला होता; पण त्या पूर्णपणे थांबल्या नव्हत्या. टेक्सासमध्ये पकडलेला एक संशयित दहा स्त्रियांचा खून केल्याच्या बढाया मारत होता. त्याला प्रश्न विचारण्यासाठी अडाचे पोलीस घाईघाईने तिथे पोहोचले. मिसुरीमध्ये एका स्त्रीचा मृतदेह सापडला; पण तिच्या पायावर गोंदवलेलं होते, डेनिसच्या शरीरावर टॅटू नव्हते.

उन्हाळ्यापाठोपाठ पानगळीचा मोसमही असाच गेला. ज्याच्या आधारे पोलीस डेनिस हॅरावेच्या शवापर्यंत पोहोचू शकतील, असा काहीही मागमूस नाही किंवा कुठला सुगावाही मिळू शकला नाही.

कार्टर खुनाच्या तपासातही काहीच प्रगती नव्हती. उलगडा न झालेल्या दोन सनसनाटी खुनांमुळे अडा पोलीस दलामधलं वातावरण गंभीर आणि तणावपूर्ण बनलं होतं. तासन्‌तास कष्ट केले जात होते; पण त्याचं काहीच फळ मिळत नव्हतं. पुनःपुन्हा जुनेच सुगावे तपासले जात होते, त्यांचा मागोवा घेतला जात होता; पण पूर्वीचेच निकाल समोर येत होते. गॅरी रॉजर्स आणि डेनिस स्मिथ यांचं आयुष्यच या दोन खुनांनी व्यापून टाकलं होतं.

रॉजर्सवर तर अधिक दडपण होतं. डेनिस हॅरावे नाहीशी होण्याच्या एक वर्ष आधी, अशाच प्रकारचा गुन्हा, अडाच्या उत्तरेला तीस मैलांवर असलेल्या सेमिनोल इथे घडला होता. अठरा वर्षांची पॅटी हॅमिल्टन नावाची एक मुलगी, अशाच प्रकारच्या रात्रभर उघड्या असणाऱ्या एका दुकानात काम करत असताना नाहीशी झाली होती. एक ग्राहक दुकानात आल्यावर, त्याला ते दुकान रिकामं आढळलं होतं, पैशांचे खण साफ करण्यात आले होते, काउंटरवर सॉफ्ट ड्रिंकचे उघडण्यात आलेले दोन कॅन पडले होते आणि झटापट झाल्याच्या खुणा अजिबात नव्हत्या. तिची कुलूप लावलेली कार दुकानाच्या बाहेर होती. त्या मुलीचा काहीही मागमूस लागला नव्हता, तिचं अपहरण करण्यात येऊन तिचा खून झाला असावा, असं गृहीत धरूनच पोलीस गेले वर्षभर वावरत होते.

पॅटी हॅमिल्टन प्रकरण OSBIच्या गॅरी रॉजर्सकडेच सोपवण्यात आलं होतं. डेबी कार्टर, डेनिस हॅरावे, पॅटी हॅमिल्टन या तीन तरुणींच्या खुनाची न सुटलेली प्रकरणं रॉजर्सच्या टेबलावर पडून होती.

जोपर्यंत ओक्लाहोमा एक वसाहत होती, तोपर्यंत बंदुका घेऊन फिरणारे, पोलिसांपासून दूर पळणारे, फरारी गुन्हेगार अशा लोकांसाठी स्वर्ग असल्याची अडाची ख्याती अगदी योग्यच होती. आपसांतले तंटे पिस्तुलाच्या साहाय्याने मिटवले जायचे. आपले पिस्तूल त्वरेने बाहेर काढणारा जिंकायचा आणि त्याला नागरी अधिकाऱ्यांकडून शिक्षा व्हायची भीती नसल्यामुळे तो मुक्तपणे फिरायचा. अडा ही रेड इंडियन लोकांची वसाहत असल्यामुळे आणि अजूनही ते 'युनायटेड स्टेट्स'चा हिस्सा न बनल्यामुळे बँक दरोडेखोर, गुरं-ढोरं चोरणारे असे सगळे तिथे येऊन राहायचे. एकतर शेरीफ तिथे क्वचितच सापडायचे आणि जेव्हा असतील तेव्हाही, अडामध्ये आणि आजूबाजूला स्थायिक झालेल्या व्यावसायिक गुन्हेगारांच्या समोर ते टिकाव धरू शकायचे नाहीत.

शेवटी १९०९ साली, जेव्हा गावकऱ्यांना दहशतीखाली जगण्याचा वीट आला, तेव्हा गावाची बेबंदशाहीची प्रतिमा नाट्यमयरीत्या बदलली. गुरांची पैदास करणाऱ्या गस बॉबीट नावाच्या एका प्रतिष्ठित माणसाची, त्याच्याशी वैर असलेल्या

एका जमीनमालकाने, भाडोत्री व्यावसायिक मारेकऱ्याकरवी हत्या करवली. खुनी आणि षड्यंत्रातले तीन साथीदार अशा चौघांना अटक करण्यात आली आणि त्याबरोबर एखादा साथीचा रोग यावा तसा, गुन्हेगारांना फासावर लटकवण्याचा आजार गावात फैलावला. अडाच्या प्रामाणिक आणि आदरणीय सदस्य असणाऱ्या 'मेसन्स'नी पुढाकार घेत, १९ एप्रिल, १९०९च्या सकाळी, गुन्हेगारांना फाशी देण्यासाठी एका गटाची स्थापना केली. डाउनटाउन अडामधल्या ब्रॉडवे इथल्या 'मेसनिक हॉल'मधून त्या गटाचे सदस्य ठाम निर्धाराने बाहेर पडले आणि काही मिनिटांनी ते तुरुंगात पोहोचले. त्यांनी शेरीफला नमवून, चारही गुंडांना त्यांच्या कोठडीमधून खेचून बाहेर काढलं आणि आधीच या कामासाठी निर्धारित करून ठेवलेल्या एका तबेल्याकडे त्यांना रस्त्यातून फरफटत, ओढत नेलं. चौघांचेही घोटे आणि मनगटं वायरनी बांधण्यात आले आणि प्रत्येकाला विधिवत फाशी देण्यात आलं.

दुसऱ्या सकाळी लवकरच एक फोटोग्राफर त्या कोठाराकडे गेला आणि त्याने काही फोटो काढले. काळाच्या ओघात त्यातले बाकीचे फोटो नष्ट झाले, तरी एक फोटो शिल्लक राहिला. तो काळ्या-पांढऱ्या रंगातला फोटो थोडा फिकट झाला असला, तरी चारही माणसं दोरखंडाला लटकताना, निश्चल, अगदीच शांत वाटणारी आणि नक्कीच मरण पावलेली अशी त्या फोटोत स्पष्ट दिसत होती. कित्येक वर्षांनंतर तो फोटो पोस्टकार्डवर छापण्यात आला आणि 'चेंबर ऑफ कॉमर्स'तर्फे त्या पोस्टकार्डाचं वाटप करण्यात आलं.

काही तपं लोटली, तरी अडाच्या दृष्टीने हा फाशी देण्याचा कार्यक्रम ही एक अभिमानाची बाब होती.

५

कार्टर प्रकरणात डेनिस स्मिथ आणि गॅरी रॉजर्स यांच्याकडे फक्त शवविच्छेदनाचा अहवाल, केसांचे नमुने आणि 'शंकास्पद' पॉलिग्राफ चाचणी एवढंच नव्हतं, तर खुनी कोण आहे याची त्यांना खात्रीही होती. रॉन विल्यमसन आत्ता जरी तुरुंगात असला, तरी तो परत येणारच होता आणि त्याला कधीतरी त्यांनी ताब्यात घेतलाच असता.

पण हॅरावे प्रकरणात त्यांच्याजवळ काहीच नव्हतं; शव नाही, साक्षीदार नाहीत, एकही ठोस सुगावा नाही. पोलिसांच्या चित्रकाराने काढलेली रेखाचित्रं खरंतर अडामधल्या निम्म्याअधिक तरुणांशी जुळू शकली असती; पण पोलिसांना लवकरच काही सुगावा मिळणार होता.

अनपेक्षितपणे त्यांना जेफ मिलर या माणसाच्या रूपात त्या गुन्ह्यातला एक दुवा मिळाला. ऑक्टोबर १९८४ च्या सुरुवातीला, जेफ मिलर अडा पोलिसांकडे आला आणि त्याने डिटेक्टिव्ह डेनिस स्मिथबरोबर बोलण्याची इच्छा व्यक्त केली. त्याला हॅरावे प्रकरणाबद्दल काही माहिती असल्याचं त्याने सांगितलं.

मिलर हा एक स्थानिक तरुण होता. गुन्हेगारी पार्श्वभूमी नसली, तरी पोलिसांना तो साधारणतः माहिती होता. त्यांच्या मते, गावातल्या बऱ्याच अस्वस्थ तरुणांपैकी तो एक होता. रात्री उशिरापर्यंत भटकायचा, सारखा नोकरी बदलायचा आणि बहुतेक वेळा कारखान्यांमधूनच काम करायचा. मिलर खुर्चीत बसला आणि त्याने आपली कहाणी सांगायला सुरुवात केली.

ज्या रात्री डेनिस हॅरावे नाहीशी झाली, त्या रात्री जवळच असलेल्या 'ब्ल्यू रिव्हर' या ठिकाणी एक पार्टी चालू होती. ते ठिकाण अडाच्या दक्षिणेला साधारण पंचवीस मैलांवर होतं. जेफ मिलर स्वतः त्या पार्टीला हजर नव्हता; पण तेव्हा तिथे उपस्थित असलेल्या दोन स्त्रिया त्याच्या परिचयाच्या होत्या. त्याने स्मिथला त्या दोघींची नावं सांगितली. त्या दोघींनी मिलरला असं सांगितलं की, टॉमी वॉर्ड त्या पार्टीला हजर

होता आणि पार्टीच्या सुरुवातीलाच कधीतरी असं लक्षात आलं की, दारूचा साठा कमी आहे. वॉर्डकडे स्वतःचं वाहन नव्हतं, तरी तो जाऊन बिअर घेऊन यायला तयार झाला. तिथल्या जेनेट रॉबर्ट्स नावाच्या एका स्त्रीकडून त्याने पिक-अप ट्रक घेतला आणि तो एकटाच निघून गेला. काही तासांनंतर तो परत आला; पण त्याने बिअर आणलीच नव्हती. तो खिन्न दिसत होता आणि रडत होता. तो का रडतोय असं विचारल्यावर, 'आपण काहीतरी भयानक गोष्ट केली आहे' असं तो बोलला. काय केलंस? पार्टीतल्या प्रत्येकाला ते जाणून घेण्याची इच्छा होती. काही कारणाने, वाटेमध्ये लागलेल्या अनेक बिअरच्या दुकानांपैकी कुठेही न थांबता, तो थेट अडापर्यंत गेला होता. तिथूनही पुढे जाऊन, गावाच्या पूर्वेला असलेल्या मॅकनलीज् इथे आपण आलोय हे त्याच्या लक्षात आलं. तिथल्या मदतनीस तरुणीला खेचून त्याने आपल्या गाडीत बसवलं, तिच्यावर बलात्कार केला, तिचा खून केला, तिच्या प्रेताची विल्हेवाट लावली आणि जे घडलं, त्याबद्दल आता त्याला अतिशय वाईट वाटत होतं.

अट्टल दारूबाज आणि अमली पदार्थांचं सेवन करणाऱ्या अशा अकस्मात जमलेल्या टोळक्यासमोर आपला कबुलीजबाब देणं त्याला तर्कशुद्ध वाटलं!

त्या दोन स्त्रियांनी हे पोलिसांना न सांगता, त्याला का सांगितलं याचं काही स्पष्टीकरण मिलर देऊ शकला नाही, तसेच ही माहिती द्यायला त्या पाच महिने का थांबल्या, याबाबत तो काही सांगू शकला नाही.

ती कहाणी कितीही हास्यास्पद वाटली तरी, डेनिस स्मिथने त्याचा तत्परतेने पाठपुरावा केला. त्याने त्या दोन स्त्रियांचा शोध घेण्याचा प्रयत्न केला; पण त्या केव्हाच अडा सोडून दुसरीकडे राहायला गेल्या होत्या. शेवटी एका महिन्यानंतर जेव्हा त्याने त्या दोघींना हुडकून काढलं, तेव्हा त्या दोघींनी आपण त्या पार्टीला हजर असल्याचा इन्कार केला, टॉमी वॉर्डला त्या किंवा दुसऱ्या कुठल्याही पार्टीमध्ये पाहिल्याचा इन्कार केला, दुकानात काम करणारी तरुणीच नाही तर इतर कुठल्याही तरुणीचं अपहरण होऊन खून झाल्याची गोष्ट ऐकल्याचा इन्कार केला; एवढंच नाही तर जेफ मिलरने आपल्या कहाणीत जे काही सांगितलं होतं, त्या सगळ्याचाच त्यांनी इन्कार केला.

डेनिस स्मिथने जेनेट रॉबर्ट्सला शोधून काढलं. ती सत्तर मैलांवर असलेल्या नॉर्मन इथे, नवरा माइक रॉबर्ट्सबरोबर राहत होती. १२ ऑक्टोबरला स्मिथ आणि डिटेक्टिव्ह माइक बस्कीन, नॉर्मनला जाऊन पूर्वसूचना न देता जेनेटच्या घरी पोहोचले. त्यांनी तिला काही प्रश्नांची उत्तरं देण्यासाठी आपल्या पाठोपाठ पोलीस चौकीवर यायला सांगितलं, ती नाखुशीनेच तयार झाली.

तिने मान्य केलं की ती, माइक, टॉमी वॉर्ड, कार्ल फोन्टेनॉट आणि इतर

बरेचजण 'ब्ल्यू रिव्हर'ला पार्टी करायचे. हॅरावे मुलगी नाहीशी झाली, त्या रात्री ते तिथे नव्हते याची तिला खात्री होती. ती बरेचदा तिचा पिक-अप ट्रक टॉमी वॉर्डला वापरायला द्यायची; पण 'ब्ल्यू रिव्हर'च्या पार्टीमधून किंवा इतर कुठल्याही पार्टीच्या वेळी मध्येच ट्रक घेऊन तो कधीही गेला नव्हता. तिने त्याला खिन्न झालेला किंवा रडताना कधी पाहिला नव्हता. एखाद्या तरुणीवर बलात्कार करून तिचा खून केला असं त्याला हुंदके देऊन बडबडतानाही तिने कधी ऐकलं नव्हतं. 'नाही सर, असं कधीच घडलेलं नाही,' तिला पूर्ण खात्री होती.

टॉमी वॉर्ड सध्या रॉबर्ट्स यांच्याकडेच राहतोय आणि माइकबरोबर काम करतोय, हे ऐकून दोन्ही डिटेक्टिव्हजना आनंद झाला. माइक आणि टॉमीला एका कंत्राटदाराकडे काम मिळालं होतं. दोघेही खूप वेळ काम करायचे; अगदी सूर्योदयापासून ते अंधार पडेपर्यंत त्यांचं काम चालायचं. वॉर्ड कामावरून घरी परत येईपर्यंत नॉर्मनमध्येच थांबून त्याला प्रश्न विचारायचे, असं स्मिथ आणि बस्कीन यांनी ठरवलं.

घरी परत येताना, माइक आणि टॉमीने वाटेत थांबून बिअर विकत घेतली. पोलिसांशी बोलण्याचं टाळायला, 'बिअर प्यायची असल्यामुळे' हे फक्त एक कारण होतं; पण जास्त महत्त्वाचं म्हणजे टॉमीला पोलीस आवडत नव्हते. नॉर्मनमधल्या पोलीस स्टेशनमध्ये जायला तो नाखूश होता. काही महिन्यांपूर्वीच, अडा पोलिसांनी त्याला खुनाबाबत प्रश्न विचारून झाले होते आणि आपल्यापुरतं तरी ते प्रकरण संपलंय असंच तो समजत होता. अडा सोडण्याचं एक कारण म्हणजे, पोलिसांच्या चित्रकाराने काढलेल्या चित्रासारखा तो दिसतो, असा शेरा बरेचजण मारायचे; त्यामुळे तो अगदी वैतागला होता. त्याने बरेचदा त्या चित्राकडे बघितलं होतं; पण त्याला तर काही साम्य आढळलं नव्हतं. खरंतर ते फक्त एक रेखाचित्र होतं, ज्याने संशयिताला कधीही पाहिलेलं नाही आणि पाहण्याची शक्यताही नाही अशा एका चित्रकाराने काढलेलं, तो चेहरा अडामध्ये राहणाऱ्या कुठल्यातरी एखाद्या व्यक्तीबरोबर जुळवण्यासाठी ते समाजासमोर प्रसारित केलं गेलं होतं. गुन्ह्याची उकल करण्यासाठी प्रत्येकाचीच पोलिसांना मदत करण्याची इच्छा होती. ते छोटंसं गाव होतं. एक तरुण मुलगी नाहीशी होणं ही मोठी बातमी होती. टॉमी ओळखत असलेल्या प्रत्येकानेच कधी ना कधी, त्या संशयिताची ओळख पटवण्याचा प्रयत्न केला होता.

अडा पोलिसांबरोबर टॉमीचे आत्तापर्यंत बरेचदा खटके उडाले होते, गंभीर किंवा हिंसक काही नसलं तरी ते त्याला ओळखत होते आणि तोही त्यांना ओळखून होता; त्यामुळे स्मिथ आणि रॉजर्स यांना शक्य तेवढं टाळायची टॉमीची इच्छा होती.

जेनेटच्या मते, जर टॉमीकडे लपवण्यासारखं काही नसलं, तर त्याने बेलाशक पोलीस स्टेशनवर जाऊन डेनिस स्मिथ आणि माइक बस्कीन यांच्याबरोबर बोलावं. हॅरावे मुलीबरोबर टॉमीचा कुठल्याही प्रकारे संबंध नसला, तरी त्याचा पोलिसांवर

विश्वास नव्हता. त्या मुद्द्यावर तासभर विचारविनिमय केल्यावर, आपल्याला नॉर्मन पोलीस स्टेशनवर घेऊन चलण्याची त्याने माइकला विनंती केली.

स्मिथ आणि बस्कीन त्याला व्हिडिओसामग्रीने सज्ज असलेल्या तळघरात घेऊन गेले. मुलाखतीची टेप बनवण्यात येणार असल्याची त्याने टॉमीला कल्पना दिली. टॉमी चिंतातुर झाला होता, तरीपण त्याने तयारी दर्शवली. व्हिडिओ चालू केला गेला, त्याला त्याचे 'मिरांडा' हक्क वाचून दाखवण्यात आले आणि हक्क सोडून देत असल्याच्या अर्जावर त्याने सही केली.

पोलिसांनी सौजन्यपूर्ण पद्धतीने सुरुवात करत त्याला सांगितलं की, ही मुलाखत नेहमीप्रमाणेच सर्वसाधारण आहे आणि त्यात विशेष महत्त्वाचं असं काही नाही. त्यांनी टॉमीला विचारलं की, त्याची पाच महिन्यांपूर्वी घेण्यात आलेली मुलाखत त्याला आठवते का? नक्कीच आठवते; तेव्हा तो त्यांच्याशी खरं बोलला होता का? हो! आता तो खरं बोलतोय का? हो!

काही मिनिटांतच स्मिथ आणि बस्कीन यांनी उलटसुलट प्रश्न विचारून, एप्रिलमधल्या त्या आठवड्यातल्या दिवसांबाबत टॉमीचा गोंधळ उडवून दिला. डेनिस हॅरावे नाहीशी झाली, त्या दिवशी टॉमीने त्याच्या आईच्या घरी नळदुरुस्तीचं काम केलं होतं, नंतर अंघोळ करून तो रॉबर्ट्स कुटुंबाच्या घरी पार्टीसाठी गेला होता. पोलिसांच्या म्हणण्याप्रमाणे, पाच महिन्यांपूर्वी हे सांगताना त्याने या घटना हॅरावे नाहीशी होण्याच्या आदल्या दिवशी घडल्या असं सांगितलं होतं. ''माझा फक्त वारांचा थोडासा गोंधळ होतोय.'' त्याने समजवायचा प्रयत्न केला; पण पोलिसांचा त्यावर विश्वास बसत नव्हता.

पोलीस म्हणत होते, ''आम्हाला तू खरं सांगितलेलं नाहीस, हे तुझ्या कधी लक्षात आलं?'' आणि ''तू आत्ता तरी खरं सांगतो आहेस का?'' की ''तू स्वतःसाठी आणखी गंभीर समस्या निर्माण करतो आहेस?''

त्यांचा स्वर कठोर आणि आरोप करणारा होऊ लागला. स्मिथ आणि बस्कीनने खोटं सांगत असा दावा केला की, त्या शनिवारच्या रात्री टॉमी 'ब्ल्यू रिव्हर'मध्ये पार्टीला आला होता आणि पिक-अप ट्रक घेऊन तिथून निघून गेला, हे शपथेवर सांगायला तयार असणारे काही साक्षीदार त्यांच्याकडे आहेत.

आपल्या हकिकतीप्रमाणे टॉमीने सांगितलं, दिवस चुकतोय. शुक्रवारी तो मासेमारीसाठी गेला होता, शनिवारी रॉबर्ट्स कुटुंबाच्या घरी पार्टीला गेला होता आणि रविवारी 'ब्ल्यू रिव्हर'ला पार्टीला गेला होता.

खरं काय ते माहिती असल्यामुळे त्याला प्रश्न पडला की, 'पोलीस खोटं का बोलत असावेत?'

खोटेपणा पुढेही चालूच राहिला – ''तुला मॅकनलिज्मध्ये दरोडा टाकायचा

होता, हे खरं आहे ना? तशी साक्ष द्यायला तयार असणारी माणसंही आमच्याकडे आहेत.''

टॉमी नकारार्थी मान हलवत, आपल्या म्हणण्यावर ठाम राहिला; पण तो अतिशय काळजीत पडला होता. पोलीस जर इतक्या सहजासहजी खोटेपणाला तयार आहेत, तर ते कुठल्याही थराला जाऊ शकतील, याची त्याला भीती वाटायला लागली.

डेनिस स्मिथने हॅरावेचा एक मोठा फोटो टॉमीच्या चेहऱ्याच्या अगदी जवळ धरत विचारलं, ''या मुलीला तू ओळखतोस?''

''मी तिला ओळखत नाही; पण मी तिला बघितलंय.''

''तू या मुलीचा खून केलास?''

''नाही, मी केला नाही. कोणाचंही जीवन मी हिरावून घेऊ शकत नाही.''

''मग तिचा खून कोणी केला?''

''मला माहिती नाही.''

डेनिसने फोटो तसाच धरून ठेवत विचारलं की, ''ती सुंदर होती का? तिच्या कुटुंबीयांना तिचं दफन केलं तर बरं वाटेल. दफन करण्यासाठी ती कुठे आहे हे कळलं, तर बरं होईल.''

''ती कुठे आहे, हे मला माहिती नाही.'' टॉमी म्हणाला. तो फोटोकडे एकटक बघत होता आणि आपल्यावर हे आरोप केले जात असलेले ऐकून अचंबित झाला होता.

''ती कुठे आहे हे तू मला सांगितलंस, तर तिच्या कुटुंबीयांना तिचं दफन करता येईल.''

''मला माहिती नाही.''

''तुझी कल्पनाशक्ती वापर,'' स्मिथ बोलला. ''दोघेजण तिला घेऊन गेले, तिला आपल्या पिक-अपमध्ये बसवलं आणि दूर नेलं. त्यांनी शवाचं काय केलं असेल असं तुला वाटतं?''

''मी सांगू शकत नाही.''

''तुझी कल्पनाशक्ती वापर. तुला काय वाटतं?''

''ती जिवंतही असू शकेल, मी सांगू शकत नाही. तुम्हीही सांगू शकणार नाही, कोणीच सांगू शकणार नाही.''

प्रश्न विचारत असताना, स्मिथने फोटो तसाच धरून ठेवला होता. टॉमीने दिलेल्या प्रत्येक उत्तराकडे ते दुर्लक्ष करत होते. एकतर उत्तर खोटं आहे असं तरी ते दर्शवायचे किंवा आपण काही ऐकलंच नाही, असा आव आणायचे. ते वारंवार त्याला विचारत होते, 'तुला ती सुंदर वाटते का? तुला काय वाटतं, तिच्यावर हल्ला

झाला, तेव्हा ती किंचाळली असेल का? तिच्या कुटुंबीयांना तिचं व्यवस्थित दफन करायला मिळावं असं तुला वाटत नाही का?'

''टॉमी, तू यासाठी प्रार्थना केलीस का?'' स्मिथने विचारलं.

शेवटी त्याने फोटो बाजूला ठेवला आणि टॉमीला त्याच्या मानसिक स्वास्थ्याबद्दल, पोलिसांनी काढलेल्या रेखाचित्राबद्दल, त्याच्या शैक्षणिक पार्श्वभूमीबद्दल विचारलं. नंतर पुन्हा त्याने फोटो उचलून टॉमीच्या चेहऱ्याच्या अगदी जवळ धरला आणि जुनेच प्रश्न विचारायला सुरुवात केली – तिच्या खुनाबद्दल, शवाचं दफन करण्याबद्दल आणि तिच्या सुंदर दिसण्याबद्दल!

माइक बस्कीनने डेनिसच्या कुटुंबीयांना भोगाव्या लागत असलेल्या त्रासाचं वर्णन करत, दुःखद कहाणी सांगत माहिती काढून घेण्याचा प्रयत्न केला. ''त्यांचं दुःख संपवण्यासाठी, ती कुठे आहे एवढंच तुला सांगायचंय.''

टॉमी बोलला, ''तुम्ही बोलताय ते सगळं मला पटतंय; पण ती कुठे आहे याची मला काहीच कल्पना नाही.''

शेवटी व्हिडिओ बंद करण्यात आला. मुलाखत एक तास आणि पंचेचाळीस मिनिटं चालली होती. आपल्याला डेनिस हॅरावेच्या नाहीशा होण्याबद्दल काहीही माहिती नाही या आपल्या मूळ निवेदनापासून टॉमी वॉर्ड एकदाही ढळला नाही. या भेटीनंतर मात्र तो चांगलाच हादरला होता; पण त्याने काही दिवसांनंतर येऊन पॉलिग्राफ चाचणी देण्याचं मान्य केलं.

नॉर्मन पोलीस स्टेशनपासून रॉबर्ट्स कुटुंब जवळच राहत होते. टॉमीने चालतच घरी जायचं ठरवलं. स्वच्छ मोकळ्या हवेत आल्यावर त्याला बरं वाटलं. त्याला ज्या पद्धतीची कठोर वागणूक देण्यात आली होती; त्यामुळे तो संतापला होता. त्या मुलीचा खून केल्याचा आरोप त्यांनी त्याच्यावर केला होता. वारंवार खोटं बोलून त्याला फसवायचा त्यांनी प्रयत्न केला होता.

अडाला परतत असताना, आपण खरा गुन्हेगार शोधून काढलाय अशीच स्मिथ आणि बस्कीन यांची खात्री पटली होती. त्या रात्री जेपीज्मध्ये थांबलेल्या आणि विचित्र वागणाऱ्या दोन मुलांपैकी एकाच्या चित्रासारखा टॉमी वॉर्ड दिसत होता. डेनिस नाहीशी झाली त्या रात्री तो कुठे होता, याबद्दलची माहितीही त्याने बदलली होती आणि आत्ताच झालेल्या मुलाखतीत तो फारच घाबरलेला दिसत होता.

सुरुवातीला, आपण पॉलिग्राफ चाचणी देणार आहोत, या कल्पनेने टॉमीला हायसं वाटलं. आपण खरं तेच सांगायचं, चाचणीत ते सिद्ध होईलच आणि मग पोलिसांचा आपल्यामागचा ससेमिरा संपेल असंच तो समजत होता. नंतर त्याला भीतिदायक स्वप्नं दिसू लागली – खून, पोलीस त्याच्यावर करत असलेले आरोप, रेखाचित्रातील

माणसाशी असलेल्या त्याच्यातल्या साम्याबद्दलचे शेरे, डेनिस हॅरावे हिचा सुंदर चेहरा आणि तिच्या कुटुंबीयांची होत असलेली तगमग. आपल्यावर हे आरोप का ठेवले जाताहेत?

तोच गुन्हेगार असल्याची पोलिसांना खात्री वाटत होती. त्यांना तो गुन्हेगार असायला हवा होता! मग त्याने सत्य-अन्वेषण चाचणीवर तरी का विश्वास ठेवावा? एखाद्या वकिलाचा सल्ला घेणं योग्य होईल का?

त्याने आईला फोन केला आणि आपल्याला पॉलिग्राफ चाचणीची आणि पोलिसांची भीती वाटत असल्याचं सांगितलं. ''मला भीती वाटते की, मी बोलू नये असं काहीतरी ते माझ्याकडून वदवून घेतील.'' तिने सल्ला दिला की, खरं काय ते सांग, सगळं काही व्यवस्थित होईल.

ऑक्टोबर १८, गुरुवारची सकाळ, ओक्लाहोमा शहरातल्या, रॉबर्ट्स यांच्या घरापासून वीस मिनिटांच्या अंतरावर असलेल्या OSBIच्या ऑफिसमध्ये, माइक रॉबर्ट्स आपल्या कारमधून टॉमीला घेऊन गेला. चाचणी साधारण एक तास चालणार होती. माइक बाहेर कारमध्ये बसेल आणि चाचणी संपल्यावर दोघेही कामावर जातील, असं त्यांचं ठरलं. त्यांच्या बॉसने त्यांना दोन तासांची सवलत दिली होती. टॉमीला इमारतीत शिरताना माइक रॉबर्ट्स कारमध्ये बसून बघत होता; पण हा मुलगा मुक्त जगातील शेवटचीच पावलं टाकतोय, असं माइकच्या ध्यानीमनीही नव्हतं. टॉमीचं उर्वरित आयुष्य तुरुंगांच्या भिंतींआड व्यतीत होणार होतं.

डेनिस स्मिथने सुहास्यवदनाने आणि मैत्रीपूर्ण हस्तांदोलन करत टॉमीचं स्वागत केलं. नंतर त्याला एका ऑफिसमध्ये नेऊन अर्धा तास वाट बघत बसवून ठेवलं. संशयिताला आणखी अस्वस्थ करण्याची पोलिसांची ही नेहमीचीच युक्ती होती. साडेदहा वाजता त्याला दुसऱ्या खोलीत नेण्यात आलं. तिथे एजंट रस्टी फिदरस्टोन, त्याच्या दृष्टीने विश्वासार्ह असलेलं पॉलिग्राफ यंत्र तयार ठेवून वाट बघत होता.

स्मिथ निघून गेला. वायर जोडताना ते यंत्र कसं काम करतं किंवा कसं काम करणं अपेक्षित आहे, ते रस्टीने टॉमीला समजावून सांगितलं. प्रश्नोत्तरं चालू होण्यापूर्वीच टॉमी घामाघूम झाला होता. सुरुवातीचे प्रश्न सोपे होते – कुटुंब, शिक्षण, नोकरी प्रत्येकालाच खरी उत्तरं माहिती होती, यंत्रानेही त्यावर शिक्कामोर्तब केलं. हे तर अगदीच सोपं दिसतंय, टॉमीच्या मनात आलं.

११.०५ मिनिटांनी फिदरस्टोनने टॉमीला 'मिरांडा' हक्क वाचून दाखवले आणि हॅरावे प्रकरणाबाबत खोदून-खोदून प्रश्न विचारायला सुरुवात केली. अडीच तास चाललेल्या क्लिष्ट आणि आडवळणाने विचारल्या गेलेल्या प्रश्नांनंतरही, टॉमी सत्यालाच चिकटून राहिला – 'डेनिस हॅरावे प्रकरणाबाबत मला काहीही माहिती नाही.'

मध्ये अजिबात न थांबता, चाचणी सलग दीड वाजेपर्यंत चालू होती, त्यानंतर सगळ्या वायर्स काढून फिदरस्टोन खोलीतून बाहेर निघून गेला. दिव्यातून पार पडल्यासारखा टॉमीने सुटकेचा निःश्वास टाकला. चाचणी उत्तम पार पडल्यामुळे आता तरी पोलीस आपला नाद सोडतील, असंच त्याला वाटत होतं.

पाच मिनिटांनी फिदरस्टोन परत आला आणि त्याने तयार होऊन आलेल्या ग्राफ्सचा अभ्यास सुरू केला. त्याने टॉमीला त्याचं चाचणीबद्दलचं मत विचारलं. परीक्षा पास झाल्याची आपल्याला खात्री आहे, आपल्या दृष्टीने हे प्रकरण संपलंय आणि आता त्याला कामावर जायला हवं, असं टॉमीने सांगितलं.

"एवढी घाई करू नकोस, तू नापास झाला आहेस," फिदरस्टोन म्हणाला.

टॉमीचा विश्वासच बसला नाही; पण फिदरस्टोनच्या मते, तो खोटं बोलतोय हे स्पष्टच दिसतं होतं आणि हेही उघडउघड कळत होतं की, हॅरावे प्रकरणाशी त्याचा संबंध आहे. त्याबद्दल काही बोलायला टॉमी तयार आहे का?

"बोलायचं, कशाबद्दल?"

"पॉलिग्राफ खोटं बोलत नाही," फिदरस्टोन म्हणाला. त्यांच्या समोरच असलेल्या कागदावरच्या निष्कर्षांकडे तो बोट दाखवत होता. खुनाबद्दल तुला काहीतरी माहिती आहे, तो सारखा म्हणत होता. जर टॉमीने मन मोकळं केलं, जे घडलंय ते सांगितलं, खरं बोलला तर ते टॉमीच्या दृष्टीनेच चांगलं होईल, असंही तो म्हणाला. फिदरस्टोन चांगल्या पोलिसाची भूमिका वठवत होता आणि टॉमीला मदत करायला उत्सुक असल्यासारखं दाखवत होता. टॉमीने जर त्याचा चांगुलपणा धुडकावून लावला तर मग मात्र, टॉमीवर झडप घालायला जे तापदायक पोलीस – स्मिथ आणि रॉजर्स – टपून बसलेत, त्यांच्या ताब्यात टॉमीला देण्यावाचून मला गत्यंतर नाही, असं तो दाखवत होता.

"आपण त्याबद्दल बोलू या," फिदरस्टोनने गळ घातली.

"बोलायला काही नाहीच," टॉमी ठामपणे सांगत होता. तो पुनःपुन्हा सांगत होता की, त्याने खरं तेच सांगितलंय. पॉलिग्राफ बनावट आहे किंवा त्यात काहीतरी गडबड आहे; पण फिदरस्टोन ऐकायला तयारच नव्हता.

चाचणीच्या आधी आपण निराश असल्याचं आणि कामावर जायला उशीर होत असल्यामुळे चाचणीदरम्यान आपण काळजीत होतो, हे टॉमीने मान्य केलं. सहा दिवसांपूर्वीच्या स्मिथ आणि रॉजर्सबरोबरच्या मुलाखतीने आपल्याला खूप अस्वस्थ केल्याचं आणि त्यामुळे आपल्याला भयानक स्वप्नं पडल्याचंही टॉमीने मान्य केलं.

कशा प्रकारची स्वप्नं? हे फिदरस्टोनला जाणून घ्यायचं होतं.

टॉमीने स्वप्नाचं वर्णन करून सांगितलं : तो एका केग पार्टीला गेलेला आहे, नंतर तो इतर दोन माणसं आणि एका मुलीबरोबर पिक-अप ट्रकमध्ये बसलाय, तो

जिथे लहानाचा मोठा झाला त्या अडाजवळच्या वीजनिर्मिती केंद्राजवळ ते गेले आहेत, त्यातल्या एका माणसाने त्या मुलीचा किस घ्यायचा प्रयत्न केला, तिने नकार दिला, तिच्या वाटेला जाऊ नकोस असं टॉमीने त्या माणसाला बजावलं. नंतर आपल्याला घरी जायचंय असं तो म्हणाल्यावर 'तू घरातच आहेस' असं एका माणसाने त्याला सांगितलं. त्याने खिडकीतून बाहेर पाहिलं, तर एकाएकी तो घरातच असल्याचं त्याच्या लक्षात आलं. उठायच्या थोडंच आधी आपण सिंकजवळ उभे आहोत आणि हाताला लागलेले काळ्या रंगाच्या द्रवाचे डाग धुण्याचा प्रयत्न करतोय, असं त्याला दिसलं. त्या मुलीची किंवा त्या दोन माणसांची ओळख त्याला पटू शकली नाही.

"या स्वप्नातून काहीही अर्थ निघत नाही," फिदरस्टोन म्हणाला.

"बरीचशी स्वप्नं निरर्थकच असतात," टॉमीने टोला मारला.

फिदरस्टोन शांत होता; पण 'खरं सांगून मोकळा हो, गुन्ह्याबद्दलचं सर्व काही मला सांग आणि खासकरून शव कुठे आहे ते मला सांग' असा सारखा टॉमीवर दबाव आणणं त्याने चालूच ठेवलं. त्याने पुन्हा एकदा दुसऱ्या खोलीत वाट बघत असलेल्या 'त्या दोन' पोलिसांच्या ताब्यात देण्याची टॉमीला धमकी दिली, जणू काही दीर्घकालीन छळाचं सत्र त्याची वाट पाहत असल्याचंच तो सुचवत होता.

टॉमीला धक्का बसला होता, तो गोंधळला होता आणि अतिशय घाबरला होता. जेव्हा त्याने फिदरस्टोनला कबुलीजबाब द्यायला नकार दिला, तेव्हा त्या चांगल्या भूमिकेतल्या माणसाने त्याला स्मिथ आणि रॉजर्सच्या ताब्यात दिलं. ते आधीच संतप्त होते आणि आता गुद्दे मारायला सुरुवात करणार की काय अशाच आविर्भावात होते. फिदरस्टोन खोलीतच थांबला आणि दार बंद झाल्याबरोबर स्मिथ जोरात ओरडत टॉमीकडे झेपावला "तू, कार्ल फोन्टेनॉट आणि ओडेल ट्विस्वर्थ तिघांनी मिळून त्या मुलीला पकडलंत, तिला जुन्या वीजनिर्मिती केंद्राकडे घेऊन गेलात, तिथे तिच्यावर बलात्कार करून तिचा खून केलात, बरोबर आहे ना?"

"नाही," न घाबरता विचार करण्याचा प्रयत्न करत टॉमीने स्पष्टपणे उत्तर दिलं.

"हरामखोर माणसा, काय ते स्पष्ट सांगून टाक," स्मिथ रागारागाने गुरगुरला. "तू पॉलिग्राफ चाचणीत नापास झालास, तू खोटं बोलतो आहेस हे आम्हाला कळलंय आणि तूच तिचा खून केलास हेही आम्हाला माहिती आहे."

ओडेल ट्विस्वर्थ नावाची व्यक्ती कोण हे आठवायचा प्रयत्न टॉमी करत होता. त्याने नाव ऐकलेलं होतं; पण त्या माणसाला तो कधीही भेटला नव्हता. अडाच्या जवळपासच कुठेतरी ओडेल राहत होता आणि त्याची ख्याती तेवढी चांगली नव्हती, एवढं टॉमीला आठवत होतं; पण त्याला कधी भेटल्याचं आठवत नव्हतं. कदाचित

त्याला एक-दोनदा पाहिलं असावं; पण काही आठवत नव्हतं, कारण त्याच्या समोरच त्याच्याकडे बोट रोखून स्मिथ ओरडत होता आणि आता तो कधीही मारहाण चालू करेल, असंच वाटत होतं.

तिघांनी मिळून मुलीला पळवण्याच्या त्याच्या कल्पनेचा तो पुनरुच्चार करत होता आणि टॉमी त्याला नकार देत होता. ''नाही, माझा त्या घटनेशी काहीही संबंध नाही, ओडेल ट्विस्वर्थ याला तर मी ओळखतही नाही.''

''हो, तू ओळखतोस; खोटं बोलणं बंद कर.'' स्मिथ म्हणाला.

त्यांच्या सिद्धान्तात कार्ल फोन्टेनॉटचा संबंध जोडला जाणं टॉमी समजू शकत होता, कारण त्या दोघांची काही वर्षांची मैत्री होती; पण असल्या आरोपांमुळे टॉमी गोंधळून गेला होता आणि ज्या उद्दामपणे ते खात्री देत होते; त्यामुळे तो हादरला होता. धमक्या आणि शिवीगाळ चालूच राहिली. हळूहळू भाषा खराब होत चालली आणि लवकरच अश्लील आणि बीभत्स शब्द वापरात यायला लागले.

टॉमी घामाघूम झाला होता, त्याचं डोकं गरगरत होतं आणि तो तर्कशुद्ध विचार करण्याचा निकराने प्रयत्न करत होता. आपल्या प्रतिक्रिया त्याने संक्षिप्त ठेवल्या होत्या. 'नाही, मी ते केलं नाही. नाही, माझा त्यात सहभाग नव्हता' याच्या पलीकडे तो जात नव्हता. आपणही उपरोधिक शेरे मारून त्यांना शाब्दिक फटकारे द्यावेत असं त्याला बरेचदा वाटलं; पण त्याला भीती वाटत होती. स्मिथ आणि रॉजर्स उसळून त्याच्या अंगावर येत होते, दोघांकडेही हत्यारं होती आणि ते दोघे आणि फिदरस्टोन या तिघांबरोबर तो एका खोलीत बंदिस्त होता. त्याची उलटतपासणी लवकर संपण्याची काही लक्षणं दिसत नव्हती.

सुरुवातीचे तीन तास फिदरस्टोनबरोबर चिंतातुर अवस्थेत, साशंकतेत घालवल्यावर आणि त्यानंतरचा स्मिथ आणि रॉजर्स यांच्याबरोबरचा एक तासाचा क्लेशदायक अनुभव घेतल्यानंतर टॉमीला खरोखरच थोडा वेळ विश्रांतीची गरज होती. त्याला स्वच्छतागृहात जायचं होतं आणि सिगारेट ओढून, डोक्यातला गोंधळ दूर करून मन साफ करायचं होतं. त्याला मदतीची गरज होती, कोणाशीतरी बोलून हे नक्की काय चाललंय, हे त्याला समजून घ्यायचं होतं.

''आपण थोडा वेळ थांबू या का?'' त्याने विचारलं.

''फक्त आणखी काही मिनिटं थांब,'' ते म्हणाले.

टॉमीचं लक्ष तिथे टेबलावर पडलेल्या व्हिडिओ कॅमेऱ्याकडे गेलं. कॅमेऱ्याचा वापर न होता, तो नुसताच पडून राहिलेला असल्यामुळे, टॉमीला झालेल्या शाब्दिक मारहाणीकडे त्याचं पूर्ण दुर्लक्ष झालं होतं. नक्कीच पोलिसांची ही नेहमीची पद्धत असूच शकत नाही, टॉमीच्या मनात आलं.

ओक्लाहोमामध्ये खुन्यांना विषारी इंजेक्शन देऊन मारण्यात येतं, याची टॉमीला

स्मिथ आणि रॉजर्स सारखी आठवण करून देत होते. त्याच्यासमोर आता मृत्यूच आहे, खात्रीशीर मृत्यू! हो; पण हे टाळण्याचे काही मार्ग आहेत. खरं सांगून मोकळं होणं, जे घडलंय ते सांगून टाकणं, त्यांना शव कुठे आहे ते दाखव. मग ते त्यांचं वजन वापरून त्याला काहीतरी सवलत नक्कीच मिळवून देतील, हेच ते बोलत होते.

"मी ते केलेलं नाही." टॉमी वारंवार सांगत होता.

त्याला एक स्वप्न पडलं होतं, फिदरस्टोनने आपल्या सहकाऱ्यांना सांगितलं.

टॉमीने पुन्हा एकदा ते स्वप्न ऐकवलं आणि पुन्हा एकदा त्याला नापसंती दर्शवली गेली. त्या स्वप्नातून काहीच अर्थ निघत नाही यावर तिन्ही पोलिसांचं एकमत झालं, त्यावर पुन्हा एकदा "बऱ्याच स्वप्नांचा अर्थ लागतच नाही." असं उत्तर टॉमीने दिलं.

पण त्या स्वप्नामुळे आपल्या हातास काहीतरी लागल्यासारखं पोलिसांना वाटू लागलं आणि त्यांनी त्यात भर घालायला सुरुवात केली. त्या ट्रकमधले बाकीचे दोघे म्हणजे कार्ल फोन्टेनॉट आणि ओडेल ट्विस्वर्थ होते, बरोबर?

"नाही," टॉमीने ठामपणे सांगितलं, "स्वप्नातल्या त्या माणसांची ओळख मला पटलेली नाही; त्यामुळे नावं नाहीत."

"खोटं बोलू नकोस आणि ती मुलगी म्हणजे डेनिस हॅरावे, बरोबर?"

"नाही, त्या स्वप्नातल्या मुलीलाही मी ओळखू शकलो नाही."

"खोटं आहे हे."

त्यानंतर एक तासभर, पोलिसांनी टॉमीच्या स्वप्नामध्ये त्यांना हवे असलेले तपशील भरले, त्यांनी भर घातलेल्या प्रत्येक गोष्टीचा टॉमीने इन्कार केला. ते फक्त एक स्वप्न होतं, तो त्यांना पुनःपुन्हा सांगत राहिला.

फक्त एक स्वप्न!

"खोटं बोलतो आहेस तू." पोलीस म्हणाले.

दोन तासांच्या सलग भडिमारानंतर, ताण असह्य होऊन टॉमी कोलमडून गेला. दहशतीमुळे त्याच्यावर दबाव आला. स्मिथ आणि रॉजर्स संतापलेले दिसत होते. कदाचित त्याला नुसती मारहाणच नाही, तर गोळी घालायची त्यांची इच्छा आणि तयारी दिसत होती; पण त्याचबरोबर मृत्युदंडापूर्वी, मृत्युकोठडीत सडण्याची भीषणताही त्याला भेडसावू लागली.

आणि टॉमीला आता हेही स्पष्ट दिसू लागलं की, पोलिसांना काहीतरी सांगितल्याशिवाय त्याची तिथून सुटका होणं शक्य नव्हतं. त्या खोलीमध्ये पाच तास काढल्यानंतर, त्याला थकवा आला होता, तो भांबावला होता आणि भीतीने थिजून गेला होता.

नंतर त्याने अशी एक घोडचूक केली की, ज्यामुळे त्याला मृत्युकोठडीत जावं लागणार होतं आणि त्याला आयुष्यभरासाठी आपलं स्वातंत्र्य गमवावं लागणार होतं.

टॉमीने आपण सहकार्य करत असल्याचा बहाणा करण्याचं ठरवलं. तो निरपराध होताच, तसंच कार्ल फोन्टेनॉट आणि ओडेल ट्विस्वर्थ हेसुद्धा निरपराधच असावेत, असं तो समजत होता. मग पोलिसांना जे हवं ते देऊन टाकावं, असं त्याने ठरवलं. त्यांच्या कल्पित गोष्टी आपल्याला मान्य आहेत असं दाखवावं. सत्य लवकरच बाहेर येईल. कदाचित उद्याच किंवा फार तर आणखी एखाद्या दिवसात; वस्तुस्थिती आपल्या कथेशी जुळत नाही, हे पोलिसांच्या लक्षात येईलच. ते कार्लशी बोलतील आणि तोही त्यांना खरं काय आहे ते सांगेलच. ते ओडेल ट्विस्वर्थला शोधून काढतील आणि तो तर त्यांच्या कल्पनेवर हसेलच!

आत्ता सहकार्य करावं, चांगल्या पोलीस-तपासातून सत्य बाहेर येईलच.

आणि जर त्याचा कबुलीजबाब पुरेसा हास्यास्पद असेल, तर त्यावर विश्वास तरी कोण ठेवेल? असा विचार तो करत होता.

''ओडेल आधी दुकानात शिरला होता ना?''

''हो, का नाही?'' टॉमी म्हणाला. ''शेवटी ते एक स्वप्नच तर आहे.''

आता पोलिसांना काही सुगावा मिळायला लागला होता. अखेर तो मुलगा त्यांच्या चाणाक्ष डावपेचांसमोर कोलमडायला लागला होता.

''दरोड्याचा हेतू होता, बरोबर?''

''नक्कीच, काय म्हणाल ते! शेवटी ते एक स्वप्नच आहे.''

दुपारभर स्मिथ आणि रॉजर्स त्या स्वप्नात कपोलकल्पित गोष्टींची भर घालत राहिले आणि टॉमी मान्य करत राहिला.

कारण शेवटी ते एक 'स्वप्न'च तर होतं.

हा वेडाविद्रा कबुलीजबाब चालू असतानाच, आपल्याला गंभीर समस्येला तोंड द्यावं लागणार आहे, हे खरंतर पोलिसांच्या लक्षात यायला हवं होतं. डिटेक्टिव्ह माइक बस्कीन अडाच्या पोलीस स्टेशनमध्ये वाट बघत होता. तो फोनजवळ बसला होता; पण आपण जिथे घटना घडताहेत त्या OSBI मध्ये असायला हवं होतं, असं त्याला वाटत होतं. दुपारी तीनच्या सुमारास गॅरी रॉजर्सचा महत्त्वाची बातमी सांगायला फोन आला – टॉमी वॉर्ड बोलू लागलाय! कारमध्ये बस आणि गावाच्या पश्चिमेला असलेल्या वीजनिर्मिती केंद्रात जा, तिथे शवाचा शोध घे. आता शोधमोहिमेचा शेवट जवळ आला असं समजून बस्कीन घाईघाईने तिथे पोहोचला.

त्याला काहीही सापडलं नाही. पूर्णपणे शोध घ्यायला आपल्याला आणखी काही माणसांची गरज लागेल, हे त्याला जाणवलं. तो पोलीस स्टेशनमध्ये परत

आला. तेवढ्यात पुन्हा फोन वाजला. गोष्ट बदलली होती. वीजनिर्मिती केंद्राकडे जाताना उजव्या हाताला एक जुनं जळून गेलेलं घर आहे, तिथेच शव आहे.

बस्कीन पुन्हा निघाला, घर शोधून काढलं, राडारोडा उपसून पाहिला; काही सापडलं नाही, तो परत आला.

रॉजर्सचा तिसरा फोन आल्यावर हा किचकट, निष्फळ शोध असाच चालू राहिला. गोष्ट पुन्हा एकदा बदलली होती. वीजनिर्मिती केंद्र आणि जळून गेलेल्या घराच्या आसपास कुठेतरी कॉंक्रीटचा एक बंकर आहे, शव तिथेच आहे.

बस्कीनने दोन अधिकाऱ्यांना बरोबर घेतलं, झगझगीत प्रकाश देणारे दिवे घेतले आणि ते बाहेर पडले. त्यांना तो कॉंक्रीटचा बंकर सापडला आणि अंधार पडला तरी त्यांची शोधाशोध चालूच राहिली.

परंतु त्यांना काहीही सापडलं नाही.

बस्कीनच्या आलेल्या प्रत्येक फोनबरोबर, स्मिथ आणि रॉजर्स टॉमीच्या स्वप्नात सुधारणा करायचे. काही तास असंच चाललं होतं. संशयित आता थकव्याच्याही पलीकडे पोहोचला होता. चांगला पोलीस – वाईट पोलीस, कधी हा पुढे – तर कधी तो पुढे, कधी हळुवार आवाज अगदी सहानुभूतीपूर्ण – नंतर जोरदार आरडाओरडा, शिवीगाळ, धमक्या. 'हरामखोर, खोटारडा' हे त्यांच्या खास आवडीचं होतं. हे किमान हजार वेळा तरी टॉमीला ओरडून ऐकवलं गेलं होतं.

"नशीब समज की, माइक बस्कीन इथे नाही," स्मिथ म्हणाला. "त्याने तर तुझा मेंदूच बाहेर काढला असता."

डोक्यात गोळी झाडली गेली असती, तरी आता टॉमी आश्चर्य वाटण्यापलीकडे गेला होता.

अंधार पडल्यानंतर, आज शव शोधता येणार नाही हे लक्षात आल्यावर, स्मिथ आणि रॉजर्स यांनी कबुलीजबाब आवरता घ्यायचं ठरवलं. व्हिडिओ कॅमेरा अजूनही बंदच होता. जुळवलेली कथा त्यांनी पुन्हा टॉमीकडून एकदा वदवून घेतली. ओडेलच्या ट्रकमधून तिघे निघाल्यापासून गोष्ट सुरू झाली. त्यांची दरोड्याची योजना होती, डेनिस आपल्याला नंतर ओळखू शकेल हे लक्षात आल्यावर, त्यांनी तिला जबरदस्तीने बरोबर घेतलं, नंतर तिच्यावर बलात्कार करून तिचा खून करायचं ठरलं. शवाच्या ठावठिकाणाबाबतचे तपशील संदिग्ध होते; पण जुन्या वीजनिर्मिती केंद्राजवळच कुठेतरी शव लपवलेलं असणार, अशी पोलिसांची खात्री होती.

टॉमी आता स्पष्टपणे विचार करू शकण्याच्या परिस्थितीत नव्हता आणि जेमतेम पुटपुटल्यासारखा बोलत होता. पोलिसांनी बनवलेली कथा त्याने म्हणून दाखवायचा प्रयत्न केला; पण तो घटनांची सरमिसळ करायला लागला. तो चुकला की स्मिथ आणि रॉजर्स त्याला थांबवायचे, त्याला पुन्हा ती कथा ऐकवायचे आणि

त्याला परत ती पहिल्यापासून म्हणून दाखवायला सांगायचे. चार वेळच्या सरावानंतर त्याच्यात थोडी सुधारणा झाल्यावर आणि आपला नायक आता कुठल्याही क्षणी झोपी जाऊ शकतो हे लक्षात आल्यावर, पोलिसांनी कॅमेरा चालू करण्याचा निर्णय घेतला.

आता हे सगळं बोलून दाखव, त्यांनी टॉमीला सांगितलं, चुका करू नकोस आणि स्वप्नाचा उल्लेखही करू नकोस.

"पण ही गोष्ट खरी नाही." टॉमी म्हणाला.

"सांगितलंय तेवढंच बोल," पोलिसांनी ठणकावलं आणि सांगितलं की, ही गोष्ट खरी नाही हे सिद्ध करायला आम्ही नंतर तुला मदत करू.

"आणि लक्षात ठेव, स्वप्नाचा उल्लेखही करायचा नाही."

संध्याकाळी ६ वाजून ५८ मिनिटांनी, टॉमी वॉर्डने कॅमेऱ्याकडे बघत आपलं नाव सांगितलं. साडेआठ तास त्याची उलटतपासणी चालली होती आणि तो शरीराने आणि मनाने गलितगात्र झाला होता. त्याला सिगारेट देण्यात आली, इथे आल्यापासूनची त्याची पहिली सिगारेट आणि सॉफ्ट ड्रिंकचा एक कॅन त्याच्यासमोर ठेवण्यात आला. सुसंस्कृत आणि चांगल्या वातावरणात, पोलिसांबरोबरची त्याची मैत्रीपूर्ण चर्चा नुकतीच संपल्याचा आभास तर त्यांनी उत्तम निर्माण केला होता.

त्याला पढवण्यात आलेली गोष्ट त्याने सांगितली. तो, कार्ल फोन्टेनॉट आणि ओडेल ट्विस्वर्थ या तिघांनी मिळून डेनिस हॅरावेचं दुकानामधून अपहरण केलं, गावाच्या पश्चिमेला असलेल्या जुन्या वीजनिर्मिती केंद्राजवळ ते गेले, तिथे तिच्यावर बलात्कार करून तिचा खून केला, नंतर 'सॅन्डी क्रीक'जवळ असलेल्या कॉंक्रीट बंकरच्या जवळपास तिचं शव टाकलं. ट्विस्वर्थजवळ असलेला सुरा खुनासाठी वापरण्यात आला.

हे सगळं एक स्वप्न होतं, असं तो बोलला किंवा त्याला असं बोलायचं होतं किंवा आपण ते बोललो, असं त्याला वाटलं.

बरेचदा त्याने 'ट्विस्डेल' असं नाव घेतलं. पोलिसांनी त्याला थांबवलं आणि मदत करत असल्याचा आव आणत 'ट्विस्वर्थ' हे नाव सुचवलं. टॉमीने चुकीची दुरुस्ती करत पुढे सुरुवात केली. तो विचार करत होता की, मी खोटं सांगतोय हे एखाद्या आंधळ्या पोलिसाच्याही लक्षात येऊ शकेल.

एकतीस मिनिटांनंतर व्हिडिओ बंद करण्यात आला. टॉमीला हातकड्या अडकवून, अडाला नेऊन तिथल्या तुरुंगात डांबण्यात आलं. OSBIच्या इमारतीच्या पार्किंगमध्ये माइक रॉबर्ट्स अजूनही त्याची वाट पाहत थांबला होता. तो जवळपास साडेनऊ तास तिथे होता.

दुसऱ्या दिवशी सकाळी स्मिथ आणि रॉजर्स यांनी पत्रकार परिषद बोलावली आणि हॅरावे प्रकरण सोडवण्यात यश आल्याची घोषणा केली. टॉमी वॉर्ड (वय वर्षे चोवीस, राहणार अडा) याने गुन्ह्याची कबुली दिली असून आणखी दोन माणसांचा गुन्ह्यात सहभाग असल्याचं सांगितलंय; त्या दोघांना अजून ताब्यात घेण्यात आलेलं नाही. दोन-चार दिवस थांबून, दोन्ही संशयितांना अटक होईपर्यंत ही बातमी न छापण्याची त्यांनी वार्ताहरांना विनंती केली. वृत्तपत्रांनी जरी त्यांच्या इच्छेला मान दिला, तरी एका टेलिव्हिजन केंद्राने त्यांना जुमानलं नाही. दक्षिण-पूर्व ओक्लाहोमामध्ये ही बातमी लगेचच प्रसारित करण्यात आली.

काही तासांनंतर, कार्ल फोन्टेनॉटला तलसाजवळ अटक करून अडाला आणण्यात आलं. टॉमी वॉर्डबरोबर मिळालेल्या यशामुळे हुरळून गेलेल्या स्मिथ आणि रॉजर्स यांनी उलटतपासणीचं काम स्वतःकडेच घेतलं. व्हिडिओ कॅमेरा तयार असूनही प्रश्नोत्तरांची टेप बनवली गेली नाही.

कार्ल वीस वर्षांचा होता आणि सोळाव्या वर्षापासून एकटा राहत होता. अडामध्येच अतिशय दारिद्र्यात तो लहानाचा मोठा झाला होता. त्याचे वडील अट्टल दारुडे होते आणि कार्लच्या डोळ्यांसमोरच कार अपघातात त्याच्या आईचा मृत्यू झाला होता. त्याला नातेवाईक असे जवळपास कोणी नव्हतेच, फार कमी मित्र होते आणि तो एक संस्कारक्षम मुलगा होता.

हॅरावे बेपत्ता होण्याच्या प्रकरणाशी आपला काही संबंध नसल्याचं आणि आपण निरपराध असल्याचं त्याने ठणकावून सांगितलं.

टॉमीच्या तुलनेत कार्ल फोन्टेनॉटचं मनोबल चिरडून टाकणं पोलिसांना फारच सोपं गेलं. दोनच तासांच्या आत स्मिथ आणि रॉजर्सकडे टेपवर रेकॉर्ड केलेला आणखी एक कबुलीजबाब होता आणि त्या जबाबाचं संशय येण्याएवढं साम्य टॉमीच्या जबाबाबरोबर होतं.

तुरुंगात टाकल्याबरोबर ताबडतोब कार्लने आपला कबुलीजबाब फेटाळला, नंतर त्याने निवेदन दिलं होतं : 'माझ्या आयुष्यात मी कधीही तुरुंगात गेलो नव्हतो किंवा पोलिसांकडे गुन्हेगार म्हणून माझी नोंद नव्हती. मी एका सुंदर तरुणीचा खून केलाय आणि त्यासाठी मला मृत्युदंडाची शिक्षा होऊ शकते हे मला कोणीही सांगितलं नाही, म्हणून मी त्यांना ती गोष्ट सांगितली आणि त्यामुळे ते माझा नाद सोडतील अशी माझी अपेक्षा होती. मी निवेदन टेप केलं. टेप करण्याचा किंवा लिहून देण्याचा पर्याय त्यांनी मला दिला होता. निवेदन देणं किंवा कबुलीजबाब देणं म्हणजे काय हेसुद्धा मला माहिती नव्हतं. टेप करून झाल्यावर, तू कबुलीजबाब दिलास असं ते म्हणू लागले. त्यांनी माझा नाद सोडावा म्हणूनच मी ते खोटं निवेदन दिलं.'

हे निवेदन वृत्तपत्रांपर्यंत पोहोचावं याची पोलिसांनी काळजी घेतली. वॉर्ड आणि

फोन्टेनॉट यांनी पूर्ण कबुलीजबाब दिला होता. हॅरावे प्रकरणातलं गूढ, काही प्रमाणात तरी सोडवण्यात पोलिसांना यश मिळालं होतं. ते आता ट्विस्वर्थच्या शोधात होते आणि थोड्याच दिवसांत तिघांवरही आरोप ठेवण्याच्या तयारीत होते.

त्या जळालेल्या घराचा ठावठिकाणा सापडला, तिथल्या तपासात जबड्याच्या हाडाचा काही भाग पोलिसांच्या हाती लागला. 'अडा ईव्हिनिंग न्यूज'मध्ये लगेचच ती बातमी छापून आली.

एवढी तयारी करून घेऊनसुद्धा कार्लच्या कबुलीजबाबात पूर्ण गोंधळ झाला होता. त्याच्या आणि टॉमीच्या गुन्ह्याच्या वर्णनात प्रचंड तफावत होती. काही तपशिलांमध्ये तर त्यांच्यात पूर्ण विरोधाभास होता. जसे डेनिसवर बलात्कार करण्याचा तिघांचा क्रम, बलात्कारादरम्यान तिला भोसकण्यात आलं किंवा नाही, किती वेळा आणि कुठे कुठे भोसकलं गेलं, सुटका करून घेऊन परत पकडण्यापूर्वी ती काही पावलं धावली होती का आणि शेवटी ती नक्की कधी मरण पावली? सर्वांत मोठी आणि ठळकपणे जाणवणारी विसंगती म्हणजे कशा पद्धतीने तिचा खून करण्यात आला आणि नंतर तिच्या शवाची कशा प्रकारे विल्हेवाट लावण्यात आली?

टॉमी वॉर्डच्या वर्णनाप्रमाणे, ओडेलच्या पिक-अपच्या मागच्या भागात होत असलेल्या सामूहिक बलात्कारादरम्यान, तिच्यावर बरेच वार झाले. तिथेच ती मरण पावली आणि त्यांनी तिचं प्रेत कॉंक्रीट बंकरजवळच्या एका मोठ्या खड्ड्यात फेकून दिलं. फोन्टेनॉटच्या आठवणीप्रमाणे असं घडलं नव्हतं. त्याच्या हकिकतीप्रमाणे, ते तिला एका रिकाम्या पडक्या घरात घेऊन गेले, तिथे ओडेल ट्विस्वर्थने तिला भोसकलं, तिला तिथल्या जमिनीत गाडण्याचा प्रयत्न केला, नंतर तिच्यावर आणि आजूबाजूला पेट्रोल ओतून ते घर पेटवून दिलं.

फक्त ओडेल ट्विस्वर्थच्या बाबतीत दोघांचं एकमत होतं, त्यानेच योजना आखली होती, तोच सूत्रधार होता, त्यानेच वॉर्ड आणि फोन्टेनॉटला बरोबर घेतलं होतं, आपल्या पिक-अपमध्ये घेऊन बिअर प्यायला, अमली पदार्थांचं सेवन करायला आणि नंतर मॅकनलीज् लुटायला बाहेर काढलं होतं. कुठलं दुकान लुटायचं हे एकदा नक्की झाल्यावर, ओडेल आत गेला आणि त्याने पैसे लुटले; मुलीला धरून बाहेर आणलं आणि नंतर तिने पोलिसांसमोर आपली ओळख पटवू नये म्हणून तिचा खून करणं आवश्यक असल्याचं आपल्या मित्रांना पटवून दिलं. तो त्यांना वीजनिर्मिती केंद्राजवळ घेऊन गेला. त्याने स्वतः सुरुवात करत, बाकीच्यांना बलात्कार करायला उद्युक्त केलं. त्यानेच हत्यार बाहेर काढलं, सहा इंच स्विच ब्लेड सुरी. त्याने तिला भोसकलं, तिचा खून केला आणि नंतर त्याने तिला जाळलं किंवा कदाचित नाही जाळलं. या गुन्ह्यामध्ये आपला सहभाग असल्याचं जरी त्यांनी मान्य केलं, तरी

ट्विस्वर्थ किंवा ट्विस्डेल किंवा त्याचं जे काही नाव असेल तो, त्यांच्या मते, तोच खरा जबाबदार ठरत होता.

१९ ऑक्टोबरच्या शुक्रवारी, दुपारी उशिरा पोलिसांनी ट्विस्वर्थला अटक केली आणि त्याची चौकशी चालू केली. आत्तापर्यंत चार वेळा, वेगवेगळ्या अपराधांसाठी दोषी ठरून त्याला शिक्षा झाली होती आणि पोलिसांबद्दलचं त्याचं मत अतिशय वाईट होतं. पोलिसांच्या तपासणीच्या डावपेचांचा त्याला चांगलाच अनुभव होता. पोलिसांच्या भडिमारासमोर तो तसूभरही ढळला नाही. हॅरावे प्रकरणाबद्दल मला काहीही माहिती नाही, मग टॉमी आणि कार्ल काहीही म्हणोत; व्हिडिओसमोर म्हणोत किंवा त्याशिवाय तसेच म्हणोत. 'या दोघांना मी कधीही भेटलेलो नाही' या आपल्या म्हणण्याशी तो ठाम राहिला.

या तपासणीचा व्हिडिओ बनवण्यात आला नाही. त्याला तुरुंगात टाकण्यात आलं. तिथे त्याला आठवलं की, २६ एप्रिल रोजी पोलिसांबरोबर झालेल्या झटापटीत त्याचा हात मोडला होता आणि त्यानंतर दोन दिवसांनी, म्हणजे डेनिस बेपत्ता झाली त्या दिवशी तो त्याच्या मैत्रिणीच्या घरी होता, त्याचा हात प्लॅस्टरमध्ये होता आणि तेव्हा त्याला प्रचंड वेदना होत होत्या.

दोन्ही कबुलीजबाबांतल्या वर्णनाप्रमाणे त्याने टी-शर्ट घातला होता आणि त्याच्या हातावर टॅटू होते; पण वास्तवात त्याचा डावा हात प्लॅस्टरमध्ये होता आणि तो मॅकनलीज्च्या जवळपासही फिरकला नव्हता. डेनिस स्मिथने तपास केल्यावर त्याच्या असं लक्षात आलं की, इस्पितळातल्या आणि पोलिसांकडच्या नोंदी ओडेलने सांगितलेल्या गोष्टीबरोबर जुळत होत्या. त्याच्यावर उपचार करणाऱ्या डॉक्टरांबरोबर स्मिथ बोलला. त्यांनी जखमेचं वर्णन करताना सांगितलं की, कोपर आणि खांदा यामधलं त्याचं हाड मोडलं होतं आणि तो प्रकार अतिशय वेदनादायक असतो. हाड मोडल्यानंतर दोनच दिवसांत शव उचलून नेणं किंवा कोणावर हिंसक हल्ला करणं ही अशक्यप्राय गोष्ट होती. एकतर त्याच्या हाताला प्लॅस्टर होतं आणि तो हात गळ्यात अडकवलेला होता; त्यामुळे त्याने असं काही केलेलं असणं अशक्य आहे, असं डॉक्टरांनी सांगितलं.

कबुलीजबाब ढासळायला सुरुवात झाली होती. त्या जळालेल्या घराचा राडारोडा उपसून पोलिसांची शोधाशोध चालू असताना, त्या घराचा मालक तिथे येऊन उभा राहिला आणि पोलीस काय करताहेत, याची त्याने चौकशी केली. पोलिसांनी त्याला सांगितलं की, ते हॅरावे नावाच्या एका मुलीचे अवशेष शोधताहेत, कारण एका संशयिताने कबुलीजबाबात असं सांगितलंय की, त्यांनी या घराबरोबर तिचं प्रेत जाळलंय, तेव्हा त्या मालकाने पोलिसांना सांगितलं की, हे शक्य नाही, कारण त्याने

स्वतःच त्याचं हे जुनं घर जून १९८३ मध्येच जाळलं होतं, म्हणजे हॅरावे नाहीशी होण्याच्या दहा महिने आधी.

राज्याच्या वैद्यकीय अधिकाऱ्याने तिथे सापडलेल्या जबड्याच्या हाडाचं विश्लेषण संपवलं आणि ते हाड 'पॉसम' या एका चार पायाच्या प्राण्याचं असल्याचा निष्कर्ष काढला. ती बातमीही वृत्तपत्रात देण्यात आली.

पण जळक्या घराची खरी गोष्ट, ओडेल ट्विस्वर्थच्या मोडलेल्या हाताची बातमी आणि वॉर्ड आणि फोन्टेनॉट यांनी ताबडतोब आपले कबुलीजबाब फेटाळल्याची वस्तुस्थिती या गोष्टी वार्ताहरांपासून लपवण्यात आल्या.

तुरुंगातसुद्धा वॉर्ड आणि फोन्टेनॉट आपल्या निरपराधित्वाबद्दल ठाम होते आणि जो कोणी ऐकायला तयार असेल, त्याला आपले कबुलीजबाब धमक्या आणि खोटी वचनं देऊन घेण्यात आल्याचं सांगत होते. वॉर्ड कुटुंबीयांनी कसेतरी पैसे जमा करून एका चांगल्या वकिलाची नेमणूक केली. स्मिथ आणि रॉजर्स यांनी तपासणीदरम्यान वेगवेगळ्या क्लृप्त्या वापरून आपल्याकडून जबरदस्तीने कसा कबुलीजबाब घेतला हे टॉमीने आपल्या वकिलाला तपशीलवार वर्णन करून सांगितलं. हे फक्त एक स्वप्न आहे, हेसुद्धा आपण हजार वेळा तरी सांगितल्याचं तो म्हणाला.

कार्ल फोन्टेनॉटला तर कुटुंबीयच नव्हते.

डेनिस हॅरावेच्या शवाचा शोध जोमाने चालू होता. बऱ्याचजणांकडून स्वाभाविकपणे एक प्रश्न विचारला जात होता – 'जर त्या दोघांनी कबुलीजबाब दिलाय, तर पोलिसांना अजूनही ते प्रेत कुठे पुरलंय याचा तपास का लागू शकत नाही?'

अमेरिकन संविधानाची पाचवी घटनादुरुस्ती स्वतःवरच दोषारोप ठेवण्यापासून माणसांचा बचाव करण्यासाठी केली गेली. गुन्ह्याची उकल करण्याचा सर्वांत सोपा मार्ग म्हणजे कबुलीजबाब मिळवणे हा असल्यामुळे, तपासणीदरम्यान पोलीस अधिकाऱ्याच्या वर्तणुकीवर बरेच निर्बंध घालण्यात आले. यांतले बरेचसे कायदे १९८४ च्या आधीपासूनच अस्तित्वात आहेत.

शंभर वर्षांपूर्वीच्या 'हॉप्ट विरुद्ध उटाह' या खटल्यात सर्वोच्च न्यायालयाने असा निर्णय दिला होता की, संशयिताला वाटत असलेल्या भीतीचा उपयोग करून मिळवण्यात आलेला कबुलीजबाब न्यायालयात ग्राह्य धरता येणार नाही. आत्मसंयम आणि इच्छाशक्तीचं स्वातंत्र्य, जे राजीखुशीने निवेदन करण्यासाठी अत्यावश्यक आहे, त्यापासूनच अशा पद्धतीच्या जबाबात त्या व्यक्तीला वंचित केलं जातं.

१८९७ मध्ये 'ब्रॅम विरुद्ध युनायटेड स्टेट्स' या खटल्यात न्यायालयाने सांगितलं की, निवेदन हे राजीखुशीने आणि स्वेच्छेने केलेलं असणं आवश्यक आहे. कुठल्याही प्रकारच्या धमक्या किंवा हिंसा किंवा वचनं वापरून, मग त्यांचं प्रमाण

कितीही कमी असलं तरी, निवेदनं घेतलेली नसावीत. धमक्या देऊन संशयिताकडून घेतलेला कबुलीजबाब ग्राह्य धरता येणार नाही.

१९६० मध्ये 'ब्लॅकबर्न विरुद्ध अलाबामा' या खटल्यात न्यायालयाचं म्हणणं होतं, 'जबरदस्ती ही मानसिक तशीच शारीरिकही असू शकते. एखादा कबुलीजबाब मानसिक बळजबरी करून पोलिसांनी मिळवला आहे का याचं विश्लेषण करण्यासाठी पुढील मुद्दे महत्त्वाचे आहेत : १) तपासणीचा कालखंड, म्हणजे तपासणी किती वेळ चालली होती, २) ती दीर्घकालीन होती का, ३) तपासणी कधी घेतली गेली, दिवसा की रात्री, रात्रीच्या वेळचे कबुलीजबाब जास्त संशयास्पद वाटतात, ४) संशयिताची मानसिक परिस्थिती - अक्कलहुशारी, सुजाण वागणं, शिक्षण आणि अशाच इतर गोष्टी.'

'मिरांडा विरुद्ध ॲरिझोना' या स्वतःवरच दोषारोप ठेवण्याच्या सर्वांत प्रसिद्ध खटल्यात, सर्वोच्च न्यायालयाने संशयिताच्या हक्कांचं रक्षण करण्यासाठी काही संरक्षक प्रक्रिया पाळण्याची सक्ती केली. बोलायला नकार देणे हा संशयिताला संविधानाने दिलेला हक्क आहे. तपासणीत केलं गेलेलं कुठलंही निवेदन, सरकारी वकील आणि पोलीस जोपर्यंत काही मुद्दे सिद्ध करू शकत नाहीत, तोपर्यंत न्यायालयात वापरता येणार नाहीत. ते मुद्दे असे – संशयिताला हे व्यवस्थित समजलं होतं की, १) त्याला गप्प राहण्याचा पूर्ण हक्क आहे, २) तो जे बोलेल ते न्यायालयात त्याच्या विरोधात वापरता येऊ शकेल आणि ३) त्याला परवडत असलं किंवा नसलं तरी त्याला वकील नेमण्याचा हक्क आहे. जर एखाद्या तपासणीदरम्यान संशयिताने वकील हवा असल्याची विनंती केली, तर प्रश्न विचारणे ताबडतोब थांबवले जावे.

मिरांडा निर्णय १९६६ साली झाला आणि लवकरच त्याचा गाजावाजा झाला. हक्क व्यवस्थित समजावून सांगितले गेले नाहीत या कारणामुळे दोषी गुन्हेगार न्यायालयातून सुटू लागल्यावर, पोलिसांनी 'मिरांडा'कडे दुर्लक्ष करणं बंद केलं. पोलिसांसारख्या कायदा आणि सुव्यवस्था राखणाऱ्या विभागांनी त्याच्यावर कडक टीका केली, गुन्हेगारांचे संरक्षक म्हणून वागत असल्याचा आरोपही न्यायव्यवस्थेवर झाला. मिरांडा निर्णयाने आपल्या दैनंदिन आयुष्यात शिरकाव केला आणि मग टेलिव्हिजन, सिनेमामधला पोलीससुद्धा अटक करताना म्हणू लागला, 'तुला गप्प राहण्याचा अधिकार आहे.'

रॉजर्स, स्मिथ आणि फिदरस्टोनला त्याचं महत्त्व माहिती होतं; त्यामुळेच त्यांनी टॉमीच्या मिरांडाप्रक्रियेची नोंद व्यवस्थित करण्याची खबरदारी घेतली. तसेच टॉमी वॉर्डला सलग साडेपाच तास दिलेल्या धमक्या आणि शिव्या मात्र व्हिडिओवर दिसू दिल्या नाहीत.

टॉमी वॉर्ड आणि कार्ल फोन्टेनॉट यांचे कबुलीजबाब म्हणजे खरंतर संविधानाचं अपयश होतं, ती एक दुर्घटना होती; पण त्या वेळी म्हणजे ऑक्टोबर, १९८४ मध्ये, पोलिसांना अजूनही शव सापडण्याची खात्री वाटत होती आणि त्यामुळे आपल्या ताब्यात विश्वासार्ह पुरावा येईल, असं ते समजत होते. कुठलाही खटला चालू व्हायला अजून काही महिने अवकाश होता. वॉर्ड आणि फोन्टेनॉटच्या विरोधात भरभक्कम प्रकरण तयार करायला त्यांना भरपूर वेळ मिळणार होता किंवा तसं ते समजत तरी होते.

पण डेनिस काही सापडली नाही. टॉमी आणि कार्लला 'ती कुठे आहे' याची काहीच कल्पना नव्हती आणि ते वारंवार तेच सांगत होते. बरेच महिने असेच गेले, पोलिसांकडे पुरावा तर सोडाच; पण त्याचा जरासा अंशदेखील नव्हता. कबुलीजबाबाला जास्त महत्त्व यायला लागलं, खरंतर शेवटी खटल्याच्या वेळी पोलिसांजवळ तेवढाच एकमेव पुरावा राहिला.

६

रॉन विल्यमसनला हॅरावे प्रकरणाबद्दलच्या सर्व बातम्या कळत होत्या. त्यासाठी तो अगदी योग्य जागी होता – पोन्टोटॉक काउन्टी तुरुंगामधला पलंग. तीन वर्षांच्या तुरुंगवासाच्या शिक्षेपैकी दहा महिने संपल्यावर त्याला पॅरोलवर अडाला आणण्यात आलं आणि त्याला घरातच स्थानबद्धतेमध्ये ठेवण्यात आलं. ती व्यवस्था तशी ढिसाळच होती आणि त्याच्या हालचालींवर बरेच निर्बंध आले होते. ती व्यवस्था फार काळ टिकू शकली नाही, यात काहीच आश्चर्य नव्हतं. रॉन औषधोपचारांशिवायच राहत होता आणि त्याला काळ-वेळाचं किंवा इतर कसलंच भान नव्हतं.

नोव्हेंबरमध्ये, घरामध्येच राहत असताना त्याच्यावर पुढीलप्रमाणे आरोप ठेवण्यात आला – 'डिपार्टमेंट ऑफ करेक्शनमध्ये बनावट सहीच्या गुन्ह्यासाठी झालेली स्थानबद्धतेची शिक्षा भोगत असताना, जेव्हा घरीच स्थानबद्धतेत ठेवण्यात आलं, तेव्हा त्या व्यवस्थेचे नियम न पाळता, D.O.C.ने परवानगी दिलेल्या वेळेव्यतिरिक्त, इतर वेळी घराबाहेर राहून, त्याने स्वेच्छेने आणि बेकायदेशीरपणे ती बंधने तोडण्याचा प्रयत्न केला.'

त्या बाबतीत रॉनचं म्हणणं असं होतं की, तो कोपऱ्यावरच सिगारेट विकत घ्यायला गेला होता आणि अपेक्षित वेळेपेक्षा अर्धा तास उशिराने घरी परतला. त्याला अटक करून तुरुंगात टाकण्यात आलं आणि चार दिवसांनी त्याच्यावर, शिक्षेच्या केंद्रातून पळून जाण्याच्या गुन्ह्याचा आरोप ठेवण्यात आला. मग त्याने दारिद्र्याच्या कारणास्तव न्यायालयातर्फे बचावासाठी वकील देण्यात यावा, अशी विनंती केली.

तुरुंगात हॅरावे प्रकरणाबद्दल चर्चा चालू असायची. टॉमी वॉर्ड आणि कार्ल फोन्टेनॉट तुरुंगातच होते. अक्षरशः काहीही करायला नसल्यामुळे, कैदी फक्त बोलतच असायचे. हा गुन्हा अगदी नुकताच घडलेला आणि सर्वांत जास्त सनसनाटी असल्यामुळे सर्वांचंच लक्ष वॉर्ड आणि फोन्टेनॉट यांच्यावरच केंद्रित झालेलं होतं. स्वप्नाचा कबुलीजबाब आणि स्मिथ, रॉजर्स आणि फिदरस्टोन यांनी वापरलेल्या

क्लृप्त्या टॉमी वर्णन करून सांगायचा. त्याचे श्रोतेही त्या डिटेक्टिव्हज्ना चांगले ओळखून होते.

डेनिस हॅरावे प्रकरणाशी आपला काहीही संबंध नसल्याचं, टॉमी नेहमी सांगायचा. दोन मूर्ख मुलं, ज्यांनी कबुलीजबाब दिला आणि पोलीस, ज्यांनी त्या मुलांना फसवून कबुलीजबाब द्यायला लावला, या सगळ्यांना खरे खुनी नक्कीच हसत असतील, असंच टॉमी बोलायचा.

डेनिस हॅरावेचं शव न मिळाल्यामुळे, बिल पीटरसनसमोर एक प्रचंड कायदेशीर आव्हान होतं. त्याच्याकडे फक्त दोन टेप केलेले कबुलीजबाब होते; पण त्याला प्रत्यक्ष पुराव्याचा काही आधार नव्हता. खरंतर टेपवर असलेल्या प्रत्येक गोष्टीशी वास्तविकता विसंगत होती; एवढंच नाही, तर दोन्ही कबुलीजबाबही सरळसरळ एकमेकांशी विसंगत होते. पीटरसनकडे संशयितांची दोन रेखाचित्रं होती; पण त्यातही अडचणी होत्या. एक चित्र निःसंशय टॉमी वॉर्डबरोबर जुळत होतं; पण अजून हे कोणाच्याही लक्षात आलं नव्हतं की, दुसऱ्या चित्राचं कार्ल फोन्टेनॉटबरोबर अजिबात साम्य नव्हतं.

'थँक्स गिव्हिंग' आलं आणि गेलं, तरी शवाचा पत्ता नव्हता. त्यानंतर नाताळही तसाच गेला. जानेवारी, १९८५ मध्ये, डेनिस हॅरावे मरण पावली असल्याचे पुरेसे पुरावे असल्याची बिल पीटरसनने न्यायाधीशांची खात्री पटवून दिली. प्राथमिक सुनावणीदरम्यान, कबुलीजबाबाच्या टेप भरगच्च न्यायालयात दाखवण्यात आल्या. वॉर्ड आणि फोन्टेनॉटच्या जबाबातील विसंगती जरी बऱ्याचजणांच्या लक्षात आली, तरी सर्वसाधारण प्रतिक्रिया धक्का बसल्याचीच होती.

काहीही असलं तरी, आता खटला उभा करायलाच हवा होता, मग शव सापडलेलं असो किंवा नसो.

पण कायदेशीर अडचणी येतच राहिल्या. दोन न्यायाधीशांनी काही कारणांस्तव खटला चालवण्यास नकार देत, माघार घेतली. शवाचा शोध घेण्यातला उत्साह हळूहळू मावळला आणि शेवटी डेनिस बेपत्ता झाल्याच्या एक वर्षानंतर अधिकृतरीत्या शोध थांबवण्यात आला. अडामधल्या बऱ्याचजणांना वॉर्ड आणि फोन्टेनॉट गुन्हेगार असल्याची खात्री होती, नाहीतर त्यांनी कबुली का दिली असती? असा साधा सरळ त्यांचा तर्क होता; पण काहीच पुरावा नसल्यामुळे काहीजण साशंक होते आणि म्हणूनच खटला उभा राहायला एवढा वेळ लागतोय, अशी त्यांची भावना होती.

एप्रिल, १९८५ मध्ये, म्हणजे डेनिस हॅरावे नाहीशी झाल्यावर एक वर्षाने, 'अडा ईव्हनिंग न्यूज'मध्ये डोरोथी होग हिने लिहिलेला एक लेख छापून आला. संथगतीने सुरू असलेल्या तपासाबद्दल गावाला वाटत असलेली वैफल्याची भावना

तिने त्यात मांडली होती. 'न सोडवता आलेल्या गुन्ह्यांनी अडा त्रस्त' असा मथळा होता. त्यात तिने दोन्ही घटनांचा सारांश दिला होता. हॅरावेबद्दल तिने लिहिलं होतं, 'वॉर्ड आणि फोन्टेनॉट यांच्या अटकेच्या पूर्वी आणि नंतरसुद्धा, अधिकाऱ्यांनी जवळपासच्या सर्व भागांमध्ये शोध घेतला असला, तरी त्यांना हॅरावेचा मागमूसही लागला नाही. तरीसुद्धा डिटेक्टिव्ह डेनिस स्मिथचा असा दावा आहे की, प्रकरणाचा उलगडा झालाय.' तथाकथित कबुलीजबाबांचा उल्लेख त्यात नव्हता.

कार्टर प्रकरणाबाबत, होगने लिहिलं होतं : 'खुनाच्या ठिकाणाहून उचललेले पुरावे आणि संशयितांकडून जमा केलेले नमुने 'ओक्लाहोमा स्टेट ब्युरो ऑफ इन्व्हेस्टिगेशन' OSBI च्या प्रयोगशाळेत पाठवण्यात आल्याला आता दोन वर्षे पूर्ण होतील; पण पोलिसांनी दिलेल्या माहितीप्रमाणे ते अजून निष्कर्षांची वाट पाहत आहेत. OSBI मधल्या साचलेल्या कामाचाही त्यात उल्लेख करण्यात आला. त्या प्रकरणाबाबत डेनिस स्मिथ म्हणाला – "त्या प्रकरणातले संशयित कमी करत, आता आम्ही एकाच संशयितावर लक्ष ठेवून आहोत; पण या गुन्ह्याच्या संदर्भात अजून कोणालाही अटक करण्यात आलेली नाही."

फेब्रुवारी, १९८५ मध्ये, बंदिवास तोडून पळून जाण्याच्या आरोपावरून रॉनला न्यायालयात आणण्यात आलं. डेव्हिड मॉरिस हा त्याचा न्यायालयाने नेमून दिलेला वकील होता. विल्यमसन परिवाराला डेव्हिड चांगला ओळखत होता. रॉनने गुन्हा कबूल केल्यावर, न्यायालयाने त्याला दोन वर्षांची सजा सुनावली. जर रॉनने पुढील अटी पाळल्या, तर त्यातील बरीचशी शिक्षा प्रलंबित होणार होती १) रॉनने मानसिक स्वास्थ्य समुपदेशन करून घेणे, २) कुठल्याही प्रकारची समस्या निर्माण होऊ न देणे, ३) पोन्टोटॉक काउन्टीच्या हद्दीतच राहणे आणि ४) दारूचे सेवन न करणे.

काही महिन्यांनंतर पोट्टावाटोमी काउन्टीमध्ये सार्वजनिक ठिकाणी दारू पिण्याच्या आरोपाखाली त्याला अटक झाली. रॉनच्या शिक्षेचं प्रलंबन रद्द करून, उरलेली शिक्षा त्याला भोगायला लावावी, असा अर्ज बिल पीटरसनने दाखल केला. पुन्हा एकदा डेव्हिड मॉरिसला न्यायालयातर्फे रॉनचा वकील नेमण्यात आलं. अर्जाची सुनावणी विशेष जिल्हा न्यायाधीश जॉन डेव्हिड मिलर यांच्यासमोर ठेवण्यात आली किंवा असं म्हणता येईल की, ठेवण्याचा प्रयत्न करण्यात आला. औषधोपचार बंद असल्यामुळे रॉन गप्प बसायला तयार नव्हता. न्यायाधीश मिलर, मॉरिस, तुरुंगाधिकारी या सर्वांशीच तो वाद घालत होता. त्याने सारखा व्यत्यय आणायला सुरुवात केल्यामुळे शेवटी सुनावणी तहकूब करावी लागली.

तीन दिवसांनी त्यांनी पुन्हा एकदा सुनावणी घेण्याचा प्रयत्न केला. न्यायाधीश मिलर यांनी तुरुंगाधिकाऱ्यांना सांगून त्यांच्याकरवी रॉनला व्यवस्थित वागण्याचा

इशारा देऊन ठेवला होता; पण त्याने न्यायालयात आल्याबरोबर आरडाओरडा आणि शिवीगाळ करायला सुरुवात केली. न्यायाधीशांनी त्याला वारंवार इशारा दिला आणि त्याने प्रत्येक वेळेस त्यांना धुडकावून लावलं. आपल्याला नवीन वकील मिळावा अशी त्याने मागणी केली; पण जेव्हा न्यायाधीशांनी कारण विचारलं, तेव्हा त्याला काहीही सांगता आलं नाही.

त्याची वागणूक उबग आणणारी असली, तरी या कोलाहलातसुद्धा त्याला मदतीची गरज आहे, हे स्पष्ट दिसत होतं. कधीकधी तो आजूबाजूला काय घडतंय हे कळत असल्यासारखा वागत होता, तर काही क्षणांतच काहीतरी असंबद्ध आरडाओरडा चालू करत, रागारागाने, कडवटपणे सगळ्या जगावरच शिव्यांची लाखोली वाहायला तो सुरुवात करायचा.

बरेचदा इशारे देऊनसुद्धा, न ऐकल्यामुळे न्यायाधीश मिलर यांनी त्याला परत तुरुंगात घेऊन जाण्याचे आदेश दिले आणि पुन्हा एकदा सुनावणी तहकूब केली. रॉनच्या मानसिक सक्षमतेची तपासणी करण्यासाठी सुनावणी ठेवण्यात यावी, असा अर्ज दुसऱ्याच दिवशी डेव्हिड मॉरिस याने दाखल केला आणि त्याबरोबरच आपल्याला रॉनच्या वकिलीच्या कामातून मुक्त करण्यात यावे, असाही आणखी एक अर्ज त्याने दाखल केला.

त्याच्या उलटपालट झालेल्या जगात, रॉन स्वतःला मानसिकदृष्ट्या पूर्णपणे 'सुयोग्य' समजत होता. आपल्याच वकिलाने आपल्या मानसिक सक्षमतेबाबत शंका घ्यावी हे त्याला अपमानकारक वाटत होतं; त्यामुळे त्याने मॉरिसबरोबर चर्चा करणंच बंद केलं. तसा मॉरिसलाही या सगळ्याचा वीट आला होता.

सक्षमतेच्या सुनावणीसाठी केलेला अर्ज मान्य करण्यात आला; पण मॉरिसचा माघार घेण्याबाबतचा अर्ज फेटाळण्यात आला.

दोन आठवड्यांनंतर सुनावणीस प्रारंभ झाला; पण ती लगेचच थांबवण्यात आली. रॉन पूर्वीपेक्षाही जास्त वेड्यासारखा वागत होता. न्यायाधीश मिलर यांनी त्याचं मानसिक मूल्यमापन करून घेण्याचा आदेश दिला.

१९८५ च्या सुरुवातीला, जुआनिता विल्यमसन हिला अंडाशयाचा कर्करोग झाल्याचं निदान करण्यात आलं. त्याचा झपाट्याने प्रसार होत होता. गेली अडीच वर्षं ती आपल्या मुलाने डेबी कार्टरचा खून केल्याची अफवा ऐकत जगत होती आणि तो प्रकार आपल्या हयातीतच संपलेला पाहण्याची तिची इच्छा होती.

सर्व प्रकारच्या नोंदी करून ठेवण्याच्या बाबतीत ती जरा जास्तच शिस्तबद्ध होती. गेली अनेक वर्षे तिने रोजच्या घटनांची नोंद करून ठेवली होती. आपल्या व्यवसायाच्याही अचूक नोंदी तिने ठेवलेल्या होत्या. आपली एखादी ग्राहक यापूर्वी

पाच वेळा कधीकधी येऊन गेली, त्या पाच तारखा ती काही मिनिटांतच सांगू शकायची. भरलेली बिलं, रद्द केलेले चेक, जुन्या पावत्या, आपल्या मुलांची प्रगतीपुस्तकं आणि इतर काही कागदपत्रं काहीही ती फेकून द्यायची नाही.

तिने आत्तापर्यंत शंभर वेळा तरी आपली डायरी तपासली होती आणि ७ डिसेंबर, १९८२ च्या रात्री रॉन घरातच होता, याची तिला खात्री होती. हे तिने आत्तापर्यंत बरेचदा पोलिसांच्याही निदर्शनास आणून दिलं होतं. त्यावर पोलिसांचं असं मत होतं की, तो घरातून गुपचूप बाहेर पडला असेल, मागच्या गल्लीतून झपाट्याने तिकडे पोहोचला असेल, गुन्हा केला असेल आणि गुपचूप घरी परतला असेल. त्याचा उद्देश काय असेल याचा विचार करू नका, त्या रात्री त्याला डेबी कार्टरला त्रास देत असताना पाहिल्याचं ग्लेन गोअरने सांगितलेल्या खोट्या गोष्टीचा विषयही सोडून द्या. पोलिसांच्या मते, ते मुद्दे क्षुल्लक होते. खरी गोष्ट अशी होती की, गुन्हेगार सापडल्याची पोलिसांनी पक्की समजूत करून घेतल्यामुळे, पुढे तपास करण्याची त्यांची इच्छाच नव्हती.

पण जुआनिता विल्यमसनबद्दल सर्वांना अतिशय आदर वाटतो, याची पोलिसांना कल्पना होती. ख्रिश्चन धर्मावर तिची पूर्ण श्रद्धा होती आणि पेन्टेकोस्टल चर्चमध्ये सर्वत्र ती सुपरिचित होती. तिच्या ब्युटी पार्लरचे शेकडो ग्राहक होते आणि ती सर्वांशी अगदी जवळची मैत्री असल्यासारखी वागायची. जुआनिता जर साक्षीदाराच्या पिंजऱ्यात उभी राहिली असती आणि खुनाच्या रात्री रॉन घरीच होता असं जर तिने सांगितलं असतं, तर सर्व ज्युरींनी तिच्यावर विश्वास ठेवला असता. तिच्या मुलाला आत्ता काही समस्या असतीलही; पण प्रत्यक्ष त्याला वाढवताना तिने नक्कीच खूप काळजी घेतली होती.

जुआनिताला आता आणखी एक गोष्ट आठवली. १९८२ मध्ये व्हिडिओ कॅसेट भाड्याने देण्याचा व्यवसाय जोरात होता. त्यांच्या घरापासून जवळच असलेल्या एका दुकानदाराने तो व्यवसाय चालू केला होता. सात डिसेंबरला तिने तिथून VCR युनिट आणि तिच्या आवडीच्या पाच सिनेमांच्या कॅसेट्स भाड्याने आणल्या होत्या मग तिने आणि रॉनने मिळून दुसऱ्या दिवशी पहाटेपर्यंत ते सिनेमा बघितले होते. याचा अर्थ तो नक्कीच घरामध्ये होता, आईबरोबर बसून त्याने जुन्या सिनेमांचा आनंद लुटला होता; त्याच खोलीत आणि त्याच्या नेहमीच्या सोफ्यावर बसून आणि जुआनिताजवळ ती पावतीसुद्धा होती.

जुआनिताला आत्तापर्यंत गरज पडलेल्या किरकोळ कायदेशीर बाबींची काळजी डेव्हिड मॉरिस यानेच घेतली होती. त्याला तिच्याबद्दल प्रचंड आदर होता; त्यामुळेच जरी रॉन वकीलपत्र घेण्याच्या योग्यतेचा नसला तरी, रॉनने केलेल्या लहानसहान गुन्ह्यांत, केवळ जुआनितासाठी मॉरिस त्याचं वकीलपत्र घ्यायचा. मॉरिसने तिची ही

गोष्ट ऐकली, तिने दाखवलेली पावती त्याने तपासून पाहिली. ती खरं सांगतेय अशी त्याची पूर्ण खात्री पटली. कार्टर खूनप्रकरणात रॉनचा हात असल्याच्या, गावात पसरलेल्या अफवा त्याने बरेचदा ऐकल्या होत्या; त्यामुळे जुआनिताने सांगितलेलं ऐकल्यावर त्यालाही हायसं वाटलं.

मॉरिसकडे मुख्यत्वे फौजदारी खटल्यांमध्ये बचावाच्या वकिलाचं काम असायचं. त्याला अडा पोलिसांबद्दल अजिबात आदर नव्हता; पण तो त्यांना ओळखत होता. त्याने डेनिस स्मिथबरोबर जुआनिताची गाठ घालून देण्याची व्यवस्था केली. तो स्वतः तिला पोलीस स्टेशनवर घेऊन गेला; ती डेनिस स्मिथला काही गोष्टी समजावून सांगत असताना, तो तिच्याबरोबर तिथेच थांबला. डिटेक्टिव्हने तिचं बोलणं काळजीपूर्वक ऐकून घेतलं, तिने दाखवलेली पावती व्यवस्थित तपासून पाहिली आणि 'ती हे निवेदन व्हिडिओ टेप करायला तयार आहे का' असं तिला विचारलं.

"नक्कीच," ती म्हणाली.

जुआनिताला एका खुर्चीत, व्हिडिओ कॅमेऱ्यासमोर बसवण्यात आलं आणि डेनिस स्मिथने विचारलेल्या प्रश्नांना ती उत्तरं देतेय, हे मॉरिसने एका खिडकीतून बघितलं. मॉरिसच्या कारमधून घरी परतताना, आपण एकदाचं हे प्रकरण मिटवलं, या आनंदात जुआनिता होती.

व्हिडिओ कॅमेऱ्यामध्ये टेप घातलेली होती की नाही, हे कोणीच पाहिलं नाही. डिटेक्टिव्ह स्मिथने जरी त्या मुलाखतीचा रिपोर्ट बनवला असला, तरी तो नंतरच्या कुठल्याही कायदेशीर कारवाईत प्रस्तुत करण्यात आला नाही.

तुरुंगात बसून दिवस आणि आठवडे मोजत असताना, रॉन आपल्या आईची काळजी करत होता. ऑगस्टमध्ये ती इस्पितळात शेवटचे दिवस मोजत होती आणि रॉनला तिला भेटण्याची परवानगी नाकारण्यात आली होती.

त्याच महिन्यात, न्यायालयाच्या आदेशानुसार, त्याला पुन्हा एकदा डॉ. चार्ल्स ॲमोस यांनी तपासलं आणि त्यांनी काही चाचण्या करायचं ठरवलं. पहिल्या चाचणीच्या वेळीच, रॉन प्रत्येक प्रश्नाला 'बरोबर' असंच उत्तर देतोय, अशी त्यांनी नोंद केली. त्याबाबत जेव्हा डॉ. ॲमोस यांनी विचारलं, तेव्हा त्याचं उत्तर होतं : 'जास्त महत्त्वाचं काय आहे? ही चाचणी की माझी आई?' मूल्यमापन थांबवण्यात आलं; पण ॲमोस यांनी नमूद केलं : 'या विश्लेषकाच्या मि. विल्यमसनबरोबरच्या मुलाखतीनंतर, हे लक्षात आणून देणं आवश्यक आहे की, आमच्या याआधीच्या १९८२ मध्ये झालेल्या भेटीच्या नंतर त्याची विचार करण्याची शक्ती जास्तच खालावली आहे.'

आपल्या आईच्या मृत्यूआधी, तिला भेटण्याची परवानगी द्यावी अशी विनवणी

रॉनने पोलिसांना केली. अॅनेटनेसुद्धा तशी विनंती केली. इतक्या वर्षांच्या जाण्या-येण्यामुळे तुरुंगाधिकाऱ्यांशी तिचा परिचय झाला होता. तुरुंगात जाताना ती फक्त रॉनपुरत्याच नाही, तर सगळ्या कैद्यांना आणि तुरुंगाधिकाऱ्यांना पुरतील एवढ्या कुकीज् आणि ब्राऊनीज् घेऊन जायची. कधीकधी तर तुरुंगाच्या स्वयंपाकघरात ती सर्वांसाठी पूर्ण जेवणही बनवायची.

तिने मांडलेले मुद्दे असे होते – इस्पितळ जास्त दूर नाही. गावही छोटंच आहे, सगळेजण रॉन आणि त्याच्या कुटुंबाला ओळखतात. तो कुठूनतरी हत्यार आणून लोकांना जखमी करण्याची शक्यताही नाही. शेवटी त्यांच्यात समझोता झाला. रॉनला बेड्या आणि साखळदंड बांधून, हत्यारबंद पहारेकऱ्यांनी घेरून, मध्यरात्रीनंतर इस्पितळात नेण्यात आलं. तिथे गेल्यावर एका व्हीलचेअरवर बसवून त्याला पुढे नेण्यात आलं.

आपला मुलगा बेड्या घातलेल्या अवस्थेत दिसता कामा नये, अशी ज्युआनिताची स्पष्ट इच्छा होती. अॅनेटने पोलिसांना तशी विनवणी केली होती आणि त्यांनीही ती नाखुशीनेच मान्य केली होती; पण नंतर त्यांना आपण दिलेल्या संमतीचा विसर पडला. त्यांनी हातकड्या आणि साखळदंड काढले नाहीत. आपल्या आईची भेट घेत असताना, काही मिनिटांसाठी तरी हातकड्या काढा अशी रॉनने खूप गयावया केली; पण पोलीस काही बधले नाहीत. व्हीलचेअरमध्येच बसून राहा, असं त्याला बजावण्यात आलं.

हातकड्या आणि बेड्या लपवण्यासाठी एखादं ब्लँकेट तरी द्या, अशी रॉनने विनंती केली. सुरक्षाव्यवस्था धोक्यात येईल की काय, असा विचार करून सुरुवातीला ते घुटमळले; पण नंतर त्यांनी ते मान्य केलं. व्हीलचेअर ढकलत त्यांनी जुआनिताच्या खोलीत आणली आणि अॅनेट आणि रेनीला बाहेर जायला लावलं. सर्व कुटुंबाला शेवटचा एकत्र वेळ मिळावा, म्हणून त्या दोघींना तिथेच थांबायचं होतं. ते फार धोकादायक होईल, तुम्ही बाहेर थांबा असं पोलिसांनी त्यांना सांगितलं.

आईवर अतिशय प्रेम असल्याचं, आपण आपलं आयुष्य बरबाद केल्याचं दुःख होत असल्याचं, तसेच तिचा अपेक्षाभंग केल्यामुळेही आपल्याला दुःख होत असल्याचं तो म्हणाला. तो रडला आणि तिची क्षमा मागितली. साहजिकच, तिनेही त्याला माफ केलं. त्याने बायबलमधली काही वचनं उच्चारली. आपण दूर गेलो तर जणू काही लगेच तो खिडकीबाहेर उडी मारेल किंवा कोणावर तरी हल्ला करेल, अशा विचाराने पोलीस त्याच्या अगदी जवळ घुटमळत होते; त्यामुळे खासगी आणि जास्त वैयक्तिक गप्पा शक्य नव्हत्या.

निरोप घेण्याचा प्रसंगही थोडक्यात आटोपला. आपल्याला तुरुंगात परत जायचंय, असं सांगत पोलिसांनी काही मिनिटांतच तो संपवला. आपल्या भावाला

खुर्चीतून ढकलत दूर नेलं जात असताना, त्याचा रडण्याचा आवाज ॲनेट आणि रेनीला ऐकू येत होता.

३१ ऑगस्ट, १९८५ रोजी जुआनिता मरण पावली. रॉनला अंत्यविधीला उपस्थित राहू देण्याची विनंती सुरुवातीला पोलिसांनी फेटाळली. नंतर जेव्हा दोन माजी तुरुंगरक्षक व दोन नातेवाईक एवढ्या लोकांची, संपूर्ण विधी संपेपर्यंत, रॉनवर पहाऱ्यासाठी नेमणूक करण्याची आणि स्वतः त्यांचा खर्च करण्याची तयारी ॲनेटच्या नवऱ्याने दर्शवल्यावर, पोलिसांनी रॉनला उपस्थित राहण्याची परवानगी दिली.

अंत्यविधीसाठी त्याची उपस्थिती म्हणजे सुरक्षेच्या दृष्टीने मोठी समस्या असल्याचं दाखवत, पोलिसांनी त्या घटनेला नाट्यमय रंग दिला. गुन्हेगार आत येण्यापूर्वी, उपस्थित असलेल्या इतर सर्वांना, पोलिसांनी आधी बसून घ्यायला सांगितलं आणि त्याच्या बेड्या काढायला त्यांनी नकार दिला.

३०० डॉलरच्या अफरातफरीच्या गुन्ह्यासाठी शिक्षा भोगणाऱ्या माणसाच्या बाबतीत इतकी सावधगिरी बाळगणे गरजेचं आहे का? असा प्रश्न प्रत्येक उपस्थिताला पडला असल्यास नवल नाही.

चर्चचा मुख्य हॉल लोकांनी पूर्ण भरला होता. समोरच वेदीच्या पुढ्यात शवपेटी तिरपी उभी करून उघडी ठेवल्यामुळे सर्वांना जुआनिताचा कृश चेहरा दिसत होता. मागचा दरवाजा उघडण्यात आला आणि तिच्या मुलाला पहारेकऱ्यांच्या कोंडाळ्यात आत आणण्यात आलं. त्याच्या घोट्यांना तसेच मनगटांना साखळदंड बांधण्यात आले होते आणि त्या दोन्ही साखळ्यांची टोकं पोटाभोवती लावलेल्या साखळदंडाला लावण्यात आली होती. पाय घासत, कसेबसे ओढत तो पुढे जायला लागला. साखळदंडांचा खणखणाट आणि खडखड आवाज हॉलमध्ये घुमायला लागल्यावर लोकांच्या अंगावर शहारे आले. उघड्या शवपेटीतल्या आईचं दर्शन झाल्यावर तो हुंदके देत बोलू लागला, "मला क्षमा कर, आई मला क्षमा कर." तो जसा शवपेटीच्या जवळ पोहोचला, तसं हुंदक्यांचं रूपांतर मोठमोठ्याने रडण्यात झालं.

त्याला एका खुर्चीमध्ये बसवण्यात आलं आणि त्याच्या दोन्ही बाजूंना पहारेकरी उभे राहिले. त्याच्या प्रत्येक हालचालीबरोबर साखळदंडांचा आवाज येत होता. तो निराश, अस्वस्थ, उद्दिपित झालेला होता आणि जागेवर स्वस्थ आणि शांत बसू शकत नव्हता.

रॉन त्यांच्या 'फर्स्ट पेन्टेकोस्टल होलीनेस चर्च'मध्ये बसला होता. त्याच पवित्र गाभाऱ्यात – जिथे त्याने लहानपणी प्रार्थना केली होती, जिथे ॲनेट अजूनही दर रविवारी सकाळी ऑर्गन वाजवायची; जिथली एकही सभा त्याच्या आईने कधी चुकवली नव्हती, तिथे बसून तो आता आपल्या आईच्या कोमेजलेल्या चेहऱ्याकडे बघत रडत होता.

विधी संपल्यावर चर्चच्या फेलोशिप हॉलमध्ये जेवण ठेवण्यात आलं होतं. रॉन पहारेकऱ्यांबरोबर धडपडत चालत तिथपर्यंत पोहोचला. साधारण वर्षभर तो तुरुंगातलं अन्न खात होता; त्यामुळे समोर मांडलेले पदार्थ म्हणजे त्याला मेजवानीच वाटली. रॉनला नीट खाता यावं, म्हणून ॲनेटने तिथे असलेल्या मुख्य पोलिसाला रॉनच्या बेड्या काढण्याची विनंती केली. तिची विनंती फेटाळण्यात आली. तिने शांतपणे पुन्हा विनवणी केली; पण त्यांचं उत्तर पक्कं होतं.

ॲनेट आणि रेनी त्याला आळीपाळीने भरवत असलेल्या पाहून, जमलेले कुटुंबीय आणि मित्रमंडळींना रॉनची दया येत होती.

दफनविधीच्या ठिकाणी, धर्मग्रंथातलं वाचन आणि प्रार्थना झाल्यावर, विधीसाठी जमलेले लोक, एक/एक करत, ॲनेट, रेनी आणि रॉनला भेटून सांत्वनपर तसंच शोक प्रदर्शित करणारे शब्द बोलत त्यांच्या पुढून जाऊ लागले. स्नेहपूर्ण हस्तांदोलन करत आणि सौजन्याने आलिंगन देत सगळे पुढे सरकत होते; पण रॉनला ते शक्य नव्हतं. हात उचलू शकत नसल्यामुळे, तो कसाबसा भेटायला येणाऱ्या स्त्रियांच्या गालावर ओठ टेकवून आणि वेंधळेपणाने, साखळदंडांचा खडखडाट करत पुरुषांशी हस्तांदोलन करून आपल्या भावना पोहोचवत होता. तो सप्टेंबर महिना होता, हवा अजूनही खूप गरम होती. त्याच्या कपाळावरून घामाच्या धारा वाहत होत्या आणि त्या त्याच्या गालांवरून ओघळत होत्या. त्याला स्वतःचा चेहरा पुसणं शक्य नसल्यामुळे, ॲनेट आणि रेनी अधूनमधून त्याचा चेहरा पुसत होत्या.

डॉ. चार्ल्स ॲमोस यांनी न्यायालयात आपला अहवाल सादर केला. त्यांनी नमूद केलं होतं की, 'ओक्लाहोमाच्या कायद्यात व्याख्या केल्याप्रमाणे, रॉन विल्यमसन हा मनोविकारग्रस्त माणूस आहे, त्याच्यावर ठेवण्यात आलेल्या आरोपांचं स्वरूप तो समजून घेऊ शकत नाही, स्वतःच्या बचावासाठी तो त्याच्या वकिलाला मदत करू शकत नाही. तो योग्य उपचार घेऊनच मानसिक सक्षमता प्राप्त करून घेऊ शकतो.' त्याने असंही नमूद केलं की, 'जर त्याला उपचारांशिवायच सोडून देण्यात आलं, तर तो स्वतःसाठी आणि इतरांसाठीही धोकादायक ठरू शकतो.'

न्यायाधीश मिलर यांनी डॉ. ॲमोस यांचे निष्कर्ष स्वीकारत, रॉनला मानसिकदृष्ट्या असक्षम घोषित केलं. पुढील मूल्यमापन आणि उपचारांकरता त्याला विनिटा येथील 'ईस्टर्न-स्टेट' या इस्पितळात पाठवण्यात आलं. तिथे त्याला डॉ. आर. डी. गार्सिया यांनी तपासलं आणि निद्रानाशाच्या विकारासाठी डेल्मेन आणि रेस्टोरील, भ्रम आणि भास यांसाठी मेलोरील, स्किझोफ्रेनिया, अति-सक्रियता, भांडखोरपणा आणि उन्मत्त खिन्नतेतील अति-ऊर्जात्मक अवस्था यासाठी थोराझाइन अशी औषधं लिहून दिली. काही दिवसांतच औषधांचा परिणाम दिसून रॉनची तब्येत थोडी स्थिरावली आणि

त्याच्यात सुधारणा व्हायला लागली.

काही आठवड्यांनंतर डॉ. गार्सिया यांनी निष्कर्ष काढला – 'तो मनोविकृत आहे आणि त्याचा दारूच्या व्यसनाचा इतिहासही आहे. त्याने १०० मि.ग्रॅम या प्रमाणात, दिवसातून चार वेळा थोराझाइन घेत राहणं आवश्यक आहे. तो पळून जाण्याचा धोका वाटत नाही.'

हा थोडासा विरोधाभास होता, कारण त्याच्या शिक्षेचं प्रलंबन रद्द करण्यामागचा आरोप पलायन हाच होता.

न्यायालयाच्या लेखी प्रश्नांना उत्तरं देताना डॉ. गार्सिया म्हणाले : '१) आता तो आपल्या विरुद्धच्या आरोपांचं स्वरूप समजावून घेऊ शकेल, २) ... आपल्या वकिलाबरोबर चर्चा करून, स्वतःच्या बचावाची तर्कनिष्ठ पद्धतीने तयारी करण्यासाठी तो आपल्या वकिलाला मदत करू शकतो, ३) तो मानसिकदृष्ट्या आजारी नाही आणि ४) त्याला जरी आता उपचार, चिकित्सा किंवा प्रशिक्षणाशिवाय सोडून दिलं, तरी कदाचित तो स्वतःच्या आणि इतरांच्या जिवाला धोकादायक ठरण्याची शक्यता नाही. मात्र, जर त्याची विकृती जास्त वाढली आणि जर त्याने पुन्हा खूप दारू प्यायला सुरुवात केली तर ते धोकादायक ठरण्याची शक्यता आहे.'

रॉनला अडाला परत पाठवण्यात आलं, तिथे त्याची प्रलंबन रद्द करण्याची प्रक्रिया चालू होणार होती. तरीपण परीक्षणपश्चात त्याच्या सक्षमतेची सुनावणी ठेवण्याऐवजी, न्यायाधीश मिलर यांनी डॉ. गार्सिया यांचे निष्कर्ष जसेच्या तसे स्वीकारले; त्यामुळे न्यायालयाच्या आदेशामुळे मानसिकदृष्ट्या असक्षम ठरवण्यात आलेल्या रॉनला पुन्हा सक्षम ठरवण्याचा फैसला केला गेला नाही.

डॉ. गार्सिया यांच्या निष्कर्षाचा आधार घेत, रॉनचं प्रलंबन रद्द करण्यात आलं आणि दोन वर्षांतील उरलेली शिक्षा पूर्ण करण्यासाठी त्याला पुन्हा तुरुंगात पाठवण्यात आलं. ईस्टर्न-स्टेटमधून बाहेर पडताना, त्याच्याजवळ थोराझाइनचा दोन आठवड्यांचा साठा देण्यात आला होता.

सप्टेंबरमध्ये, टॉमी वॉर्ड आणि कार्ल फोन्टेनॉट यांच्याविरुद्धचा खटला अडामध्ये सुरू झाला. त्यांच्या वकिलांनी त्यांचे खटले वेगवेगळे चालवले जावेत आणि जास्त महत्त्वाचं म्हणजे पोन्टोटॉक काउन्टीच्या बाहेर चालवले जावेत, यासाठी जोरदार युक्तिवाद केला होता. डेनिस हॅरावे अजूनही बेपत्ता होती आणि तिच्याबद्दलची चर्चा अजूनही जोरात होती, शेकडो स्थानिक लोक तिच्या शोधासाठी मदत करत होते. तिचे सासरे स्थानिक दंतवैद्य होते आणि गावातल्यांसाठी आदरणीय होते. वॉर्ड आणि फोन्टेनॉट अकरा महिन्यांपासून तुरुंगात होते. ऑक्टोबरमध्ये पहिल्यांदा त्यांच्या कबुलीजबाबांची बातमी प्रसारित झाल्यापासून, त्याबद्दलची गरमागरम चर्चा हॉटेल्स

आणि ब्युटी पार्लर्समधून चालू होती.

ज्युरी तटस्थपणे विचार करतील अशी अपेक्षा आरोपींनी करायची तरी कशाच्या भरवशावर? खरंतर कुख्यात खटले नेहमीच दुसऱ्या ठिकाणी चालवले जायचे.

खटल्याचं ठिकाण बदलण्याचे अर्ज फेटाळण्यात आले.

खटल्यापूर्वीच्या विवादाचा आणखी एक महत्त्वाचा मुद्दा होता, तो म्हणजे कबुलीजबाब! वॉर्ड आणि फोन्टेनॉट यांच्या वकिलांनी, त्या निवेदनांवर हल्ला चढवला होता. खासकरून, डिटेक्टिव्ह स्मिथ आणि रॉजर्स यांनी ती निवेदनं मिळवण्यासाठी वापरलेल्या पद्धतीला त्यांचा आक्षेप होता. त्या मुलांकडून वदवून घेण्यात आलेल्या गोष्टी सत्य नव्हत्या, प्रत्यक्ष पुराव्याच्या अगदी बारीकशा धाग्याचाही त्यांनी सांगितलेल्या एकाही गोष्टीला आधार नव्हता.

पीटरसनने खूपच त्वेषाने प्रत्युत्तर दिलं. त्यांच्या पुराव्यातून जर टेप काढून टाकल्या असत्या, तर मग त्यांच्या हातात काहीच राहत नव्हतं. हमरीतुमरीने दीर्घ काळ वादविवाद झाला. शेवटी कबुलीजबाबांची टेप ज्युरींना दाखवण्याचा निर्णय न्यायाधीशांनी घेतला.

सरकारतर्फे एक्कावन साक्षीदार बोलावण्यात आले; पण त्यांतल्या फारच कमीजणांकडे काही महत्त्वाचं सांगण्यासारखं होतं. त्यांतले बरेच डेनिस हॅरावेचे मित्र-मैत्रिणीच होते. ती खरोखरच बेपत्ता आहे आणि बहुधा मरण पावली आहे, एवढंच सिद्ध करण्यासाठी त्यांना साक्षीसाठी बोलावण्यात आलं होतं. खटल्यात आश्चर्याचा घटक एकच होता, तो म्हणजे टेरी हॉलंड या एका व्यावसायिक गुन्हेगार स्त्रीला साक्षीदार म्हणून आणलं गेलं. तिने ज्युरींना सांगितलं की, ऑक्टोबरमध्ये जेव्हा कार्ल फोन्टेनॉटला तुरुंगात आणण्यात आलं, तेव्हा तीही तुरुंगातच होती. ते दोघे अधूनमधून एकमेकांशी बोलायचे. तो, टॉमी वॉर्ड आणि ओडेल ट्विस्वर्थ अशा तिघांनी मिळून त्या मुलीचं अपहरण करून, बलात्कार आणि खून केल्याची कबुली त्याने तिच्याजवळ दिली होती.

पण फोन्टेनॉटने आपण टेरी हॉलंडला कधीही न भेटल्याचं सांगितलं.

तुरुंगातून येऊन साक्ष देणाऱ्यांत, टेरी हॉलंड ही एकच खबरी नव्हती. लिओनार्ड मार्टिन हा एक किरकोळ गुन्हे करणारा माणूसही त्या वेळी तुरुंगात होता. पोलिसांनी त्यालाही आणलं, त्याने ज्युरींना सांगितलं की, 'मला माहिती होतं की, आम्ही पकडले जाणार आहोत' असं कोठडीत असताना कार्लला स्वतःशीच बोलताना त्याने ऐकलं होतं.

ही सरकारकडील पुराव्याची गुणवत्ता होती; ज्युरींच्या मनात संशयितांच्या अपराधाची निःसंशय खात्री पटवण्यासाठी सादर करण्यात आलेला पुरावा.

प्रत्यक्ष पुराव्याअभावी टेपवरचे कबुलीजबाब नक्कीच महत्त्वपूर्ण ठरणार होते;

पण ते विसंगती आणि खोटेपणाने भरलेले होते. सरकार इतक्या विचित्र परिस्थितीत सापडलं होतं की, फोन्टेनॉट आणि वॉर्ड खोटं बोलताहेत हे कबूल तर करावं लागत होतं; पण त्याच वेळी त्यांच्यावर विश्वास ठेवा असंही ज्युरींना सांगावं लागत होतं.

त्याचबरोबर, कृपया ट्विस्वर्थबद्दलचं सगळं विसरून जा, कारण त्याचा यात सहभाग नव्हता, असंही सरकारला सांगावं लागत होतं.

आणि मृत शरीरासह जाळण्यात आलेलं घर या किरकोळ बाबीकडेसुद्धा दुर्लक्ष करा, कारण ते घर दहा महिन्यांपूर्वीच जाळण्यात आलं होतं.

टेलिव्हिजन सेट आणण्यात आले, दिवे मंद करण्यात आले आणि कबुलीजबाबाचे व्हिडिओ दाखवण्यात आले. भयानक तपशील उजेडात येऊ लागले आणि वॉर्ड आणि फोन्टेनॉटचा प्रवास मृत्युकोठडीच्या दिशेने सुरू झाला.

साहाय्यक डिस्ट्रिक्ट ॲटर्नी ख्रिस रॉस त्याच्या पहिल्याच खून खटल्याच्या युक्तिवादात भरपूर नाट्य निर्माण करायचंच, असं जणू ठरवून आला होता. आपल्या तपशीलवार निवेदनात, त्याने टेपमधल्याच रक्तरंजित घटना पुन्हा ज्युरींच्या डोळ्यांसमोर उभ्या केल्या. भोसकल्याच्या जखमा, रक्त, बाहेर काढण्यात आलेला कोथळा, निर्घृण बलात्कार, इतक्या सुंदर मुलीवर खुनी हल्ला आणि शेवटी अंगावर शहारे आणणारा, मृतदेह जाळण्याचा भीषण प्रकार.

ज्युरी पुरेसे क्रुद्ध होण्याकरता ते परिणामकारक ठरलं. मग दोघांना अपराधी ठरवायला आणि मृत्युदंडाच्या शिक्षेचा निकाल द्यायला त्यांना फार वेळ विचारविनिमय करण्याची गरज पडली नाही.

वॉर्ड आणि फोन्टेनॉट हे त्यांच्या बनावट कबुलीजबाबात काहीही बोलले असले, तसंच पीटरसन आणि ख्रिस रॉस यांनी ज्युरींच्या समोर काहीही वर्णन केलेलं असलं, तरी वास्तव असं होतं की, तिला भोसकण्यात आलं नव्हतं की तिचं शव जाळण्यातही आलं नव्हतं.

डेनिस हॅरावेला डोक्यात एक गोळी घालून मारण्यात आलं होतं. नंतरच्या जानेवारीत, गर्टी या वसाहतीजवळच्या जंगलात, खूप आतमध्ये एका शिकाऱ्याला तिच्या शवाचे अवशेष सापडले. ते ठिकाण अडापासून सुमारे सत्तावीस मैलांवर असलेल्या ह्युजेस काउन्टीमध्ये होतं. शोध घेण्यात आलेल्या कुठल्याही ठिकाणापेक्षा ते दूर होतं.

मृत्यूचं खरं कारण कळल्यावर, वॉर्ड आणि फोन्टेनॉट यांनी खरोखरच त्यांची हास्यास्पद कहाणी रचून सांगितली होती आणि त्यांच्याकडून बळजबरीने कबुलीजबाब घेण्यात आला होता, हे खटल्याशी संबंधित असलेल्या कोणाच्याही लक्षात यायलाच हवं होतं; पण तसं होऊ शकलं नाही.

मृत्यूचं खरं कारण कळल्यावर संबंधित अधिकाऱ्यांनी आपली चूक मान्य करून, खऱ्या खुन्याचा शोध घ्यायला सुरुवात करणं अपेक्षित होतं; पण तेही घडलं नाही.

खटला संपल्यावर; परंतु प्रेताचा शोध लागण्यापूर्वी, टॉमी वॉर्ड अडाच्या पूर्वेला पंचावन्न मैलांवर असलेल्या मॅकॲलिस्टर या मृत्युकोठडीत हलवले जाण्याच्या प्रतीक्षेत होता. ज्यामुळे तो विषारी इंजेक्शनच्या साहाय्याने मृत्यूची शिक्षा इथपर्यंत पोहोचला होता, तो घटनाक्रम आठवत अजूनही तो सुन्न होऊन बसला होता. घाबरलेला, गोंधळलेला आणि निराश झालेला. एका वर्षापूर्वी तो, अडामधल्या कुठल्याही वीस वर्षे वयाच्या एखाद्या सर्वसाधारण मुलासारखाच नोकरीच्या आणि एखाद्या सुंदर मुलीच्या शोधात असलेला व पार्टीची मजा लुटणारा तरुण होता.

खरे खुनी कुठेतरी मोकाट असतील आणि आम्हाला हसत असतील, असा विचार तो नेहमी करत असायचा. ते पोलिसांनाही हसत असतील, त्याला खात्री होती. आपल्या खटल्याला उपस्थित राहण्याएवढे ते खुनी बिनधास्त असतील का? त्याला नवल वाटायचं; पण का नसतील, त्यांना तर काहीच धोका नव्हता.

एक दिवस त्याला भेटायला अडाचे दोन पोलीस आले. ते त्याचे मित्र असल्यासारखे वागत होते, अगदी खास मित्र! तो मॅकॲलिस्टरला गेल्यावर काय होईल, याची त्यांना चिंता वाटत होती. ते शांतपणे, विचारपूर्वक, मोजूनमापून एकेक शब्द बोलत होते. धमकी नाही, आरडाओरडा नाही; शिवीगाळ नाही की विषारी इंजेक्शनने मृत्यू असा उल्लेखही नाही. त्यांना खरोखरच डेनिस हॅरावेचं शव हवं होतं. त्यासाठी त्याच्याशी सौदा करण्याची तयारीही त्यांनी दर्शवली. जर टॉमीने त्यांना शवाचा ठावठिकाणा सांगितला, तर ते पीटरसनच्या ऑफिसमध्ये आपलं वजन वापरून, त्याची मृत्युदंडाची शिक्षा कमी करून जन्मठेपेवर आणतील, असं त्यांनी कबूल केलं. त्यांना तेवढा अधिकार असल्याचा त्यांनी दावा केला; पण वस्तुस्थिती तशी नव्हती. प्रकरण त्यांच्या नियंत्रणाच्या खूपच पलीकडे गेलेलं होतं.

टॉमीने शव कुठे आहे हे आपल्याला माहिती नसल्याचं सांगितलं. गेले वर्षभर तो जे सांगत होता, त्याचाच त्याने पुनरुच्चार केला – या गुन्ह्याशी माझा काहीही संबंध नाही. आता मृत्यू डोळ्यांसमोर दिसत असूनसुद्धा पोलिसांना जे काही हवंय, ते टॉमी वॉर्ड देऊ शकत नव्हता.

वॉर्ड आणि फोन्टेनॉट यांना अटक झाल्यावर काही दिवसांनी त्यांची गोष्ट, तेव्हा साउथ वेस्टमध्ये राहणाऱ्या, न्यू यॉर्कमधील रॉबर्ट मेयर नावाच्या एका प्रतिष्ठित पत्रकाराच्या नजरेस आली. ही गोष्ट त्याला तो नियमित भेटत असलेल्या एका

महिलेकडून समजली. तिच्या भावाने टॉमी वॉर्डच्या एका बहिणीशी लग्न केलं होतं.

स्वप्नाचा कबुलीजबाब आणि त्यामुळे घडलेला अनर्थ पाहून मेयर थक्क झाला. त्याला कुतूहल वाटत होतं की, एखादा माणूस इतक्या भयंकर गुन्ह्याची कबुली का देईल? आणि मग त्या जबाबात सगळ्या खोट्या गोष्टी का सांगेल? तो अडाला पोहोचला आणि त्याने त्या गोष्टीचा तपास करायला सुरुवात केली.

खटल्यापूर्वीची प्रदीर्घ प्रक्रिया, नंतर प्रत्यक्ष खटला, अडा गाव, तिथली माणसं, घडलेला गुन्हा, पोलीस, सरकारी वकील आणि खासकरून वॉर्ड आणि फोन्टेनॉट या सर्वांचं त्याने नेटाने, काळजीपूर्वक कसून संशोधन केलं.

अडाचंही त्याच्यावर बारकाईने लक्ष होतं. त्यांच्यामध्ये एक खराखुरा लेखक आलाय, तो सगळीकडे लक्ष ठेवतोय, तपासणी करतोय ही घटना त्यांच्यासाठी दुर्मिळ होती आणि तो काय लिहिणार आहे (हे देवच जाणे!) याची त्यांना उत्सुकता होती. काही दिवसांतच मेयरने सर्व महत्त्वाच्या व्यक्तिरेखांचा विश्वास संपादन केला. त्याने पीटरसनची सविस्तर मुलाखत घेतली. तो बचाव पक्षाच्या वकिलांना भेटला. पोलिसांबरोबर त्याने बरेच तास घालवले. एका भेटीदरम्यान, त्यांच्या छोट्याशा गावातल्या दोन-दोन न सोडवता आलेल्या खुनांमुळे पोलिसांवर आलेल्या दबावाचा उल्लेख डेनिस स्मिथने केला. त्याने मेयरला डेबी कार्टरचा फोटो दाखवला. ''रॉन विल्यमसनने तिचा खून केल्याची आम्हाला खात्री आहे,'' स्मिथ म्हणाला. ''पण सध्या तरी आम्ही ते सिद्ध करू शकत नाही.''

मेयरने जेव्हा हा प्रकल्प हातात घेतला, तेव्हा दोन्ही मुलं गुन्हेगार असण्याची थोडीफार शक्यता असावी, असं त्याला वाटत होतं; पण लवकरच, स्मिथ आणि रॉजर्सने जे काही केलं ते आणि ज्या पद्धतीने वॉर्ड आणि फोन्टेनॉट यांच्याविरोधात न्यायालयीन प्रक्रिया चालवण्यात आली, ते कळल्यावर त्याला धक्काच बसला. पोलिसांजवळ त्यांच्या कबुलीजबाबांशिवाय काहीही पुरावा नव्हता आणि त्यांचे जबाब कितीही मती गुंग करणारे असले, तरी कोणीही त्यावर विश्वास ठेवू शकणार नाही, इतके विसंगतीने भरलेले होते.

तरीसुद्धा, गुन्हा आणि खटला यांचा संतुलित वृत्तान्त सादर करण्यासाठी मेयरने प्रयत्नांची पराकाष्ठा केली. त्या संशोधनावरचं त्याचं पुस्तक 'ड्रीम्स ऑफ अडा' या नावाने 'व्हायकिंग'ने एप्रिल, १९८७ मध्ये प्रकाशित केलं. अडामध्ये त्या पुस्तकाची अत्यंत उत्सुकतेने वाट बघितली जात होती.

प्रतिक्रिया जलद; पण अपेक्षेप्रमाणेच होती. वॉर्ड परिवाराबरोबर लेखकाच्या असलेल्या मैत्रीमुळे, काही लोकांनी त्या पुस्तकाला काही महत्त्व दिलं नाही. त्या मुलांनी कबुलीजबाब दिल्यामुळे बाकीच्या लोकांना त्या मुलांच्या गुन्ह्याची खात्री पटली होती आणि आता काहीही झालं तरी त्यांचं मत कधीही बदलणं शक्य नव्हतं.

बऱ्याचजणांचा असाही विश्वास होता की, पोलिसांनी आणि सरकारी वकिलांनी या प्रकरणाचा विचका केला आहे, त्यांनी चुकीच्या माणसांना तुरुंगात धाडलंय आणि खरे खुनी मोकाट आहेत.

एका छोट्या गावातल्या सरकारी वकिलाच्या एखाद्या प्रकरणाबद्दल पुस्तक लिहिलं जाणं ही फारच दुर्मिळ घटना होती. शिवाय त्यात बिल पीटरसनच्या विरोधात पुष्कळ काही लिहिलेलं होतं. त्यात करण्यात आलेल्या टीकेमुळे पीटरसनचा अहंकार दुखावला आणि स्वतःची कर्तबगारी सिद्ध करायचीच, असा ठाम निर्धार करून तो डेबी कार्टर प्रकरणाच्या मागे लागला.

त्या प्रकरणाचा तपास आता खूप जुना झाला होता. ती बिचारी मुलगी मरण पावली त्याला आता चार वर्षांपेक्षा जास्त काळ उलटून गेला होता. आता कोणालातरी पकडायलाच हवं होतं.

रॉन विल्यमसन हाच खुनी असल्याची पीटरसन आणि पोलिसांना कित्येक दिवसांपासून खात्री होती. डेनिस फ्रिट्झचाही सहभाग असू शकतो किंवा कदाचित नसेलही; पण त्या रात्री विल्यमसन मात्र कार्टरच्या घरात असल्याबाबत त्यांची पक्की खात्री होती. त्यांच्याकडे काही पुरावा नसला तरी, त्यांची अंतःप्रेरणा त्यांना तसं सांगत होती.

रॉन आता तुरुंगातून बाहेर आला होता आणि अडाला परतला होता. १९८५ मध्ये जेव्हा त्याची आई मरण पावली, तेव्हा तो मानसिक सक्षमतेच्या सुनावणीची वाट बघत होता आणि दोन वर्षांमधली उरलेली तुरुंगवासाची शिक्षा त्याला डोळ्यांसमोर दिसत होती. ज्या घरात त्या लहानाच्या मोठ्या झाल्या होत्या, ते लहानसं घर अॅनेट आणि रेनी यांना अनिच्छेनेच विकावं लागलं. ऑक्टोबरमध्ये जेव्हा रॉनला पॅरोलवर सोडण्यात आलं, तेव्हा त्याला राहायला जागा नव्हती. तो अॅनेटकडेच ती, तिचा नवरा आणि मुलगा यांच्याबरोबर राहायला लागला. त्याने काही दिवस त्या कुटुंबामध्ये सामावून जायचा शर्थीने प्रयत्न केला; पण लवकरच त्याच्या जुन्या सवयी उफाळून आल्या. खूप आवाज करत रात्रीचं जेवण तयार करणं, रात्रभर मोठ्या आवाजात टेलिव्हिजन लावून ठेवणं, सिगारेट ओढणं, दारू पिणं आणि दिवसभर सोफ्यावर झोपा काढणं. साधारण एका महिन्याने घरातल्यांची सहनशक्ती संपुष्टात येत चाललीय हे लक्षात आल्यावर, त्याला घर सोडून जायला सांगण्याची वेळ अॅनेटवर आली.

दोन वर्षांच्या तुरुंगवासादरम्यान त्याचं मानसिक स्वास्थ्य सुधारण्याच्या दृष्टीने काहीच मदत झाली नव्हती. त्या काळात तो बऱ्याच सरकारी इस्पितळांत राहून आला होता, तिथे वेगवेगळ्या डॉक्टरांनी वेगवेगळ्या औषधांच्या वेगवेगळ्या प्रमाणातील

डोसचे प्रयोग त्याच्यावर केले होते. कधीकधी तर तो औषधोपचारांविनाच असायचा. तुरुंगातल्या लोकांमध्ये त्याचे काही दिवस बरे जायचे; मग त्याची विचित्र वागणूक कोणाच्यातरी लक्षात यायची आणि मग कुठल्यातरी दुसऱ्याच रुग्णालयामध्ये त्याची रवानगी व्हायची.

त्याच्या सुटकेनंतर 'डिपार्टमेंट ऑफ करेक्शन्स'च्या लोकांनी मानसिक स्वास्थ्य केंद्रातल्या एका समाजसेविकेबरोबर त्याची भेट ठरवली होती. १५ ऑक्टोबरला तो नॉर्मा वॉकरला भेटला. तो लिथियम, नेवेन आणि आर्टेन घेतोय अशी तिने नोंद केली. तिला तो प्रसन्न, नियंत्रित आणि थोडासा विक्षिप्त वाटला. तिने लिहिलं, 'कधीकधी तर तो संपूर्ण एक मिनिटभरसुद्धा, काहीही न बोलता, एकटक बघत राहायचा.' बायबल कॉलेजमध्ये प्रवेश घेण्याची त्याची योजना होती आणि कदाचित पुढे 'धर्मगुरू' होण्याचा विचार असावा किंवा स्वतःचीच एक बांधकाम कंपनी चालू करावी असंही त्याला वाटत होतं. फारच मोठ्या योजना, जरा जास्तच अव्वाच्यासव्वा, वॉकरच्या मनात आलं.

दोन आठवड्यांनंतर तो पुन्हा एकदा तिला भेटला. औषधोपचार चालू होते. भेटीची ठरलेली वेळ त्याने पाळली. एकंदरीत तो व्यवस्थित वाटत होता. त्यानंतरच्या दोन भेटी त्याने वगळल्या आणि एकदम नऊ डिसेंबरला येऊन उभा राहिला. आल्यावर त्याने डॉ. मेरी स्नो यांना भेटण्याची मागणी केली. त्याने औषधं घेणं बंद केलं होतं, कारण त्याने असं सांगितलं की, त्याला एक मुलगी भेटली होती आणि तिचा औषधांवर विश्वास नव्हता. डॉ. स्नो यांनीही औषधं घेण्यासाठी त्याला समजावण्याचा प्रयत्न केला; पण त्याचं म्हणणं असं होतं की, देवानेच त्याला दारू आणि सगळ्या प्रकारची ड्रग्ज सोडून द्यायला सांगितलं आहे.

१८ डिसेंबर व १४ जानेवारी, या भेटीच्या पूर्वनियोजित तारखांना तो आला नाही. १६ फेब्रुवारीला ॲनेटचा नॉर्मा वॉकरला फोन आला, त्याची वागणूक आता नियंत्रणापलीकडे गेल्याचं तिने सांगितलं. 'मनोविकृत' असं तिने त्याचं वर्णन केलं. हँडगनच्या साहाय्याने स्वतःचं आयुष्य संपवण्याचा उल्लेख त्याने केला होता. दुसऱ्याच दिवशी तो आला, तेव्हा काहीसा निराश; पण थोडाफार समंजस वाटत होता. त्याने आपल्या औषधांमध्ये बदल करण्याची मागणी केली. तीन दिवसांनंतर वॉकरला 'मॅककॉल चॅपल'मधून फोन आला : रॉनने तिथे गदारोळ माजवला होता. आरडाओरडा करत तो त्यांच्याकडे नोकरी देण्याची मागणी करत होता. त्याच्याशी सावधगिरीने वागा आणि गरज पडल्यास पोलिसांना बोलावून घ्या, असा सल्ला तिने दिला. त्याच दुपारी ॲनेट आणि तिचा नवरा रॉनला घेऊन वॉकरकडे आले. ते फारच उद्विग्न आणि काहीतरी मदत मिळावी म्हणून हवालदिल झाले होते.

रॉनने औषधं घेणं बंद केलंय, तो गोंधळलेला, भान हरवलेला, संभ्रमावस्थेत,

वास्तवापासून फारकत घेतलेल्या अवस्थेत आहे आणि त्याला स्वतःच्या अन्न आणि निवाऱ्याची काळजी घेणं शक्य नाही, असं वॉकरचं निरीक्षण होतं. योग्य औषधोपचार मिळाल्यानंतरही तो स्वतःची काळजी घेऊ शकेल का, याबाबत ती साशंक होती. 'त्याची ढासळलेली मानसिक क्षमता आणि अनियंत्रित वागणुकीसाठी दीर्घकाळ शुश्रूषागृहात राहणं' हाच उपाय असल्याचं तिने नमूद केलं.

कुठलीही योजना आणि औषधांशिवायच ते तिघे परतले. रॉन अडाच्या आजूबाजूला भटकत असायचा आणि काही काळाने तो बेपत्ता झाला. चिकाशामधल्या आपल्या घरात बॅरी सिम्मन्स एका रात्री दोन मित्रांबरोबर गप्पा मारत बसलेला असताना दरवाजाची घंटी वाजली. त्याने दरवाजा उघडला, तर त्याचा मेहुणा घाईघाईने आत येत जमिनीवर कोसळला. "मला मदतीची गरज आहे," रॉन सारखं सांगत होता "मला वेड लागलंय, मला मदतीची गरज आहे." दाढी वाढलेली, गलिच्छ अवतार, गुंता झालेले दाट घामट केस, त्याला कसलंही भान नव्हतं; आपण नक्की कुठे आहोत याची खात्री नव्हती. "मला आता हे बिलकूल सहन होत नाही," तो म्हणाला.

बॅरीचे मित्र रॉनला ओळखत नव्हते. त्याचा अवतार आणि पराकोटीची नैराश्याची अवस्था पाहून ते हादरले. दोघांतला एकजण निघून गेला आणि दुसरा तिथेच थांबला. रॉन शांत झाला आणि नंतर सुस्तावल्यासारखा पडून राहिला. काहीतरी करून मदत मिळवून देण्याचं बॅरीने त्याला आश्वासन दिलं. बॅरी आणि त्याच्या मित्राने कसंबसं रॉनला कारमध्ये बसवलं. पहिल्यांदा ते जवळच्याच इस्पितळात गेले, तिथून त्यांना स्थानिक मानसिक स्वास्थ्य केंद्रात जायला सांगण्यात आलं. तिथे गेल्यावर त्यांना नॉर्मन इथल्या सेंट्रल-स्टेट या इस्पितळात जायला सांगण्यात आलं. ते तिकडे जात असताना, रॉन कसलीही प्रतिक्रिया न देता, अचेतन झाल्यासारखा पडून होता. मात्र, मध्येच एकदा आपल्याला प्रचंड भूक लागल्याचं त्याने सांगितलं. बॅरीला त्या भागातलं, प्लेट भरभरून पदार्थ वाढणारं, एक सुप्रसिद्ध हॉटेल माहिती होतं. तिकडे त्याने कार वळवली. तिथल्या पार्किंगमध्ये कार थांबल्यावर रॉनने विचारलं "आपण कुठे आहोत?"

"आपण खाण्यासाठी काहीतरी घ्यायला थांबलो आहोत," बॅरीने उत्तर दिलं. त्यावर 'मला अजिबात भूक नाही' असं रॉनने सांगितल्यावर बॅरीने कार बाहेर काढली आणि ते नॉर्मनच्या दिशेने निघाले.

"आपण तिथे कशासाठी थांबलो होतो?" रॉनने विचारलं.

"तुला भूक लागलीय असं तू म्हणाला होतास म्हणून," बॅरीने उत्तर दिलं.

बॅरीच्या वागण्यावर चिडून रॉन बोलला, "नाही, मी असं कधीही बोललो नव्हतो."

नॉर्मनपासून काही मैलांवर पोहोचल्यावर, आपल्याला भूक लागली असल्याचं रॉनने पुन्हा एकदा सांगितलं. वाटेत मॅकडोनाल्ड दिसल्यावर बॅरीने तिथे कार थांबवली. "आपण इथे काय करतोय?" लगेचच रॉनचा प्रश्न आला.

"आपण खाण्यासाठी काहीतरी घ्यायला थांबलोय." बॅरीने उत्तर दिलं.

"का?"

"कारण तुला भूक लागलीय असं तू म्हणालास."

"मला भूक लागलेली नाही. आता आपण लवकर इस्पितळात गेलो तर बरं होईल."

ते मॅकडोनाल्डमधून निघाले आणि एकदाचे नॉर्मनमध्ये पोहोचले. तेवढ्यात आपल्याला भूक लागल्याचं रॉनने जाहीर केलं. संयम ठेवत, बॅरीने आणखी एक मॅकडोनाल्ड शोधून काढलं आणि बॅरी तिथे कार थांबवत असतानाच 'आपण इथे कशासाठी थांबतोय' असं रॉनने विचारल्याचं दोघांनाही आश्चर्य वाटलं नाही.

इस्पितळात जाण्यापूर्वी, मुख्य रस्त्यावरील 'व्हायकर्स' इथे बॅरी पेट्रोल भरायला थांबला. कारकडे परत येताना बॅरी चॉकलेटचे दोन मोठे बार घेऊन आला. रॉनने ते पटकन खेचून घेतले आणि काही सेकंदांतच फस्त केले. रॉनने ज्या झपाट्याने ते दोन्हीही बार संपवले, ते पाहून दोघेही थक्क झाले.

सेंट्रल-स्टेटमध्ये गेल्यावर रॉन बधिरावस्थेच्या सीमारेषेच्या जवळपास घुटमळत होता. पहिल्यांदा जे डॉक्टर तपासायला आले, ते त्याची सहकार्य न करण्याची वृत्ती पाहून, चिडून खोलीतून निघून गेले. मग बॅरीने आपल्या मेहुण्याची चांगलीच खरडपट्टी काढली.

त्यावर रॉनची प्रतिक्रिया अशी होती – तो एका रिकाम्या भिंतीसमोर जाऊन उभा राहिला, हाताचे स्नायू ताणत एखाद्या शरीरसौष्ठवपटूने करावे तसे अंगविक्षेप करत मूर्खासारखा उभा राहिला आणि त्यानंतर शरीर एकदम ताठ करून बराच वेळ तसाच उभा राहिला. बॅरीने त्याच्याशी बोलायचा प्रयत्न केला; पण तो या जगात नसल्यासारखाच वागत होता. दहा मिनिटं अशीच गेली, रॉनने जराही हालचाल केली नाही. तो कसलाही आवाज न करता किंवा एकही स्नायू न हलवता, एकटक बघत उभा होता. वीस मिनिटं अशीच गेल्यावर, बॅरीला तिथून पळून जायचीच इच्छा व्हायला लागली. तीस मिनिटांच्या दीर्घ कालावधीनंतर रॉन त्या अवस्थेतून बाहेर पडला; पण तरीही तो बॅरीबरोबर बोलायला तयार नव्हता.

सुदैवाने, तेवढ्यात इस्पितळाचे कर्मचारी तिथे पोहोचले आणि रॉनला त्याच्या खोलीत घेऊन गेले. "मला आत्ता कुठेतरी जायला जागा हवी होती, म्हणूनच केवळ मी तुमच्याकडे आलोय." रॉनने डॉक्टरांना सांगितलं. त्याला नैराश्यासाठी म्हणून लिथियम आणि स्किझोफ्रेनियासाठी मनोविकारावर वापरण्यात येणारं नेवेन अशी

औषधं देण्यात आली. तब्येत थोडी सुधारल्याबरोबर, डॉक्टरांच्या सल्ला न जुमानता, तो इस्पितळातून बाहेर पडला आणि थोड्याच दिवसांत अडाला पोहोचला.

यानंतर बॅरीने पुन्हा एकदा आपल्या मेहुण्याबरोबर रस्त्यावरून कारने प्रवास केला, तो डल्लासला जाण्यासाठी. तिथल्या ख्रिश्चन मिशनरीतर्फे एके काळी ठक, चोर किंवा व्यसनी माणसांसाठी उपक्रम चालवला जायचा. बॅरीच्या धर्मगुरूंनी रॉनची भेट घेतली होती आणि रॉनला मदत करण्याची त्यांची इच्छा होती. त्या धर्मगुरूंनी शांतपणे बॅरीला विश्वासात घेत रॉनबद्दल असं सांगितलं होतं, "तो दिसतो व्यवस्थित; पण कुठल्या विश्वात जगतोय देवच जाणे!"

डलासमधल्या सुधारगृहात ते दाखल झाले. रॉन तिथे स्थिरस्थावर झाल्यावर बॅरीने त्याचा निरोप घेतला. निघताना त्याने रॉनला पन्नास डॉलर दिले. दोघांनाही कल्पना नव्हती; पण हे तिथल्या नियमांचं उल्लंघन होतं. बॅरी ओक्लाहोमाला परतला आणि त्याच्या पाठोपाठ रॉनही पोहोचला. तिथे दाखल झाल्यानंतर काही तासांतच, बॅरीने दिलेले पैसे वापरून रॉनने अडासाठी बसचं तिकीट काढलं आणि बॅरीनंतर काही तासांतच तोही अडामध्ये हजर झाला.

त्यानंतर त्याला सेंट्रल-स्टेटला दाखल करण्यात आलं, ते मात्र स्वेच्छेने नव्हतं. २१ मार्चला, म्हणजे बाहेर पडल्यानंतर नऊ दिवसांतच, नेवेनच्या वीस गोळ्या खाऊन त्याने आत्महत्या करण्याचा प्रयत्न केला. नोकरी मिळत नसल्याच्या नैराश्यातून आपण असं केल्याचं त्याने नर्सला सांगितलं. त्याची प्रकृती स्थिर झाली आणि त्याला योग्य औषधं लिहून देण्यात आली, ती घेणं त्याने तीन दिवसांतच बंद केलं. तो स्वतःसाठी आणि इतरांसाठीही धोकादायक असल्याचा निष्कर्ष त्याच्या डॉक्टरांनी काढला आणि त्याच्यासाठी अठ्ठावीस दिवसांच्या सेंट्रल-स्टेटमधल्या उपचारांची शिफारस केली. २४ मार्चला त्याला सोडून देण्यात आलं.

अडामध्ये परतल्यावर, गावाच्या पश्चिमेला, 'ट्वेल्थ स्ट्रीट'वर असलेल्या, एका छोट्या घराच्या मागच्या बाजूला रॉनला एक खोली मिळाली. खोलीत स्वयंपाकाची आणि नळाची सोय नव्हती. जेव्हा कधी अंघोळीची इच्छा होई, तेव्हा त्या घरामागचा पाइप त्याला वापरावा लागायचा. ॲनेट त्याला जेवण आणून द्यायची आणि त्याला मदत करायच्या प्रयत्नांत असायची. अशाच एका भेटीत त्याच्या मनगटातून रक्तस्राव होत असल्याचं तिच्या लक्षात आलं. बाकीच्यांना आपल्यामुळे वेदना झाल्या, तशा त्या आपणही भोगाव्यात म्हणून ब्लेडने मनगट कापून घेतल्याचं त्याने सांगितलं. आपण मरावं आणि ज्यांना सर्वांत जास्त दुःख दिलंय त्या आपल्या आई-वडिलांबरोबर राहावं, अशी त्याची इच्छा होती. डॉक्टरांकडे येण्यासाठी तिने त्याला विनवलं; पण त्याने नकार दिला. जिथे आत्तापर्यंत तो बरेचदा गेला होता, त्या

मानसिक स्वास्थ्य केंद्रात जाऊन मदत घ्यायलाही त्याने नकार दिला.

त्याचे औषधोपचार आता पूर्णपणे बंद होते.

त्या घराचा जो वयस्कर मालक होता, त्याला रॉनची दया यायची. तो रॉनकडून अगदी कमी भाडं घ्यायचा. एवढंच नाही, तर कधीकधी भाडं घ्यायचाही नाही. त्याच्या गॅरेजमध्ये जुनं, चारातलं एक चाक तुटलेलं गवत कापण्याचं यंत्र पडून होतं. रॉनने ते यंत्र वापरायला सुरुवात केली. रॉन ते यंत्र ढकलत रस्त्यातून फिरायचा, लोकांच्या घराबाहेर वाढलेलं गवत ५ डॉलर घेऊन कापून द्यायचा आणि त्यातून मिळालेले पैसे घरमालकाला आणून द्यायचा.

४ एप्रिल रोजी, दहाव्या रस्त्याच्या पश्चिमेकडे राहणाऱ्या एका माणसाचा अडा पोलिसांना फोन आला. त्याने पोलिसांना सांगितलं की, त्याला बाहेरगावी जायचंय आणि रॉन विल्यमसन रात्री-अपरात्री त्यांच्या विभागात भटकत असल्यामुळे, त्याला त्याच्या कुटुंबीयांच्या सुरक्षिततेची काळजी वाटते. असं लक्षात आलं की, तो माणूस रॉनला ओळखत होता आणि त्याचं रॉनवर बारीक लक्ष होतं. त्याने पोलिसांना सांगितलं की, फक्त एकाच रात्रीत चार वेळा 'सर्कल के' स्टोअर आणि दोन किंवा तीन वेळा 'लव्ह्ज' या दुकानांना रॉनने भेट दिली होती.

पोलिसाने त्या माणसाला सहानुभूती दाखवली. रॉनची वागणूक विचित्र आहे, हे प्रत्येकालाच माहिती होतं; पण मध्यरात्रीनंतर रस्त्यावरून फिरण्याच्या विरोधात काही कायदा नव्हता. त्या भागातील गस्त वाढवण्याचं त्याने आश्वासन दिलं.

दहा एप्रिल रोजी पहाटे तीन वाजता, 'सर्कल के' या दुकानातल्या साहाय्यकाचा पोलिसांना फोन आला. तिने सांगितलं की, आजच्या रात्रीत रॉन बरेचदा दुकानात येऊन गेला आणि तो विचित्र वागत होता. जेफ स्मिथ हा पोलीस त्या दुकानात पोहोचून अहवाल बनवत असतानाच, रॉन पुन्हा दुकानात आला. स्मिथने 'रॉनी'ला निघून जायला सांगितल्यावर, तो बाहेर गेला.

त्यानंतर एका तासाने रॉन तुरुंगात पोहोचला. तिथली बेल वाजवून, भूतकाळात केलेल्या बऱ्याच गुन्ह्यांची कबुली देण्यासाठी आपण इथे आलो आहोत, असं त्याने सांगितलं. स्वेच्छेने निवेदन करण्याचा अर्ज त्याला दिल्यावर त्याने लिहायला सुरुवात केली. चार वर्षांपूर्वी 'कोचलाइट'मध्ये केलेली पर्सची चोरी, एका घरामधून केलेली पिस्तुलाची चोरी, दोन मुलींच्या शरीरावर नको त्या ठिकाणी हात फिरवून त्यांना दिलेला त्रास, ॲशरमध्ये असताना एका मुलीला मारहाण करत बलात्काराचा केलेला प्रयत्न अशा गुन्ह्यांची कबुली द्यायला त्याने सुरुवात केली; पण अचानक त्याचा विचार बदलला आणि तो तुरुंगातून बाहेर पडला. रिक कार्सन नावाचा एक अधिकारी त्याच्या मागे गेला आणि त्याने काही चौकांनंतर रॉनला गाठलं. आपण एवढ्या रात्री रस्त्यावर काय करतोय हे त्याने रिकला समजावून सांगण्याचा प्रयत्न

केला; पण रॉन पूर्ण गोंधळलेला होता. शेवटी त्याने सांगितलं की, तो गवत कापायचं काम मिळतंय का ते शोधत फिरतोय. 'तू आता घरी जा,' असं कार्सनने त्याला सांगितलं आणि जर तू दिवसाउजेडी फिरलास, तर कदाचित गवत कापण्याची कामं मिळू शकतील, असंही सुचवलं.

१३ एप्रिलला रॉन मानसिक स्वास्थ्य केंद्रात पोहोचला, तेव्हा त्याची अवस्था बघून तिथल्या कर्मचाऱ्यांची भीतीने गाळण उडाली. नंतर एका कर्मचाऱ्याने वर्णन करताना 'त्याची लाळ गळत होती' असं सांगितलं. डॉ. स्नो यांना भेटायचंय असं सांगत, त्याने तडक त्यांच्या ऑफिसच्या दिशेने चालायला सुरुवात केली. त्या ऑफिसमध्ये नाहीत असं सांगितल्यावर मात्र तो मुकाट्याने निघून गेला.

तीन दिवसांनंतर 'ड्रीम्स ऑफ अडा' प्रकाशित झालं.

कार्टर खून प्रकरणात रॉनला अडकवण्याची पोलिसांची कितीही इच्छा असली, तरी त्यांच्याकडे पुरेसा पुरावाच नव्हता. १९८३ च्या उन्हाळ्यात त्यांच्याकडे जेवढा पुरावा होता, त्यामध्ये १९८७ चा वसंत संपत आला तरी काही फारशी भर पडली नव्हती. खुनाच्या नंतर दोन वर्षांनी, OSBI ने केस-विश्लेषणाचं काम संपवलं होतं. रॉन आणि डेनिसच्या केसांच्या नमुन्यांपैकी काही 'सूक्ष्मदर्शकाखाली तपासले असता, सुसंगत आढळले होते'; पण केसांची तुलना नेहमीच प्रचंड अविश्वसनीय सिद्ध झाली होती.

सरकारी पक्षाच्या मार्गात एक सर्वांत मोठी धोंड होती ती म्हणजे, डेबी कार्टरच्या बेडरूममधल्या भिंतीवरच्या 'शीट रॉक'च्या तुकड्यावरील रक्ताळलेल्या पंजाचा ठसा! १९८३ च्या सुरुवातीला OSBIच्या जेरी पीटर्सने त्या ठशाची काळजीपूर्वक तपासणी केली होती आणि तो ठसा रॉन विल्यमसन किंवा डेनिस फ्रिट्झ यांचा नाही असा निष्कर्ष नोंदवला होता. तसेच तो डेबी कार्टरच्या ठशाबरोबरही जुळत नव्हता. तो खुन्याचाच मागे राहिलेला ठसा होता.

पण जर जेरी पीटर्सची चूक होत असेल किंवा कदाचित त्याने घाईघाईत तपासणी केली असेल किंवा जर एखाद्या गोष्टीकडे त्याचं दुर्लक्ष झालं असेल तर? आणि जर तो ठसा डेबी कार्टरचाच असेल, तर मग फ्रिट्झ आणि विल्यमसन यांना संशयितांतून वगळण्याची काहीच गरज नाही, असे विचार पीटरसनच्या मनात यायला लागले.

तिचं शव खणून बाहेर काढायचं आणि तिच्या पंजाच्या ठशाची पुन्हा एकदा तपासणी करायची योजना पीटरसनच्या मनात पक्की बसली होती. नशिबाने, जर नैसर्गिक विघटनाच्या प्रक्रियेपासून तिचे हात अजून शाबूत राहिले असतील, तर एखादा चांगला ठसा मिळवता येऊ शकेल; तसेच त्या ठशाची जर वेगळ्या

दृष्टिकोनातून तपासणी झाली आणि त्यातून जर काही नवीन माहिती मिळाली तर सरकारला त्याची खूपच मदत होईल आणि खुन्यांना न्यायालयासमोर खेचता येईल, असा विचार पीटरसन करत होता.

डेनिस स्मिथने फोन करून पेगी स्टीलवेलला पोलीस स्टेशनवर बोलावून घेतलं; पण काही कारण सांगण्यास नकार दिला. नेहमीप्रमाणे त्यांना खून प्रकरणातला काही दुवा मिळाला असेल, असंच तिला वाटलं. ती पोहोचली, तेव्हा बिल पीटरसन टेबलाच्या मागे, पुढ्यात काही कागद घेऊन बसला होता. डेबीचं शव खणून काढण्यासाठी तिच्या सहीची त्यांना गरज असल्याचं त्याने तिला समजावून सांगितलं. चार्ली कार्टर आधीच येऊन सही करून गेला होता.

हा पेगीसाठी मोठा धक्का होता. आपल्या मुलीला तिथून हलवून त्रास देण्याची कल्पनाच सुन्न करणारी होती. तिने नकार दिला; पण पीटरसनने त्या उत्तराची अपेक्षा केली होतीच. त्याने तिच्यावर दबाव आणायला सुरुवात केली, "खुनाची उकल व्हावी असं तुला वाटतंय ना?''

"नक्कीच! पण दुसरा काही मार्ग नाही का?''

"नाही, तुला जर डेबीचा खुनी पकडला जावा आणि त्याला न्यायालयासमोर उभं केलं जावं असं वाटत असेल, तर शव बाहेर काढण्याची परवानगी देणं आवश्यक आहे.''

काही मिनिटांनंतर पेगीने सही केली, घाईघाईने ती पोलीस स्टेशनच्या बाहेर पडली आणि तडक आपली बहीण ग्लेना लुकासच्या घरी गेली.

पण ती बातमी ऐकून ग्लेनाला तिच्यासारखा उत्साह वाटला नाही. ही पुनर्भेट पेगीसाठी योग्य नाही याबद्दल तिला खात्री वाटत होती. गुन्ह्याची तपासणी करणाऱ्या माणसांबाबतसुद्धा ती साशंक होती. खुनानंतरच्या साडेचार वर्षांमध्ये, त्या प्रकरणाबद्दल बिल पीटरसनबरोबर बोलण्याचा तिला बरेचदा योग आला होता.

पेगीची मनःस्थिती स्थिर नव्हती. डेबी मरण पावलीय ही वस्तुस्थितीच तिने अजून स्वीकारली नव्हती. गुन्ह्याच्या तपासाबाबत कुठलीही माहिती आपल्यामार्फत किंवा कुटुंबाच्या एखाद्या सदस्यामार्फतच पेगीपर्यंत पोहोचवावी, असं ग्लेनाने वारंवार पोलिसांना आणि पीटरसनला सांगितलं होतं. अचानक घडणारी कुठलीही घटना हाताळण्यास पेगी समर्थ राहिली नव्हती. तिला कुटुंबीयांकडून मिळणाऱ्या संरक्षणाची गरज होती.

ग्लेनाने ताबडतोब बिल पीटरसनला फोन करून, त्यांचं 'नक्की काय चाललंय' याची चौकशी केली. रॉन विल्यमसन आणि डेनिस फ्रिट्झ यांच्यावर खटला भरला जावा असं जर तिच्या कुटुंबीयांना वाटत असेल, तर तिचं शव बाहेर काढणं आवश्यक असल्याचं त्याने सांगितलं. तो रक्ताळलेला पंजाचा ठसा त्यांच्या मार्गात

आडवा येत होता, जर तो ठसा खरोखरच डेबीचा आहे असं सिद्ध झालं, तर त्याला आणि पोलिसांना फ्रिट्झ आणि विल्यमसन यांच्याविरोधात त्वरेने पावलं उचलणं शक्य होईल, असंही त्याने सांगितलं.

ग्लेना गोंधळात पडली. शव तर अजून बाहेरही काढण्यात आलेलं नाही आणि पुन्हा ठसे घेतल्यानंतरचा निष्कर्ष पीटरसन आत्ताच इतक्या ठामपणे कसा काय सांगू शकतो? शव बाहेर काढल्यावर फ्रिट्झ आणि विल्यमसन यांच्यावर दोषारोप ठेवता येण्याची एवढी खात्री हा आत्ताच कसा काय देऊ शकतो?

आपल्या मुलीला पुन्हा बघायला मिळण्याच्या शक्यतेनेच पेगीला पछाडलं होतं. एका क्षणी ती ग्लेनाला म्हणाली, ''तिचा आवाज कसा ऐकू यायचा हेही मी विसरलेय.'' शव बाहेर काढण्याचं काम झटपट करून लोकांना समजायच्या आत संपवण्याचं, बिल पीटरसनने ग्लेनाला वचन दिलं होतं.

एक दिवस 'ब्रोकवे ग्लास'मध्ये आपल्या नेहमीच्या जागेवर काम करत असताना, पेगीला तिच्या एका सहकाऱ्याने 'रोझडेल सीमेट्री'मध्ये, जिथे डेबीचं दफन केलं होतं, तिथे काहीतरी चालू असल्याचं सांगितलं. पेगी हातातलं काम टाकून, फॅक्टरीमधून बाहेर पडून, अर्धं गाव पार करत घाईघाईने तिथे पोहोचली; पण फक्त रिकामं थडगं तिच्या दृष्टीस पडलं. तिच्या मुलीला तिथून हलवण्यात आलं होतं.

नऊ डिसेंबर, १९८२ रोजी, शवविच्छेदनादरम्यान, OSBIच्या जेरी पीटर्सने पहिल्या वेळी तिच्या पंजाचे ठसे घेतले होते. त्या वेळी हात सुस्थितीत होते आणि ठसे घेण्याचं काम परिपूर्ण झालंय याबद्दल पीटर्सच्या मनात कुठलीही शंका नव्हती. त्यानंतर तीन महिन्यांनी सादर केलेल्या अहवालात 'शीट रॉक'वरचे ठसे फ्रिट्झ, विल्यमसन किंवा डेबी यांच्यापैकी कोणाचेही नसल्याचा आपला निष्कर्ष बरोबर असल्याची त्याला खात्री होती.

पण, आता साडेचार वर्षांनंतर, अजूनही खुनाचा उलगडा न झाल्यामुळे आणि सरकारी अधिकारी एखाद्या सुगाव्याच्या शोधात असल्यामुळे, त्याला अचानक आपल्या आधीच्या कामाबद्दल मनात शंका यायला लागली. शव बाहेर काढल्याच्या तीन दिवसांनंतर त्याने आपला सुधारित अहवाल सादर केला. त्यात तो ठसा डेबी कार्टरच्या ठशाबरोबर जुळत असल्याचा निर्णय त्याने दिला. चोवीस वर्षांच्या कारकिर्दीमध्ये, आपलं मत बदलण्याची, जेरी पीटर्सची ही पहिलीच आणि एकमेव वेळ होती.

अगदी याच अहवालाची बिल पीटरसनला गरज होती. तो रक्ताळलेला ठसा कुठल्यातरी अनोळखी खुन्याचा नसून, आपला जीव वाचवण्यासाठी झटापट करत असताना डेबीचाच तिथे उमटलेला ठसा आहे, असा पुरावा हाती आल्यावर,

आपल्या प्रमुख संशयितांच्या मागे लागायला तो मोकळा झाला. आत्तापासूनच गावकऱ्यांना सावध करणं आवश्यक आहे, कारण त्यातलेच काहीजण संभाव्य ज्युरी असणार होते. त्याच्या डोक्यात चक्रं फिरायला लागली.

दफनाची जागा खणून शव बाहेर काढणे आणि त्याच्याशी संबंधित इतर तपशील सरकारच्या दाव्याप्रमाणे गोपनीय असले तरी, बिल पीटरसनने त्या विषयावर 'अडा ईव्हिनिंग न्यूज'बरोबर बिनदिक्कत चर्चा केली. 'आम्हाला जे काही मिळालंय; त्यामुळे आमच्या संशयाला दुजोरा मिळालाय. आम्ही काही पुरावे तपासत होतो' असं तो म्हणाल्याचं छापून आलं.

नक्की काय सापडलं होतं? पीटरसन तपशिलात जायला तयार नसला, तरी कोणीतरी माहिती पुरवायला तयार होताच; त्यामुळे असं छापण्यात आलं होतं, 'माहीतगार सूत्रांकडून असं समजतं की, डेबीच्या पंजाचे ठसे घेऊन ते घरातल्या भिंतीवर सापडलेल्या रक्तरंजित ठशाबरोबर पडताळून पाहता यावेत, म्हणून तिचे शव पुन्हा बाहेर काढावे लागले.'

त्या सूत्राने पुढे असंही सांगितलं की, 'रक्तरंजित पंजाचा ठसा, बळी पडलेल्या व्यक्तीशिवाय इतर कोणाचातरी असण्याची शक्यता दूर करणं तपासाच्या दृष्टीने अत्यंत महत्त्वाचं होतं.'

"या प्रकरणाच्या तपासाची स्थिती आता फारच सुधारली आहे असं मला वाटतं," पीटरसन म्हणाला.

रॉन विल्यमसन व डेनिस फ्रिट्झ यांच्या अटकेची वॉरंट त्याने मिळवली.

आठ मेच्या शुक्रवारी सकाळी, तीनच चाकं असलेलं गवत कापण्याचं यंत्र घेऊन, रॉन गावाच्या पश्चिम भागातील रस्त्यांवर फिरत असलेला रिक कार्सनला आढळला. दोघांनी थोडा वेळ गप्पा मारल्या. अंगात शर्ट नाही, वाढलेले लांब केस, जीर्ण झालेली जीन्सची पँट आणि पायांत स्निकर्स अशा अवतारात तो नेहमीप्रमाणेच रासवट दिसत होता. गावातल्या एखाद्या सरकारी खात्यात नोकरी करावी अशी रॉनची इच्छा होती आणि जाताना त्याच्याकडे थांबून त्याचा अर्ज घेऊन जाण्याचं रिकने त्याला आश्वासन दिलं. आपण त्याची वाट बघत रात्री घरीच थांबू असं रॉन त्याला म्हणाला.

आपला संशयित आज संध्याकाळनंतर उशिरा, त्याच्या पश्चिमेकडच्या बाराव्या रस्त्यावरील घरात थांबणार असल्याचं कार्सनने आपल्या लेफ्टनंटला कळवलं. अटकेची योजना आखण्यात आली आणि त्या कारवाईत सहभागी होण्याची इच्छा असल्याचं रिकने सांगितलं. रॉन जर हिंसक बनला, तर कोणीही जखमी होऊ नये अशी रिकची इच्छा होती. त्याऐवजी चार वेगळ्याच पोलिसांना पाठवण्यात आलं,

त्यांत डिटेक्टिव्ह माइक बस्कीनचाही समावेश होता.

काहीही अघटित न घडता, रॉनला ताब्यात घेण्यात आलं. त्याने तीच जीन्सची पँट आणि तेच बूट घातलेले होते आणि अजूनही त्याच्या अंगावर शर्ट नव्हताच. तुरुंगात नेल्यावर माइक बस्कीनने त्याला 'मिरांडा' हक्क वाचून दाखवले आणि 'बोलायची तयारी आहे का?' असं विचारलं. 'नक्कीच, का नाही?' डिटेक्टिव्ह जेम्स फॉक्सही तिथे येऊन त्या मुलाखतीत सहभागी झाला.

रॉनने पुनःपुन्हा हेच सांगितलं की, तो कधीही डेबी कार्टरला भेटला नव्हता, तो कधीही तिच्या घरात गेला नव्हता आणि त्याच्या आठवणीप्रमाणे त्याने कधी तिला बघितलंही नव्हतं. पोलीस जरी आरडाओरडा आणि दमदाटी करत त्याला सारखे म्हणत होते की, तूच गुन्हेगार आहेस हे आम्हाला माहिती आहे, तरी तो जराही डगमगला नाही.

रॉनला काउन्टी तुरुंगात ठेवण्यात आलं. आता जवळपास एक महिना झाला होता, त्याने आपल्या विकारावर कुठल्याही प्रकारची औषधं घेतली नव्हती.

डेनिस फ्रिट्झ आपल्या आई आणि मावशीबरोबर कन्सास शहरात राहत होता आणि घरं रंगवण्याची कामं करत स्वतःला व्यग्र ठेवत होता. काही महिन्यांपूर्वीच त्याने अडा सोडलं होतं. रॉन विल्यमसनबरोबरची त्याची मैत्री आता विस्मृतीत गेली होती. तो कुठल्याही डिटेक्टिव्हबरोबर चार वर्षांत बोलला नव्हता आणि कार्टर खून प्रकरण विसरल्यातच जमा होतं.

आठ मेच्या संध्याकाळी उशिरा, तो एकटाच घरात टेलिव्हिजन बघत बसला होता. दिवसभर काम करून तो घरी आला होता आणि अजूनही रंगकाम करताना वापरायचे मळलेले कपडेच त्याच्या अंगावर होते. हवा गरम होती आणि घराच्या खिडक्या उघड्याच होत्या. फोन वाजला. एका अनोळखी स्त्रीच्या आवाजात विचारण्यात आलं, ''डेनिस फ्रिट्झ आहे का?''

''मी डेनिस फ्रिट्झ बोलतोय,'' त्याने उत्तर दिलं आणि तिने फोन ठेवून दिला. कदाचित चुकीचा नंबर लागला असावा किंवा कोणाची काही मस्करी करायची इच्छा असावी, हे विचार सोडून देत तो पुन्हा टेलिव्हिजनच्या समोर स्थिरावला. त्याची आई आणि मावशी केव्हाच घराच्या मागच्या भागात झोपी गेल्या होत्या. रात्रीचे ११.३० वाजायला आले होते.

पंधरा मिनिटांनंतर त्याला जवळच कारचे दरवाजे धडाधड लावल्याचे आवाज आले. तो उठून अनवाणीच पुढच्या दरवाजाकडे निघाला, तेवढ्यात काळा गणवेश घातलेला, शस्त्रसज्ज, युद्धाच्या तयारीत असल्यासारखा दिसणारा एक छोटा फौजफाटा गवतावरून चालत, त्यांच्या घराकडे येत असलेला त्याला दिसला. हे

चाललंय तरी काय? त्याच्या मनात विचार आला. पोलिसांना फोन करावा असंही क्षणभरासाठी त्याला वाटलं.

बेल वाजल्यानंतर त्याने दरवाजा उघडल्यावर, साध्या वेषातल्या दोन पोलिसांनी त्याला धरलं आणि बाहेर खेचत विचारलं "तूच डेनिस फ्रिट्झ आहेस का?"

"हो, मीच तो."

"मग तुला खुनाच्या आरोपाखाली अटक करण्यात येत आहे." एकाने गुरगुरत सांगितलं आणि दुसऱ्याने बेड्या अडकवल्या.

"कुठल्या खुनाबद्दल तुम्ही बोलताय?" त्याने विचारलं; पण तेवढ्यात त्याच्या मनात विचार आला : कन्सास शहरात आणखीही डेनिस फ्रिट्झ असू शकतील! त्यांनी नक्कीच चुकीच्या माणसाला पकडलंय.

तेवढ्यात त्याची मावशी दरवाजात आली आणि SWATच्या टीममधल्या लोकांना, जय्यत तयारीत डेनिसवर सब-मशीनगन रोखून त्याच्यावर चाल करून येताना पाहून ती घाबरली आणि किंचाळायला लागली. घर सुरक्षित करण्यासाठी पोलीस घरात शिरत असताना त्याची आई बेडरूममधून धावत बाहेर आली; पण ते विचारण्यात आल्यावर, घर कोणापासून आणि कसं सुरक्षित करायचंय या बाबतीत पोलीस पूर्ण गोंधळले होते. डेनिसकडे बंदूक नव्हती. त्या घरात इतर कोणीही ज्ञात किंवा संशयित खुनी नव्हते; पण SWATच्या लोकांना त्यांच्या नेहमीच्या प्रक्रिया पार पाडणं आवश्यक होतं.

या घराच्या पुढच्या दरवाजातच आपल्याला गोळ्या घालून ठार मारण्यात येणार, असंच डेनिसला वाटू लागलं. त्याने मान वर करून पाहिलं, तर कोणीतरी पांढरी 'स्टेटसन' हॅट घातलेला माणूस त्याच्या दिशेने येताना त्याला दिसला. भूतकाळातील दोन दुःस्वप्नं त्याला त्याच्याकडे येत असलेली दिसली. या कानापासून त्या कानापर्यंत तोंड फाकवून घाणेरडं हसत, डेनिस स्मिथ आणि गॅरी रॉजर्स हेसुद्धा त्या गोंधळात आनंदाने सामील झाले.

ओह! हे 'त्या' खुनासाठी चाललंय तर, डेनिसच्या मनात आलं. छोट्या गावातल्या त्या दोन 'काउबॉइज'नी, कन्सास शहराच्या 'फरारी गुन्हेगार पकडणाऱ्या दलाला' खोटंनाटं सांगून, फसवून हा नाट्यमय; पण अर्थशून्य छापा घालण्यासाठी भरीस घातलं होतं.

"मी माझे बूट घालू शकतो का?" डेनिसने विचारलं आणि पोलिसांनी नाखुशीनेच परवानगी दिली.

फ्रिट्झला पोलिसांच्या एका कारमध्ये मागच्या सीटवर बसवण्यात आलं, तिथे हर्षोत्फुल्ल अवस्थेतला डेनिस स्मिथ त्याच्याशेजारी येऊन बसला. कन्सास शहरातला एक पोलीस कार चालवीत होता. ते निघाले, तेव्हा SWATच्या जबरदस्त शस्त्रसज्ज

टीमकडे बघत फ्रिट्झ विचार करत होता, 'किती मूर्खपणा आहे हा! कोणी अर्धवेळ काम करणारा पोलीससुद्धा अगदी सहजरीत्या ही अटक करू शकला असता.' अटकेमुळे त्याला धक्का बसला असला, तरी कन्सास शहर पोलिसांचे उतरलेले चेहरे पाहून त्याला हसू येत होतं.

तिथून निघताना शेवटचं दृश्य त्याला दिसलं, ते त्याची आई घराच्या दारात तोंडावर हात धरून थिजल्यासारखी उभी असल्याचं होतं.

कन्सास शहरातल्या एका पोलीस स्टेशनमधल्या तपासणी करण्याच्या छोट्या खोलीत त्याला नेण्यात आलं. स्मिथ आणि रॉजर्स यांनी 'मिरांडा' प्रक्रिया पार पाडली आणि त्याच्याकडून कबुलीजबाब अपेक्षित असल्याचं त्यांनी घोषित केलं. वॉर्ड आणि फोन्टेनॉट या दोघांची डेनिसला आठवण आली; त्यामुळे आपण काहीही बोलायचं नाही असा निर्धार त्याने केला. स्मिथने नेहमीप्रमाणे मदत करायला उत्सुक असलेल्या पोलिसाची भूमिका वठवायला सुरुवात केली. रॉजर्सने ताबडतोब शिवीगाळ, धमक्या देणं, बोट रोखून छातीत ढोसणं असले प्रकार चालू केले.

त्यांच्या यापूर्वी झालेल्या भेटीला चार वर्षं होऊन गेली होती. जून, १९८३ मध्ये, फ्रिट्झ दुसऱ्यांदा पॉलिग्राफ चाचणीत 'सपाटून नापास' झाल्यानंतर स्मिथ, रॉजर्स आणि फिदरस्टोन यांनी त्याला अडा पोलीस स्टेशनच्या तळघरात नेऊन त्याच्यावर तीन तास प्रश्नांचा भडिमार केला होता, तेव्हा त्यांना त्याच्याकडून काहीही माहिती मिळाली नव्हती आणि आत्ताही त्यांना काही मिळणार नव्हतं.

रॉजर्स संतापला होता. त्याच्या मते, विल्यमसन आणि फ्रिट्झ या दोघांनी मिळून डेबी कार्टरवर बलात्कार करून, तिचा खून केल्याचं पोलिसांना काही वर्षांपासूनच माहिती होतं आणि आता या गुन्ह्याचा उलगडा झाला होता. आता त्यांना फक्त कबुलीजबाबाची गरज होती. ''माझ्याकडे कबुलीजबाब देण्यासारखं काहीच नाही,'' असंच फ्रिट्झ सारखं सांगत होता. ''तुमच्याकडे काय पुरावा आहे? मला पुरावा दाखवा.''

रॉजर्सचं एक आवडतं वाक्य असं होतं – 'तू माझ्या बुद्धिमत्तेचा अपमान करतो आहेस.' आणि प्रत्येक वेळी फ्रिट्झला मोह होत होता की, त्याला विचारावं, 'कुठली बुद्धिमत्ता?' पण त्याची मार खाण्याची इच्छा नव्हती.

दोन तास सतत वाईट वागणूक सहन केल्यावर, शेवटी फ्रिट्झ म्हणाला, ''ठीक आहे, मी कबुलीजबाब देतो.'' पोलिसांनी सुटकेचा निःश्वास टाकला, कारण त्यांच्याकडे पुरावा नव्हता आणि आता कबुलीजबाबाच्या साहाय्याने ते या प्रकरणाचा निकाल लावण्याच्या अगदी जवळ पोहोचले होते. टेपरेकॉर्डर शोधायला स्मिथ घाईघाईने बाहेर पडला. रॉजर्सने झटपट पेन आणि नोटपॅड तयार ठेवलं. चला, आता कधी एकदा हे उरकतोय असं त्याला झालं होतं.

सगळी तयारी पूर्ण झाल्यावर, सरळ टेपरेकॉर्डरकडे बघत फ्रिट्झ बोलला, ''मी आता सगळं खरं सांगतो. मी डेबी कार्टरचा खून केला नाही आणि त्याबद्दल मला काहीही माहिती नाही.''

रॉजर्स आणि स्मिथच्या संतापाचा उद्रेक झाला; त्यामुळे फ्रिट्झला आणखी धमक्या तसेच आणखी शिव्यांची लाखोली ऐकावी लागली. फ्रिट्झ प्रचंड घाबरला आणि हादरला; पण तो खंबीर राहिला. 'आपण निरपराध आहोत' हे सांगणं त्याने सोडलं नाही आणि शेवटी एकदाची त्यांनी तपासणी थांबवली. ओक्लाहोमाकडे प्रत्यार्पण करवून घेण्यास त्याने नकार दिला आणि कायदेशीर प्रक्रिया पूर्ण होऊन येणाऱ्या निर्णयाची वाट बघत तिथल्याच तुरुंगात राहणं त्याने पसंत केलं.

त्याच दिवशी म्हणजे शनिवारी उशिरा, आणखी एका मुलाखतीसाठी रॉनला तुरुंगातून पोलीस स्टेशनमध्ये आणण्यात आलं. फ्रिट्झला चित्तथरारकरीत्या अटक करून परतलेले स्मिथ आणि रॉजर्स त्याचीच वाट बघत होते. त्याला बोलतं करणं, हे त्यांचं उद्दिष्ट होतं.

अटकेच्या एक दिवस आधीच या तपासणीची योजना आखण्यात आली होती. 'द ड्रीम्स ऑफ अडा' नुकतंच प्रकाशित झालं होतं. स्मिथ आणि रॉजर्सच्या तपासणीच्या पद्धतीवर त्यात जोरदार टीका करण्यात आली होती. स्मिथ हा अडामध्येच राहणारा असल्यामुळे, त्याच्याऐवजी ओक्लाहोमा शहराचा रहिवासी असलेल्या फिदरस्टोन याला तपासणीमध्ये सहभागी करायचं, असं त्यांनी ठरवलं. त्याचबरोबर व्हिडिओचा वापर करायचा नाही, असंही त्यांचं ठरलं.

डेनिस स्मिथ हा त्याच इमारतीत असूनही, तो मुलाखतीच्या खोलीपासून दूर राहिला. चार वर्षांपेक्षा जास्त काळ या गुन्ह्याच्या तपासाचं नेतृत्व केल्यानंतर आणि त्यातला बराचसा वेळ विल्यमसन हाच गुन्हेगार असल्याची खात्री असूनसुद्धा, सर्वांत महत्त्वाची तपासणी घेण्याचं त्याने टाळलं.

अडा पोलीस दलाकडे ऑडिओ आणि व्हिडिओ सामग्रीचा भरपूर साठा होता, त्याचा तपासणीच्या वेळी आणि खासकरून कबुलीजबाबांच्या वेळी तर हमखास उपयोग करून घेतला जायचा. कबुलीचा व्हिडिओ ज्युरींना दाखवल्यावर, त्यांच्यावर होणाऱ्या जबरदस्त परिणामांची पोलिसांना चांगलीच कल्पना होती. वॉर्ड आणि फोन्टेनॉटने याची नक्कीच ग्वाही दिली असती. चार वर्षांपूर्वी घेण्यात आलेली रॉनची दुसरी पॉलिग्राफ चाचणी फिदरस्टोनने अडा पोलीस विभागातच टेप केली होती.

जर काही कारणांनी, कबुलीजबाब व्हिडिओवर टेप केले गेले नाहीत, तर त्या वेळी ऑडिओचा तरी नक्कीच वापर व्हायचा. पोलिसांकडे टेपरेकॉर्डरही भरपूर होते.

यदाकदाचित ऑडिओ आणि व्हिडिओ दोन्हींचाही वापर झाला नाही, तर

संशयिताकडून लेखी स्वरूपात जबाब घेतला जायचा. जर त्याला लिहिता-वाचता येत असेल, तर घटनेचं वर्णन त्याच्याच शब्दांत घेतलं जायचं आणि जर संशयित अशिक्षित असेल, तर एखादा डिटेक्टिव्ह त्याचं निवेदन लिहून काढायचा, ते पुन्हा त्या आरोपीला वाचून दाखवलं जायचं आणि त्या निवेदनावर त्याची सही घेतली जायची.

नऊ मे रोजी यातील कुठलीही पद्धत वापरण्यात आली नाही. विल्यमसन सुशिक्षित होता आणि खरंतर त्याच्या दोन्ही प्रश्नकर्त्यांपेक्षासुद्धा त्याची शब्दसंपदा विपुल होती. फिदरस्टोनला टिपणं काढत असताना रॉन बघत होता. त्याला 'मिरांडा' हक्क समजले असून, तो बोलायला तयार असल्याचं त्याने सांगितलं.

पोलिसांनी बनवलेलं निवेदन पुढीलप्रमाणे होतं :

विल्यमसन म्हणाला, "ओके, डिसेंबर ८, १९८२. मी बरेचदा 'कोचलाइट'ला असायचो. असाच एका रात्री मी तिथे असताना मला एक सुंदर मुलगी दिसली आणि मला असं वाटलं की, तिच्या घरापर्यंत तिचा पाठलाग करावा."

विल्यमसन थांबला. 'एफ' या अक्षराने सुरू होणारा कुठलातरी शब्द तो बोलायला सुरुवात करणार असं वाटलं; पण तो पुन्हा थांबला. नंतर त्याने पुढे बोलायला सुरुवात केली. "त्या रात्री काहीतरी वाईट घडणार असल्याची शक्यता मला वाटली, म्हणून तिच्या मागोमाग मी तिच्या घरापर्यंत गेलो."

विल्यमसन पुन्हा थांबला आणि नंतर त्याने कधीतरी एक स्टिरिओ चोरला होता त्याबद्दल तो बोलला. त्यानंतर त्याने सांगितलं, "मी डेनिसबरोबर होतो. आम्ही 'हॉलिडे इन'ला गेलो होतो. आमच्या कारमध्ये बारची सोय असल्याचं आम्ही एका मुलीला सांगितलं. तिला कारमध्ये घेतलं; पण ती उडी मारून निघून गेली."

विल्यमसन वेगवेगळ्या विषयांवर भरकटत होता, म्हणून 'तू फक्त डेबी कार्टर प्रकरणावर लक्ष केंद्रित कर आणि फक्त त्याच विषयावर बोल,' असं एजंट रॉजर्सने त्याला सांगितलं.

विल्यमसन म्हणाला, "ठीक आहे. डेबीचा खून केल्याचं मला स्वप्न पडलं होतं; मी तिच्या गळ्याभोवती दोरी गुंडाळली होती, तिला बरेचदा भोसकलं, तिच्या गळ्याभोवतीचा दोर घट्ट आवळला."

विल्यमसन म्हणाला, "याचा माझ्या कुटुंबावर काय परिणाम होईल याची मला काळजी वाटते." नंतर तो म्हणाला, "आता माझी आई मरण पावली आहे."

एजंट रॉजर्सने विल्यमसनला विचारलं की, तो आणि डेनिस त्या रात्री तिथे होते का? आणि विल्यमसनने उत्तर दिलं, "हो."

एजंट फिदरस्टोनने विल्यमसनला विचारलं, "तू तिचा खून करण्याच्या उद्देशाने तिकडे गेला होतास का?"

विल्यमसन उत्तरला, "असेलही कदाचित."

एजंट फिदरस्टोनने विचारलं, "कशासाठी?"

विल्यमसन म्हणाला, "मी तिच्यावर प्रचंड चिडलो होतो."

एजंट फिदरस्टोनने विचारलं, "तुला नक्की काय म्हणायचंय? तुझ्याशी ती तुसड्यासारखी वागली होती का?"

विल्यमसनने उत्तर दिलं, "नाही."

थोडा वेळ थांबल्यावर विल्यमसन पुढे म्हणाला, "अरे देवा, मी कबुलीजबाब द्यावा अशी तर तुमची अपेक्षा नाही ना? मला पण कुटुंब आहे, मला माझ्या भाच्याचा सांभाळ करायचाय. माझी बहीण, ती तर उद्ध्वस्तच होईल. माझी आई आता जिवंत नसल्यामुळे निदान तिला तरी वेदना होणार नाहीत. ही घटना घडल्यापासूनच माझ्या मनात बसली होती."

विल्यमसन म्हणाला, "यासाठी तुम्ही जर माझ्यावर खटला भरणार असलात, तर मला तलसामधला टॅनर हा वकील हवा. नाही नाही, मला डेव्हिड मॉरिस हवा आहे."

वकिलाचा उल्लेख झाल्याबरोबर पोलीस घाबरले आणि त्यांनी जबाब आवरता घेतला. त्यांनी डेव्हिड मॉरिसला फोन केला, त्याने ताबडतोब रॉनची तपासणी थांबवण्याची सूचना केली.

निवेदनावर रॉनची सही नव्हती. त्याला ते कधीही दाखवण्यात आलं नव्हतं.

आणखी एका स्वप्नाचा कबुलीजबाब ताब्यात आल्यावर, पोलीस आणि सरकारच्या दृष्टीने आता हे प्रकरण पूर्णपणे त्यांच्या आटोक्यात आलं होतं. खटला तातडीने चालू करण्याकरता प्रत्यक्ष पुराव्यावाचून काहीच अडत नाही, हे वॉर्ड आणि फोन्टेनॉट प्रकरणातून ते शिकले होते. डेबी कार्टरला भोसकण्यात आलं नव्हतं, या वस्तुस्थितीला त्यांच्या मते, किरकोळ महत्त्व होतं. ज्युरींना पुरेसा धक्का दिला, तर ते आरोपींना दोषी ठरवून मोकळे होतील, याची त्यांना खात्री होती.

एका स्वप्नाच्या कबुलीजबाबाच्या साहाय्याने त्यांनी विल्यमसनला अडकवला होता, तर आणखी एका जबाबाने त्याची रवानगी तुरुंगात होणार होती. काही दिवसांनंतर जॉन ख्रिश्चन नावाचा एक तुरुंगाधिकारी रॉनच्या कोठडीजवळ येऊन थांबला. तो आणि रॉन एकाच वस्तीत लहानाचे मोठे झाले होते. ख्रिश्चन परिवारात बरेच मुलगे होते आणि त्यातला एक रॉनच्याच वयाचा होता; त्यामुळे बरेचदा रॉन त्यांच्याकडे जेवायला असायचा. ते रस्त्यामध्ये आणि लीग सामन्यांत एकत्र बेसबॉल खेळले होते. तसेच ते बिंग ज्युनिअर हायस्कूलमध्येही एकत्र होते.

औषधांविना आणि उपचारांविना असल्यामुळे रॉन नक्कीच एखाद्या आदर्श

कैद्यासारखा वागत नव्हता. काही कारणांनी न्यायालयाच्या पश्चिमेकडच्या, गवतावरच्या, खिडक्या नसलेल्या काँक्रीटच्या बंकरचं रूपांतर 'पोन्टोटॉक काउन्टी' तुरुंगात करण्यात आलं होतं. छत कमी उंचीवर होतं आणि वातावरण कोंदट आणि भयगंड उत्पन्न करेल, असं होतं. तिथे जेव्हा एखादा किंचाळतो, तेव्हा प्रत्येकाला ऐकू जातंच. रॉन तर नेहमीच किंचाळायचा. जेव्हा तो ओरडत नसे, तेव्हा तो गाणी म्हणायचा, रडायचा, दुःखाने आकांत करायचा, निषेध किंवा तक्रारी करत असायचा, स्वतःच्या निरपराधित्वाबद्दल आणि डेबी कार्टरबद्दल तावातावाने बोलत असायचा. गर्दी असलेल्या सामायिक कोठडीऐवजी, तिथे असलेल्या दोन एकान्त कोठडींपैकी एकामध्ये त्याला ठेवण्यात आले होते. तुरुंग छोटा असला तरीसुद्धा, रॉनमुळे तिथली शांतता भंग पावायची.

फक्त जॉन ख्रिश्चन हाच त्याला शांत करू शकायचा; त्यामुळे पहारेकऱ्यांची पाळी बदलली की, बाकीच्या कैद्यांना हायसं वाटायचं. ख्रिश्चन आल्यावर ताबडतोब रॉनच्या कोठडीजवळ जाऊन त्याला शांत करायचा. ते त्यांच्या लहानपणीच्या दिवसांबद्दल बोलायचे, त्यांचे खेळ, त्यांचे मित्र आणि कार्टर प्रकरणाबद्दलसुद्धा ते बोलायचे. रॉनवर आरोप ठेवल्यामुळे त्याच्यावर झालेल्या अन्यायाबद्दल त्यांची चर्चा व्हायची. आठ तास रॉन शांत असायचा. त्याची एकान्त कोठडी उंदराच्या बिळासारखी असली तरी रॉन झोप काढायचा, वाचन करायचा. जाण्यापूर्वी ख्रिश्चन रॉनला भेटून जायचा, तेव्हा रॉन सिगारेट ओढत, येरझारा घालत असायचा आणि नवीन पहारेकरी आल्याबरोबर गोंधळ चालू करण्याची मनाची तयारी करत असल्यासारखा वाटायचा.

२२ मे रोजी रात्री उशिरापर्यंत, रॉन जागा होता आणि ख्रिश्चन आत्ता कामावर आहे याची त्याला कल्पना होती. रॉनने त्याला बोलावून घेतलं, त्याला खुनाबद्दल बोलायचं होतं. त्याच्या हातात 'द ड्रीम्स ऑफ अडा' या पुस्तकाची प्रत होती आणि कदाचित हा त्याचा स्वतःचाही स्वप्नाचा कबुलीजबाब असू शकेल असं तो बोलला. नंतर ख्रिश्चनने जे सांगितलं त्याप्रमाणे, रॉन असं बोलला होता की, "नुसती अशी कल्पना कर की, हे घडलं असेल असं मला स्वप्न पडलं. असं समज की, मी तलसामध्ये राहत होतो; मी दिवसभर दारू पीत होतो आणि त्याबरोबर 'क्वालुड' हे ड्रगसुद्धा घेत होतो आणि रात्री मी कार घेऊन बझीच्या क्लब (कोचलाइट) मध्ये गेलो आणि नुसती अशी कल्पना कर की, मी तिथे आणखी थोडी दारू प्यायलो आणि मी नशेत होतो. असंही समज की, मी डेबीच्या घरी पोहोचलो आणि दरवाजा ठोठावला, तेव्हा ती म्हणाली, 'एक मिनिट थांबा, मी फोनवर बोलतेय.' अशी कल्पना कर की, मी दरवाजा फोडला, आत शिरून तिच्यावर बलात्कार केला आणि मी तिचा खून केला."

विल्यमसन पुढे म्हणाला, "तुला असं वाटत नाही का, जर मी तिचा खून केला

असता, तर मी मित्रांकडून पैसे गोळा करून गाव सोडून निघून गेलो असतो?''

खिश्चनने त्याकडे जास्त लक्ष दिलं नाही; पण त्याने सहज बोलत असताना आपल्या सहकारी अधिकाऱ्यांना ते सांगितलं. कर्णोपकर्णी फिरत ते गॅरी रॉजर्सपर्यंत पोहोचलं. खुन्याविरुद्ध आणखी पुरावा मिळण्याची त्या डिटेक्टिव्हला ती उत्तम संधी वाटली. दोन महिन्यांनंतर, त्याने खिश्चनला बोलावून रॉन काय बोलला ते सांगायला लावलं. रॉजर्सने त्याबद्दलचा रिपोर्ट टाइप केला. जिथे योग्य वाटली, तिथे त्याने अवतरणचिन्हं जोडली आणि पोलीस व सरकारी वकिलांकडे लगेचच स्वप्नांचा आणखी एक कबुलीजबाब तयार झाला. रॉनने आत्तापर्यंत अनेकदा आपला गुन्ह्यातला सहभाग नाकारल्याचा उल्लेख त्यात एकदाही नव्हता.

नेहमीप्रमाणेच वस्तुस्थितीला काहीच महत्त्व नव्हतं. खून झाला, तेव्हा रॉन तलसामध्ये राहत नव्हता. त्याच्याकडे स्वतःचं वाहन तर नव्हतंच; पण त्याच्याकडे वाहन चालवण्याचा परवानाही नव्हता.

७

आपल्या भावाला अटक झाली आहे आणि त्याच्यावर खुनाचा आरोप ठेवण्यात आला आहे, हा ॲनेट हडसन आणि रेनी सिम्मन्स या दोघींसाठी जबरदस्त धक्का होता. गेल्या ऑक्टोबरमध्ये त्याची तुरुंगातून सुटका झाल्यापासून त्या दोघींना त्याच्या खालावत चाललेल्या मानसिक आणि शारीरिक आरोग्याची चिंता सतावत होती; तरीसुद्धा त्याच्यावर खुनाचा आरोप ठेवण्यात येणार आहे, याची त्यांना कल्पना नव्हती. तशा प्रकारच्या अफवा बरीच वर्षं होत्या; पण आता इतका काळ मध्ये गेल्यामुळे त्याच्या कुटुंबीयांचा समज झाला होता की, पोलीस आता कोणी वेगळे संशयित आणि वेगळ्या गुन्ह्यांच्या तपासात गुंतले असावेत. दोन वर्षांपूर्वी जेव्हा जुआनिता मरण पावली, तेव्हा तिची पूर्ण खात्री पटली होती की, रॉनचा या खुनात सहभाग नसल्याचा स्पष्ट पुरावा तिने डेनिस स्मिथला दाखवलेला आहे. ॲनेट आणि रेनी यांनासुद्धा तसाच विश्वास वाटत होता.

दोघी बहिणी अगदी काटकसरीने राहायच्या. कुटुंबाची देखभाल, अध्येमध्ये मिळतील तेव्हा छोटी-मोठी कामे करणं, सगळी देणी देऊन शक्य होतील तेवढे पैसे वाचवणं. बचावासाठी एखादा वकील नेमण्याएवढे पैसे त्यांच्याकडे नव्हते. डेव्हिड मॉरिसबरोबर ॲनेट या विषयावर बोलली; पण या खटल्याचं वकीलपत्र घेण्यात त्याला स्वारस्य नव्हतं. जॉन टॅनर तलसामध्ये होता, तो खूप लांब होता आणि खर्चिक ठरला असता.

आजवर जरी रॉनमुळे त्या दोघींना न्यायिक व्यवस्थेचा सामना करावा लागला असला, तरी त्याला अचानक झालेली अटक आणि त्याच्यावरच्या खुनाच्या आरोपाला तोंड द्यायला त्या सज्ज नव्हत्या. मित्रमंडळी दुरावली, लोकांची कुजबुज आणि वेगळ्या नजरेने बघणं सुरू झालं. ॲनेटचा एक परिचित तिला म्हणालासुद्धा "यात तुमची काहीच चूक नाही. तुमच्या भावाने जे काही केलंय, त्याबाबत तुम्ही काही करू शकत नाही."

"माझा भाऊ अपराधी नाही," ॲनेटने ओरडून रागात सांगितलं. तिला आणि रेनीला हे पुनःपुन्हा सांगण्याची वेळ आली; पण फारच कमी लोकांची ते ऐकण्याची तयारी होती. निरपराधित्व गृहीत धरणं तर लांबच राहिलं, त्याउलट 'पोलिसांना त्यांचा माणूस सापडलाय. जर तो अपराधी नसता, तर पोलिसांनी त्याला अटक कशी केली असती?' अशीच सर्वसाधारण भावना होती.

मायकेल हा ॲनेटचा पंधरा वर्षांचा, शाळेत जाणारा मुलगा होता. रॉन विल्यमसन आणि डेनिस फ्रिट्झ यांना खुनाच्या आरोपावरून झालेली अटक हीच सध्या ताजी आणि सनसनाटी घटना होती. शाळेत याच विषयावरून मुलांच्या गप्पा रंगल्या. मायकेलचं आडनाव हडसन असल्यामुळे त्याच्या वर्गमित्रांना रॉन हा मायकेलचा मामा असल्याचं माहिती नव्हतं. रॉन आणि डेनिस यांच्याविरोधात मुलांची मतं फार ठाम होती, ती ऐकून मायकेलसारख्या शाळकरी मुलाला फार वाईट वाटलं होतं. दुसऱ्या दिवशी शाळेत जाऊन, शिक्षकांशी बोलून ॲनेटने या विषयावर पडदा पाडला. शिक्षकांनी मनापासून माफी मागितली आणि यापुढे मुलांची चर्चा वेगळ्या विषयाकडे वळवायचं तिला वचन दिलं. दुसरी बहीण रेनी आणि तिचा नवरा बॅरी सिम्मन्स हे अडापासून नव्वद मैलांवर असलेल्या चिकाशा इथे राहायचे. दोन्ही गावांमधल्या अंतरामुळे, लोकांच्या बोलण्यामुळे होणाऱ्या त्रासापासून त्यांची बऱ्याच प्रमाणात सुटका झाली. ॲनेटने अडा कधीच सोडलं नव्हतं. आता मात्र तिला प्रकर्षाने लांब पळून जाण्याची इच्छा होत होती; पण तिथेच राहून आपल्या भावाला मदत करणं तिला भाग होतं.

'अडा ईव्हनिंग न्यूज' या वृत्तपत्राच्या रविवार, दहा मेच्या आवृत्तीच्या पहिल्याच पानावर अटकेची बातमी डेबी कार्टरच्या फोटोसह छापून आली. बराचसा तपशील बिल पीटरसननेच पुरवला होता. डेबीचं दफन केलेलं शव जमीन खणून बाहेर काढल्याच्या वृत्ताला त्याने दुजोरा दिला. आधी गूढ वाटलेला हाताचा ठसा सरतेशेवटी बळी पडलेल्या डेबीचाच निघाला हे त्याने स्पष्ट केलं. त्याने असाही दावा केला की, विल्यमसन आणि फ्रिट्झ हे दोघेही एका वर्षापेक्षा जास्त काळापासून संशयित होते; पण त्याने त्याचं काही स्पष्टीकरण दिलं नाही. प्रत्यक्ष गुन्ह्याच्या तपासणीबद्दल तो म्हणाला, "साधारण सहा महिन्यांपूर्वी या गुन्ह्याच्या तपासणीच्या सर्व आशा संपुष्टात आल्या होत्या आणि आता परिस्थिती कशी हाताळायची याचा निर्णय घ्यायच्या विचाराला सुरुवात झाली होती."

FBI चा तपासणीतला सहभाग ही खास महत्त्वाची बातमी होती. दोन वर्षांपूर्वी अडा पोलिसांनी त्यांची मदत मागितली होती. FBI ने पुराव्यांचा अभ्यास करून, पोलिसांना गुन्हेगारांची मानसिक रूपरेषा तयार करून दिली. मात्र, पीटरसनने

वृत्तपत्रांना त्याचा जास्त तपशील दिला नाही.

दुसऱ्या दिवशी, पुन्हा एकदा पहिल्याच पानावर रॉन आणि डेनिस यांना अटक झाल्यानंतर पोलिसांनी काढलेल्या त्यांच्या फोटोसह बातमी छापली गेली. अर्थात त्यांचे फोटो इतके भीतिदायक दिसत होते की, कोणीही त्यांना खुनी ठरवून मोकळा झाला असता.

छापलेल्या वृत्तान्तात आदल्या दिवशीचीच पुनरावृत्ती होती. दोघांना करण्यात आलेली अटक, गंभीर स्वरूपाचा बलात्कार, साधनासहित बलात्कार आणि निर्घृण खून हे त्यांच्यावरचे आरोप, हेच नेमकं पुन्हा छापलेलं होतं. त्या दोघांनी काही निवेदन दिलंय का? या प्रश्नाला उत्तर द्यायचं अधिकाऱ्यांनी टाळलं, हेसुद्धा चमत्कारिक होतं. अडामधल्या बातमीदारांना आता कबुलीजबाबांची इतकी सवय झाली होती की, कबुलीजबाब हेच सर्व फौजदारी गुन्हे तपासणीचे अविभाज्य भाग असतात, असंच त्यांना वाटणं स्वाभाविक होतं.

जरी त्यांनी रॉनच्या पहिल्या कबुलीजबाबाची बातमी प्रसिद्ध केली नसली, तरी अधिकारीवर्गाने रॉनच्या अटकेचं वॉरंट मिळवण्यासाठी सादर केलेलं प्रतिज्ञापत्र जाहीर केलं. त्या बातमीत प्रतिज्ञापत्रातला काही भाग उद्धृत करण्यात आला होता, तो असा – 'डोक्यावरचे तसेच लिंगावरचे जे केस मिस कार्टरच्या शरीरावर आणि गादीवर सापडले, त्या केसांची पडताळणी जेव्हा सूक्ष्मदर्शक यंत्राद्वारे, रोनाल्ड किथ विल्यमसन आणि डेनिस फ्रिट्झ यांच्या केसांबरोबर केली गेली, तेव्हा त्यात गुणवत्तेची समानता आढळली.'

दोघांच्याही आधीच्या गुन्ह्यांची यादी मोठी होती. रॉनच्या नावावर आत्तापर्यंत दारू पिऊन वाहन चालवणे वगैरेंसारखे पंधरा किरकोळ गुन्हे आणि ज्यासाठी तुरुंगवास झाला होता, असा बनावट सही करण्याचा एक गंभीर गुन्हा होता. फ्रिट्झच्या नावावर दारूच्या अमलाखाली वाहन चालवण्याचे दोन गुन्हे होते आणि अमली पदार्थांचं शाबित झालेलं एक जुनं प्रकरण होतं.

बिल पीटरसनने पुन्हा एकदा, पंजाच्या ठशाच्या फेरतपासणीसाठी शव खणून काढल्याच्या बातमीला दुजोरा देत, तो ठसा प्रेताच्या ठशाबरोबर जुळल्याची बातमी दिली. पुढे त्याने असंही विधान केलं की, हे दोघे या गुन्ह्यात गेल्या एक वर्षापेक्षा जास्त काळापासूनच संशयित होते.

ती बातमी सर्वांना अशी आठवण करून देत संपवण्यात आली की, 'बलात्कारादरम्यान, भांडी पुसण्याचे फडके घशात कोंबल्याने कार्टरचा गुदमरून मृत्यू झाला.'

न्यायाधीश जॉन डेव्हिड मिलर हे प्राथमिक सुनावणीसाठीचे न्यायदंडाधिकारी होते. मधल्या हिरवळीवरून चालत गेलं, तर त्यांचं न्यायालय तुरुंगापासून फक्त पन्नास पावलांवर होतं. त्या सोमवारी रॉनला पहिल्यांदाच त्यांच्यापुढे आणण्यात

आलं. रॉनने सांगितलं की, त्याचा कोणीही वकील नाही आणि तसेच वकील देणं परवडेल की नाही याची त्याला खात्री नाही. त्याला पुन्हा तुरुंगात नेण्यात आलं.

त्यानंतर काही तासांतच तुरुंगातल्या मिकी वेन हॅरेल या कैद्याने, रॉनला रडत बोलत असताना ऐकल्याचं तुरुंगाधिकाऱ्यांना येऊन सांगितलं. त्याच्या सांगण्याप्रमाणे 'डेबी, मला माफ कर' असं रॉन म्हणत होता आणि त्याने म्हणे हॅरेलला असंही सांगितलं की, 'रॉनचं डेबीवर प्रेम आहे' असं हॅरेलने रॉनच्या हातावर गोंदवून द्यावं.

इतकी उत्सुकता ताणणारा गुन्हा समोर आल्यामुळे, तुरुंगातल्या कुचाळक्यांना ऊत आला. त्याचबरोबर पोलिसांची मेहेरबानी मिळवण्यासाठी, पोलिसांच्या प्रोत्साहनामुळेच चालणारे, खोट्या खबरी देण्याचे खेळही जोरात सुरू झाले. संशयिताने दिलेली गुन्ह्याची कबुली ऐकणे किंवा ऐकली असा दावा करणे, ती सरकारी वकिलांना सांगून, त्या बदल्यात स्वतःची शिक्षा कमी करून घेणे किंवा स्वतःची सुटका करून घेणे यांसाठी हा सर्वांत जलदगती मार्ग होता. बऱ्याचशा तुरुंगांमध्ये अशा खबऱ्यांचं प्रमाण अगदीच कमी होतं. त्याचं कारण म्हणजे बाकीच्या कैद्यांना हे प्रकार आवडत नसल्यामुळे त्यांच्याकडून होऊ शकणारा त्रास; पण अडामध्ये हा खबऱ्यांचा प्रकार अगदी सर्रास चालायचा.

त्याच्या वकिलीबाबतची चर्चा करण्यासाठी, दोन दिवसांनंतर रॉनला पुन्हा न्यायालयात नेण्यात आलं. त्याला न्यायाधीश जॉन डेव्हिड मिलर यांच्यासमोर उभं करण्यात आलं; पण चर्चा सुरळीत पार पडू शकली नाही. रॉन अजूनही औषधोपचारांशिवायच होता. त्याने आक्रमकपणे मोठ्याने ओरडून बोलायला सुरुवात केली – "हा खून मी केलेला नाही. मला माझ्यावरच्या खुनाच्या आरोपाचा कंटाळा आला आहे. मला तिच्या कुटुंबीयांबद्दल वाईट वाटतं, पण..."

न्यायाधीश मिलर यांनी त्याला थांबवायचा प्रयत्न केला; पण रॉनला बोलायचंच होतं – "मी तिचा खून केलेला नाही. तिला कोणी मारलं हे मला माहिती नाही. माझी आई तेव्हा जिवंत होती आणि जेव्हा हे घडलं, तेव्हा मी कुठे होतो हे तिला माहिती होतं."

या न्यायालयात सुनावणीच्या वेळी, प्रतिवादीला स्वतःचा खटला स्वतःच चालवण्याची परवानगी नाही, हे न्यायाधीश मिलर यांनी रॉनला समजावून सांगण्याचा प्रयत्न केला; पण ते न ऐकता रॉन पुढे बोलतच राहिला – "माझ्यावरचे आरोप काढून टाका." तो पुनःपुन्हा सांगत होता, "हे हास्यास्पद आहे."

न्यायाधीश मिलर यांनी त्याला विचारलं की, त्याच्यावर ठेवण्यात आलेले आरोप त्याला समजले आहेत का? त्यावर रॉनचं उत्तर होतं, "मी निरपराध आहे, मी तिच्यासोबत कधीही नव्हतो, तिच्याबरोबर कारमध्येही मी कधी बसलो नाही."

त्याचे हक्क त्याला वाचून दाखवले जात असतानासुद्धा रॉन रागारागाने जोरात

ओरडतच होता, ''मी आत्तापर्यंत तीन वेळा तुरुंगात गेलो आणि प्रत्येक वेळी माझा या खुनाशी संबंध जोडण्याचा प्रयत्न करण्यात आला.''

जेव्हा डेनिस फ्रिट्झचं नाव मोठ्याने वाचून दाखवण्यात आलं, तेव्हा मध्येच रॉन बोलला, ''या माणसाचाही या प्रकरणाशी काही संबंध नाही. मी त्याला आधीपासून ओळखतो. त्या दिवशी तो 'कोचलाइट'ला गेला नव्हता.''

शेवटी न्यायाधीशांनी 'आरोप मान्य नाही' असा युक्तिवाद नोंदवला. रॉनला तिथून परत नेतानाही तो रागाने चडफडत होता आणि हा सगळा प्रकार बघून ॲनेट रडत होती.

ती रोजच त्याला भेटायला तुरुंगात जायची. जर तुरुंगाधिकाऱ्याने परवानगी दिली, तर कधीकधी दिवसातून दोनदाही जायची. ती त्यातल्या बऱ्याचजणांना ओळखायची आणि ते सगळे रॉनला ओळखायचे, म्हणूनच तिला रॉनला भेटता यावं म्हणून ते नियमात थोडी सूट द्यायचे.

रॉनचं मानसिक संतुलन ठीक नव्हतं, तो अजूनही औषधोपचारांशिवायच होता आणि त्याला कुशल डॉक्टरांच्या मदतीची आवश्यकता होती. काहीही संबंध नसलेल्या गुन्ह्यामध्ये अडकवल्यामुळे तो संतप्त आणि दुःखी झाला होता. त्यातच बेअब्रू झाल्याची भावनाही होती. एका लांछनास्पद खुनाचा संशयित म्हणून त्याने साडेचार वर्षे कशी काढली हे त्याचं त्यालाच माहीत. नुसता संशयित म्हणून जगणंसुद्धा अवघडच होतं. शेवटी अडा हेच तर त्याचं घर होतं, सगळी त्याचीच तर माणसं होती. त्याचे लहानपणापासूनचे आणि आत्ताचे मित्रही इथेच होते. त्याच्या उत्कृष्ट खेळाचे चाहते इथेच होते. त्याच लोकांची त्याच्याकडे 'खुनी' म्हणून बघण्याची नजर आणि त्यांची आपापसांतील कुजबुज नक्कीच वेदनादायी होती, तरीसुद्धा इतकी वर्षं त्याने हे सगळं सहन केलं होतं. पोलिसांनी जर सत्य शोधायचे कष्ट घेतले असते, तर तो निरपराध आहे हे सिद्ध होऊन त्याच्यावरचा कलंक तरी धुतला गेला असता.

पण अचानक त्याला अटक होऊन, तुरुंगात टाकलं जाऊन, त्याचे फोटोही वृत्तपत्राच्या पहिल्या पानावर छापून आल्यामुळे तो खचून गेला होता.

आपण कधी काळी डेबीला भेटलो होतो का, हे तो खात्रीने सांगू शकत नव्हता.

डेनिस फ्रिट्झ हा कन्सासमधल्या तुरुंगात होता आणि त्याला अडा पोलिसांच्या ताब्यात सोपवलं जाण्याची कारवाई पूर्ण होण्याची वाट बघत होता. खुनासाठी अटक ही नियतीने केलेली त्याची क्रूर थट्टाच होती. खून? स्वतःच्या बायकोच्या झालेल्या खुनानंतर त्याचे दुष्परिणाम त्याने इतकी वर्षं भोगले होते, जणू काही तो स्वतःच त्यामध्ये बळी गेला होता आणि आता तर एक 'खुनी' म्हणून त्याचे भोग

सुरू झाले होते.

खून? त्याने तर आत्तापर्यंत कोणाला साधी मारहाणही केलेली नव्हती. तो तसा लहानखुऱ्या चणीचाच होता आणि हाणामारी आणि हिंसेच्या विरोधात होता. हे खरं होतं की, आत्तापर्यंत तो बऱ्याच दारूच्या गुत्त्यांमध्ये तसेच काही असंस्कृत ठिकाणी गेला होता; पण जरा काही गडबड सुरू झाली आणि हाणामारी होण्यासारखी परिस्थिती निर्माण झाली की, तो गुपचूप तिथून सुंबाल्या करायचा. रॉन विल्यमसन एखादी हाणामारी त्याच्यामुळे जरी सुरू झाली नसली, तरी त्यात भाग घ्यायचा आणि सगळं संपेपर्यंत तिथेच थांबायचा; डेनिसचं मात्र तसं नव्हतं. तो केवळ रॉनचा मित्र असल्यामुळे या खुनाच्या प्रकरणात संशयित ठरला होता.

आपण आपल्या हस्तांतरणाच्या विरोधात का भांडतोय याचं स्पष्टीकरण देणारं एक भलंमोठं पत्र त्याने 'अडा ईव्हनिंग न्यूज' या वृत्तपत्राला पाठवलं. त्याने लिहिलं होतं की, स्मिथ आणि रॉजर्सबरोबर त्याने अडाला परतण्यास नकार दिला, कारण 'आपल्यावर खुनाचा आरोप आहे' यावरच त्याचा विश्वास बसत नव्हता. तो निरपराध होता, त्याचा या गुन्ह्याशी काहीही संबंध नव्हता आणि त्याला विचार करायला अवधी हवा होता. स्वतःच्या बचावासाठी तो एखाद्या चांगल्या वकिलाच्या शोधात होता आणि त्याचे कुटुंबीय त्याकरता पैसे जमवण्याच्या खटपटीत होते.

गुन्ह्याच्या तपासणीच्या कामातल्या आपल्या सहभागाचा त्याने आढावा घेतला. मुळात त्याला लपवाछपवी करण्याची गरजच वाटली नव्हती आणि गुन्ह्याच्या तपासात मदत करायची त्याची मनापासून इच्छा होती; त्यामुळे पोलिसांनी जे काही सांगितलं, ते त्याने केलं होतं. थुंकी, हस्ताक्षर, बोटांचे ठसे, केस (अगदी मिशीतला एक केससुद्धा) असे सगळे नमुने त्याने दिले होते. त्याने दोनदा 'पॉलिग्राफ टेस्ट'ही दिली होती; ज्यात डेनिस स्मिथच्या म्हणण्याप्रमाणे तो सपाटून अनुत्तीर्ण झाला होता. नंतर फ्रिट्झला जे काही कळलं, त्याप्रमाणे असं काहीही झालं नव्हतं.

तपासाबाबत फ्रिट्झने लिहिलं होतं – 'गेली साडेतीन वर्षे मी दिलेले हस्ताक्षर, हातांचे ठसे, केस वगैरे नमुने त्यांच्याकडे होते. त्यांच्याजवळ जर गुन्ह्याच्या ठिकाणी सापडलेले किंवा इतर काही पुरावे होते, तर ते पडताळून त्यांनी मला या आधीच अटक करायला हवी होती; पण तुमच्या वृत्तपत्राच्या म्हणण्याप्रमाणे, 'त्यांच्या या प्रकरणाचा छडा लावण्याच्या आशा संपुष्टात आल्या होत्या आणि पुढे काय करायचं हे त्यांचं ठरत नव्हतं.' मी स्वेच्छेने सादर केलेला पुरावा तपासायला कुठल्याही गुन्हे अन्वेषण प्रयोगशाळेला साडेतीन वर्षे इतका वेळ लागत नाही आणि हे न कळण्याइतका मी मूर्ख नाही.'

डेनिस, जो पूर्वी विज्ञानशाखेचा शिक्षक होता, त्याने केसांचा नमुना दिल्यानंतर त्या नमुन्याची तपासणी कशा पद्धतीने केली जाते, याचा अभ्यास केला. त्याच्या

पत्रात पुढीलप्रमाणे एक परिच्छेद होता – 'केसांच्या विश्लेषणावरून ते फक्त कुठल्या वंशाच्या लोकांचे आहेत एवढंच सिद्ध होऊ शकतं; पण त्या वंशातल्या कोणा एका विशिष्ट व्यक्तीचे आहेत, हे सिद्ध करता येत नाही. असं असूनसुद्धा, एवढ्या कमजोर पुराव्याच्या आधारावर, माझ्यावर बलात्कार अन् खुनासारखे आरोप ते कसे काय ठेवू शकतात? या क्षेत्रातला तज्ज्ञ हे सांगू शकेल की, पाच लाखांपेक्षा जास्त लोकांच्या केसांचे गुणधर्म समान असू शकतात.'

पत्र संपवताना त्याने कळकळीने स्वतःच्या निरपराधित्वाचा दावा केला होता आणि एक प्रश्न विचारला होता – 'मी निरपराध सिद्ध होईपर्यंत गुन्हेगार समजला जाणार आहे की दोषी सिद्ध होईपर्यंत निरपराध समजला जाणार?'

पोन्टोटॉक काउन्टीकडे पूर्ण वेळ काम करणारा बचावाचा वकील नव्हता. ज्या आरोपींना स्वतःचा वकील देणे परवडणार नसायचे, त्यांना स्वतःच्या दारिद्र्याबद्दल शपथ घ्यावी लागायची. मग न्यायाधीश एखाद्या स्थानिक वकिलाची अशा गरीब आरोपींच्या बचावासाठी नेमणूक करायचे. अशा गरिबांसाठी असलेल्या वकिलांकडे बहुतेक वेळा गंभीर गुन्ह्यातले आरोपीच सोपवले जायचे, कारण ज्यांना शक्य असायचं, ते आपल्या साधनसंपत्तीच्या साहाय्याने भयंकर गुन्ह्याच्या आरोपातून स्वतःला वाचवायचे. दरोडा, अमली पदार्थ, कोणावर हल्ला असे गुन्हे बहुधा खालच्या वर्गाच्या लोकांकडून घडायचे. यांतले बरेचसे आरोपी दोषी असल्यामुळे, न्यायालयाने नेमून दिलेले वकील तपास करणे, मुलाखती घेणे, युक्तिवाद करणे, कागदपत्रे तयार करणे आणि निकालानंतर त्यांची फाइल बंद करणे यांसारखी कामं करायचे. त्या बदल्यात त्यांना फारच माफक मोबदला मिळायचा.

खरेतर हा मोबदला इतका कमी असायचा की, बरेचसे वकील असे खटले टाळायच्या प्रयत्नात असायचे. गरिबांच्या बचावासाठीची ही व्यवस्था अगदीच गलथान होती आणि त्यात अडचणीही बऱ्याच यायच्या. न्यायाधीश असे खटले खूप वेळा, ज्यांना फौजदारी कायद्याचा अजिबात अनुभव नाही किंवा ज्यांना अगदीच नगण्य अनुभव आहे, अशा वकिलांना द्यायचे. तज्ज्ञ साक्षीदार आणि इतर खर्चाकरता त्यांच्याकडे पैसे नसायचे.

छोट्या गावातल्या न्यायालयात, एखादा मृत्युदंडाच्या शिक्षेच्या योग्यतेचा खटला उभा राहिला की, पटकन वकिलांच्या घोळक्याची पांगापांग व्हायची. ज्याच्यावर गंभीर स्वरूपाचे आरोप आहेत अशा गरीब आरोपीसाठी, त्याचे हक्क वाचवण्यासाठी, त्याला न्याय मिळवून देण्यासाठी एखादा वकील कसा लढतोय इकडे सगळ्यांचं बारीक लक्ष असायचं. कामाचं स्वरूप खडतर असायचं आणि त्यासाठी वेळसुद्धा खूप द्यावा लागायचा. स्वतःच छोटं ऑफिस असल्यास तेही बंद

ठेवायची वेळ यायची. कामाच्या मानाने मिळणारा मोबदला अगदीच कमी असायचा आणि भरीत भर म्हणून हे खटले वर्षानुवर्षं चालायचे.

कोणीच आरोपीचं वकीलपत्र घ्यायला तयार होणार नाही आणि त्यामुळे शेवटी न्यायाधीशांना तो खटला कोणाकडे तरी सोपवायची वेळ येईल, ही सर्वांत मोठी भीती असायची. एरवी न्यायालयीन सत्र चालू असताना वकिलांनी गजबजलेली न्यायालये, दारिद्र्याची शपथ घेतलेल्या आणि खुनासारख्या गंभीर गुन्ह्यातल्या एखाद्या आरोपीला पकडून आणल्याबरोबर स्मशानासारखी सुनसान व्हायची. वकील त्यांच्या ऑफिसकडे पसार व्हायचे, ऑफिसला आतून कुलूप घालायचे आणि फोन काढून बाजूला ठेवून द्यायचे.

अडाच्या न्यायालयात नियमित हजेरी लावणारा बार्नी वॉर्ड हा एक अंध वकील होता. उच्च प्रतीचे कपडे वापरणारा, अतिरंजित गोष्टी सांगणारा, बेधडक आयुष्य जगणारा, अडाच्या कायद्याशी संबंधित गोष्टींमध्ये सहभागाची आवड असणारा. त्याला न्यायालयातल्या सगळ्या घडामोडींची खबर असायची.

माध्यमिक शाळेत रसायनशास्त्राचा एक प्रयोग करत असताना, त्यात काही गडबड झाल्यामुळे त्याची दृष्टी गेली. त्या दुर्घटनेचा जास्त बाऊ न करता, त्या घटनेला एखाद्या तात्पुरत्या समस्येचं स्वरूप देऊन, त्याने आपलं शिक्षण पूर्ण केलं. त्यानंतर त्याने अडामधल्या 'ईस्ट-सेंट्रल'मध्ये प्रवेश घेतला, तेव्हा त्याच्या आईने 'रीडर' बनून त्याला मदत केली. पदवीपर्यंत शिक्षण पूर्ण झाल्यावर नॉर्मनला जाऊन 'युनिव्हर्सिटी ऑफ ओक्लाहोमा'मधून त्याने कायद्याचं शिक्षण घेतलं. इथेही त्याची आई त्याच्या मदतीला होती. तो वकिलीची परीक्षा पास झाल्यावर अडाला परत आला आणि 'काउन्टी ॲटर्नी' या पदासाठी निवडणूक लढवून, निवडूनही आला. त्यानंतर बरीच वर्षे त्याने अडामध्ये 'मुख्य सरकारी वकील' या पदावर काम केलं. १९५० च्या मध्याला त्याने फौजदारी वकिलीचा खासगी व्यवसाय सुरू केला. लवकरच त्याची आपल्या अशिलांसाठीचा खंबीर वकील अशी ख्याती झाली. एखादा कच्चा दुवा बरोबर हेरून विरोधी साक्षीदारावर तो तुटून पडायचा. तो निष्ठुरपणे उलटतपासणी घ्यायचा आणि त्याला वाद घालायलाही आवडायचं.

एका खूप गाजलेल्या वादात तर त्याने दुसऱ्या वकिलाला गुद्दापण मारला होता. त्याचा आणि डेव्हिड मॉरिसचा न्यायालयात कुठल्याशा पुराव्यावरून वाद चालू होता. दोघेही जिकिरीला आले होते आणि तणावाखाली होते, त्यातच मॉरिस नको ते बोलून गेला – ''बघा न्यायाधीशसाहेब, एका आंधळ्यालाही हे दिसतंय.'' बार्नी त्याच्याकडे झेपावला, म्हणजे अंदाजाने तो जिथे होता तिकडे, उजव्या हाताचा एक ठोसा मारला; पण तो थोडक्यात चुकला. न्यायाधीशांनी शांतता प्रस्थापित

केली. मॉरिसने त्याची माफी मागितली; पण त्यानंतर मात्र मॉरिस त्याच्यापासून लांबच राहायला लागला.

बार्नीला सगळे ओळखायचे आणि तो नेहमी न्यायालयाच्या जवळपास दिसायचा. त्याच्याबरोबर त्याची विश्वासू साहाय्यक लिंडा असायची. ती त्याला सगळं वाचून दाखवायची आणि त्याच्यासाठी टिपणं काढायची. कधीकधी तो रस्त्यावरून अंधांना सुखरूप घेऊन जाणाऱ्या कुत्र्याबरोबर दिसायचा; पण त्याला तरुण मुलींच्या बरोबरच फिरायला आवडायचं. त्याची सगळ्यांबरोबर मैत्री होती आणि कोणाचाही आवाज तो विसरायचा नाही. तो असोसिएशनचा 'प्रेसिडेंट' म्हणून निवडून आला, त्याचं कारण केवळ त्याच्याबद्दलची सहानुभूती हे नव्हतं. तो लोकांचा इतका आवडता होता की, त्याला पत्त्यांच्या क्लबचं सभासदत्व बहाल करण्यात आलं होतं. तो ब्रेल लिपीतले पत्ते घेऊन आला आणि हे फक्त आपणच वाटू शकतो, असं त्याने दर्शवलं. लवकरच तो नियमितपणे जिंकून भरपूर पैसे कमवू लागला. मग बाकीच्यांनी असं ठरवलं की, त्याला खेळू द्यावं; पण पत्ते वाटण्याचं काम मात्र त्याने करू नये. त्यानंतर त्याचं जिंकण्याचं प्रमाण जरा कमी झालं.

दरवर्षी बाकीचे वकील बार्नीला 'डिअर कॅम्प'साठी आमंत्रित करायचे. 'डिअर कॅम्प' म्हणजे फक्त पुरुषांसाठी आखलेला, नित्यक्रमापासून सुटका मिळवण्यासाठीचा, आठवडाभराचा कार्यक्रम असायचा. भरपूर दारू, पत्ते, घाणेरडे विनोद, मनसोक्त खाणं आणि यातून वेळ मिळालाच तर थोडीफार शिकार. हरणाची शिकार करण्याचं बार्नीचं स्वप्न होतं. एकदा जंगलात त्याच्या मित्रांना एक हरीण दृष्टीस पडलं, त्यांनी बार्नीला शिताफीने योग्य जागी उभं केलं, त्याच्या हातात रायफल दिली, नेम धरला आणि 'मार गोळी' असं हळूच त्याच्या कानात कुजबुजले. बार्नीने ट्रिगर ओढल्यावर गोळी कुठेतरी भलतीकडेच गेली; पण हरीण थोडक्यात वाचलं, असंच त्याच्या मित्रांनी पसरवलं. त्यानंतर कित्येक वर्षं बार्नी ती गोष्ट सांगायचा.

पिण्याचा अतिरेक करणाऱ्यांवर शेवटी दारू सोडायची वेळ येतेच, तसं बार्नीच्या बाबतीतही झालं, तेव्हा तो रस्ता मार्गदर्शक म्हणून कुत्र्याला बरोबर बाळगायचा. नंतर तो कुत्रा सवयीने न चुकता बार्नीला दारूच्या दुकानामध्ये घेऊन जायला लागल्यामुळे, शेवटी कुत्रा बदलायची वेळ आली. तो बहुधा फारच नियमितपणे त्या दुकानात जात असावा, कारण बार्नीने दारू सोडल्यावर ते दुकान बंद पडलं अशी वदंता बरेच दिवस होती.

त्याला पैसे मिळवायला आवडायचं आणि जे अशील पैसे देऊ शकणार नाहीत, अशांच्या बाबतीत त्याची स्मरणशक्ती कमी होती. 'कफल्लक सिद्ध होईपर्यंत निरपराध' असं त्याचं ब्रीदवाक्य होतं. १९८० च्या मध्यापर्यंत बार्नीचा उमेदीचा काळ उलटून गेला होता. खटला चालू असताना तो झोपा काढायचा;

त्यामुळे काही महत्त्वाचे मुद्दे त्याच्या नकळत निसटून जायचे. तो गडद रंगाच्या आणि मोठ्या आकाराच्या काचांचा चश्मा वापरत असल्यामुळे तो ऐकतोय की डुलक्या काढतोय, हे विरोधी पक्षाच्या वकिलांना आणि न्यायाधीशांना कळायचं नाही. हळूहळू ही गोष्ट विरोधी वकिलांच्या लक्षात आली. मग बार्नीला ऐकू येऊ नये म्हणून, कुजबुजत डावपेच आखले जाऊ लागले. खटला किंवा सुनावणी दुपारच्या सुट्टीनंतरही चालू राहील इतकी लांबवली जाऊ लागली, कारण तेव्हा बार्नी हमखास डुलक्या काढतो, हे सगळ्यांना माहिती झालं होतं. जर कोणी दुपारी तीनच्या पुढे खटला लांबवू शकला, तर त्याची जिंकण्याची शक्यता लक्षणीयरीत्या वाढायची.

दोन वर्षांपूर्वी टॉमी वॉर्डचे (त्यांच्यात काही नातं नव्हतं) कुटुंबीय बार्नीने त्याचा खटला चालवावा अशी विनंती घेऊन आले होते. वॉर्ड आणि फोन्टेनॉट दोघेही निर्दोष आहेत याची बार्नीला खात्री होती, तरी मृत्युदंडाच्या शिक्षेशी संबंधित खटला असल्यामुळे त्याने नकार दिला होता. अशा खटल्यात प्रचंड कागदपत्रे बनवावी लागायची आणि त्याचा त्याला अतिशय कंटाळा होता.

आता पुन्हा एकदा त्याच्याकडे एक विनंती आली. न्यायाधीश जॉन डेव्हिड मिलर यांनी त्याला रॉन विल्यमसनचा खटला चालवण्याबद्दल विचारलं. बार्नी हा त्या काउन्टीमधला, फौजदारी खटल्यांतल्या बचावाचा सर्वाधिक अनुभव असलेला वकील होता आणि आत्ताच त्याच्या ज्ञानाची गरज होती. कायद्याचं परिपूर्ण ज्ञान असलेला असा तो एक सच्चा वकील होता. आरोपी कितीही अप्रिय असला, तरी पूर्ण ताकदीनिशी बचाव हा त्याचा हक्क आहे, याच्यावर त्याचा ठाम विश्वास होता.

जून १९८७ मध्ये, रॉन विल्यमसनच्या बचावासाठीचा वकील म्हणून बार्नीची नेमणूक झाली. ज्याच्यावर खुनाचा आरोप आहे, असा त्याचा पहिलाच अशील! ॲनेट आणि रेनीला हे कळल्यावर आनंद झाला. त्यांना बार्नी माहीत होता. फौजदारी खटल्यांतल्या बचावाची त्याची ख्याती त्या ऐकून होत्या.

अशील आणि वकील यांच्यातल्या भेटीची सुरुवात अगदीच खराब झाली. रॉन तुरुंगाला कंटाळला होता आणि तुरुंग प्रशासन त्याला! दरवाजाजवळ भेटण्यासाठी असलेल्या छोट्या खोलीत त्यांच्या भेटी व्हायच्या. अशा बेफाम झालेल्या अशिलाला भेटण्यासाठी बार्नीला ती जागा फारच लहान वाटत होती. रॉनची मानसिक तपासणी करायच्या त्याने सूचना दिल्या. 'थोराझाइन' हे औषध डॉक्टरांनी लिहून दिलं. त्या औषधाचा खूपच चांगला उपयोग झाल्यामुळे बार्नी आणि तुरुंगातल्या कर्मचाऱ्यांना हायसं वाटलं. खरं तर ते औषध इतकं परिणामकारक ठरलं की, तुरुंगरक्षक जरा जास्तच सढळ हाताने त्याचा उपयोग करायला लागले. रॉन एखाद्या लहान बालकासारखा झोपायला लागला.

त्यांच्या अशाच एका भेटीच्या वेळी तर रॉन जेमतेम कसातरी बोलू शकत होता. बार्नी तुरुंगाधिकाऱ्यांना भेटल्यावर, औषधाच्या डोसांचं प्रमाण बदललं गेलं आणि रॉन पुन्हा माणसांत आला.

रॉनचा आपल्या वकिलाबरोबर शक्यतो असहकारच असायचा. त्याच्या बोलण्याने बार्नीला काही मदत होण्याची शक्यताच नव्हती, कारण तो फक्त स्वतःच्या निरपराधित्वाबद्दलच बोलत राहायचा. वॉर्ड आणि फोन्टेनॉटप्रमाणे रॉनसुद्धा त्याचा गुन्हा शाबित होण्याच्या दिशेनेच ढकलला जात होता. बार्नी त्याची नेमणूक झाल्याच्या पहिल्या दिवशीच निराश झाला; पण त्याने नेटाने आपलं काम तसंच चालू ठेवलं.

दरम्यान, अपहरण आणि हल्ला या आरोपांखाली ग्लेन गोअर तुरुंगात होता. ग्रेग सॉन्डर्स हा त्याचा न्यायालयाने नेमून दिलेला वकील होता. दिवाणी खटल्यांचं काम करण्याच्या दृष्टीने तयारी चालू केलेला तो अडामधला एक तरुण वकील होता. अशिलाबरोबरच्या एका मीटिंगच्या दरम्यान त्याची आणि ग्लेनची मारामारी व्हायचीच बाकी होती. ग्रेग तसाच न्यायालयात गेला आणि आपल्याला या खटल्यातून मुक्त करण्यात यावं अशी त्याने विनंती केली. न्यायाधीश मिलर यांनी नकार दिल्यावर सॉन्डर्स असं म्हणाला की, 'ग्लेन गोअर या ब्यादीपासून सुटका होणार असेल, तर तो पुढे एखादा मृत्युदंडाचा खटलासुद्धा स्वीकारायला तयार आहे.'

"ठरलं तर मग!" न्यायाधीश मिलर यांनी त्याला लगेच सांगितलं, "आतापासून मी तुझी कार्टर खून खटल्यात डेनिस फ्रिट्झचा वकील म्हणून नेमणूक करतोय."

आपल्या पहिल्याच मृत्युदंडाच्या खटल्याबाबत जरी ग्रेग सॉन्डर्स साशंक होता, तरी बार्नी वॉर्डच्या बरोबरीने काम करायला मिळणार म्हणून तो खुशीत होता. ईस्ट-सेंट्रलला शिकत असल्यापासून न्यायालयात खटला लढवायचं त्याचं स्वप्न होतं. बार्नीचा खटला चालू आहे असं कळलं की, त्या दिवशी कॉलेजच्या वर्गांना बुट्टी मारून, बार्नीला ऐकायला तो न्यायालयात येऊन बसायचा. बार्नी एखाद्या कमकुवत साक्षीदाराच्या साक्षीची चिरफाड करत असायचा, सरकारी वकीलही त्याला घाबरून असायचे. बार्नीला न्यायाधीशांबद्दल आदर असला, तरी त्याला त्यांची कधी भीती वाटली नाही. ज्युरींबरोबरही तो गप्पा मारायचा. आपल्या अंधत्वाचा त्याने कधीही कुबड्यांसारखा वापर केला नाही; पण जेव्हा गरज वाटेल, तेव्हा आपल्याबद्दल सहानुभूती निर्माण होईल इकडे तो बरोबर लक्ष द्यायचा. ग्रेग सॉन्डर्सच्या मते, बार्नी हा एक प्रतिभावान वकील होता.

त्या दोघांनी आपलं काम स्वतंत्रपणे चालू केलं असलं तरी, दोघांनी एकत्र येऊन भरमसाट अर्ज दाखल केले आणि 'डिस्ट्रिक्ट ॲटर्नी'च्या ऑफिसमध्ये एकच

धांदल उडवून दिली. सरकार आणि बचावपक्ष, दोघांनी उपस्थित केलेल्या मुद्द्यांवर सुनावणीसाठी न्यायाधीश मिलर यांनी ११ जून ही तारीख निश्चित केली. सरकारी पक्ष या खटल्यासाठी जे साक्षीदार बोलावणार आहे, त्या सर्व नावांची यादी आपल्याला मिळावी, अशी बार्नीची मागणी होती. ओक्लाहोमाच्या कायद्याप्रमाणे असं विवरण देणं आवश्यक होतं. कायद्याच्या या तरतुदीबद्दलच बिल पीटरसनचा आक्षेप होता. बार्नीने आपली बाजू त्याला समजावून सांगितली. प्राथमिक सुनावणीसाठी जे साक्षीदार आणण्याची सरकारी पक्षाची योजना होती, फक्त त्यांचीच नावं आधी जाहीर करण्याची त्यांची तयारी होती. प्रत्येक वेळी नवीन साक्षीदार आणण्यापूर्वी, योग्य वेळेत बचाव पक्षाला त्याची माहिती द्यावी, असा आदेश न्यायाधीश मिलर यांनी बिल पीटरसनला दिला.

बार्नी खंबीरपणे बाजू लढवत होता आणि बहुतेक अर्जांचा निर्णय त्याच्या बाजूने लागला होता; पण आता तो हताश व्हायला लागल्याची लक्षणंही दिसू लागली होती. एकीकडे तो म्हणायचा की, त्याची नेमणूक न्यायालयाने केली आहे आणि या खटल्यावर जास्त वेळ घालवण्याची त्याची इच्छा नाही आणि मग तो असंही म्हणायचा की, अचूक काम करायची त्याची इच्छा आहे; पण हा मृत्युदंडाचा खटलाच त्याचा सर्व वेळ व्यापून टाकेल, अशी त्याला भीती वाटते.

दुसऱ्या दिवशी त्याने रॉनकरता अजून एक वकील मिळावा असा अर्ज दाखल केला. सरकारी पक्षाचा त्याला काही आक्षेप नव्हता. सोळा जूनला फ्रँक बेबर याची 'बार्नीचा मदतनीस' म्हणून नेमणूक झाली. प्राथमिक सुनावणीची तयारी म्हणून दोन्ही बाजूंकडून कायदेशीर मुद्दे आणि कागदपत्रांची लढाई सुरू झाली.

डेनिस फ्रिट्झला ठेवण्यात आलेली कोठडी रॉन विल्यमसनच्या कोठडीपासून फार लांब नव्हती. त्याला रॉन दिसायचा नाही; पण त्याचा आवाज ऐकू यायचा. जेव्हा रॉनवर गरजेपेक्षा जास्त औषधोपचार केलेले नसतील, तेव्हा तो सारखा ओरडत राहायचा. तासन्तास कोठडीच्या गजांना धरून उभा राहून 'मी निर्दोष आहे, मी निर्दोष आहे' असा आर्त स्वरात किंचाळत असायचा. त्या छोट्या इमारतीत त्याचा गंभीर आणि घोगरा आवाज घुमत असायचा. मदतीची नितांत गरज असलेल्या, पिंजऱ्यात अडकलेल्या एखाद्या जखमी प्राण्यासारखा तो वाटायचा. तसे सर्वच कैदी नेहमी तणावाखाली असायचे, रॉनच्या कर्कश आवाजाने त्यात आणखी भरच पडायची.

उलट बाकीचे कैदी त्याच्या अंगावर ओरडायचे आणि डेबी कार्टरचा खुनी म्हणून त्याला चिडवायचे. हे त्यांच्यातलं वाग्युद्ध आणि एकमेकांना दिलेल्या शिव्या यामुळे कधीतरी करमणूक व्हायची; पण बहुतेक वेळा त्यामुळे तणाव आणि

अस्वस्थता वाढण्याचंच काम व्हायचं. सुरुवातीला रॉनला फक्त एकाच कैद्याकरता असलेल्या कोठडीत ठेवण्यात आलं होतं, नंतर तुरुंगाधिकाऱ्यांनी त्याला तिथून हलवून डझनभर बाकीच्या कैद्यांबरोबर एका सामायिक कोठडीत ठेवलं; पण ही व्यवस्था अगदीच त्रासदायक ठरली. तिथे एकान्त तर नव्हताच; पण कैद्यांना अक्षरशः खांद्याला खांदा लावून दिवस काढावे लागायचे. रॉनला तर कोणाच्याच खासगी आयुष्याची पर्वा नव्हती. लवकरच तुरुंगाधिकाऱ्यांकडे एक विनंतीपत्र आलं, त्या अर्जावर बाकीच्या कैद्यांच्या सह्या होत्या. रॉनला पुन्हा एकान्त कोठडीत टाकून द्यावे अशी त्यांनी विनंती केली होती. तुरुंगात दंगल होऊ नये किंवा एखादा खून पडू नये म्हणून ही विनंती लगेच मान्य करण्यात आली.

तुरुंगात बऱ्याच काळपर्यंत शांतता असली की, पहारेकरी आणि कैदी सर्वांनाच हायसं वाटायचं. संपूर्ण तुरुंगात आता माहिती झालं होतं की, अशी शांतता आहे याचा अर्थ एकतर जॉन ख्रिश्चन आत्ता कामावर आहे किंवा मग पहारेकऱ्यांनी रॉनला थोराझाइनचा विषारी डोस तरी दिलेला आहे.

थोराझाइनने तो शांत व्हायचा; पण कधीकधी त्या औषधाचे दुष्परिणाम दिसायचे. बरेचदा त्याच्या पायाला खाज सुटायची. थोराझाइनच्या परिणामामुळे शरीर झोके देत इकडून तिकडे हलवणे (थोराझाइन शफल) ही तुरुंगाच्या दृष्टीने एक नित्याचीच बाब झाली. रॉन त्याच्या कोठडीच्या गजांना धरून उभा राहायचा आणि तासन्‌तास वाकून दोन्ही बाजूंना हलत-डुलत असायचा.

फ्रिट्झ त्याच्याशी बोलून त्याला शांत करण्याचा प्रयत्न करायचा; पण ते निष्फळ ठरायचं. रॉनने ओरडून स्वतःच्या निरपराधित्वाबद्दल सांगितलेलं ऐकणं फारच क्लेशदायक होतं, खासकरून डेनिससाठी, जो रॉनला चांगला ओळखत होता. हे तर स्पष्टच दिसत होतं की, रॉनला औषधाच्या गोळ्यांशिवाय आणखी कशाचीतरी गरज होती.

मज्जासंस्थेवरची औषधं, झोप आणणारी औषधं आणि मानसिक विकृतीवरची औषधं ही साधारण एकाच प्रकारात मोडतात आणि ती मुख्यत्वे 'स्किझोफ्रेनिया' या विकारावर वापरतात. थोराझाइन हे मज्जासंस्थेच्या विकारावरचं औषध आहे आणि त्याचा इतिहास तितकासा चांगला नाही. १९५० च्या दशकात त्याचा वापर वेड्यांच्या इस्पितळात मोठ्या प्रमाणावर व्हायला लागला. मनाच्या जाणिवा आणि इच्छा-आकांक्षा फार मोठ्या प्रमाणावर कमी करणारं ते एक खूप प्रभावी औषध आहे. जे मानसोपचारतज्ज्ञ या औषधाचं समर्थन करतात त्यांच्या मते, या औषधामुळे रुग्णाच्या मेंदूची खराब झालेली संरचना बदलून किंवा दुरुस्त होऊन तो रुग्ण बरा होतो.

पण या औषधाच्या समर्थकांपेक्षा त्याचे टीकाकारच खूप जास्त आहेत. असंख्य संशोधनांमुळे समोर आलेल्या भीतिदायक दुष्परिणामांची लांबलचक यादीच ते सादर करतात. गुंगी, झोप, पेंगुळणे, सुस्ती, मनाची एकाग्रता न होणे, भीतिदायक स्वप्नं पडणे, भावना काबूत न राहणे, उदासी, खिन्नता, मनाने खचणे, आजूबाजूच्या गोष्टींमधील उत्स्फूर्तपणे वाटणारी उत्सुकता नाहीशी होणे, रुग्णाच्या जाणिवा बोथट होणे आणि स्वतःवर नियंत्रण न राहणे. थोराझाइन हे मेंदूच्या सर्व प्रकारच्या कार्यासाठी विषारी आहे आणि ते जवळजवळ मेंदूची सर्वच कार्ये विस्कळित करतं.

थोराझाइनचे कडवे टीकाकार म्हणतात, 'हे औषध म्हणजे एक प्रकारची रासायनिक शस्त्रक्रियाच आहे.' त्यांच्या मते, थोराझाइनचा खरा उद्देश मानसिक रुग्ण आणि कैदी यांना हाताळायला सोपं बनवून इस्पितळाचे आणि तुरुंगाचे पैसे वाचवणं हाच आहे. रॉनला थोराझाइन कधी तुरुंगाधिकारांकडून दिलं जायचं, तर कधी त्याच्या वकिलाच्या सूचनेवरूनसुद्धा दिलं जायचं. त्याच्या औषधोपचारांवर कोणाचीच देखरेख नसायची. जेव्हा जेव्हा त्याचा आवाज वाढायचा, तेव्हा तेव्हा त्याला गोळी दिली जायची.

खुनानंतरची चार वर्षं जरी डेनिस फ्रिट्झ अडामध्येच राहिला होता, तरी आता तो पळून जाण्याची शक्यता आहे, अशी भीती दाखवली जात होती. त्या कारणामुळे रॉनप्रमाणेच, त्याच्या जामिनाची रक्कमसुद्धा अव्वाच्या सव्वा ठरवण्यात आली, जी तो भरू शकण्याचा प्रश्नच उद्‌भवत नव्हता. बाकी आरोपींप्रमाणेच ते दोघेही निरपराध आहेत असंच गृहीत धरलं जात असल्याचा देखावा केला जात असला, तरी समजा, त्यांना मोकाट सोडलं; तर जणू काही ते रस्त्यावर बाकीच्यांचे खून करत सुटतील, म्हणून त्यांना तुरुंगात डांबून ठेवलेलं असावं.

निरपराधी गृहीत धरलेले; पण साधा खटला सुरू होण्यासाठीसुद्धा त्यांना अजून जवळपास एक वर्ष वाट पाहावी लागणार होती.

डेनिस फ्रिट्झ तुरुंगात आल्यावर काही दिवसांनी अचानक माइक टेनी नावाचा एक माणूस त्याच्या कोठडीजवळ येऊन उभा राहिला. त्याची बोलण्याची पद्धत चांगली नव्हती; तो जाड होता आणि त्याला टक्कल पडायला सुरुवात झाली होती. डेनिस त्याचा जुना मित्र असल्यासारखा तो मित्रत्वाने हसत आणि वागत होता. कार्टरच्या खुनाबद्दल बोलायला तो फारच उत्सुक होता.

तुरुंग म्हणजे खबरे, खोटारडे आणि गळेकापूंचा सुळसुळाट असलेलं एक गटार आहे, हे इतकी वर्षे अडामध्ये राहिल्यामुळे डेनिस पूर्णपणे ओळखून होता. त्याला हेही माहिती होतं की, कोणाबरोबर काहीही बोललं, तरी ते हवं तसं वळवून,

मोडतोड करून न्यायालयात अशा पद्धतीने सादर केलं जातं की, ते हमखास आरोपीच्या विरोधातच जायला हवं. प्रत्येक कैदी, रक्षक, पोलीस, विश्वस्त, तुरुंगाची देखभाल करणारे, आचारी हे सगळेच 'संभाव्य खबरे' असतात. अगदी बारीकसारीक तपशील, माहिती जाणून घेऊन, ती पोलिसांना विकायला ते उत्सुक असतात.

टेनीने असं सांगितलं की, तो या भागात नवीन आहे आणि त्याने तुरुंगाधिकारी असल्याचाही दावा केला; पण वस्तुस्थिती अशी होती की, तो काउन्टीच्या पगार पत्रकात नव्हता. डेनिसने जरी विचारलं नव्हतं, तरी तो डेनिसला भरपूर सल्ले देत होता. हे दिसतच होतं की, टेनीला यातलं ज्ञानही नव्हतं आणि अनुभवही नव्हता. टेनीच्या मते, डेनिस गंभीररीत्या अडचणीत आला होता, त्याला आता फाशी होणार हे अटळ होतं, स्वतःला वाचवायचा आता त्याच्यापुढे एकच उपाय होता. तो म्हणजे, सगळं सांगून टाकणं, कबुलीजबाब देणं, डिस्ट्रिक्ट ॲटर्नीच्या ऑफिसमधील पीटरसनबरोबर सौदा करणं आणि सगळे आरोप रॉन विल्यमसनवर ढकलून देऊन मोकळं होणं.

पीटरसन नक्की योग्य तेच करेल.

डेनिसने फक्त ऐकायचं काम केलं.

टेनीने हार मानली नाही, तो रोज यायचा, डेनिसवर गुदरलेला बिकट प्रसंग पाहून दुःखाने मान हलवायचा, न्यायव्यवस्था कशी आहे आणि सूत्रं कशी हलतात याबद्दल बडबडत राहायचा आणि पूर्णपणे फुकट असलेला सुज्ञ सल्ला द्यायचा.

डेनिस फक्त ऐकायचा.

न्यायमूर्ती जॉन डेव्हिड मिलर यांच्यासमोर प्राथमिक सुनावणीसाठी २० जुलै ही तारीख नक्की करण्यात आली. बाकीच्या बऱ्याचशा अधिकारक्षेत्राप्रमाणे ओक्लाहोमामध्येसुद्धा हे प्राथमिक सोपस्कार फार महत्त्वाचे असायचे. सरकारतर्फे न्यायालयाला आणि सर्वांनाच हे दाखवून द्यावं लागायचं की, त्यांच्याकडून साक्षीदार म्हणून कोण येणार आहेत आणि ते कशाबद्दल बोलणार आहेत.

सरकारी वकिलांना एक प्रकारचं आव्हान असायचं की, आरोपी हा गुन्हेगार असल्याचा वाजवी पुरावा न्यायालयाला पटायला तर हवा; पण त्याच वेळी आपल्या हातांतले महत्त्वाचे पत्ते बचाव पक्षापासूनही लपून राहावेत. असा हा थोडा जोखमीचा खेळ असायचा.

स्थानिक न्यायाधीशांनी जर एखाद्यावरचे गुन्हेगारी स्वरूपाचे आरोप धुडकावून लावत, त्याच्याविरुद्ध खटला चालवण्याची परवानगी नाकारली, तर त्यांना पुन्हा निवडून येणं अवघड असायचं; त्यामुळे सरकारी वकिलांना तसं काळजीचं कारण

नसायचं.

पण फ्रिट्झ आणि विल्यमसन यांच्या विरोधात अगदीच तकलादू पुरावे असल्यामुळे बिल पीटरसनला प्राथमिक सुनावणीच्या वेळीच जोरदार प्रयत्न करणं आवश्यक होतं. मुळात त्याच्याकडे पुरावाच इतका कमी होता की, मुख्य खटल्यासाठी राखून ठेवायला त्याच्याकडे काही शिल्लकच राहत नव्हतं. शिवाय, प्रत्येक शब्द लोकांपर्यंत पोहोचवायला स्थानिक वृत्तपत्रांची हजेरी असणार होतीच. 'द ड्रीम्स ऑफ अडा' प्रकाशित झाल्याला तीन महिने उलटून गेले होते, तरीही अजून त्याच्यावर जोरदार चर्चा चालू होतीच. त्या पुस्तकाच्या प्रकाशनानंतर होत असलेली पीटरसनची ही पहिलीच प्राथमिक सुनावणी होती.

न्यायालयात बऱ्यापैकी गर्दी जमली होती. डेनिस फ्रिट्झची आई आली होती, तसेच ॲनेट हडसन आणि रेनी सिम्मन्ससुद्धा हजर होत्या. पेगी स्टीलवेल, चार्ली कार्टर आणि त्यांच्या दोन मुली लवकरच येऊन बसले होते. त्याशिवाय कंटाळलेले वकील, कुचाळक्या करायला आलेले स्थानिक लोक, निरुद्योगी कारकून, निवृत्त झाल्यामुळे काहीही कामधाम नसलेले असे नेहमीचे लोक दोन्ही खुनी व्यवस्थित बघता यावेत म्हणून वाट बघत बसले होते. खटल्याला अजून काही महिने अवकाश होता; पण त्यातल्या काही साक्षी आत्ताच ऐकायला मिळणार होत्या.

सुनावणीच्या आधी, केवळ त्याची चेष्टा करायची म्हणून अडा पोलिसांनी रॉनला सांगितलं की, डेनिस फ्रिट्झने गुन्हा कबूल केलाय आणि त्याच्या म्हणण्याप्रमाणे, ते दोघेही बलात्कार आणि खून यात पूर्णपणे दोषी आहेत. ही धक्कादायक बातमी ऐकल्यावर रॉनचा तर स्वतःवरचा ताबाच सुटला.

डेनिस शांतपणे ग्रेग सॉन्डर्सबरोबर त्याच्या जागेवर बसून कागदपत्रे चाळत, सुनावणी सुरू होण्याची वाट बघत बसला होता. रॉन बेड्या बांधलेल्या अवस्थेत जवळच बसून, फ्रिट्झचा गळा दाबायची इच्छा होत असल्यासारखा त्याच्याकडे क्रुद्ध नजरेने एकटक बघत होता.

अचानक कोणाला काही कळायच्या आत रॉन उसळून खुर्चीतून उभा राहिला आणि काही फुटांवरच बसलेल्या फ्रिट्झकडे बघून त्याने ओरडायला सुरुवात केली. त्याच्या धक्क्याने जवळचं एक टेबल उडून बार्नीची साहाय्यक लिंडाच्या अंगावर पडलं. पहारेकरी रॉनला पकडायला धावले, तसा डेनिस पटकन उठून साक्षीदाराच्या पिंजऱ्याकडे पळाला.

"डेनिस! नालायक माणसा," रॉन ओरडला, "आपण आत्ताच्या आत्ता निर्णय करू या." त्याचा गंभीर आणि घोगरा आवाज न्यायालयात घुमला. त्या धांदलीत बार्नीला धक्का लागून तो खुर्चीतून खाली पडला. पहारेकऱ्यांनी रॉनला पकडलं आणि ते त्याला आटोक्यात आणण्याचा प्रयत्न करू लागले. रॉन एखाद्या झपाटलेल्या

माणसासारखा हात-पाय झाडत होता; त्यामुळे पहारेकऱ्यांनाही त्याला आवरणं जड जात होतं. डेनिस, ग्रेग सॉन्डर्स आणि न्यायालयीन कर्मचारी झटकन लांब जाऊन थांबले आणि अविश्वासाने न्यायालयाच्या मध्यभागी जमा झालेल्या टेबल, खुर्च्यांच्या ढिगाकडे बघत उभे राहिले.

कुठल्याही पहारेकऱ्यापेक्षा जास्त सशक्त असलेल्या रॉनला काबूत आणायला त्यांना बराच वेळ लागला. त्याला खेचून बाहेर नेलं जात असतानासुद्धा तो फ्रिट्झकडे बघून सारखा गलिच्छ शिव्यांची लाखोली वाहत होता आणि त्याला धमकावत होता.

वातावरण स्थिरस्थावर झाल्यावर, खुर्च्या व टेबलं पुन्हा जगाच्या जागी मांडल्यावर सर्वांनी सुस्कारा सोडला. बार्नीला जरी हा गोंधळ दिसला नाही, तरी आपण कशात सापडलो होतो, हे त्याला बरोबर समजलं. तो उभा राहून म्हणाला :

"मी असं नोंद करू इच्छितो की, यापुढे रॉनचा वकील म्हणून मी काम करू शकत नाही, असा मी अर्ज करतोय. तो मुलगा माझ्याबरोबर अजिबात सहकार्य करत नाही. तो जर स्वतः माझी फी देणारा असता, तर मी इथे दिसलोच नसतो. न्यायाधीश महाशय, मी त्याचं प्रतिनिधित्व करू शकत नाही, मला ते जमणारच नाही. त्याची वकिली कोण करेल हे मी सांगू शकत नाही; पण मी तरी नक्कीच करणार नाही आणि तुम्ही जर मला यातून मुक्त केलं नाहीत, तर मला 'कोर्ट ऑफ क्रिमिनल अपील्स'कडे धाव घ्यावी लागेल. अशा गोष्टी मी आता सहन करू शकत नाही. न्यायांधीश महाशय, कदाचित असल्या गोष्टींसाठी मी आता म्हातारा असेन. मला कुठल्याही परिस्थितीत, त्याच्याबरोबर कुठलाही संबंध नको आहे. त्याच्या गुन्ह्यातल्या दोषाबाबत मला काहीही कल्पना नाही, या माझ्या निर्णयाचा त्याच्याशी काही संबंध नाही; पण मी हे सहन करू शकत नाही. उद्या कदाचित तो माझ्यावरही हल्ला करून, मला मारहाण करू शकतो आणि तसं जर झालं, तर तो अडचणीत येईलच; पण त्याच्यापेक्षा मला जास्त त्रास होईल."

ज्याच्यावर न्यायाधीश मिलर यांनी तत्काळ उत्तर दिलं, "तुझी विनंती अमान्य करण्यात येत आहे."

आपला भाऊ एखाद्या वेड्या माणसासारखा वागतोय आणि त्याला साखळदंडांनी बांधून इकडून तिकडे ओढत नेताहेत हे पाहून ॲनेट आणि रेनीला फार वेदना होत होत्या. तो रुग्ण होता आणि त्याला मदतीची गरज होती, अशी एखादी संस्था जिथे त्याला बरे करणारे चांगले डॉक्टर असतील आणि तिथे तो दीर्घकाळ राहू शकेल. जेव्हा हे स्पष्टच दिसतंय की, तो मनोरुग्ण आहे, तरी हे ओक्लाहोमा सरकार त्याच्या विरुद्ध खटला कसा काय चालवू शकते, हा प्रश्न त्यांना सतावत होता.

दुसऱ्या भागात बसलेली पेगी स्टीलवेल त्या वेड्या माणसाकडे बघत होती. तो ज्या क्रूरतेने तिच्या मुलीशी वागला होता, ते डोळ्यांसमोर येऊन तिच्या अंगावर शहारे येत होते.

थोड्या वेळाने शांतता प्रस्थापित झाल्यावर, न्यायाधीश मिलर यांनी विल्यमसनला पुन्हा घेऊन येण्याचा आदेश दिला. एका खोलीत रॉनला डांबून ठेवण्यात आलं होतं. त्याचं न्यायालयातलं वागणं अयोग्य होतं, हे पहारेकऱ्यांनी त्याला समजावून सांगितलं आणि जर तो परत असा वागला तर त्याच्यावर कडक कारवाई करावी लागेल, अशी ताकीदही त्याला दिली; पण जेव्हा ते त्याला न्यायालयात घेऊन आले, तेव्हा डेनिस फ्रिट्झला पाहिल्याबरोबर त्याने पुन्हा शिव्या द्यायला सुरुवात केली. न्यायाधीशांनी त्याला तुरुंगात परत पाठवून दिलं, जमलेल्या लोकांना बाहेर काढून न्यायालय रिकामं करवलं आणि तासभर वाट पाहिली.

तुरुंगात परत गेल्यावरसुद्धा पहारेकऱ्यांनी रॉनला ताकीद दिली; पण त्याला कशाचीच फिकीर नव्हती. पोन्टोटॉक काउन्टीमध्ये बनावट कबुलीजबाब नित्याचेच होते; पण पोलिसांनी डेनिस फ्रिट्झकडून जबरदस्तीने कबुलीजबाब घेतला असेल, यावर त्याचा विश्वास बसत नव्हता. रॉन हा निरपराध माणूस होता. वॉर्ड आणि फोन्टेनॉटप्रमाणे पोलिसांच्या कपटाला न फसण्याचा त्याने निर्धार केला होता. डेनिसचा गळा पकडायला मिळाला तर खरं काय ते बाहेर काढता येईल, असं त्याला वाटत होतं.

त्याचा न्यायालयातला तिसरा प्रवेशसुद्धा पहिल्या दोन्ही प्रवेशांसारखाच ठरला. न्यायालयात आल्याबरोबर त्याने ओरडायला सुरुवात केली – "फ्रिट्झ, आपण हे आताच मिटवणार आहोत– तू आणि मी आपण आत्ताच हे प्रकरण मिटवायचं."

न्यायाधीश मिलर यांनी त्याला थांबवायचा प्रयत्न केला; पण रॉनचं ओरडणं चालूच होतं – "तू आणि मी हे आत्ताच मिटवणार आहोत." डेनिसकडे बघत तो ओरडला, "मी कधीही कोणाचा खून केलेला नाही."

"त्याला तिथेच थांबवून ठेवा," न्यायाधीश मिलर यांनी पहारेकऱ्यांना सूचना केली. "मि. विल्यमसन, अशा प्रकारे जर रागाने आरडाओरडा चालूच राहिला, तर ही सुनावणी आम्हाला तुझ्या अनुपस्थितीत घ्यावी लागेल."

"त्याने मला काही फरक पडत नाही." रॉनने रागातच उत्तर दिलं.

"ओके, तुला समजतंय..."

"मी इथे नसलेलाच बरा! जर तुमची काही हरकत नसेल, तर मी माझ्या कोठडीत जाईन."

"प्राथमिक सुनावणीसाठी उपस्थित राहण्याचा तुझा हक्क सोडून देण्याची तुझी

इच्छा आहे का?''

''हो, बरोबर.''

''कोणीही तुला धमकावत नाही किंवा असं करायची तुझ्यावर कोणी जबरदस्तीही करत नाही; हा तुझा स्वतःचा वैयक्तिक...''

''मीच धमकावतोय!'' रागाने डेनिसकडे बघत तो ताडकन बोलला.

''तुला कोणी धमकी दिलीय की तुझ्या हक्कावर पाणी सोडायचा हा तुझा वैयक्तिक निर्णय...''

''मी बोललो ना, मीच धमकावतोय.''

''ठीक आहे, सुनावणीला उपस्थित राहायची तुझी इच्छा नाही, बरोबर?

''बरोबर.''

''ठीक आहे. तुम्ही त्याला परत तुरुंगात घेऊन जाऊ शकता. न्यायालय नोंद घेईल की, आरोपी रोनाल्ड के. विल्यमसन हा त्याचा न्यायालयात उपस्थित राहण्याचा हक्क, त्याच्या संतापाचा उद्रेक आणि त्यामुळे कामात येणाऱ्या अडथळ्यामुळे, सोडून देत आहे आणि आत्ताच्या त्याच्या निवेदनावरून आणि त्याच्या संतापाच्या उद्रेकामुळे, न्यायालयाचंही असंच मत झालेलं आहे की, त्याच्या उपस्थितीत सुनावणीचं काम चालू करणं शक्य नाही.

रॉन त्याच्या कोठडीत गेला आणि इकडे प्राथमिक सुनावणी सुरू झाली.

१९५६ मध्ये 'बिशप विरुद्ध युनायटेड स्टेट्स' या खटल्यामध्ये 'यु. एस. सुप्रीम कोर्ट'ने असा निर्णय दिला होता की, एखाद्या मानसिकदृष्ट्या सक्षम नसलेल्या माणसाला न्यायालयात गुन्हेगार ठरवणे म्हणजे न्यायाच्या योग्य प्रक्रियेलाच नकार दिल्यासारखे आहे. जेव्हा कधी एखाद्या व्यक्तीच्या मानसिक सक्षमतेविषयी शंका घ्यायला जागा असेल, तेव्हा जर योग्य प्रकारे चौकशी करण्यात अपयश आले, तर त्याचा अर्थ त्या व्यक्तीला घटनेने दिलेल्या हक्कापासून वंचित ठेवलं गेलं, असा होऊ शकतो.

रॉन विल्यमसनने दोन महिने तुरुंगात काढल्यावरसुद्धा, त्याच्यावर आरोप ठेवणाऱ्यांना किंवा त्याचा बचाव करणाऱ्या कोणालाही त्याच्या मानसिक सक्षमतेबद्दल प्रश्न पडला नाही. पुरावा अगदी उघड आणि स्पष्ट होता. त्याचा वैद्यकीय अहवाल सविस्तर आणि न्यायालयाला सहज उपलब्ध होऊ शकेल असा होता. तुरुंगाधिकारी आणि त्याच्या वकिलाने त्याच्यावर केलेल्या मनमानी औषधोपचारांमुळे त्याचं तुरुंगातलं अकांडतांडव जरी नियंत्रित भासलं, तरी कोणालाही तेवढा इशारा पुरेसा होता. त्याची अडामधली वागणूक तर सर्वांनाच माहिती होती, खासकरून पोलिसांना!

आणि त्याच्या न्यायालयातल्या वागणुकीचाही यापूर्वी अनुभव आलेला होता.

दोन वर्षांपूर्वी, जेव्हा पलायनाच्या आरोपावरून रॉनला झालेल्या मूळ शिक्षेचं निलंबन रद्द करण्यासाठी सुनावणी ठेवण्यात आली होती, तेव्हा त्याने प्रचंड गोंधळ करून न्यायालयाच्या कामात व्यत्यय आणला होता. शेवटी तपासणीसाठी त्याला मनोरुग्णालयात पाठवण्यात आलं होतं. आता ज्या न्यायाधीशांसमोर ही सुनावणी चालू होती, त्या जॉन डेव्हिड मिलर यांच्यासमोरच तो खटला चालला होता. याच न्यायाधीश मिलर यांनी तेव्हा रॉनला मानसिकदृष्ट्या असक्षम घोषित केलं होतं.

आता दोन वर्षांनंतर आणि तेदेखील मृत्युदंडासारखी शिक्षा समोर दिसत असूनसुद्धा, न्यायाधीश मिलर यांना रॉनच्या मानसिक परिस्थितीची चौकशी करण्याची गरज वाटली नाही.

जर आरोपीच्या मानसिक सक्षमतेबद्दल काही शंका असेल, तर ओक्लाहोमाच्या संविधानाप्रमाणे, न्यायाधीशांना मग ते प्राथमिक सुनावणीसाठीचे न्यायाधीश असले, तरी तो खटला निलंबित करण्याचा अधिकार आहे. त्यासाठी बचाव पक्षाकडून काही अर्ज येण्याची गरजही नाही. बरेचसे वकील आपल्या अशिलाला मानसिक विकाराचा इतिहास आहे हे पटवून देण्यासाठी आणि त्याची वैद्यकीय तपासणी व्हावी म्हणून झटून युक्तिवाद करतात आणि जरी तसा विनंतीअर्ज आला नाही, तरी आरोपीच्या वैधानिक हक्कांची जपणूक करणे ही न्यायाधीशांची जबाबदारी असते.

न्यायाधीश मिलर जरी गप्प राहिले, तरी बार्नी वॉर्ड याने याबाबत आवाज उठवणे आवश्यक होते. बचाव पक्षाचा वकील म्हणून त्याच्या अशिलाच्या संपूर्ण मानसिक तपासणीसाठी तो विनंती करू शकत होता. त्याच्या पुढचा टप्पा म्हणजे, रॉनच्या सक्षमतेच्या सुनावणीची त्याने मागणी करायला हवी होती. दोन वर्षांपूर्वी डेव्हिड मॉरिसने हेच केलं होतं आणि शेवटचा टप्पा म्हणजे, आपला अशील वेडा आहे, असा बचाव तो करू शकला असता.

रॉन न्यायालयाच्या बाहेर गेल्यावर प्राथमिक सुनावणी शांततेत आणि सुरळीत सुरू झाली. सुनावणी बरेच दिवस चालू होती; पण रॉन कधीही कोठडीच्या बाहेर आला नाही; त्यामुळे तो स्वतःच्या बचावासाठी मदत करण्याएवढा समर्थ होता की नाही, याने काहीच फरक पडला नाही.

डॉ. फ्रेड जॉर्डन यांनी पहिली साक्ष दिली. त्यांनी शवविच्छेदनाबद्दल माहिती दिली आणि मृत्यूचं कारण 'गळ्याभोवती पट्टा आवळल्यामुळे किंवा घशात कोंबलेल्या फडक्यामुळे किंवा कदाचित दोन्हींमुळे गुदमरून मृत्यू' असं नमूद केलं.

दुसऱ्या साक्षीपासून सरकारी पक्षाचा खोटेपणा सुरू झाला. दुसरा साक्षीदार ग्लेन गोअर होता. त्याने सांगितलं की, सात डिसेंबरच्या रात्री तो त्याच्या काही

मित्रांबरोबर 'कोचलाइट'मध्ये गेला होता, त्यामध्ये डेबी कार्टर हीसुद्धा होती. ती आणि तो शाळेत बरोबर होते आणि तो तिला बऱ्याच वर्षांपासून ओळखत होता. रॉन विल्यमसन त्रास देत असल्याचं त्याच रात्री तिने कधीतरी सांगितलं; त्याच्यापासून 'वाचव' किंवा 'सोडव' यातला कुठलातरी शब्द तिने वापरला.

त्याने सात डिसेंबरच्या रात्री डेनिस फ्रिट्झला 'कोचलाइट'मध्ये पाहिलं नाही.

उलटतपासणीमध्ये गोअर म्हणाला की, हे सगळं त्याने पोलिसांना आठ डिसेंबरलाच सांगितलं होतं; पण त्याच्या मुलाखतीच्या पोलिसांच्या अहवालात रॉन विल्यमसनचा उल्लेख नव्हता. एवढंच नाही, तर पोलिसांनी तो रिपोर्ट नियमाप्रमाणे बचाव पक्षाला देणं अपेक्षित होतं; पण त्यांनी तोही दिला नव्हता.

अशा पद्धतीने, ग्लेन गोअर हा एकमेव प्रत्यक्षदर्शी साक्षीदार रॉन विल्यमसनच्या विरोधात उभा केला गेला. त्याने अतिशय पद्धतशीरपणे, खुनाच्या काही तास आधीचा, खुनी आणि बळी यांच्यामधला संपर्क आणि संघर्ष दाखवून देत त्यांच्यात संबंध प्रस्थापित करून दाखवला. याच्या पुढचे बाकी सर्व पुरावे परिस्थितीजन्य होते.

सरकारी वकील बिल पीटरसनने रॉनला शिक्षा करण्याचा निर्धार केलेला असल्यामुळेच त्याने उद्दामपणे ग्लेन गोअरसारख्या गुन्हेगाराला खटल्याच्या एवढ्या जवळ येऊ दिलं. या सुनावणीकरता गोअरला बेड्या आणि साखळदंड बांधून आणण्यात आलं. घरफोडी, अपहरण आणि पोलीस अधिकाऱ्यावर प्राणघातक हल्ला या गुन्ह्यांसाठी तो चाळीस वर्षांच्या तुरुंगवासाची शिक्षा भोगत होता. पाच महिन्यांपूर्वी ग्लेन त्याची एकेकाळची पत्नी ग्वेन, हिच्या घरात शिरला होता आणि तिला व त्यांच्या मुलीला त्याने ओलीस ठेवलं होतं. तो दारूच्या नशेत होता आणि पाच तास त्याने बंदुकीच्या धाकावर त्या दोघींना अडकवून ठेवलं होतं. रिक कार्सन या पोलिसाने जेव्हा खिडकीतून डोकावून पाहण्याचा प्रयत्न केला, तेव्हा गोअरने नेम धरून त्याच्यावर गोळी झाडली होती. कार्सनच्या चेहऱ्यावर लागलं होतं; पण नशीब बलवत्तर म्हणून त्याला गंभीर स्वरूपाच्या जखमा झाल्या नव्हत्या. नशेचा अंमल उतरून, शरण येण्यापूर्वी त्याने आणखी एका पोलीस अधिकाऱ्यावर गोळी झाडली होती.

हे त्याचं ग्वेनबरोबरचं पहिलंच हिंसक भांडण नव्हतं. १९८६ मध्ये त्यांची डळमळीत झालेल्या लग्नातून पूर्णपणे मोकळं व्हायची प्रक्रिया चालू असताना, ग्लेन गोअरने तिच्या घरात घुसून तिच्यावर खाटकाच्या सुऱ्याने बरेच वार केले होते. ती वाचली होती आणि तिने त्याच्याविरुद्ध दावा दाखल केला होता. त्याच्यावर घरफोडी, प्राणघातक हल्ला आणि धोकादायक शस्त्राने मारहाण असे आरोप ठेवण्यात आले होते.

दोन महिन्यांपूर्वी, ग्वेनवर हल्ला करून तिचा गळा दाबल्याचा आरोप त्याच्यावर

ठेवण्यात आला होता.

तसेच १९८१ मध्ये दुसऱ्या एका महिलेच्या घरात जबरदस्तीने घुसल्याचा आरोपही त्याच्यावर होता. आधी लष्करात असतानासुद्धा त्याच्यावर हल्ला आणि मारपिटीचा आरोप होता. शिवाय, त्याच्यावर सिद्ध झालेल्या लहानसहान गुन्ह्यांची तर लांबलचक यादीच झाली असती.

रॉनच्या विरोधातला 'जादाचा साक्षीदार' म्हणून त्याचं नाव जाहीर झाल्यावर, एका आठवड्याच्या आतच त्याच्यासाठी 'शिक्षा कमी करण्यासाठीचा करार' सादर करण्यात आला. त्याच वेळी त्याच्यावरचे अपहरणाचा एक आणि धोकादायक हत्याराने हल्ला केल्याचा एक असे दोन आरोप रद्द करण्यात आले. गोअरला जेव्हा शिक्षा सुनावण्यात आली, तेव्हा त्याच्या माजी पत्नीच्या आई-वडिलांनी न्यायालयात एक अर्ज दाखल केला. त्यात त्यांनी गोअरला जास्तीतजास्त तुरुंगवासाची शिक्षा सुनावण्यात यावी अशी विनंती केली होती. त्यातला काही भाग याप्रमाणे :

'आम्हाला हा माणूस किती धोकादायक वाटतो, याची तुम्हाला जाणीव करून देण्याची आमची इच्छा आहे. आमची मुलगी, नात आणि आम्ही दोघं, आमचा सर्वांचा जीव घेण्याचा त्याचा इरादा आहे, ते त्याने आम्हाला बोलूनही दाखवलंय. आम्ही आमच्या मुलीचं घर सुरक्षित करण्याचा खूप प्रयत्न केला; पण सगळे प्रयत्न निष्फळ ठरले. प्रत्येक वेळेस त्याने तिच्यावर केलेल्या हल्ल्याबद्दल सविस्तर लिहायचं ठरवलं तर हे पत्र फारच मोठं होईल. कृपा करून आमच्या मुलीला तिच्या छोटीला वाढवण्यासाठी पुरेसा वेळ द्या. त्याला एवढी तरी शिक्षा करा की, तो बाहेर येऊन पुन्हा आपली दहशत चालू करेपर्यंत आमची नात मोठी झालेली असेल.'

बार्नी वॉर्डला बरीच वर्षे ग्लेन गोअरचा कार्टरच्या खुनात सहभाग असल्याचा संशय होता. गोअर एक व्यावसायिक गुन्हेगार होता, महिलांविरुद्ध हिंसक हल्ल्यांचा त्याचा इतिहास होता आणि कार्टरबरोबर दिसलेला तो शेवटचा माणूस होता. पोलिसांना त्याचा संशय का आला नाही, हे अनाकलनीय होतं.

गोअरचे ठसे OSBI कडे तपासणीसाठी कधीच पाठवले गेले नाहीत. एकूण चव्वेचाळीस माणसांचे ठसे पाठवण्यात आले; पण त्यात गोअरचे ठसे नव्हते. एकदा तर तो पॉलिग्राफ चाचणीसाठी तयारही झाला होता; पण ती कधीच घेतली गेली नाही. खुनानंतर कधीतरी दोन वर्षांनी त्याने दिलेले केसांचे नमुनेसुद्धा अडा पोलिसांनी हरवले होते. त्यानंतर त्याने पुन्हा एकदा नमुने दिले, कदाचित नंतर आणखी एकदा; नक्की काय झालं, हे कोणालाही आठवत नव्हतं.

न्यायालयात ऐकलेल्या कुठल्याही गोष्टी लक्षात ठेवण्याची अलौकिक क्षमता बार्नीकडे होती. पोलिसांनी गोअरची चौकशी करायलाच हवी होती, असं त्याला

ठामपणे वाटत होतं. रॉन विल्यमसन गुन्हेगार नाही, याची त्याला खात्री होती.

प्राथमिक तपासणीनंतर चौदा वर्षांनी गोअरचं रहस्य काही प्रमाणात उलगडलं. ग्लेन गोअर तेव्हाही तुरुंगात होता. तुरुंगातूनच त्याने एक शपथपत्र सादर केलं, त्यात त्याने कबूल केलं होतं की, १९८० च्या सुरुवातीच्या काळात तो अडामध्ये अमली पदार्थांची विक्री करायचा. 'मेथॅम्फेटामान'चा त्याने उल्लेख केला. त्यांतले काही व्यवहार त्याने अडा पोलिसांबरोबरही केले होते, खासकरून डेनिस कॉर्वीनबरोबर; जो मुख्य पुरवठा करणारा होता आणि जिथे गोअर काम करायचा, त्या 'हॅरॉल्ड्स क्लब'मध्ये तो नेहमी यायचा.

जेव्हा कधी गोअरकडे त्यांची थकबाकी राहायची, तेव्हा ते त्याला काहीही खोट्या कारणाने अटक करायचे; पण एरवी ते त्याला शक्यतो काही त्रास देत नसत. त्याने शपथेवर असं लिहिलं होतं की, ''मला पूर्ण जाणीव होती की, मी त्यांच्याबरोबर व्यवहारात गुंतलेला असल्यामुळे मला १९८०च्या सुरुवातीच्या काळात या कायद्याच्या रक्षकांकडून पक्षपाती वागणूक मिळायची आणि हा अनुग्रह माझे अडा पोलिसांबरोबरचे व्यावहारिक संबंध संपुष्टात आल्यावर बंद झाला.''

त्याच्या मते, त्याला जी चाळीस वर्षांची तुरुंगवासाची शिक्षा झाली, त्याचं कारण म्हणजे, त्याने 'अडा पोलिसांना अमली पदार्थ विकणं बंद केलं.'

विल्यमसनबाबत बोलताना गोअरने असं सांगितलं की, ''खुनाच्या रात्री रॉन 'कोचलाइट'मध्ये होता की नाही, हे मला माहिती नाही. पोलिसांनी त्याच्यापुढे बरेच फोटो ठेवले आणि रॉनच्या फोटोकडे बोट दाखवत त्यांनी सांगितलं की, या माणसाबाबत आम्हाला कुतूहल आहे. नंतर त्यांनी सरळच सांगितलं की, मी विल्यमसनला ओळखलंय असं दाखवावं.''

''आणि अजूनही मला माहिती नाही की, ज्या रात्री डेबी कार्टरचा खून झाला, त्या रात्री रॉन विल्यमसन क्लबमध्ये होता का? पण केवळ पोलिसांना मी तसं करावं असं वाटत असल्यामुळे मी रॉनची ओळख पटवली.''

एका ॲटर्नीने शपथपत्र बनवलं होतं आणि गोअरने त्याच्यावर सही करण्यापूर्वी त्याच्या स्वतःच्या वकिलाने त्याचं परीक्षण केलं होतं.

टॉमी ग्लोवर हा सरकारचा पुढचा साक्षीदार होता. 'कोचलाइट'ला नियमित येणारा व डेबी कार्टरला शेवटचं पाहणाऱ्यांतला एक. त्याच्या सुरुवातीच्या आठवणीप्रमाणे ती ग्लेन गोअरबरोबर पार्किंग लॉटमध्ये बोलत होती आणि गाडी चालवत निघून जाण्यापूर्वी तिने गोअरला ढकलून दिलं होतं.

पण आता चार वर्षे आणि सात महिन्यांनंतर त्याच्या आठवणी थोड्या बदलल्या

होत्या. प्राथमिक सुनावणीदरम्यान त्याने असं सांगितलं की, त्याने डेबी आणि गोअरला बोलताना पाहिलं, नंतर ती आपल्या कारमध्ये बसली आणि निघून गेली. याच्यापेक्षा कमी किंवा जास्त काही नाही.

त्यानंतर चार्ली कार्टरची साक्ष झाली. आठ डिसेंबर १९८२ च्या सकाळी त्याची मुलगी त्याला कशा अवस्थेत सापडली, हे त्याने वर्णन करून सांगितलं. 'गुन्ह्याच्या घटनास्थळाचा तज्ज्ञ' असलेल्या जेरी पीटर्स या OSBI च्या एजंटाला नंतरच्या साक्षीसाठी बोलावण्यात आलं. तो अडचणीत सापडायला फार वेळ लागला नाही. बार्नीला संशय आला आणि जेरीची 'शीट रॉक'वरच्या पंजाच्या ठशाबद्दल परस्परविरोधी विधाने ऐकल्यावर बार्नीने त्याच्यावर प्रश्नांचा भडिमार केला. मार्च १९८३ मध्ये अतिशय ठाम मत आणि मे १९८७ मध्ये स्वतःच्या मूळ मताच्या पूर्णपणे विरोधी मत. तो पंजाचा ठसा डेबी कार्टर, रॉन विल्यमसन किंवा डेनिस फ्रिट्झ यांच्यापैकी कोणाच्याही ठशाबरोबर जुळत नाही, या त्याच्या ठाम मताचा त्याला पुनर्विचार करावासा वाटण्यासारखं काय घडलं? असं तर नाही ना की, सरकारी वकिलांच्या दृष्टीने त्याचं मूळ मत अगदीच निरुपयोगी होतं?

पीटर्सने कबूल केलं की, चार वर्षांत काहीही घडलं नाही. मग १९८७ च्या सुरुवातीला, बिल पीटरसनच्या एका फोन-कॉलने आधीच्या निर्णयाबाबत त्याला फेरविचार करायला भाग पाडलं. शव खणून पुन्हा पंजाचे ठसे तपासल्यावर, त्याने अचानक आपलं मत बदललं आणि सरकारी वकिलांना जसा हवा होता, तसा नवीन अहवाल बनवून दिला.

ग्रेग सॉन्डर्ससुद्धा बार्नीच्या साथीला आला आणि त्याने डेनिस फ्रिट्झच्या वतीने त्या साक्षीदारावर हल्ला चढवला. पुरावा बदललेला आहे हे स्पष्टच दिसत होतं; पण ही नुसतीच प्राथमिक सुनावणी होती, प्रत्यक्ष खटला नव्हता; त्यामुळे पुरावा पूर्णपणे विश्वासार्ह असण्याची गरज नव्हती.

पीटर्सने अशीही साक्ष दिली की, त्या घरात आणि कारमध्ये सापडलेल्या बोटांच्या एकवीस ठशांपैकी डेबी कार्टरचे स्वतःचे एकोणीस ठसे होते, एक माइक कारपेंटरचा, एक डेनिस स्मिथचा होता; पण त्यांपैकी एकही ठसा फ्रिट्झ किंवा विल्यमसन यांचा नव्हता.

सरकारी पक्षाची स्टार साक्षीदार होती आश्चर्यचकित करणारी टेरी हॉलंड. खोटे चेक लिहिल्याबद्दल ऑक्टोबर १९८४ ते जानेवारी १९८५ दरम्यान हॉलंड पोन्टोटॉक काउन्टी तुरुंगामध्ये होती. ओक्लाहोमामधील पोलिसांना न सोडवता आलेल्या खुनांच्या उलगड्याच्या दृष्टीने ते चार महिने फारच लाभदायक आणि उल्लेखनीय ठरले.

पहिल्यांदा टेरी हॉलंडने डेनिस हॅरावेच्या अपहरण आणि खुनाबद्दल कार्ल फोन्टेनॉटने सर्वच कबूल केलेलं ऐकल्याचा दावा केला होता. सप्टेंबर, १९८५ मध्ये झालेल्या वॉर्ड-फोन्टेनॉट खटल्यात तिने साक्ष दिली आणि स्मिथ आणि रॉजर्स यांनी जो तपशील वॉर्डला त्याच्या स्वप्नाच्या कबुलीजबाबासाठी पुरवला होता, तोच तिने अतिशय स्पष्टपणे ज्युरींसमोर सादर केला. जरी तिच्या नावावर आधीच दोन गंभीर गुन्हे होते, तरीसुद्धा या साक्षीनंतर खोट्या चेकसाठी तिला अगदीच मामुली शिक्षा सुनावण्यात आली. वॉर्ड आणि फोन्टेनॉट या दोघांना मृत्युदंडाची शिक्षा झाली, तर टेरी हॉलंड काउन्टीच्या बाहेर पळून गेली.

न्यायालयाने ठोठावलेल्या दंडाची रक्कम न भरताच ती निघून गेली होती. साधारण परिस्थितीत सरकारी अधिकारी अशी गोष्ट फारशी गंभीरपणे घेत नाहीत; पण तिला त्यांनी शोधून काढून परत आणलं. तिच्यावर जास्त आरोप ठेवण्यात आले आणि अचानक तिने तपासणी अधिकाऱ्यांना थक्क करणारी बातमी सांगितली. तुरुंगात असताना जशी तिने फोन्टेनॉटची गोष्ट ऐकली होती, त्याचप्रमाणे तिने रॉन विल्यमसनला संपूर्ण कबुलीजबाब देताना ऐकलं होतं.

पोलिसांचं तर भाग्यच फळफळलं! त्यांनी त्यांच्या आवडीचं तपासणीचं साधन असलेला स्वप्नाचा कबुलीजबाब तर आधीच निर्माण करून ठेवला होता; पण आता तर त्यांच्याजवळ त्यांचं क्रमांक दोनचं आवडीचं साधन म्हणजे खबरी, तोही तयार होता.

अर्थातच १९८७ च्या वसंत ऋतूपर्यंत तिने रॉनच्या कबुलीजबाबाबद्दल कोणाला काहीच का सांगितलं नाही, यावर हॉलंड स्पष्टपणे नक्की असं काहीच सांगू शकली नाही. या बाबतीत तिने दोन वर्षे काहीही न बोलता घालवली होती. मात्र, फोन्टेनॉटने दिलेली कबुली तिने इतक्या तातडीने जाऊन स्मिथ आणि रॉजर्स यांना का कळवली, हे तिला कधीही विचारण्यात आलं नाही.

प्राथमिक सुनावणीच्या वेळी साक्ष देताना तर तिच्या कल्पनाशक्तीला उधाण आलं होतं. रॉनच्या कामकाजातल्या गैरहजेरीमुळे तिला गोष्टी रचून सांगायला पूर्ण वाव होता. एका प्रसंगाचं वर्णन करताना तिने सांगितलं की, रॉन आपल्या आईशी जोरात ओरडून फोनवरून बोलला की, 'ज्याप्रमाणे मी डेबी कार्टरचा खून केला, तसाच तुझाही खून करीन.'

तुरुंगातला एकमेव टेलिफोन तिथल्या कचेरीत होता. कैद्यांनी फोनचा वापर करण्याचे प्रसंग दुर्मिळ असायचे. तिथल्या काउंटरवर वाकून, शरीर ताणून, पुढे झुकून बोलावं लागायचं. तिथल्या डेस्कवर जो कोणी काम करत असेल, त्याच्या समोरच कैद्यांना बोलावं लागायचं. दुसऱ्या एखाद्या कैद्याने फोनवरचं बोलणं चोरून ऐकणं अशक्य नसलं, तरी अवघड होतं.

टेरी हॉलंडने अशीही साक्ष दिली की, रॉनने एकदा एका चर्चला फोन करून तिथल्या कोणालातरी सिगारेट आणून द्यायला सांगितलं आणि जर त्याचं ऐकलं नाही, तर ते चर्च जाळून टाकण्याची धमकीही दिली.

पुन्हा एकदा तिच्या निवेदनाची खातरजमा कोणीही करू शकलं नाही. तुरुंगाची रचना किंवा नकाशा कसा आहे, एक महिला कैदी एका पुरुषाच्या जवळ कशी जाऊ शकली, याबद्दल तिला काहीही विचारणा करण्यात आली नाही.

पीटरसन तिला सूचक प्रश्न विचारत पुढे नेत होता- "त्याने डेबी कार्टरला काय केलं, त्याबद्दल बोलताना तू कधी ऐकलंस का?"

"सर्व कैद्यांना एकत्र आणायची जी जागा आहे, तिथे एकदा तो बोलत होता," तिने उत्तर दिलं. "टॉमी वॉर्ड आणि कार्ल फोन्टेनॉट यांना तुरुंगात आणल्यानंतर लगेचच घडलेली ही घटना आहे."

"त्याने डेबी कार्टरला काय केलं, त्याबद्दल तो तिथे काय बोलला?"

"तो एवढंच म्हणाला, ते कसं सांगायचं हे मला कळत नाही. तो म्हणाला की, ती स्वतःला माझ्यापेक्षा वरच्या दर्जाची समजत होती आणि तशी ती नाही; हे मी त्या कुत्रीला दाखवून दिलं."

"याशिवाय काही?"

"तो म्हणाला की, त्याने तिला त्याच्याबरोबर शरीरसंबंध ठेवायला भाग पाडलं; फक्त हे सांगताना त्याने वेगळ्या पद्धतीने सांगितलं होतं. त्याने ते नक्की कसं सांगितलं हे मला आठवत नाही. तो म्हणाला की, त्याने कोकची... सॉसची बाटली तिच्या गुदद्वारात घुसवली आणि तिची चड्डी तिच्या घशात कोंबली आणि तिला धडा शिकवला."

बिल पीटरसनने आपले सूचक प्रश्न चालूच ठेवले – "डेबीने त्याच्याबरोबर संबंध ठेवायला नकार दिला किंवा त्या प्रकारचं तो काही बोलला का?"

"हो, त्याने तिच्याबरोबर जायचा प्रयत्न केला आणि तिला त्याच्याबरोबर काहीही संबंध नको होता. तो म्हणाला, तिने असं वागणं थांबवलं असतं आणि स्वतःला त्याच्या स्वाधीन केलं असतं, तर तिच्या दृष्टीने ते चांगलं ठरलं असतं."

"आणि मग त्याला काय करावं लागलं नसतं?" आपला साक्षीदार डळमळीत झालेला पाहून, हवालदिल झालेल्या पीटरसनने तिने काय उत्तर देणं अपेक्षित आहे, हे तिला कळावं म्हणून सरळच प्रश्न विचारला.

"मग त्याला तिचा खून करावा लागला नसता."

बिल पीटरसन, जो न्यायालयाचा एक अधिकारी होता आणि सत्य शोधून काढणं ही ज्याची जबाबदारी होती, तो अशा पद्धतीने खोट्या गोष्टी वदवून घेत होता, हे फारच आश्चर्यकारक होतं.

खबऱ्यांच्या कामातला सर्वांत महत्त्वाचा भाग असतो तो म्हणजे मोबदला. टेरी हॉलंडला विनवणीअर्ज करण्याची परवानगी देऊन, तिची सगळ्या अडचणींतून आणि पर्यायाने तुरुंगातून मुक्तता करण्यात आली. नुकसानभरपाईची दंडाची रक्कम दरमहा भरण्याचं तिने कबूल केलं; पण तिचं ते दायित्व तिने लगेचच झुगारून दिलं.

तेव्हा फारच कमी लोकांना हे माहिती होतं की, टेरी हॉलंड आणि रॉन विल्यमसन यांचा काही पूर्वेतिहास आहे. बऱ्याच वर्षांपूर्वी जेव्हा रॉन अडामध्ये घरोघर फिरून 'रॉले' या कंपनीची उत्पादनं विकायचा, तेव्हा एकदा ध्यानीमनी नसताना, त्याच्यासमोर शरीरसुखाची संधी चालून आली. त्याने एका घराचा दरवाजा ठोठावला आणि आतून एका स्त्रीच्या आवाजाने त्याला घरात यायला सांगितलं. जेव्हा तो घरात गेला, तेव्हा त्याच्यासमोर मर्लिन क्युटेल नावाची एक स्त्री संपूर्ण नग्नावस्थेत उभी होती. घरामध्ये दुसरं कोणीही नव्हतं आणि साहजिकच घडू नये ते घडून गेलं.

मर्लिन क्युटेल मानसिकदृष्ट्या तंदुरुस्त नव्हती आणि त्या घटनेनंतर एका आठवड्यातच तिने आत्महत्या केली. नंतर बरेचदा रॉन आपल्या वस्तू विकायला तिकडे आला; पण त्याला ती दिसली नाही; पण ती मरण पावल्याचं काही त्याला कळलं नव्हतं.

टेरी हॉलंड ही तिची बहीण. त्यांचा शरीरसंबंध आल्यानंतर लगेचच मर्लिनने टेरीला त्याबद्दल सांगितलं होतं; पण रॉनने आपल्यावर बलात्कार केला असा तिचा दावा होता. त्याच्यावर आरोप ठेवण्याचा किंवा तक्रार दाखल करण्याचा विचारही केला गेला नाही. आपली बहीण वेडी होती हे टेरीला माहिती असूनही, मर्लिनच्या मृत्यूला रॉनच जबाबदार आहे, असंच टेरीला वाटत होतं. रॉन ही घटना विसरूनही गेला होता आणि 'टेरी हॉलंड कोण आहे' याची त्याला कल्पना नव्हती.

प्राथमिक सुनावणीच्या पहिल्या दिवशी डेनिस स्मिथची रटाळ आणि दीर्घकाळ चाललेली साक्ष झाली. त्याने गुन्ह्याच्या जागेची आणि त्यांनी केलेल्या तपासाची माहिती दिली. त्यात खुन्यांनी वेगवेगळ्या ठिकाणी लिहून ठेवलेल्या संदेशांची माहितीच विस्मयकारक ठरली. भिंतीवर लाल रंगाच्या नेलपॉलिशने खरडलेला संदेश, स्वयंपाकघरातल्या टेबलावर सॉसने लिहिलेलं – 'आमचा तपास करू नका नाहीतर...' आणि डेबीच्या पोटावरचे आणि पाठीवरचे जेमतेम वाचता येऊ शकणारे शब्द! डिटेक्टिव्ह स्मिथ आणि रॉजर्स यांना वाटलं की, हस्ताक्षरावरून खुन्यांचा माग घेता येईल, म्हणून चार वर्षांपूर्वी, त्यांनी डेनिस फ्रिट्झ आणि रॉन विल्यमसन यांना पांढऱ्या कागदावर काही लिहायला लावलं होतं.

दोन्ही डिटेक्टिव्हजना हस्ताक्षर विश्लेषणाचा काहीही अनुभव नव्हता, तरीही

त्यांची हस्ताक्षरं जुळताहेत असं त्यांना खात्रीने वाटलं, यात काहीच आश्चर्य नव्हतं. फ्रिट्झ आणि विल्यमसनने दिलेले नमुने, म्हणजे पेनने एका कार्डावर लिहिलेले काही शब्द आणि लाल नेलपॉलिशने लिहिलेला संदेश, तसंच सॉस वापरून लिहिलेल्या वाक्यात त्यांना साम्य आढळलं.

त्यांच्या शंका घेऊन ते OSBI साठी काम करणाऱ्या एका, ज्याचा नावाचा कुठेही उल्लेख नव्हता अशा माणसाकडे गेले आणि स्मिथच्या म्हणण्याप्रमाणे, त्या माणसाने त्यांच्या शंकेला 'तोंडी' दुजोरा दिला.

ग्रेग सॉन्डर्सने उलटतपासणी घेतली, तेव्हा स्मिथ म्हणाला, "आम्ही ज्या माणसाशी बोललो, त्याच्या मते, त्या हस्ताक्षरात आणि भिंतीवरच्या हस्ताक्षरात साम्य होतं."

"आणि टेबलावरच्या हस्ताक्षराचं काय?"

"दोन्हींमध्ये साम्य होतं."

काही मिनिटांनी बार्नीने स्मिथला हस्ताक्षर विश्लेषणावरून प्रश्न विचारले. त्याने स्मिथला विचारलं की, त्यांच्याकडे रॉनच्या हस्ताक्षराचा OSBI च्या तज्ज्ञांकडून आलेला काही अहवाल आहे का?

"आम्ही ते नमुने त्यांच्याकडे सादर केले नाहीत." स्मिथने कबूल केलं.

बार्नी अविश्वासाने थक्क होऊन बघत राहिला. "हे नमुने OSBI कडे का पाठवण्यात आले नाहीत? त्यांच्याकडे तज्ज्ञ लोक आहेत. कदाचित त्यांनी रॉन आणि डेनिसला संशयितांच्या यादीतून वगळलं असतं."

आता स्मिथने बचावात्मक पवित्रा घेतला. "हस्ताक्षरात खूप साम्य होतं आणि आम्ही ते आमच्या निरीक्षणावरून ठरवलं, त्यात शास्त्रोक्त पद्धत अशी नव्हती. मला म्हणायचंय, तुम्हाला तर माहितीच आहे, आम्हाला त्यात साम्य दिसलं; पण खरंतर अशा दोन निरनिराळ्या पद्धतींच्या हस्ताक्षरांची तुलना करणं जवळजवळ अशक्य आहे. तुमच्याकडे एक ब्रशने लिहिलेलं हस्ताक्षर आहे आणि एक पेन्सिलचं हस्ताक्षर आहे, तर ते दोन वेगळ्या पद्धतीचं लिखाण आहे."

बार्नी म्हणाला, "न्यायालयाला तू असं सांगायचा प्रयत्न करतो आहेस का की, तुम्हाला अशी शक्यता वाटते की, या दोन मुलांनी म्हणजे डेनिस फ्रिट्झ आणि रॉन विल्यमसन यांनी आळीपाळीने तो नेलपॉलिशचा ब्रश घेतला आणि ते जिम स्मिथबद्दलचं आणि बाकीचं लिहून काढलं? म्हणजे एक अक्षर एकाने लिहिलं आणि पुढचं अक्षर दुसऱ्याने लिहिलं, अशा तर्काला तुम्ही पोहोचला आहात का?"

"नाही; पण आमच्या मते, त्या दोघांचाही त्या लिखाणात हात आहे. म्हणजे एकाच ठिकाणी दोघांनी लिहिलंय असं नाही. त्या घरात बऱ्याच ठिकाणी वेगवेगळं लिहिलेलं होतं."

वास्तविक, खटला प्राथमिक सुनावणीच्या पुढे जावा म्हणून सरकार पक्षातर्फे हस्ताक्षरतज्ज्ञाची साक्ष ठेवण्यात आली होती; पण बिल पीटरसनसारख्यालासुद्धा मुख्य सुनावणीच्या वेळी तो पुरावा अगदीच तकलादू वाटणार होता.

पहिल्या दिवसाच्या शेवटी न्यायाधीश मिलरना रॉनच्या अनुपस्थितीची काळजी वाटत होती. वकिलांच्या बैठकीच्या वेळी त्यांनी ही काळजी व्यक्त केली. ''आरोपीच्या अनुपस्थितीच्या मुद्द्याबाबत मी काही वाचन केलंय. मी विल्यमसनला पुन्हा एकदा न्यायालयात आणणार आहे. साधारण पावणेनऊपर्यंत थांबवून त्याला पुन्हा एकदा विचारेन की, अजूनही त्याची अनुपस्थित राहायचीच इच्छा आहे का आणि जर त्याची तशीच इच्छा असेल, तर त्याला परत पाठवू.''

त्यावर डॉक्टर बार्नी मदतीला धावला आणि बोलला, ''तुम्ही म्हणत असाल, तर मी त्याला शंभर मिलिग्राम...''

''काय कर हे मी तुला सांगत नाही,'' न्यायाधीश मिलर त्याला मध्येच थांबवत म्हणाले.

दुसऱ्या दिवशी सकाळी ८.४५ला रॉनला न्यायालयात आणण्यात आलं. न्यायाधीश मिलर त्याला म्हणाले ''मि. विल्यमसन, काल तू प्राथमिक सुनावणीस अनुपस्थित राहण्याची इच्छा व्यक्त केली होतीस.''

''मी इथे असायलाच नको आहे,'' रॉन म्हणाला. ''माझा या खुनाशी काहीही संबंध नाही. मी कधीही... तिचा खून कोणी केला हे मला माहिती नाही. मला त्याबद्दल काहीही माहिती नाही.''

''ठीक आहे. तुझी वर्तणूक आणि इथलं काम उधळून लावायची सवय... तुझी इच्छा असेल, तर इथे उपस्थित राहण्याचा तुझा हक्क तू परत मिळवू शकतोस; पण तुला असं वचन द्यावं लागेल की, तू इथली सुव्यवस्था बिघडवणार नाहीस आणि इथल्या कामकाजात व्यत्यय आणणार नाहीस आणि तुझा हक्क परत मिळवायला तसं करावंच लागेल. तुझी इथे उपस्थित राहण्याची इच्छा आहे का?''

''नाही, मला इथे थांबायचं नाही.''

''इथे हजर राहून सर्व साक्षीदारांनी दिलेली जबानी ऐकणं हा तुझा हक्क आहे, हे तुला समजतंय का?''

''मला इथे थांबायचंच नाही. तुम्ही सर्वांनी मला कितीही सांगितलंत, तरी त्या बाबतीत मी काही करू शकत नाही. मला याचा कंटाळा आलाय. या सगळ्याचा मला इतका त्रास होतोय की, मला इथे थांबायचीच इच्छा नाही.''

''ठीक आहे. मग हा तुझा निर्णय आहे. तू इथे हजर राहू इच्छित नाहीस?''

''बरोबर आहे.''

"उपस्थित राहून साक्षीदाराला आव्हान द्यायच्या संविधानाने दिलेल्या हक्कावर तू पाणी सोडतो आहेस?"

"हो, मी माझा हक्क सोडतोय. मी जे केलेलं नाही, त्याचे आरोप तुम्ही सर्वजण माझ्यावर ठेवू शकता. तुम्हाला जे काही हवं, ते तुम्ही सर्वजण करू शकता." रॉन नंतर गॅरी रॉजर्सकडे बघत म्हणाला, "मला तुझी भीती वाटते, गॅरी. तुम्ही मला साडेचार वर्षं त्रास देऊन, जेरीस आणून, माझ्यावर आरोप ठेवू शकता; सर, तुम्ही काहीही करू शकता, कारण तुमची सत्ता आहे; माझी नाही."

रॉनला परत तुरुंगात नेण्यात आलं आणि डेनिस स्मिथच्या साक्षीने सुनावणी सुरू झाली. पाठोपाठ गॅरी रॉजर्सचं तपासणीचं कंटाळवाणं वर्णन झालं. त्यांच्या नंतर मेल्विन हेट्ट व मेरी लॉन्ग या OSBI च्या तज्ज्ञांनी खटल्यासंबंधातल्या बोटांचे ठसे, केसांचे नमुने, रक्त व थुंकीचे नमुने यांच्या वैज्ञानिक तपासणीबद्दल माहिती दिली.

सरकारी पक्षाचे साक्षीदार संपल्यावर, बार्नीने एकूण दहा साक्षीदार बोलावले, सगळे तुरुंगाधिकारी आणि माजी विश्वस्त होते. टेरी हॉलंडने जे ऐकल्याचा दावा केला होता, तशा प्रकारचं काही कानावर आल्याचं कोणालाही आठवत नव्हतं.

सगळ्या साक्षी संपल्यावर, बार्नी आणि ग्रेग सॉन्डर्स या दोघांनी न्यायालयाला विनंती केली की, या खटल्यातले बलात्काराचे आरोप काढून टाकण्यात यावेत, कारण ओक्लाहोमाच्या कायद्याप्रमाणे गुन्हा घडल्यापासून तीन वर्षांच्या आत ते आरोप ठेवण्यात आलेले नाहीत. बाकी सर्व गुन्ह्यांच्या बाबतीत असा कालमर्यादेचा कायदा आहे; पण खुनाच्या गुन्ह्यासाठी नाही. न्यायाधीश मिलर यांनी सांगितलं की, याबाबतचा निर्णय ते काही दिवसांनंतर देतील.

या सगळ्या गोंधळात सगळे डेनिस फ्रिट्झला जवळजवळ विसरलेच होते. पीटरसनच्या दृष्टीने साहजिकच खटल्याचा केंद्रबिंदू रॉन विल्यमसन होता. त्याच्या सगळ्या मुख्य साक्षीदारांनी गोअर, टेरी हॉलंड, गॅरी रॉजर्स (स्वप्नाचा कबुलीजबाब वाला) सर्वांनीच रॉनच्या विरोधात साक्ष दिली होती. एकुलता एक पुरावा जो अगदीच दुरान्वयाने फ्रिट्झला खुनाशी जोडत होता, तो मेल्विन हेट्टच्या केसांच्या नमुन्याच्या तपासणीच्या साक्षीचा होता.

डेनिस फ्रिट्झच्या त्या खुनाशी असलेल्या संबंधाच्या कारणाचा कुठलाही पुरावा सरकार देऊ शकलं नाही, यावरून ग्रेग सॉन्डर्सने जोरदार आणि बराच वेळ वादविवाद केला. मग न्यायाधीश मिलर यांनीसुद्धा या विषयावर सल्लामसलत करण्याचं ठरवलं.

या वादविवादात बार्नीसुद्धा सामील झाला. अगदीच कमकुवत पुरावा असल्यामुळे सगळेच आरोप ताबडतोब मागे घेण्यात यावेत, अशी त्याने विनंती केली. जेव्हा न्यायाधीश मिलर यांनी यावर लगेचच निर्णय न घेतल्यामुळे, बचाव पक्षाच्या

मुद्द्यांची योग्यता त्यांना पटतेय असं जाणवलं, तेव्हा आपल्याला आणखी पुराव्यांची, साक्षीदारांची गरज आहे, असं पोलीस आणि सरकारी वकिलांनी ठरवलं.

वैज्ञानिक तज्ज्ञांच्या मतांचं ज्युरींवर खूप वजन पडतं, खासकरून लहान गावात. जेव्हा ते तज्ज्ञ सरकारी नोकरीत असतील आणि त्यांना सरकारी वकिलांनी आरोपीच्या विरोधात साक्षीसाठी आणलेलं असेल, तेव्हा त्यांची मतं अचूक, दोषातीत मानली जातात.

OSBI ची बोटांच्या ठशांची साक्ष संशयास्पद आहे, हे बार्नी आणि ग्रेग सॉन्डर्स ओळखून होते; पण त्याला आव्हान द्यायला त्यांना कोणाच्या तरी मदतीची गरज होती. सरकारी तज्ज्ञांची उलटतपासणी घेऊन त्यांचा खोटेपणा उघडा पाडण्याची संधी त्यांना नक्कीच मिळाली असती; पण ते पूर्णपणे जाणून होते की, अशा वादविवादात वकील फारच कमी वेळा यशस्वी व्हायचे. तज्ज्ञांना शब्दांत पकडणं फारच अवघड असायचं आणि ज्युरी पटकन गोंधळून जायचे. बचाव पक्षाला गरज होती, ती एक-दोन तज्ज्ञ त्यांच्या बाजूने असण्याची.

अशा प्रकारची साहाय्यता मिळावी म्हणून त्यांनी अर्ज दाखल केले. बरेचदा असे अर्ज केले जातात; पण क्वचितच मान्य केले जातात. तज्ज्ञांच्या मदतीसाठी पैसे खर्च करावे लागतात आणि न्यायाधीशांसह स्थानिक अधिकारी, करदात्यांचा पैसा वापरून निर्धन गुन्हेगारांवर खर्च वाढवायला तयार नसतात.

त्यांच्या अर्जावर वादविवाद झाला. बार्नी अंध आहे याच्यावर काही चर्चाच झाली नाही. केसांचे तंतू आणि बोटांचे ठसे यांच्या विश्लेषणाच्या मदतीसाठी इतर कोणाहीपेक्षा बार्नी वॉर्डला जास्त गरज होती.

दहा वर्षांचा रॉनी 'पोलीस ईगल' गणवेशात.

१९७०च्या जवळपास विल्यमसन कुटुंबीय : अॅनेट, रॉन आणि रेनी हे आपली आई जुआनिता आणि वडील रॉय यांच्याबरोबर.

अठरा वर्षांचा असताना रॉनचा हायस्कूलमधला फोटो.

Two Asher Players Honored---

On All-State Baseball Teams

Ron Williamson of the state Class B champion Asher Indians was picked as an outfielder on the Daily Oklahoman's South team and was on the Oklahoma Journal's first team. Another Asher star, third baseman Bruce Lebs was named to the Daily Oklahoman's South squad.

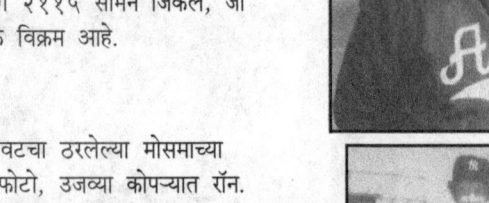

Bruce Lebs — Ron Williamson

मर्ल बोवेन (उजवीकडे). त्याच्या ॲशरच्या संघांनी एकूण २११५ सामने जिंकले, जो अजूनही एक विक्रम आहे.

रॉनसाठी शेवटचा ठरलेल्या मोसमाच्या सुरुवातीचा फोटो, उजव्या कोपऱ्यात रॉन. (खालील फोटो)

१९७६ साली 'यान्कीज्'कडून मायनर लीगमध्ये खेळताना. (वरील फोटो)

डेबी कार्टर, तिच्या खुनाच्या आधी दोन दिवस.

गुन्हा घडला ते ठिकाण – डेबीचं अपार्टमेंट वरच्या मजल्यावर होतं.

डेनीस हॅरावे, २८ एप्रिल १९८४ला तिचं अपहरण करण्यात आलं.

टॉमी वॉर्ड आणि कार्ल फोन्टेनॉट यांना खटल्याच्या सुनावणीसाठी नेलं जात असताना.

रॉन विल्यमसनचा अटक केल्यानंतर पोलिसांनी काढलेला फोटो.

डेनीस फ्रिट्झचा अटक केल्यानंतर पोलिसांनी काढलेला फोटो.

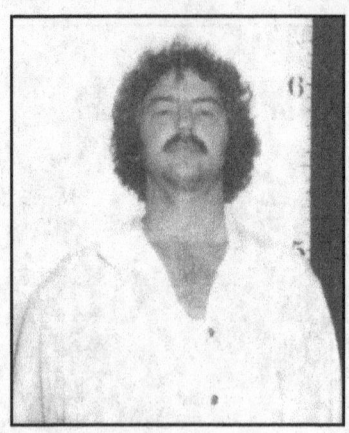

डिस्ट्रिक्ट अॅटर्नी बिल पिटरसन.

रॉनला दोषी ठरवण्यात येऊन, मृत्युदंडाची शिक्षा सुनावण्यात आल्यानंतर पोन्टोटॉक कंट्री न्यायालयातून बाहेर नेत असताना.

ज्याने न केलेल्या खुनाबद्दल चार वर्षं 'एफ' कोठडीत काढली, तो ग्रेग विल्होश्ट. मृत्युकोठडीत असताना त्याची आणि रॉन विल्यमसनची खास मैत्री जमली.

यू.एस. जिल्हा न्यायालयाचे न्यायाधीश फ्रँक एच. सिये, नव्याने खटला चालवण्याचा निर्णय देताना. समारोपात त्यांनी म्हटलं होतं, ''या महान देशात, एखाद्याला निःपक्षपातीपणे खटला चालवल्याशिवायच जर मृत्युदंडाची शिक्षा होत असेल आणि अशा वेळी आपण तिकडे दुर्लक्ष करणार असलो, तर मग देवच आपलं रक्षण करो. या प्रकरणात जवळपास तसंच घडणार होतं.''

अकरा वर्षं तुरुंगात राहिल्यानंतर 'अडा'ला परतलेला रॉन.

आपल्या वकिलांच्या टीमबरोबर अशील. पुढची रांग : किम मार्कस आणि पेनी स्टुअर्ट. दुसरी रांग : बिल ल्युकर, जेनेट चेस्ली, रॉन, जेनी लॅन्ड्रिथ, मार्क बॅरेट आणि सारा बॉन्नेल (एप्रिल १५, १९९९)

न्यायाधीश टॉम लॅन्ड्रिथ आरोप खारीज करत असताना, न्यायालयात ऐकत उभे असलेले डेनीस फ्रिट्झ आणि रॉन विल्यमसन (एप्रिल १५, १९९९)

रॉन आणि डेनीस यांच्या मुक्ततेनंतर पत्रकार-परिषदेत आनंद व्यक्त करताना बॅरी श्चेक आणि मार्क बॅरेट (एप्रिल १५, १९९९)

मुक्ततेनंतर दोन आठवड्यांनी यान्की स्टेडियममध्ये रॉन.

आपल्या भावाबरोबर, त्याच्या मृत्यूच्या काही दिवस आधी ॲनेट आणि रेनी.

८

कागदपत्रांची देवाण-घेवाण बऱ्याच प्रमाणात चालू राहिली. शेवटी डिस्ट्रिक्ट ॲटर्नीच्या ऑफिसने आरोपपत्रात सुधारणा करत बलात्काराचे आरोप वगळले. नवीन आरोपपत्रावरही बचाव पक्षाच्या वकिलांनी हरकत घेतल्यामुळे पुन्हा सुनावणी घेणं आवश्यक ठरलं.

पोन्टोटॉक काउन्टीचे रोनाल्ड जोन्स हे जिल्हा न्यायालयाचे न्यायाधीश होते. पोन्टोटॉक काउन्टी, सेमिनोल आणि ह्युजेस यांचा मिळून बाविसावा न्यायालयीन जिल्हा व्हायचा. न्यायाधीश जोन्स १९८२ साली निवडून आले होते. ते सरकारी पक्षाला अनुकूल आणि बचाव पक्षाच्या विरुद्ध कठोर वागणारे म्हणून ओळखले जायचे, याचं कोणालाच आश्चर्य वाटायचं नाही. ते मृत्युदंडाच्या शिक्षेचे कट्टर समर्थक होते, तसेच अतिशय धार्मिक ख्रिश्चन होते. त्यांचा बाप्तिस्मा होऊन ते चर्चमध्येही अधिकारपदावर होते. 'रॉन द बाप्टिस्ट' आणि 'बाय द बुक जोन्स' अशा टोपणनावांनी ते प्रसिद्ध होते; परंतु तुरुंगातले धार्मिक दीक्षा घेणारे कैदी ही त्यांची कमजोरी होती; त्यामुळे काही बचाव पक्षाचे वकील, न्यायाधीश जोन्स यांच्यासमोर खटला चालू असेल, तेव्हा 'धार्मिक कार्यात रस घेतलास तर तुझा फायदा होईल' असा सल्ला हळूच आपल्या अशिलाला द्यायचे.

अजिबात पश्चात्ताप होत नसलेल्या रॉनला दोषारोप दाखल करण्यासाठी २० ऑगस्ट रोजी त्यांच्यासमोर आणण्यात आलं. न्यायालयात एकमेकांसमोर येण्याची ती त्यांची पहिलीच वेळ होती. न्यायाधीश जोन्स यांनी त्याच्याशी बोलायला सुरुवात करून, नुसती त्याची चौकशी केल्याबरोबर, रॉनने त्यांना सुनवायला चालू केलं.

"सर, तुम्हाला एक गोष्ट सांगायची माझी इच्छा आहे," तो मोठ्या आवाजात बोलायला लागला. "हेच की, मला कार्टर कुटुंबीय आणि त्यांचे नातेवाईक यांच्याबद्दल वाईट वाटतं."

न्यायाधीश जोन्स यांनी त्याला शांत राहायला सांगितलं.

रॉनने मात्र आपलं बोलणं चालूच ठेवलं. "सर, मला माहिती आहे की,

तुम्हाला हे नको आहे... हे मी केलेलं नाही सर.''

पहारेकऱ्यांनी त्याला घट्ट धरून ठेवल्यावर तो गप्प बसला.

जोन्स यांना प्राथमिक सुनावणीच्या वृत्तान्ताचं परीक्षण करायचं असल्यामुळे, दोषारोप दाखल करण्याची प्रक्रिया पुढे ढकलण्यात आली.

त्याच्या वकिलांनी केलेल्या आणखी काही अर्जांनंतर दोन आठवड्यांनी रॉनला पुन्हा न्यायालयात आणण्यात आलं. तुरुंगाधिकाऱ्यांनी 'थोराझाइन' या औषधाचा डोस त्याला देण्याचा मेळ आता व्यवस्थित जमवला होता. रॉन कोठडीत असताना तुरुंगातल्या सर्वांनाच शांतता हवी असायची; त्यामुळे त्याला भरपूर मोठ्या प्रमाणात डोस दिला की, सगळेच खूश राहायचे; पण जेव्हा त्याला न्यायालयात आणायचं असेल, तेव्हा त्याच्या डोसचं प्रमाण एकदम कमी केलं जायचं. त्याचा परिणाम होऊन तो तिथे उत्कटपणे बोलत कर्कश आणि आक्रमक वागायचा. तुरुंगाधिकारी मनमानी पद्धतीने रॉनचा औषधोपचार करत असावेत हा संशय 'मानसिक स्वास्थ्य केंद्रा'च्या नॉर्मा वॉकरला येत होताच. साहजिकच आपल्या फाइलमध्ये तिने तशी नोंद करून ठेवली.

न्यायाधीश जोन्स यांच्यासमोरची त्याची दुसरी उपस्थितीसुद्धा वाईटच ठरली. रॉनने कसलीही भीडभाड न ठेवता बोलायला सुरुवात केली. स्वतःच्या निरपराधित्वाचा दावा केला, तसेच लोक आपल्याबद्दल खोटं सांगताहेत असाही दावा केला. एकदा त्याने असंही सांगितलं की, ''मी त्या रात्री घरी होतो, हे माझ्या आईला माहिती होतं.''

सरतेशेवटी त्याला तुरुंगात परत पाठवण्यात आलं आणि सुनावणी पुढे चालू राहिली. बार्नी वॉर्ड आणि ग्रेग सॉन्डर्स यांनी दोन्ही सुनावण्या वेगवेगळ्या घेण्यात याव्यात, अशी विनंती केली होती. त्यांनी त्या मुद्द्यावर जोरदार आग्रह धरला. खासकरून सॉन्डर्सला त्याच्या अशिलासाठी वेगळे ज्युरी हवे होते. रॉन विल्यमसनसारख्या सहआरोपीची धोंड त्याला त्याच्या अशिलाच्या गळ्यात नको होती.

न्यायाधीश जोन्स यांनी त्याला मान्यता देत, दोन्ही सुनावण्या वेगवेगळ्या घेण्याचा आदेश दिला. त्यांनी रॉनच्या मानसिक सक्षमतेविषयीच्या मुद्द्यालाही हात घातला. न्यायालयातच त्यांनी बार्नीला सांगितलं की, खटला चालू होण्यापूर्वीच या मुद्द्यावर योग्य ती कारवाई करणं महत्त्वाचं आहे.

शेवटी एकदाचं रॉनवर आरोपपत्र दाखल करण्यात आलं. त्याने आपण दोषी नसल्याचा औपचारिक युक्तिवाद केला आणि तो तुरुंगात परत गेला.

फ्रिट्झचा खटला आता वेगळ्या मार्गाने गेला. न्यायाधीश जोन्स यांनी पुन्हा नव्याने प्राथमिक सुनावणी घेण्याचा आदेश दिला, कारण पहिल्या वेळी डेनिसच्या विरोधात सरकारतर्फे फारच कमी पुरावे सादर करण्यात आले होते.

सरकारी अधिकाऱ्यांकडे पुरेसे साक्षीदारच नव्हते.

साधारणतः ठोस पुरावा नसणं हे पोलिसांच्या दृष्टीने काळजीचं कारण असतं; पण अडा त्याला अपवाद होतं. कोणालाही त्याची धास्ती वाटली नाही.

पोन्टोटॉक काउन्टीचा तुरुंग हा संभाव्य खबऱ्यांनी भरलेला होता. सिंडी मॅकिन्टॉश ही एक किरकोळ गुन्हे करणारी व्यावसायिक गुन्हेगार, डेनिसच्या विरोधात पहिली खबरी मिळाली.

रॉन आणि डेनिस एकमेकांशी बोलू शकतील अशा जवळजवळच्या कोठडीत त्यांना ठेवण्याचा डावपेच आखला गेला. आपण कबुलीजबाब दिलेला नाही, हे रॉनला पटवून देण्यात डेनिस यशस्वी झाल्यामुळे आता त्यांच्यातला दुरावा संपला होता.

सिंडी मॅकिन्टॉशने असा दावा केला की, ती या दोघांचं बोलणं ऐकू येण्याएवढी त्यांच्या जवळ गेली होती. तिने पोलिसांना कळवलं की, तिच्याजवळ त्यांच्यासाठी बातमी आहे. मॅकिन्टॉशच्या म्हणण्याप्रमाणे, तिने फ्रिट्झ आणि विल्यमसन यांना प्राथमिक सुनावणीच्या वेळी सादर करण्यात आलेल्या फोटोंबद्दल काही चर्चा करताना ऐकलं होतं. रॉन त्या सुनावणीला हजर नसल्यामुळे, डेनिसने तिथे काय पाहिलं हे ऐकण्याची त्याला साहजिकच उत्सुकता होती. गुन्ह्याच्या ठिकाणचे फोटो तिथे होते असं कळल्यावर, रॉनने डेनिसला विचारलं की, "ती (डेबी कार्टर) पलंगावर होती की जमिनीवर?"

"जमिनीवर." डेनिसने उत्तर दिलं.

पोलिसांच्या मते, ते दोघंही त्या घरात असल्याचा हा स्पष्ट पुरावा होता आणि त्यामुळेच त्या दोघांनी खून केल्याचं त्यांच्या मते, सिद्ध होत होतं.

बिल पीटरसनची तर लगेचच खात्री पटली. त्याने २२ सप्टेंबरला सिंडी मॅकिन्टॉशला 'सरकारी पक्षाचा साक्षीदार' म्हणून समाविष्ट करण्यात यावं, असा अर्ज दाखल केला.

त्यांचा पुढचा खबरी होता जेम्स रिग्गीन्स. अर्थात खबरी म्हणून त्याची कारकीर्द फारशी टिकली नाही. त्याच्या सांगण्याप्रमाणे, तुरुंगातून त्याला आरोप सुनावणीसाठी पोन्टोटॉक काउन्टीला आणण्यात आलेलं होतं, तेव्हा एका रात्री त्याला कोठडीत परत नेण्यात येत असताना, दुसऱ्या एका कोठडीच्या जवळून जात असताना त्याने काही ऐकलं होतं. आतमधून त्याला आवाज आला होता, तो कदाचित रॉनचा असावा. आतमध्ये कोणीतरी डेबी कार्टरचा खून केल्याचं कबूल करत होता, पुढे तो असंही म्हणाला की, तलसामध्ये त्याच्यावर दोनदा बलात्काराचे आरोप झाले होते आणि त्यातून जसा तो सुटला होता, तसाच या खुनाच्या आरोपातूनही तो

सुटेल, याची त्याला खात्री होती. रॉन कोणाजवळ ही कबुली देतोय, हे रिग्गीन्सला कळलं नव्हतं; पण खबऱ्यांच्या दुनियेत असल्या तपशिलांना काही महत्त्व नसतं.

एका महिन्यानंतर रिग्गीन्सने आपलं मत बदललं. पोलिसांना मुलाखत देताना त्याने सांगितलं की, रॉनचं नाव घेण्यात त्याची चूक झाली होती; पण प्रत्यक्षात तशी कबुली ग्लेन गोअर याने दिली होती.

अडामध्ये कबुलीजबाबांची जणू काही साथच आली होती. २३ सप्टेंबरला, अमली पदार्थांचा व्यसनी म्हणून प्रसिद्ध असलेला रिकी ज्यो सिम्मन्सने पोलिसांसमोर हजर होऊन 'मीच डेबी कार्टरचा खून केला आणि मला त्याबद्दल बोलायचं आहे' असं आपणहून सांगितलं. डेनिस स्मिथ आणि गॅरी रॉजर्स यांनी पटकन व्हिडिओ आणला आणि सिम्मन्सने आपली कहाणी चालू केली. त्याने कबूल केलं की, बरीच वर्षे तो अमली पदार्थांचं सेवन करतोय आणि त्यातही 'क्रॅन्क' नावाने ओळखला जाणारा एक घरगुती प्रकार, ज्यात बाकीच्या गोष्टींबरोबरच बॅटरीचं ॲसिडही मिसळलेलं असतं, तो त्याच्या जास्त आवडीचा आहे. तो पुढे म्हणाला की, शेवटी एकदाचा तो या विळख्यामधून बाहेर पडला आणि त्याने बायबल वाचायला सुरुवात केली. १९८२ च्या डिसेंबरमधल्या एका रात्री – त्याला असं वाटत होतं की, ते १९८२ साल असावं; पण त्याला खात्री नव्हती – काही विचित्र कारणामुळे तो अडामध्ये रात्री पायीच भटकत असताना त्याला एक मुलगी भेटली, जी त्याच्या मते, डेबी कार्टर असावी. ते कसे एकत्र आले याबाबत त्याने बऱ्याच परस्परविरोधी गोष्टी सांगितल्या. कदाचित त्याने तिच्यावर बलात्कार केला असावा किंवा कदाचित नसेलही केला आणि त्याला असंही वाटत होतं की, त्याने हाताने गळा दाबून तिचा खून केला, त्यानंतर त्याने प्रार्थना केली आणि त्या घरात ठिकठिकाणी उलट्या केल्या.

त्याला चित्रविचित्र आवाज ऐकू यायचे आणि त्यांच्याकडून आता पुढे काय करायचं याविषयी त्याला सूचना मिळायच्या. तो सांगत असलेल्या तपशिलामध्ये फारच गडबड होती. एकदा तर तो म्हणाला की, 'हे सगळं त्याला स्वप्न वाटतंय.'

गंमत म्हणजे, आणखी एक संभाव्य स्वप्नाचा कबुलीजबाब ताब्यात मिळत असूनसुद्धा, स्मिथ आणि रॉजर्स नेहमीप्रमाणे उल्हसित झाले नाहीत.

हे सांगायला तो जवळपास पाच वर्षं का थांबला, असं खोदूनखोदून विचारल्यावर त्याचं उत्तर असं होतं की, सध्या गावात त्या विषयावर जोरदार चर्चा चालू असल्यामुळे त्याला ती १९८२ ची महत्त्वाची रात्र आठवली – पण ते वर्ष कदाचित १९८१ सुद्धा असू शकेल. त्याला हे सांगता येत नव्हतं की, तो डेबीच्या घरात कसा शिरला किंवा त्या घराला किती खोल्या होत्या किंवा कुठल्या खोलीत त्याने तिचा खून केला. नंतर अचानक सॉसची बाटली आणि भिंतीवर खरडलेल्या शब्दांची

त्याला आठवण झाली; पण थोड्याच वेळात तो म्हणाला की, तो काम करत असलेल्या ठिकाणी एक मित्र या तपशिलाबद्दल बोलत होता.

कबुलीजबाब देताना आपण कसल्याही अमलाखाली नसल्याचा जरी सिम्मन्सने दावा केला, तरी 'क्रॅन्क'चे दुष्परिणाम रॉजर्स आणि डेनिस यांना स्पष्ट दिसत होते. त्या दोघांनी त्याची कहाणी ताबडतोब धुडकावून लावली. टॉमी वॉर्डच्या जबाबाएवढीच विसंगती सिम्मन्सच्या जबाबातही होती; पण तरीसुद्धा दोन्ही डिटेक्टिव्हजवर सिम्मन्सच्या जबाबाचा काहीही प्रभाव पडला नाही, हे विशेष होतं. शेवटी स्मिथ वैतागून म्हणाला, "माझ्या मते, तू डेबी कार्टरचा खून केलेला नाहीस." शिवाय त्याने सिम्मन्सकरता समुपदेशक मिळवून देण्याचा प्रस्तावही मांडला.

सिम्मन्स आता जास्तच गोंधळून गेला आणि अट्टहासाने सांगायला लागला की, मीच तिचा खून केलेला आहे; पण तू खून केलेला नाहीस असं दोन्ही डिटेक्टिव्हज तेवढ्याच ठामपणे बोलत होते.

वेळ दिल्याबद्दल दोघांनी त्याचे आभार मानले आणि त्याला परत पाठवून दिले.

तसं पहिलं तर पोन्टोटॉक काउन्टी तुरुंगात एखादी चांगली बातमी येणं अगदीच दुरापास्त होतं; पण नोव्हेंबरच्या सुरुवातीला, ध्यानीमनी नसताना, रॉनला एक पत्र आलं. सामाजिक सुरक्षा कायद्याखाली, असक्षमतेच्या कारणामुळे मिळणारे लाभ त्याला प्रशासकीय कायद्याचं कामकाज पाहणाऱ्या न्यायाधीशांनी बहाल केले होते.

१९७९ पासून तो कुठलेही काम करू शकत नाही, असा अर्ज त्याच्या वतीने ॲनेटने एका वर्षापूर्वीच केलेला होता. न्यायाधीश हॉरवर्ड ओब्रायन यांनी त्याच्या विस्तृत वैद्यकीय पूर्वेतिहासाची छाननी करून २६ ऑक्टोबर, १९८७ रोजी संपूर्ण सुनावणी घेण्याचा आदेश दिला. रॉनला तुरुंगातून तिकडे नेण्यात आलं.

न्यायाधीश ओब्रायन यांनी त्यांच्या निर्णयात नमूद केलं, "दारूचं व्यसन आणि केवळ 'लिथियम'च्या वापरामुळे आटोक्यात ठेवणं शक्य झालेला नैराश्याच्या आजाराचा इतिहास दाखवणारी पुरेशी वैद्यकीय कागदपत्रं दावेदाराने सादर केलेली आहेत. त्याला होणाऱ्या त्रासात दुभंग व्यक्तिमत्त्व आणि त्याबरोबरच व्यक्तित्व विकारसुद्धा असल्यामुळे गुंतागुंत वाढलेली आहे, त्याचा परिणाम म्हणून तो वेडेपणा आणि असामाजिक वागणुकीच्या सीमारेषेवर आहे. तसेच विचारांत सुसूत्रता नसणे, हिंसक वागणे, आक्रमकता, धार्मिक भ्रमिष्ट अवस्था इत्यादी गोष्टी योग्य औषधोपचाराच्या अभावी स्पष्ट दिसतात."

"वेळेबाबत संभ्रम, एकाग्रतेचा अभाव, विचार करण्याच्या क्षमतेवर परिणाम आणि बिघडलेली सामंजस्याची जाण अशा घटना वारंवार घडलेल्या बघायला मिळतात."

रॉनला 'दुभंग व्यक्तिमत्त्वाचा त्रास आणि प्रमाणाबाहेर अमली पदार्थ सेवनाचा त्रास आहे' या निष्कर्षाला पोहोचायला न्यायाधीश ओब्रायन यांना काहीच अडचण आली नाही, तसेच अर्थपूर्ण रोजगार मिळणे अशक्य ठरण्याएवढी त्याची परिस्थिती नक्कीच गंभीर असल्याचं त्यांनी ओळखलं.

रॉनची असक्षमता ३१ मार्च,१९८५ पासून आजतागायत तशीच असल्याचा निर्णय त्यांनी दिला.

प्रशासकीय कायद्याचं कामकाज पाहणाऱ्या न्यायाधीशांची प्राथमिक जबाबदारी अशी असते की, दावेदार हा शारीरिक किंवा मानसिकदृष्ट्या असक्षम आहे याची खातरजमा करून, मासिक लाभासाठी तो पात्र आहे किंवा नाही याचा निर्णय घेणे. असे खटले महत्त्वाचे तर असायचेच; पण त्यात अगदी कोणाच्या जीवन-मरणाचा प्रश्न गुंतलेला नसायचा. दुसरीकडे न्यायाधीश मिलर काय किंवा न्यायाधीश जोन्स काय, यांची ही जबाबदारी होती की, प्रत्येक आरोपीला योग्य न्याय मिळतोय याकडे लक्ष पुरवणे आणि मृत्युदंडाची शिक्षा समोर दिसत असलेल्या आरोपीच्या बाबतीत तर त्यांनी जास्त काळजी घेणं अपेक्षित होतं; पण हा एक दुःखद विरोधाभास होता की, जिथे न्यायाधीश ओब्रायन रॉनची उघडउघड दिसणारी परिस्थिती समजू शकले, तीच गोष्ट न्यायाधीश मिलर आणि जोन्स यांच्या लक्षातही आली नाही.

रॉनची व्यवस्थित तपासणी व्हावी याची बार्नीला काळजी होतीच, त्याने पोन्टोटोक काउन्टीच्या स्वास्थ्य विभागात रॉनच्या तपासणीची व्यवस्था केली. स्वास्थ्य केंद्राच्या संचालिका, क्लोडेट रे यांनी रॉनच्या बऱ्याच मनोवैज्ञानिक चाचण्या घेतल्या आणि बार्नीला आपला अहवाल दिला. त्या अहवालाचा शेवट असा होता – 'परिस्थितीजन्य तणावामुळे तो चिंताग्रस्त असतो. स्वतःची परिस्थिती बदलण्यासाठी किंवा सुधारण्यासाठी तो स्वतःला असाहाय्य समजतो. प्राथमिक सुनावणीला उपस्थित राहणे हे आपल्याच फायद्याचे आहे हे समजत असूनसुद्धा तो अनुपस्थित राहतो. अशा प्रकारचे अयोग्य वर्तन त्याच्याकडून घडण्याचे कारण म्हणजे त्याचे संभ्रमित विचार आणि त्याला वाटत असलेली धास्ती. स्वतःच्या जीवन अथवा मरणाचा निर्णय करणारी मते आणि माहिती ऐकण्याचा तर बहुतेक प्रत्येक व्यक्तीच आग्रह धरेल; पण तो तसं करत नाही.'

तो अहवाल बार्नीच्या फाइलमध्ये ठेवला गेला आणि कायमचा तिथेच राहिला. सक्षमतेच्या निर्णयासाठी तपासणी ही तशी अगदी नित्याचीच गोष्ट होती. तशी कितीतरी प्रकरणे बार्नीनेही आत्तापर्यंत हाताळलेली होती. त्याचा अशील तुरुंगात होता, तुरुंग न्यायालयापासून शंभर फुटांवर होता आणि जिथे बार्नीची बहुतेक रोजच भेट असायची.

कोणीतरी सक्षमतेचा मुद्दा उभा करावा म्हणून रॉनचं प्रकरण जणू काही विनवणी करत होतं.

डेनिस फ्रिट्झविरुद्धच्या खटल्यात, जेम्स सी. हारजो नावाच्या एका अर्धशिक्षित रेड इंडियन माणसाच्या साक्षीमुळे सरकारी वकिलांना प्रचंड हुरूप आला. हारजो बावीस वर्षांचा होता आणि त्याला घरफोडीच्या गुन्ह्यात तुरुंगवास घडला होता. एकाच घरात दुसऱ्यांदा घरफोडी करताना तो पकडला गेला होता. त्याला राज्याच्या तुरुंगात हलवण्याची प्रक्रिया चालू असताना, सप्टेंबर आणि ऑक्टोबर हे दोन महिने तो डेनिसच्याच कोठडीत होता.

त्यांच्यात थोडीफार मैत्रीही झाली होती. डेनिसला हारजोबद्दल वाईट वाटायचं. तो हारजोची पत्रं लिहून द्यायचा; त्यातील बरीचशी हारजोच्या बायकोसाठीच असायची. दर दिवसाआड हारजोला कुठल्याही कारणाशिवाय कोठडीच्या बाहेर नेलं जायचं. वास्तविक, त्याचे न्यायालयातले सगळे सोपस्कार संपले होते आणि तो परत कोठडीत आल्याबरोबर डेनिसला कार्टरच्या खुनाबद्दल प्रश्न विचारायला सुरुवात करायचा. एकापेक्षा एक तरबेज खबऱ्यांनी बजबजलेल्या तुरुंगात, हारजो हा सर्वांत खराब खबरी ठरला असता.

त्यांची योजना इतकी सहजासहजी लक्षात येण्यासारखी होती की, डेनिसने एका परिच्छेदाचं एक निवेदन बनवून ठेवलं आणि हारजोला पोलिसांनी बाहेर नेऊन परत कोठडीत आणलं की, तो त्या निवेदनावर हारजोची सही घ्यायचा. त्यातला काही भाग असा होता – 'डेनिस फ्रिट्झ नेहमी सांगतो की, तो निर्दोष आहे.'

तसाही त्या प्रकरणाबाबत चर्चा करायला डेनिस नेहमीच नकार द्यायचा.

त्याचा हारजोवर काहीही परिणाम झाला नाही. १९ नोव्हेंबरला सरकारकडून साक्षीदार म्हणून पीटरसनने हारजोचं नाव दाखल केलं. त्याच दिवशी न्यायाधीश जॉन डेव्हिड मिलर यांच्यासमोर पुन्हा एकदा डेनिसची प्राथमिक सुनावणी सुरू झाली.

पीटरसनने आपला पुढचा साक्षीदार म्हणून हारजोचं नाव पुकारल्यावर डेनिस दचकला. 'आता हा मूर्ख मुलगा काय काय रचून सांगणार?' त्याला प्रश्न पडला.

पीटरसन गंभीरपणे विचारत असलेल्या प्रश्नांना शपथ घेतलेली असूनसुद्धा, हारजो अतिशय वाईट पद्धतीने, खोटी उत्तरं देत होता. त्याने सांगितलं की, तो आणि डेनिस एकाच कोठडीत होते. सुरुवातीला जरी त्यांच्यात मैत्री असली, तरी हॅलोवीनच्या रात्री झालेल्या एका संभाषणानंतर मात्र त्यांचं बिनसलं होतं. हारजो डेनिसला कार्टरच्या खुनाबद्दल अनेक प्रश्न विचारायचा आणि डेनिसला उत्तरं देताना अडचण यायची. हारजोने अतिशय शिताफीने त्याच्या चुका दाखवून दिल्या होत्या.

शेवटी डेनिस गुन्हेगार असल्याची खात्री पटल्यावर त्याने डेनिसला आव्हान दिलं, ज्यामुळे डेनिस घाबरला. त्यानंतर डेनिस सर्व कैद्यांना एकत्र आणतात त्या भागात जाऊन येरझारा घालत राहिला. त्याचा गुन्हा नक्कीच त्याला स्वस्थ बसू देत नव्हता. जेव्हा तो कोठडीत परतला, तेव्हा त्याच्या डोळ्यांत पाणी होतं. हारजोकडे बघत तो म्हणाला, 'तिला दुखापत करण्याचा आमचा हेतू नव्हता.'

न्यायालयात हा खोटेपणा चालू असताना डेनिस स्वस्थ बसू शकत नव्हता. साक्षीदाराकडे बघून त्याने ओरडायला सुरुवात केली, "तू खोटं बोलतो आहेस! तू खोटं बोलतो आहेस!"

न्यायाधीश मिलर यांनी शांतता प्रस्थापित केली. हारजो आणि पीटरसन यांनी आपल्या कल्पित कथा पुढे चालू ठेवल्या. हारजोच्या म्हणण्याप्रमाणे, डेनिसला त्याच्या लहान मुलीची काळजी वाटत होती. "तिला जर कळलं की, आपले वडील खुनी आहेत, तर तिला काय वाटेल?" तो विचारायचा. नंतर तर त्याने खोटेपणाचा कळसच गाठला. त्याच्या मते, डेनिसने त्याच्यासमोर सर्व काही कबूल केलं. ते असं – तो आणि रॉन घरी जाताना बिअर घेऊन गेले होते आणि बलात्कार आणि खून करून झाल्यावर त्यांनी ते रिकामे कॅन गोळा केले, बोटांचे ठसे नष्ट करण्यासाठी संपूर्ण घर पुसून स्वच्छ केलं आणि मगच ते तिथून निघून गेले.

उलटतपासणी घेताना, ग्रेग सॉन्डर्सने जेव्हा हारजोला विचारलं की, डेनिसने तुला हे सांगितलं का की, तो आणि रॉन दुसऱ्यांचे डझनभर ठसे मागे शिल्लक ठेवून फक्त स्वतःचेच न दिसणारे अदृश्य ठसे कसे काय पुसू शकले? तेव्हा हारजोजवळ त्याचं काही उत्तर नव्हतं. त्याच्या म्हणण्याप्रमाणे, जेव्हा डेनिसने हे कबूल केलं, तेव्हा कमीतकमी सहा इतर कैदी तरी त्यांच्या आजूबाजूला होते. हॅलोवीनची रात्र सगळ्यांना आठवत होती; पण बाकी कोणी डेनिसचं काही बोलणं ऐकलं नव्हतं. डेनिसने बनवलेल्या आणि हारजोने सह्या केलेल्या निवेदनाच्या प्रती ग्रेगने न्यायालयात सादर केल्या.

शपथ घेऊनसुद्धा खोटी साक्ष देऊन हारजोने आपली विश्वासार्हता गमावली होतीच; पण सॉन्डर्सच्या उलटतपासणीनंतर तर तो निव्वळ वेडगळच वाटू लागला; पण त्याने काहीही फरक पडला नाही. न्यायाधीश मिलर यांच्याकडे डेनिसला खटल्याला तोंड द्यायला पाठवण्याशिवाय पर्याय नव्हता, कारण ओक्लाहोमाच्या कायद्याप्रमाणे, प्राथमिक सुनावणी घेणाऱ्या न्यायाधीशांना साक्षीदाराची विश्वासार्हता ठरवण्याचा अधिकार नाही.

खटल्याच्या तारखा ठरवण्यात यायच्या आणि पुढे ढकलल्या जायच्या, १९८७-८८ चा थंडीचा मोसमही असाच निघून गेला. लवकरच न्यायालयात खटला उभा

राहील या आशेवर, रॉन आणि डेनिस कसेबसे तुरुंगातले दिवस ढकलत होते. महिनोन्‌महिने तुरुंगात काढल्यावरसुद्धा त्यांना असा विश्वास वाटत होता की, त्यांना नक्कीच न्याय मिळेल आणि सत्य काय आहे ते बाहेर येईल.

खटल्यापूर्वीच्या वादविवादाचा बचाव पक्षाला झालेला एकमेव फायदा म्हणजे न्यायमूर्ती जोन्स यांनी दोघांचे खटले वेगवेगळे चालवण्याचा दिलेला आदेश. जरी बिल पीटरसन वेगवेगळ्या खटल्यांच्या विरोधात भांडला होता, तरी एक खटला दुसऱ्याच्या आधी चालणं सरकारच्या दृष्टीनेच फायद्याचं ठरणार होतं. फ्रिट्झचा खटला आधी चालवायचा आणि वृत्तपत्राच्या माध्यमातून सर्व तपशील चिंतातुर आणि उत्सुक गावकऱ्यांसमोर उघड करायचे, अशीच त्यांची योजना होती.

खून झालेल्या दिवसापासूनच पोलिसांचा ठाम विश्वास होता की, खुनी एक नसून दोघे आहेत आणि फ्रिट्झ आणि विल्यमसन या पहिल्याच आणि एकमेव जोडीवर त्यांचा संशय होता. प्रत्येक टप्प्यावर – संशय, तपासणी, आरोप, अटक, दोषारोप दाखल करणे, प्राथमिक सुनावणी यावर दोघांची जोडी लावली गेली होती. स्थानिक वृत्तपत्रांत दोघांचे फोटो शेजारीशेजारी छापण्यात यायचे. 'विल्यमसन आणि फ्रिट्झ' असेच सगळे मथळे असायचे.

पहिल्या खटल्यात पीटरसन जर फ्रिट्झला दोषी शाबित करू शकला, तर मग नक्कीच विल्यमसनचा खटला सुरू झाल्याबरोबरच ज्युरींनी फाशीचा दोर शोधायला सुरुवात केली असती.

योग्य न्यायाची अडामधील कल्पना म्हणजे फ्रिट्झचा खटला आधी चालवणे आणि त्याच्या पाठोपाठच विल्यमसनचा खटला उभा करणे – तेच न्यायालय, तेच न्यायाधीश, तेच साक्षीदार आणि खटल्याच्या बातम्या प्रसारित करणारी वृत्तपत्रेही तीच होती.

१ एप्रिलला, म्हणजे खटला सुरू होण्याच्या तीन आठवडे आधी, न्यायालयाने बार्नीसाठी नेमलेला मदतनीस वकील, फ्रँक बेबर याने 'या खटल्यातून आपल्याला मुक्त करावे' असा अर्ज केला. बेबरला दुसऱ्या जिल्ह्यात सरकारी वकील म्हणून नोकरी मिळाली होती.

न्यायाधीश जोन्स यांनी त्याचा अर्ज मान्य केला. बेबर निघून गेला. बार्नीला त्याच्या अशिलाच्या विरोधात सादर केली गेलेली कागदपत्रे, पुरावे, फोटोग्राफ आणि नकाशे इत्यादींची क़ायदेशीर दृष्टिकोनातून छाननी करू शकेल असा कोणी मदतनीस राहिला नाही.

डेबी कार्टरच्या खुनाच्या साडेपाच वर्षांनंतर म्हणजेच सहा एप्रिल १९८८ या

दिवशी, 'पोन्टोटॉक काउन्टी कोर्ट हाउस'च्या दुसऱ्या मजल्यावरच्या खचाखच भरलेल्या न्यायालयात डेनिस फ्रिट्झला आणण्यात आलं. त्याने स्वच्छ दाढी केली होती, केस कापलेले होते आणि आईने त्याच्यासाठी या खटल्याकरता म्हणून विकत घेतलेला, त्याच्याकडचा एकमेव सूट त्याने घातला होता. वान्डा फ्रिट्झ ही आपल्या मुलाच्या शक्य होईल तेवढ्या जवळ असावं अशा उद्देशाने, अगदी पहिल्या रांगेत बसली होती. तिच्या शेजारी तिची बहीण विल्मा फॉक्स बसली होती. त्यांना खटल्यातला एकही शब्द चुकवायचा नव्हता.

बेड्या काढल्यावर डेनिसने गर्दीकडे नजर टाकली. या शंभराच्या जवळपास असलेल्या संभाव्य ज्युरींमधून अंतिम बारा ज्युरी कोण ठरणार? त्याला प्रश्न पडला. या नोंदणीकृत मतदारांमधून कोण आपला निवाडा करणार?

त्याची दीर्घ प्रतीक्षा संपली होती. तुरुंगातले ते घुसमट करणारे अकरा महिने सहन केल्यानंतर, तो एकदाचा न्यायालयापर्यंत पोहोचला होता. त्याचा वकील चांगला होता. न्यायाधीश 'योग्य निवाडा होतोय' याची खात्री करतील, असं तो गृहीत धरत होता. त्याच्यासारखेच सर्वसामान्य असलेले बारा ज्युरी सगळे साक्षी-पुरावे काळजीपूर्वक तोलूनमापून बघतील आणि पीटरसनकडे काही पुरावाच नाही हे लवकरच त्यांच्या लक्षात येईल, अशा विचारांत तो होता.

खटला सुरू होतोय म्हणून तो सुटकेचा निःश्वास टाकत असला, तरी त्याला मनातून धास्तीही वाटत होती. शेवटी ती पोन्टोटॉक काउन्टी होती आणि त्याला नक्की माहिती होतं की, इथे निर्दोष माणसांनाही अडकवलं जातं. कार्ल फोन्टेनॉट थोड्या दिवसांसाठी त्याच्या कोठडीत राहिला होता; साधा आणि गोंधळलेला माणूस, ज्या खुनाशी काडीचाही संबंध नाही अशा खुनासाठी बिचाऱ्याला मृत्युदंडाची शिक्षा होऊन बसली होती.

न्यायाधीश जोन्स यांचं आगमन झालं. त्यांनी सर्व ज्युरींकडे बघून अभिवादन केलं. प्राथमिक सोपस्कार पार पडल्यावर ज्युरींची निवड सुरू झाली. ती वेळखाऊ आणि कंटाळवाणी प्रक्रिया होती. वयस्कर, बहिरे आणि आजारी अशांना निवडून बाहेर काढण्यात बरेच तास गेले. नंतर अंतिम बारा ज्युरींमध्ये कोणाला स्थान द्यायचं यावरून पीटरसन आणि सॉन्डर्स यांच्यात भरपूर वादावादी झाली.

या दीर्घकालीन प्रक्रियेमध्ये न्यायाधीश जोन्स यांनी सिसिल स्मिथ नावाच्या एका संभाव्य ज्युरीला पुढीलप्रमाणे प्रश्न विचारला – "तुम्ही पूर्वी कुठे नोकरीला होतात?"

सिसिल स्मिथ : "ओक्लाहोमा कॉर्पोरेशन कमिशन."

त्यांना पुढचे प्रश्न ना न्यायाधीशांनी विचारले ना वकिलांनी! आपल्या कारकिर्दीतला बराचसा काळ आपण कायदा आणि सुव्यवस्थेच्या कामात होतो, या वस्तुस्थितीचा

समावेश आपल्या संक्षिप्त उत्तरात करायचा सिसिल स्मिथ सोयीस्कररीत्या विसरले.

काही वेळाने न्यायाधीश जोन्स यांनी सिसिल स्मिथना विचारलं की, त्यांची आणि डिटेक्टिव्ह डेनिस स्मिथची आधीची ओळख आहे का किंवा त्याच्याबरोबर काही नातं आहे का?

सिसिल स्मिथ : ''नातं नाही.''

न्यायाधीश जोन्स : ''तुझी आणि त्याची ओळख कशी काय आहे?''

सिसिल स्मिथ : ''मला त्याच्याबद्दल माहिती होती आणि मी त्याच्याबरोबर बरेचदा बोललो होतो. बहुधा, काही कामानिमित्तही त्याच्याशी संबंध आला होता.''

बऱ्याच तासांनंतर ज्युरींचं शपथग्रहण झालं. डेनिस फ्रिट्झला काळजी वाटण्यासारखी उपस्थिती होती, ती सिसिल स्मिथ याची. ज्युरींच्या पिंजऱ्यात बसताना स्मिथने डेनिसकडे निष्ठुर नजरेने पाहिलं, जे नंतर बरेचदा घडणार होतं.

दुसऱ्या दिवशी प्रत्यक्ष खटल्याला सुरुवात झाली. पुरावे काय असणार आहेत याची रूपरेषा, ठळक मुद्दे, नॅन्सी श्यु या साहाय्यक सरकारी वकिलांनी ज्युरींना समजावून सांगितले. आपल्या प्रारंभिक निवेदनात ग्रेग सॉन्डर्सने हे मुद्दे खोडून काढत, खरंतर सरकारकडील पुरावा अगदीच कमी असल्याचं प्रतिपादन केलं.

ग्लेन गोअर हा पहिला साक्षीदार होता, ज्याला तुरुंगातून आणण्यात आलं होतं. पीटरसनच्या प्रत्यक्ष तपासणीत गोअरने थोडी विचित्रच साक्ष दिली. खुनाच्या रात्री डेनिस फ्रिट्झला डेबी कार्टरबरोबर पाहिलं नसल्याचं त्याने सांगितलं.

आपला पहिला साक्षीदार भरभक्कम असावा, ज्याने साधारण खुनाच्या वेळेच्या दरम्यान, खुनी इसमाला मृताच्या जवळपासच्या भागात पाहिल्याची साक्ष त्याने द्यावी याकडे बऱ्याच सरकारी वकिलांचा कल असतो; पण पीटरसनने त्यापेक्षा वेगळं वागायचं ठरवलेलं दिसत होतं.

गोअरने पुढे सांगितलं की, त्याने डेनिसला यापूर्वी कधीतरी 'कोचलाइट'मध्ये पाहिलं असावं; पण कदाचित त्याला तिथे कधीच पाहिलं नसावं.

पहिल्या साक्षीदारापासूनच सरकारी पक्षाचे डावपेच लक्षात यायला लागले. डेनिस फ्रिट्झपेक्षा विल्यमसनबद्दलच गोअर जास्त बोलत होता आणि पीटरसनसुद्धा रॉनबद्दलच प्रश्न विचारत होता. दोघांमधले संबंध प्रस्थापित करून गुन्हा शाबित करण्याची योजना राबवायचा त्यांचा इरादा दिसत होता.

ग्रेग सॉन्डर्सला ग्लेन गोअरची गुन्हेगारी पार्श्वभूमी लोकांसमोर आणायची संधी मिळण्यापूर्वीच, पीटरसनने स्वतःच्या साक्षीदाराला बदनाम करायचं ठरवलं. त्यानेच गोअरला त्याच्या गुन्हेगारी पार्श्वभूमीबद्दल विचारायला सुरुवात केली. त्याच्यावर अपहरण, गंभीर स्वरूपाचे हल्ले, पोलीस अधिकाऱ्यावर गोळीबार वगैरे आरोप सिद्ध झालेले होते.

सरकारी पक्षाचा मुख्य साक्षीदार डेनिसला गुन्ह्यात गोवण्यात कमी पडला होता; एवढंच नाही, तर तो स्वतः चाळीस वर्षांची तुरुंगवासाची शिक्षा भोगणारा निर्ढावलेला भयंकर गुन्हेगार आहे, हेच लोकांच्या समोर आलं होतं.

डळमळीत सुरुवातीनंतर पीटरसनने पुढचा साक्षीदार बोलावला, ज्याला काहीच माहिती नव्हतं. त्या रात्री 'कोचलाइट'मधून घरी जाण्यापूर्वी डेबी कार्टरला ग्लेन गोअरबरोबर पाहिल्याचं वर्णन, टॉमी ग्लोवरने ज्युरींच्या समोर केलं. साक्षीदाराच्या पिंजऱ्यातल्या अगदी कमी वेळच्या उपस्थितीत, डेनिसच्या नावाचा उल्लेखही न करता, ग्लोवरची परत पाठवणी करण्यात आली.

जीना व्हिएटाने तिला डेबीकडून ८ डिसेंबरच्या पहाटे आलेल्या विचित्र फोन कॉल्सची माहिती दिली. तिने साक्षीमध्ये असंही सांगितलं की, खुनाच्या रात्री जरी तिने डेनिसला 'कोचलाइट'मध्ये बघितलं नव्हतं, तरी एरवी बरेचदा तो तिथे दिसत असे.

नंतर चार्ली कार्टरने आपली मृत मुलगी आपल्याला कशा अवस्थेत सापडली, याची हृदयद्रावक कहाणी सांगितली. त्यानंतर डिटेक्टिव्ह स्मिथला साक्षीदाराच्या पिंजऱ्यात बोलावण्यात आलं. त्याच्या बऱ्याच वेळ चाललेल्या साक्षीत, त्याने गुन्हा घडलेल्या ठिकाणाचं वर्णन केलं आणि बरेचसे फोटो 'पुरावे' म्हणून सादर केले. त्याने त्याच्या नेतृत्वाखाली केलेल्या तपासणीची माहिती दिली – थुंकी, केसांचे नमुने गोळा करणे इत्यादी. संभाव्य संशयितांबद्दल नॅन्सी श्युने विचारलेल्या पहिल्या प्रश्नात डेनिस फ्रिट्झचा उल्लेख नव्हता, यात काहीच आश्चर्य नव्हतं.

"तुझ्या तपासणीदरम्यान, तू कधी रोनाल्ड कीथ विल्यमसन या माणसाला प्रश्न विचारले होतेस का?" तिने विचारलं.

"हो, आम्ही त्याची मुलाखत घेतली होती," स्मिथ म्हणाला आणि त्यानंतर रॉन विल्यमसनच्या तपासणीबाबत आणि तो संशयित का ठरला याबद्दल बडबडत राहिला. गंमत म्हणजे, या गोष्टीला कोणीही आक्षेप घेतला नाही की अडथळाही आणला नाही. शेवटी हा खटला कोणाच्या विरोधात चालू आहे, हे बहुधा नॅन्सी श्युलाच आठवलं असावं आणि तिने डेनिस फ्रिट्झच्या थुंकीच्या नमुन्याविषयी प्रश्न विचारला.

स्मिथने, आपण थुंकीचे नमुने गोळा केल्याचं आणि ते ओक्लाहोमा शहरातल्या OSBIच्या प्रयोगशाळेत पाठवल्याचं सांगितलं. या मुद्द्यावर श्यूने आपली प्रत्यक्ष तपासणी संपवली आणि साक्षीदारांची उलटतपासणी चालू करण्याची अनुमती दिली.

तपासणी संपवून ती खाली बसली, तरी डेनिस फ्रिट्झ हा का आणि कसा

संशयित ठरला याचा सरकारी पक्षाकडून काहीही खुलासा देण्यात आला नव्हता. त्याचे मृत व्यक्तीबरोबर जुने संबंधही नव्हते. खुनाच्या दिवशी त्याला डेबीच्या जवळपास पाहिल्याचं अंधूकसं आठवत असलेलंही कोणी नव्हतं. स्मिथच्या साक्षीत एवढाच उल्लेख होता की, फ्रिट्झ डेबीच्या घरापासून जवळच राहत होता. खुनाच्या उद्देशाबद्दल तर काहीच उल्लेख नव्हता.

शेवटी गॅरी रॉजर्स, जो पुढचा साक्षीदार होता, त्याच्या साक्षीमधून फ्रिट्झचा खुनाशी संबंध जोडण्यात आला. तो म्हणाला, "रॉन विल्यमसनची तपासणी करत असताना, आरोपी डेनिस फ्रिट्झचं नाव रॉनचा साहाय्यक म्हणून आमच्यासमोर आलं.''

अशा प्रकारच्या गुन्ह्यात नक्कीच दोन माणसांचा सहभाग असणार, या निष्कर्षापर्यंत आपण आणि डेनिस स्मिथ किती चलाखीने पोहोचलो, हे रॉजर्सने ज्युरींना समजावून दिलं. त्या गुन्ह्यामधलं हिंसेचं प्रमाण लक्षात घेता, ते एका माणसाच्या शक्यतेपलीकडचं वाटत होतं. शिवाय 'आमचा तपास करू नका, नाहीतर...' या सॉस वापरून खरडलेल्या इशाऱ्यातूनही संकेत मिळत होता. 'आमचा' या शब्दातून एकापेक्षा जास्त खुनी असल्याचं ध्वनित होत होतं आणि स्मिथ-रॉजर्स जोडीने ते पटकन ताडलं होतं.

चांगल्या प्रतीच्या पोलिसी कामातून त्यांनी असाही तपास लावला होता की, विल्यमसन आणि फ्रिट्झ हे चांगले मित्र आहेत आणि त्यांच्या सिद्धान्ताप्रमाणे, दोघांचा खुनातला सहभाग हे स्पष्ट होत होतं.

ज्युरींकडे दुर्लक्ष करण्याची सूचना ग्रेग सॉन्डर्सने केलेली असूनसुद्धा, डेनिसला ते अशक्य जात होतं. त्या बारा लोकांवर त्याचं भवितव्य अवलंबून होतं, कदाचित त्याचं जीवनही त्यांच्याच हातात होतं; त्यामुळे त्याची नजर अधूनमधून तिकडे जात होती. सिसिल स्मिथ पहिल्याच रांगेत बसला होता आणि जेव्हाही डेनिसची नजर ज्युरींकडे जायची, तेव्हा स्मिथ त्याच्याकडे रागाने बघत असलेला दिसायचा.

'हा असा का वागत असेल?' डेनिसच्या मनात येत होतं आणि लवकरच त्याला त्यामागचं कारण कळलं.

एकदा न्यायालयाच्या विश्रांतीच्या वेळेनंतर न्यायालयात परत येत असताना, अडातल्या जुन्या अनुभवी वकिलांमधले एक वयस्कर वकील ग्रेग सॉन्डर्सला भेटले आणि 'कुठल्या अतिशहाण्याने सिसिल स्मिथची ज्युरी म्हणून निवड होऊ दिली?' असं त्यांनी ग्रेगला विचारलं.

ग्रेगने उत्तरं दिलं, "मला वाटतं की, कदाचित तो मीच असेन; पण हा सिसिल स्मिथ आहे तरी कोण?''

"काही विशेष नाही, तो अडाचा पोलीसप्रमुख होता, एवढंच!''

सॉन्डर्स अवाक् झाला. तसाच तडक तो न्यायाधीश जोन्स यांच्या ऑफिसात गेला. ज्युरींच्या निवडप्रक्रियेमध्ये एका ज्युरीने महत्त्वाची माहिती लपवली आणि तो ज्युरी नक्कीच पोलीस आणि सरकारी पक्षाच्या बाजूने पक्षपाती वागणारा असल्यामुळे आत्तापर्यंतचा खटला रद्द करण्यात यावा आणि त्या ज्युरी बदलण्यात यावा, अशी मागणी त्याने केली.

त्याची मागणी धुडकावून लावण्यात आली.

डॉ. फ्रेड जॉर्डन यांनी शवविच्छेदनाबाबतची साक्ष दिली आणि ज्युरींना भीषण तपशील ऐकावे लागले, शवाचे फोटो पुरावा म्हणून सादर करण्यात येऊन ते सर्व ज्युरींना दाखवण्यात आले. सर्व खून खटल्यांमध्ये जसं घडतं, त्याप्रमाणेच आताही ज्युरींच्या मनात संतापाची लाट उसळली आणि बरेचसे ज्युरी क्रुद्ध नजरेने डेनिसकडे बघायला लागले.

डॉ. जॉर्डन यांची भक्कम आणि विश्वासार्ह साक्ष लोकांच्या मनात अजून ताजी असतानाच, सरकारी पक्षाने आपले काही विचित्र आणि संबंधित नसलेले साक्षीदार मध्ये घुसडायचे ठरवले. गॅरी ॲलन नावाचा एक माणूस शपथ घेऊन साक्षीदाराच्या पिंजऱ्यात उभा राहिला. ॲलनचा संबंध अगदीच नगण्य होता. त्याने ज्युरींना सांगितलं की, तो फ्रिट्झच्या जवळ राहायचा आणि १९८२ मध्ये डिसेंबरच्या सुरुवातीच्या काळात, एकदा पहाटे साधारण ३.३० वाजता त्याने दोन माणसांचा आवाज ऐकला. त्याला नक्की तारीख आठवत नसली तरी एवढी खात्री होती की, ते दहा डिसेंबरच्या आधी कधीतरी घडलेलं होतं. त्याने दोघांना स्पष्ट पाहिलेलं नसल्यामुळे तो त्यांना ओळखू शकत नव्हता. ते दोघेही अंगणात उभे राहून, जोरजोरात हसत, शिव्या देत, बागेला पाणी घालायच्या पाइपने एकमेकांच्या अंगावर पाणी उडवत होते. हवा खूप थंड होती आणि त्यांनी आपले शर्ट काढलेले होते. डेनिस फ्रिट्झला तो ओळखत होता आणि त्यांतला एक आवाज कदाचित फ्रिट्झचा असावा, असं त्याला वाटलं; पण त्याला खात्री नव्हती. त्याने साधारण दहा मिनिटं ते आवाज ऐकले आणि नंतर तो झोपला.

ॲलनची साक्ष संपल्यावर न्यायालयातल्या बऱ्याचजणांच्या चेहऱ्यावर गोंधळलेले भाव होते. या साक्षीचं नक्की प्रयोजन तरी काय होतं? असंच लोक विचारत होते; पण यापुढचा साक्षीदार, टोनी विक याच्या साक्षीनंतर तर लोक आणखी हैराण होणार होते.

गॅरी ॲलनच्या खालच्याच छोट्या घरात विक राहायचा आणि तो डेनिसला ओळखायचा. तो रॉन विल्यमसनलाही ओळखत होता. त्याच्या साक्षीप्रमाणे, त्याने रॉनला डेनिसच्या घराच्या पोर्चमध्ये बसलेलं पाहिलं होतं आणि १९८२ च्या

उन्हाळ्यात ते दोघे टेक्सासला गेल्याचं त्याला खात्रीने माहिती होतं.

ज्युरींना याच्यापेक्षा जास्त आणखी काय हवं असणार, असंच तर पोलीस समजत नव्हते ना?

त्यांच्यासमोर खात्रीलायक पुराव्याचे ढीग रचले जाताहेत, असंच सरकारी पक्षाला वाटत होतं. डोना वॉकर या दुकानात काम करणाऱ्या एका मुलीने डेनिसला ओळखलं आणि एके काळी ती त्याला चांगली ओळखत होती असं सांगितलं. खूप पूर्वी, म्हणजे १९८२ मध्ये डेनिस त्यांचा नियमित ग्राहक होता. बरेचदा सकाळी लवकर येऊन कॉफी पीत, तिच्याबरोबर गप्पा मारत बसायचा. रॉनसुद्धा त्यांचा एक ग्राहक होता आणि त्याची डेनिसबरोबर मैत्री असल्याचं तिला नक्की माहिती होतं. त्या खुनानंतर अचानक ते दोघे तिच्या दुकानात कॉफी प्यायला यायचे बंद झाले. तिच्या दृष्टीने ते जणू नाहीसेच झाले होते. काही आठवडे दूर राहिल्यानंतर, जणू काही घडलंच नसल्यासारखे ते परत यायला लागले; पण त्यांच्यात आता बराच बदल झालेला होता! कसा?

"त्यांचं व्यक्तित्व, त्यांचे कपडे. पूर्वी त्यांचे कपडे छान असायचे, दाढीही स्वच्छ केलेली असायची. आता ते अगदीच गलथान वाटत होते; गचाळ कपडे, वाढलेली दाढी, अस्ताव्यस्त केस; त्यांचं व्यक्तिमत्त्वच बदललं होतं. आता ते बेचैन आणि धास्तावलेले वाटायचे, असं मला वाटतं."

एवढा महत्त्वाचा पुरावा पोलिसांना सांगायला ती पाच वर्षं का थांबली, हे ग्रेग सॉन्डर्सने जोर देऊन विचारल्यावरही तिच्याजवळ काही स्पष्टीकरण नव्हतं. गेल्या ऑगस्टमध्ये रॉनला अटक झाल्यानंतर पोलीस तिच्याकडे आले, हे तिने मान्य केलं.

लेथा कॅल्ड्वेलच्या रूपात हे संचलन असंच चालू राहिलं. ती बिंगमध्ये असताना रॉनबरोबर ज्युनिअर हायस्कूलला होती. आता ती एक घटस्फोटिता होती. तिने ज्युरींना सांगितलं की, डेनिस फ्रिट्झ आणि रॉन विल्यमसन तिच्या घरी नेहमी यायचे, तेसुद्धा बरेचदा रात्री उशिरा, वाट्टेल त्या वेळी आणि ते कायमच दारू ढोसत असायचे. एकदा या सगळ्याला घाबरून तिने त्यांना घरी यायला मज्जाव केला. त्यांनी नकार दिल्यानंतर, जेव्हा ती तिच्याकडची बंदूक घेऊन त्यांच्यासमोर आली, तेव्हा ती गंभीरपणे सांगतेय हे त्यांना पटलं.

खरंतर तिच्या साक्षीचा डेबी कार्टर खुनाशी काडीचाही संबंध नव्हता आणि कुठल्याही खटल्याशी पूर्णपणे असंबद्ध म्हणून त्याच्यावर आक्षेप घेतला गेला असता; पण तसं घडलं नाही.

शेवटी आक्षेप घेण्यात आला, तो रस्टी फिदरस्टोन याच्या साक्षीला. खुनाच्या चार महिने आधी, रॉन आणि डेनिस नॉर्मनमध्ये दारू पिऊन धांगडधिंगा करत होते, हे सिद्ध करण्याच्या धसमुसळ्या प्रयत्नात पीटरसनने फिदरस्टोन याला साक्षीला

बोलावलं. १९८३ मध्ये फिदरस्टोनने डेनिसची दोनदा पॉलिग्राफ चाचणी घेतली होती आणि बऱ्याच कारणांमुळे ती अग्राह्य ठरली होती. त्या चाचणीच्या वेळी नॉर्मनमधले विविध बार आणि तिथल्या त्यांच्या दारू पिण्याचं डेनिसने वर्णन केलं होतं. पीटरसनने तीच गोष्ट फिदरस्टोनकडून वदवून घेण्याचा प्रयत्न केल्यावर, साक्ष असंबद्ध असल्याच्या कारणाने ग्रेग सॉन्डर्सने जोरदार आक्षेप घेतला आणि न्यायाधीश जोन्स यांनी तो मान्य केला.

वादावादी झाल्यावर, नंतरच्या मीटिंगमध्ये पीटरसन म्हणाला, "त्यामुळे रॉन विल्यमसन आणि डेनिस फ्रिट्झ हे ऑगस्ट १९८२ मध्येसुद्धा एकत्र असल्याचं सिद्ध झालं असतं."

"तू मला त्या निवेदनाचा काय संबंध आहे ते सांग," न्यायाधीश जोन्स यांनी विचारलं.

त्यावर पीटरसन काहीही सांगू शकला नाही आणि फिदरस्टोन पटकन न्यायालयातून निघून गेला. साक्षीदाराला डेबी कार्टरच्या खुनाबद्दल काहीही माहिती नाही, अशी ही आणखी एक साक्ष ठरली असती.

पुढची साक्ष थोडीफार मनोरंजक असली, तरी तेवढीच निरुपयोगी होती. १९८२ साली नोबेलमध्ये असताना डेनिस ज्या शाळेत शिकवायचा, तिथले मुख्याध्यापक विल्यम मार्टिन यांची साक्ष झाली. त्यांच्या साक्षीप्रमाणे आठ डिसेंबर, बुधवारच्या सकाळी डेनिसने आपण आजारी असल्याचं कळवलं होतं आणि एका बदली शिक्षकांनी त्याच्याऐवजी शिकवलं होतं. त्यांचा हजेरीपट त्याने न्यायालयात आणला होता, त्याप्रमाणे नऊ महिन्यांच्या शालेय वर्षामध्ये डेनिस एकूण सात दिवस गैरहजर होता.

बारा साक्षीदार झाल्यावरसुद्धा सरकारी पक्ष डेनिसला ठामपणे गुन्हेगार शाबित करू शकला नव्हता. अर्थात तो दारू प्यायचा, अयोग्य लोकांबरोबर फिरायचा, आई आणि मुलीसोबत डेबी कार्टरच्या घराच्या जवळच राहायचा आणि खुनाच्या दुसऱ्या दिवशी तो शाळेमध्ये गैरहजर होता हे मात्र सरकारने निर्विवादपणे सिद्ध करून दाखवलं होतं.

पीटरसनच्या कामाच्या शैलीत व्यवस्थितपणा होता, त्याला पूर्ण विश्वास होता की, कुठलाही खटला हा नुसताच भपकेबाज आणि दिखाऊ न ठरता, टप्प्याटप्प्याने, एकेका साक्षीने रचत जाणं आवश्यक आहे. क्रमाक्रमाने ज्युरींच्या पुढ्यात पुरावा ठेवत त्यांच्या मनातल्या शंका दूर करणं हाच योग्य मार्ग आहे; पण फ्रिट्झच्या विरोधात ठोस पुरावाच नसल्यामुळे हा खटला पीटरसनसाठी आव्हान ठरत होता.

आता खबरे उभे करण्याशिवाय पर्यायच नव्हता.

जेम्स हारजोला साक्षीसाठी आणण्यात आलं. त्यालासुद्धा गोअरप्रमाणेच तुरुंगातून आणण्यात आलं. हारजो मठ्ठ आणि मंदबुद्धी होता. त्याने एकाच घरात दोनदा दरोडा घातला होता. एवढंच नाही, तर त्याने दोन्ही वेळा एकच पद्धत वापरली होती – तीच बेडरूम, तीच खिडकी. त्याला पकडल्यावर पोलिसांनी त्याच्यावर प्रश्नांचा भडिमार केला. कागद आणि पेन अशी हारजोच्या दृष्टीने नवलाईपूर्ण आयुधं वापरून, पोलिसांनी त्याच्याकडून वदवून घेत, आकृत्या काढून तो गुन्हा सोडवला होता. त्या पद्धतीचा हारजोवर फारच प्रभाव पडला होता. डेनिसबरोबर कोठडीत असताना, त्याने पोलिसांच्या आग्रहाखातर कागदावर आकृत्या रेखाटत कार्टर खुनाची उकल करण्याचा प्रयत्न केला होता.

आपले चाणाक्ष डावपेच त्याने ज्युरींना स्पष्ट करून सांगितले. तुरुंगातल्या कैद्यांच्या सामायिक जागेत असताना आणि बरेच कैदी आजूबाजूला असताना त्याने डेनिसला प्रश्न विचारले होते. कधीतरी एका क्षणी, जेव्हा तो काढत असलेले फुली आणि गोळे चरम सीमेवर पोहोचले, तेव्हा तो डेनिसला म्हणाला, ''असं दिसतंय की, तू दोषी आहेस.''

हारजोच्या कुशल तर्कशास्त्राच्या ओझ्याखाली डेनिस दबला गेला आणि अश्रूभरल्या डोळ्यांनी बोलला, ''आमचा तिला दुखापत करण्याचा उद्देश नव्हता.''

प्राथमिक सुनावणीच्या वेळी जेव्हा हारजोने ही कपोलकल्पित कथा सांगितली होती, तेव्हा डेनिस संतापून ओरडला होता, 'तू खोटं बोलतोयस! तू खोटं बोलतोयस!' पण आता ज्युरी बारकाईने लक्ष ठेवून असल्यामुळे, त्याला कुठल्याही भावना न दाखवता, शांत बसून हे सहन करावं लागत होतं. हे खरं तर त्याला जड जात होतं; पण हारजोची ही मूर्खासारखी गोष्ट ऐकताना काही ज्युरी आपलं हसू लपवत असलेलं पाहिल्यावर त्याला धीर आला.

उलटतपासणीमध्ये ग्रेग सॉन्डर्सने सिद्ध करून दाखवलं की, तुरुंगामध्ये असलेल्या दोन सामायिक जागा म्हणजे चार कोठड्यांना लागून असलेली छोटी मोकळी जागा आणि तिथे प्रत्येक कोठडीत दोन बंकबेड असतात, त्या दोनपैकी एका सामायिक जागेत डेनिस आणि हारजो एकत्र होते. ती जरी आठजणांसाठी तयार केलेली जागा असली, तरी तिथे त्यापेक्षा कितीतरी जास्त कैदी असायचे; त्यामुळे तिथे एकमेकांना धक्का लागेल, इतकी गर्दी असायची. तरीही पोन्टोटॉक काउन्टी तुरुंगातल्या दुसऱ्या कोणीही हा नाट्यमय कबुलीजबाब ऐकला नाही, हे एक आश्चर्यच होतं.

हारजोने असंही सांगितलं की, तो रॉनबद्दल काही खोटंनाटं डेनिसला येऊन सांगायचा आणि रॉनकडे जाऊन डेनिसबद्दल काहीबाही सांगायचा. ग्रेग सॉन्डर्सने त्याला विचारलं, ''तू डेनिस आणि रॉन विल्यमसन यांना खोटं का सांगायचास? एकदा याच्याकडे, एकदा त्याच्याकडे जाऊन खोटं सांगण्याचं कारण काय?''

"तसं केल्यावर ते काय बोलतात हे मला ऐकायचं होतं. शिवाय कदाचित त्यांनी एकमेकांचे गळे कापल्याची गंमतही मला बघायला मिळाली असती."

"तू रॉनजवळ डेनिसबद्दल खोटं बोलायचास आणि डेनिसजवळ रॉनबद्दल खोटं बोलायचास, ते त्यांनी एकमेकांशी भांडावं म्हणून! बरोबर?"

"हो आणि ते काय बोलतात हे ऐकण्यासाठी."

हारजोने नंतर कबूल केलं की, शपथ घेऊन खोटी साक्ष देण्याचे परिणाम त्याला माहिती नव्हते.

पुढचा खबऱ्या होता माइक टेनी, तो तुरुंगातला एक प्रशिक्षणार्थी अधिकारी होता. त्याला पोलिसांनी डेनिसच्या विरोधातील बातमी गोळा करण्यासाठी वापरला होता. कायदा अंमलबजावणीच्या कुठल्याही प्रशिक्षण आणि अनुभवाशिवाय टेनीने आपली तुरुंगातील कारकीर्द चालू केली होती. त्याच्यावर पहिलीच कामगिरी सोपवण्यात आली होती ती डेनिसची. त्याला कायमची नोकरी देऊ शकतील अशा लोकांवर छाप पाडण्याच्या उत्सुकतेपोटी त्याने डेनिसच्या कोठडीच्या बाहेर भरपूर वेळ घालवला होता. डेबी कार्टर खुनाबद्दल न बोलता, तो इतरच विषयांवर बडबडत राहायचा. त्याच्याजवळ डेनिसकरता बरेच सल्ले होते. त्याच्या जाणकार मतानुसार डेनिसची परिस्थिती गंभीर होती; त्यामुळे डेनिस एकच करू शकत होता, ते म्हणजे त्याने सर्व कबूल करावं; सरकारशी सौदा करून स्वतःचा फायदा करून घेत स्वतःची कातडी वाचवावी आणि रॉनच्या विरोधात साक्ष द्यावी. पीटरसन योग्य ती मदत करेलच.

डेनिसला माहिती होतं की, तो जे बोलेल ते न्यायालयात त्याच्याविरोधात वापरलं जाईल, म्हणून तो काही न बोलण्याची काळजी घेत होता; पण आपण टेनीच्या बोलण्यावर विचार करतोय असंच तो भासवायचा.

नवखा असल्यामुळे टेनीला न्यायालयात साक्ष द्यायचा अनुभव नव्हता आणि आपल्याला जे बोलायचंय त्याची व्यवस्थित तयारीही न करता तो आला होता. रॉन आणि डेनिस ओक्लाहोमामधल्या बारमध्ये कसे फिरायचे, अशी काहीतरी गोष्ट सांगायला त्याने सुरुवात केली. त्या गोष्टीचा कार्टर खुनाशी काही संबंध नव्हता. सॉन्डर्सने आक्षेप घेतला आणि न्यायाधीश जोन्स यांनी तो मान्य केला.

नंतर टेनी आणखी अडचणीत आला. तो म्हणाला की, गुन्हा मान्य केल्यास शिक्षा कमी होण्याबाबत त्याने डेनिसबरोबर चर्चा केली होती. या गोष्टीचा त्याने दोनदा उल्लेख केला. यातून 'डेनिसने गुन्हा मान्य करण्याचा विचार केला होता' असाच अर्थ निघत होता; त्यामुळे ज्युरींचं मन पूर्वग्रहदूषित होऊन त्यांच्या मनात डेनिस गुन्हेगार आहे, असंच ठसलं असतं.

ग्रेग सॉन्डर्सने जोरदार आक्षेप घेत, खटला रद्द करण्याची मागणी केली; जी न्यायाधीश जोन्स यांनी धुडकावून लावली.

शेवटी एकदाची टेनीने वकिलांना आणखी आक्षेप घ्यायला न लावता साक्ष पूर्ण केली. त्याने ज्युरींना सांगितलं की, तो डेनिसबरोबर बरेचदा बोलायचा आणि प्रत्येक वेळी संभाषण संपल्याबरोबर, घाईघाईने ते सर्व बोलणं लिहून ठेवायचा. ग्रेग रॉजर्स, जो त्याचा मार्गदर्शक होता, त्याच्या सांगण्याप्रमाणे तीच योग्य पद्धत होती; त्यालाच पोलिसांचं योग्य पद्धतीचं काम म्हटलं जायचं. त्याच्या दाव्याप्रमाणे असंच एकदा डेनिस बोलला होता, "आपण असं समजू या की, जे घडलं ते असं घडलं, कदाचित रॉन दरवाजा फोडून कार्टरच्या घरात घुसला असावा आणि नंतर आपण असं समजू या की, तो म्हणजे रॉन, थोडासा वाहवत गेला असावा आणि त्याने तिला धडा शिकवायचं ठरवलं असावं. ती मरण पावली. अर्थात आपण फक्त असं घडलं असेल अशी कल्पना करतोय; पण मी तरी रॉनला तिचा खून करताना पाहिलेलं नाही, तर जे पाहिलं नाही त्याबद्दल मी डिस्ट्रिक्ट ॲटर्नीला कशी काय माहिती देऊ शकतो?"

टेनीची साक्ष झाल्यावर त्या दिवसाचं कामकाज संपलं आणि डेनिसला परत तुरुंगात नेण्यात आलं. त्याने काळजीपूर्वक आपला नवा सूट काढून हँगरला अडकवला. पहारेकरी तो सूट बाहेर घेऊन गेला. तो आपल्या पलंगावर आडवा पडला. 'हे दुःस्वप्न संपणार तरी कधी?' हा एकच विचार त्याच्या मनात होता. साक्षीदार खोटं बोलताहेत, हे त्याला माहिती होतं; पण ज्युरींना ते कळत होतं का, अशी शंका त्याला भेडसावत होती.

दुसऱ्या दिवशी सकाळी बिल पीटरसनने सिंडी मॅकिन्टॉशला साक्षीसाठी बोलावलं. खोट्या चेकसंबंधित आरोपांमुळे आपण तुरुंगात होतो, हे तिने मान्य केलं आणि तेव्हा डेनिस फ्रिट्झ आणि रॉन विल्यमसन यांच्याबरोबर भेट झाल्याचंही सांगितलं. तिच्या साक्षीप्रमाणे, तिने त्या दोघांना बोलताना ऐकलं होतं, तेव्हा रॉन डेनिसला गुन्ह्याच्या ठिकाणच्या फोटोंबद्दल विचारत होता.

"ती पलंगावर होती की जमिनीवर?" रॉनने विचारलं होतं.

"जमिनीवर." डेनिसने उत्तरं दिलं होतं.

मॅकिन्टॉशने सांगितलं की, चेकच्या आरोपात तिला दोषी ठरवण्यात आलं नव्हतं. "मी त्या चेकचे पैसे भरले आणि त्यांनी मला सोडून दिलं."

खबऱ्यांची साक्ष संपवल्यानंतर, पीटरसन विश्वासार्ह पुराव्यांकडे वळला. त्याने राज्याच्या गुन्हे अन्वेषण विभागात काम करणारे एकामागोमाग एक असे चार साक्षीदार बोलावले. नेहमीप्रमाणेच त्यांचा ज्युरींवर प्रचंड प्रभाव पडला. ते सुशिक्षित,

प्रशिक्षित, प्रमाणपत्रधारक, अनुभवी होते आणि महत्त्वाचं म्हणजे ते ओक्लाहोमा राज्यासाठी काम करत होते. ते तज्ज्ञ होते! आणि ते आरोपीच्या विरोधात त्याचा गुन्हा सिद्ध व्हावा म्हणून साक्ष देत होते.

प्रथम आलेला जेरी पीटर्स ठसेतज्ज्ञ होता. त्याने सांगितलं की, डेबीच्या घरातून आणि कारमधून उचललेले एकवीस ठसे त्याने तपासले होते, त्यांपैकी एकोणीस डेबीचे होते. एक डेनिस स्मिथ आणि माइक कारपेंटरच्या ठशाबरोबर जुळला होता. रॉन विल्यमसन आणि डेनिस फ्रिट्झच्या ठशांबरोबर एकही ठसा जुळला नव्हता.

ठसेतज्ज्ञ साक्ष देत होता की, 'एकही ठसा आरोपींबरोबर जुळला नाही' हे जरा विचित्रच होतं.

गेल्या मे महिन्यात डेबीचं शव खणून काढल्यानंतर, तिच्या हाताच्या तळव्यांचे ठसे आपण पुन्हा एकदा कसे घेतले याचं वर्णन लॅरी म्युलीन्सने केलं. त्याने ते नवे ठसे जेरी पीटर्सकडे सोपवले, त्याला साडेचार वर्षांपूर्वी जे कळलं नव्हतं, ते अचानक नव्याने लक्षात आलं.

सरकारी पक्षाचं स्पष्टीकरण, जे जसंच्या तसं रॉन विल्यमसनच्या विरोधातही वापरलं जाणार होतं, ते असं की – खूप वेळ चाललेल्या हिंसक हल्ल्यात डेबी जखमी झाली, काही कारणाने तिचंच रक्त तिच्या डाव्या हाताच्या तळव्याला लागलं आणि तो तळवा तिच्या बेडरूमच्या जमिनीला लागून असलेल्या भिंतीवरच्या टाइलला लागला. तो ठसा ज्या अर्थी रॉन आणि डेनिस या दोघांचाही नव्हता, तसाच तो नक्कीच खऱ्या खुन्याचाही नव्हता, त्या अर्थी तो डेबीचाच असायला हवा.

मेरी लॉन्ग ही गुन्हे अन्वेषणतज्ज्ञ होती. तिचा प्रामुख्याने शरीरातल्या द्रवरूप भागांचा अभ्यास होता. तिने ज्युरींना समजावून सांगितलं की, साधारण २० टक्के लोकांच्या द्रवरूप घटकांमधून (थुंकी, घाम, वीर्य वगैरे) त्यांचा रक्तगट ओळखता येत नाही. त्यांच्या अभ्यासात या प्रकारच्या लोकांना 'निस्सारण न करणारे' म्हणून ओळखतात. रॉन आणि डेनिस या दोघांच्या थुंकी आणि रक्ताच्या नमुन्याचा अभ्यास केल्यावर ती खात्रीपूर्वक सांगू शकत होती की, ते दोघेही 'निस्सारण न करणाऱ्या' गटातले आहेत.

गुन्ह्याच्या घटनास्थळी ज्या व्यक्तीचं वीर्य मिळालं होतं, तोही याच गटातला असण्याची शक्यता होती; पण लॉन्ग त्याबाबत खात्रीपूर्वक सांगू शकत नव्हती, कारण तिच्याकडे देण्यात आलेला पुरावा अपुरा होता.

यामुळे ८० टक्के जनता संशयित ठरत नव्हती किंवा 'साधारण' ८० टक्के, थोडेफार इकडेतिकडे, तरीसुद्धा आता फ्रिट्झ आणि विल्यमसनवर 'निस्सारण न करणारे' हा अभद्र शिक्का बसलाच.

ग्रेग सॉन्डर्सने घेतलेल्या उलटतपासणीत लॉन्गची आकडेवारी, टक्केवारी उघडी पडली. ग्रेगने तिच्याकडून वदवून घेतलं की, तिने कार्टर प्रकरणात तपासलेले रक्ताचे आणि थुंकीचे बरेचसे नमुने हे 'निस्सारण न करणाऱ्या' गटातलेच आहेत. तिने तपासलेल्या वीसपैकी बारा नमुने या गटात मोडणारे होते आणि त्या बारांमध्येच फ्रिट्झ आणि विल्यमसन होते.

तिने प्रतिपादन केलेली राष्ट्रीय सरासरी वीस टक्के होती; पण प्रत्यक्षात तिथल्याच संशयितांच्या साठ्यामधले तब्बल साठ टक्के लोक त्या गटातले होते.

त्या उलटतपासणीमुळे काहीही फरक पडला नाही. तिच्या साक्षीमुळे बरेचसे संशयित वगळले गेले आणि फ्रिट्झच्या डोक्यावर संशयाची सुई टांगती ठेवण्यास मदतच झाली.

सरकारने सर्वांत जास्त परिणामकारक ठरेल असा साक्षीदार शेवटी ठेवला होता. पीटरसनने शेवटच्या फेरीकरता हुकमी एक्का राखून ठेवला होता. मेल्विन हेट्टची साक्ष झाल्यावर तर ज्युरींची खात्रीच पटली. हेट्ट हा OSBI मधला केस विश्लेषणतज्ज्ञ होता. खूप अनुभवी साक्षीदार, ज्याच्या साक्षींमुळे अनेकांना तुरुंगवास घडला होता.

गुन्हे अन्वेषणशास्त्रात मानवी केसांच्या तपासणीची सुरुवात फार पूर्वी, म्हणजे १८८२ मध्येच डळमळीत स्वरूपात झाली होती. त्या वर्षी विस्कोन्सिनमधल्या एका खटल्यात, सरकारतर्फे एका तज्ज्ञाने गुन्ह्याच्या ठिकाणी सापडलेला केस आणि गोळा केलेल्या नमुन्यांतला केस हे एकाच व्यक्तीचे असल्याचा निष्कर्ष काढला होता. त्या माणसाला शिक्षाही ठोठावण्यात आली; पण जेव्हा त्याने विस्कोन्सिन सुप्रीम कोर्टात दाद मागितली, तेव्हा त्याची शिक्षा रद्द करण्यात आली आणि न्यायालयाने असं स्पष्ट मत मांडलं की, 'अशा प्रकारचा पुरावा अगदी घातक स्वरूपाचा आहे.'

जर त्या निर्णयाची दखल घेतली गेली असती, तर हजारो आरोपी वाचू शकले असते. त्याऐवजी पोलीस, तपास अधिकारी, गुन्हे अन्वेषण प्रयोगशाळा आणि सरकारी वकील यांनी केस विश्लेषण तंत्रज्ञान वापरणं चालूच ठेवलं, कारण बरेचदा गुन्ह्याच्या ठिकाणी तेवढा एकच मागमूस मिळायचा. केस-विश्लेषण जितकं नित्याचं, तितकंच वादग्रस्त ठरलं; त्यामुळे संपूर्ण विसाव्या शतकात त्या विषयाचा पुनराभ्यास होत राहिला.

त्यामध्ये मोठ्या प्रमाणात चुका होत असल्याचं, बऱ्याच संशोधनांतून लक्षात आलं. या विवादाला प्रतिसाद म्हणून, 'लॉ एन्फोर्समेंट असिस्टन्स ॲडमिनिस्ट्रेशन'तर्फे 'गुन्हे अन्वेषण प्रयोगशाळा नैपुण्य' हा कार्यक्रम १९७८ मध्ये प्रायोजित करण्यात

आला. संपूर्ण देशातल्या दोनशे चाळीस उत्तमोत्तम प्रयोगशाळांनी त्यात भाग घेतला. केसांसहित वेगवेगळ्या पुराव्यांच्या विश्लेषणाचे निष्कर्ष त्यांना पडताळून पाहता आले; पण त्यांनी केलेलं केसांचं मूल्यमापन भीषण होतं. बहुतांश प्रयोगशाळांनी पाचपैकी चार वेळा चुकीचा निष्कर्ष काढला होता.

बाकीच्या संशोधनांमुळेसुद्धा केस विश्लेषण साक्षी विरोधाच्या वादविवादाच्या आगीत तेलच ओतलं गेलं. अशाच एका संशोधनात, पोलिसांच्या दृष्टीने 'संशयित कोण आहे' हे माहिती नसताना केलेल्या विश्लेषणात, जेव्हा पाच वेगवेगळ्या माणसांच्या केसांची तपासणी गुन्ह्याच्या जागी सापडलेल्या केसांच्या बरोबर करण्यात आली, तेव्हा अचूकता वाढलेली आढळून आली. त्याच संशोधनादरम्यान जेव्हा 'संशयित' कोण आहे हे विश्लेषकांना आधीच सांगण्यात आलं, तेव्हा अचूकता नाट्यमयरीत्या घसरली : निष्कर्ष पूर्वग्रहदूषित असू शकतो आणि तो संशयिताच्या विरोधात झुकू शकतो, हे लक्षात आलं.

केस विश्लेषणतज्ज्ञांना कायदेशीर मत देताना तारेवरची कसरत करावी लागते; त्यामुळे त्यांनी प्रदर्शित केलेल्या मतांमध्ये इशाऱ्यांचा खूप जास्त प्रमाणात अंतर्भाव असतो. उदाहरणादाखल बघता येईल : 'ज्ञात केस आणि शंकास्पद केस सूक्ष्मदर्शकाखाली तपासले असता, एकाच गुणधर्माचे आढळले, तर ते एकाच व्यक्तीचे असण्याची शक्यता असते.'

याचाच दुसरा अर्थ असाही होतो की, ते केस एकाच व्यक्तीचे नसण्याचीही शक्यता असते; पण अशी साक्ष स्वेच्छेने फारच कमी वेळा दिली जाते, खासकरून प्रत्यक्ष तपासणीच्या वेळी तर नाहीच.

डेनिस स्मिथने गुन्ह्याच्या घटनास्थळाहून गोळा केलेले शेकडो केस विलंबाने आणि जटिल वळणं घेत न्यायालयात सादर केले. किमान तीन वेगवेगळ्या OSBI तज्ज्ञांनी त्यांची तपासणी केलेली होती. त्याचबरोबर डिटेक्टिव्ह स्मिथ आणि रॉजर्स यांनी गुन्हा घडल्याबरोबर लगेचच घेतलेल्या झडतीत पकडलेल्या संशयितांचे नमुनेही त्यातच होते.

पहिल्यांदा मेरी लॉन्गने ते नमुने गोळा करून सुसूत्रपणे लावून घेतले; पण लवकरच ते सुसान लँडच्या ताब्यात दिले. मार्च १९८३ मध्ये जेव्हा ते केस सुसान लँडकडे पोहोचले, तोपर्यंत डेनिस स्मिथ व गॅरी रॉजर्सला फ्रिट्झ आणि विल्यमसन खुनी असल्याची खात्री पटली होती; पण तिने आपल्या अहवालात ते केस फक्त डेबी कार्टरच्या केसांबरोबरच सुसंगत असल्याचं नमूद करणं, हा सरकारी पक्षासाठी निराशेचा झटका ठरला.

जरी फ्रिट्झ आणि विल्यमसन हे काही काळासाठी का होईना, अडचणीतून

सुटले असले, तरीसुद्धा त्यांना हे कळायला काहीच मार्ग नव्हता आणि बऱ्याच वर्षांनंतरसुद्धा त्यांच्या वकिलांनाही सुसान लँडच्या या निष्कर्षाची माहिती देण्यात आली नाही.

सरकारी पक्षाला दुसऱ्या कोणाचं तरी मत घेणं गरजेचं वाटलं.

सप्टेंबर १९८३ मध्ये, लँडकडच्या वाढलेल्या कार्यभारामुळे तिच्यावर येत असलेल्या ताणतणावाचं कारण पुढे करत, तिच्या व्यवस्थापकाने हे प्रकरण मेल्विन हेट्टकडे सुपूर्द करण्याचा तिला आदेश दिला. अशा प्रकारे तज्ज्ञ बदलणं हे शिरस्त्याला धरून तर नव्हतंच, शिवाय लँड आणि हेट्ट राज्याच्या वेगवेगळ्या विभागांच्या वेगवेगळ्या प्रयोगशाळांमध्ये कार्यरत होते. सुसान लँड ओक्लाहोमा शहराच्या मध्यवर्ती गुन्हे अन्वेषण प्रयोगशाळेत काम करत होती, तर मेल्विन हेट्ट हा एनिड गावातल्या एका शाखेत काम करायचा. त्याच्या विभागात अकरा काउन्टी यायच्या; पण त्यात पोन्टोटॉक काउन्टीचा समावेश नव्हता.

हेट्टचं काम पद्धतशीर होतं. केसांच्या नमुन्यांचं विश्लेषण करायला त्याला सत्तावीस महिने लागले. एवढा मोठा कालावधी म्हणजे एक आश्चर्यच होतं, कारण तो फक्त विल्यमसन, फ्रिट्झ आणि डेबी कार्टर यांच्या नमुन्यांवरच काम करत होता. बाकीचे एकवीस नमुने महत्त्वाचे नव्हते आणि ते मागे ठेवून चालणार होतं.

डेबी कार्टरचा खून कोणी केला हे पोलिसांना माहिती असल्यामुळे त्यांनी ते तत्परतेने मेल्विन हेट्टच्या कानावर घातलं. जेव्हा सुसान लँडकडून त्याला नमुने मिळाले, तेव्हा विल्यमसन आणि फ्रिट्झ यांच्या नावासमोर 'संशयित' असं लिहिलेलं होतं.

ग्लेन गोअरने अजूनही अडा पोलिसांकडे आपले नमुने जमा केले नव्हते.

तेरा डिसेंबर, १९८५ रोजी खुनाच्या घटनेनंतर तीन वर्षांनी, मेल्विन हेट्टने आपला पहिला अहवाल तयार केला. त्याच्या मते, शंकास्पद सतरा नमुने सूक्ष्मदर्शकाखाली तपासले असता, फ्रिट्झ आणि विल्यमसनच्या ज्ञात नमुन्याशी ते जुळत होते.

पहिल्या नमुन्यांचे विश्लेषण करायला दोन वर्षांपेक्षा जास्त काळ आणि दोनशे तासांपेक्षा अधिक वेळ लावल्यावर, हेट्टचा वेग अचानक खूप वाढला आणि पुढचे एकवीस नमुने त्याने अवघ्या एका महिन्यात संपवून टाकले. नऊ जानेवारी, १९८६ रोजी त्याने आपला दुसरा अहवाल सादर केला. त्याच्या निष्कर्षाप्रमाणे, अडामधल्या तरुणांचे गोळा केलेले बाकीचे नमुने, डेबी कार्टरच्या घरात मिळालेल्या कुठल्याही नमुन्याशी जुळत नव्हते.

पोलिसांनी अजूनही ग्लेन गोअरला नमुने जमा करायला सांगितले नव्हते.

ते अनिश्चिततेने ग्रासलेलं, दीर्घकालीन आणि कंटाळवाणं काम होतं. आपल्या सूक्ष्मदर्शकाच्या साहाय्याने काम करताना, हेट्टची परिस्थिती बरेचदा दोलायमान

व्हायची. कधी त्याला खात्रीपूर्वक वाटायचं की, एखादा केस डेबी कार्टरचा आहे; पण नंतर त्याचा निर्णय बदलायचा मग तो ठरवायचा की, हा केस फ्रिट्झचा आहे.

केस-विश्लेषणाच्या कामाचं स्वरूपच असं आहे. हेट्टने बरेचदा लँडपेक्षा पूर्णपणे विसंगत निष्कर्ष नोंदवले; एवढंच नाही, तर स्वतःच्या अचूकतेविषयीही त्याला शंका आली. त्याच्या आधीच्या निष्कर्षाप्रमाणे, गुप्तांगाच्या केसांच्या नमुन्यांतले एकूण तेरा नमुने फ्रिट्झबरोबर जुळत होते, तर विल्यमसनबरोबर फक्त दोनच जुळत होते. तरीही नंतर त्याचं मत बदललं आणि त्याने आकडेवारीत बदल केला– फ्रिट्झ बारा, विल्यमसन दोन; नंतर फ्रिट्झ अकरा आणि त्याचेच डोक्यावरचे दोन.

शेवटी एकदा काही कारणाने, जुलै १९८६ मध्ये गोअरच्या केसांचे नमुने घेण्यात आले. अडा पोलीस खात्यातल्या कोणालातरी जाग आली आणि आपण गोअरकडे दुर्लक्ष केल्याचं त्यांना जाणवलं. डेनिस स्मिथने गोअरच्या आणि स्वतःच येऊन खुनाची कबुली दिलेल्या रिकी ज्यो सिम्मन्स याच्या डोक्याच्या आणि गुप्तांगाच्या केसांचे नमुने गोळा करून मेल्विन हेट्टकडे पाठवून दिले. बहुधा हेट्ट कामात फारच व्यग्र असावा, कारण त्यानंतर एक वर्ष काहीच घडलं नाही. जुलै १९८७ मध्ये गोअरला पुन्हा एकदा नमुने द्यायला सांगण्यात आलं. त्याने का? असं विचारल्यावर, पोलिसांना आधीचे नमुने सापडत नाहीत असं उत्तरं मिळालं.

असेच काही महिने गेले, हेट्टकडून काहीच अहवाल आला नाही. १९८८ च्या वसंत ऋतूत खटला उभा राहायची वेळ आली, तरी गोअर आणि सिम्मन्सच्या नमुन्यांबद्दल काहीही अहवाल नव्हता.

फ्रिट्झचा खटला सुरू झाल्यानंतर, सात एप्रिल, १९८८ रोजी मेल्विन हेट्टकडून तिसरा आणि शेवटचा अहवाल आला. गोअरच्या केसांचे नमुने शंकास्पद केसांबरोबर जुळत नव्हते. हेट्टला त्याच्या निर्णयापर्यंत पोहोचायला जवळपास दोन वर्षं लागली आणि त्याने निवडलेली वेळ संशयापलीकडे होती. सरकारी पक्षाला फ्रिट्झ आणि विल्यमसन हेच गुन्हेगार असल्याची ठाम खात्री असल्याचं हे आणखी एक स्पष्ट निदर्शक होतं, कारण खटला चालू करण्यापूर्वी केस विश्लेषकाचा अहवाल हातात यायची त्यांना गरजही वाटली नाही.

केस विश्लेषणात धोके आणि अनिश्चितता असूनसुद्धा, हेट्ट त्याचा कट्टर समर्थक होता. पीटरसनची आणि त्याची मैत्री झाली होती आणि फ्रिट्झच्या खटल्याआधी हेट्टने पीटरसनला, केस विश्लेषण जे वास्तवात अविश्वसनीय आहे, त्याची विश्वसनीय म्हणून प्रशंसा करणारे काही शास्त्रीय लेख वाचायला दिले होते. त्याने अर्थातच या शास्त्राची आणि असल्या साक्षी-पुराव्यांची निर्भर्त्सना करणारे असंख्य लेख सरकारी वकिलांना दाखवायचं टाळलं होतं.

फ्रिट्झच्या खटल्याच्या दोन महिने आधी, हेट्टने आपले निष्कर्ष शिकागोमधील 'मॅक क्रोन' नावाच्या एका खासगी प्रयोगशाळेत दाखवले होते. तिथल्या रिचर्ड बिसबिंग नावाच्या हेट्टच्या एका परिचिताने, हेट्टच्या कामाचं पुनरावलोकन केलं होतं. वान्डा फ्रिट्झने याच बिसबिंगला केसांच्या पुराव्यांचा अभ्यास करून, त्यांच्या बाजूने साक्षीसाठी नियुक्त केलं होतं. त्याचे पैसे देण्याकरता वान्डाला डेनिसची कार विकावी लागली होती.

बिसबिंगने फारच तत्परतेने काम केलं; पण निर्णयात भरपूर तफावत होती.

सहा तासांपेक्षा कमी वेळात, त्याने हेट्टचे जवळपास सर्व निष्कर्ष धुडकावून लावले. गुप्तांगावरचे अकरा केस, ज्यांच्या सूक्ष्मदर्शकाखालील तपासणीत ते फ्रिट्झचेच असल्याचा निष्कर्ष हेट्टने ठामपणे काढला होता, फक्त त्यांचीच तपासणी बिसबिंगने केली. बिसबिंगच्या फेरतपासणीत असं आढळलं की, हेट्टचे फक्त तीनच निष्कर्ष बरोबर होते. फेरतपासणीनुसार फक्त तीनच केस फ्रिट्झचे असण्याची शक्यता होती, बाकी आठ नमुन्यांच्या बाबतीत हेट्टचे निष्कर्ष चुकलेले होते.

दुसऱ्या एका तज्ज्ञाने आपले अंदाज इतके हिणकस ठरवूनसुद्धा नाउमेद न होता, आपलं स्वतःचं मत न बदलता, साक्ष देण्याच्या तयारीनिशी, हेट्ट ओक्लाहोमाला परत गेला.

शुक्रवारी आठ एप्रिलच्या दुपारी तो साक्षीसाठी आला. आल्याबरोबर त्याने वैज्ञानिक शब्द आणि संज्ञा वापरत, ज्युरींना माहिती देण्याऐवजी, त्यांच्यावर प्रभाव पाडण्यासाठी दमदार भाषण चालू केलं. डेनिसजवळ कॉलेजची पदवी आणि विज्ञान शिकवण्याचा अनुभव असूनसुद्धा, हेट्ट काय बोलतोय हे त्याला समजत नव्हतं आणि त्याची पूर्ण खात्री पटली की, कुठल्याही ज्युरीला ते समजणं शक्य नाही. तो बरेचदा ज्युरींकडे नजर टाकत होता, ते पूर्णपणे हरवलेले दिसत होते. मात्र, हे स्पष्टच दिसत होतं की, त्याच्या हुशारीने, ज्ञानाने ते प्रभावित झाले होते. 'किती माहीतगार माणूस!' असे भाव त्यांच्या चेहऱ्यावर स्पष्ट दिसत होते.

'मॉर्फोलॉजी' (सूक्ष्म जिवाणूंचा अभ्यास), 'कॉर्टेक्स' (इंद्रियांवरचे आवरण), 'स्केल प्रोट्रूजन' (पृष्ठभागावरून बाहेर आलेल्या गोष्टी), तसेच 'शॅलो गॅपिंग', 'कोर्टिकल फ्युजी' आणि 'ओव्हॉइड बॉडीज' या बोजड वैज्ञानिक संज्ञा, जणू जमलेल्या सर्वांच्या नेहमीच्या वापरातल्या असाव्यात, इतक्या सहजतेने त्यांचा वापर तो करत होता. आपण काय बोलत आहोत याचं स्पष्टीकरण द्यावं लागू नये म्हणून, त्याने बोलण्याचा वेगही कधी कमी केला नाही.

हेट्ट हा एक तळपता तारा ठरला, अनुभवांतून निर्माण झालेलं विश्वासार्हतेचं वलय, भरपूर शब्दभांडार, प्रचंड आत्मविश्वास आणि ठाम निष्कर्ष; तोही असा :

"घटनास्थळी सापडलेल्यांतले काही केस, हे डेनिस फ्रिट्झच्या केसांबरोबर सूक्ष्मदर्शकाखाली पडताळले असता 'एकाच गुणधर्माचे आणि सुसंगत आढळले.' त्यामुळे ते एकाच व्यक्तीचे असण्याची 'शक्यता' आहे.' प्रत्यक्ष तपासणीत त्याने सहा वेळा हेच निवेदन केलं. आपल्या विधानाची दुसरी आणि तेवढीच सत्य बाजू, ते केस एकाच व्यक्तीचे असण्याची 'शक्यता नाही', हे विधान मात्र त्याने एकदाही केलं नाही.

या संपूर्ण साक्षीदरम्यान बिल पीटरसन सारखा 'आरोपी रॉन विल्यमसन' आणि 'आरोपी डेनिस फ्रिट्झ' असाच उल्लेख करत होता. त्या वेळी रॉन आपल्या एकान्तवासातल्या कोठडीत गिटार वाजवत बसलेला होता. आपल्या गैरहजेरीत आपल्यावर आरोप ठेवले जात आहेत, खटल्यात आपला उल्लेख होतोय आणि या गोष्टी आपल्यासाठी योग्य ठरणाऱ्या नाहीत, याची त्याला कल्पनाही नव्हती.

ज्युरींना आपल्या निष्कर्षांचा सारांश सांगून हेट्टने आपली साक्ष संपवली. "गुप्तांगावरचे अकरा केस आणि डोक्यावरचे दोन केस डेनिसचे असण्याची शक्यता आहे." ते तेच अकरा केस होते, जे त्याने शिकागोमधल्या 'मॅक क्रोन' प्रयोगशाळेत नेऊन, रिचर्ड बिसबिंगचं त्यावर मत घेतलं होतं.

उलटतपासणीत ग्रेग सॉन्डर्सच्या हाती विशेष काही लागलं नाही. केस विश्लेषण हे खूपसं अदमासावर आधारित असून, त्याच्या भरवशावर एखाद्याची खात्रीने ओळख पटवणं योग्य नाही, एवढं मात्र त्याने हेट्टला कबूल करायला लावलं. बऱ्याचशा तज्ज्ञांप्रमाणेच हेट्टनेसुद्धा, अवघड प्रश्न समोर आल्यावर संदिग्ध वैज्ञानिक संज्ञा वापरून त्यातून पळवाट शोधून काढली.

हेट्टच्या साक्षीबरोबरच सरकारी साक्षीदार संपले.

बचाव पक्षाचा पहिला साक्षीदार डेनिस फ्रिट्झ हाच होता. त्याने स्वतःचा भूतकाळ, रॉनबरोबरची मैत्री अशा गोष्टींबद्दल सांगितलं. त्याने कबूल केलं की, १९७३ मध्ये मॅरिऑन या अमली पदार्थाची लागवड करण्याबद्दल त्याला शिक्षा झाली होती आणि ती गोष्ट सात वर्षांनी नोबेल इथल्या शाळेतल्या नोकरीसाठी अर्ज करताना त्याने दडवली होती. तसं करण्यामागचं त्याचं कारण अगदी साधं होतं, त्याला नोकरीची गरज होती. आपण डेबी कार्टरला कधीही न भेटल्याचं त्याने वारंवार सांगितलं आणि तिच्या खुनाबद्दल तर त्याला खरोखरच काही माहिती नव्हती.

मग त्याला उलटतपासणीसाठी बिल पीटरसनकडे सोपवण्यात आलं.

जेव्हा तुमच्या हातात ठोस पुरावा नसतो, अशा एखाद्या खराब खटल्यात, तुम्ही खूप आरडाओरडा करावा, असं म्हणायची एक खूप जुनी पद्धत आहे. पीटरसन दाणदाण पाय आपटत मंचावर आला, जळजळीत नजरेने त्याने खुन्याकडे बघितलं आणि आरडाओरडा चालू केला.

काही सेकंदांतच न्यायाधीश जोन्स यांनी त्याला जवळ बोलावलं आणि त्याची कानउघाडणी केली – "तुला हा आरोपी आवडत नसेल," न्यायाधीश करारी सुरात कुजबुजले. "पण या न्यायालयात तुला चिडायची आवश्यकता नाही."

"मी चिडलेलो नाही." पीटरसन रागातच बोलला.

"होय, तू चिडलेला आहेस आणि ही तुझी माझ्याशी आवाज चढवून बोलण्याची पहिलीच वेळ आहे."

"ठीक आहे."

नोकरीसाठी अर्ज करताना फ्रिट्झने खोटेपणा केला म्हणून पीटरसन चिडल्यासारखा दिसत होता. डेनिस विश्वासार्ह नाही, हे त्याला दाखवून द्यायचं होतं. त्यातच आणखी एक असत्य पीटरसनने नाट्यमयरीत्या मांडलं. ड्युरांट, ओक्लाहोमा इथे जेव्हा डेनिस आपलं पिस्तूल गहाण ठेवायला गेला होता, तेव्हा तिथल्या अर्जात आपल्याला अमली पदार्थांच्या लागवडीसाठी झालेली शिक्षा लपवायचा प्रयत्न त्याने केला होता.

फसवणुकीचे दोन उघडउघड प्रसंग, साहजिकच दोन्हींचा कार्टर खून खटल्याशी काहीही संबंध नव्हता. जरी हे डेनिसने स्वतःच कबूल केलेलं असलं, तरी त्या घटनांचा जास्तीतजास्त फायदा उठवण्याच्या दृष्टीने पीटरसनने डेनिसवर खूप आक्रमकपणे हल्ला चढवला.

विरोधाभासाचा हा एक उत्तम नमुना होता. परिस्थिती इतकी तणावपूर्ण नसती, तर हा प्रसंग विनोदी वाटू शकला असता. साक्षीदार खोटं बोलतोय हे दाखवण्यासाठी पीटरसन अकांडतांडव करत होता, खरंतर हा खटलाच गुन्हेगार आणि खबऱ्यांच्या खोट्या साक्षींच्या आधारे उभा केला गेलेला होता.

शेवटी जेव्हा हा मुद्दा सोडून पीटरसनने पुढे जायचं ठरवलं, तेव्हा त्याच्याकडे दुसरा मुद्दाच नव्हता. त्याने लहान मुलांच्या खेळातल्यासारख्या एका साक्षीदाराच्या आरोपावरून दुसऱ्याच्या आरोपांवर उड्या मारल्या; पण डेनिस त्याच्या दबावाखाली न येता त्याला ठामपणे सामोरा गेला. एका तासाच्या वादग्रस्त उलटतपासणीनंतर पीटरसन खाली बसला.

ग्रेग सॉन्डर्सने फक्त रिचर्ड बिसबिंग या आणखी एका साक्षीदारास बोलावले. मेल्विन हेट्टच्या बहुतांश निष्कर्षांच्या आपण कसे विरोधात आहोत, हे त्याने ज्युरींना समजावून सांगितलं.

शुक्रवारची दुपार उलटून गेल्यामुळे, न्यायाधीश जोन्स यांनी सुनावणी वीकएंडसाठी तहकूब केली. डेनिस थोड्या अंतरावरील तुरुंगाकडे चालत गेला; कपडे बदलले आणि आपल्या बिळासारख्या कोंदट कोठडीत आराम करण्याच्या प्रयत्नास लागला. त्याला खात्री होती की, त्याला गुन्हेगार ठरवण्यात सरकार कमी पडलंय; पण आता

तो कशावरच विश्वास ठेवू शकत नव्हता. गुन्ह्याच्या घटनास्थळाचे भीषण आणि घृणास्पद फोटो पाहिल्यानंतरच्या ज्युरींच्या तिरस्कृत नजरा त्याने अनुभवल्या होत्या. मेल्विन हेट्टचं बोलणं त्यांनी कशा पद्धतीने ऐकलं आणि त्याच्या निष्कर्षांवर त्यांनी ज्या तत्परतेने विश्वास ठेवला, ते डेनिसने लक्षपूर्वक पाहिलं होतं.

डेनिसकरता तो वीकएंड फार प्रदीर्घ ठरला.

शेवटचे युक्तिवाद सोमवारी सकाळी सुरू झाले. सरकारच्या वतीने नॅन्सी श्यूने सुरुवात केली. प्रत्येक सरकारी साक्षीदाराच्या साक्षीतला महत्त्वाचा भाग तिने पुन्हा एकदा म्हणून दाखवला.

ग्रेग सॉन्डर्सने त्याचं खंडन केलं. तो म्हणाला की, डेनिस गुन्हेगार आहे हे निर्विवादपणे सिद्ध करण्याची जबाबदारी सरकारला पार पाडता आलेली नाही. हे प्रकरण केवळ 'संगतीमुळे अपराधी' या प्रकारातलं आहे; त्यामुळे ज्युरींनी त्याच्या अशिलाला निर्दोष मुक्त करावं.

पण शेवटची संधी बिल पीटरसनला होती. जवळपास एक तासभर तो अखंड बडबडत राहिला. त्याच्या प्रत्येक साक्षीदाराचे महत्त्वाचे मुद्दे उगाळत, त्याने उभ्या केलेल्या गुन्हेगार आणि खबऱ्यांवर ज्युरींनी विश्वास ठेवावा म्हणून त्याचा निकराचा प्रयत्न चालू होता.

बाराच्या सुमारास विचारविनिमय करण्यासाठी ज्युरी निघून गेले. सहा तासांनंतर परत आल्यावर त्यांनी घोषित केलं की, त्यांच्यात अकराविरुद्ध एक अशा मतांनी फूट आहे. न्यायाधीश जोन्स यांनी त्यांना रात्रीच्या जेवणाची सोय करण्याचं आश्वासन देत, पुन्हा एकदा सल्लामसलत करायला पाठवलं. रात्री आठच्या सुमारास डेनिस अपराधी असल्याचा कौल घेऊन ते परत आले.

तो कौल ऐकून डेनिस निःस्तब्ध होत गोठल्यासारखा झाला. तो सुन्न झाला होता, कारण तो निरपराध होता. इतक्या क्षुल्लक पुराव्याच्या आधारे दोषी ठरवला गेल्यामुळे त्याला धक्का बसला होता. शाब्दिक आसुडांचे फटकारे मारून ज्युरी, न्यायाधीश, पोलीस आणि एकंदरीत सर्व व्यवस्था यांना झोडपून काढावं असं त्याला वाटत होतं; पण खटला अजून संपला नव्हता.

तरीपण त्याला फार आश्चर्य वाटलं नव्हतं. त्याचं ज्युरींकडे लक्ष असायचं आणि ते त्याच्याकडे अविश्वासाने बघत असल्याचं त्याने पाहिलं होतं. ते अडा गावाचं प्रतिनिधित्व करत होते आणि अडाच्या दृष्टीने दोष शाबित होणं गरजेचं होतं. जर पोलीस आणि पीटरसन यांना तो इतक्या खात्रीने दोषी वाटतोय, तर मग तो नक्कीच दोषी असणार, इतका ज्युरींचा सरळ विचार होता.

त्याने डोळे बंद केले आणि आपली मुलगी एलिझाबेथचा विचार करत राहिला.

ती आता चौदा वर्षांची होती; अपराधी आणि निर्दोष यांतला फरक समजण्याएवढी नक्कीच मोठी होती. एकदा न्यायालयाने दोषी ठरवल्यानंतर, आपण निरपराध असल्याबाबत तो तिची कशी काय खात्री पटवून देणार होता?

सगळी गर्दी न्यायालयातून बाहेर पडत असताना, पेगी स्टीलवेल चक्कर येऊन पडली. तो भावनातिरेक आणि अतीव दुःखाचा परिणाम होता. बाकीच्यांनी तिला ताबडतोब इस्पितळात नेलं; पण तिथून तिला लवकरच सोडण्यात आलं.

अपराधित्व सिद्ध झाल्यानंतर लगेचच तो खटला त्याच्या पुढच्या म्हणजे शिक्षेच्या टप्प्यात पोहोचला : पद्धत अशी होती की, ज्युरींनी शिक्षा ठरवताना, सरकारने ठेवलेले गंभीर स्वरूपाचे आरोप मान्य करून एकतर मृत्युदंडाची शिक्षा द्यावी किंवा बचाव पक्षाने गांभीर्य कमी करणारं काही स्पष्टीकरण दिलं, तर त्या गुन्हेगाराचा जीव वाचवावा.

फ्रिट्झच्या सुनावणीचा टप्पा झटकन संपला. पीटरसनने रस्टी फिदरस्टोनला साक्षीसाठी बोलावलं, त्याला एकदाची आधी न देता आलेली साक्ष देता आली. त्याच्या म्हणण्याप्रमाणे डेनिसने त्याच्याजवळ कबूल केलं होतं की, तो आणि रॉन खुनाच्या साधारण चार महिने आधी नॉर्मनमधल्या वेगवेगळ्या बारमध्ये दारू पीत फिरत होते. बस्स! त्याच्या साक्षीचा पल्ला एवढाच होता. ते दोन संशयित खुनी प्रत्यक्षात सत्तर मैल कार चालवत नॉर्मनला गेले होते आणि रात्रभर तिथल्या क्लब आणि लाउंजमध्ये दारू पीत होते.

पुढच्या आणि शेवटच्या साक्षीदाराने ही गूढ गोष्ट विस्तृत करून सांगितली. तिचं नाव लॅविता ब्रूवर होतं. नॉर्मनमधल्या हॉलिडे इन बारमध्ये ड्रिंक घेताना तिची फ्रिट्झ आणि विल्यमसनबरोबर ओळख झाली. काही ड्रिंक्स घेऊन झाल्यावर ते तिघेही एकत्रच बाहेर पडले. ब्रूवर कारमध्ये मागच्या बाजूला बसली होती. डेनिस कार चालवत होता आणि रॉन त्याच्या बाजूला बसला होता. बाहेर पाऊस पडत होता. डेनिस लाल दिव्यांची पर्वा न करता सुसाट कार चालवत होता. अचानक ब्रूवर खूप घाबरली. जरी त्या दोघांनी तिला स्पर्शही केला नव्हता किंवा धमकीही दिली नव्हती, तरी तिने कारमधून उतरायचं ठरवलं; पण डेनिस काही कार थांबवायला तयार नव्हता. हे साधारण पंधरा-वीस मिनिटं तरी चाललं असेल. नंतर कारचा वेग जरासा कमी झाल्यावर तिने दार उघडून बाहेर उडी मारली, पळत जाऊन टेलिफोन बूथ शोधून काढला आणि पोलिसांना फोन केला.

कोणीही जखमी झालेलं नव्हतं; त्यामुळे कसलेही आरोप ठेवण्यात आले नाहीत आणि कोणाला शिक्षा व्हायचाही प्रश्न आला नाही.

पण पीटरसनच्या मते, डेनिस फ्रिट्झ समाजाच्या दृष्टीने धोकादायक असल्याचा हा स्पष्ट पुरावा होता आणि बाकीच्या तरुण महिलांच्या सुरक्षिततेसाठी त्याला

मृत्युदंडाची शिक्षाच आवश्यक होती. लॅविता ब्रूवर ही एकमेव आणि सर्वोत्तम साक्षीदार तो उभी करू शकला होता.

ज्युरींच्या पुढे, डेनिसला मृत्युदंड देण्यासाठीचं भावपूर्ण आवाहन करताना, पीटरसनने डेनिसकडे बघितलं, आपलं बोट त्याच्याकडे रोखलं आणि म्हणाला, "डेनिस फ्रिट्झ, तू आणि रॉन विल्यमसनने मिळून डेबी स्यू कार्टरबरोबर जे काही केलंत, त्यासाठी तुला मृत्युदंडाचीच शिक्षा योग्य आहे."

त्याला मध्येच थांबवत, ज्युरींकडे बघत डेनिस बोलला, "मी डेबी कार्टरचा खून केलेला नाही."

दोन तासांनंतर ज्युरी सल्लामसलत करून, आजीवन कारावासाची शिक्षा ठरवून परतले. त्यांचा निर्णय वाचून दाखवण्यात आल्यावर, डेनिस उभा राहिला आणि ज्युरींकडे बघत म्हणाला "ज्युरींमधले सभ्य स्त्री-पुरुषहो, मला तुम्हाला फक्त एवढंच सांगायला आवडेल–"

"एक्सक्यूज मी," न्यायाधीश जोन्स यांनी त्याला थांबवायचा प्रयत्न केला.

"डेनिस, तू असं करू शकत नाहीस." ग्रेग सॉन्डर्स बोलला.

पण डेनिस कोणाचेही ऐकायच्या मनःस्थितीत नव्हता, त्याने बोलणं चालूच ठेवलं – "महोदय, स्वर्गातल्या येशूला माहिती आहे की, मी हे कृत्य केलेलं नाही. मला तुम्हाला फक्त एवढंच सांगायचंय की, मी तुम्हाला माफ केलं आहे. मी तुमच्याकरता प्रार्थना करीन."

कोठडीत परत येऊन, तो आपल्या नरकाच्या अस्वस्थ करणाऱ्या कोपऱ्यात बसला. मृत्युदंड टळला याबद्दल त्याला अजिबात हायसं वाटत नव्हतं. तो अडतीस वर्षांचा होता, हिंसक प्रवृत्ती नसलेला एक निरपराध माणूस! उरलेलं संपूर्ण आयुष्य तुरुंगांच्या भिंतींआड घालवायचं, हा विचारच त्याला नाउमेद करणारा होता.

९

ॲनेट हडसन फ्रिट्झच्या खटल्याचा लक्षपूर्वक मागोवा घेत होती. 'अडा ईव्हिनिंग न्यूज'मधल्या बातम्या ती रोज वाचायची. १२ एप्रिलच्या मंगळवारी पहिल्याच पानावर मथळा होता – 'कार्टर खून खटल्यात फ्रिट्झ अपराधी शाबित.'

नेहमीप्रमाणे या बातमीतही तिच्या भावाच्या नावाचा उल्लेख होताच. 'रॉन विल्यमसन, ज्याच्यावरसुद्धा या कार्टरच्या खुनाचा आरोप आहे, त्याचा खटला २१ एप्रिल रोजी चालू होणार आहे.' ज्या वेगवेगळ्या सहा लेखांमधून ही बातमी दिली होती, त्या प्रत्येकात रॉनचा सहभाग आणि त्याच्या येऊ घातलेल्या खटल्याचा उल्लेख होता.

ज्युरी निष्पक्षपाती असण्याची अपेक्षा तरी कशी करायची? ॲनेट वारंवार स्वतःला विचारत राहिली. एक सहआरोपी दोषी शाबित झाल्यावर, दुसऱ्याला त्याच गावात योग्य न्याय मिळेल, अशी आशा तरी कशी करायची?

तिने रॉनसाठी एक नवीन राखाडी रंगाचा सूट, गडद निळ्या रंगाची एक जादाची पँट, दोन पांढरे शर्ट, दोन टाय आणि नवीन बूट विकत आणले.

२० एप्रिलला, खटला सुरू होण्याच्या एक दिवस आधी, रॉनला न्यायालयात न्यायाधीश जोन्स यांच्याकडे नेण्यात आलं. आरोपी न्यायालयात गडबडगोंधळ करेल अशी न्यायाधीशांना काळजी वाटत होती. त्याचा पूर्वेतिहास पाहता, तसं वाटणं योग्यच होतं. रॉन समोर येऊन उभा राहिल्यावर न्यायाधीश म्हणाले, "उद्याच्या तुझ्या हजेरीबाबत काय करता येईल हे आपल्याला ठरवायचंय; तू जर खात्रीपूर्वक सांगू शकलास की, तू काही व्यत्यय आणणार नाहीस आणि काही गडबड करणार नाहीस, तरच तू उपस्थित राहू शकशील. मला वाटणारी काळजी तुला समजतेय ना?"

रॉन : "जर मी कोणाचातरी खून केलाय असं मला सांगायचा प्रयत्न करणार

नसतील, तर ठीक आहे.''

न्यायाधीश जोन्स : ''तुझ्या लक्षात येतंय का? ते तेच तर करणार आहेत.''

रॉन : ''मला ते समजतंय; पण ते चुकीचं आहे.''

रॉन हा एक उत्तम खेळाडू होता हे न्यायाधीश जोन्स यांना माहिती होतं, म्हणून त्यांनी खेळाच्या संदर्भातलं उदाहरण देत त्याला समजावण्याचा प्रयत्न केला. ''हे बघ, हे एखाद्या खेळाच्या स्पर्धेसारखं आहे. ते तुझे प्रतिस्पर्धी आहेत. प्रत्येक बाजूला हल्ल्याची संधी आहे आणि दोन्ही बाजूंना ही संधी दिल्याबद्दल तू आक्षेप घेऊ शकत नाहीस. तो या प्रक्रियेचाच एक भाग आहे.''

रॉन : ''बरोबर आहे; पण या तुमच्या प्रक्रियेमध्ये माझा फुटबॉल करून मला लाथाडलं जातंय.''

सरकारी पक्षाच्या दृष्टीने फ्रिट्झचा खटला, हा मुख्य सामन्यापूर्वीचा एक उत्तम सरावसामना ठरला होता. जवळपास तेच साक्षीदार, त्याच क्रमाने आणले जाणार होते; पण पुढच्या खटल्यात सरकारला जादाचे दोन फायदे मिळणार होते. पहिला फायदा, आरोपी मानसिकदृष्ट्या असक्षम होता. चिडल्यावर शिवीगाळ करणे, टेबल उलथवणे अशा गोष्टींकडे त्याचा कल होता. लोकांना आणि ज्युरींना अशी वागणूक आवडली नसतीच. त्याची वागणूक विचित्र आणि भीतिदायक होती. लोक त्याला घाबरायचे आणि दुसरा फायदा, त्याचा वकील अंध होता आणि एकटा होता. एक एप्रिल रोजी त्याचा न्यायालयाने नेमून दिलेला साहाय्यक बेबर या खटल्यातून बाहेर पडल्यानंतर, त्या जागी दुसऱ्या कोणाचीही नेमणूक झालेली नव्हती. बार्नी उत्तम उलटतपासणी घेणारा आणि तल्लख होता; पण बोटांचे ठसे, फोटो आणि केस-विश्लेषण या बाबतींत त्याचा युक्तिवाद तेवढा परिणामकारक ठरायचा नाही.

बचाव पक्षाला खटला लवकर सुरू व्हायला हवा होता. बार्नीला रॉन विल्यमसनचा वैताग आला होता. या खटल्यात वेळ जात असल्यामुळे, बाकीच्या पैसे देणाऱ्या अशिलांसाठी वेळ देणं अवघड जात असल्यामुळे तो मेटाकुटीला आला होता आणि त्याला रॉनची भीती वाटत होती, शारीरिक भीती. त्याचा मुलगा – जो वकील नव्हता – त्याने खटल्याच्या वेळी बचाव पक्षाच्या टेबलाजवळ, ठीक रॉनच्या मागे बसावं, अशी व्यवस्था बार्नीने करून ठेवली होती. बार्नीची योजना रॉनपासून शक्य तेवढं दूर बसायची होती, खरंतर तेही अंतर जास्त नव्हतं आणि जर रॉनने अचानक बार्नीच्या दिशेने काही आक्रमक हालचाल केली, तर बार्नीच्या मुलाने त्याला मागून पकडून खाली पाडायचं, असं ठरलं होतं.

अशील आणि त्याचा वकील यांच्यातले परस्परविश्वासाचे संबंध या स्तरावर पोहोचले होते.

पण २१ एप्रिलला, खचाखच भरलेल्या न्यायालयात, अशिलापासून वडिलांचं संरक्षण करण्यासाठी मुलगा तयारीत बसलाय, हे फारच कमी लोकांच्या लक्षात आलं. उपस्थितांतले बहुसंख्य संभाव्य ज्युरी होते; या ठिकाणी नवखे आणि कुठला माणूस कोण आहे हे माहिती नसणारे. बाकीचे म्हणजे – वृत्तपत्रांचे बातमीदार, उत्सुक वकील आणि खटल्याच्या आकर्षणाने येणारे; चकाट्या पिटणारे संमिश्र लोक – खासकरून खुनाच्या खटल्याच्या उत्कंठेनं येणाऱ्यांच्या गर्दीने न्यायालय भरलेलं होतं.

रॉनच्या शक्य तितक्या जवळ बसावं म्हणून ॲनेट हडसन आणि रेनी सिम्मन्स पहिल्या रांगेत बसल्या होत्या. ॲनेटच्या बऱ्याचशा जवळच्या मित्रमंडळींनी संपूर्ण खटला चालू असेपर्यंत पाठिंब्यासाठी तिच्याजवळ बसण्याची तयारी दर्शवली होती; पण तिनेच नकार दिला. एकतर तिच्या भावाचा काही भरवसा देता येत नव्हता आणि तो मनोरुग्ण होता. त्याला हातकड्या बांधलेल्या आणि साखळदंडांनी बांधलेल्या अवस्थेत आपल्या मित्र-मंडळींनी बघावं अशी तिची इच्छा नव्हती, शिवाय इतक्या निर्घृण गोष्टी ऐकणं त्यांना सहन करावं लागू नये, असंही तिला वाटत होतं. तिने आणि रेनीने प्राथमिक सुनावणीच्या वेळीच या त्रासाचा अनुभव घेतला होता; त्यामुळे खटल्यात काय घडू शकतं, याचा तिला पूर्ण अंदाज होता.

रॉनसाठी तर त्याचे कोणी मित्र तिथे नव्हतेच.

रांगेच्या दुसऱ्या बाजूला कार्टर कुटुंबातले लोक एकत्र बसले होते, फ्रिट्झच्या खटल्याच्या वेळी जिथे बसले होते तिथेच! दोन्ही विरोधी बाजू एकमेकांकडे न बघण्याच्या प्रयत्नात होत्या.

तो गुरुवार होता, शव खणून काढल्यापासून आणि रॉन आणि डेनिसला अटक झाल्यापासून जवळपास एक वर्ष पूर्ण झालं होतं. याच्या पूर्वीचे 'अर्थपूर्ण' म्हणता येतील असे औषधोपचार रॉनवर तेरा महिन्यांपूर्वी 'सेन्ट्रल स्टेट' इथे झाले होते. बार्नीच्या विनंतीवरून, नॉर्मा वॉकरने अडामध्ये रॉनला एकदा तपासलं होतं. त्याच्या नेहमीच्या स्थानिक दवाखान्यांच्या भेटीप्रमाणेच ही भेटसुद्धा अत्यल्प वेळाचीच ठरली. गेले वर्षभर त्याला जेव्हा कधी औषधोपचार मिळायचा, तेव्हा तो तुरुंगाधिकाऱ्यांच्या लहरीप्रमाणेच असायचा. तुरुंगात एकान्तवासाच्या कोठडीत दिवस कंठल्यामुळे रॉनच्या मानसिक परिस्थितीत सुधारणा व्हायला वावच नव्हता.

तरीसुद्धा त्याच्या मानसिक आरोग्याची काळजी त्याच्या कुटुंबीयांव्यतिरिक्त कोणालाच नव्हती. ना सरकारी वकील, ना बचाव पक्षाचे वकील – एवढंच कशाला न्यायालयालासुद्धा हा मुद्दा उपस्थित करावा असं वाटलं नाही.

आणि आता खटल्याची वेळ येऊन ठेपली होती.

ज्युरींच्या निवडीची दीर्घकालीन आणि कंटाळवाणी प्रक्रिया सुरू झाल्यावर, खटल्याच्या पहिल्या दिवशीची खळबळ, कुतूहल लोप पावलं. वकिलांचे प्रश्न आणि त्यानंतर न्यायाधीश जोन्स यांनी एकापाठोपाठ एकेकाला नकार देणं यांमध्ये बरेच तास गेले.

आत्तापर्यंत तरी रॉन चांगला वागला होता. स्वच्छ दाढी, कापलेले केस, नवीन कपडे – यामुळे तो चांगला दिसत होता. त्याने बरीच टिपणं काढली. तो काय करतोय इकडे बार्नीच्या मुलाचं लक्ष होतं. जरी तोही बाकीच्या लोकांइतकाच कंटाळला असला, तरी अशिलावर लक्ष ठेवून होता. आपल्यावर इतकी बारकाईने नजर ठेवण्यात येतेय, हे रॉनच्या गावीही नव्हतं.

दुपारी उशिरा अंतिम बारा ज्युरींची निवड करण्यात आली – सात पुरुष, पाच स्त्रिया, सगळे गोरेच! न्यायाधीश जोन्स यांनी त्यांना सूचना, माहिती दिली आणि त्यांना घरी पाठवून देण्यात आलं. त्यांना एकान्तात किंवा सुरक्षित जागी हलवण्यात येणार नव्हतं.

ॲनेट आणि रेनीच्या आशा वाढल्या होत्या. ज्युरींमध्ये, ॲनेटच्या समोरच राहणाऱ्या एका शेजाऱ्याचा जावई होता. एकजण त्यांच्या पेन्टेकोस्टल चर्चमधल्या प्रवचनकाराचा नातेवाईक होता, त्यांना नक्कीच जुआनिता विल्यमसन आणि तिची चर्चवरची निष्ठा माहिती असणार. एकजण त्यांचा दूरचा नातेवाईक लागत होता.

बरेचसे ज्युरी ओळखीचे वाटत होते. ॲनेट आणि रेनीने त्यांना कधी ना कधी अडामध्ये पाहिलेलं होतं. खरोखरच अडा एक छोटंस गाव होतं.

दुसऱ्या दिवशी सकाळी नऊ वाजता सगळे ज्युरी परत आले. नॅन्सी श्यूने सरकारच्या वतीने प्रास्ताविक निवेदन केलं. फ्रिट्झच्या खटल्याच्या वेळी केलेल्या भाषणाची ती सही सही नक्कल होती. बार्नीने आपलं भाष्य सरकारचे साक्षीदार संपेपर्यंत स्थगित ठेवलं.

सरकारतर्फे पहिला साक्षीदार ग्लेन गोअर होता; पण योजनेप्रमाणे गोष्टी घडल्या नाहीत. त्याचे नाव पुकारल्यावर गोअर शांत बसला आणि त्याने साक्ष द्यायला नकार दिला. त्याला न्यायालयाच्या बेअदबीसाठी जबाबदार धरलं तरी चालेल, असं त्याने न्यायाधीश जोन्स यांना सांगितलं. त्याला काय फरक पडणार होता? तसाही तो चाळीस वर्षांची तुरुंगवासाची शिक्षा भोगतच होता. तसं करण्याचं त्याचं कारणही काही स्पष्ट झालं नाही. कदाचित असंही असेल की, तो आता राज्याच्या तुरुंगामध्ये दिवस कंठत होता आणि तिथे बाकीच्या कैद्यांना खबरी आवडायचे नाहीत. 'पोन्टोटॉक काउन्टी'ची गोष्ट वेगळी होती, तिथे तर खबऱ्यांचा सुळसुळाटच होता.

थोड्या वेळच्या गोंधळाच्या परिस्थितीनंतर न्यायाधीश जोन्स यांनी असा निर्णय

घेतला की, गेल्या जुलैमधील प्राथमिक सुनावणीच्या वेळची गोअरची साक्ष ज्युरींना वाचून दाखवण्यात यावी; त्यामुळे जरी कमी परिणाम साधला गेला असला तरी, खुनाच्या रात्री रॉनला 'कोचलाइट'मध्ये पाहिल्याची गोअरची काल्पनिक कहाणी ज्युरींना ऐकायला मिळाली.

शिवाय त्या पद्धतीमुळे बार्नीची गोअरवर प्रश्नांचा भडिमार करून त्याचे असंख्य गुन्हे आणि त्याचं हिंसक रूप ज्युरींसमोर आणण्याची संधी हिरावून घेतली गेली. साक्षीदाराला प्रश्न विचारून, खुनाच्या रात्री तो कुठे होता आणि त्याच्या त्या रात्रीच्या हालचाली याची माहिती बचाव पक्षाला काढून घेता आली नाही.

गोअरचा प्रश्न मिटल्यावर सरकारी पक्षाची गाडी लगेचच रुळावर आली. टॉमी ग्लोवर, जीना एव्हिटा आणि चार्ली कार्टर यांनी तिसऱ्या वेळी तीच साक्ष दिली.

१९८२ च्या डिसेंबर महिन्याच्या सुरुवातीला पहाटे ३.३० वाजता दोन माणसं पाइपने एकमेकांच्या अंगावर पाणी उडवत असल्याची विचित्र गोष्ट, गॅरी ॲलनने पुन्हा एकदा सांगितली; पण तो ठामपणे रॉन विल्यमसनला ओळखू शकला नाही. दुसरा माणूस कदाचित फ्रिट्झ असेल किंवा नसेलही, असं त्याचं उत्तरं होतं.

खरी गोष्ट अशी होती की, गॅरी ॲलन कोणाचीही ओळख पटवू शकला नव्हता आणि 'ती घटना कधी घडली' याची त्याला कल्पनाही नव्हती. पोलिसांना चांगलाच माहिती असलेला तो एक व्यसनी माणूस होता. डेनिस स्मिथला तो ओळखायचा, कारण स्थानिक कॉलेजमध्ये ते एकत्र होते.

खुनानंतर थोड्याच दिवसांत स्मिथ त्याच्याकडे आला होता आणि त्याने आठ डिसेंबरच्या पहाटे काही संशयास्पद पाहिलं किंवा ऐकलं का याची विचारपूस केली होती. ॲलनने दोन माणसं एकमेकांवर पाइपने पाणी उडवत असल्याचं पाहिलेलं सांगितलं; पण त्याला तारीख आठवत नव्हती. डेनिस स्मिथ व गॅरी रॉजर्स घाईघाईत निष्कर्ष काढून मोकळे झाले की, ते दोघे फ्रिट्झ आणि विल्यमसनच असणार तसेच ते डेबी कार्टरचं रक्त धुवून काढत असणार! त्यांनी ॲलनवर तपशिलासाठी दबाव आणला; त्याला खुनाच्या घटनास्थळावरचे फोटो दाखवले तसेच ते पाणी उडवणारे दोघे फ्रिट्झ आणि विल्यमसन असल्याचं ॲलनला सुचवण्याचा प्रयत्न केला; पण ॲलन ओळख पटवू शकला नव्हता आणि त्याने तसं केलंही नाही.

खटल्याच्या काही दिवस आधी, गॅरी रॉजर्स ॲलनच्या घरी गेला आणि पुन्हा एकदा तपशिलासाठी त्याला समजावून पाहिलं. 'बघ, खरंच ते फ्रिट्झ आणि विल्यमसन तर नव्हते? आणि ती आठ डिसेंबरची पहाट तर नव्हती?'

'नाही,' ॲलन खात्री द्यायला तयार नव्हता. रॉजर्सने ॲलनला आपल्याकडचं रिव्हॉल्व्हर दिसावं अशा तऱ्हेने आपला कोट बाजूला केला. त्याने ॲलनला स्पष्टच

सांगितलं की, जर ॲलनच्या स्मरणशक्तीत सुधारणा झाली नाही, तर त्याला 'शिसं' या धातूची विषबाधा होऊ शकते. त्याचा परिणाम होऊन ॲलनची स्मरणशक्ती सुधारली; पण साक्ष देण्यापुरतीच! त्याने कोणाचीही ओळख मात्र पटवली नाही.

त्यानंतर डेनिस स्मिथने ज्युरींना गुन्ह्याचे घटनास्थळ, बोटांचे ठसे गोळा करणे, पुरावे गोळा करणे याबाबतची माहिती पुरवली. शवाचे फोटो पाहिल्यानंतर ज्युरींची प्रतिक्रिया अपेक्षेप्रमाणेच होती. आगीच्या बंबावरची उंच शिडी वापरून, पोलिसांच्या फोटोग्राफरने उंचावरून डेबीच्या घराचे काही फोटो काढले होते. पीटरसनने त्यांतला एक फोटो उचलून, ज्युरींच्या माहितीकरता, विल्यमसनचं घर कुठे आहे हे स्मिथला दाखवायला सांगितलं, त्यावर फक्त 'काही चौक दूर' असं स्मिथचं उत्तर होतं.

"मला ते फोटो बघायचे आहेत," बार्नी म्हणाला. त्याच्याकडे फोटो देण्यात आले. अडामध्ये प्रचलित असलेल्या अलिखित नियमानुसार, बार्नी आपली साहाय्यक लिंडा हिच्याबरोबर फोटो घेऊन बाहेर गेला. तिथे तिने प्रत्येक फोटोचं तपशीलवार वर्णन करून त्याला सांगितलं.

प्रत्यक्ष तपासणी व्यवस्थित पार पडली; पण उलटतपासणीत बार्नीने त्याला चांगलंच फैलावर घेतलं. इतक्या निर्घृणपणे बलात्कार आणि खून करूनसुद्धा, दोघा संशयित खुन्यांचा एकही ठसा तिथे सापडू नये याचं त्याला आश्चर्य वाटत होतं. तपासनिसाच्या दृष्टीने, जिथून उत्तमरीत्या ठसे उचलता येऊ शकतील असा पृष्ठभाग कोणता, याचं स्पष्टीकरण त्याने स्मिथला द्यायला सांगितलं. गुळगुळीत किंवा कडक पृष्ठभाग – काच, आरसे, कडक प्लॅस्टिक, रंगवलेला लाकडी पृष्ठभाग वगैरे. मग त्याने स्मिथला एकेका जागेबद्दल विचारून, कित्येक स्वाभाविक जागासुद्धा स्मिथकडून कशा दुर्लक्षित केल्या गेल्या, हे कबूल करायला लावलं. स्वयंपाकघरातील उपकरणं, बेडरूममध्ये जी उघडी होती त्या खिडकीची काच, बाथरूममधले नळ वगैरे, दरवाजांचे पृष्ठभाग, आरसे अशी ती यादी लांबच लांब वाढत गेली आणि सर्वांच्या हे व्यवस्थित लक्षात आलं की, ठसेतपासणीचं काम स्मिथने अगदीच गलथानपणे उरकलंय.

साक्षीदाराची चूक सापडल्यावर, बार्नीने प्रश्नांचा भडिमार चालू केला. तो जास्त आक्रमक व्हायला लागला की, बिल पीटरसन किंवा नॅन्सी श्यू यांच्यापैकी एकजण त्याच्या या डावपेचांवर आक्षेप घ्यायचा. त्यांच्या आक्षेपांवर बरेचदा बार्नीची काहीतरी कडवट प्रतिक्रिया असायचीच.

पुढची साक्ष गॅरी रॉजर्सची होती. त्याने तपासणीबद्दल पुढे सांगायला सुरुवात केली. सरकारी पक्षाच्या दृष्टीने त्यातला सर्वांत महत्त्वाचा भाग म्हणजे, रॉनला अटक केल्यानंतर दुसऱ्याच दिवशी त्याने दिलेला स्वप्नाचा कबुलीजबाब. प्रत्यक्ष

तपासणीदरम्यान ते ऐकायला ठीक वाटलं; पण बार्नीला त्याबद्दलही बऱ्याच काही शंका होत्या.

हे निवेदन का नोंदवण्यात आलं नाही, याची त्याला सर्वांत जास्त उत्सुकता होती. पोलिसांच्या मालकीचा एक व्हिडिओ कॅमेरा असल्याचं रॉजर्सने कबूल केलं. जेव्हा बार्नीने जास्तच लावून धरलं, तेव्हा त्याने हेही कबूल केलं की, साक्षीदार नक्की काय बोलणार आहे याची खात्री नसल्यास तपासणी अधिकारी कॅमेऱ्याचा वापर टाळायचे. साक्षीदार नेमका सरकारी पक्षाचं नुकसान होईल आणि बचाव पक्षाला मदत होईल असं काही बोलला, तर उगाच ते निवेदन रेकॉर्ड करण्याचा धोका कशाला पत्करा?

रॉजर्सने मान्य केलं की, पोलिसांकडे टेपरेकॉर्डरही आहे आणि त्याचा वापर कसा करायचा याची माहिती रॉजर्सला आहे. रॉनची मुलाखत घेताना त्याचा वापर करण्यात आला नाही, कारण तशी त्यांची नेहमीची पद्धत नव्हती. अर्थात बार्नीला तेसुद्धा पटलं नाही.

पोलिसांकडे कागद आणि पेन्सिलचा साठा असूनसुद्धा त्याने आणि रस्टी फिदरस्टोनने रॉनकडून त्याचं निवेदन लिहून का घेतलं नाही, या प्रश्नाचं उत्तर देताना रॉजर्स अडखळला. निवेदन लिहून पूर्ण झाल्यावर ते रॉनला दाखवायलासुद्धा त्यांनी नकार दिला होता; बार्नीने या सगळ्याची 'संशयास्पद' म्हणून नोंद घ्यायला लावली. त्याने जेव्हा रॉजर्सला प्रश्न विचारून हैराण केलं, तेव्हा रॉजर्सकडून एक गंभीर चूक झाली. त्याने १९८३ मधला रॉनचा व्हिडिओ उपलब्ध असल्याचं सांगितलं, त्यात रॉनने आपला या गुन्ह्यात सहभाग नसल्याचं ठामपणे प्रतिपादन केलं होतं.

बार्नी थक्क झाला. त्याला या टेपबद्दल आधी का सांगण्यात आलं नाही? खटल्यापूर्वी मिळालेला, सरकारी पक्षाने आरोपीला दोषमुक्त करू शकणारा पुरावा सादर करणं कायद्याने बंधनकारक होतं. बार्नीने काही महिन्यांपूर्वीच, गेल्या सप्टेंबरमध्ये, सर्व अर्ज योग्य वेळी दाखल केले होते. रॉनने केलेली खुनाशी संबंधित सर्व निवेदनं, सरकारी पक्षाने बचाव पक्षाकडे सुपूर्द करावी, असा आदेशही न्यायालयाने काढला होता.

सरकारी वकील आणि पोलीस त्या टेपबाबत गप्प राहून ती टेप बचाव पक्षापासून लपवून कशी काय ठेवू शकतात? असा बार्नीचा प्रश्न होता.

हा 'कबुली'चा खटला असल्यामुळे, बार्नीकडे खूपच कमी साक्षीदार होते. सरकारी पक्षाने हा खटला विविध साक्षीदारांच्या जोरावर उभा केला होता. ते साक्षीदार अगदीच अविश्वासार्ह होते, ज्यांनी वेगवेगळ्या वेळी आणि वेगवेगळ्या पद्धतींनी रॉनने गुन्हा कबूल केल्याचं ऐकल्याची साक्ष दिली होती. अशा साक्षींविरुद्ध लढण्याचा उत्तम मार्ग म्हणजे त्या नाकारणं आणि ते रॉनच उत्तमरीत्या करू शकत होता. बार्नीने

स्वतःच्या बचावासाठी रॉनलाच 'साक्षीदार' म्हणून उभं करायचं ठरवलं; पण त्यातही काय घडू शकेल, याची त्याला धास्ती वाटत होती.

१९८३ ची टेप हे ज्युरींना दाखवण्यासाठी एक शक्तिशाली हत्यार ठरू शकलं असतं. साडेचार वर्षांपूर्वीच, म्हणजे सरकारी पक्षाने आपल्या शंकास्पद साक्षीदारांची यादी तयार करण्याच्या खूप आधी आणि रॉनच्या नावावर गुन्हेगारीचा शिक्का लागण्याच्याही फार पूर्वी, रॉनने कॅमेऱ्यासमोर बसून आपल्या सहभागाचं वारंवार खंडन केलं होतं.

१९६३ च्या 'ब्रॅडी विरुद्ध मेरीलँड' या प्रसिद्ध खटल्यात 'यु.एस. सुप्रीम कोर्टा'ने एक महत्त्वाचा निर्णय दिला होता – 'विनंती केलेली असतानासुद्धा, आरोपीच्या फायद्याचा ठरू शकेल असा पुरावा सरकारी पक्षाने दडवून ठेवणे म्हणजे योग्य न्यायप्रक्रियेचं उल्लंघन आहे. (जेव्हा दोषसिद्धी किंवा शिक्षेचा निर्णय घेताना तो पुरावा महत्त्वाचा ठरणार असेल तेव्हा), जरी सरकारी पक्षाने तसं सद्हेतूने किंवा काही वाईट हेतूने केलेलं असेल तरी.'

तपास अधिकाऱ्यांच्या दिमतीला विविध प्रकारची साधनं असतात. बरेचदा त्यांच्या हाती असा एखादा पुरावा किंवा साक्षीदार लागू शकतो, जो संशयिताच्या किंवा आरोपीच्या फायद्याचा ठरणारा असतो, एखाद्याला निर्दोष सिद्ध करू शकणाऱ्या अशा एखाद्या पुराव्याकडे दुर्लक्ष करून, तसाच दामटून खटला चालवण्याची पद्धत वर्षानुवर्षे चालत आलेली होती. ब्रॅडी खटल्यानंतर हे चित्र बदललं आणि ही पद्धत ताबडतोब सगळ्या गुन्हेगारी खटल्यांच्या प्रक्रियेमध्ये अंतर्भूत केली गेली. बचाव पक्षाचे वकील, जे बरेच अर्ज खटल्याच्या सुरुवातीच्या काळातच दाखल करतात, त्यातच 'ब्रॅडी रिक्वेस्ट' हा अर्जही नित्याचाच भाग असल्यासारखा केला जातो. ब्रॅडी अर्ज, ब्रॅडी सुनावणी, ब्रॅडी साहित्य, 'मी त्याला ब्रॅडीवर पकडला' अशा प्रकारचे शब्द गुन्हेगारी वकिली-प्रक्रियेत नित्याचेच होऊन गेले.

जे घडलं होतं, ते सरळसरळ 'ब्रॅडी'चं उल्लंघन होतं. साहजिकच बार्नी न्यायाधीश जोन्स यांच्यासमोर जाऊन उभा राहिला. रॉजर्स अजूनही साक्षीदाराच्या खुर्चीत बसून होता. पीटरसन खाली मान घालून आपल्या बुटांकडे बघत बसला होता. बार्नीने 'सदोष खटला' ठरवून, खटला रद्द करण्याची विनंती केली, जी धुडकावून लावण्यात आली; पण न्यायाधीश जोन्स यांनी असं आश्वासन दिलं की, या प्रकरणाची सुनावणी ते नक्की ठेवतील; पण खटला संपल्यानंतर!

तो शुक्रवार होता, बराच उशीर झाला होता आणि सगळे दमले होते. न्यायाधीश जोन्स यांनी खटल्याचं कामकाज सोमवारी, सकाळी ८.३० वाजेपर्यंत

तहकूब केलं. रॉनला बेड्या घातल्या होत्या आणि त्याच्याभोवती पोलीस होते, त्याला ढकलाढकली करत न्यायालयाच्या बाहेर नेण्यात आलं. आतापर्यंत तरी त्याची वागणूक व्यवस्थित होती आणि हे लोकांना जाणवल्याशिवाय राहिलं नाही.

रविवारच्या 'अडा ईव्हनिंग न्यूज'च्या पहिल्या पानावर मथळा होता – 'खटल्याच्या पहिल्या दिवशी विल्यमसनची वागणूक नियंत्रित होती.'

डॉ. फ्रेड जॉर्डन हा सोमवारचा पहिला साक्षीदार होता. त्याच खुर्चीत तिसऱ्या वेळी बसत त्याने मृत्यूचं कारण आणि शवविच्छेदनाबाबत माहिती दिली. पेगी स्टीलवेललासुद्धा तिसऱ्या वेळी हे सर्व ऐकण्याच्या अग्निदिव्यातून जावं लागलं आणि तिसऱ्या वेळेसही तिला त्या यातना सहन करणं तेवढंच अवघड गेलं. त्यातल्या त्यात एवढं तरी बरं की, ज्युरींना दाखवण्यात आलेले फोटो तिला बघावे लागले नाहीत. तिला त्यांच्या प्रतिक्रिया बघाव्या लागत होत्या आणि तिच्यासाठी तेवढंच पुरेसं होतं.

डॉ. जॉर्डनच्या पाठोपाठ फ्रिट्झचा शेजारी टोनी विक, दुकानातील विक्रेती डोना वॉकर आणि रात्री उशिरा ते दोघे जिच्या घरी जाऊन बसायची ती लेथा कॅल्डवेल यांच्या साक्षी झाल्या आणि फ्रिट्झच्या खटल्याप्रमाणेच या वेळीही ते तेवढेच निरुपयोगी ठरले.

त्यांच्यानंतर टेरी हॉलंडला बोलावल्यावर खरा कोलाहल सुरू झाला. प्राथमिक सुनावणीच्या वेळी आपलं खोटं बोलणं पकडलं जाण्याची भीती नसल्यामुळे, तिने मनसोक्त कपोलकल्पित कहाण्या ऐकवल्या होत्या. मात्र, आता सर्व वस्तुस्थिती माहिती असलेला रॉन, जळजळीत नजरेने बघत समोर उभा असल्यामुळे, काही फरक पडण्याची शक्यता होती.

हॉलंडने ताबडतोब आपल्या गोष्टी चालू केल्या. रॉनने तुरुंगात डेबी कार्टरबद्दल केलेलं वक्तव्य तिने वर्णन करून सांगायला सुरुवात केली. रॉनचा कुठल्याही क्षणी स्फोट होण्याची शक्यता स्पष्टच दिसत होती. त्याने जबडा घट्ट आवळला होता आणि मान हलवत खाऊ की गिळू अशा नजरेने तिच्याकडे बघत होता. शेवटी ती म्हणाली, "तो म्हणाला, जर ती त्याच्याबरोबर जायला तयार झाली असती, तर त्याला तिला मारायची गरजच पडली नसती."

"ओह!" रॉन जोरात ओरडला.

"त्याचं डेबी कार्टरबद्दलचं फोनवरून केलेलं संभाषण तू कधी ऐकलंस?" नॅन्सी श्यूने तिला विचारलं.

हॉलंड : "मी विश्वस्त होते आणि तिथल्या लॉन्ड्रीमध्ये काम करत होते. रॉन त्याच्या आईबरोबर फोनवर बोलत होता आणि तेव्हा तो त्याच्या आईला म्हणाला, तो तिला सिगारेट किंवा काहीतरी आणायला सांगत होता, मला नक्की माहिती

नाही; पण तो तिच्यावर ओरडत होता आणि तो तिला म्हणाला की, जर तिने त्याचं ऐकलं नाही, तर तो डेबी कार्टरप्रमाणेच तिलाही मारून टाकेल.''

"तू खोटं बोलतेस." आता रॉन किंचाळला.

नॅन्सी श्यूने आपली तपासणी चालूच ठेवली. "मिस हॉलंड, तू त्याला कधी डेबी कार्टरच्या मृत्यूच्या तपशिलाचं वर्णन करताना किंवा त्याबद्दल काही बोलताना ऐकलंस का?"

हॉलंड : "तो सांगत होता– मला वाटतं, तुरुंगातल्या सामायिक जागेत, तिथल्या लोकांना तो सांगत होता की... तो तो बोलला... त्याने कोकची बाटली तिच्या गुदद्वारात घुसवली आणि तिची चड्डी तिच्या घशात खुपसली."

रॉन ताडकन उभा राहिला, तिच्याकडे बोट रोखलं आणि ओरडला, "तू खोटं बोलतेस! मी माझ्या आयुष्यात असं कधीही बोललो नाही! मी तिचा खून केलेला नाही. तू खोटारडी आहेस."

बार्नी : "रॉन, शांत हो."

रॉन : "तू कोण आहेस हेही मला माहिती नाही. मला म्हणायचंय, याची शिक्षा तुला भोगावीच लागेल."

सगळे श्वास रोखून बघायला लागल्यावर तिथे एकदम शांतता पसरली, बार्नी सावकाश उठून उभा राहिला. पुढे काय घडणार आहे, हे त्याच्या लक्षात आलं होतं. डागडुजी, दुरुस्ती. सरकारी पक्ष ज्या साक्षीदारावर अवलंबून होता, त्यानेच महत्त्वाच्या माहितीत घोटाळा करून ठेवला होता. चड्डी आणि कोकची बाटली. बनावट साक्षीमध्ये सर्वसाधारणपणे हीच अडचण असते.

न्यायालयातलं वातावरण तणावपूर्ण झालेलं, खोटं बोलणारा साक्षीदार उघडा पडलेला आणि बार्नी हल्ला चढवण्याच्या तयारीत असतानाच, नॅन्सी श्यूने झालेलं नुकसान भरून काढण्याचा प्रयत्न केला.

श्यू : "मिस हॉलंड, मी तुला तू आत्ता सांगितलेल्या तपशिलाबद्दल विचारते. त्याने ज्या वस्तू आपण वापरल्या असं सांगितलं, त्या तुला बरोबर आठवताहेत का? तू कोकची बाटली असं म्हणालीस?"

बार्नी : "न्यायालयाने इकडे लक्ष द्यावं. कृपया न्यायालयाने इकडे लक्ष द्यावं. साक्षीदाराने काय सांगितलं, हे मी ऐकलेलं आहे. आता या डिस्ट्रिक्ट ॲटर्नीने तिची साक्ष बदलण्याचा प्रयत्न करू नये. माझा त्याला आक्षेप आहे."

हॉलंड : "तो कोकची बाटली म्हणाला किंवा सॉसची बाटली असेल किंवा बाटली..."

बार्नी : "बघा मी काय म्हणतोय. न्यायालयाने कृपया इकडे लक्ष द्यावं."

हॉलंड : "या गोष्टीला आता चार वर्षं झालीत."

रॉन : "हो आणि एक..."

बार्नी : "श... शांत."

श्यू : "मिस हॉलंड, मला माहिती आहे की, तू काही वेगळं ऐकलं होतंस."

बार्नी : "कृपा करून न्यायालयाने..."

श्यू : "तुला काही आठवतं का?"

बार्नी : "माझा याला आक्षेप आहे. डिस्ट्रिक्ट ॲटर्नी आपल्याला हवं तेच उत्तर यावं म्हणून सूचक प्रश्न विचारत आहेत."

न्यायाधीश : "सरकारी पक्षाने कुठलेही सूचक शब्द न वापरता, सरळ प्रश्न विचारावेत."

श्यू : "त्याने कधी सांगितलं का? की तूच म्हणालीस की, त्याने खून..."

हॉलंड : "त्याला डेबी कार्टरबरोबर झोपायची इच्छा होती."

रॉन : "तू खोटारडी आहेस."

बार्नी : "तू गप्प बस."

रॉन उभा राहत : "ती खोटारडी आहे. हे मी गप्प बसून ऐकू शकत नाही. मी डेबी कार्टरचा खून केलेला नाही. तू खोटं बोलतेस."

बार्नी : "रॉन, तू शांत हो; खाली बस."

पीटरसन : "न्यायाधीश महाशय, कृपया आपण थोड्या वेळासाठी सुट्टी घेऊ या. बार्नी महाशय, अशा प्रकारे बाजूने केलेल्या टिपण्णीला माझा आक्षेप आहे."

बार्नी : "ही बाजूला बसून केलेली टिपण्णी नाही."

न्यायाधीश : "एक मिनिट शांत राहा."

बार्नी : "मी आरोपीशी बोलतोय."

न्यायाधीश : "एक मिनिट शांत राहा. तुमचा पुढचा प्रश्न विचारा आणि विल्यमसन मी तुला इशारा देतो की, तू आत्ता ज्या खुर्चीत बसला आहेस, तिथून तुला बोलायची परवानगी नाही."

श्यू : "मिस हॉलंड, त्याने जे काही केलं, ते का केलं, याबद्दल तो काही बोलल्याचं तुला आठवतं का?"

हॉलंड : "कारण ती त्याच्याबरोबर झोपायला तयार नव्हती."

रॉन : "तू खोटं बोलतेस. खरं काय ते सांग. मी आयुष्यात कधीही कोणाचा खून केलेला नाही."

बार्नी : "न्यायाधीश महाशय, मला असं विचारायचं आहे की, आपण थोडा वेळ विश्रांती घ्यायची का?"

न्यायाधीश : "ठीक आहे. तुमच्या सूचना लक्षात ठेवा. ज्युरी आता उठू शकतात."

रॉन : ''मी तिच्याशी बोलू शकतो का? कृपा करून मला तिच्याशी बोलू द्या. ती कशाबद्दल बोलतेय?''

थोड्या वेळानंतर परिस्थिती निवळली. ज्युरींच्या गैरहजेरीत न्यायाधीश जोन्स यांनी रॉनला समजावून सांगितलं; रॉननेही त्यांना व्यवस्थित वागण्याचं आश्वासन दिलं. ज्युरी परत आल्यानंतर न्यायाधीशांनी त्यांना सांगितलं की, आता या खटल्याचा निर्णय फक्त पुराव्यांवरून करायचाय, बाकी कशाच्याही आधारे नाही. वकिलांकडून काही भाष्य होता कामा नये आणि अर्थातच आरोपीकडूनदेखील भाष्य किंवा प्रतिक्रिया नकोत.

पण रॉनची रक्त गोठवून टाकणारी धमकी 'तुला भोगावंच लागेल' ज्युरींनी स्पष्टपणे ऐकली होती. त्यांनाही त्याची भीती वाटत होती.

या गोंधळात, आपल्या साक्षीदाराला परत आणून साक्ष पूर्ण करून घेणं नॅन्सी श्यूला जमलं नाही. हव्या असलेल्या उत्तराकडे नेणारे सूचक प्रश्न विचारून तिने 'कोक'च्या बाटलीचं रूपांतर 'सॉस'च्या बाटलीत तर करून घेतलं होतं; पण दुसरा छोटासा तपशील, तोंडात चड्डी कोंबल्याचा, दुरुस्त करायचा राहून गेला. टेरी हॉलंडने रक्ताळलेल्या फडक्याचा कधीच उल्लेख केला नाही.

नंतर खोट्या चेकची कलाकार, सिंडी मॅकिन्टॉशला सरकारच्या वतीने सत्य शोधण्यासाठी बोलावण्यात आलं; पण ती बिचारी मुलगी एवढी गोंधळून गेली की, 'काय सांगणं अपेक्षित आहे' हेच ती विसरली. तिच्याकडून काहीच प्रतिसाद न मिळाल्यामुळे तिची साक्ष न घेताच तिला परत पाठवण्यात आलं.

माइक टेनी आणि जॉन ख्रिश्चन यांनी त्यांच्या रॉनबरोबर कोठडीत रात्री उशिरापर्यंत चालणाऱ्या गप्पा आणि रॉनने सांगितलेल्या काही विचित्र गोष्टींबद्दल साक्ष दिली. रॉन वारंवार आपल्या खुनातल्या सहभागाचं खंडन करायचा आणि तासन्‌तास मी निर्दोष आहे असं ओरडत राहायचा, हे सांगावं असं दोघांनाही वाटलं नाही.

जेवणाच्या छोट्याशा सुट्टीनंतर, पीटरसनने OSBIचे तज्ज्ञ फ्रिट्झच्या खटल्यात ज्या क्रमाने आणले होते, त्याच क्रमाने आणले. आधी जेरी पीटर्सची साक्ष झाली. डेबीच्या डाव्या हाताच्या तळव्याच्या ठशाबाबत वाटत असलेल्या अनिश्चिततेमुळे तिचे शव खणून बाहेर काढून, परत ठसे घेतल्याची गोष्ट त्याने सांगितली. शवविच्छेदन होऊन गेल्यावर साडेचार वर्षांनी असा कुठला मुद्दा का आणि कसा निर्माण झाला की, ज्यामुळे त्याला हे परत करावं लागलं यावरून बार्नीने त्याला कैचीत पकडण्याचा बराच प्रयत्न केला; पण तो बरोबर निसटला. एवढ्या दीर्घ

काळापर्यंत तो त्याच्या पहिल्या निर्णयाबाबत साशंक होता का? किंवा बिल पीटरसनने १९८७ च्या सुरुवातीला अचानक भेटून त्याला काही सुचवलं का? यावर पीटर्सची उत्तरं संदिग्ध होती.

लॅरी म्युलिन्सने पीटर्ससारखंच मत दिलं. टाइलवरचा रक्ताळलेला ठसा कोणाही गूढ खुन्याचा नसून, डेबी कार्टरचाच असल्याचा निर्वाळा त्याने दिला.

मेरी लॉन्गच्या साक्षीप्रमाणे रॉन विल्यमसन 'निस्सारण न करणारा' होता; त्यामुळे तो लोकसंख्येच्या वीस टक्के या अल्पसंख्य गटातला होता. डेबीचा बलात्कारी कदाचित याच गटातला असू शकतो. थोड्या परिश्रमाने बार्नीने तिला कात्रीत पकडलं. त्याने तिला तपासणी केलेल्या माणसांची संख्या सांगायला लावली; डेबी कार्टरसह तिने वीसजणांची तपासणी केली होती आणि त्यांतले बारा या 'निस्सारण न करणाऱ्या' गटातले होते. म्हणजे इथेच साठ टक्के होतात. बार्नीने त्या मजेशीर आकडेवारीची चांगलीच टर उडवली.

सुसान लँडची साक्ष थोडक्यात आटोपली. तिने कार्टर प्रकरणातलं केस-विश्लेषण करण्याचं काम चालू केलं होतं; पण नंतर ते तिच्याकडून काढून घेऊन मेल्विन हेट्टकडे देण्यात आलं. असं का करण्यात आलं? या प्रश्नाच्या उत्तराचा बार्नीने आग्रहच धरला, तेव्हा तिने सांगितलं, "त्या वेळी माझ्याकडे खुनाची बरीच प्रकरणं होती आणि कामाचा ताणही जास्त होता; त्यामुळे कदाचित मी वस्तुनिष्ठ राहू शकले नसते, माझ्या कामात काही चूक व्हावी अशी माझी इच्छा नव्हती."

नंतर मेल्विन हेट्टला शपथ देण्यात आली. त्याने लगेचच या आधी फ्रिट्झच्या खटल्यात केलेलं विद्वत्तापूर्ण भाषण इथेही चालू केलं. ज्ञात केस आणि शंकास्पद केसांची सूक्ष्मदर्शकाखाली तुलना करण्याची कठीण प्रक्रिया त्याने विशद करून सांगितली. केस-विश्लेषणशास्त्र पूर्णपणे विश्वासार्ह असल्याचा ज्युरींचा समज करून देण्याचं काम त्याने उत्तमरीत्या पार पाडलं. नेहमी गुन्हेगारी स्वरूपाच्या खटल्यांत त्याचा वापर होतो म्हणजे ते विश्वासार्ह असणारच, हे त्याने ठसवलं. त्याने स्वतः हजारो प्रकरणं हाताळल्याचं ज्युरींना सांगितलं. केसांचं वर्गीकरण करण्यासाठी पंचवीस ते तीस विविध गुणधर्म असल्याचं त्याने स्पष्ट केलं. त्याच्याकडच्या काही आकृत्याही त्याने दाखवल्या.

शेवटी जेव्हा तो रॉन विल्यमसनकडे वळला, तेव्हा त्याने साक्ष दिली की, पलंगावर सापडलेले गुप्तांगावरचे दोन केस सूक्ष्मदर्शकाखाली सुसंगत आणि समान गुणधर्माचे असल्यामुळे, ते एकाच व्यक्तीचे, म्हणजेच रॉन विल्यमसनचे असण्याची शक्यता आहे आणि रक्ताळलेल्या फडक्यावर मिळालेले डोक्यावरचे दोन केसही, त्याच पद्धतीमुळे, एकाच व्यक्तीचे, म्हणजे रॉन विल्यमसनचे असण्याची जास्त शक्यता आहे.

ते चार केस रॉन विल्यमसनचे नसण्याची शक्यताही तेवढीच होती; पण हेट्टला तसा उल्लेख करण्याची गरज वाटली नाही.

साक्ष चालू असताना हेट्टने चुकून आपली मर्यादा ओलांडली. डोक्यावरच्या दोन केसांबद्दल साक्ष देताना तो बोलून गेला की, ''डोक्यावरच्या केसांपैकी तेवढेच केस असे होते की, जे रॉन विल्यमसनच्या केसांबरोबर 'जुळत' होते किंवा सुसंगत होते.''

केस-विश्लेषणाच्या बाबतीत 'जुळणे' हा शब्द फारच दिशाभूल करणारा असल्यामुळे तो वापरणे निषिद्ध आहे. ज्युरींमधल्या सामान्य माणसांना 'सूक्ष्मदर्शकाखाली सुसंगत' ही संकल्पना समजून घेण्यासाठी धडपडावं लागतं; पण त्यांना 'जुळणे' हा शब्द समजायला काहीच अडचण येत नाही. तो स्पष्ट, सोपा आणि झटकन लक्षात येण्यासारखा आहे. बोटांच्या ठशांप्रमाणे, इथेही 'जुळणे' हा शब्द सर्व शंका दूर करणारा आहे.

'जुळणे' हा शब्द हेट्टने दुसऱ्यांदा वापरल्यावर, बार्नीने त्यावर आक्षेप घेतला. हा विषय उलटतपासणीच्या वेळी उपस्थित करण्याचे सुचवत, न्यायाधीश जोन्स यांनी त्याचा आक्षेप फेटाळला.

हेट्टची साक्ष देण्याची पद्धत फारच धक्कादायक होती. ज्युरींना माहिती पुरवण्याऐवजी, त्यांना आपली मते ऐकवून तो त्यांना उपकृत केल्यासारखे दाखवत होता.

ज्युरींना पुरावा तपासण्यासाठी मदत व्हावी म्हणून, बरेच केस-विश्लेषक न्यायालयात येताना वादग्रस्त केसांचे मोठे केलेले फोटो बरोबर घेऊन येतात. ज्ञात केसांचे फोटो आणि वादग्रस्त केसांचा फोटो शेजारीशेजारी ठेवून, तज्ज्ञ त्यातले साम्य किंवा फरक समजावून देतात. हेट्टने माहिती दिल्याप्रमाणे, केसांचे साधारण पंचवीस वेगवेगळे गुणधर्म दिसून येतात आणि एखादा चांगला तपासनीस, आपल्याला नक्की काय म्हणायचंय हे ज्युरींना स्पष्ट करून दाखवून देऊ शकतो.

हेट्टने यातलं काहीच केलं नाही. कार्टर खून प्रकरणावर जवळपास पाच वर्षं, शेकडो तासांचं काम, तीन वेगवेगळे अहवाल; पण आपल्या कामाचा एकही मोठा केलेला फोटो त्याने ज्युरींना दाखवण्यासाठी आणला नव्हता. रॉनच्या नमुन्यांतला एखादा केस आणि डेबीच्या घरी मिळालेल्यांपैकी एखादा केस, यांची तुलना करून त्याने दाखवली नाही.

हेट्टची अपेक्षा होती की, ज्युरींनी त्याच्यावर विश्वास ठेवावा. कुठल्याही पुराव्याची मागणी न करता, फक्त 'त्याची मते योग्य आहेत' असं मानावं.

हेट्टच्या साक्षीचा स्पष्ट मथितार्थ एवढाच होता की, कार्टरच्या घरात सापडलेल्या केसांपैकी चार केस रॉन विल्यमसनचे होते. खरोखर, हेट्टला साक्षीदाराच्या पिंजऱ्यात आणण्याचा एकमेव उद्देश तेवढाच होता.

हेट्टची उपस्थिती आणि साक्ष ही बाब अधोरेखित करत होती की, कफल्लक

आरोपीला खटल्याच्या प्रक्रियेत योग्य न्याय मिळणे दुरापास्त आहे, कारण पैशांअभावी ते गुन्हे अन्वेषणतज्ज्ञांची मदत घेऊ शकत नाहीत आणि केवळ त्यामुळेच त्यांचा बचाव दुबळा पडतो. काही महिन्यांपूर्वीच बार्नीने तशा मदतीची विनंती केली होती; पण ती न्यायाधीश जोन्स यांनी फेटाळली होती.

न्यायाधीश जोन्स यांना खरंतर याची माहिती असायला हवी होती. तीन वर्षांपूर्वी ओक्लाहोमामधलाच एक महत्त्वाचा खटला 'यु.एस. सुप्रीम कोर्ट'पर्यंत गेला होता. त्याच्या निकालामुळे देशातील सर्वच गुन्हा न्यायालये हादरली होती. 'एके विरुद्ध ओक्लाहोमा' या खटल्यात सर्वोच्च न्यायालयाने नमूद केलं होतं – ''जेव्हा सरकार आपले न्यायिक अधिकार वापरून एखाद्या कफल्लक आरोपीवर खटल्याची प्रक्रिया चालू करतं, तेव्हा त्या माणसाला स्वतःचा बचाव करण्याची संधी उपलब्ध करून देण्यासाठी पावलं उचलणे हीसुद्धा सरकारचीच जबाबदारी आहे. जिथे त्याचं स्वातंत्र्यच पणाला लागलंय, अशा न्यायिक कारवाईत अर्थपूर्णरीत्या सहभागी होण्याची त्याची संधी नाकारली गेली, तर केवळ गरिबीमुळे त्याला योग्य न्याय मिळू शकला नाही असा त्याचा अर्थ होईल.''

'एके' निर्णयाप्रमाणे, कफल्लक आरोपीला स्वतःचा योग्य बचाव करण्यासाठी सरकारने मूलभूत साधने पुरवणे आवश्यक आहे. फ्रिट्झ आणि विल्यमसन या दोघांच्याही खटल्यात न्यायाधीश जोन्स यांचं तिकडे पूर्ण दुर्लक्ष झालेलं होतं.

गुन्हे अन्वेषण तंत्राद्वारे सादर केला गेलेला पुरावा खटल्यात निर्णायक स्वरूपाचा ठरू शकतो. सरकारच्या मदतीला जेरी पीटर्स, लॅरी म्युलिन्स, मेरी लॉन्ग, सुसान लँड आणि मेल्विन हेट्ट हे सगळे तज्ज्ञ होते. रॉनच्या मदतीला फक्त बार्नी होता. बार्नी न्यायालयातला एक सक्षम वकील असला; तरी दुर्दैवाने तो कुठलाही पुरावा बघू शकत नव्हता.

मेल्विन हेट्टची साक्ष झाल्यावर, सरकारी पक्षाच्या साक्षी संपल्या. खटला सुरू होत असताना करायचं प्रास्ताविक निवेदन, बार्नीने बचाव पक्षाच्या साक्षीच्या सुरुवातीला करण्यासाठी राखून ठेवलं होतं. वास्तविक, हा डावपेच धोकादायक होता. सरकारी पक्षाच्या पुराव्यांबाबत ज्युरींच्या मनात संशयाचे बीज पेरण्यासाठी बचाव पक्षाचे बरेच वकील, हे निवेदन आधीच करून घेतात.

प्रास्ताविक निवेदन आणि शेवटचा युक्तिवाद या दोनच वेळा अशा असतात की, जेव्हा वकील, ज्युरींना प्रत्यक्ष संबोधू शकतात; त्यामुळे अशी संधी सोडायची कोणाचीच तयारी नसते.

सरकारी पक्षाच्या साक्षी संपल्यावर, आपले प्रास्ताविक निवेदन पुन्हा एकदा तहकूब

करत बार्नीने सर्वांना आश्चर्याचा धक्का दिला. काही कारण दिलं गेलं नाही आणि कारणाची गरजही नव्हती; पण ही काहीतरी वेगळीच चाल दिसत होती.

बार्नीने एकापाठोपाठ सात तुरुंगाधिकाऱ्यांना साक्षीसाठी बोलावले. कार्टरच्या खुनाकरता, कुठल्याही पद्धतीने रॉनने स्वतःला दोषी ठरवताना, त्यांतल्या एकानेही ऐकलेलं नव्हतं.

वेन जॉप्लीन हा पोन्टोटॉक काउन्टी न्यायालयात लेखनिक होता. टेरी हॉलंडच्या नोंदी तपासण्यासाठी बार्नीने त्याला साक्षीसाठी बोलावलं. १९८४ साली तिला न्यू मेक्सिको इथे अटक करण्यात येऊन, अडामधल्या तुरुंगात ठेवण्यात आलं होतं. जरी ती रॉनचा नाट्यमय कबुलीजबाब पोलिसांना सांगण्यासाठी दोन वर्षं थांबली असली, तरी दोन सनसनाटी खून प्रकरणे सोडवण्यासाठी तिने पोलिसांची मदतच केली होती. तिने स्वतःवरचा खोट्या चेकचा आरोप मान्य केल्यावर, तिला पाच वर्षांची तुरुंगवासाची शिक्षा झाली आणि त्यातील तीन वर्षांची शिक्षा प्रलंबित ठेवण्यात आली. तसेच न्यायालयाच्या खर्चाचे ७० डॉलर, नुकसानभरपाईचे ५२७.०९ डॉलर, दरमहा ५० डॉलरप्रमाणे ॲटर्नीचे शुल्क २२५ डॉलर, डिपार्टमेंट ऑफ करेक्शनचे दरमहा १० डॉलर हे मोबदला म्हणून भरण्यास तिला सांगण्यात आले. त्याशिवाय 'क्राइम व्हिक्टिम कॉम्पेन्सेशन फंडा'चे दरमहा ५० डॉलरही भरायचे होते.

तिने मे १९८६ मध्ये एकदाच ५० डॉलर भरले, त्यानंतर बहुधा असं दिसत होतं की, बाकी ते तिला माफ करण्यात आले असावेत.

आता आरोपी हाच बार्नीचा साक्षीदार राहिला होता; पण रॉनला साक्ष द्यायला लावणं धोकादायक होतं. रॉन लहरी, चंचल होता, त्याच दिवशी आधी त्याने टेरी हॉलंडला फटकारलं होतं आणि ज्युरी त्याला घाबरत होते. त्याला गुन्हेगारी पार्श्वभूमी होती, ज्याचा फायदा घेऊन, प्रश्नांचा भडिमार करून, पीटरसनने त्याच्या विश्वासार्हतेवर हल्ला चढवला असता. रॉन चिडलेला होता आणि तो कसा वागेल याचा काही भरवसा नव्हता आणि सर्वांत वाईट गोष्ट म्हणजे, त्याच्या वकिलाने त्याची तयारी करून घेतली नव्हती.

बार्नीने न्यायाधीश जोन्स यांच्याशी बोलायची विनंती केली आणि तिथे त्यांना म्हणाला, "आता खरी गडबड सुरू होणार आहे. मला थोड्या वेळासाठी सुट्टी हवी आहे, तेवढ्या वेळात त्याला शांत करण्यासाठी जे काही शक्य होईल ते मी करीन. तो दिसतोय तरी म्हणजे, तो आत्ता वर-खाली उड्या तरी मारत नाही. तरी मी आत्ता थोडा वेळ सुट्टी घ्यायला तयार आहे."

"तुझ्याकडे आता तेवढा एकच संभाव्य साक्षीदार शिल्लक आहे का?" न्यायाधीश जोन्स यांनी विचारलं.

"हो, आता शेवटचा एकच आहे आणि मला वाटतं, तुम्ही शब्दही बरोबर वापरलाय."

दुपारच्या सुट्टीसाठी कामकाज थांबवण्यात आलं. रॉनला जिन्यावरून उतरवून तुरुंगाकडे घेऊन जात असताना त्याला डेबीचे वडील दिसले आणि तो ओरडूनच म्हणाला, "चार्ली कार्टर, मी तुमच्या मुलीचा खून केलेला नाही." पोलीस त्याला घाईघाईने ढकलत पुढे घेऊन गेले.

दुपारी एक वाजता त्याला शपथ देण्यात आली. काही प्राथमिक प्रश्नांनंतर, त्याने टेरी हॉलंडबरोबर आपली कसलीही चर्चा झाल्याचं अमान्य केलं, तसंच डेबी कार्टरला कधीही न भेटल्याचं सांगितलं.

"तुला कार्टरच्या मृत्यूबद्दल सर्वांत आधी कधी समजलं?" बार्नीने विचारलं.

"आठ डिसेंबरला, माझी बहीण ॲनेट हडसनने घरी फोन केला होता, आईने तो घेतला होता आणि मी आईला बोलताना ऐकलं, 'मला माहिती आहे की, ते रॉनने केलेलं नाही, कारण तो घरीच होता.' मी आईला विचारलं की, ती कशाबद्दल बोलतेय, तेव्हा तिने सांगितलं की, ॲनेटचा फोन होता आणि ती म्हणाली की, आपल्या जवळपास कुठेतरी एका मुलीचा खून झालाय."

काही मिनिटांनंतर जेव्हा बार्नीने साक्षीदाराला, त्याच्या गॅरी रॉजर्सबरोबरच्या पहिल्या भेटीबद्दल विचारलं, तेव्हाच त्याच्यातला पूर्वतयारीचा अभाव दिसून आला.

रॉन म्हणाला, "त्यानंतर काही दिवसांतच मी पोलीस चौकीवर गेलो आणि पॉलिग्राफ चाचणी दिली."

बार्नीला आपला श्वास कोंडतोय असंच वाटलं. "रॉन नको, तू ते बोलणं अपेक्षित नाही."

ज्युरींच्या समोर पॉलिग्राफचा उल्लेख करायला बंदी आहे. सरकारने जर असं काही केलं असेल, तर तो सदोष खटला मानला जाईल; पण हे रॉनला सांगण्याचे कष्ट कोणीच घेतले नव्हते. काही सेकंदांनंतर, डेनिस फ्रिट्झबरोबरचा एक प्रसंग सांगताना त्याने पुन्हा एकदा ती मर्यादा ओलांडली. "मी डेनिस फ्रिट्झबरोबर होतो, आम्ही रस्त्यातून चालत होतो, तेव्हा मी त्याला सांगितलं की, डेनिस स्मिथने मला पुन्हा बोलावलं होतं आणि त्याने पॉलिग्राफ चाचणी अनिर्णायक ठरल्याचं मला सांगितलं."

बार्नीने विषय बदलून, साक्ष पुढे चालू ठेवली. रॉनला चेक अफरातफरीच्या गुन्ह्यासाठी झालेल्या शिक्षेबद्दल ते थोडा वेळ बोलले. नंतर तो खुनाच्या रात्री कुठे होता याबद्दलची प्रश्नोत्तरे झाली. बार्नीने हळुवार आवाजात शेवटचा प्रश्न केला, "तू डेबी कार्टरचा खून केलास का?"

"नाही सर, मी नाही केला."

"माझा तुझ्यावर विश्वास आहे."

आपल्या अशिलाचं कमीतकमी नुकसान व्हावं या हेतूने, त्याची साक्ष घाईघाईत संपवायच्या नादात, बार्नीकडून बऱ्याच गोष्टी दुर्लक्षिल्या गेल्या. सरकारी साक्षीदारांचे बरेचसे आरोप तो खोडून काढू शकला असता. त्याला अटक झाल्यानंतरच्या रात्री, रॉजर्स आणि फिदरस्टोनकडे दिलेल्या त्याच्या 'स्वप्नाच्या कबुलीजबाबा'चं स्पष्टीकरण रॉन देऊ शकला असता. तुरुंगामधल्या माइक टोनी आणि जॉन खिश्चन यांच्याबरोबरच्या चर्चेबद्दल त्याने सांगितलं असतं. बाकीच्या कोणीही न ऐकता, फक्त टेरी हॉलंडनेच त्याचं बोलणं ऐकलं असणं कसं अशक्य आहे, हे तो तुरुंगाचा नकाशा काढून पटवून देऊ शकला असता. ग्लेन गोअर, गॅरी ॲलन, टोनी विक, डोना वॉकर आणि लेथा कॅल्डवेल यांच्या निवेदनांचं तर त्याने सरळसरळ खंडन केलं असतं.

सर्व सरकारी वकिलांप्रमाणेच पीटरसनलासुद्धा, कधी एकदा उलटतपासणी चालू करतोय असं झालं होतं; पण त्याला वाटत होतं त्याप्रमाणे, आरोपी त्याला अजिबात घाबरला नव्हता. त्याने रॉन आणि डेनिस फ्रिट्झ, जो आता गुन्हा शाबित झालेला खुनी होता, यांच्या मैत्रीबद्दल बोलायला सुरुवात केली.

"तर, मि. विल्यमसन, तू आणि डेनिस फ्रिट्झ, तुम्ही दोघेही एकमेकांना असलेले एकमेव मित्र आहात ही वस्तुस्थिती आहे, बरोबर?"

"आपण हे अशा पद्धतीने मांडू या," रॉन शांतपणे बोलला. "तुम्ही डेनिसला न केलेल्या गुन्ह्यामध्ये अडकवलेय आणि आता मलाही अडकवायचा तुमचा प्रयत्न सुरू आहे."

त्याचे शब्द न्यायालयात घुमले. पीटरसन दिङ्मूढ झाला.

मग त्याने विषय बदलत रॉनला विचारलं की, त्याला डेबी कार्टरला भेटल्याचं आठवतं का, ज्या प्रश्नाला रॉन सातत्याने नकार देत होता. तोच प्रश्न पुन्हा एकदा विचारला गेला आणि रॉन जोरात म्हणाला, "पीटरसन, मी आणखी एकदा तुला हे स्पष्ट करून सांगतो."

न्यायाधीश मध्ये पडले आणि त्यांनी साक्षीदाराला व्यवस्थित उत्तर देण्याची सूचना केली. पुन्हा एकदा रॉनने आपण आयुष्यात कधीही डेबी कार्टरला भेटल्याचा इन्कार केला.

पीटरसनने पाय आपटले, हवेत गुद्दे मारले. तो त्याच्या कल्पनाविश्वाकडे वळल्यावर पुन्हा अडचणीत आला. "सात डिसेंबरला रात्री दहानंतर तू कुठे होतास, हे तू सांगू शकशील?"

रॉन : "मी घरी होतो."

पीटरसन : "काय करत होतास?"

रॉन : "रात्री दहानंतर, पाच वर्षांपूर्वी, मी कदाचित टेलिव्हिजन बघत असेन

किंवा झोपलो असेन.''

पीटरसन : ''हे खरं आहे ना की, तू दरवाजातून बाहेर पडलास आणि गल्लीतून बाहेर गेलास...''

रॉन : ''ह... ह... मित्रा शक्यच नाही.''

पीटरसन : ''...त्या गल्लीतून गेलास.''

रॉन : ''शक्यच नाही.''

पीटरसन : ''तू आणि डेनिस फ्रिट्झ.''

रॉन : ''तू... शक्यच नाही, शक्यच नाही.''

पीटरसन : ''त्या घराकडे गेलात.''

रॉन : ''शक्यच नाही.''

पीटरसन : ''डेनिस फ्रिट्झ त्या रात्री कुठे होता, तुला माहिती आहे?''

रॉन : ''मी असं म्हणेन की, तो त्या घरात नव्हता, एवढंच मला माहिती आहे.''

पीटरसन : ''तो डेबी कार्टरच्या घरी नव्हता, हे तू कसं काय सांगू शकतोस?''

रॉन : ''कारण तू त्याला अडकवलंस.''

पीटरसन : ''तो डेबी कार्टरच्या घरी नव्हता, हे तू कसं काय म्हणू शकतोस?''

रॉन : ''त्यावर मी माझ्या आयुष्याची पैज लावायला तयार आहे.''

पीटरसन : ''ते तुला कसं काय माहिती एवढंच सांग.''

रॉन : ''मला माहिती नाही... मला आणखी प्रश्न विचारू नका. मी साक्षीदाराच्या पिंजऱ्यातून खाली उतरतो, तुम्ही ज्युरींसमोर काय वाट्टेल ते मांडू शकता; पण मी सांगतो की, तुम्ही त्याला अडकवलंत आणि आता तुम्ही मला अडकवायच्या प्रयत्नात आहात.''

बार्नी : ''रॉन.''

रॉन : ''मी घरातच होतो हे माझ्या आईला माहिती होतं. गेली पाच वर्षं तुम्ही मला त्रास देताय. आता तुम्हाला काय हवं ते करा, मला फिकीर नाही.''

पीटरसनने साक्ष संपवली आणि खाली तो बसला.

शेवटच्या युक्तिवादात पोलीस, त्यांची कार्यपद्धती आणि दीर्घकाळ चाललेला गुन्ह्याचा तपास यांच्यावर जोरदार हल्ला चढवत बार्नीने त्यांची भरपूर बदनामी केली. गोअरचे घेतलेले केसांचे नमुने हरवणे, गोअरकडे संशयित म्हणून बघण्याची त्यांची तयारी नसणे, डेनिस स्मिथने गुन्ह्याच्या घटनास्थळावरून बोटांचे ठसे गोळा करताना केलेला हलगर्जीपणा, रॉनकडून अनेकदा घ्यावे लागलेले नमुने, रॉनकडून स्वप्नाचा कबुलीजबाब मिळवण्यासाठी वापरलेले विवादास्पद डावपेच, रॉनची आधीची निवेदनं

बचाव पक्षापासून दडवणे, OSBI च्या तज्ज्ञांची बदलणारी मतं. चुकांची यादी भलीमोठी व भरगच्च होती आणि बार्नीने एकापेक्षा जास्त वेळा पोलिसांचा उल्लेख 'कीस्टोन कॉप्स' असा केला. (विसाव्या शतकाच्या सुरुवातीला 'कीस्टोन कॉप्स' या नावाने निर्मिलेल्या मूकपटात पोलीस अतिशय अकार्यक्षम दाखवले होते.)

सगळे चांगले वकील करतात, त्याप्रमाणे बार्नीने असा युक्तिवाद केला की, या प्रकरणात संशयाला भरपूर जागा आहे आणि त्याने ज्युरींना विनंती केली की, त्यांनी योग्य विचार करून निर्णय घ्यावा.

पीटरसनने युक्तिवाद केला की, या प्रकरणात संशयाला जागाच नाही. सगळे पोलीस नक्कीच तरबेज आहेत, तपासाचं काम त्यांनी अतिशय शिताफीने आणि पद्धतशीरपणे पार पाडलंय; त्याचबरोबर पीटरसन आणि त्याच्या साहाय्यकांनी ज्युरींना आरोपीच्या गुन्ह्याचा स्पष्ट पुरावा सादर केला आहे.

मेल्विन हेट्टची साक्ष कानावरून गेलेली असल्यामुळे, त्यातल्या काही संज्ञा, शब्द त्याने ढिसाळपणे वापरले. केस-विश्लेषणाबद्दल त्याने सांगितलं, "बाकीच्या प्रकरणांच्या बरोबरच मि. हेट्ट केसांचं विश्लेषण करत होता, वगळत होता; विश्लेषण करत होता, वगळत होता. शेवटी १९८५ मध्ये त्याला 'जुळणारा' नमुना सापडला."

पण बार्नी तयारीतच होता. त्याने ताबडतोब आक्षेप घेतला, "न्यायालयाने कृपया इकडे लक्ष द्यावं. राज्यस्थापनेपासून तरी कुठलाही नमुना 'जुळलेला' नाही. आमचा त्या शब्दाला आक्षेप आहे."

न्यायाधीशांनी आक्षेप मान्य केला.

पीटरसनचं बोलणं पुढे चालूच राहिलं. त्याचा प्रत्येक साक्षीदार जे बोलला होता, ते त्याने थोडक्यात सांगायला सुरुवात केली. तो जेव्हा टेरी हॉलंडच्या साक्षीपाशी आला, तेव्हा रॉन अस्वस्थ झाला.

पीटरसन : "टेरी हॉलंड आत्ता जे सांगते, ते दोन वर्षांपूर्वीचं आठवून सांगतेय. तिच्या साक्षीप्रमाणे, तिने असं ऐकलं की, आरोपी तिच्या आईला सांगत होता की, तिने तो जे काही मागतोय ते आणून दिलं नाही तर..."

रॉन ताडकन उठून उभा राहत बोलला : "थांबा."

पीटरसन : "तर त्याने जसा डेबी कार्टरचा खून केला, तसा तिचाही खून करावा लागेल."

रॉन : "तुझं तोंड बंद कर. मी असं कधीच म्हणालो नव्हतो."

बार्नी : "खाली बस आणि शांत राहा."

न्यायाधीश : "मि. विल्यमसन..."

रॉन : "मी माझ्या आईला तसं बोललो नाही."

बार्नी : "रॉन."

न्यायाधीश : "तुझ्या वकिलांचं ऐक."

रॉन खाली बसला; पण तो धुमसत होता. पीटरसनचं चालूच होतं. सरकारी साक्षीदारांच्या साक्षी तो इतक्या पक्षपातीपणे सांगत होता की, बार्नीला वारंवार आक्षेप घ्यावा लागला आणि त्याला न्यायाधीश जोन्स यांना सांगावं लागलं की, त्यांनी सरकारी वकिलांना वस्तुस्थितीच्या मर्यादेत बोलण्याची समज द्यावी.

बुधवारी सकाळी १०.१५ वाजता ज्युरी सल्ला-मसलतीसाठी गेले. ॲनेट आणि रेनी थोडा वेळ न्यायालयातच बसून राहिल्या आणि नंतर जेवणासाठी बाहेर पडल्या. काही खाण्याची इच्छा होणं शक्यच नव्हतं. प्रत्येक साक्षीदाराचा शब्दन्शब्द ऐकल्यावर तर रॉन निर्दोष असल्याची त्यांची खात्रीच पटली होती; पण हे पीटरसनचं न्यायालय होतं, बरेचसे निकाल त्याच्या बाजूनेच लागायचे. हेच सगळे साक्षीदार एकत्र करून, काही ठोस पुरावा नसतानासुद्धा त्याने डेनिस फ्रिट्झला दोषी शाबित करून दाखवलं होतं. त्या दोघी त्याचा तिरस्कार करत होत्या. तो उद्दाम आणि दुसऱ्याला किंमत न देणारा होता. तो त्यांच्या भावाच्या विरोधात जे काही करत होता; त्यामुळे त्यांना त्याचा तिटकारा वाटू लागला होता.

बराच वेळ गेला. साडेचार वाजता ज्युरींचा निर्णय तयार असल्याचा निरोप आला आणि लगेचच न्यायालय परत भरून गेलं. न्यायाधीश जोन्स स्थानापन्न झाले आणि त्यांनी लोकांना कसल्याही प्रकारचा गोंधळ न करण्याचा इशारा दिला. ॲनेट आणि रेनीने एकमेकींचे हात पकडून प्रार्थना करायला सुरुवात केली.

रांगेच्या दुसऱ्या बाजूला कार्टर कुटुंबीयांनीही हातात हात घेऊन प्रार्थना चालू केली होती. सत्त्वपरीक्षा जवळजवळ संपत आली होती.

४.४० वाजता ज्युरींच्या प्रमुखाने आपला निर्णय न्यायालयाच्या लेखनिकाकडे सोपवला, त्याने त्यावर नजर टाकून तो न्यायाधीश जोन्स यांच्याकडे दिला. त्यांनी निर्णय जाहीर केला ... सर्व आरोपांमध्ये दोषी. विजयाचं निदर्शक म्हणून कार्टर कुटुंबीयांनी आपले हात मूकपणे हवेत उडवले. ॲनेट, रेनी आणि त्यांच्याचप्रमाणे पेगी स्टीलवेलही रडत होत्या.

रॉनने आपलं डोकं खाली केलं. धक्का होताच; पण आश्चर्य नव्हतं. अकरा महिने पोन्टोटॉक काउन्टीच्या तुरुंगात काढल्यानंतर, तो त्या सडक्या व्यवस्थेचा भागच बनून गेला होता. डेनिस फ्रिट्झसुद्धा निर्दोष असल्याची त्याला खात्री होती, तरीपण याच पोलिसांनी, याच वकिलांनी आणि याच न्यायालयाने त्याला दोषी ठरवलं होतं.

न्यायाधीश खटला संपवायला आतुर होते. मध्ये जराही न थांबता, त्यांनी

सरकारी पक्षाला शिक्षेच्या टप्प्याची सुनावणी चालू करायला सांगितली. नॅन्सी श्यूने ज्युरींना संबोधित केलं. ती म्हणाली की, हा दुष्टपणे, क्रूरपणे आणि निर्घृणपणे केलेला खून आहे आणि तो अटक टाळण्याच्या कारणाने केला गेला होता, अशी जोरदार शक्यता आहे की, रॉन पुन्हा खून करेल आणि तो समाजासाठी कायमचा धोकादायक ठरू शकेल; त्यामुळे त्याला मृत्युदंडाचीच शिक्षा सुनावण्यात यावी.

हे सिद्ध करण्यासाठी सरकारतर्फे चार साक्षीदार बोलावण्यात आले. चारही बायका, ज्यांचा पूर्वी कधी ना कधी रॉनबरोबर खटका उडाला होता. पहिली होती बेव्हर्ली सेट्लीफ. तिच्या साक्षीप्रमाणे, १४ जून, १९८१ रोजी म्हणजे सात वर्षांपूर्वी, रात्री उशिरा ती झोपायची तयारी करत असताना, तिने त्याला घराबाहेर उभा असलेला पाहिला होता. तो ओरडला, "हाय, मला माहिती आहे की, तू आत आहेस, मी तुझ्यासाठी आत येणार आहे." तिने त्याला पूर्वी कधीही पाहिलेलं नव्हतं. तिने दरवाजांना आतून कुलपं लावली आणि तो निघून गेला.

तिने पोलिसांना फोन केला नाही, तसा विचारही तिने केला नव्हता आणि तिला तक्रार दाखल करावी असंही वाटलं नव्हतं; पण दुसऱ्या दिवशी जेव्हा एका दुकानात तिला एक पोलीस भेटला, तेव्हा तिने त्याला ही घटना सांगितली. औपचारिक अहवाल दाखल झाला असल्यास तिने तो पाहिला नव्हता.

तीन आठवड्यांनंतर तिला पुन्हा एकदा रॉन दिसला आणि तिच्या मैत्रिणींपैकी कोणीतरी तिला त्याचं नाव सांगितलं होतं. या घटनेला सहा वर्षं उलटून गेली होती. रॉनला अटक झाल्याचं कळल्यावर, तिने पोलिसांकडे जाऊन, रात्रीच्या वेळी सावज हेरत फिरल्यासारखा फिरणाऱ्या माणसाची माहिती दिली होती.

डेनिस फ्रिट्झच्या विरोधात साक्ष देणारी लॅविता ब्रूवर ही पुढची साक्षीदार होती. तिने तिची पूर्वीचीच गोष्ट पुन्हा सांगितली. नॉर्मनमधल्या बारमध्ये रॉन आणि डेनिसबरोबर झालेली तिची भेट, त्यांच्या बरोबर कारमधून जाणं, घाबरून कारमधून उडी मारणं, पोलिसांना फोन करणं. तिच्या म्हणण्याप्रमाणे रॉनने तिला स्पर्शही केला नव्हता आणि कुठल्याही पद्धतीने धमकावलं नव्हतं. ती कारमध्ये मागे बसलेली असताना घाबरून गेली होती, कारण डेनिस कार थांबवून तिला उतरू द्यायला तयार नव्हता. त्या संपूर्ण प्रकरणात, रॉनचं वाईट वागणं एवढंच होतं की, तो तिला 'गप्प बस' असं म्हणाला होता.

शेवटी ती उडी मारून पळून जाण्यात यशस्वी झाली होती. तिने पोलिसांना फोन केला होता; पण रीतसर आरोप दाखल केले नव्हते.

लेथा कॅल्ड्वेलने पुन्हा साक्ष दिली. ती रॉन विल्यमसनला त्यांच्या बिंगमधल्या ज्युनिअर हायस्कूलच्या दिवसांपासून ओळखत होती आणि त्यांची मैत्री होती. १९८० च्या सुरुवातीला रॉन आणि डेनिस फ्रिट्झ यांनी रात्री उशिरा येऊन, तिच्या

घरात बसून दारू प्यायला सुरुवात केली. एके दिवशी ती फुलांच्या ताटव्यावर काम करत असताना रॉन आला होता. ती त्याच्याबरोबर बोलत होती; पण एकीकडे तिने आपलं काम चालूच ठेवल्यामुळे रॉन रागावला. त्याने तिचं मनगट पकडलं, तिने आपला हात सोडवून घेतला आणि ती घरात शिरली. आत शिरल्यावर, आपली मुलं घरातच असल्याचं तिला आठवलं. रॉनही तिच्या मागोमाग घरात आला होता; पण त्याने परत तिला स्पर्श केला नाही आणि लवकरच तो निघून गेला. तिने पोलिसांकडे या घटनेची तक्रार केली नव्हती.

शेवटची साक्ष मात्र सर्वांत जास्त नुकसान करणारी ठरली. ॲन्ड्री हार्डकॅसल नावाच्या एका घटस्फोटित स्त्रीने आपल्या चार तासांच्या दिव्याची क्लेशकारक कहाणी सांगितली. १९८१ मध्ये रॉन आणि त्याचा एक मित्र तिच्या घरी आले होते आणि तिला बाहेर चलण्याचा आग्रह करत होते. ते 'कोचलाइट'ला जाणार होते. ॲन्ड्रीची तीन मुलं आणि इतर दोन मुलं घरात असल्यामुळे ती बाहेर जाऊ शकत नव्हती. ते दोघे निघून गेले; पण रॉन लगेचच आपलं विसरलेलं सिगारेटचं पाकीट घ्यायला परत आला. तो अचानक घरात आला आणि तिच्याशी लगट करायला लागला. रात्रीचे दहा वाजले होते, मुलं झोपली होती; त्यामुळे ती प्रचंड घाबरली. तिला त्याच्याबरोबर शरीरसंबंध ठेवण्यात रस नव्हता; त्यामुळे रॉनच्या रागाचा उद्रेक झाला आणि त्याने तिच्या चेहऱ्यावर आणि डोक्यावर थपडा मारायला सुरुवात केली. तो तिच्याकडे मुख-संभोगाची मागणी करत होता आणि ती नकार देत होती. नकार देत असतानाच तिला जाणवलं, ती जसजशी बोलतेय, तसतशी त्याची मारहाण कमी होतेय.

त्यामुळे तिने त्याच्याबरोबर गप्पा मारायला सुरुवात केली. त्यानेही तिच्याबरोबर बोलायला सुरुवात केली – त्याची बेसबॉलची कारकीर्द, त्याचं अयशस्वी लग्न, गिटारवादन, देव आणि धर्म, त्याची आई, ॲन्ड्रीचा माजी पती, जो 'कोचलाइट'मध्ये सुरक्षारक्षकाचं काम करायचा – तो रॉनबरोबर शाळेत एकत्र होता. कधीकधी तो शांत, गप्प, अगदी रडवेला होत होता. इतर वेळी तो विक्षिप्त वागत चिडून आरडाओरडा चालू करायचा. ॲन्ड्रीला पाचही मुलांची काळजी वाटत होती. तो बोलत असताना, ती या दिव्यातून कसं बाहेर पडायचं याचा विचार करत होती. तो चिडला की, पुन्हा मारहाण चालू करत, तिचे कपडे काढण्याचा प्रयत्न करायचा. खरं तर त्याला इतकी नशा चढली होती की, त्या वेळेस तो शरीरसंबंधांसाठी असमर्थ होता.

तिचा असा दावा होता की, हे चालू असताना मध्येच एकदा तो म्हणाला की, त्याला असं वाटतंय की, तिला मारावंच लागणार. ॲन्ड्री कळकळीने प्रार्थना करत होती. मग तिने त्याच्याबरोबर संबंधांसाठी तयार असल्याचं नाटक करण्याचं ठरवलं.

तिने त्याला दुसऱ्या दिवशी मुलं घरात नसताना येण्याविषयी सुचवलं. घरात कोणी नसताना आपल्याला हवी तशी मजा करता येईल, असं आमिष दाखवलं. हा प्रस्ताव त्याला फारच आवडला आणि तो तिथून निघून गेला.

तिने तिच्या वडिलांना आणि माजी पतीला बोलावून घेतलं. ते हत्यारबंद होते आणि रस्त्यातच न्यायदान करण्याच्या तयारीनिशी, रॉनच्या शोधात त्यांनी सगळे रस्ते पालथे घातले होते.

ॲन्ड्रीचा चेहरा मारहाणीच्या आणि कापल्याच्या खुणांनी भरला होता. रॉनच्या बोटात घोड्याचं डोकं कोरलेली अंगठी असल्यामुळे तिच्या डोळ्यांच्या आजूबाजूला कापल्याच्या असंख्य जखमा झाल्या होत्या. दुसऱ्या दिवशी पोलिसांना बोलावण्यात आलं; पण तिने हट्टाने आरोप दाखल करण्यास नकार दिला. रॉन जवळच राहायचा आणि तिच्या मनात त्याच्याबद्दल धास्ती होती.

बार्नीला ही साक्ष अपेक्षित नव्हती, त्यासाठी तो तयारच नव्हता; त्यामुळे त्याने कशीबशी गडबडीने उलटतपासणी उरकली.

ती साक्षीदाराच्या पिंजऱ्यातून खाली उतरली, तेव्हा न्यायालयात पूर्ण शांतता पसरली होती. ज्युरी आरोपीकडे जळजळीत नजरेने बघत होते. आता त्यांची शिक्षा सुनावण्याची तयारी झाली होती.

झालेलं नुकसान कमी करण्यासाठी आणि रॉनचं आयुष्य वाचवण्यासाठी बार्नीने एकही साक्षीदार बोलावला नाही, हे अतर्क्यच होतं. ॲनेट आणि रेनी साक्ष देण्याच्या तयारीनिशी न्यायालयात बसलेल्या होत्या; पण त्यांचा उपयोग केला गेला नाही. संपूर्ण खटल्यात रॉनच्या असक्षमतेबद्दल एकही शब्द उच्चारला गेला नव्हता, त्या दृष्टीने कुठलेही पुरावे, नोंदी सादर केल्या गेल्या नाहीत.

शिक्षा सुनावण्यापूर्वी, साक्षीदाराच्या पिंजऱ्यातून ज्युरींच्या कानावर जे काही पडलं, ते ॲन्ड्री हार्डकॅसलचं वक्तव्य होतं.

बिल पीटरसनने त्याच्या शेवटच्या युक्तिवादात मृत्युदंडाच्या शिक्षेची मागणी केली. खटल्यात जे सादर करण्यात आले नव्हते, असे काही नवीन पुरावेही त्याच्याजवळ होते. ॲन्ड्री हार्डकॅसलच्या साक्षीपर्यंत, रॉनकडील घोड्याच्या डोक्याची नक्षी असलेल्या अंगठीचा उल्लेखही झालेला नव्हता. या पुराव्याचा संदर्भ ठेवत, पीटरसनने ओढूनताणून आणखी काही निष्कर्ष काढले होते. त्याने असं ठरवून टाकलं की, डेबी कार्टरला मारहाण करतानासुद्धा रॉनने हीच अंगठी वापरली असणार आणि तिच्या चेहऱ्यावरच्या जखमा नक्कीच ॲन्ड्री हार्डकॅसलला जानेवारी, १९८१ मध्ये झालेल्या जखमांप्रमाणेच असणार. ही अगदीच स्वैर कल्पना होती. त्यांच्याजवळ कसलाच पुरावा नव्हता; पण तसंही त्यांना पुराव्याची गरजच नव्हती.

पीटरसनने नाट्यमय आवेशात ज्युरींना सांगितलं, ''ॲन्ड्री हार्डकॅसलच्या घटनेत त्याने आपली निशाणी सोडली होती, डेबी कार्टरच्या घटनेत त्याने ती अधोरेखित केली.'' आपली टिपण्णी संपवताना तो म्हणाला, ''सभ्य स्त्री-पुरुषहो, जेव्हा तुम्ही परत याल, तेव्हा तुम्ही असं बोलावं, अशी माझी इच्छा आहे : रॉन विल्यमसन, तू डेबी कार्टरबरोबर जे काही केलंस, त्यामुळे तुला मृत्युदंडाचीच शिक्षा योग्य आहे.''

तेवढ्यात अगदी वेळ साधल्यासारखा रॉन म्हणाला, ''मी डेबी कार्टरचा खून केलेला नाही.''

ज्युरी सल्ला-मसलतीसाठी बाहेर गेले; पण त्यांचा विचारविमर्श झटपट आटोपला. दोन तासांपेक्षा कमी वेळात, मृत्युदंडाच्या शिक्षेचा निर्णय ठरवून ते परत आले.

सगळं काही घडून गेल्यानंतर, सरकारकडून 'ब्रॅडी उल्लंघन झालं का' यावर विचारविनिमय करण्यासाठी, विचित्र न्यायिक प्रकरणात न्यायाधीश जोन्स यांनी दुसऱ्या दिवशी सुनावणी ठेवली. बार्नी जरी थकला होता आणि त्या खटल्याला कंटाळला होता, तरीसुद्धा पोलीस आणि पीटरसन यांनी १९८३ मधील रॉनच्या पॉलिग्राफ चाचणीच्या व्हिडिओ टेपबाबत जाणूनबुजून त्याला अंधारात ठेवल्यामुळे तो धुमसत होता.

पण आता या क्षणाला त्याच्याबद्दल विचार तरी कशाला करायचा? खटला तर संपला होता. आता या घडून गेलेल्या गोष्टींनंतर त्याचा फायदा तरी काय झाला असता?

व्हिडिओ टेप राखून ठेवल्यामुळे 'ब्रॅडी' उल्लंघन झालेलं नाही, असा निर्णय न्यायाधीश जोन्स यांनी जाहीर केल्यावर कोणालाच आश्चर्य वाटलं नाही. प्रत्यक्षात ती टेप लपवण्यात आली नव्हती, तर फक्त ती खटला संपल्यावर न्यायालयाकडे सुपूर्द करण्यात आली. या घटनेला फारतर ती टेप उशिरा जमा करण्यात आली असं म्हणता येईल, अशी कारणमीमांसा त्यांनी दिली.

ओक्लाहोमा राज्यातल्या मृत्युदंडाची शिक्षा झालेल्या कैद्यांना ठेवण्यात येत असलेल्या, मॅकॲलिस्टर इथल्या 'एफ' या कुप्रसिद्ध कोठडीकडे आता रॉनची रवानगी होणार होती.

१०

मृत्युदंडाच्या शिक्षेकडे ओक्लाहोमा राज्यात अतिशय गंभीरपणे पाहिलं जातं. १९७६ मध्ये 'यु. एस. सुप्रीम कोर्ट'ने जेव्हा पुन्हा मृत्युदंडाची शिक्षा चालू करायला परवानगी दिली, तेव्हा घाईघाईने ओक्लाहोमा राज्य विधि मंडळाचे खास सत्र केवळ मृत्युदंडाचा कायदा अमलात आणण्यासाठी बोलावण्यात आले. त्याच्या पुढच्याच वर्षी, विषारी इंजेक्शन देण्याची नावीन्यपूर्ण कल्पना वापरून मृत्युदंडाची शिक्षा अमलात आणायची की आपली जुनीच 'ओल्ड स्पार्की' म्हणून ओळखली जाणारी विश्वासार्ह विजेच्या खुर्चीची पद्धत चालू ठेवायची यावर संसदसदस्यांची चर्चा झाली. रसायनांच्या वापराने आलेला मृत्यू तेवढा निष्ठुर वाटणार नाही; त्यामुळे साहजिकच क्रूर आणि अमानवी शिक्षा म्हणून होणारे वैधानिक हल्ले कमी होतील आणि त्याचा परिणाम म्हणून मृत्युदंडाची झटपट अंमलबजावणी करण्यात येईल, असा तर्क त्यामागे लढवला गेला. तेव्हाच्या प्रासंगिक उत्तेजित आवेशामध्ये, वृत्तपत्रे बारकाईने लक्ष ठेवून असल्यामुळे आणि मतदार भावना भडकवण्याचे काम करत असल्यामुळे, संसदसदस्यांनी मानवी जीवन संपवण्यासाठी कोणते वेगवेगळे उपाय वापरता येतील यावर चर्चा केली. काही कर्मठ सदस्यांनी फाशी, गोळ्या घालून मारणे यांसारखे मार्ग सुचवले; पण शेवटी विषारी इंजेक्शनचा निर्णय प्रचंड बहुमताने मंजूर झाला आणि ती पद्धत स्वीकारणारे ओक्लाहोमा हे पहिले राज्य ठरले.

पण ती पद्धत प्रत्यक्षात वापरात आणण्यात त्या राज्याचा पहिला क्रमांक लागू शकला नाही. लवकरच, मृत्युदंडाची शिक्षा अमलात आणण्याच्या बाबतीत कार्यक्षम असलेल्या इतर राज्यांच्या मानाने ओक्लाहोमा राज्य मागे पडल्यामुळे तिथले संसदसदस्य, पोलीस, सरकारी वकील आणि बहुतांश जनतेत नैराश्य आलं. तेरा लांबलचक वर्षे शिक्षेच्या अंमलबजावणीशिवाय गेली. शेवटी १९९० मध्ये प्रतीक्षा संपली आणि मृत्युदंडाचा कक्ष पुन्हा एकदा वापरला गेला.

त्यानंतर मात्र धरण फुटून पुराच्या पाण्याचा लोंढा यावा, असंच काहीसं झालं.

दरडोई लोकसंख्येच्या आधारावर तुलना केली तर, १९९० पासून ओक्लाहोमामध्ये, इतर राज्यांच्या तुलनेत सर्वांत जास्त मृत्युदंडाच्या शिक्षा अमलात आणल्या गेल्या. दुसरे कुठलेही राज्य - अगदी टेक्साससुद्धा - त्यांच्या जवळ येऊ शकले नाही.

ओक्लाहोमा शहराच्या आग्नेय दिशेला एकशेवीस मैलांवर असलेल्या मॅकॲलिस्टर या सर्वांत जास्त सुरक्षित तुरुंगात ओक्लाहोमा राज्यातल्या मृत्युदंडाच्या शिक्षा अमलात आणल्या जातात. त्यातल्या कुप्रसिद्ध 'एच' या विभागात मृत्युदंडाची शिक्षा झालेले कैदी ठेवण्यात येतात.

सरावाने परिपूर्णता येते म्हणतात त्यामुळेच असेल; पण मॅकॲलिस्टरमधली अंमलबजावणी बिनचूकपणे व्हायची. ज्या कैद्यांची वेळ भरलेली असेल, त्यांचा शेवटचा दिवस त्यांचे कुटुंबीय, त्यांचे मित्र आणि त्यांच्या वकिलांना भेटण्यात जातो. या भेटीगाठी क्लेशकारक असतातच, त्यातून एकमेकांना स्पर्श करणंही अशक्य असल्यामुळे त्या दुःखामध्ये भरच पडते. जाड काचेच्या भिंतीच्या दोन बाजूंना बसून ते एकमेकांशी फोनच्या साहाय्याने बोलतात आणि रडत असतात. तिथे एकमेकांना मिठ्या मारता येत नाहीत की मुके घेता येत नाहीत. फक्त काळ्या रिसीव्हरच्या माध्यमातून 'माझं तुझ्यावर प्रेम आहे' हे हृदय पिळवटून टाकणारे शब्द. बरेचदा कैदी आणि त्याच्या भेटीला आलेले काचेला ओठ टेकवून प्रतीकात्मक मुका घेतात. त्याचप्रमाणे हाताने स्पर्श केल्यासारखं करतात.

शिक्षेच्या अंमलबजावणीच्या आधी स्पर्श होता कामा नये असा कुठलाही कायदा नाही. प्रत्येक राज्यात वेगवेगळे नियम पाळले जातात. ओक्लाहोमा राज्यात मात्र ही कर्मकांडे शक्य तेवढी निष्ठुर करण्याकडेच कल आहे.

पहारेकरी जर खुशीत असतील, तर कैद्यांना बाहेर फोन करायला परवानगी मिळते. भेटीगाठी संपल्यानंतर शेवटच्या जेवणाची वेळ येते; पण इथेही फक्त पंधरा डॉलरच खर्च करण्याची मर्यादा ठेवण्यात आलेली आहे. त्यातही एखाद्या पदार्थाबाबत पहारेकरी आपला नकाराधिकार वापरू शकतो. चिजबर्गर, फ्राइड चिकन, कॅटफिश आणि आइस्क्रीम हे जास्त मागवले जाणारे पदार्थ आहेत.

शिक्षेच्या साधारण एक तास आधी कैद्याला तयार केलं जातं. कैदी आपले कपडे बदलून, ऑपरेशनच्या वेळी वापरतात तसे, फिकट निळे कपडे घालतो. त्याला वेलक्रोच्या पट्ट्यांनी स्ट्रेचरला घट्ट बांधलं जातं. त्याला ढकलत न्यायला सुरुवात केल्यावर, बाकीचे कैदी त्यांच्या कोठडीच्या दरवाजावर लाथा मारायला आणि दरवाजे गदागदा हलवायला सुरुवात करतात, आपल्या साथीदाराचं मनोधैर्य वाढवण्यासाठी लोखंडी गज वाजवले जातात, आरोळ्या ठोकतात, आरडाओरडा करतात. हा सगळा गदारोळ शिक्षेच्या निर्धारित वेळेपेक्षा थोडा जास्त वेळ चालू राहतो, नंतर अचानक सगळे आवाज थांबून तिथे स्मशानशांतता पसरते.

कैद्याची तयारी चालू असतानाच, मृत्युदंडाचा कक्षही व्यवस्थित तयार केला जातो. शिक्षा दिली जात असताना बघण्यासाठी त्या कक्षाला लागूनच दोन वेगवेगळ्या खोल्या आहेत. एक बळी पडलेल्यांच्या नातेवाइकांसाठी आणि दुसरी शिक्षा झालेल्या व्यक्तीच्या नातेवाइकांसाठी. गंभीर वातावरणात त्या दोन्ही खोल्यांमध्ये लोकांची येऊन बसायला सुरुवात होते. बळी पडलेल्यांच्या नातेवाइकांच्या खोलीत चोवीस घडीच्या खुर्च्या ठेवण्यात येतात, त्यातल्या काही म्हणजे चार किंवा पाच वार्ताहरांसाठी, एक-दोन वकिलांसाठी आणि थोड्या वॉर्डन आणि त्याच्या कर्मचाऱ्यांसाठी राखीव असतात. स्थानिक शेरीफ आणि सरकारी वकील शक्यतो हा प्रसंग चुकवत नाहीत.

या खोलीच्या मागच्या बाजूला, एका दिशेने दिसणाऱ्या भिंतीच्या मागे, शिक्षा झालेल्या व्यक्तीच्या नातेवाइकांची खोली आहे. त्यात बारा घडीच्या खुर्च्या ठेवतात; पण त्यांतल्या बऱ्याच रिकाम्या राहतात. आपल्या कुटुंबीयांनी हा प्रसंग बघावा अशी काही कैद्यांची इच्छा नसते, तर काही कैद्यांना कुटुंबच नसतात!

बळी पडलेल्या व्यक्तींना कुटुंबीय नाहीत, असंही कधीतरी घडतं. अशा वेळी त्या खोलीतल्या अर्ध्याअधिक खुर्च्या रिकाम्या राहतात.

दोन्ही खोल्या एकमेकांपासून वेगळ्या बाजूला असतात आणि दोन्ही बाजूंचे लोक एकमेकांपासून लांब राहतील याची काळजी घेतली जाते. जेव्हा सगळे आपआपल्या जागेवर बसतात, तेव्हा त्यांना समोर काहीच दिसत नाही. त्या वेळी मृत्युकक्ष पडद्यांनी झाकलेला असतो.

स्ट्रेचर आणून योग्य जागी उभं केलं जातं. दोन्ही हातांसाठी एकेक अशा दोन नसांना जोडायच्या नळ्या घेऊन, तंत्रज्ञ तयारीत उभे असतात. त्या नळ्या कैद्याला लावल्या जातात आणि बाकीची तयारी पूर्ण झाल्यावर ते छोटे पडदे वर घेतले जातात. जमलेल्या लोकांना कैदी दिसायला लागतो. एकाच दिशेने दिसणारी काच मध्ये असल्यामुळे कैद्याला बळीचे कुटुंबीय दिसू शकत नाहीत; पण त्याला स्वतःचे नातेवाईक दिसू शकतात आणि बरेचदा ते एकमेकांना खुणा करत असतात. कैद्याच्या डोक्याच्या वर दोन फुटांवर एक मायक्रोफोन लोंबत असतो, त्यातून तो बोलू शकतो.

कैद्याच्या हृदयाचे ठोके मोजणारी यंत्रणा डॉक्टरांकडून जोडली जाते. साहाय्यक वॉर्डन एका कोपऱ्यात पांढऱ्या टेबलाजवळ उभा राहून एका रजिस्टरमध्ये प्रत्येक घटनेची नोंद करत असतो. त्याच्या जवळच भिंतीवर एक फोन टांगलेला असतो. शेवटच्या क्षणी जर एखादी बातमी आली, मग ती एखाद्या कायदेशीर बाबीमुळे असो अथवा गव्हर्नरच्या ऑफिसचं झालेलं मतपरिवर्तन असो, अशा वेळी तो फोन वाजायची शक्यता असते. पूर्वी त्या कक्षाच्या दुसऱ्या कोपऱ्यात उभा राहून, अंमलबजावणी चालू असतानाचा संपूर्ण वेळ एक पाद्री धार्मिक उतारे वाचत

असायचा; पण आता तो निवृत्त झाला होता.

वॉर्डन पुढे होत कैद्याला विचारतो की, त्याला किंवा तिला शेवटचं काही सांगायचंय का? बरेचदा कोणाला काही बोलायचं नसतं; पण कधी कोणी क्षमायाचना करतात, कोणी स्वतःच्या निरपराधित्वाबद्दल बोलतात किंवा प्रार्थना करतात तर काहीजण कडवटपणे निंदा करायला सुरुवात करतात. एकजण भजन गायला होता, एकाने त्याच्या तुरुंगातल्या राहण्याच्या काळात त्याची उत्तम काळजी घेतल्याबद्दल, वॉर्डनचा हात हातात घेऊन वॉर्डन, त्याचे सहकारी आणि तुरुंगातल्या सर्व कर्मचाऱ्यांचे आभार मानले होते.

शेवटच्या बोलण्यावर दोन मिनिटांची मर्यादा घालण्यात आली आहे; पण ती आत्तापर्यंत कोणीच ओलांडलेली नाही.

शिक्षा झालेले नेहमीच शांत आणि गप्प असतात. त्यांनी आपापलं प्रारब्ध स्वीकारलेलं असतं आणि या क्षणासाठीची मानसिक तयारी व्हायला त्यांना बरीच वर्षं मिळालेली असतात. बऱ्याचजणांना हा क्षण स्वागतार्ह वाटतो, 'एच' विभागात आणखी वीस-तीस वर्षं काढण्याच्या भयावह पर्यायापेक्षा ते स्वेच्छेने मरणाला सामोरे जातात. स्ट्रेचरच्या मागच्या बाजूला असलेल्या एका छोट्या खोलीत, शिक्षा अमलात आणणारे तिघेजण उभे असतात. ते कोणाला दिसू नयेत अशी योजना असते. तुरुंगाच्या परिसरातही त्यांची ओळख गुप्त ठेवण्यात येते. ते सरकारी कर्मचारी नसून, वैयक्तिक क्षमतेत काम करणारे होते. एका जुन्या वॉर्डनने बऱ्याच वर्षांपूर्वी त्यांना या कामासाठी नेमलेलं होतं. त्यांचं मॅकॲलिस्टर तुरुंगात येणं आणि बाहेर जाणं हे गूढ असायचं. ते कुठून येतात, ते कोण आहेत, त्यांना ती रसायनं कुठून मिळतात हे फक्त वॉर्डनलाच माहिती असायचं. तो त्यांना प्रत्येक कामगिरीचे प्रत्येकी तीनशे डॉलर रोख द्यायचा.

कैद्याच्या हाताला लावलेल्या दोन नळ्या भिंतीला तेवढ्यासाठी पाडलेल्या भोकातून ते तिघे काम करायचे त्या खोलीत पोहोचवलेल्या असायच्या. सगळी औपचारिकता व्यवस्थितपणे पार पडल्यावर आणि आता शेवटच्या क्षणाचा फोन येण्याची शक्यता नसल्याची खात्री पटल्यावर वॉर्डन त्यांना खूण करायचा; त्याबरोबर इंजेक्शन देण्याची प्रक्रिया चालू व्हायची. कैद्याच्या नसांमध्ये सलाइनचं द्रावण सोडून सुरुवात व्हायची. त्यापाठोपाठ 'सोडियम थिओपेंटल' हे पहिलं रसायन यायचं; त्यामुळे कैदी बेशुद्ध व्हायचा. मग पुन्हा एकदा सलाइनचं द्रावण आणि 'व्हेक्युरोनियम ब्रोमाइड' हे दुसरं रसायन कैद्याचा श्वासोच्छ्वास बंद पाडायचं. पुन्हा एकदा सलाइन आणि मग शेवटचं रसायन 'पोटॅशियम क्लोराइड', जे हृदय बंद पाडायचं.

डॉक्टर येऊन, झटपट तपासणी संपवून, कैद्याला मृत घोषित करायचे. लगेचच छोटे पडदे बंद करण्यात यायचे. जमलेल्या लोकांमधले बरेच लोक भावुक

झालेले असायचे, ते सर्वचजण पटकन; पण शांतपणे निघून जायचे. स्ट्रेचर ढकलत बाहेर आणायचे. शव एका रुग्णवाहिकेतून बाहेर नेलं जायचं. कुटुंबीयांनी शवाचा ताबा घेण्याची व्यवस्था करणं आवश्यक असायचं, नाहीतर ते तुरुंगातल्या कबरस्तानाकडे नेलं जायचं.

तुरुंगाच्या मुख्य फाटकाबाहेर दोन गटांची, दोन वेगवेगळी, परस्परविरोधी निदर्शनं चालायची. 'होमीसाइड सरव्हायव्हर्स' हा गट त्यांच्या वाहनांच्या समोर बसून 'शिक्षेची अंमलबजावणी झाली' ही आनंदाची बातमी येण्याची वाट बघत असायचा. बळी पडलेल्यांच्या स्मृतिप्रीत्यर्थ, जवळच फलकांचा देखावा मांडलेला असायचा. मुलांचे आणि हसऱ्या विद्यार्थ्यांचे रंगीत फोटो, मृतांकरता कविता, एखादा दुहेरी खुनाची बातमी देणारा वृत्तपत्रातला मोठा करून लावलेला मथळा, मृत्युदंडाची शिक्षा झालेले जे कैदी आत्ता आतल्या कोठड्यांमध्ये आहेत, त्यांनी हत्या केलेल्यांचे भरपूर फोटो असं सगळं मांडलेलं असायचं. 'रिमेंबर द व्हिक्टिम्स' या नावाने ही निदर्शनं व्हायची.

जवळच एक कॅथॉलिक धर्मगुरू दुसऱ्या एका गटाचं नेतृत्व करत असायचा. तो गट वर्तुळाकारात उभा राहून, प्रार्थना म्हणत आणि भजनं गात असायचा. मृत्युदंडाच्या शिक्षेचे हे विरोधक प्रत्येक अंमलबजावणीच्या वेळी उपस्थित राहायचे. ते फक्त दोषी व्यक्तींसाठीच नाही, तर बळींकरताही प्रार्थना म्हणायचे.

दोन्ही गट एकमेकांना ओळखायचे आणि त्यांची मतं अगदी परस्परविरोधी असली, तरी ते एकमेकांचा आदर करायचे.

शिक्षा दिल्याची बातमी बाहेर आल्यावर, आणखी प्रार्थना सादर व्हायच्या, मेणबत्त्या बंद करून प्रार्थनापुस्तकं मिटवून ठेवली जायची.

आता पुढच्या शिक्षेला भेटू असं म्हणत, आपापसांत मिठ्या मारत निरोप घेतले जायचे.

२९ एप्रिल, १९८८ रोजी जेव्हा रॉन विल्यमसनला मॅकॲलिस्टर येथे आणण्यात आलं, तेव्हा 'एच' विभाग बांधण्याबद्दल चर्चा चालू होती; पण बांधकाम सुरू झालेलं नव्हतं. मृत्युदंड झालेल्या कैद्यांच्या वाढत्या संख्येला पुरेशी जागा मिळावी म्हणून, तुरुंगाधिकाऱ्यांना एक नवा कोरा तुरुंग हवा होता; पण संसदसदस्य पैसे खर्च करायला तयार नव्हते.

त्यामुळे रॉनला बाकीचे एक्याऐंशी कैदी असलेल्या 'एफ' विभागात ठेवण्यात आलं. 'एफ' कोठडी 'रो' या नावाने प्रसिद्ध होती. १९३५ साली बांधलेल्या, एका जुन्या, प्रचंड मोठ्या 'बिग हाउस' नावाने ओळखल्या जाणाऱ्या चारमजली तुरुंगातल्या खालच्या दोन मजल्यांवर 'एफ' कोठडी होती. वर्षानुवर्षांची अति गर्दी, प्रचंड हिंसा,

खटले आणि दंग्यांमुळे, शेवटी पन्नास वर्षांनंतर तो तुरुंग बंद करण्यात आला होता.

त्या प्रचंड मोठ्या, रिकाम्या आणि मोडकळीस आलेल्या 'बिग हाउस'मध्ये आता फक्त 'एफ' कोठडी वापरात होती. त्याचा एकमेव उद्देश, दोषी ठरवण्यात आलेल्या व्यक्तींना बंदोबस्तात ठेवणे एवढाच होता.

रॉनचा 'एफ' कोठडीत प्रवेश झाला. त्याला दोन खाकी पँट, दोन अर्ध्या बाह्यांचे निळे शर्ट, दोन पांढरे टी-शर्ट, दोन पांढरे मोजे आणि दोन पांढऱ्या चड्ड्या देण्यात आल्या. सगळे कपडे आधी वापरले गेलेले होते. कपडे स्वच्छ होते; पण त्यावर कायमस्वरूपी डाग पडलेले होते, खासकरून चड्ड्यांवर! काळे लेदरचे बूट होते; तेही आधी वापरलेलेच! त्याचबरोबर त्याला उशी, ब्लँकेट, टॉयलेट पेपर, टूथब्रश आणि टूथपेस्टही देण्यात आली. रॉनला तुरुंगाची माहिती करून देण्याचा सोपस्कार झटपट उरकण्यात आला. तुरुंगामधल्या दुकानातून, ज्याला तिथे कँटीन म्हणत, दैनंदिन गरजेच्या वस्तू, खाण्याचे पदार्थ, सॉफ्ट ड्रिंक आणि बाकी थोड्या फार वस्तू तो विकत घेऊ शकतो, हे त्याला समजावण्यात आलं. त्याला स्वतःला तिकडे जाण्याची परवानगी नव्हती. बाहेरून त्याच्यासाठी येणारे पैसे त्याच्या खात्यात जमा होतील आणि त्यातून तो खरेदी करू शकेल असं त्याला सांगण्यात आलं. प्रत्येक कैद्याचा स्वतःसाठीचा कँटीनमधल्या वस्तूंचा खासगी साठा असायचा, जो अगदी प्राणपणाने जपला जायचा.

सगळी औपचारिकता पूर्ण होऊन त्याने तुरुंगाचे कपडे घातल्यावर त्याला त्याच्या कोठडीकडे नेण्यात आलं. आता तिथे त्याला आपल्या आयुष्यातील कित्येक वर्षं मरणाची वाट बघत काढायची होती. त्याच्या हातांत आणि पायांत बेड्या घालण्यात आल्या होत्या. त्याला देण्यात आलेल्या उशी, ब्लँकेट, जादाचे कपडे आणि इतर वस्तू त्याने हातांत घट्ट पकडल्या होत्या. पहारेकऱ्यांनी मोठा दरवाजा उघडला आणि ते आत शिरले, जणू काही त्यांची कवायतच सुरू झाली.

त्याच्या डोक्याच्या वरच्या बाजूला, मोठ्या काळ्या अक्षरात रंगवलं होतं, त्याचा नवा पत्ता : DEATH ROW – मृत्युकोठडी.

तो शंभर फूट लांब आणि फक्त बारा फूट रुंद असा मार्ग होता. त्याच्या दोन्ही बाजूला, दाटीवाटीने कोठड्या बनवलेल्या होत्या. छत आठ फूट उंच होतं.

रॉन आणि त्याच्याबरोबरच्या दोन पहारेकऱ्यांनी हळूहळू चालत त्या मार्गावरून जायला सुरुवात केली. हा नेहमी होणारा एक कार्यक्रम होता, एक छोटासा स्वागत समारंभ. बाकीच्या कैद्यांना तो येतोय हे माहिती होतं, आरडाओरडा सुरू झाला, ''नवीन माणूस दाखल!'', ''नवीन बकरा!'', ''हाय बेबी!''.

स्पर्श करणे शक्य होईल इतक्या जवळ, कोठडीच्या गजांमधून बाहेर काढलेले हात लोंबत होते. गोरे हात, काळे हात, पिंगट हात. बऱ्याचशा हातांवर गोंदवलेलं

होतं. 'खंबीर आहेस असं दाखव,' रॉनने स्वतःलाच बजावलं. त्यांनी कोठडीच्या दारावर लाथा मारल्या, किंचाळले, त्याला शिव्या दिल्या, लैंगिक अत्याचाराच्या धमक्या दिल्या. 'नेहमीच खंबीर असल्याचं दाखव,' तो स्वतःला बजावत होता.

त्याने आधी तुरुंग पाहिलेला होता. इथे येण्यापूर्वी त्याने पोन्टोटॉक काउन्टी तुरुंगात अकरा महिने तग धरला होता. 'त्याच्यापेक्षा आणखी वाईट काय असणार?' तो स्वतःशीच विचार करत होता.

ते १६ क्रमांकाच्या कोठडीजवळ आले आणि सगळे आवाज थांबले. 'मृत्युकोठडी'मध्ये – 'रो'मध्ये स्वागत असो. एका पहारेकऱ्याने कोठडीचं कुलूप काढलं आणि रॉनने त्याच्या नवीन घरात प्रवेश केला.

मॅकॲलिस्टरमध्ये तुरुंगवास भोगत असलेल्या व्यक्तीबद्दल 'तो बिग मॅकमध्ये काळ कंठतोय' असं ओक्लाहोमामध्ये म्हणायची पद्धत आहे. रॉन त्याच्या अरुंद बेडवर डोळे मिटून पडला. आपल्याला बिग मॅकमध्ये बंदिस्त करण्यात आलंय, यावर त्याचा विश्वासच बसत नव्हता.

कोठडीमध्ये बंकबेडची एक जोडी, एक टेबल, एक स्टूल हे सगळं धातूने बनवलेलं आणि सिमेंटने एका जागी पक्कं बसवलेलं होतं. त्याचप्रमाणे स्टेनलेस स्टीलपासून बनवलेलं टॉयलेट आणि बेसिन अशी जोडी होती. एक आरसा, धातूचीच बुक केस आणि एक दिवा होता. कोठडी सोळा फूट लांब, सात फूट रुंद आणि आठ फूट उंच होती. जमिनीवर काळ्या-पांढऱ्या रंगाच्या टाइल्स होत्या. विटांनी बांधलेल्या भिंती पांढऱ्या रंगात रंगवलेल्या होत्या आणि त्या बरेचदा रंगवल्या गेल्यामुळे गुळगुळीत झाल्या होत्या.

कोठडीला एक खिडकी आहे, त्याबद्दल देवाचे आभारच मानायला हवेत असं त्याच्या मनात आलं. जरी त्यातून बाहेरचं काही दिसत नसलं, तरी निदान त्यातून प्रकाश तरी येत होता. अडामधल्या तुरुंगाच्या कोठड्यांना खिडक्याच नव्हत्या.

तो उठून दरवाजाकडे गेला. दरवाजा म्हणजे फक्त गज होते, त्याला मध्येच एक पोकळी होती, जिचा वापर अन्नाचा ट्रे किंवा काही छोट्या वस्तू देण्यासाठी व्हायचा. त्याने बाहेर पहिलं, तर त्याला तीन कोठड्यांमधले कैदी दिसत होते. एक बरोबर त्याच्यासमोर नऊ नंबरच्या कोठडीमध्ये होता आणि बाकीचे दोघे नऊ नंबरच्या आजूबाजूला होते. रॉन त्यांच्याशी बोलला नाही आणि तेही त्याच्याशी बोलले नाहीत.

सुरुवातीचे काही दिवस नवीन कैदी कमीच बोलायचे. ते ज्या जागी आलेत, इथे त्यांना मारलं जाण्यापूर्वी काही वर्षं राहायचंय, हा विचारच प्रचंड त्रासदायक असायचा. सगळीकडे भीतीचं वातावरण होतं, भविष्याची भीती, जे सोडून आलेत

ते परत कधीही बघायला न मिळण्याची भीती, इथे आपण तग धरू शकणार नाही ही भीती, ज्याचा श्वासोच्छ्वास आपण काही फुटांवरून ऐकू शकतो असा एखादा थंड डोक्याचा खुनी कधीही सुऱ्याने आपला खून करू शकतो किंवा आपल्यावर बलात्कार करू शकतो, ही भीती.

त्याने गादी अंथरली आणि आपल्या वस्तू व्यवस्थित मांडून ठेवल्या. तिथला एकान्त त्याला बरा वाटला. मृत्युदंडाची शिक्षा झालेले बहुतेक सर्व कैदी, जरी एखाद्या मित्राबरोबर राहण्याचा पर्याय त्यांना उपलब्ध असला तरी, कोठडीत एकट्यानेच राहणं पसंत करायचे. तिथे कायम गडबड, गोंधळ चालू असायचा. कैद्यांचा आपापसांत बोलण्याचा आवाज, पहारेकऱ्यांचे हसण्याचे आवाज, टेलिव्हिजन-रेडिओचे कर्कश आवाज, कोणी लांबच्या कोठडीतल्या मित्राशी बोलल्याचे आवाज. रॉन त्याच्या दरवाजापासून मागेच राहायचा, गोंगाटापासून दूर राहण्याच्या प्रयत्नात असायचा. झोपा काढणे, पुस्तक वाचणे आणि सिगारेट ओढणे एवढाच त्याचा कार्यक्रम असायचा. तिथे सगळेच सिगारेट ओढायचे. जुन्या आणि नवीन तंबाखूचा वास, जणू उग्र वासाची धुक्याची चादर पसरल्यासारखा तिथे भरलेला असायचा. हवा खेळती राहण्याची सोय तिथे केलेली होती; पण ती यंत्रणा जुनी झाल्यामुळे नीट चालत नव्हती. बाहेरून जाडजूड गज लावलेले असले, तरी खिडकी उघडता येत नव्हती. काही कामाशिवाय वेळ घालवणं फार कठीण होतं. रोजचा आखीव कार्यक्रम, वेळापत्रक काही नसायचं. उत्सुकतेने वाट पाहावी असा काही उद्योगही नसायचा. कधीतरी जेमतेम एक तास बाहेर पडायला मिळायचं. माणसाला बधिर बनवणारी निष्क्रियता होती.

दिवसाचे तेवीस तास बंदिस्त असलेल्या आणि बाकी काहीही उद्योग नसलेल्या माणसांच्या आयुष्यात निर्विवादपणे खाणे हाच मुख्य कार्यक्रम असायचा. दिवसातून तीन वेळा ढकलगाडीवरून खाण्याचे ट्रे ढकलत आणले जायचे आणि कोठडीच्या दरवाजाला असलेल्या छोट्या भोकातून आत सरकवले जायचे. सर्व जेवणं कोठडीतच व्हायची, तीही एकट्यानेच. सकाळी सात वाजता नाश्ता यायचा, त्यात बहुधा अंडी, मक्याचे बनवलेले ग्रीट्स, बरेचदा बेकन आणि पावाचे दोन-तीन टोस्ट असायचे. कॉफी जरी थंड आणि पाणीदार असली, तरी सर्वांना हवीहवीशी असायची. दुपारच्या जेवणामध्ये सँडविच आणि बीन्स असायचे. रात्रीचं जेवण सर्वांत जास्त खराब असायचं. अगदीच बेचव. कुठल्यातरी गूढ मांसाचा प्रकार आणि त्याच्याबरोबर अर्धवट शिजलेल्या भाज्या. जेवण हास्यास्पदरीत्या कमी प्रमाणात मिळायचं आणि अन्न नेहमीच थंड असायचं. ते दुसऱ्या इमारतीत शिजवलं जायचं आणि ढकलगाडीवर भरून, सावकाश ढकलत आणलं जायचं. कशाला काळजी करायची? नाहीतरी सगळे मरण्यासाठीच इथे आलेत, अशीच भावना असायची. जेवणाचा दर्जा भयानक

असला तरी, सर्वांना जेवणाच्या वेळेचं फार महत्त्व वाटायचं.

ॲनेट आणि रेनी पैसे पाठवायच्या आणि त्यातून रॉन कँटीनमधून अन्नपदार्थ, सिगारेट, दैनंदिन गरजेच्या वस्तू आणि सॉफ्ट ड्रिंक्स विकत घ्यायचा. उपलब्ध वस्तूंमधून आपल्याला हव्या असलेल्या वस्तूंची यादी बनवून, ती तिथल्या सर्वांत महत्त्वाच्या माणसाकडे दिली जायची, त्या माणसाला 'रन मॅन' म्हणायचे. तो पहारेकऱ्यांचा विश्वास संपादन केलेला एक कैदी होता. पहारेकऱ्यांच्या मर्जीतला असल्यामुळे त्याला कोठडीबाहेर बराच वेळ घालवायची परवानगी असायची. बाकीच्या कैद्यांना कँटीनमधून वस्तू आणून देण्यासारखी छोटी-मोठी कामं तो करायचा. त्याचबरोबर चिठ्ठ्या इकडून तिकडे देणे, बातम्या सांगणे, कपडे धुवायला नेऊन देणे, परत आणणे, सल्ले देणे, प्रसंगी अमली पदार्थ विकणे, असली कामंसुद्धा तो करत असायचा.

'एफ' कोठड्यांना लागूनच, कुंपणाने बंदिस्त केलेली, दोन बास्केटबॉलच्या मैदानाएवढी जागा म्हणजे व्यायामासाठी तयार केलेलं अंगण होतं. ती सर्वांसाठी फार महत्त्वाची जागा होती. थोडाफार सूर्यप्रकाश मिळावा, बाकीच्या कैद्यांमध्ये मिसळता यावं; बास्केटबॉल, पत्ते, डॉमिनोजसारखे खेळ खेळायला मिळावेत या कारणांसाठी आठवड्यातले पाच दिवस, रोज एका तासासाठी प्रत्येक कैद्याला त्या अंगणात सोडण्यात यायचं. प्रत्येक गट छोटाच असायचा, फार तर पाच ते सहा कैदी आणि तो गट बहुधा कैद्यांनी स्वतःच पक्का नियंत्रित केलेला असायचा. मित्र आणि फक्त मित्रच तिथे एकत्र जाऊ शकायचे. नव्या कैद्याला कोणी आमंत्रित केल्याशिवाय तिथे जाणं सुरक्षित वाटायचं नाही, कारण तिथे भांडणं आणि हाणामाऱ्या होण्याचीही शक्यता असायची. पहारेकऱ्यांना त्यांच्यावर फार बारकाईने लक्ष ठेवावं लागायचं. पहिला संपूर्ण महिना, रॉनने एकट्यानेच बाहेर जाणं पसंत केलं. त्याच्या दृष्टीने, तो तुरुंग खुन्यांनी भरलेला होता आणि वास्तविक, रॉनला तिथे असण्याचं कारणच नव्हतं.

तिथे एकच जागा अशी होती जिथे कैदी एकमेकांना भेटू शकायचे, ती म्हणजे अंघोळीची जागा. त्यासाठी जास्तीतजास्त दोन कैदी एकत्र, फक्त पंधरा मिनिटांपर्यंत आणि तेही आठवड्यातून तीन वेळाच अशी परवानगी असायची. जर एखाद्या कैद्याला त्याच्या अंघोळीच्या साथीदारावर विश्वास नसेल किंवा जर त्याला बरोबर कोणी नको असेल, तर त्याला एकट्याला अंघोळ करायची परवानगी मिळायची. रॉन एकटाच अंघोळ करायचा. गरम आणि गार दोन्ही प्रकारचं पाणी मुबलक असायचं; पण ते एकत्र मिसळता यायचं नाही; त्यामुळे एकतर अंग भाजून निघायचं, नाहीतर गारठून जायचं.

रॉनला 'रो'मध्ये आणण्यात आलं, तेव्हा पोन्टोटॉक काउन्टीच्या न्यायिक व्यवस्थेचे आणखी दोन बळी आधीपासूनच तिथे होते. अर्थात रॉनला त्याबद्दल आधी माहिती नव्हतं. टॉमी वॉर्ड आणि कार्ल फोन्टेनॉट यांनी केलेल्या अपिलावर अजून काही निर्णय न झाल्यामुळे, न्यायालयाच्या संथ गतीने चाललेल्या कारभारामुळे जवळपास गेली तीन वर्षे ते तिथे खितपत होते.

'रन मॅन'ने रॉनला एक चिठ्ठी आणून दिली. अशा अनधिकृत चिठ्ठीला 'पतंग' म्हणायचे आणि साधारणतः पहारेकरी तिकडे दुर्लक्ष करायचे. ती चिठ्ठी टॉमी वॉर्डने पाठवली होती, त्यात त्याने रॉनला 'हॅलो' म्हणत शुभेच्छा दिल्या होत्या. रॉननेही एक चिठ्ठी पाठवली आणि त्याच्याकडे सिगारेट मागितल्या. त्याला टॉमी आणि कार्लबद्दल वाईट वाटत होतं; पण त्यामुळे 'रो'मधला प्रत्येकजणच मारेकरी नाही, या विचाराने हायसंही वाटलं. ते दोघेही निरपराध असल्याचा रॉनला पहिल्यापासूनच विश्वास होता. तो स्वतः खटल्याच्या दिव्यातून जात असताना नेहमी त्या दोघांबद्दल विचार करत असायचा.

टॉमी अडामधल्या तुरुंगात रॉनबरोबर काही काळ एकत्र होता आणि रॉन भावनिकदृष्ट्या अस्थिर असल्याचं त्याला माहिती होतं. तिथले पहारेकरी आणि कैदी या दोघांनाही टोमणे मारायचे. बऱ्याच वर्षांपूर्वी, मध्यरात्री, अंधारात, हॉलच्या दुसऱ्या टोकाकडून एक आवाज आला – "टॉमी, मी डेनिस हॅरावे, कृपा करून त्यांना माझं शव कुठे लपवलं आहेस ते सांग." त्याने पोलिसांची कुजबुज आणि दबकं हसू ऐकलं होतं. टॉमीने या खेळाकडे दुर्लक्ष केलं होतं आणि शेवटी त्यांनी त्याचा नाद सोडला होता.

रॉनला ते जमलं नव्हतं. 'रॉन, तू डेबी कार्टरचा खून का केलास?' असा आवाज अडा तुरुंगात घुमत राहायचा. रॉन ताडकन त्याच्या बेडवरून उठायचा आणि किंचाळायला सुरुवात करायचा.

मृत्युदंडाच्या कोठडीत मनःस्वास्थ्य शाबूत ठेवणं ही टॉमीसाठी रोजची लढाई होती. खऱ्याखुऱ्या खुन्याकरतासुद्धा ती जागा भयानक वाईट होती; पण एखाद्या निरपराध माणसाला वेड लागू शकेल अशीच ती जागा होती. रॉन तिथे आल्यापासून, त्याच्या मनःस्वास्थ्याची टॉमीला काळजी वाटत होती.

तिथल्या एका पहारेकऱ्याला डेबी कार्टरच्या खुनाचा तपशील माहिती होता. रॉन आल्यानंतर थोड्याच दिवसांत, टॉमीला एका पहारेकऱ्याचा आवाज ऐकू आला – "रॉन, मी डेबी कार्टर, तू माझा खून का केलास?"

रॉन सुरुवातीला शांत होता; पण लवकरच जोरजोरात ओरडून तो आपलं निरपराधित्व सांगू लागला. पहारेकऱ्यांना त्याची ही प्रतिक्रिया आवडली आणि मग टोमणे सुरू झाले. बाकीच्या कैद्यांचीही करमणूक व्हायला लागली आणि त्यांनीही

त्या गमतीत भाग घ्यायला सुरुवात केली.

रॉन आल्यावर काही दिवसांनी, अचानक टॉमीला त्याच्या कोठडीतून बाहेर काढण्यात आलं. त्याला साखळदंडांनी बांधून हातकड्या घातल्या होत्या आणि त्याच्या अवतीभोवती कठोर आणि मजबूत पहारेकरी होते. कुठे नेण्यात येतंय याची त्याला काहीच माहिती नव्हती; पण काहीतरी गंभीर मामला असावा. ते कधीच पूर्वकल्पना देत नसत.

एखाद्या राष्ट्रपतीभोवती असावी, अशी सुरक्षा त्या हडकुळ्या, रोड मुलाच्या भोवती ठेवून त्याला चालवत नेण्यात आलं. 'आपण कुठे चाललोय?' असं त्याने विचारलंसुद्धा; पण जणू काही ते सांगितलं तर एखादं फार महत्त्वाचं गुपित उघड केल्यासारखं होईल, असंच त्यांना वाटलं असावं. तो पाय घासत 'रन'मधल्या मार्गावरून चालत गेला. ते 'एफ' कोठडीगृहातून बाहेर पडले, 'बिग हाउस'च्या घुमटाकार, गोल इमारतीतून पुढे गेले, जिथे आता कबुतरांशिवाय कोणीही नव्हतं. तिथून पुढे जाऊन ते प्रशासकीय इमारतीच्या कॉन्फरन्स रूममध्ये गेले.

तिथे मुख्य वॉर्डन वाट बघत उभा होता आणि त्याच्याजवळ वाईट बातमी होती.

लांबलचक कॉन्फरन्स टेबलाच्या एका टोकाला त्याला साखळदंड बांधलेल्या अवस्थेत बसवून ठेवण्यात आलं. साहाय्यक, लेखनिक, सचिव आणि इतर ज्या कोणाला ती भेसूर बातमी ऐकण्याची इच्छा होती, अशा लोकांनी ती खोली खचाखच भरली होती. समजा, बातमी ऐकल्यावर त्याने पळून जाण्याचा प्रयत्न केला, तर त्याला पकडायच्या तयारीत असल्यासारखे पहारेकरी त्याच्यामागे निर्विकार चेहऱ्याने आणि सैनिकांप्रमाणे उभे होत; तर टेबलाच्या बाजूने बसलेले सर्वजण हातात पेन घेऊन, जे काही घडेल त्याची नोंद करायच्या तयारीत असल्यासारखे दिसत होते.

वॉर्डनने गंभीरपणे बातमी सांगितली. वाईट बातमी अशी होती की, टॉमीने शिक्षेच्या स्थगितीसाठी केलेला अर्ज फेटाळण्यात आला होता. म्हणजेच टॉमीची वेळ भरत आली होती. हो, हे लवकर घडल्यासारखं वाटत होतं. त्याच्या अर्जाला अजून तीन वर्षंही झाली नव्हती; पण अशा गोष्टीही कधीकधी घडतात, वॉर्डन सांगत होता.

वॉर्डनला फार वाईट वाटत होतं; पण तो फक्त त्याचं कर्तव्य बजावत होता. तो दिवस दोन आठवड्यांवर आला होता.

टॉमीने दीर्घ श्वास घेत हे समजून घेण्याचा प्रयत्न केला. त्याचे वकील त्याच्या अर्जावर काम करत होते आणि त्याला बरेचदा असं सांगण्यात आलं होतं की, हे काम पूर्ण व्हायला काही वर्षं लागतील. कदाचित अडामध्ये सुनावणी होण्याचीही

चांगलीच शक्यता होती.

ते १९८८ साल होतं. गेल्या वीस वर्षांपेक्षा जास्त काळात ओक्लाहोमामध्ये एकही मृत्युदंडाची शिक्षा अमलात आणली गेली नव्हती. कदाचित आपण काय करतोय, हे त्यांच्या लक्षात आलं नसेल.

वॉर्डनचं बोलणं पुढे चालूच होतं. ताबडतोब त्यांना पुढच्या तयारीला लागायला हवं होतं. एक महत्त्वाचा मुद्दा असा होता की, शवाचं काय करायचं?

'शव?' टॉमीच्या मनात आलं, 'माझं शव?'

लेखनिक, साहाय्यक आणि सेक्रेटरी सर्वांनी कपाळाला आठ्या घालत पुढ्यातल्या नोटपॅडमध्ये ते शब्द खरडले. 'इथे एवढे लोक कशासाठी गोळा झालेत?' टॉमीने स्वतःलाच विचारलं.

'मला माझ्या आईकडे पाठवून द्या, मला वाटतं.' टॉमी बोलला किंवा त्याने बोलायचा प्रयत्न केला.

तो उभा राहिला, तेव्हा त्याच्या पायामध्ये त्राण नव्हतं. पहारेकऱ्यांनी धरून, परत कवायत केल्यासारखं त्याला 'एफ' कोठडीगृहात नेलं. तो कसाबसा बेडवर जाऊन पसरला आणि रडू लागला. स्वतःसाठी नाही, तर आपल्या कुटुंबीयांसाठी, खासकरून आपल्या आईसाठी!

दोन दिवसांनंतर त्याला कळवण्यात आलं की, ती एक चूक होती. कागदपत्रांत कुठेतरी काही गफलत झाली होती. त्याचा स्थगितीसाठीचा अर्ज मान्य करण्यात आला होता. निदान एवढ्यात तरी श्रीमती वॉर्ड यांना आपल्या मुलाचं शव ताब्यात घेण्याची गरज पडणार नव्हती.

असा गलथानपणा काही नवीन नव्हता. अडाच्या तुरुंगातून तिच्या भावाला हलवल्यानंतर काही आठवड्यांनी ॲनेटला वॉर्डनकडून एक पत्र आलं. तिला असं वाटलं की, ते नेहमीच्या पत्रव्यवहारातलंच काहीतरी असेल. मॅकॲलिस्टरमधल्या अधिकाऱ्यांची घाईगडबड करण्याची मनःस्थिती लक्षात घेतली, तर तिचा अंदाज बरोबर होता, असंच म्हणावं लागेल.

प्रिय मिस हडसन,

मला तुमच्याबद्दल पूर्ण सहानुभूती आहे; पण ही बातमी तुमच्यापर्यंत पोहोचवणं ही माझी जबाबदारी आहे. तुमचा भाऊ, रोनाल्ड किथ विल्यमसन, क्रमांक १३४८४६, याची मृत्युदंडाची शिक्षा 'ओक्लाहोमा राज्य तुरुंगामध्ये' दिनांक १८ जुलै १९८८ रोजी, रात्री १२ वाजून ०२ मिनिटांनी अमलात आणण्यात येईल.

अंमलबजावणीच्या आदल्या दिवशी सकाळी त्याला त्याच्या नेहमीच्या कोठडीतून,

दुसऱ्या कोठडीत हलवण्यात येईल, तेव्हा त्याला भेटायच्या वेळा सकाळी ९.०० ते दुपारी १२.००, दुपारी १.०० ते ४.०० आणि ६.०० ते रात्री ८.०० याप्रमाणे बदललेल्या असतील.

शेवटच्या चोवीस तासांत त्याला फक्त पाद्री, त्याचे वकील आणि वॉर्डनने परवानगी दिलेली असेल, अशा आणखी दोन व्यक्तीच भेटू शकतात.

आत्ता विचार करायला कितीही अवघड वाटत असलं, तरीसुद्धा त्याच्या अंत्यविधीबाबत ठरवावं लागेल आणि त्याची व्यवस्था करणं ही पूर्णपणे कुटुंबीयांची जबाबदारी आहे. जर ही जबाबदारी घ्यायची कुटुंबीयांची तयारी नसेल, तर सरकारला दफन विधीचं काम करावं लागेल. तुमचा या बाबतीतला निर्णय आम्हाला कळवा.

काही माहिती हवी असेल किंवा कुठल्याही प्रकारची मदत हवी असेल तर माझ्याशी संपर्क साधा.

आपला विश्वासू,
जेम्स एल. सॅफल, वॉर्डन

पत्राची तारीख २१ जून १९८८ होती. रॉनला मॅकॲलिस्टरमध्ये हलवून अजून दोन महिनेही झाले नव्हते. खुनाच्या खटल्यात जर मृत्युदंडाची शिक्षा झाली असेल, तर पुढच्या अपिलाची प्रक्रिया काहीही न करता आपोआप चालू होते, हे ॲनेटला माहिती होतं. हे कदाचित अंमलबजावणी अधिकाऱ्यांना सांगण्याची गरज आहे का, असाच तिला प्रश्न पडला.

पत्र कितीही अस्वस्थ करणारं असलं, तरी तिने त्याबद्दलचे विचार बाजूला सारले. तिचा भाऊ निरपराध आहेच आणि पुढच्या एखाद्या नव्या खटल्यात ते सिद्ध होईलच, या विश्वासावर ती ठाम होती आणि त्यापासून ती कधीही ढळली नाही. ती बायबल वाचायची, सतत प्रार्थना करायची आणि बरेचदा पाद्रींची भेट घ्यायची.

तरीही, तिच्या मनात यायचंच की, कशा प्रकारच्या लोकांच्या हातात मॅकॲलिस्टरची व्यवस्था सोपवली आहे?

'रो'मध्ये दाखल झाल्यावर, साधारण एक आठवड्यानंतर रॉन आपल्या कोठडीच्या दरवाजाजवळ गेला आणि अगदी बरोबर समोर बारा फुटांवर असलेल्या नऊ नंबरच्या कोठडीतल्या माणसाला 'हॅलो' म्हणाला. ग्रेग विल्होइटनेही त्याला 'हॅलो' केल्यावर, थोडा वेळ दोघे एकमेकांशी बोलले, तेव्हा तरी त्या दोघांनाही एकमेकांशी फार वेळ बोलत राहण्याची उत्सुकता नव्हती. दुसऱ्या दिवशीही रॉननेच पुढाकार घेतला आणि पुन्हा दोघे थोडा वेळ बोलले. त्याच्या पुढच्या दिवशी ग्रेगने सांगितलं की, तो तलसामधून आलाय. रॉन पूर्वी तलसामध्ये स्टॅन विल्किन्सबरोबर राहिला होता.

"तो लोखंडकाम करणारा आहे का?'' ग्रेगने विचारलं.

हो, ते बरोबर होतं आणि ग्रेग त्याला ओळखत होता. त्या मजेशीर योगायोगानंतर दोघे एकमेकांशी मोकळेपणाने बोलू लागले. ते आपले जुने मित्र आणि तलसामधल्या वेगवेगळ्या ठिकाणांबद्दल बोलले.

ग्रेगसुद्धा चौतीस वर्षांचाच होता, त्यालाही बेसबॉल आवडायचा, त्यालाही दोन बहिणी होत्या, ज्या त्याला मदत करायच्या.

आणि तोही निरपराध होता.

ही त्या दोघांच्या चांगल्या मैत्रीची सुरुवात होती, ज्याचा त्या दोघांनाही या दिव्यात तग धरून राहायला उपयोग झाला. ग्रेगने रॉनला चॅपेलमध्ये येण्यासाठी आमंत्रित केलं. 'रो'ला लागून असलेल्या त्या चर्चमध्ये आठवड्यातून एकदा प्रार्थना असायची आणि बरेचसे कैदी तिथे हजर राहायचे. हातकडी आणि साखळदंड अडकवलेले कैदी तिथल्या छोट्याशा जागेत गोळा केले जायचे. चार्ल्स स्टोरी नावाचे एक ईश्वरनिष्ठ पाद्री सर्वांकडून प्रार्थना करवून घ्यायचे. रॉन आणि ग्रेगने हा प्रार्थनेचा कार्यक्रम शक्यतो चुकू दिला नाही आणि ते नेहमी शेजारी बसायचे.

ग्रेग विल्होइटला मॅकॲलिस्टरमध्ये येऊन नऊ महिने झाले होते. तोही लोखंडकाम करणाराच होता आणि कट्टर कामगार संघटनावादी होता. अमली पदार्थ सेवनाचा त्याचा इतिहास होता; पण तो हिंसक नव्हता.

१९८५ साली ग्रेग आणि त्याची पत्नी कॅथी विभक्त झाले. त्यांना दोन लहान मुली होत्या आणि त्यांच्यासमोर बऱ्याच अडचणी होत्या. त्याने कॅथीला नवीन घरात बस्तान बसवायला मदत केली आणि जवळजवळ रोज रात्री तो आपल्या मुलींना भेटायला जायचा. आपण पुन्हा एकत्र येऊन आपलं लग्न वाचवू शकू याबाबत दोघेही आशावादी होते; पण दोघांनाही काही काळ एकटं राहण्याची आवश्यकता वाटत होती. दोघे एकमेकांशी शरीरसंबंध ठेवून होते, तसेच एकमेकांशी प्रामाणिकही होते. दोघांपैकी कोणीही तिसऱ्या व्यक्तीबरोबर संबंध ठेवले नव्हते.

विभक्त झाल्यानंतर तीन आठवड्यांनी, १ जूनला कॅथीची शेजारीण, कॅथीच्या घरातून सतत येत असणाऱ्या मुलींच्या रडण्याच्या आवाजाने शंकित झाली. दरवाजा ठोठावूनसुद्धा आतून काहीच प्रतिसाद न मिळाल्यामुळे तिने पोलिसांना बोलावून घेतलं. आत गेल्यावर त्यांना आढळून आलं की, कॅथी खाली जमिनीवर पडली होती आणि पाळण्यात दोन्ही मुली घाबरून व भुकेने रडत होत्या.

कॅथीवर बलात्कार करून, तिचा गळा दाबून तिला मारण्यात आलं होतं. मृत्यूची वेळ रात्री १.०० ते सकाळी ६.००च्या दरम्यानची होती. पोलिसांनी जेव्हा ग्रेगला विचारलं, तेव्हा त्याने सांगितलं की, तो घरीच होता, एकटाच होता आणि

झोपलेला होता; त्यामुळे त्याच्या बाजूने तसा पुरावा द्यायला कोणीही नव्हतं. आपल्या पत्नीच्या खुनात आपला सहभाग नसल्याचं त्याने ठामपणे सांगितलं. खरंतर पोलीस आपल्यावर शंका घेऊन आपल्यालाच प्रश्न विचारताहेत, यामुळे तो चिडला होता.

भिंतीवर अडकवलेला फोन, जो आता तिथून उचकटला जाऊन कॅथीच्या जवळ पडला होता, तपासणीमध्ये पोलिसांना त्याच्यावर बोटाचा ठसा आढळला. तो ग्रेग किंवा कॅथी कोणाच्याच ठशाबरोबर जुळत नव्हता. पोलिसांना गुप्तांगावरचे केस सापडले आणि सर्वांत महत्त्वाचं म्हणजे, कॅथीच्या स्तनावर चावल्यासारखी खूण आढळली. गुन्हे अन्वेषण प्रयोगशाळेतल्या तज्ज्ञाने या गोष्टीला दुजोरा दिला की, खुन्याने केलेल्या हल्ल्यादरम्यान कॅथीच्या स्तनाचा जोरदार चावा घेतला गेला आहे.

बायकोबरोबर संबंध दुरावलेले असल्यामुळे, जरी त्याचे ठसे जुळत नसले तरी, ग्रेग हा मुख्य संशयित होता. मेल्विन हेट्टच्या अहवालाप्रमाणे, सापडलेले गुप्तांगाचे केस ग्रेगच्या नमुन्याबरोबर सूक्ष्मदर्शकाखाली सुसंगत नव्हते. चावल्याच्या खुणेबरोबर पडताळून पाहण्यासाठी, पोलिसांनी ग्रेगला त्याच्या दाताचा ठसा द्यायला सांगितला.

आपल्याला संशयित समजलं जातंय, हेच ग्रेगला आवडलं नव्हतं. तो पूर्णपणे निर्दोष होता आणि त्याचा पोलिसांवर विश्वास नव्हता. आई-वडिलांच्या मदतीने २५,००० डॉलर देऊन त्याने एक वकील नेमला.

ग्रेगने वकील नेमलाय ही गोष्ट पोलिसांना काही रुचली नाही. त्याने दातांचा ठसा द्यावा असा आदेश त्यांनी न्यायालयाकडून मिळवला. त्याने तसं केलं; पण त्यानंतरचे पाच महिने त्याला त्याबाबत काहीही कळलं नाही. तो आता पूर्णवेळ नोकरी करून आपल्या मुलींना वाढवत होता. त्याच्या दृष्टीने पोलीस इतिहासजमा झाले होते; पण जानेवारी, १९८६ मध्ये एके दिवशी ते हजर झाले. ज्यासाठी मृत्युदंडाची शिक्षा होऊ शकते, अशा निर्घृण खुनासाठीच्या अटकेचं वॉरंट घेऊन ते आले होते.

जरी भरपूर पैसे दिले होते, तरी त्याचा आधीचा वकील, त्याच्यासाठी कुठल्याही वाटाघाटी करायला तयार नव्हता. खटल्याच्या एक महिना आधी त्याने आपल्या वकिलाला काढून टाकलं. मग त्याने जॉर्ज ब्रिग्जला वकील नेमण्याची घोडचूक केली. ब्रिग्ज हा एक परिणामकारकता संपलेला आणि आपल्या लांबलचक व प्रथितयश कारकिर्दीच्या शेवटास पोहोचलेला वकील होता. त्याची फी फक्त २,५०० डॉलर होती. सौदा म्हणून हे उत्तम वाटत असलं, तरी त्याच वेळी त्यातला धोक्याचा लाल बावटा लक्षात यायला हवा होता.

ब्रिग्ज जुन्या काळातल्या वकिलांपैकी होता. 'तुम्ही तुमचे साक्षीदार आणा, मी आमचे आणीन आणि जी काही लढाई असेल ती आपण न्यायालयातच लढू,' अशी त्याची भावना होती. खटल्यापूर्वी काही शोध घेणं त्याला मान्य नव्हतं. जेव्हा कधी

काही शंका असेल, तेव्हा आपल्या नैसर्गिक प्रेरणेवर विश्वास ठेवा आणि न्यायालयात त्याप्रमाणे वागा.

ब्रिग्ज हा एक दारुडा होता आणि त्याला वेदनाशामक औषधांचं व्यसन होतं. काही वर्षांपूर्वी मोटरसायकलचा अपघात झाल्यामुळे, मेंदूला अंशतः नुकसान झाल्यापासून त्याने ती औषधे घ्यायला सुरुवात केली होती. त्याच्या जवळ गेल्यावर दारूचा भपकारा येत असूनसुद्धा जर तो न्यायालयात काम करू शकला, तर तो दिवस त्याच्या दृष्टीने चांगला गेला असं समजायला हरकत नसायची. वाईट दिवशी तो न्यायालयात घोरत असायचा, बसल्या जागी कपड्यातच लघवी करायचा आणि न्यायाधीशांच्या चेंबरमध्ये जाऊन उलट्या करायचा. न्यायालयाच्या जवळपास दारूच्या धुंदीत तो लटपटत चालत असलेला दिसायचा. एकदा न्यायालयाच्या जेवणाच्या सुट्टीत त्याने बिअरच्या काही बाटल्या रिचवलेल्या पाहून ग्रेग आणि त्याचे पालक चिंतित झाले होते.

ब्रिग्जचं दारू पिण्याचं आणि अमली पदार्थांचं व्यसन न्यायाधीशांच्या माहितीचं आणि 'ओक्लाहोमा स्टेट बार असोसिएशन'मध्ये प्रसिद्ध होतं; पण त्याला थांबवण्यासाठी किंवा त्याला मदत करण्यासाठी किंवा त्याच्या आशिलांचं रक्षण करण्यासाठी काहीही प्रयत्न केले गेले नाहीत.

ग्रेगच्या कुटुंबीयांनी, चावण्याच्या विश्लेषण क्षेत्रातला एक मान्यवर तज्ज्ञ कन्सासमध्ये शोधून काढला; पण ब्रिग्ज कामात फार व्यग्र असल्यामुळे किंवा खूप प्यायलेला असल्यामुळे त्याच्याशी बोलायला वेळ काढू शकला नाही. ब्रिग्जने साक्षीदारांच्या मुलाखती घेतल्या नाहीत आणि ग्रेगच्या अंदाजाप्रमाणे त्याने खटल्याची पूर्वतयारीही केल्यासारखी वाटली नाही.

खटला म्हणजे ग्रेगसाठी एक भयावह दुःस्वप्न होतं. दातांच्या चावण्याचं विश्लेषण करणारे दोन तज्ज्ञ सरकारतर्फे साक्षीसाठी बोलावण्यात आले, त्यातल्या एकाने दंतचिकित्सेचा अभ्यास संपवून अजून एक वर्षही पूर्ण झालं नव्हतं. ब्रिग्जकडे त्यांच्या साक्षीचं खंडन करायला कोणीही साक्षीदार नव्हता. ज्युरींनी दोन तास विचारविनिमय करून ग्रेगला दोषी ठरवलं. त्यानंतर शिक्षेचं स्वरूप कमी करून घेण्यासाठीही ब्रिग्जकडे कोणीही साक्षीदार नव्हता. ज्युरींना शिक्षा ठरवायला फक्त एक तास लागला. त्यांनी मृत्युदंडाची सजा निश्चित केली.

तीस दिवसांनंतर ग्रेगला परत न्यायालयात नेण्यात आलं, तिथे त्याला मृत्युदंडाची शिक्षा ठोठावण्यात आली.

नऊ नंबरच्या कोठडीत आपल्याला कोणी बघू नये, म्हणून ग्रेग दरवाजाच्या गजांना वर्तमानपत्र अडकवून ठेवायचा. तो स्वतःलाच समजावत राहायचा की, तो मृत्युकोठडीत

नसून, दुसरीकडेच कुठेतरी छोटा टेलिव्हिजन बघत आणि भरपूर वाचन करत एखाद्या स्वतःच बनवलेल्या कोशात वेळ घालवतो आहे. तो 'रन मॅन'खेरीज इतर कोणाशीही बोलायचा नाही, ज्याने अगदी पहिल्याच भेटीत ग्रेगला 'अमली पदार्थ आणून देऊ का' असं विचारलं होतं. त्या गोष्टीला ग्रेगने ताबडतोब मान्यता दिली होती.

दोषी म्हणून आत टाकलेली माणसं 'रो'मधून खरोखरच जिवंतपणे बाहेर पडू शकतात, हे सुरुवातीला ग्रेगच्या लक्षातच आलं नव्हतं. कधीकधी अपील आपलं काम करायचं, चांगले वकील सहभागी व्हायचे, न्यायाधीशांना जाग यायची आणि चमत्कार घडू शकायचे; पण हे त्याला कोणीही सांगितलं नव्हतं. आपल्याला मारण्यात येणार याची त्याला खात्रीच पटली होती आणि एका दृष्टीने हे सगळं एकदाचं लवकर संपावं, असंही त्याला वाटत होतं.

पहिले सहा महिने तो फक्त अंघोळीपुरताच त्याच्या कोठडीतून बाहेर पडायचा; तेही एकटाच जाऊन, झटपट अंघोळ उरकून मोकळा व्हायचा. हळूहळू त्याची एक-दोघांशी ओळख झाली, त्याला ते बाजूच्या व्यायामाच्या जागेत एका तासाच्या व्यायामासाठी आणि गप्पागोष्टींसाठी आमंत्रित करायला लागले. मात्र, तो बोलायला लागला की, ताबडतोबच आवडेनासा व्हायचा. 'रो'मधल्या कैद्यांमध्ये ग्रेग हा एक अपवाद होता, तो मृत्युदंडाच्या शिक्षेचा कट्टर समर्थक होता. तुम्ही टोकाचा गुन्हा केलाय, तुम्हाला तशीच टोकाची शिक्षा होणे आवश्यक आहे, यावर तो तावातावाने वाद घालायचा. कैद्यांकडून अशी मतं तिथे कोणीच ऐकली नव्हती.

त्यातच त्याला डेव्हिड लेटरमनचा टेलिव्हिजनवरचा कार्यक्रम मोठ्या आवाजात बघायची सवय लागली. ही सवय बाकीच्या कैद्यांमध्ये चिडचिड उत्पन्न करणारी ठरली. 'रो'मध्ये असताना झोप ही सर्वांत महत्त्वाची, जपलेली गोष्ट असते. बरेचसे कैदी अर्धा दिवस तरी कुठल्यातरी वेगळ्याच जगात असायचे. जेव्हा तुम्ही झोपता, तेव्हा तुम्ही सरकारी व्यवस्थेला फसवत असता. झोपेत घालवलेला काळ हा तुमचा स्वतःचा असतो, सरकारचा नाही.

दोषी ठरलेले खुनी, नव्याने खुनाची धमकी द्यायला कचरत नाहीत आणि लवकरच तो निशाण्यावर असल्याची खबर ग्रेगच्या कानावर आली. प्रत्येक मृत्युकोठडीत एक 'दादा' असतोच आणि त्याची जागा घ्यायला उत्सुक असलेले इतर बरेचजण असतात. वेगवेगळे गट ताबा मिळवण्यासाठी प्रयत्नशील असतात. ते कमकुवत सावजाच्या शोधात असतात आणि 'रो'सारख्या ठिकाणीसुद्धा, एखाद्याला जगू देण्यासाठी त्याच्याकडून खंडणी वसूल करतात. जगायचं असल्यास पैसे द्यावे लागतील, ही धमकी जेव्हा ग्रेगपर्यंत पोहोचली, तेव्हा त्याने ती हसण्यावारी नेली आणि त्याने उलट निरोप पाठवला की, असल्या उंदराच्या बिळात राहण्यासाठी तो

एक पैसाही देणार नाही.

सध्या 'रो'मध्ये 'सोलडॅड' नावाने ओळखल्या जाणाऱ्या एका खुन्याची सत्ता चालत होती. तो यापूर्वी काही काळ कॅलिफोर्नियामधील कुप्रसिद्ध तुरुंगात राहून आलेला होता. त्याला ग्रेगची मृत्युदंडाच्या शिक्षेला पाठिंबा देण्याची भूमिका आवडली नव्हती आणि खरंतर त्याला डेव्हिड लेटरमन अजिबात आवडायचा नाही. शिवाय बाकीच्या कैद्यांचा आदर प्राप्त करायचा असल्यास, त्याने नेहमीच खून पाडायची तयारी दाखवायला हवी; त्यामुळेच त्याने ग्रेगला 'सावज' म्हणून हेरले होते.

'रो'मध्ये प्रत्येकालाच शत्रू असतात, कशावरूनही झगडे होऊ शकतात आणि ते पटकन उग्र रूप धारण करतात. एका सिगारेटच्या पाकिटाच्या निमित्ताने अंघोळीच्या ठिकाणी किंवा अंगणात एखाद्यावर हल्ला होऊ शकतो. दोन पाकिटांसाठी तर खूनही पडू शकतो.

त्याच्यावर लक्ष ठेवण्यासाठी, ग्रेगला एका चांगल्या मित्राची गरज होती.

मॅकॲलिस्टरची पहिली भेट ॲनेटकरता दुःखद आणि भीतिदायक ठरली. अर्थात, तिने काही वेगळी अपेक्षा केलेली नव्हतीच. तिची यायची इच्छा नव्हती; पण शेवटी रॉनला त्याच्या बहिणींशिवाय होतं तरी कोण?

पहारेकऱ्यांनी तिची पर्स तपासली आणि अंगावरून हात फिरवून तिची तपासणी केली. 'बिग हाउस'चा एकेक स्तर पार करून आत जाताना, तिला एखाद्या मोठ्या प्राण्याच्या अंधाऱ्या पोटात खोलवर बुडत असल्यासारखं वाटलं. किल्ल्यांचा खडखडाट झाला, दारं उघडली. तिने विनाकारण तिथे येऊन त्रास दिल्यासारखे, पहारेकरी तिच्याकडे रागाने बघत होते. धडधडत्या अंतःकरणाने, बधिर होऊन, झोपेत चालल्यासारखी, पोटात भीतीने गोळा आलेल्या अवस्थेत ती पुढे जात होती.

एका साध्या, सावली असलेल्या रस्त्यावरच्या छान घरातलं ते एक चांगलं कुटुंब होतं. दर रविवारी चर्चची भेट ठरलेली असायची. रॉन लहान असताना हजारो बेसबॉलच्या स्पर्धांना ते जायचे. सगळं कसं बदलून ही वेळ आली होती?

आता याचीही सवय होईल, तिने स्वतःशीच कबूल केलं. भविष्यात अनेकदा हेच आवाज ऐकू येतील, हेच पहारेकरी पुनःपुन्हा दिसतील. "कुकीज, कपडे, पैसे अशा गोष्टी ती आणू शकते का?" तिने विचारलं.

"नाही!" पटकन उत्तर आलं. "फक्त चिल्लर देता येईल."

हे कळल्यावर तिच्याकडे असलेली मूठभर क्वार्टरची नाणी तिने पहारेकऱ्याकडे दिली आणि आशा केली की, ती रॉनपर्यंत पोहोचतील.

भेटायची खोली लांबट आणि अरुंद होती. त्यामध्ये फ्लेक्सी ग्लासचे दुभाजक टाकून, सगळ्यांनाच एकान्त मिळावा म्हणून वेगवेगळे भाग करण्यात आले होते.

कैदी आणि त्यांना भेटायला आलेले एकमेकांना स्पर्श करू शकत नसत, फक्त मध्ये ठेवलेल्या फोनच्या मदतीने एका खिडकीतून ते बोलू शकायचे.

बऱ्याच वेळाने रॉन आला. त्या तुरुंगात कोणालाच घाईगडबड नसायची. त्याची तब्येत चांगली वाटत होती, कदाचित जरा जास्तच गुबगुबीत; पण तसंही त्याचं वजन नेहमीच नाट्यमयरीत्या वर-खाली व्हायचं.

तिथे आल्याबद्दल त्याने तिचे आभार मानले आणि म्हणाला की, त्याचं तसं ठीक चाललंय; पण त्याला पैशांची गरज आहे. जेवण अगदीच खराब आणि बेचव असल्यामुळे, खाण्याचे पदार्थ कँटीनमधून विकत घेण्यासाठी त्याला पैसे लागणार होते. गिटार मिळावं म्हणूनही तो अस्वस्थ झाला होता. त्याचबरोबर त्याला पुस्तकं, मासिकं हवी होती आणि एक छोटा टेलिव्हिजन, जो तो कँटीनमधून विकत घेऊ शकला असता.

''ॲनेट, मला इथून बाहेर काढ.'' तो सारखा विनवणी करत होता. ''मी डेबी कार्टरचा खून केलेला नाही आणि ते तुलाही माहिती आहे.''

आता काही नातेवाइकांना त्याच्या निर्दोषत्वाबद्दल शंका यायला लागली असली, तरी तो निर्दोष आहे या ठाम विश्वासापासून ती कधीच डळमळली नव्हती. ती आणि तिचा नवरा मार्लन, दोघेही नोकरी करत होते; कुटुंबाची देखभाल करत होते आणि जमेल तशी थोडीफार बचतही करत होते. पैशांची चणचण नेहमीचीच होती. ती तरी काय करू शकणार होती? सरकारच्या गरिबांसाठी असलेल्या निधीतून नेमलेले वकील त्यांच्याकडून अपील करायची तयारी करत होतेच.

''तुझं घर विक आणि एका चांगल्या मोठ्या वकिलाची नेमणूक कर. सगळं विक, काहीही कर; पण मला इथून बाहेर काढ,'' त्याने सुचवलं.

त्यांचं संभाषण अस्वस्थ करणारं असल्यामुळे तिला रडू येत होतं. कोणीतरी भेटायला आल्यामुळे रॉनच्या शेजारच्या बूथमध्ये एक कैदी आला. काचेतून ॲनेटला तो नीट दिसत नव्हता, तरी तो कोण असेल आणि त्याने कोणाचा खून केला असेल, याची तिला उत्सुकता वाटत होती.

''तो रॉबर्ट डेल स्टॅफोर्ड आहे,'' रॉनने तिला सांगितलं. गाजलेल्या 'स्टिक हाउस' प्रकरणातला खुनी. त्याला मृत्युदंडाच्या नऊ शिक्षा ठोठावण्यात आल्या होत्या. सध्या तरी 'रो'मध्ये असलेल्यांत त्याचा विक्रम कोणी मोडू शकत नव्हता. मांसाच्या दुकानावरील फसलेल्या दरोड्यात त्याने सहाजणांची हत्या केली होती; त्यातले पाचजण किशोरवयीन होते. नंतर त्याने एकाच कुटुंबातल्या तिघांचा खून केला होता.

''इथे सगळेच खुनी आहेत,'' रॉन सांगत होता. ''आणि ते नेहमी खुनांविषयीच चर्चा करत असतात. इथे 'रो'मध्ये सगळीकडे असंच आहे. मला बाहेर काढ!''

"तुला सुरक्षित वाटतं का?" तिने विचारलं.

अजिबातच नाही, खुन्यांच्या घोळक्यात राहताना नाहीच वाटणार. मृत्युदंडाची शिक्षा त्याला नेहमीच योग्य वाटायची; पण आता तर तो या शिक्षेचा कट्टर समर्थक बनला होता. तरीसुद्धा त्याच्या सध्याच्या शेजाऱ्यांमुळे त्याने आपली मतं स्वतःजवळच ठेवली होती.

या भेटीसाठी वेळेची मर्यादा ठेवण्यात आली नव्हती. शेवटी त्यांनी एकमेकांचा निरोप घेतला. तिने मनःपूर्वक त्याला पत्र लिहायचं आणि भेटायला येण्याचं वचन दिलं. मॅकॲलिस्टरमधून बाहेर पडली, तेव्हा ॲनेट भावनिकदृष्ट्या थकली होती.

नंतर लगेचच फोन यायला सुरुवात झाली. 'रो'मध्ये ढकलगाडीवर एक टेलिफोन ठेवून कोठडीच्या समोर आणायचे. पहारेकरी नंबर फिरवायचा आणि गजातून रिसीव्हर आत द्यायचा. ज्याला फोन केलाय, त्यानेच फोनचे बिल द्यायची पद्धत असल्यामुळे, कितीही वेळा फोन केला, तरी पहारेकऱ्यांना त्याची फिकीर नसायची. कंटाळल्यामुळे आणि हवालदिल झाल्यामुळे फोनची गाडी बोलावून घेण्यासाठी इतर कोणाहीपेक्षा रॉन जास्त वेळा आरडाओरडा करायचा.

बोलण्याची सुरुवात बरेचदा पैसे मागण्याने व्हायची. २० किंवा ३० डॉलर, खाण्याचे पदार्थ आणि सिगारेट घेण्यासाठी; पण त्यांना स्वतःचा खर्च होता आणि जादाचे पैसे कमी होते. त्या पुरेसे पैसे पाठवत नाहीत, याची रॉन त्यांना वारंवार आठवण करून द्यायचा. बरेचदा तो चिडून असंही म्हणायचा की, त्यांचं जर त्याच्यावर प्रेम असतं, तर आत्तापर्यंत त्यांनी त्याला बाहेर काढलं असतं. तो निर्दोष आहे हे सर्वांना माहिती होतं आणि त्याला सोडवायला त्याच्या बहिणींशिवाय बाहेर आहे तरी कोण? असं तो बोलून दाखवायचा.

त्याच्याबरोबर भांडायचं नाही असं जरी त्यांनी ठरवलेलं असलं, तरी फारच कमी वेळा हे फोन कॉल्स सुखद असायचे. बोलताना मध्येच कधीतरी आपलं त्या दोघींवर किती प्रेम आहे, याची रॉन त्यांना आठवण करून द्यायचा.

ॲनेटच्या नवऱ्याने 'नॅशनल जिओग्राफिक' आणि 'अडा ईव्हनिंग न्यूज' यांची वर्गणीच भरून टाकली होती. रॉनला आपल्या गावातल्या घडामोडींवर बारकाईने लक्ष ठेवायची इच्छा असायची.

मॅकॲलिस्टरला आल्यावर थोड्याच दिवसांत त्याने रिकी ज्यो सिम्मन्सच्या विचित्र कबुलीजबाबाबद्दल पहिल्यांदा ऐकलं. बार्नीला त्या टेप केलेल्या कबुलीजबाबाची माहिती होती; पण त्याने ते खटल्यात न वापरण्याचं ठरवलं आणि आपल्या अशिलालाही त्याची माहिती दिली नाही. 'इंडिजंट डिफेन्स सिस्टम'च्या एका तपासणी अधिकाऱ्याने तो व्हिडिओ मॅकॲलिस्टरमध्ये आणून रॉनला दाखवला. रॉनच्या तळपायांची आग मस्तकात गेली. कोणीतरी दुसऱ्यानेच डेबी कार्टरचा खून

केल्याची कबुली दिली होती आणि हे ज्युरींपर्यंत कधी पोहोचलंच नव्हतं.

त्याला वाटलं, आता ही बातमी नक्कीच अडामध्ये पसरेल. त्याबद्दल तिथल्या स्थानिक वृत्तपत्रांत वाचायची त्याची इच्छा होती. ज्या बऱ्याच गोष्टींमुळे रॉन झपाटला गेला, त्यात सर्वांत महत्त्वाचा रिकी ज्यो सिम्मन्स ठरला आणि नंतरही बरीच वर्षे तो रॉनच्या डोक्यात घर करून राहिला होता.

रॉनने प्रत्येकाला फोन करायचा प्रयत्न केला. सगळ्या जगाला रिकी ज्यो सिम्मन्सबद्दल माहिती व्हावी, अशी त्याची इच्छा होती. त्याचा कबुलीजबाब म्हणजे रॉनचं बाहेर पडण्याचं तिकीट होतं. त्याला वाटत होतं की, कोणीतरी पुढे यावं आणि त्या मुलावर खटला भरावा. त्याने बऱ्याचजणांना फोन करायचा प्रयत्न केला बार्नी, बाकीचे वकील, काउन्टीमधले अधिकारी, बरेचसे मित्र; पण फोनचे पैसे भरायला सर्वांनीच नकार दिला.

गंमत म्हणून बळींच्या नातेवाइकांना फोन करून त्रास देताना काही कैदी पकडले गेल्यावर, या फोनच्या सुविधेवर बंधनं आली; तेव्हापासून दर आठवड्याला सरासरी दोन फोन करण्याची परवानगी देण्यात आली, तेसुद्धा प्रत्येक फोन क्रमांक आधी तपासून त्याला मान्यता मिळाल्यानंतरच!

'रन मॅन' आठवड्यातून एकदा, जुनी वापरलेली ग्रंथालयाची पुस्तकं गाडीवर भरून घेऊन 'एफ' कोठडीगृहात ती गाडी घेऊन यायचा. ग्रेग विल्होइट, जे काही उपलब्ध असेल ते सगळं वाचायचा. चरित्र, गूढकथा, काउबॉइज असणारी वेस्टर्न गोष्टींची पुस्तकं. स्टीफन किंग त्याचा आवडता लेखक होता; पण जॉन स्टेनबेकची पुस्तकं त्याला सर्वांत जास्त आवडायची.

सद्यस्थिती विसरायचा उत्तम मार्ग म्हणून रॉनलाही त्याने वाचनासाठी प्रोत्साहित केलं. लवकरच त्यांची 'द ग्रेप्स ऑफ रॅथ' आणि 'ईस्ट ऑफ एडन' यांसारख्या पुस्तकांवर चर्चा व्हायला सुरुवात झाली. 'रो'मध्ये अशा विषयांवर चर्चा होणं हे विचित्रच होतं. ते दोघे तासन्तास कोठडीच्या दरवाजाच्या गजांजवळ उभे राहून वेगवेगळ्या विषयांवर बोलत राहायचे – पुस्तकं, बेसबॉल, बायका, त्यांचा खटला.

बाकीचे कैदी आपलं निरपराधित्व जपत नाहीत याचं दोघांना आश्चर्य वाटायचं. त्याऐवजी आपापसांत गप्पा मारताना आपले गुन्हे ते तिखट-मीठ लावून, रंगवून सांगतात. मृत्यू हा कायमचाच विषय होता – खून, खुनाचे खटले, यापुढे होणार असलेले खून.

रॉन नेहमी आपण निरपराध असल्याचा दावा करत असल्यामुळे ग्रेगचा त्याच्यावर विश्वास बसू लागला. प्रत्येक कैद्याजवळ आपापल्या खटल्याची प्रत असायची. ग्रेगने रॉनच्या खटल्याची सर्व दोन हजार पानं पूर्णपणे वाचून काढली. अडामधल्या

त्या खटल्याचं वर्णन वाचून त्याला धक्काच बसला. रॉनने ग्रेगच्या ओसेज काउन्टीतल्या खटल्याची प्रत वाचल्यावर त्याचीही ग्रेगसारखीच अवस्था झाली.

त्या दोघांचाही एकमेकांच्या निरपराधित्वावर विश्वास बसला आणि त्यांनी आपल्या बाकीच्या शेजाऱ्यांच्या संशयास्पद नजरांकडे दुर्लक्ष करायचं ठरवलं.

'रो'मधल्या सुरुवातीच्या काही आठवड्यांच्या काळात त्यांची मैत्री रॉनसाठी उपचारासारखी मदतीला आली. शेवटी कोणीतरी त्याच्यावर विश्वास ठेवत होता, कोणाशीतरी तो तासन्तास बोलू शकत होता, कोणीतरी त्याचं बोलणं विद्वत्तापूर्वक लक्ष देऊन आणि सहानुभूतीने ऐकत होता. अडामधल्या गुहेसारख्या कोठडीपासून दूर आल्यामुळे आणि आपल्या भावनांचं ओझं आपल्या मित्राजवळ मोकळं करता येत असल्यामुळे त्याची वागणूक स्थिर होती. कोठडीत उभा राहून, ओरडून आपण निर्दोष असल्याचं सांगणं, रागारागात येरझारा घालत, बडबडत राहणं हे प्रकार बंद होते. मानसिक चंचलतेची नाट्यमयता कमी झाली होती. तो भरपूर झोप काढायचा, तासन्तास वाचायचा, सतत सिगारेट ओढायचा आणि ग्रेगशी गप्पा मारायचा. दोघे व्यायामासाठी अंगणात बरोबरच जायचे आणि दोघांपैकी कोणावरही अचानक हल्ला किंवा इतर काही धोका होऊ नये म्हणून एकमेकांवर लक्ष ठेवून असायचे. ॲनेटने पैसे पाठवल्यावर, रॉनने कँटीनमधून एक छोटा टेलिव्हिजन घेतला. रॉनकरता गिटार किती महत्त्वाचं आहे याची तिला पूर्ण कल्पना असल्यामुळे, त्याला गिटार घेऊन देण्यासाठी तिचे अथक प्रयत्न चालू होते. कँटीनमध्ये ते उपलब्ध नसायचे. मॅकॲलिस्टरमधल्या एका दुकानातून विकत घेऊन, त्यांनाच ते तुरुंगात नेऊन देण्यासाठीची परवानगी, तिने अधिकाऱ्यांना बरेच फोन करून आणि पत्रव्यवहार करून मिळवली होती.

खरा त्रास सुरू झाला, तो गिटार आल्यावर. आपण किती छान गातो आणि गिटार वाजवतो हे सर्वांना दाखवण्यासाठी रॉनने जोरात गिटार वाजवायला आणि मोठ्या आवाजात गाणी म्हणायला सुरुवात केली. भरपूर तक्रारी यायला लागल्या; पण रॉनला त्याची फिकीर नव्हती. गिटार वाजवण्याची आणि गाणी म्हणण्याची त्याची हौस तो पूर्ण करत होता. त्याला खासकरून हँक विल्यम्सची गाणी आवडायची. 'युअर चिटिंग हार्ट' हे गाणं तिथे घुमत असायचं. बाकीचे ओरडून शिव्या द्यायला लागल्यावर, हा उलटा त्यांच्यावर ओरडायचा.

मग 'सोलडॅड'ही रॉनच्या संगीताने हैराण झाला आणि त्याने रॉनचा खून करण्याची धमकी दिली. ''मला काय फरक पडतोय? तसाही मी मृत्युदंडाचीच शिक्षा भोगतोय,'' रॉन म्हणाला.

'एफ' कोठडीगृह वातानुकूलित करण्याचा कधी विचारच केला गेला नव्हता.

उन्हाळा सुरू झाल्यावर 'सोना बाथ' घेत असल्यासारखे सगळे भिजून निघायचे. कैदी फक्त चड्डी घालून, कँटीनमधून विकत घेतलेल्या छोट्या पंख्यासमोर उभे राहायचे. बेडवरच्या चादरी घामाने भिजल्यामुळे बरेचदा पहाटेपूर्वीच जाग येण्याचे प्रकार घडायचे. बरेचजण तर, दिवसभर एकही कपडा न घालता वावरायचे.

काही कारणासाठी, मृत्युदंडाच्या कोठडीच्या दौऱ्याचं आयोजन केलं जायचं. पर्यटक म्हणून बहुतेक वेळा शाळेतल्या विद्यार्थ्यांनाच आणलं जायचं. तुरुंग पाहिल्यावर मुलं गुन्हेगारीपासून दूर राहतील, अशी त्यांच्या पालकांना आणि मार्गदर्शकांना आशा असावी. उन्हाळ्याच्या दिवसांत एखादा दौरा येणार असला, तर पहारेकरी सर्व कैद्यांना कपडे घालण्याचे आदेश द्यायचे. काहीजण त्याचं पालन करायचे, तर काहीजण नाही.

'बक नेकेड' असं टोपणनाव पडलेला एक रेड इंडियन होता, त्याला आपल्या नैसर्गिक स्वरूपातच वावरायला आवडायचं; त्यामुळे तो सदैव नग्नच असायचा. मनात येईल तेव्हा पोटातला वायू आवाजासह बाहेर सोडण्याची दुर्मिळ युक्ती त्याला साधली होती. दौऱ्यावरची मुलं जवळ आली की, आपलं ढुंगण कोठडीच्या गजांमध्ये दाबून, जोरदार आवाज काढत वायूचा झोत तो बाहेर सोडायचा. मुलांच्या दृष्टीने तो प्रकार धक्कादायक तर असायचाच, शिवाय त्यांच्या दौऱ्यातही व्यत्यय यायचा.

पहारेकऱ्यांनी बरेचदा त्याला हा प्रकार बंद करायला सांगितलं होतं; पण त्याने जुमानलं नाही आणि हा उद्योग चालूच ठेवला. बाकीचे कैदी त्याला प्रोत्साहन द्यायचे; पण फक्त दौरा असेल तेव्हाच! शेवटी दौरा असेल, तेव्हा पहारेकऱ्यांनी त्याला दुसरीकडे हलवायला सुरुवात केली. बाकी बऱ्याचजणांनी त्याचं अनुकरण करण्याचा प्रयत्न केला; पण त्याच्यासारखी क्षमता कोणातच नव्हती.

रॉन मात्र येणाऱ्या पाहुण्यांसाठी गिटार वाजवायचा आणि गाणी म्हणायचा.

चार जुलै, १९८८ रोजी रॉन उठला, तोच मुळी खराब मनःस्थितीत आणि त्यातून तो सावरलाच नाही. तो स्वातंत्र्यदिन होता. कवायती, संचलन, स्वातंत्र्य साजरा करण्याचा दिवस आणि तो तर कुठल्यातरी भयानक काळकोठडीत, न केलेल्या गुन्ह्याची शिक्षा भोगत बंदिस्त झालाय, कुठे आहे स्वातंत्र्य?

त्याने पुन्हा आरडाओरडा, शिवीगाळ आणि निरपराधित्वाच्या घोषणा चालू केल्या. बाकीच्या कैद्यांनी काहीबाही बोलायला सुरुवात केल्यावर त्याचं डोकंच फिरलं; जे हातात येईल ते उचलून फेकायला त्याने सुरुवात केली – पुस्तकं, मासिकं, रोज वापराच्या वस्तू, छोटा रेडिओ, त्याचं बायबल, कपडे – पहारेकऱ्यांचं लक्ष होतंच. त्यांनी त्याला शांत व्हायला सांगितल्यावर रॉनने त्यांना शिव्या द्यायला

सुरुवात केली आणि आवाज आणखी वाढवला. पुढच्या फेकायच्या वस्तू होत्या पेन्सिल, कागद, कँटीनमधून घेतलेलं अन्न. त्यानंतर त्याने आपला टेलिव्हिजन उचलला आणि विटांच्या भिंतींवर आपटून आपटून फोडून टाकला. शेवटी त्याने आपलं सर्वांत आवडतं गिटार उचलून तेही कोठडीच्या दाराच्या गजांवर वारंवार आपटलं.

मृत्युकोठडीतल्या बहुतेक कैद्यांना रोजच 'सिनेक्वान' नावाच्या, खिन्नता कमी करणाऱ्या एका औषधाचा सौम्य डोस दिला जातो; त्यामुळे मज्जासंस्था शांत होऊन झोप लागण्यास मदत होते.

पहारेकऱ्यांनी शेवटी जास्त कडक डोस घेण्यासाठी त्याला राजी केलं; त्यामुळे तो गुंगीत गेल्यासारखा होऊन शांत झाला. नंतर थोड्या वेळाने त्याने आपली कोठडी साफ करायला घेतली.

मग त्याने ॲनेटला फोन केला आणि रडतरडत घडलेल्या प्रसंगाबद्दल सांगितलं. ती त्याला भेटायला आली; पण ती भेट फारशी सुखद ठरली नाही. तो समोर बसून फोनमधून तिच्या अंगावर ओरडत होता, त्याला सोडवण्यासाठी ती काही करत नसल्याचा आरोप करत होता. त्याने परत मागणी केली की, सर्व काही विकून तिने एखादा खूप मोठा वकील नेमावा, जो त्याच्यावर झालेला अन्याय दूर करेल. 'आरडाओरडा करू नकोस आणि शांत हो' असं तिने सांगितलं; पण तो ऐकत नाही असं पाहिल्यावर तिने निघून जायची धमकी दिली.

कालांतराने तिने आणि रेनीने जमेल तसं दुसरा रेडिओ, टेलिव्हिजन आणि गिटार विकत घेऊन त्याला आणून दिलं.

सप्टेंबर, १९८८ मध्ये, नॉर्मनहून मार्क बॅरेट नावाचा वकील आपल्या नवीन अशिलाला भेटायला मॅकॲलिस्टरला आला. मार्क चार वकिलांपैकी एक होता, जे मृत्युदंडाची शिक्षा झालेल्या गरीब आरोपींच्या अपिलांची कामं बघायचे. विल्यमसन प्रकरण त्याच्याकडे सोपवण्यात आलं होतं. आता बार्नी वॉर्डचा संबंध संपला होता.

मृत्युदंडाच्या प्रकरणात आपोआपच अपील्स व्हायची. गरजेप्रमाणे अर्ज दाखल झाले होते आणि एक संथ प्रक्रिया सुरू झाली होती. मार्कने हे सगळं रॉन विल्यमसनला समजावून सांगितलं आणि त्याच्या निरपराधित्वाबद्दल बराच वेळ ऐकून घेतलं. त्याला अशा बोलण्याचं काहीच आश्चर्य वाटलं नाही. त्याने खटल्याची प्रत अजून वाचली नव्हती.

नव्या वकिलाला मदत व्हावी म्हणून, रॉनने खटल्याच्या वेळी खोटं बोललेल्या साक्षीदारांची यादीच बनवून मार्ककडे दिली आणि प्रत्येकाच्या खोटेपणाचं स्वरूप आणि व्याप्ती याचं अगदी बारकाईने तपशीलवार वर्णन केलं.

मार्कला रॉन हुशार आणि विवेकी वाटला; तसेच रॉनला आपल्यावर गुदरलेल्या बिकट प्रसंगाची आणि आपल्या आजूबाजूच्या गोष्टींची पूर्ण जाणीव असल्याचंही त्याच्या लक्षात आलं. रॉनने अतिशय नेटकेपणाने आणि विस्ताराने, तपशिलात जात पोलिसांनी आणि सरकारी वकिलांनी त्याच्याविरुद्ध केलेला खोटेपणा समजावून दिला. तो थोडासा घाबरलेला होता; पण ते अपेक्षितच होतं. मार्कला रॉनच्या वैद्यकीय पूर्वेतिहासाची कल्पना नव्हती.

मार्कचे वडील 'डिसिपल्स ऑफ ख्राइस्ट' संप्रदायाचे धर्मोपदेशक होते. ते कळल्यावर रॉनने त्याच्याबरोबर 'धर्म' या विषयावर बरीच चर्चा केली. आपण सश्रद्ध, धार्मिक ख्रिश्चन आहोत; आपल्याला देवावर श्रद्धा असणाऱ्या आपल्या आई-वडिलांनी ख्रिश्चन धर्मसंस्कारांप्रमाणे वाढवलंय आणि आपण नेहमी बायबल वाचतो, हे त्याला मार्कला सांगायचं होतं. धर्मग्रंथातल्या बऱ्याच ओव्या त्याने म्हणून दाखवल्यावर मार्क प्रभावित झाला. त्यातील एक रचना त्याला समजायला अवघड जात होती, त्याचा अर्थ त्याने मार्कला विचारल्यावर दोघांनी त्यावर सखोल चर्चा केली. रॉनच्या दृष्टीने त्या कडव्याचा अर्थ समजावून घेणं फार महत्त्वाचं होतं आणि ते नीट समजत नसल्यामुळे तो अस्वस्थ झाला होता. वकिलांच्या भेटीसाठीही कालमर्यादा नसायची आणि कैदीही आपल्या कोठडीबाहेर जास्त वेळ घालवायला उत्सुक असायचे. ते दोघं एका तासापेक्षा जास्त वेळ बोलत होते.

प्रथमदर्शनी रॉन हा सनातनी, बोलका; पण थोडासा लबाड असावा असं मार्क बॅरेटचं मत झालं. जरी अजून त्याचं पक्कं मत तयार झालं नसलं, तरी तो निरपराधित्वाच्या दाव्याबद्दल साशंक होता. ग्रेग विल्होइटच्या अपिलाचं कामही तोच हाताळत होता आणि ग्रेगने आपल्या पत्नीचा खून केलेला नाही याची त्याला पूर्ण खात्री पटली होती.

अनेक निर्दोष माणसं मृत्युकोठडीत आहेत, हे मार्क ओळखून होता आणि जसा तो रॉनच्या प्रकरणाचा अभ्यास करू लागला, तसा त्याचा रॉनवरही विश्वास बसायला लागला.

११

डेनिस फ्रिट्झला जरी हे जाणवलं नव्हतं, तरी काउन्टी तुरुंगाच्या कोठडीमध्ये बारा महिने काढल्यामुळे, तुरुंगातल्या कठोर परिस्थितीला तोंड द्यायला तो सज्ज झाला होता.

त्याला जूनमध्ये 'कॉन्नर करेक्शन सेंटर'ला आणण्यात आलं. प्राप्त परिस्थिती स्वीकारायला तयार नसलेले, सुन्न अवस्था झालेले आणि प्रचंड घाबरलेले असे बरेच कैदी त्याच्याबरोबर व्हॅनच्या मागच्या भागात कोंबलेले होते. खंबीर दिसणं महत्त्वाचं होतं, त्यासाठी तो जोरदार प्रयत्न करत होता. कॉन्नर हा एक मध्यम सुरक्षा असलेला तुरुंग, कचरापेटी किंवा उकिरडा म्हणून प्रसिद्ध होता. बाकीच्या तुरुंगांपेक्षा तिथे राहणं बिकट समजलं जायचं. अचानक कशामुळे इथे राहण्यासाठी आपलीच निवड झाली असेल? डेनिस पुनःपुन्हा स्वतःला विचारात होता.

त्यांची प्रवेशप्रक्रिया घोळक्यानेच पार पाडण्यात आली. तिथले कायदे आणि नियम यांबद्दल त्यांना साचेबद्ध भाषण देण्यात आलं. नंतर दोघांसाठीची बंकबेड असलेली कोठडी त्याला देण्यात आली. कोठडीला खिडकी होती आणि त्यातून बाहेरचं दिसत होतं. रॉनप्रमाणेच त्यालाही कोठडीला खिडकी असल्याचा आनंद झाला. अडामध्ये कित्येक आठवडे त्याने सूर्यप्रकाशाचं दर्शन न घेताच काढले होते.

त्याच्या कोठडीतला दुसरा कैदी मेक्सिकन होता, ज्याला इंग्रजी भाषा विशेष येत नव्हती. डेनिसला एका अर्थी ते बरंच वाटलं. तो स्वतः स्पॅनिश बोलू शकत नव्हता आणि आता शिकण्याची त्याची इच्छा नव्हती. दुसरा एक मनुष्यप्राणी इतक्या जवळ, हाताच्या अंतरावर वावरत असताना एकान्ताचे छोटे क्षण कसे मिळवायचे, हेच त्याच्यासमोर मोठं आव्हान होतं.

मिळालेल्या प्रत्येक क्षणाचा उपयोग या शिक्षेतून बाहेर पडण्यासाठी करण्याची त्याची प्रतिज्ञा होती. परिस्थितीला शरण जाणं सोपं होतं, एकूण व्यवस्थाच प्रचंड प्रमाणात कैद्यांच्या विरोधात झुकलेली होती; पण त्याने त्यावर मात करण्याचं

ठरवलं.

कॉन्नर कैद्यांनी खच्चून भरलेलं होतं आणि हिंसक घटनांसाठी प्रसिद्ध होतं. तिथे गुंडांची टोळकी होती. खून, हाणामाऱ्या, बलात्कार व्हायचे, अमली पदार्थांचा सुळसुळाट होता आणि या सगळ्यात पहारेकरी सामील असायचे. त्याने लवकरच सुरक्षित जागा शोधून काढल्या आणि त्रासदायक ठरू शकतील अशा माणसांना टाळायला सुरुवात केली. काही महिन्यांत बऱ्याच कैद्यांना, अजाणतेपणी तिथल्या चाकोरीबद्ध आयुष्याची सवय होऊन ते तिथल्या रीतीरिवाजाप्रमाणे वागायला लागायचे. थोड्याच दिवसांत निष्काळजीपणा वाढायला लागायचा, नको ती जोखीम पत्करली जायची आणि सुरक्षितता गृहीत धरली जायची.

हा जखमी होण्याचा एक नेहमीचा मार्ग होता आणि आपण घाबरणं विसरायचं नाही, अशी डेनिसने शपथ घेतली.

सकाळी सात वाजता कैदी उठायचे आणि सगळ्या कोठड्यांची दारं उघडली जायची. एका मोठ्या कॅफेटेरियामध्ये त्यांचं खाणं व्हायचं, तिथे कोणीही कुठेही बसू शकायचा. गोरे एका बाजूला आणि काळे दुसऱ्या बाजूला अशी पद्धत पडली होती. रेड इंडियन आणि मध्य व दक्षिण अमेरिकेतले स्पॅनिश भाषा बोलणारे हिस्पॅनिक दोघांच्या मध्ये सापडायचे; पण त्यांचा ओढा काळ्यांकडेच जास्त असायचा. नाश्ता तसा वाईट नसायचा – अंडी, ग्रीट्स, बेकन! गप्पांमध्ये उत्साह असायचा. बाकीच्या लोकांच्या संपर्कात आल्यामुळे सगळेच खुशीत असायचे.

कोठडीच्या विभागातून बाहेर राहायला मिळावं म्हणून बऱ्याचजणांना काम करायचं असायचं. डेनिसने पूर्वी शिकवण्याचं काम केलेलं असल्यामुळे, 'जनरल इक्विव्हॅलन्सी डिप्लोमा प्रोग्राम'मध्ये इतर कैद्यांना शिकवण्यासाठी त्याची नेमणूक झाली. नाश्ता करून झाल्यावर तो वर्गात जाऊन दुपारपर्यंत शिकवायचा. त्याला ७.२० डॉलर इतका मासिक पगार मिळायचा.

त्याच्या आईने आणि मावशीने मिळून त्याला महिन्याला पन्नास डॉलर पाठवायला सुरुवात केली. एवढे पैसे जमवायला त्यांना कष्ट पडत होते; पण त्यांच्या दृष्टीने त्याला प्राधान्य होतं. कॅंटीनमधून तंबाखू, ट्यूना मासे, बिस्किटं आणि कुकीज् घेण्यासाठी तो त्या पैशांचा वापर करायचा. बहुतेक सर्वच कैदी धूम्रपान करायचे आणि सिगारेट हे एक उत्तम चलन म्हणून वापरता यायचं. एखादं मार्लबरोचं पाकीट जवळ असणं म्हणजे खिसा पैशांनी भरलेला असल्यासारखंच होतं.

लवकरच डेनिसला कायदेविषयक ग्रंथांचं वाचनालय सापडलं आणि दुपारी १.०० ते ४.०० कुठल्याही व्यत्ययाशिवाय तिथे अभ्यास करता येईल हे कळल्यावर तो खूश झाला. आत्तापर्यंत कधीही त्याने कायद्याचं पुस्तक हातात घेतलं नव्हतं; पण संशोधनाच्या कामात निष्णात व्हायचा त्याचा निर्धार होता. दोन कायद्याचे लेखनिक

जे खरंतर कैदीच होते; पण त्यांना कायद्याची चांगली माहिती होती आणि ते स्वतःला तुरुंगातले वकील समजायचे; त्यांच्याशी त्याची मैत्री झाली. मोठमोठे लेख, प्रबंध, ग्रंथ कसे अभ्यासायचे हे त्यांनी डेनिसला शिकवलं. नेहमीप्रमाणे या मार्गदर्शनासाठी मोबदला होताच, तो सिगारेटच्या स्वरूपात चुकवला गेला.

ओक्लाहोमामधले शेकडो खटले वाचून, आपल्या कायद्याच्या अभ्यासाला त्याने सुरुवात केली. त्याच्या खटल्याशी साम्य आणि संभाव्य चुका यांच्या शोधात तो होता. आता त्याची अपील्स चालू होणार होती आणि आपल्या वकिलाइतकीच माहिती आपल्यालाही असायला हवी, अशी त्याची इच्छा होती. त्याने संघराज्यातले ग्रंथ मिळवले आणि देशभरातल्या हजारो प्रकरणांमधून नोंदी काढायला सुरुवात केली.

दुपारी ४.०० ते ५.०० ही कोठडीत बंदिस्त राहण्याची वेळ होती, तेव्हा कैद्यांची मोजणी व्हायची आणि अहवाल तयार केले जायचे. ७.३० वाजता रात्रीचं जेवण असायचं. त्यानंतर कैद्यांना कोठडीत बंदिस्त करायची पुढची वेळ रात्री १०.१५ होती. मधल्या वेळात कैदी तिथे फिरू शकायचे. व्यायाम, पत्ते, बास्केट बॉल किंवा डॉमिनोज खेळणे असे कार्यक्रम चालायचे. बरेचजण नुसतेच घोळका करून, गप्पा मारत, सिगारेट ओढत वेळ घालवायचे.

डेनिस तेव्हा पुन्हा ग्रंथालयात जायचा.

त्याची मुलगी एलिझाबेथ आता पंधरा वर्षांची झाली होती आणि त्यांचा नेहमी पत्रव्यवहार चालू असायचा. ती तिच्या आजीकडे वाढत होती. तिला एक स्थिर घर मिळालं होतं आणि तिची चांगली देखभाल होत होती. आपले वडील निर्दोष आहेत यावर तिचा ठाम विश्वास होता; पण 'ती साशंक आहे की काय' अशी डेनिसला नेहमी भीती वाटायची. पत्रव्यवहाराबरोबरच त्यांचा आठवड्यातून एकदा फोनही व्हायचा. आपल्याला भेटायला येण्याची परवानगी डेनिस तिला देत नव्हता. तिने तुरुंगाच्या जवळही येऊ नये अशीच त्याची इच्छा होती. तिने आपल्याला तुरुंगाच्या गणवेशात आणि बंदिस्त कुंपणाच्या आत पाहू नये, असं त्याला वाटायचं.

डेनिस कॉन्नरला आल्यानंतर थोड्याच दिवसांत त्याची आई वान्डा फ्रिट्झ, त्याला भेटायला आली होती. भेटण्याची वेळ रविवारी सकाळी १०.०० ते दुपारी ४.०० अशी होती. एका खोलीत रांगेने घडीच्या खुर्च्या आणि टेबलं मांडून ठेवलेली असायची, तेव्हा तिथे प्राणिसंग्रहालयाचं स्वरूप यायचं. एका वेळी साधारण वीस कैद्यांना तिथे आणलं जायचं. त्यांचे कुटुंबीय वाटच बघत असायचे; बायका, मुलं, आई-वडील सगळे भावनाविवश झालेले असायचे. मुलं कर्कश आवाजात आरडाओरडा करून उच्छाद मांडायची. कैद्यांना हातकड्या घातलेल्या असायच्या आणि ते एकमेकांना स्पर्श करू शकायचे.

कैदी स्पर्शासाठी हपापलेले असायचे. अतिरेकी, बेसुमार चुंबनं आणि कुरवाळण्यावर बंदी होती. कैद्यांची एक ठरलेली युक्ती होती. काही कैदी पहारेकऱ्यांचं लक्ष विचलित करायचे आणि तेवढ्या वेळात एखादा आपली पिसाट कामवासना पूर्ण करून घ्यायचा. एखादं जोडपं गुपचूप, चोरून दोन सॉफ्ट ड्रिंक देणाऱ्या मशीनच्या मधल्या भागात जाऊन संभोग करताना पाहायला मिळणं यात काही नवीन नव्हतं. टेबलाजवळ शांतपणे, निवांत बसलेल्या बायका अनेकदा चटकन गायब व्हायच्या आणि टेबलाखाली दडून, नवऱ्याला झटपट मुख-संभोगाचं समाधान देऊन परत आपल्या जागेवर बसायच्या.

नशिबाने, या बेफाम, रासवट धामधुमीत आईचं लक्ष इकडेतिकडे जाऊ न देणं हे डेनिस प्रयत्नपूर्वक जमवायचा; पण या भेटी त्याच्यासाठी तणावपूर्ण असायच्या. पुन्हा भेटायला येण्यापासून तिला परावृत्त करण्याचा त्याचा प्रयत्न असायचा.

लवकरच रॉनचं आरडाओरडा करत कोठडीत येरझारा घालणं सुरू झालं. 'रो'मध्ये येताना जरी माणूस वेडा नसला, तरी तिथे आल्यावर थोड्याच दिवसांत त्याचं डोकं फिरण्याची शक्यता असायची. कोठडीच्या दाराजवळ उभा राहून, रॉन तासन्तास, घसा बसेपर्यंत किंचाळत राहायचा – 'मी निर्दोष आहे! मी निर्दोष आहे!' थोड्या दिवसांच्या सरावाने त्याचा आवाज दमदार झाला आणि तो आधीपेक्षा जास्त वेळ ओरडायला लागला – 'मी डेबी कार्टरचा खून केलेला नाही! मी डेबी कार्टरचा खून केलेला नाही!'

त्याने रिकी ज्यो सिम्मन्सच्या कबुलीजबाबाची प्रत पूर्ण पाठ केली. कोठडीच्या दारात उभा राहून, आपले शेजारी आणि पहारेकऱ्यांना कळावं म्हणून त्यातला शब्दन्‌शब्द तो मोठ्या आवाजात म्हणून दाखवायचा. ज्यामुळे तो इथे मृत्युकोठडीत आला होता, त्या त्याच्या स्वतःच्या खटल्यातील उताऱ्यांची पानंही तो म्हणून दाखवायचा. बाकीच्या कैद्यांना त्याचा गळा दाबण्याची इच्छा व्हायची, तरीपण त्याच्या स्मरणशक्तीचं त्यांना कौतुक वाटायचं.

पण पहाटेचे दोन ही काही कौतुक करण्याची वेळ नसायची.

रेनीला एका कैद्याकडून एक विचित्र पत्र आलं. त्यातला काही भाग असा –

प्रिय रेनी,

देव तुमचं कल्याण करो! मी जे नील, क्रमांक १४११२८. मी हे पत्र तुझा भाऊ रॉनच्या वतीने आणि त्याने विनंती केली म्हणून लिहितोय. माझ्या बाजूच्या कोपऱ्यातल्या कोठडीत रॉन राहतो. रोज एकदा तरी तो अतिशय वाईट परिस्थितीतून जातो. त्याची वर्तणूक स्थिर राहावी आणि सुधारावी म्हणून त्याच्यावर औषधोपचार

चालू आहेत असं मला वाटतं. इथे ज्या प्रकारची औषधं दिली जातात, त्यांना मर्यादा असल्यामुळे ती फारशी परिणामकारक ठरत नाहीत. रॉनचा आत्मसन्मान अगदीच लयाला गेला आहे आणि हेच त्याच्यातल्या पराभूत मानसिकतेचं कारण आहे आणि मला वाटतं की, इथली O.S.P. मधली माणसं त्याला सांगताहेत की, त्याचा बुद्ध्यांक सर्वसाधारण पातळीपेक्षाही कमी आहे. रात्री १२ ते पहाटे ४ ही त्याच्यासाठी अगदी त्रासदायक अशी वेळ असते.

कधीकधी, मध्ये काही काळ अंतर सोडून, घसा फोडून किंचाळत तो काहीबाही सांगत राहतो. त्याच्या या वागण्याचा त्याच्या आजूबाजूच्या कैद्यांना फार त्रास होतो. आधी त्यांनी रॉनला समजावून सांगण्याचा प्रयत्न केला, नंतर ते सहन करायचा प्रयत्न केला; पण आता बहुतेकांची सहनशक्ती संपत आलीय. (नक्कीच! रात्री नीट झोप मिळत नसल्यामुळे तसं झालं असावं.)

मी एक ख्रिश्चन आहे आणि रॉनसाठी रोज प्रार्थना करतो. मी त्याच्याशी बोलतो, त्याचं म्हणणं ऐकून घेतो. तू आणि ॲनेट, दोघींवरही त्याचं फार प्रेम आहे. मी त्याचा मित्र आहे. रॉन आणि त्याचा त्रास होणारे कैदी यांच्यामध्ये मी एखाद्या मध्यस्थासारखा वागतो. तो ओरडायला लागला की, मी उठून तो शांत होईपर्यंत त्याच्याशी बोलत राहतो.

देव तुझं आणि तुझ्या कुटुंबीयांचं रक्षण करो.

विश्वासू,
जे नील

नीलची कोणाहीबरोबरची मैत्री ही 'रो'मध्ये सर्वांना संशयास्पदच वाटायची आणि त्याचं ख्रिश्चन धर्म स्वीकारणं हा बरेचदा चर्चेचा विषय असायचा. त्याचे 'मित्र'ही संशयास्पदच होते. तुरुंगात येण्यापूर्वी त्याने आणि त्याच्या एका 'प्रेमी' मित्राने, सॅनफ्रान्सिस्कोच्या मोकळ्याढाकळ्या जीवनशैलीमुळे, मौजमजा करण्यासाठी तिकडे जाऊन राहायचं ठरवलं. जवळ पैसे नसल्यामुळे त्यांनी बँक लुटायचा बेत रचला; एक असा उपक्रम ज्याचा त्यांना काहीही अनुभव नव्हता. त्यांनी जेरोनिमो गावातील एक बँक निवडली. बँकेत शिरून, मोठ्या आवाजात त्यांनी आपला इरादा स्पष्ट केल्याबरोबरच योजना फिस्कटायला सुरुवात झाली. दरोड्यामुळे उडालेल्या गोंधळात, नील आणि त्याच्या साथीदाराने बँकेच्या तीन टेलरना भोसकलं. त्यांच्या अंदाधुंद गोळीबारात एक ग्राहक मरण पावला आणि तिघे जखमी झाले. या खूनखराब्यामध्ये नीलच्या पिस्तुलातल्या गोळ्या संपल्या. एका छोट्या मुलाच्या डोक्याला पिस्तूल टेकवून ट्रिगर ओढल्यानंतर हे त्याच्या लक्षात आलं. ट्रिगर ओढल्यावर काहीच घडलं नाही. तो मुलगा जखमी होण्यापासून बचावला, म्हणजे निदान शारीरिकदृष्ट्या

तरी! साधारण २०,००० हजार डॉलर रोख घेऊन दोघे खुनी पळून गेले. लवकरच सॅनफ्रान्सिस्कोला पोहोचल्याबरोबर त्यांची जोरदार खरेदी चालू झाली. पूर्ण लांबीचे मिंक कोट, सुंदर स्कार्फ वगैरे! समलिंगी बारमध्येही पैसे उडवायला सुरुवात झाली. अशा प्रकारची इतर अनैतिक मजा ते फक्त चोवीस तासांपेक्षा थोडाच जास्त वेळ करू शकले, कारण त्यांना पकडून ओक्लाहोमाला आणण्यात आलं आणि नीलला शिक्षा ठोठावण्यात आली.

'रो'मध्ये, नीलला धर्मग्रंथातले उतारे म्हणून दाखवायचे असायचे आणि छोटी धार्मिक प्रवचनं द्यायची असायची; पण कोणालाही ते ऐकायची इच्छा नसायची.

'रो'मध्ये औषधोपचाराला प्राधान्य नव्हतं. सगळे कैदी एकमताने सांगायचे की, इथे आल्यावर आधी तुमची तब्येत खालावते आणि नंतर मानसिकता. रॉनला तुरुंगाच्या डॉक्टरांनी तपासलं. त्यांना रॉनच्या आधीच्या तुरुंगातल्या नोंदी आणि मानसिक आरोग्याचा इतिहास वाचायला मिळाला. त्यात रॉनच्या दारूच्या आणि अमली पदार्थांच्या व्यसनाबद्दल लिहिलं होतं; पण 'एफ' कोठडीगृहात ती काही नावीन्याची गोष्ट नव्हती. गेली दहा वर्षं त्याला नैराश्याचा आणि दुभंग व्यक्तिमत्त्वाचा त्रास होत होता, त्याचबरोबर त्याला स्किझोफ्रेनिया आणि मानसिक विकृतीचा आजारही होता.

त्याला पुन्हा एकदा 'मेल्लारील' हे औषध लिहून देण्यात आलं आणि त्यामुळे तो शांत झाला.

बाकीच्या कैद्यांना वाटायचं की, रॉन वेडेपणाचं सोंग करतोय. असं वागून 'रो'च्या बाहेर पडण्याचा त्याचा प्रयास असावा.

ग्रेग विल्होइटच्या पलीकडे दोन कोठड्या सोडून सॉनी हेस नावाचा एक म्हातारा कैदी होता. तो तिथे कधीपासून आहे याची कोणालाच कल्पना नव्हती; पण तो तिथे सगळ्यांच्या आधीपासून होता. तो सत्तरीचा असावा; त्याची तब्येत अतिशय खराब होती आणि तो कोणालाही भेटायला किंवा बोलायला नकार द्यायचा. त्याने आपल्या कोठडीचा दरवाजा वर्तमानपत्र आणि ब्लँकेट लावून झाकून टाकला होता, तो कोठडीतले दिवे बंद ठेवायचा, जिवंत राहण्यासाठी आवश्यक असेल तेवढंच खायचा, कधीही अंघोळ करायचा नाही, दाढी करायचा नाही आणि केसही कापायचा नाही. त्याला भेटायला कधी कोणी यायचं नाही, आपल्या वकिलाला भेटायलाही तो नकार द्यायचा. त्याला कधी पत्रं यायची नाहीत आणि तोही कधी पत्रं पाठवायचा नाही. कधीही फोन करायचा नाही, कॅंटीनमधून काहीही विकत घ्यायचा नाही, कपडे धुवायचा नाही. तसेच त्याच्याकडे टेलिव्हिजन किंवा रेडिओ यांपैकी काहीही नव्हतं. त्याची अंधारी कोठडी त्याने कधीच सोडली नाही. आतून कसलाही आवाज न येता बरेच दिवस जायचे.

सॉनी ठार वेडा होता आणि मानसिक असक्षम माणसाची शिक्षा अमलात आणता येत नसल्यामुळे तो कोठडीत सडत पडला होता आणि मरणाच्या वाटेवर होता, तोही स्वतःच्याच अटींवर! आता 'रो'मध्ये आणखी एक वेडा दाखल झाला होता; पण ते पटायला कठीण जात होतं. त्यांना ते सगळं नाटकच वाटत होतं.

एका घटनेने मात्र त्या सर्वांचं लक्ष वेधलं गेलं, रॉनने आपलं टॉयलेट बुजवलं, आपल्या कोठडीत दोन इंच पाणी साठवलं, आपले सगळे कपडे काढले आणि एखाद्या तलावात सूर मारावा तसे बंकबेडच्या वरच्या बेडवरून, काय बोलतोय हे न कळण्यासारखा ओरडत, सूर मारायला सुरुवात केली. शेवटी, पहारेकऱ्यांनी त्याला पकडलं आणि गुंगीचं औषध दिलं.

'एफ' कोठडीगृह जरी वातानुकूल नसलं, तरी ते गरम राहण्याची व्यवस्था करण्यात आलेली होती. थंडी सुरू झाल्यावर सर्वांची रास्त अपेक्षा असायची की, आता त्या जुनाट व्यवस्थेतून गरम हवा येईल; पण तसं काही व्हायचं नाही. कोठड्या थंड पडायला लागायच्या. रात्रीच्या वेळी खिडकीच्या आतल्या बाजूने बर्फ जमा व्हायचं. कैदी एखाद्या गाठोड्यासारखे स्वतःला गुंडाळून घेऊन, शक्य तेवढा वेळ बेडमध्येच लोळत राहायचे.

झोपणं शक्य होण्यासाठी मोज्यांचे दोन जोड, चड्ड्या, टी-शर्ट, पँट, शर्ट आणि बाकी काही जर कैद्याला खरेदी करणे शक्य असेल, तर कँटीनमधून विकत घेतलेले कपडे असे जेवढे उपलब्ध असतील, तेवढे कपड्यांचे थर अंगावर घ्यावे लागायचे. जादाचे ब्लँकेट म्हणजे चैन समजली जायची आणि ती सरकारतर्फे पुरवली गेली नव्हती. अन्न, जे उन्हाळ्यातच थंड असायचं, ते थंडीमध्ये खाणं तर फारच अवघड जायचं.

टॉमी वॉर्ड आणि कार्ल फोन्टेनॉट यांना दोषी ठरवण्याचा निर्णय 'ओक्लाहोमा कोर्ट ऑफ क्रिमिनल अपील्स'ने मागे घेतला, कारण खटल्याच्या वेळी दोघांचेही कबुलीजबाब एकमेकांच्या विरोधात वापरण्यात आले होते आणि दोघांचीही साक्ष घेतली गेली नसल्यामुळे दोघांनाही एकमेकांना प्रश्न विचारण्याची संधी मिळाली नव्हती.

जर दोघांवर वेगवेगळे खटले चालवले गेले असते, तर हा घटनात्मक पेच टळला असता.

आणि जर दोघांचे कबुलीजबाब दडवून ठेवले असते, तर त्यांना दोषी ठरवायला त्यांच्या हाताशी बाकी काहीच नव्हतं.

त्यांना 'रो'मधून बाहेर काढून अडाला परत पाठवण्यात आलं. पोट्टावाटोमी काउन्टीमधल्या शॉनी इथे टॉमी राहायला गेला. बिल पीटरसन आणि क्रिस रॉस यांनी

त्याच्यावर पुन्हा खटला भरला आणि न्यायाधीशांनी त्यांच्या कबुलीजबाबाची टेप ज्युरींना दाखवण्याची परवानगी दिली. टॉमीला पुन्हा एकदा दोषी ठरवण्यात आलं आणि त्याला पुन्हा मृत्युदंडाची शिक्षा सुनावण्यात आली. या खटल्याच्या वेळी टॉमीच्या आईला, ॲनेट हडसन रोज कारमधून न्यायालयात घेऊन यायची. कार्ल, ह्युजेस काउन्टीमधल्या होल्डनव्हील इथे राहायला गेला होता. त्यालासुद्धा दोषी ठरवण्यात येऊन, मृत्युदंडाची शिक्षा ठोठावण्यात आली.

त्यांची शिक्षा रद्द झाल्याचं कळल्यावर रॉनला खूप आनंद झाला होता; पण त्यांना परत नव्याने शिक्षा झाल्याचं कळल्यावर तो प्रचंड निराश झाला. त्याचं स्वतःचं अपील संथ गतीने पुढे सरकत होतं. 'ॲपलेट पब्लिक डिफेंडर्स ऑफिस'मध्ये त्याचं प्रकरण दुसऱ्या वकिलाकडे सोपवण्यात आलं. मृत्युदंडाच्या शिक्षेची प्रकरणं खूप वाढल्यामुळे, त्यांनी वकिलांची संख्या वाढवली होती. मार्क बॅरेटकडे कामाचा ताण वाढल्यामुळे, त्याच्याकडची एक-दोन प्रकरणं कमी करणं आवश्यक झालं होतं. 'कोर्ट ऑफ क्रिमिनल अपील्स'कडून ग्रेग विल्होइटच्या प्रकरणात काही निर्णय यायची तो उत्सुकतेने वाट पाहत होता. ते न्यायालय आरोपीच्या विरोधात कठोर निर्णय करणारं म्हणून कुख्यात होतं; तरीसुद्धा खटला नव्याने चालवला जाईल याची मार्कला खात्री होती.

बिल लुकर हा रॉनचा नवा वकील होता. त्याच्या टिपण्णीमध्ये रॉनचा खटला योग्य रीतीने न चालवला गेल्याबद्दल त्याने जोरदार प्रतिपादन केलं होतं. त्याने बार्नी वॉर्डच्या कामगिरीवर प्रखर हल्ला चढवताना नमूद केलं होतं, 'खुनाच्या खटल्यात सर्वप्रथम होणाऱ्या वादविवादात, वकिलाकडून निरर्थक मदत.' बार्नीने केलेल्या अपराधात सर्वांत महत्त्वाचं ठरत होतं ते म्हणजे, रॉनच्या मानसिक असक्षमतेचा मुद्दा न उठवणे. रॉनचं वैद्यकीय रेकॉर्ड कधीही साक्षीमध्ये दाखल केलं गेलं नव्हतं. लुकरने बार्नीच्या चुकांवर संशोधन केल्यावर, एक लांबलचक यादीच तयार झाली. पोलीस आणि सरकारी वकिलांनी वापरलेली पद्धत आणि क्लृप्त्यांची त्याने निर्भर्त्सना केली आणि त्याच्या निवेदनाचा आकार वाढू लागला. न्यायाधीश जोन्स यांच्या निर्णयांवर त्याने आक्षेप घेतला : 'रॉनच्या स्वप्नाचा कबुलीजबाब ज्युरींना ऐकवण्याची परवानगी देणे, सरकारी पक्षाच्या असंख्य ब्रॅडी उल्लंघनाकडे दुर्लक्ष करणे आणि सर्वसाधारणपणे रॉनच्या सुयोग्य खटल्याच्या हक्कांचे रक्षण न करणे.'

बिल लुकरचे बहुतांश अशील हे निर्विवादपणे दोषी असायचेच. त्यांच्या अपील्सना योग्य सुनावणी मिळतेय याची खात्री करणं, एवढंच त्याचं काम असायचं. रॉनचं प्रकरण वेगळं होतं. लुकरने जेवढं संशोधन केलं आणि जितके अधिक प्रश्न विचारले, तेवढं हे अपील आपण नक्कीच जिंकू याबद्दल त्याची खात्री पटली.

आता रॉनचं त्याला चांगलं सहकार्य मिळत होतं आणि रॉनचा जो काही ठाम दृष्टिकोन असायचा आणि तो आपल्या वकिलाला सांगायला तो तत्पर असायचा. रॉन बरेचदा फोन करायचा आणि भलीमोठी पत्रं लिहायचा. त्याचा अभिप्राय आणि निरीक्षणं उपयोगी पडायची. त्याला आपल्या वैद्यकीय पूर्वेतिहासातले तपशील व्यवस्थित आठवायचे, हे आश्चर्यजनक होतं.

तो रिकी ज्यो सिम्मन्सच्या कबुलीजबाबाचा कायम विचार करायचा आणि त्याला खटल्यातून वगळणं ही एक मोठीच थट्टा असल्याचं त्याचं मत होतं. त्याने लिहिलं होतं :

प्रिय बिल,

रिकी सिम्मन्सने डेबीचा खून केलाय असं मला वाटतं, हे तुला माहीत आहेच. त्याने नक्कीच तसं केलं असेल, नाहीतर त्याने कबुलीजबाब का दिला असता. बिल, मी प्रचंड नरकयातना भोगलेल्या आहेत; मला वाटतं, आता हेच योग्य ठरेल की, माझी सुटका करावी आणि सिम्मन्सने जे काही केलं, त्याबद्दल त्याने शिक्षा भोगावी. तो कबुलीजबाब ते तुझ्याकडे सुपूर्द करणार नाहीत, कारण त्यांना माहिती आहे की, तू तो तुझ्या निवेदनात टाकशील आणि माझा खटला नव्याने चालवण्याचं अपील ताबडतोब जिंकशील; त्यामुळे तू आता त्या नालायकांकडून तो कबुलीजबाब मागून घे.

तुझा मित्र, रॉन

भरपूर मोकळा वेळ असल्यामुळे रॉनने जोरदार पत्रव्यवहार चालू केला, खासकरून त्याच्या बहिणींबरोबर. त्यांना माहिती होतं की, त्यांची पत्रं रॉनकरता फार महत्त्वाची आहेत, म्हणून त्याच्या पत्रांना उत्तरं देण्यासाठी त्या आवर्जून वेळ काढायच्या. पैशांचा मुद्दा नेहमीच असायचा. तो तुरुंगातले अन्न खाऊ शकत नव्हता; त्यामुळे कॅंटीनमधून जे काही मिळेल ते विकत घेऊन खायला त्याला बरं वाटायचं. त्याने रेनीला लिहिलेल्या पत्रातला काही भाग :

रेनी,

मला कल्पना आहे की, ॲनेट जसे जमतील तसे थोडेफार पैसे माझ्याकडे पाठवत असते; पण माझ्या हालअपेष्टा वाढत चालल्या आहेत. इथे माझ्या जवळच कार्ल फोन्टेनॉटही आहे आणि त्याच्यासाठी काही पाठवू शकेल, असं कोणीही नाही. कृपा करून तू मला थोडेसे जास्त पैसे पाठवू शकशील का? मग ते १० डॉलर असले तरी चालतील.

लव्ह, रॉन

द इनोसंट मॅन । २६९

'रो'मधल्या त्याच्या पहिल्याच नाताळच्या सणाच्या आधी त्याने रेनीला पत्र लिहिलं, त्यातला काही भाग :

रेनी,

पैसे पाठवल्याबद्दल आभार! ते ठरावीक गरजांसाठीच वापरले जातील. मुख्य म्हणजे गिटारच्या तारा आणि कॉफी!

या वर्षी तुझ्यासहित मला एकूण पाच भेटकार्डं आली. नाताळमध्ये किती छान वाटतं.

रेनी, तू पाठवलेले २० डॉलर अगदी योग्य वेळी मिळाले. गिटारच्या तारा विकत घेण्यासाठी माझ्या मित्राकडून मी काही पैसे उसने घेतले होते आणि ॲनेट मला महिन्याला जे ५० डॉलर पाठवते, त्यातून मी त्याची परतफेड करणार होतो; त्यामुळे मला काही पैसे कमी पडले असते. ५० डॉलर हे खूप जास्त होतात हे मला माहिती आहे; पण इथे एकजण आहे, त्याला त्याची आई काहीही पाठवू शकत नाही, त्याला मी त्यातले काही देतो. तिने त्याच्यासाठी १० डॉलर पाठवलेत; पण सप्टेंबरमध्ये मी त्याच्या बाजूच्या कोठडीत आल्यापासून, त्याला पहिल्यांदाच पैसे मिळाले. त्या गरीब बिचाऱ्याला मी कॉफी, सिगारेट असं काही काही देत असतो.

आज शुक्रवार आहे, म्हणजे उद्या तुम्ही सगळे तुम्हाला मिळालेल्या भेटी उघडाल. ज्याला ज्याची गरज आहे, त्याला ते मिळावं अशी मी प्रार्थना करतो. मुलं फार पटापट मोठी होतात. आता मी जर स्वतःला सावरलं नाही तर नक्कीच रडायला लागेन.

सर्वांना सांग, माझं त्यांच्यावर प्रेम आहे.

रॉन

सणांच्या दिवसांत रॉन खुशीत असेल असा विचार करणंही अवघड होतं. मृत्युदंडाच्या कोठडीतलं रटाळ जीवन भीषण होतंच; पण आपल्या कुटुंबीयांपासून दूर राहण्यातील अस्वस्थता आणि दुःख तो सहन करू शकत नव्हता. १९८९ च्या वसंत ऋतूच्या सुरुवातीला त्याची मानसिक स्थिती खालावू लागली. ताणतणाव, कंटाळवाणं आयुष्य आणि आपण न केलेल्या गुन्ह्याबद्दल नरकात येऊन पडल्याच्या वैफल्याने तो ग्रासला गेला आणि तो खचायला सुरुवात झाली. आत्महत्येच्या प्रयत्नात त्याने आपल्या नसा कापल्या. तो अगदी निराश झाला होता आणि त्याला जीवन नकोसं झालं होतं. मनगटावरच्या जखमा वरवरच्या होत्या, तरी व्रण राहिले होते. अशा घटना पुनःपुन्हा घडायला लागल्यावर, पहारेकरी त्याच्यावर बारकाईने लक्ष ठेवू लागले. मनगटं कापून काम होत नाही असं लक्षात आल्यावर, त्याने गादी पेटवून देऊन त्या आगीत स्वतःला भाजून घेण्याचा प्रयत्न केला. भाजल्याच्या जखमांवर

उपचार केल्यावर त्या भरून आल्या. त्याच्या आत्महत्येच्या प्रवृत्तीमुळे, त्याच्यावर लक्ष ठेवणं चालूच होतं.

१२ जुलै, १९८९ रोजी त्याने रेनीला लिहिलं :

प्रिय रेनी,

सध्या मी खूपच यातना भोगतोय. मला भाजलं होतं. दुसऱ्या आणि तिसऱ्या स्तराच्या जखमा होत्या. इथे मी खूप तणावाखाली असतो. जेव्हा यातना असह्य होतात, तेव्हा कुठे जाताही येत नाही. रेनी, माझं डोकं खूप दुखतं, मी भिंतीवर डोकं आपटलं, मी जमिनीवर लोळलो आणि तिथल्या कॉंक्रीटवर डोकं आपटलं. मी स्वतःला इतका मारून घ्यायचो की, दुसऱ्या दिवशी सकाळी त्या गुद्द्यांमुळे माझा चेहरा सुजलेला असायचा. हवाबंद डब्यात जसे सार्डिन मासे कोंबतात, तसे इथे सगळे कैदी बंदिस्त आहेत. इथे मी आत्तापर्यंतच्या सर्वांत जास्त यातना भोगल्यात. या समस्येवर जादूसारखं काम करेल असा एकच उपाय आहे, तो म्हणजे पैसा! इथे खाण्यायोग्य कधीच काही मिळत नाही, अन्न म्हणजे एखाद्या निषिद्ध बेटावरच्या शिधावाटपावर जगल्यासारखं आहे. इथले लोक फार गरीब आहेत; पण मी इतका भुकेला असायचो की, माझी भूक भागवण्याकरता मला त्यांच्याकडेपण एखादा घास मागावा लागायचा. माझं वजन खूप कमी झालंय. इथलं जिणं यातनामय आहे.

कृपा करून मला मदत कर,

रॉन

एका बऱ्याच दीर्घकाळ चाललेल्या नैराश्याच्या झटक्यात, रॉनने सगळ्यांशीच संपर्क तोडला आणि स्वतःच्याच कोषात शिरावं तसा तो गप्प झाला. एकदा तो त्याच्या बेडमध्ये मुटकुळं केलेल्या अवस्थेत पहारेकऱ्यांना आढळला. तो कशालाच प्रतिसाद देत नव्हता.

त्यानंतर २९ सप्टेंबरला पुन्हा एकदा, रॉनने आपल्या मनगटावरच्या नसा कापल्या. रॉन आपली औषधं फारच अनियमितपणे घेत होता आणि अखंड आत्महत्येबद्दलच बोलायचा. शेवटी तो स्वतःलाच धोकादायक ठरू शकतो हे लक्षात येऊन, त्याला 'एफ' कोठडीगृहातून बाहेर काढून विनिटा इथल्या 'ईस्टर्न स्टेट इस्पितळात' हलवण्यात आलं. तिथे दाखल झाल्यावर, 'अन्यायामुळे मला यातना भोगाव्या लागल्या' अशी त्याची मुख्य तक्रार होती.

'ईस्टर्न स्टेट'मध्ये त्याला सर्वप्रथम, तिथले चिकित्सक, डॉ. लिझारागा यांनी तपासलं. त्यांना दिसलेला रॉन छत्तीस वर्षांचा, दारू आणि अमली पदार्थांच्या व्यसनाचा पूर्वेतिहास असलेला, अव्यवस्थित, दाढी न केलेला, लांब वाढलेले केस पांढरे होत चाललेला, मिशा वाढवलेला, तुरुंगाचे गलिच्छ कपडे घातलेला, पायांवर

भाजल्याचे आणि मनगटावर कापल्याचे व्रण असलेला असा माणूस होता. डॉक्टरांना 'आपले व्रण दिसले' याची त्याने खात्री केली होती. आपण बरीच दुष्कर्मे केल्याचं त्याने अगदी मोकळेपणाने कबूल केलं; पण डेबी कार्टरचा खून केल्याचं मात्र ठामपणे खंडन केलं. त्याच्यावर झालेल्या अन्यायामुळे त्याची जगण्याची उमेद संपली होती आणि मरणाला कवटाळावं, असं त्याला वाटायला लागलं होतं.

पुढचे तीन महिने रॉन 'ईस्टर्न स्टेट'मध्ये रुग्ण म्हणून राहिला. त्याच्यावर स्थिर औषधोपचार चालू झाला. बऱ्याच डॉक्टरांनी त्याला तपासलं. मज्जासंस्थाविशेषज्ञ, मनोविकारतज्ज्ञ आणि काही मानसोपचारतज्ज्ञ! तो भावनिकदृष्ट्या अस्थिर असल्याचं निरीक्षण बरेचदा केलं गेलं. नैराश्याप्रती त्याची सहनशीलता कमी झाली होती. त्याचा आत्मसन्मान कमी होऊन तो आत्मकेंद्रित बनला होता, बरेचदा तो अलिप्त वागायचा आणि भडकून उठण्याची त्याची प्रवृत्ती बळावली होती. अचानक मनःस्थिती बदलण्याचं प्रमाण वाढलं होतं आणि ते स्पष्टपणे जाणवत होतं.

त्याच्या मागण्या वाढल्या होत्या आणि हळूहळू बाकीचे रुग्ण आणि कर्मचारी यांच्याबरोबरची त्याची वागणूक आक्रमक व्हायला लागली होती. त्याची आक्रमक वागणूक तिथे सहन होण्यासारखी नव्हती; त्यामुळे त्याला इस्पितळातून बाहेर काढून परत मृत्युकोठडीत पाठवण्यात आलं. डॉ. लिझारागा यांनी त्याच्यासाठी लिथियम कार्बोनेट, नेवेन आणि कोजेन्टिन ही औषधं जी प्रामुख्याने पार्किन्सनच्या विकाराच्या लक्षणात दिली जातात; पण कधीकधी गुंगींच्या औषधांमुळे येणारा अस्वस्थपणा आणि थरथर कमी करण्यासाठीही वापरली जातात, ती लिहून दिली.

दरम्यान, 'बिग मॅक' तुरुंगात, मायकेल पॅट्रिक स्मिथ या एका कैद्याने सॅव्हेज नावाच्या एका पहारेकऱ्यावर क्रूर हल्ला केला. स्मिथ मृत्युदंड झालेला कैदी होता आणि तो सर्वांत धोकादायक म्हणून ओळखला जायचा. त्याने एक सुरा बनवला; तो झाडूच्या दांड्याच्या टोकाला घट्ट बांधून, भाल्यासारखं एक हत्यार बनवलं आणि जेव्हा तो पहारेकरी जेवण द्यायला आला, तेव्हा ताट आत सरकवायच्या भोकातूनच जोरात बाहेर त्याच्या शरीरात ते घुसवलं. ते हत्यार त्याच्या छातीत घुसून हृदयात लागलं; पण तरी तो बचावला, हा एक चमत्कारच होता.

दोन वर्षांपूर्वी स्मिथने एका कैद्यालाही भोसकलं होतं. हा हल्ला मृत्युकोठडीमध्ये न होता, 'डी' कोठडीगृहामध्ये झाला. काही अनुशासनात्मक कारणासाठी स्मिथला तिथे हलवण्यात आलं होतं. तरीपण तुरुंगाधिकाऱ्यांनी ठरवलं की, एक नवीन अद्ययावत मृत्युकोठडी असणं गरजेचं आहे. त्या हल्ल्याला भरपूर प्रसिद्धी दिली गेली आणि त्या बहाण्याने नवीन कोठडीसाठी निधीसुद्धा मिळवला गेला.

'एच' विभागासाठी आराखडे तयार केले गेले. जास्तीतजास्त सुरक्षितता आणि

नियंत्रण असावे या दृष्टीने त्याची रचना ठरवली गेली. त्याचबरोबर कैद्यांना राहण्यासाठी आणि कर्मचाऱ्यांना काम करण्यासाठी सुरक्षित आणि आधुनिक वातावरण पुरवण्याचा प्रयत्न केला गेला. चौकासारखी रचना करून, दोन मजल्यांवर मिळून दोनशे कोठड्या बांधायचं ठरलं.

'एच' विभागाची रचना सुरुवातीपासूनच तुरुंग कर्मचाऱ्यांच्या सल्ल्यानुसार ठरवण्यात आली. सॅव्हेज या अधिकाऱ्यावर झालेल्या हल्ल्याच्या तणावपूर्ण पार्श्वभूमीमुळे 'स्पर्शविरहित' केंद्र बनवण्यासाठी, कर्मचाऱ्यांच्या सूचनांना महत्त्व देण्यात आलं. 'डिपार्टमेंट ऑफ करेक्शन्स'कडून या कामासाठी तलसामधले वास्तुशास्त्रज्ञ नियुक्त केले गेले. रचनेचा आराखडा बनवण्याच्या अगदी सुरुवातीच्या काळातच, त्यांना तुरुंगातले पस्तीस कर्मचारी भेटले.

जरी आत्तापर्यंत मॅकॲलिस्टरमधून मृत्युदंडाची शिक्षा झालेल्यातला एकही कैदी पळून जाण्यात यशस्वी झाला नव्हता, तरी आराखडा बनवणाऱ्यांनी संपूर्ण 'एच' युनिट जमिनीखाली बनवण्याचा नाट्यमय निर्णय घेतला. दोन वर्षे मृत्युकोठडीत घालवल्यामुळे, रॉनची मानसिक स्थिती गंभीररीत्या खालावत चालली होती. त्याचा आवाज, आरडाओरडा करणं, किंचाळणं, रात्रंदिवस शिव्या देणं आणखी वाढत, असह्य होत चाललं होतं. त्याची वागणूक जास्तच निराशाजनक होत चालली होती. विनाकारण त्याचा भडका उडायचा आणि मग शिवीगाळ करणं तसेच वस्तू फेकून देणं हा त्याचा कार्यक्रम चालू व्हायचा. एका वेगळ्या प्रकारच्या वेडाच्या झटक्यात तो कोठडीच्या गजातून बाहेर थुंकत राहायचा. एकदा तो एका पहारेकऱ्यावरही थुंकला; पण जेव्हा त्याने गजातून विष्ठा बाहेर फेकायला सुरुवात केली, तेव्हा मात्र त्याला तिथून हलवण्याचं ठरलं.

''त्याने पुन्हा घाण फेकायला सुरुवात केलीय,'' एक पहारेकरी ओरडल्याबरोबर सगळे लांब, सुरक्षित जागी पळाले. परिस्थिती स्थिरावल्यावर त्यांनी त्याला बाहेर काढून परत विनिटा इथे नेलं. मूल्यमापनाची आणखी एक फेरी सुरू झाली.

जुलै आणि ऑगस्ट १९९० मध्ये तो महिनाभरासाठी 'ईस्टर्न स्टेट'मध्ये होता. त्याला पुन्हा डॉ. लिझारागा यांनी तपासलं आणि परत आधीच्याच समस्यांचं निदान केलं. तीन आठवड्यांनंतर रॉनने, आपल्याला पुन्हा मृत्युकोठडीत पाठवण्यात यावं, अशी मागणी करायला सुरुवात केली. त्याच्या अपिलाची त्याला काळजी वाटत होती आणि मॅकॲलिस्टरमध्ये असलेल्या कायदेविषयक ग्रंथालयाचा आपण उपयोग करून घेऊ शकू, अशी त्याला आशा होती. त्याच्या औषधोपचारांमध्ये थोडा बदल करण्यात आला. तोही स्थिरावल्यासारखा वाटत होता आणि म्हणून त्याला परत पाठवण्यात आलं.

१२

तेरा वर्षांच्या प्रतीक्षेनंतर, अपिलाची गुंतागुंतीची प्रक्रिया पार पडून शेवटी एका मृत्युदंडाच्या शिक्षेच्या अंमलबजावणीची तारीख नक्की करण्यात आली. तो दुर्दैवी कैदी होता, चार्ल्स ट्रॉय कोलमन. तीन व्यक्तींचा खून केलेला तो एक गोरा माणूस होता. तो अकरा वर्षे मृत्युकोठडीत होता. 'रो'मध्ये बरेचदा गडबड उडवून देणाऱ्या एका छोट्या कंपूचा तो नेता होता. 'चक'ला एकदाची सुई टोचली जाणार, या शक्यतेचं त्याच्या शेजाऱ्यांना वाईट वाटलं नाही. तिथल्या बऱ्याच कैद्यांना ही कल्पना होतीच की, एकदा का हे अंमलबजावणीचं सत्र सुरू झालं की, ते पुन्हा थांबवता येणार नाही.

कोलमनला मृत्युदंड, ही माध्यमांच्या दृष्टीने महत्त्वाची घटना होती आणि 'बिग मॅक'च्या बाहेर बातमीदार गोळा झाले. मेणबत्त्या घेऊन गट जमले. जो कोणी जवळून जाईल, मग ते बळींचे नातेवाईक असोत, निदर्शक असोत की धर्मगुरू असोत, त्यांची मुलाखत घेतली जात होती. जशी वेळ पुढे जात होती, तशी उत्सुकता वाढू लागली.

'मृत्युदंडाची शिक्षा' या विषयावरून ग्रेग विल्होइट आणि कोलमन यांच्यात जरी अगदी कडवटपणे वाद होत असायचे, तरी त्यांची मैत्री झाली होती. रॉन अजूनही शिक्षेचा समर्थक असला तरी त्याची मतं दोलायमान असायची. रॉनला कोलमन आवडत नव्हता आणि कोलमन रॉनच्या आरडाओरड्याला वैतागला होता.

कोलमनच्या शिक्षेच्या दिवशी 'रो'मध्ये शांतता होती आणि तिथली सुरक्षा वाढवण्यात आली होती. तुरुंगाबाहेर सर्कशीचं वातावरण वाटत होतं. नववर्षाच्या स्वागतासाठी करावं, तसं बातमीदार एकेक मिनिट मोजत होते. ग्रेग आपल्या कोठडीत बसून हे सगळं टेलिव्हिजनवर बघत होता. चार्ल्स ट्रॉय कोलमनचा मृत्यू झाल्याची बातमी मध्यरात्रीनंतर थोड्याच वेळात दाखवण्यात आली.

काही कैद्यांनी टाळ्या वाजवून जल्लोष केला, काही आपापल्या कोठड्यांमध्ये

शांतपणे बसून राहिले. तर काहीजण प्रार्थना करत होते.

ग्रेगची प्रतिक्रिया मात्र पूर्णपणे अनपेक्षित अशी होती. तो अचानक भावुक झाला आणि जल्लोष करणाऱ्यांवर संतापला. त्याचा एक मित्र संपला होता. हे जग तेवढं सुरक्षित राहिलं नव्हतं. भविष्यातला एकही संभाव्य खुनी या घटनेमुळे परावृत्त होणार नव्हता. त्याने खुन्यांना जवळून पाहिलं होतं, अशा गोष्टी करायला ते कशामुळे प्रेरित होतात, त्यांची मानसिकता त्याच्या लक्षात आली होती. जरी बळींच्या कुटुंबीयांना आनंद होत असला, तरी हा अध्याय इथेच संपत नव्हता. ग्रेगचं संगोपन मेथॉडिस्ट चर्चच्या शिकवणीप्रमाणे झालेलं होतं आणि आता तर तो रोज बायबल वाचत होता. जिझसने क्षमादान शिकवलं नव्हतं का? जर कोणाचा खून करणं चुकीचं असेल, तर मग सरकारला तरी माणसांना मारण्याची परवानगी का असावी? कोणत्या अधिकारात मृत्युदंडाच्या शिक्षा दिल्या जातात? हे विचार पूर्वीही त्याच्या मनात घोळत असायचे, बरेचदा घोळायचे; पण आता ते पूर्णपणे वेगळ्या दृष्टिकोनातून त्याच्या मनात घुमत होते.

चार्ल्स कोलमनचा मृत्यू हा ग्रेगकरता एक नाट्यमय साक्षात्कार ठरला. त्या क्षणाला त्याची जुनी मतं १८०च्या कोनात उलटली आणि डोळ्याच्या बदल्यात डोळा किंवा जशास तसे या त्याच्या आधीच्या विश्वासापासून तो ढळला.

नंतर त्याने आपले हे विचार रॉनजवळ बोलून दाखवले. त्या दोघांच्या विचारांत खूप साम्य असल्याचं रॉनने मान्य केलं; पण दुसऱ्याच दिवशी रॉन मृत्युदंडाचा कट्टर समर्थक बनला आणि त्याने ओरडायला सुरुवात केली की, रिकी ज्यो सिम्मन्स याला अडाच्या रस्त्यांवरून फरफटत, खेचत घेऊन या आणि त्याला जागेवरच गोळ्या घालून ठार करा.

१५ मे, १९९१ रोजी रॉन विल्यमसनच्या शिक्षेचं समर्थन झालं. 'ओक्लाहोमा कोर्ट ऑफ क्रिमिनल अपील्स'ने एकमताने त्याचं अपराधित्व आणि त्याची शिक्षा या दोन्हींचं समर्थन केलं. न्यायाधीश बॅरी लम्पकिन यांच्या मते, न्यायालयाला मूळ खटल्यात बऱ्याच चुका आढळल्या; पण आरोपीच्या विरोधातला पुरावा इतका जबरदस्त होता की, त्याच्यापुढे बार्नी, पोलीस, पीटरसन, न्यायाधीश जोन्स यांच्या चुका अगदी किरकोळ ठरल्या. पुराव्यात नक्की 'जबरदस्त काय होतं' यावर चर्चा करण्यात मात्र त्यांनी जास्त वेळ दवडला नाही.

बिल लुकरने रॉनला ती वाईट बातमी कळवली आणि रॉननेसुद्धा ती व्यवस्थितपणे स्वीकारली. रॉनने बिलच्या निवेदनाचा अभ्यास केला होता आणि त्याच्याबरोबर बरेचदा चर्चाही केली होती. बिल लुकरने त्याला जास्त अपेक्षा ठेवण्यापासून सावध केलं होतं.

त्याच दिवशी डेनिस फ्रिट्झला त्याच न्यायालयाकडून तशीच बातमी मिळाली. त्याच्या खटल्यातसुद्धा न्यायाधीशांना बऱ्याच चुका सापडल्या होत्या; पण शेवटी डेनिसच्या विरोधातल्या जबरदस्त पुराव्यांचं पारडं जड ठरलं होतं.

त्याच्या वकिलाने बनवलेलं निवेदन त्याला परिणामकारक वाटलं नव्हतंच; त्यामुळे त्याला पुन्हा दोषी ठरवलं गेल्याचं त्याला आश्चर्य वाटलं नाही. तीन वर्षं तुरुंगाच्या ग्रंथालयात घालवल्यानंतर डेनिसची खात्री झाली होती की, त्याच्या वकिलापेक्षा त्याला खटला आणि कायद्याची जास्त जाण आहे.

तो निराश जरूर झाला; पण त्याने आशा सोडली नव्हती. रॉनप्रमाणेच त्यालाही वेगळ्या न्यायालयात वेगळे युक्तिवाद करायचे होते. हार मानणं हा पर्यायच नव्हता; पण त्याचं रॉनप्रमाणे नव्हतं, तो एकटा होता. त्याला मृत्युदंडाची शिक्षा नसल्यामुळे त्याच्यासाठी वकील उपलब्ध असणार नव्हते.

पण 'कोर्ट ऑफ क्रिमिनल अपील्स' हे नेहमीच सरकारी वकिलांचे रबरी शिक्के असल्यासारखे काम करतात, असं मात्र नाही. १६ एप्रिल, १९९१रोजी मार्क बॅरेटला एक आनंदाची बातमी मिळाली. ग्रेग विल्होइट याचा खटला नव्याने चालवण्याचे आदेश देण्यात आले होते. न्यायालयाच्या मते, जॉर्ज ब्रिग्जने ग्रेगच्या बचावासाठी केलेल्या अतिशय क्षुद्र प्रतीच्या, हिणकस कामाकडे दुर्लक्ष करणं अशक्य आहे; त्यामुळे त्याचं योग्य प्रतिनिधित्व न केलं गेल्यामुळे, नव्याने खटला चालवण्यात यावा, असा आदेश त्यांनी दिला.

जेव्हा तुमचं जीवनच एखाद्या खटल्यावर अवलंबून असतं, तेव्हा एकतर तुम्ही गावातल्या उत्कृष्ट वकिलाची नेमणूक करावी, नाहीतर अगदी खराब वकिलाची. ग्रेगने अजाणतेपणे सर्वांत खराब वकील नेमला होता आणि आता त्याला नवीन खटल्याची संधी मिळाली होती.

जेव्हा एखाद्या कैद्याला कुठल्याही कारणासाठी, कोठडीतून काढून 'रो'च्या बाहेर न्यायचं असायचं, तेव्हा काही स्पष्टीकरण दिलं जायचं नाही.. पहारेकरी फक्त आदेश घेऊन हजर व्हायचे आणि झटपट कपडे करण्याचा हुकूम द्यायचे.

ग्रेगला आपण अपील जिंकल्याचं माहिती होतं; त्यामुळे पहारेकरी जेव्हा कोठडीच्या दाराजवळ आले, तेव्हा त्याने आपला सुटकेचा दिवस आल्याचं ओळखलं. "तुझं सामान बांध," त्यांच्यापैकी एकाने सांगितलं. "आता निघायची वेळ झालीय." काही मिनिटांतच त्याने आपल्या वस्तू एका पुठ्ठ्याच्या खोक्यात कोंबल्या आणि पहारेकऱ्यांबरोबर बाहेर पडला. रॉनला दुसऱ्या टोकाला हलवण्यात आलं होतं; त्यामुळे त्याचा निरोप घेण्याची संधी ग्रेगला मिळाली नाही. मॅकॲलिस्टर सोडून

जाताना, मागे राहिलेल्या आपल्या मित्राचेच विचार त्याच्या मनात घोळत होते.

त्याला ओसीज काउन्टीमधल्या तुरुंगात आणल्यावर, मार्क बॅरेटने लगेचच त्याच्या जामिनासाठीच्या सुनावणीची व्यवस्था केली. खुनाच्या आरोपाबाबत अजून निर्णय झालेला नसल्यामुळे, तसेच खटल्याची तारीख ठरायची असल्यामुळे, ग्रेग अजूनही मुक्त नव्हता. नेहमीप्रमाणे कैद्याला भरणं शक्य होणार नाही अशी अवाच्यासवा रक्कम जामिनासाठी ठरवण्याऐवजी, न्यायाधीशांनी ५०,००० डॉलर ही रक्कम ठरवली, जी ग्रेगच्या आई-वडील आणि बहिणीने लगेचच जमा केली.

पाच वर्षे तुरुंगात, त्यातील चार वर्षे मृत्युकोठडीत घालवल्यानंतर आता ग्रेग मुक्त झाला होता, पुन्हा कधीही तुरुंगाच्या कोठडीत न जाण्यासाठी.

'एच' युनिटचं बांधकाम १९९० मध्ये सुरू झालं. तिथली जवळपास प्रत्येक गोष्ट सिमेंट वापरून बनवली गेली- जमिनी, भिंती, छत, बंकबेड, पुस्तकाचे शेल्फ; गैरवापर होऊ नये म्हणून हत्यारे बनवण्यासाठी धातूचा वापर टाळण्यात आला होता.

इमारत पूर्ण झाल्यावर तिच्यावर मातीचा थर देण्यात आला. ऊर्जेची बचत असं अधिकृत कारण देण्यात आलं. हवा खेळती राहण्याचे आणि नैसर्गिक उजेडाचे मार्ग पूर्णपणे बंद करण्यात आले.

'एच' युनिटचं उद्घाटन नोव्हेंबर १९९१ मध्ये झालं. नवीन, अत्याधुनिक मृत्युकोठडीचं उद्घाटन साजरं करण्यासाठी तुरुंगाधिकाऱ्यांनी एक समारंभ आयोजित केला. महत्त्वाच्या लोकांना बोलावून फीत कापण्यात आली. तुरुंगाच्या घोषपथकाला काही सुरावटी वाजवायला लावल्या. लोकांना नव्या युनिटचे दौरे घडवण्यात आले. तिथले भावी रहिवासी अजूनही पाव मैल दूर असलेल्या 'बिग मॅक'मध्येच होते. पाहुण्यांकडून पैसे घेऊन, त्यांना त्यांच्या पसंतीच्या कोठडीतल्या बंकबेडवर एक रात्र राहण्याची संधीही देण्यात आली.

समारंभ संपल्यानंतर, काही त्रुटी राहिल्या नाहीत ना याची खातरजमा करण्यासाठी, मध्यम सुरक्षेत ठेवण्यात आलेले कैदी तिथे हलवण्यात आले. ते काही गडबड करू शकतात का, यावर बारकाईने लक्ष ठेवण्यात आलं. इथून पलायन करणं अशक्य आहे, ते वापरण्यायोग्य आहे आणि मजबूत आहे याची खात्री पटल्यानंतरच 'एफ' कोठडीगृहातले अट्टल गुन्हेगार इथे आणण्यात आले.

'एच' युनिटबाबत नावं ठेवायला आणि तक्रारी यायला ताबडतोब सुरुवात झाली. तिकडे खिडक्या नव्हत्या, बाहेरचा उजेड आत यायला संधी नव्हती; स्वच्छ, शुद्ध हवा आत येण्याची आशाच नव्हती. दुहेरी छत वापरण्यात आलं होतं आणि दोन माणसांसाठी कोठड्या फार लहान होत्या. सिमेंटचे बंक टणक होते आणि दोन बंकच्या मध्ये फक्त छत्तीस इंचांचं अंतर होतं. दोन्हींच्या मध्ये स्टेनलेस स्टील

टॉयलेट आणि सिंक दाटीवाटीने बसवलेलं होतं; त्यामुळे संडास करणं हा वैयक्तिक विधी राहिला नव्हता. कोठड्यांची रचना अशी होती की, कैदी एकमेकांशी बोलू शकत नव्हते. आपसांतल्या गप्पाटप्पा हा त्यांच्या जीवनातला विरंगुळा होता, प्राणवायू होता; त्याचाच पुरवठा तोडून टाकला गेला होता. तुरुंग 'विनासंपर्क' बनवताना, पहारेकरी कैद्यांपासून दूर राहतील एवढंच न पाहता, कैदीही एकमेकांपासून दूर राहतील याची काळजी घेतली होती. अन्न तर 'एफ' कोठडीगृहापेक्षाही जास्त खराब होतं. जुन्या कोठडीगृहातल्या सर्वांच्या आवडीच्या व्यायामासाठीच्या अंगणाचं रूपांतर, इथे एका टेनिस कोर्टपेक्षा लहान अशा सिमेंटच्या खोक्यात झालं होतं. त्याच्या भिंती अठरा फूट उंच होत्या आणि तो संपूर्ण भाग जाडजूड जाळीने झाकला गेला होता; त्यामुळे वर सूर्यप्रकाशासाठी असलेल्या घुमटामधून उजेडही आत शिरू शकत नव्हता. हिरवंगार गवत बघायला मिळणं तर अशक्यच होतं.

सिमेंटवर रंग मारण्यात आला नव्हता, तसेच लांबीसारखं काही वापरून ते घट्टही बसवलं गेलं नव्हतं. सगळीकडे सिमेंटची धूळ पसरली होती. कोठडीच्या कोपऱ्यांमध्ये सिमेंटचे ढीग गोळा झाले होते. भिंतीवर सिमेंट होतं. जमिनीवर थर होते, तसंच ते हवेतही तरंगत असायचं; त्यामुळे साहजिकच कैद्यांच्या श्वासोच्छ्वासाबरोबर त्यांच्या घशात, शरीरात ते शिरत होतं. अशिलांना भेटायला येणारे वकील, सिमेंटच्या धुळीमुळे खोकत आणि खराब झालेला घसा घेऊनच बाहेर पडायचे.

हवा खेळती राहण्यासाठी बसवण्यात आलेली अद्ययावत यंत्रणा 'बंद' पडलेली होती; त्यामुळे शुद्ध हवा आत येण्याचा प्रश्नच नव्हता. वीजपुरवठा चालू असताना हे जेमतेम सहन करणं शक्य असायचं; पण तिथल्या व्यवस्थेतल्या चुका दुरुस्त करण्यासाठी बरेचदा वीजपुरवठा बंद ठेवला जायचा.

लेस्ली डेल्क नावाच्या एका वकिलाची रॉनच्या बचावासाठी नेमणूक झाली होती. तिच्या एका सहकाऱ्याने इथली परिस्थिती पाहून तुरुंगावर खटला भरला होता. त्याला पत्र पाठवून, इथल्या समस्यांबद्दल तिने लिहिलं होतं :

'अन्नाचा दर्जा फारच खराब आहे. माझ्या बहुतेक सर्वच अशिलांचं वजन कमी झालं आहे. एका अशिलाचं वजन तर १० महिन्यांत १० पौंड कमी झालं आहे. मी हे तुरुंगाधिकाऱ्यांना कळवलं; पण साहजिकच त्यांच्या मते, त्याची तब्येत उत्तम आहे. मी नुकत्याच तिथे दिलेल्या भेटीत एक गोष्ट अशी लक्षात आली की, जेवण जुन्या तुरुंगातल्या भिंतींच्या आड बनवलं जातं आणि तिथून ते इकडे आणलं जातं. थोडी शिक्षा भोगून झाल्यानंतर, ते सुधारावेत अशा हेतूने ज्यांना सोडून दिलं जाणार असतं, त्या कैद्यांकडून जेवणाचं वाटप करण्यात येतं. त्यांना असं सांगण्यात आलंय की, वाटप करून झाल्यावर जेवढं अन्न उरेल तेवढं ते खाऊ शकतात; त्यामुळे एरवी कैद्यांना मिळतं, त्याच्या साधारण निम्मं जेवणच मृत्युदंडाच्या कैद्यांना मिळतंय. मला

असंही समजलंय की, या कैद्यांना दिल्या जाणाऱ्या जेवणावर D.O.C. (डिपार्टमेंट ऑफ करेक्शन) ची काहीच देखरेख नसते किंवा असलीच तर अगदीच नाममात्र असते. माझ्या सर्व अशिलांची अशी तक्रार आहे की, जेवण अगदी थंड असतं, ते इतक्या वाईट प्रकारे बनवलेलं असतं की, लोकांना त्याचा उबग आलाय आणि ते इतक्या कमी प्रमाणात दिलं जातं की, लोकांना पुरेसं खायला मिळावं म्हणून कँटीनमधून अन्न खरेदी करण्याशिवाय पर्यायच राहत नाही. ते तुरुंगाचंच दुकान असल्यामुळे, साहजिकच वाट्टेल त्या दराने माल विकतात. (बाहेरच्या दुकानांपेक्षा इथले दर फारच जास्त आहेत.) त्यातच माझे बरेचसे अशील असे आहेत, ज्यांना मदत करू शकतील असे कुटुंबीयच नाहीत; त्यामुळे त्यांना तर उपाशीच राहावं लागतं.'

'एच' युनिट हा कैद्यांसाठी एक धक्का होता. ११ मिलियन डॉलर खर्चून बांधल्या जात असलेल्या आधुनिक तुरुंगाबद्दलच्या अफवा ते दोन वर्षं ऐकत होते. हा खूप कमी जागा असलेला आणि 'एफ' कोठडीगृहापेक्षा जास्त निर्बंध असलेला, जमिनीखाली बनवलेला तुरुंग पाहून ते सुन्न झाले.

रॉनला तर 'एच' युनिटचा तिटकारा वाटत होता. त्याच्या कोठडीत, त्याच्या बरोबर, रिक रोजेम नावाचा कैदी होता. तो १९८५ पासून 'रो'मध्ये होता आणि त्याच्या प्रभावामुळे रॉन शांत झाल्यासारखा वाटत होता. रिक बौद्ध धर्माचा होता, तो बरेच तास ध्यानधारणेत घालवायचा आणि त्यालाही गिटार वाजवायला आवडायचं. त्या छोट्याशा जागेत एकान्त मिळणं अवघड होतं. दोन्ही बेडच्या मध्ये छतापासून एक ब्लँकेट टांगून, आपापल्या विश्वात रमण्यासाठी एकान्त मिळवण्याचा त्यांनी एक दुबळा प्रयत्न केला होता.

रोजेमला रॉनची काळजी वाटायची. रॉनची वाचनातील गोडी संपली होती. त्याचं मन आणि चर्चा कुठल्याही एका विषयावर स्थिर होऊ शकत नव्हतं. अधूनमधून त्याची औषधं चालू असायची; पण त्याला योग्य उपचार मिळत नव्हते. तो बरेच तास झोपायचा, नंतर रात्रभर त्याच्या छोट्याशा कोठडीत येरझारा घालत राहायचा. दिवसातले तेवीस तास ते एकत्र राहत असल्यामुळे, आपला साथीदार वेडा होत चाललाय हे रिकच्या लक्षात येत होतं; पण तो त्याची काही मदत करू शकत नव्हता.

'एच' युनिटमध्ये आल्यापासून रॉनचं वजन नव्वद पौंडांनी कमी झालं होतं. त्याचे केस पांढरे झाले होते आणि तो एखाद्या भुतासारखा दिसू लागला होता. एकदा भेटण्याच्या खोलीत ॲनेट वाट बघत असताना पहारेकरी एका बारीक, म्हाताऱ्या, लांब, पांढरे दोरीसारखे केस असलेल्या माणसाला घेऊन येताना दिसले.

कोण असेल हा? तिच्या मनात विचार आला, आपला भाऊ?

ती म्हणाली, "मी त्यांना लांब केस असलेल्या, हडकुळ्या, भयानक दिसणाऱ्या, खप्पड माणसाला माझ्या भेटीसाठी घेऊन येताना पहिलं. त्याला मी जर कुठे रस्त्यात बघितलं असतं, तर ओळखलंच नसतं. मी घरी आले आणि रॉनची एड्स (AIDS) चाचणी करून घ्या, असं वॉर्डनला लिहिलं. तो अतिशय कृश दिसत होता आणि तुरुंगातल्या बऱ्याच कहाण्या आपल्या कानांवर येत असतात, म्हणून मी त्यांना एड्सच्या चाचणीची विनंती केली."

वॉर्डनने तिला उलट पत्र पाठवलं आणि रॉनला एड्स नसल्याचा दिलासा दिला. तिने आणखी एक पत्र पाठवलं आणि तिथल्या अन्नाबद्दल, तसंच कँटीनमधल्या भरमसाट किमतीबद्दल तक्रार केली. कँटीनमध्ये होणारा नफा, तिथल्या पहारेकऱ्यांसाठी घेण्यात येणार असलेल्या व्यायामाच्या साधनांसाठी उभा करण्यात येत असलेल्या निधीमध्ये जमा होत असल्याची वस्तुस्थितीही तिने नमूद केली.

१९९२ साली केन फोस्टर नावाच्या एका मानसोपचारतज्ज्ञाची तुरुंगात नेमणूक झाली. लवकरच त्याने रॉन विल्यमसनला तपासलं. त्याच्या मते; रॉन गबाळा, संभ्रमित, वास्तवापासून भरकटलेला, बारीक, उदास, अशक्त, खप्पड आणि अतिशय खराब शारीरिक परिस्थितीत होता. काहीतरी गडबड आहे, हे केन फोस्टरला स्पष्ट दिसत होतं, ते तुरुंगाधिकाऱ्यांना कधीच कळायला हवं होतं.

रॉनची मानसिक स्थिती त्याच्या शारीरिक परिस्थितीपेक्षा जास्त खराब होती. त्याचा अध्येमध्ये उडणारा भडका आणि आरडाओरडा, हे तुरुंगातल्या सर्वसाधारण गोंधळापेक्षा वेगळं होतं. तो वास्तवापेक्षा कुठल्यातरी वेगळ्याच दुनियेत असतो, हे पहारेकरी आणि कर्मचाऱ्यांच्या दृष्टीने गुपित नव्हतं. रॉनच्या पिसाटल्यासारख्या किंचाळण्याच्या झटक्याचं त्याने बरेचदा निरीक्षण केलं. त्यावरून त्याने तीन सर्वसाधारण मुद्दे नोंदवले : १) रॉन निरपराध आहे, २) रिकी ज्यो सिम्मन्सने खुनाचा कबुलीजबाब दिलाय, तर त्याच्यावर खटला भरण्यात यावा आणि ३) रॉनला बरेचदा छातीमध्ये प्रचंड शारीरिक वेदना होतात आणि आपण मरणार आहोत, अशी त्याला भीती वाटते.

त्याची लक्षणं स्पष्ट व अतिशय गंभीर असली, तरी तिथल्या नोंदी तपासल्यावर डॉ. फोस्टर यांच्या लक्षात आलं की, रॉनच्या मानसिक विकारावर बऱ्याच दिवसांत उपचारच झालेले नाहीत. रॉनसारख्या गंभीर मानसिक विकार असलेल्या माणसाला उपचारापासून वंचित ठेवलं की, त्याच्यात मनोविकृतीची लक्षणं दिसायला सुरुवात होणारच.

डॉ. फोस्टर यांनी लिहिलं होतं – 'जेव्हा एखादा माणूस अनेकविध ताणतणावांखाली

असतो, त्याचबरोबर त्याला मृत्युकोठडीच्या वातावरणात राहावं लागतं आणि आपण मरणार आहोत हे निश्चितपणे ठाऊक असतं, अशा वेळी त्याची मानसिक प्रतिक्रिया ढासळत जाते. मानसिक स्वास्थ्याच्या प्रमाणित माहितीपुस्तकामध्ये सांगितल्याप्रमाणे, GAFच्या मापदंडानुसार, तुरुंगवास हा एक महाभयंकर तणाव निर्माण करणारा घटक आहे.'

त्यातच हे अरिष्ट जर एखाद्या निरपराध माणसावर कोसळलं, तर त्याची काय दशा होत असेल याचं भाकीत करणंही अशक्य आहे.

डॉ. फोस्टर यांनी ठरवलं की, रॉनला चांगल्या वातावरणात राहण्याची आणि योग्य औषधोपचारांची गरज आहे. रॉनचा मानसिक विकार कायमचाच राहणार आहे; पण त्यात सुधारणा घडवणं शक्य आहे. अगदी मृत्युदंड झालेल्या कैद्यालाही तो अधिकार आहे; पण डॉ. फोस्टर यांच्या लवकरच लक्षात आलं की, आजारी असलेल्या आणि शिक्षा ठोठावण्यात आलेल्या कैद्याला मदत करणं याला इथे सर्वांत कमी प्राधान्य आहे.

'डिपार्टमेंट ऑफ करेक्शन'चे क्षेत्रीय निर्देशक, जेम्स सॅफल आणि मॅकॲलिस्टरचे वॉर्डन डॅन रेनॉल्ड्स या दोघांबरोबर डॉ. फोस्टरने चर्चा केली; परंतु त्यांच्याकडे रॉन विल्यमसन आणि त्याच्या समस्या याबाबत काळजी करण्यापेक्षा जास्त महत्त्वाची कामं होती.

केन फोस्टर हा वाटला त्यापेक्षा जास्त जिद्दी ठरला. तो स्वतंत्र विचारांचा, नोकरशाहीचे निर्णय न आवडणारा आणि मनापासून रुग्णांना मदत करण्याची इच्छा असलेला होता. सॅफल आणि रेनॉल्ड्सकडे तो अहवाल पाठवत राहिला आणि त्याने रॉनच्या गंभीर शारीरिक आणि मानसिक समस्यांचे तपशील त्यांना माहिती होतील, याची खात्री केली. त्याने आठवड्यातून एकदा, आपल्या रुग्णांच्या परिस्थितीचं अवलोकन करण्यासाठी रेनॉल्ड्सची भेट घेण्याचा आग्रह धरला. त्या भेटीत रॉनचा उल्लेख नेहमीच व्हायचा. शिवाय तो एका साहाय्यक वॉर्डनबरोबर रोजच चर्चा करून दैनंदिन परिस्थितीची माहिती द्यायचा आणि त्याचा सारांश वॉर्डनपर्यंत पोहोचतोय, याची खात्री करायचा.

रॉनला त्याच्या गरजेप्रमाणे औषधं मिळत नाहीत आणि अपुऱ्या उपचारांमुळे त्याची मानसिक आणि शारीरिक स्थिती ढासळत चाललीय, हे तुरुंग संचालकांना डॉ. फोस्टर वारंवार समजावून सांगायचा. 'एच' युनिटमधून दिसण्याएवढ्या जवळ अंतरावर असलेल्या 'स्पेशल केअर युनिट' (SCU) मध्ये रॉनला हलवलं जात नसल्यामुळे तो जास्त संतापला होता.

SCU हे मॅकॲलिस्टरमधलं एकमेव केंद्र होतं, जिथे मानसिक समस्या असणाऱ्या कैद्यांना पाठवलं जायचं. तिथे अशा समस्यांवर उपचार केले जायचे.

तरीसुद्धा DOCच्या एका खूप जुन्या धोरणामुळे मृत्युदंडाची शिक्षा झालेल्या कैद्यांना SCU मध्ये प्रवेश निषिद्ध होता. यासाठी देण्यात आलेलं अधिकृत कारण फारच संदिग्ध होतं; पण बचाव पक्षाच्या वकिलांना संशय होता की, हे धोरण शिक्षेची अंमलबजावणी झटपट व्हावी म्हणूनच केलेलं असावं, कारण मृत्युदंडाची शिक्षा झालेल्या एखाद्या कैद्याला जर गंभीर स्वरूपाचा त्रास असेल आणि योग्य तपासणी होऊन जर तो खरोखरच असक्षम आढळला, तर मग त्याची अंमलबजावणी कक्षाची भेट नक्की टळली असती.

त्या धोरणाला बरेचदा आव्हान दिलं गेलं असलं, तरी अजूनही ते अबाधित होतं.

केन फोस्टरने पुन्हा एकदा त्या धोरणाला आव्हान दिलं. जिथे तो रॉनच्या परिस्थितीवर लक्ष ठेवू शकतो आणि त्याचा औषधोपचार नियंत्रित करू शकतो, अशा SCU मध्ये ठेवल्याशिवाय तो विल्यमसनवर योग्य उपचार करू शकणार नाही, हे त्याने वारंवार सॅफल आणि रेनॉल्ड्स यांना समजावून सांगितलं. त्याची चर्चा रोखठोक, हमरीतुमरीने आणि उत्कटतेने केलेली असायची; पण डॅन रेनॉल्ड्सने हटवादीपणे रॉनला हलवायच्या कल्पनेला विरोध केला. त्याला उपचारात सुधारणा करण्याची गरज वाटत नव्हती. मृत्युदंडाच्या कैद्यांची काळजी करण्याची गरजच नसते, कारण असे ना तसे ते मरणारच असतात, असं रेनॉल्ड्सचं स्पष्ट मत होतं.

डॉ. फोस्टर यांनी रॉनच्या वतीने केलेले अर्ज फारच त्रासदायक वाटायला लागल्यावर, वॉर्डन रेनॉल्ड्सने त्यांना तुरुंगात यायची बंदी घातली.

त्यांच्यावरची बंदी उठल्यावरसुद्धा, डॉ. फोस्टर यांनी रॉनला SCU मध्ये हलवण्याचे प्रयत्न चालूच ठेवले. त्यांच्या प्रयत्नांना यश यायला चार वर्षं जावी लागली.

रॉनच्या प्रत्यक्ष अर्जाचा निकाल लागल्यानंतर, त्याचा खटला पुढच्या टप्प्यात गेला. तो टप्पा होता – 'दोषसिद्धिपश्चात मुक्तता'. त्यात त्याला असा पुरावा सादर करण्याची परवानगी होती, जो मूळ खटल्यात सादर झाला नव्हता.

त्या वेळी असलेल्या पद्धतीप्रमाणे बिल लुकर याने ती फाइल 'ॲपलेट पब्लिक डिफेंडर'च्या ऑफिसमधल्या लेस्ली डेल्क हिच्याकडे हस्तांतरित केली. तिच्या दृष्टीने, तिच्या अशिलाला चांगले वैद्यकीय उपचार मिळावेत याला प्राधान्य होतं. ती एकदा 'एफ' कोठडीगृहात रॉनला भेटली होती आणि त्याचा विकार फारच बळावलाय, हे तिने ओळखलं होतं. त्याला 'एच' युनिटला हलवण्यात आल्यानंतर, त्याची ढासळणारी परिस्थिती पाहून ती हबकली होती.

डेल्क जरी मानसोपचारतज्ज्ञ किंवा मनोविकारतज्ज्ञ नसली तरी, 'मानसिक

विकाराचा शोध आणि स्वरूप' या विषयाचं तिचं व्यापक प्रशिक्षण झालं होतं. मृत्युदंडाची बचाव वकील असल्यामुळे, अशा समस्यांवर लक्ष ठेवणं आणि त्यांना पुरेसे उपचार मिळवून देण्यासाठी प्रयत्न करणं, हा तिच्या कामाचाच एक भाग होता. मानसिक आरोग्यतज्ज्ञांच्या मतावर ती अवलंबून असायची; पण रॉनची योग्य तपासणी करणं अशक्य होतं. 'एच' युनिटमधल्या 'विनासंपर्क' धोरणाचाच एक भाग म्हणून, कैद्याबरोबर एकाच खोलीत बसायला कोणालाच परवानगी नव्हती; अगदी त्याच्या वकिलालासुद्धा नाही. रॉनची तपासणी करणाऱ्या मानसोपचारतज्ज्ञाला, तशी तपासणी काचेच्या भिंतीआड बसून, फोनवरून बोलून करावी लागायची.

'दोष-सिद्धिपश्चात मुक्तता' टप्प्यातला एक आवश्यक भाग म्हणून, डॉ. पॅट फ्लेमिंग यांच्याकडून रॉनच्या मनोविकाराचं मूल्यमापन करण्याची व्यवस्था डेल्कने केली. डॉ. फ्लेमिंग यांनी तीन वेळा प्रयत्न केला; पण ती आपलं मूल्यमापनाचं काम पूर्ण करू शकली नाही. तिचा रुग्ण प्रक्षुब्ध आणि संभ्रमित असायचा, तसेच त्याला कसलेतरी भास होत असायचे आणि तो सहकार्यही करत नव्हता, तिथल्या कर्मचाऱ्यांनी डॉ. फ्लेमिंग यांना पुरवलेल्या माहितीप्रमाणे, रॉनचं हे नेहमीचंच वागणं होतं. त्याला मानसिक असंतुलनाची समस्या आहे, हे स्पष्टच दिसत होतं. तो त्याच्या वकिलाला साहाय्य करण्याच्या किंवा अर्थपूर्ण रीतीने वागण्याच्या मनःस्थितीत नव्हता. रॉनचं मूल्यमापन करण्यात तिच्यावर कडक निर्बंध येत होते, कारण ती त्याला खासगीत भेटू शकत नसल्यामुळे, त्याच्याबरोबर एका खोलीत बसून प्रश्न विचारून, निरीक्षण करून चाचण्या घेण्याचं काम करू शकत नव्हती.

डॉ. फ्लेमिंग यांनी तुरुंगाच्या डॉक्टरांना भेटून आपल्याला वाटणारी काळजी त्यांच्या कानावर घातली. नंतर तुरुंगातल्या मानसिक स्वास्थ्यतज्ज्ञांनी रॉनला तपासल्याची ग्वाही देण्यात आली; पण तिला त्याच्यात काहीच सुधारणा दिसली नाही. रॉनची योग्य तपासणी होण्यासाठी आणि त्याचं मनःस्वास्थ्य स्थिर होण्यासाठी, त्याला प्रदीर्घ काळ 'ईस्टर्न-स्टेट' इस्पितळात हलवण्याची जोरदार शिफारस तिने केली.

तिची शिफारस फेटाळण्यात आली.

लेस्ली डेल्कने तुरुंगाधिकाऱ्यांकडे तक्रारींचा धडाका चालूच ठेवला. ती वैद्यकीय आणि सुधारगृह कर्मचाऱ्यांना भेटत राहिली. वेगवेगळ्या वॉर्डनना भेटून, रॉनला चांगले उपचार मिळावेत म्हणून ती तक्रार करत राहिली. आश्वासन देऊन दुर्लक्ष करण्यात आले. नाममात्र प्रयत्न केले गेले. रॉनच्या औषधोपचारांत किरकोळ बदल करण्यात आले; पण त्याच्या उपचारात लक्षणीय फरक मात्र पडला नाही. तुरुंगाधिकाऱ्यांना बरीच पत्रं पाठवून तिने आपली नाराजी नोंदवली. शक्य होईल तेव्हा ती रॉनला भेटत होती. जेव्हा तिची खात्री पटली की, रॉनची तब्येत आता आणखी खराब होणे शक्य

नाही, तेव्हाच त्याची तब्येत आणखी खालावली. कुठल्याही क्षणी रॉन मरण पावेल अशी तिला भीती वाटू लागली.

जेव्हा वैद्यकीय कर्मचारी रॉनवर उपचार करण्यासाठी धडपडत होते, तेव्हा सुधारगृह कर्मचारी त्याला त्रास देऊन स्वतःची करमणूक करून घेण्यात धन्यता मानत होते. गंमत म्हणून, तुरुंगातले काही पहारेकरी, 'एच' युनिटमध्ये नव्याने बसवलेले इंटरकॉम वापरून खेळत होते. पहारेकरी आणि कैदी यांना एकमेकांपासून दूर ठेवण्याच्या योजनेचाच एक भाग म्हणून प्रत्येक कोठडीत दुहेरी स्पीकर बसवलेले होते, ज्यामुळे कंट्रोलरूममधून सर्वांशी संपर्क साधता यायचा.

पण कैद्यांना कर्मचाऱ्यांपासून दूर ठेवण्यात प्रशासनाला यश आलं नव्हतं.

''रॉन, मी देव बोलतोय,'' मध्यरात्री रॉनच्या कोठडीत गंभीर आवाज घुमायचा. ''डेबी कार्टरचा खून तू का केलास?'' थोड्याच वेळात रॉन त्याच्या कोठडीच्या दारातून 'मी कोणाचाही खून केलेला नाही! मी निरपराध आहे!' असं ओरडायला लागला की, पहारेकऱ्यांच्या खिदळण्याचा आवाज यायचा. रॉनच्या धीरगंभीर आणि घोगऱ्या आवाजामुळे 'एच' युनिटचा नैर्ऋत्येकडील विभाग दुमदुमायचा आणि तिथली शांतता भंग पावायची. हा झटका साधारण तासभर तरी टिकायचा. बाकीचे कैदी हैराण व्हायचे आणि पहारेकरी मात्र मजा लुटायचे.

नंतर सर्वत्र शांतता पसरल्यावर पुन्हा आवाज यायचा – ''रॉन, मी डेबी कार्टर! तू मला का मारलंस?''

रॉनच्या यातनामय किंकाळ्या खूप वेळ चालू राहायच्या.

''रॉन, मी चार्ली कार्टर. तू माझ्या मुलीचा खून का केलास?''

हे प्रकार थांबवा अशी विनवणी बाकीचे कैदी पहारेकऱ्यांना करायचे; पण त्यांना हे करमणुकीचं साधन वाटत होतं. रिक रोजेमला खात्री होती की, या प्रकारामागे दुसऱ्याला पीडा देऊन विकृत आनंद मिळवणारे प्रामुख्याने दोन पहारेकरी आहेत, ते जसे काही रॉनला त्रास देण्याकरताच इथे राहिलेत. हा छळ काही महिने चालू होता.

''त्यांच्याकडे दुर्लक्ष कर,'' रिक आपल्या साथीदाराला विनवायचा. ''तू जर दुर्लक्ष केलंस तर ते गप्प बसतील.''

रॉनला ती कल्पना काही पचनी पडत नव्हती. आपण निर्दोष असल्याची आजूबाजूच्या सर्वांची खात्री पटवून देण्याचा त्याचा ठाम निश्चय होता. त्यासाठी घसा फोडून ओरडणं हीच योग्य पद्धत असल्याचा त्याला विश्वास होता. खूप दमल्यामुळे किंवा ओरडून घसा बसल्यामुळे जेव्हा तो किंचाळू शकत नसेल, तेव्हा तो स्पीकरला तोंड चिकटवून तासन्तास काहीबाही अगम्य कुजबुजत राहायचा.

शेवटी या पहारेकऱ्यांच्या करमणुकीच्या खेळाची बातमी लेस्ली डेल्कच्या

कानावर पोहोचली. १२ ऑक्टोबर, १९९२ रोजी तिने तुरुंगाच्या व्यवस्थापकांना पत्र धाडलं. त्यातला काही भाग :

"वेगवेगळ्या लोकांकडून मला असं कळलंय की, काही ठरावीक पहारेकरी 'इंटरकॉम'चा वापर करून रॉनचा मानसिक छळ करताहेत. मनोरुग्णांना टोमणे मारून त्यांच्या प्रतिक्रिया सुरू झाल्या की, या लोकांना आसुरी आनंद मिळतो. ही समस्या अजूनही चालूच आहे, असं माझ्या लक्षात आलंय. अगदी नुकतंच मला असं समजलंय की, मार्टिन नावाचा एक अधिकारी रॉनच्या कोठडीजवळ गेला आणि त्याने रॉनला त्रास द्यायला आणि टोमणे मारायला सुरुवात केली. (मला खात्रीने कळलंय की, त्यांच्या बोलण्याचे विषय 'रिकी ज्यो सिम्मन्स' आणि 'डेबी स्यु कार्टर' यांच्याभोवतीच घुटमळत असतात.) मला समजलंय त्याप्रमाणे, रीडिंग नावाचा एक अधिकारी मध्ये पडला आणि त्याने मार्टिनला हे थांबवायला सांगितलं; पण मार्टिन खरोखरच थांबेपर्यंत रीडिंगला हे वारंवार सांगावं लागलं.

रॉनला नियमितपणे त्रास देण्यात मार्टिन आघाडीवर असल्याचं मी वेगवेगळ्या सूत्रांकडून ऐकलंय; त्यामुळे तुम्ही याची शहानिशा करावी आणि मार्टिनवर योग्य ती कारवाई करावी अशी माझी विनंती आहे. मनोरुग्ण कैद्यांबरोबर कसं वागावं याचे प्रशिक्षणवर्ग जर तुम्ही चालू केलेत, तर त्याचा खूप फायदा होईल असं मला वाटतं."

सगळेच पहारेकरी क्रूर नव्हते. एक महिला पहारेकरी रॉनशी गप्पा मारायला त्याच्या कोठडीजवळ थांबली. तो भयानक दिसत होता आणि आपण भुकेले असून, बऱ्याच दिवसांत काही खाल्लं नसल्याचं त्याने सांगितलं. तिने त्याच्यावर विश्वास ठेवला. काही वेळाने ती परत आली आणि त्याला 'पीनट बटर'ची एक बाटली आणि एक शिळा पाव आणून दिला.

रेनीला पाठवलेल्या एका पत्रात रॉनने लिहिलं, ती त्याच्यासाठी एक मेजवानीच होती, एक कणही वाया न जाऊ देता, ज्याचा त्याने मनसोक्त आनंद लुटला.

'ओक्लाहोमा इंडिजंट डिफेन्स सिस्टम'साठी काम करणारी किम मार्क्स ही एक तपासणी अधिकारी होती. 'एच' युनिटमधल्या बाकी कुठल्याही कैद्यांपेक्षा, नंतर तिचा बहुतांश वेळ रॉनबरोबरच जायला लागला. त्याच्या खटल्यासाठी तिची नेमणूक झाल्यावर, सर्वप्रथम खटल्याची प्रत, अहवाल आणि पुराव्यांचा तिने अभ्यास केला. पूर्वी ती वृत्तपत्राची बातमीदार होती, तिच्या उत्सुक स्वभावामुळे रॉनच्या अपराधी असण्याबद्दल तिला प्रश्न पडू लागले.

मग तिने संभाव्य संशयितांची यादी तयार केली, ते एकूण बाराजण होते आणि

सगळे गुन्हेगारी पार्श्वभूमी असलेले होते. ग्लेन गोअर पहिल्या क्रमांकावर असण्याची सुस्पष्ट आणि तर्कशुद्ध कारणं होती. डेबी कार्टरचा खून झाला, त्या रात्री तो तिच्याबरोबर होता. ते दोघे बरीच वर्षं एकमेकांना ओळखत होते; त्यामुळे त्याला तिच्या घरात प्रवेश मिळवायला जबरदस्ती करण्याची गरज नव्हती. स्त्रियांच्या विरोधातल्या हिंसेचा अधम इतिहास त्याच्या नावावर होता आणि त्यानेच रॉनकडे निर्देश केला होता.

पोलिसांनी गोअरमध्ये इतकं कमी स्वारस्य का दाखवलं असेल? किमने पोलीस तपासाचा आणि खटल्याचा जसजसा खोलवर जाऊन कसून अभ्यास केला, तसतसा रॉन आपण निर्दोष असल्याचं जे आवर्जून सांगतोय, त्यात तथ्य असल्याचा तिला विश्वास वाटू लागला.

ती बरेचदा 'एच' युनिटमध्ये जाऊन रॉनला भेटली आणि लेस्ली डेल्कप्रमाणेच तिलाही रॉनच्या स्वभावाचा पूर्ण उलगडा झाला. प्रत्येक वेळी भेटायला जाताना तिच्या भावना संमिश्र असायच्या – भीती आणि उत्सुकता! एखाद्या कैद्याला इतक्या वेगाने म्हातारा होताना तिने कधीच पाहिलं नव्हतं. त्याचे गडद पिंगट केस, प्रत्येक भेटीत जास्तीच पांढरे दिसायचे आणि अजून तर तो चाळिशीतही पोहोचला नव्हता. तो अगदीच कृश झाला होता आणि चेहऱ्यावरचा तजेला उडाल्यामुळे भुतासारखा पांढुरका दिसत होता. सूर्यप्रकाश न मिळणं हे त्यामागचं एक कारण होतं. त्याचे कपडे अस्वच्छ असायचे आणि ते त्याला व्यवस्थित बसायचेही नाहीत. खोल गेलेल्या डोळ्यांत कायम काळजीची झाक असायची.

आपल्या अशिलाला मानसिक समस्या आहे का, हे ठरवणं हा तिच्या कामाचा मुख्य भाग होता, त्यानंतर त्याला योग्य उपचार मिळवून देण्यासाठी प्रयत्न करणं आणि एखादा तज्ज्ञ साक्षीदार शोधून काढणं ही पुढची कामं होती. जे कोणाही सामान्य माणसाला सहज कळलं असतं, ते तिलाही स्पष्ट दिसत होतं की, रॉन हा एक मनोरुग्ण आहे आणि त्या परिस्थितीचा त्याला प्रचंड त्रास होतोय. मृत्युदंडाच्या कैद्यांना SCU मध्ये दाखल करण्यासाठी परवानगी नसल्याच्या धोरणाचा तिलाही अडथळा आला. डॉ. फोस्टर यांच्याप्रमाणेच, तिलाही या धोरणाच्या विरोधात काही वर्षे लढावं लागलं.

१९८३ मधल्या रॉनच्या दुसऱ्या पॉलिग्राफ चाचणीची व्हिडिओ टेप शोधून काढून तिने त्याचं निरीक्षण केलं. जरी त्या वेळी रॉनचं नैराश्याचं, दुभंग व्यक्तिमत्त्वाचं आणि कदाचित स्किझोफ्रेनियाचंसुद्धा निदान झालेलं होतं, तरी तो खूपच सुसंबद्ध बोलत होता. नियंत्रणात दिसत होता आणि एखाद्या सामान्य माणसाप्रमाणे वागत होता; पण आता नऊ वर्षांनंतर त्याच्यात 'सर्वसामान्य' असं काहीच राहिलं नव्हतं. त्याला भास होत असायचे, तो वास्तवापासून भरकटला होता. रिकी ज्यो सिम्मन्स,

धर्म, त्याच्या खटल्यातला खोटेपणा, पैशांची कमतरता, डेबी कार्टर, कायदा, त्याचं संगीत, पुढे कधी काळी तो सरकारवर दाखल करणार असलेला सणसणीत रकमेचा दावा, बेसबॉलची कारकीर्द, त्याला देण्यात आलेला त्रास आणि त्याच्यावर झालेला अन्याय या सगळ्यांनीच तो झपाटला होता.

किम तिथल्या कर्मचाऱ्यांशी बोलली आणि दिवसभर ओरडत राहण्याची त्याची क्षमता तिच्या कानावर आली. नंतर एकदा तिला स्वतःलाच त्या गोष्टीचा अनुभव आला. 'एच' युनिटच्या विचित्र रचनेमुळे, स्त्रियांच्या स्वच्छतागृहाला असलेल्या झरोक्यातून, रॉनला ठेवण्यात आलेल्या नैर्ऋत्येच्या कोठड्यांमधले आवाज ऐकू यायचे. एकदा ती स्वच्छतागृहात गेलेली असताना, रॉनला एखाद्या वेड्या माणसाप्रमाणे मोठमोठ्याने किंचाळताना ऐकून ती अवाक् झाली होती.

ते ऐकून ती बेचैन झाली आणि लेस्लीच्या बरोबरीने, रॉनला चांगले उपचार मिळावेत म्हणून तुरुंग प्रशासनावर दबाव आणायला सुरुवात केली. त्या दोघींनी, एक अपवाद म्हणून तरी त्याला SCU ला हलवण्याचा प्रयत्न केला, 'ईस्टर्न-स्टेट'मध्ये त्याची तपासणी व्हावी म्हणून आग्रह धरला.

पण त्यांचे प्रयत्न निष्फळ ठरले.

जून १९९२ मध्ये लेस्ली डेल्कने, शिक्षापश्चात प्रक्रियेअंतर्गत, रॉनची मानसिक सक्षमता ठरवण्यासाठी, पोन्टोटॉक काउन्टीच्या जिल्हा न्यायालयात अर्ज दाखल केला. बिल पीटरसनने त्याला आक्षेप घेतल्यावर, न्यायालयाने तिची विनंती फेटाळून लावली.

याच्या विरोधात तिने ताबडतोब 'कोर्ट ऑफ क्रिमिनल अपील्स'कडे अर्ज केला, जो मान्य केला गेला.

जुलैमध्ये शिक्षा-पश्चात सुटकेसाठी तिने एक विस्तृत अर्ज दाखल केला. तिचा दावा प्रामुख्याने रॉनच्या मानसिक अनारोग्याचे जे प्रचंड पुरावे होते, त्यावर आधारित होता. तिचा युक्तिवाद असा होता की, रॉनच्या मानसिक असक्षमतेचा विचार त्याच्या खटल्याच्या वेळीच केला जायला हवा होता. दोन महिन्यांनंतर 'शिक्षापश्चात' सुटका अमान्य करण्यात आल्यावर लेस्लीने 'ओक्लाहोमा कोर्ट ऑफ क्रिमिनल अपील्स'कडे अर्ज दाखल केला.

तिथेही ती हरली, यात काहीच आश्चर्य नव्हतं. त्याच्या पुढची पायरी म्हणजे, निरर्थक असलं, तरीही शिरस्त्याप्रमाणे 'यु.एस. सुप्रीम कोर्टात' अर्ज करणे. एक वर्षानंतर तिथूनसुद्धा यांत्रिकपणे नकार आला. नियमाप्रमाणे जेवढे अर्ज करणं शक्य होतं, तेवढे केले गेले आणि तितक्याच निर्विकारपणे ते नाकारले गेले. शेवटी २६ ऑगस्ट, १९९४ रोजी सरकारतर्फे करण्याचे सर्व उपाय वापरून झाल्यावर 'कोर्ट

ऑफ क्रिमिनल अपील्स'ने रॉन विल्यमसनच्या मृत्युदंडासाठी २७ सप्टेंबर, १९९४ ही तारीख निश्चित केली.

मृत्युकोठडीत राहायला लागून त्याला सहा वर्षं आणि चार महिने झाले होते.

दोन वर्षांच्या स्वातंत्र्यानंतर ग्रेग विल्होइटला पुन्हा एकदा पत्नीच्या खुनाच्या आरोपाखाली न्यायालयात खेचण्यात आलं.

मॅकॲलिस्टरमधून बाहेर पडल्यानंतर तो तलसामध्ये राहत होता आणि एक सर्वसामान्य आयुष्य जगण्याच्या प्रयत्नात होता. मोठ्या दिव्यातून गेल्यामुळे ते सोपं जात नव्हतं. तो मानसिक आणि भावनिक जखमांचं ओझं वाहत होता. त्याच्या मुली आता आठ आणि नऊ वर्षांच्या होत्या. शाळाशिक्षक असलेले त्याचे चर्चमधले दोन मित्र त्या दोघींचा सांभाळ करत होते. त्या स्थिरस्थावर झाल्या होत्या. त्याचे आई-वडील आणि बहीण नेहमीप्रमाणेच त्याच्या पाठीशी होते.

त्याच्या खटल्याकडे बऱ्याचजणांचं लक्ष होतं. मूळ खटल्यातला त्याचा वकील जॉर्ज ब्रिग्ज मरण पावला होता; पण तो मरण्यापूर्वीच सरकारने त्याचा वकिलीचा परवाना रद्द केला होता. गुन्हेगारी खटले चालवणाऱ्या बऱ्याच इतर मान्यवर वकिलांनी ग्रेगशी संपर्क साधून, त्याचं प्रतिनिधित्व करण्याची इच्छा दर्शवली होती. सहलीच्या ठिकाणी मुंग्या जमाव्यात, तसे प्रसिद्धीसाठी वकील त्याच्याकडे आकर्षित होत होते. आपल्या खटल्याबाबत लोकांची एवढी ओढ पाहून ग्रेगला गंमत वाटत होती.

पण त्याच्या दृष्टीने निवडीचा पर्याय सोपा होता. ज्या मार्क बॅरेटने आपल्याला मुक्तता मिळवून दिली, तोच आपल्याला स्वातंत्र्य मिळवून देईल अशी त्याला खात्री वाटत होती.

त्याच्या मूळ खटल्यात त्याला सर्वांत जास्त नुकसान पोहोचलं होतं, ते सरकारने आणलेल्या दातांच्या ठशांच्या दोन तज्ज्ञांच्या साक्षीमुळे. दोघांनीही अशी साक्ष दिली होती की, कॅथी विल्होइट हिच्या स्तनावरचे दातांच्या व्रणाचे ठसे हे तिच्यापासून दुरावलेल्या तिच्या नवऱ्याचेच आहेत. विल्होइट कुटुंबीयांनी एक प्रसिद्ध दात ठसेतज्ज्ञ शोधून काढला – कन्सासचे डॉ. थॉमस क्रॉस – ग्रेगच्या दातांचे ठसे आणि प्रत्यक्ष जखम यातील तफावत पाहून डॉ. क्रॉसना धक्का बसला. दोन्हींमध्ये टोकाचा फरक होता.

मार्क बॅरेटने ते ठसे संपूर्ण राष्ट्रात मान्यवर असलेल्या अकरा तज्ज्ञांकडे पाठवले. त्यातले बरेचजण बहुतेक वेळा सरकारी पक्षाचे साक्षीदार असायचे. त्यातला एकजण FBI करता 'चावण्याच्या खुणांचा सल्लागार' म्हणून काम पाहायचा त्याच तज्ज्ञांनी टेड बंडीच्या विरोधात साक्ष दिली होती. बाराही तज्ज्ञांनी

एकमताने निर्णय दिला की, ग्रेग विल्होइटला संशयितांतून वगळायलाच हवे. तुलनेमध्ये त्याचे ठसे, जखमेच्या जवळपासही येत नव्हते.

पुरावे सादर करण्याच्या सुनावणीमध्ये, बचाव पक्षातर्फे एका तज्ज्ञाने ग्रेगच्या दातांचे ठसे आणि जखमेचा व्रण यांतले वीस महत्त्वाचे फरक विशद करून दाखवले आणि साक्षीत सांगितलं की, प्रत्येक फरकामुळे ग्रेगला वगळणे आवश्यक आहे.

तरीसुद्धा सरकारी वकिलांनी खटला चालवण्याचा आग्रह धरला आणि लवकरच तो एक हास्यास्पद प्रहसन ठरला. मार्क बॅरेटने यशस्वीपणे सरकारी दातांच्या तज्ज्ञांचे निष्कर्ष चुकीचे ठरवून दाखवले आणि सरकारतर्फे बोलावण्यात आलेल्या गुणसूत्र (DNA) तज्ज्ञांची विश्वासार्हताही नष्ट केली.

सरकारी पक्षांच्या साक्षी संपल्यानंतर, त्यांनी सादर केलेले पुरावे रद्द करण्यात येऊन, ग्रेगच्या बाजूने निर्णय देण्यात यावा, असा जोरदार युक्तिवाद मार्क बॅरेटने केला. त्यानंतर न्यायाधीशांनी थोड्या वेळासाठी विश्रांती जाहीर केल्यावर सगळे जेवणासाठी गेले. सगळे जेवून परत आल्यावर आणि ज्युरी आपापल्या जागेवर बसून, न्यायालय स्थिरस्थावर झाल्यावर बचाव पक्षाची विनंती मान्य करण्यात येत असून, खटला रद्द करण्यात येत असल्याची घोषणा न्यायाधीशांनी केल्याची ही एक दुर्मिळ घटना लोकांना बघायला मिळाली.

"मि. विल्होइट," न्यायाधीश म्हणाले, "तू आता एक स्वतंत्र माणूस आहेस."

रात्रभर कुटुंबीय आणि मित्रांसोबत आपलं स्वातंत्र्य साजरं केल्यावर, सकाळी ग्रेग विल्होइट विमानतळावर पोहोचला आणि आता यापुढे फक्त कुटुंबीयांना भेटण्यासाठी किंवा खटल्यासंदर्भात काही काम असेल, तरच ओक्लाहोमाला यायचा निश्चय करून त्याने कॅलिफोर्नियाला उड्डाण केलं. कॅथीच्या खुनानंतर तब्बल आठ वर्षांनी, शेवटी एकदाचा तो स्वतंत्र झाला होता.

पोलीस आणि सरकारी वकिलांनी चुकीच्या संशयिताचा पाठपुरावा केल्यामुळे, खऱ्या खुन्याचा माग घेणंही आता अवघड झालं होतं. अर्थात तो खुनी अजूनही सापडलेला नाही.

'एच' युनिटमधला नवीन मृत्युकक्ष उत्तमरीत्या कार्यरत होता. १० मार्च, १९९२ रोजी, रॉबिन लिरॉय पार्क्स – पुरुष, काळा, वय वर्षे चौतीस – याची शिक्षा अमलात आणली गेली. १९७८ मध्ये एका पेट्रोल पंपावरील साहाय्यकाचा खून केल्याचा आरोप त्याच्यावर होता. तो तेरा वर्षे 'रो'मध्ये मृत्युकोठडीत होता.

तीनच दिवसांनंतर, ओलान रँडल रॉबिन्सन – पुरुष, गोरा, वय वर्ष सेहेचाळीस – याच्या शिक्षेची अंमलबजावणी झाली. १९८० मध्ये खेड्यातील एका घरात चोरीसाठी घुसल्यावर तिथल्या जोडप्याचा खून केल्याचा आरोप त्याच्यावर होता.

त्याच्यानंतर स्ट्रेचरवर बांधण्यात येऊन, शेवटचे शब्द बोलण्याची परवानगी देण्यात येईल, यासाठी रॉन विल्यमसन याचा तिसरा क्रमांक ठरवण्यात आला होता.

३० ऑगस्ट, १९९४ ला रॉनला कुठेतरी घेऊन जाण्यासाठी, त्याच्या कोठडीच्या दारात भयानक आणि रागीट दिसणाऱ्या पहारेकऱ्यांचा कंपू येऊन उभा राहिला. त्याच्या मनगटांना आणि घोट्यांना बेड्या घालण्यात आल्या, पोटाभोवती साखळदंड बांधून ते सर्व एकमेकांशी जोडण्यात आलं. हा गंभीर मामला दिसत होता.

तो नेहमीप्रमाणेच कृश, अस्वच्छ, दाढी वाढलेला आणि अस्थिर दिसत होता. त्या पाचजणांत मार्टिन हा एक अधिकारी होता.

रॉनला 'एच' युनिटमधून बाहेर काढून एका व्हॅनमध्ये बसवण्यात आलं; थोड्याच अंतरावरील तुरुंगाच्या पुढच्या भागात असलेल्या, प्रशासकीय इमारतीमध्ये त्याला नेण्यात आलं. तिथे व्हॅनमधून उतरवून, त्याला पूर्णपणे घेरून ती वरात वॉर्डनच्या ऑफिसमध्ये गेली. तिथे एक लांबलचक टेबल होतं; काहीतरी सनसनाटी बघायला मिळेल या आशेने बरेच लोक तिथे वाट पाहत होते. साखळदंडांसहित, पहारेकऱ्यांच्या घेऱ्यात त्याला टेबलाच्या एका टोकाला बसवण्यात आलं. वॉर्डन टेबलाच्या दुसऱ्या टोकाला बसला होता. टेबलाभोवती मोठ्या संख्येने, गंभीर चेहऱ्याने बसलेल्या कर्मचाऱ्यांना वॉर्डनने रॉनची ओळख करून द्यायला सुरुवात केली.

रॉनच्या हातात एक अधिकृत सूचना देण्यात आली, ती वॉर्डनने सगळ्यांना वाचून दाखवली.

"२७ सप्टेंबर, १९९४ रोजी रात्री १२ वाजून ०१ मिनिटांनी, खुनाबद्दल तुला ठोठावण्यात आलेल्या मृत्युदंडाच्या शिक्षेची अंमलबजावणी केली जाईल. तुला आज इथे बोलावण्याचा उद्देश, पुढच्या तीस दिवसांत पाळवयाचे नियम आणि कार्यप्रणाली तसेच त्या कालावधीसाठी तुला बहाल करण्यात येणारे विशेषाधिकार तुला समजावण्याचा आहे."

रॉन निराश होत म्हणाला, त्याने कोणाचाही खून केलेला नाही. त्याने आयुष्यात काही वाईट गोष्टी केल्या असतीलही; पण खून केलेला नाही.

वॉर्डनने आपलं वाचन चालूच ठेवलं, रॉनने पुन्हा सांगितलं की, त्याने डेबी कार्टरचा खून केलेला नाही.

वॉर्डन आणि युनिटच्या व्यवस्थापकाने रॉनशी बोलून त्याला शांत केलं. "आम्ही इथे तुझा न्याय करण्यासाठी नसून, आम्ही फक्त प्रक्रिया आणि नियमांचं पालन करतोय," त्यांनी सांगितलं.

पण रॉनकडे रिकी ज्यो सिम्मन्सच्या कबुलीजबाबाचा व्हिडिओ होता आणि तो

वॉर्डनला दाखवण्याची त्याची इच्छा होती. डेबीचा खून केल्याचं त्याने पुन्हा एकदा अमान्य केलं आणि अडामध्ये जाऊन आपण निर्दोष आहोत हे सांगण्याची तयारी असल्याचं बडबडत राहिला. आपली बहीण अडामधल्या कॉलेजमध्ये गेल्याचाही त्याने उल्लेख केला.

वॉर्डनचं वाचन चालूच होतं :

"शिक्षेच्या आदल्या दिवशी सकाळी तुला एका खास कोठडीत हलवण्यात येईल, शिक्षेच्या वेळेपर्यंत तू तिथेच राहशील. त्या कोठडीत ठेवल्यापासून ते शिक्षा होईपर्यंत सुधारगृहाचे अधिकारी सदैव तुझ्यावर लक्ष ठेवून असतील."

रॉनने पुन्हा अडथळा आणत ओरडायला सुरुवात केली की, त्याने डेबी कार्टरचा खून केलेला नाही.

वॉर्डनने आपलं काम चालूच ठेवलं. भेटायला येणाऱ्या लोकांसाठीचे नियम, त्याच्या मालकीच्या वस्तू, अंत्यविधीची व्यवस्था इत्यादींच्या नियमांची पाने त्याने वाचून काढली. रॉनने त्याचं बोलणं ऐकायचं बंद केलं आणि खिन्न होऊन बसून राहिला.

"तुझ्या शवाचं काय करायचं?" वॉर्डनने विचारलं.

रॉन भावुक झाला होता आणि भांबावलाही होता. अशा प्रश्नाची त्याने अपेक्षाच केली नव्हती. शेवटी कसंबसं आपलं शव ॲनेटकडे पाठवून देण्यात यावं, असं त्याने सुचवलं.

वाचून दाखवलेलं आपल्याला समजलंय आणि काहीही प्रश्न विचारायचे शिल्लक नाहीत, असं सांगितल्यावर त्याला कोठडीत परत नेण्यात आलं. उरलेले दिवस मोजायला सुरुवात झाली होती.

तो ॲनेटला फोन करायला विसरला. दोन दिवसांनंतर आलेली पत्रं चाळत असताना, तिला 'डिपार्टमेंट ऑफ करेक्शन्स, मॅकॲलिस्टर' यांच्याकडून आलेलं एक पाकीट मिळालं. त्याच्या आत साहाय्यक वॉर्डनने पाठवलेलं पत्र होतं :

मिस हडसन,

पूर्ण सहानुभूतीने मी तुम्हाला कळवू इच्छितो की, तुमचा भाऊ - रोनाल्ड किथ विल्यमसन - (१३४८४६) याची मृत्युदंडाची शिक्षा ओक्लाहोमा राज्य तुरुंगात गुरुवार, दिनांक २७ सप्टेंबर, १९९४, रात्री १२ वाजून ०१ मिनिटाने अमलात आणण्याचे निश्चित करण्यात आले आहे.

शिक्षेच्या आदल्या दिवशी पाद्री, नोंदणी झालेले वकील आणि वॉर्डनने मान्यता दिलेल्या इतर दोन व्यक्तीच फक्त त्याची भेट घेऊ शकतात.

आत्ता हे कितीही जड वाटत असलं, तरी अंत्यविधीच्या व्यवस्थेचा विचार

करावा लागेल आणि तशी व्यवस्था करणं ही कुटुंबीयांची जबाबदारी आहे. कुटुंबीयांनी जर ती जबाबदारी स्वीकारायला नकार दिला, तर सरकारतर्फे ती जबाबदारी उचलण्यात येईल. त्या बाबतीत तुमचा काय निर्णय होईल, तो मला कळवणे.

विश्वासू,
केन किंग्लर

ॲनेटने ती भयंकर बातमी रेनीला कळवली. दोघीही घाबरल्या होत्या; पण ती बातमी खरी नसेल अशी एकमेकींची समजूत काढायचा प्रयत्न करत होत्या. बाकीची चर्चा झाल्यावर, रॉनचं शव अडामध्ये आणणं योग्य नाही, यावर त्यांचं एकमत झालं. अडामधल्या क्रिसवेल या अंत्यविधिगृहात, संपूर्ण गाव रॉनच्या शवाकडे टक लावून बघणार ही कल्पना त्यांना सहन होत नव्हती. त्याऐवजी मॅकॲलिस्टरमध्येच खासगी पद्धतीने काही आमंत्रितांमध्येच त्याचा दफनविधी करावा, फक्त जवळचे काही मित्र आणि थोडे कुटुंबीय त्या वेळी उपस्थित असतील, असं त्यांनी ठरवलं.

त्यांना तुरुंग-प्रशासनाकडून असंही कळवण्यात आलं की, तुरुंगात मृत्युदंडाची शिक्षा दिली जात असताना उपस्थित राहण्याची परवानगी आहे. आपण ते पाहू शकणार नाही, असं रेनीने सांगितलं; पण शेवटपर्यंत त्याच्याबरोबर राहण्याचा ॲनेटचा ठाम निर्धार होता.

अडामध्ये ती बातमी पसरली. पेगी स्टीलवेल टेलिव्हिजन बघत असताना, अचानक तिला रॉन विल्यमसनच्या शिक्षेची तारीख ठरल्याची आश्चर्यजनक बातमी ऐकायला मिळाली. ती आनंदाची बातमी असली तरी, कोणीही ती आपल्याला कळवली नाही याचा तिला राग आला. तिला आधी असं सांगण्यात आलं होतं की, शिक्षेच्या वेळी ती उपस्थित राहू शकते आणि तिची नक्कीच ते बघायची इच्छा होती. कदाचित थोड्याच दिवसांत कोणीतरी फोन करेल, या आशेवर ती होती.

हे खरंच घडतंय हे मानण्याची ॲनेटची तयारी नव्हती, तिच्या तुरुंगाच्या भेटी कमी होत चालल्या होत्या आणि ती तिथे जास्त वेळ थांबतही नव्हती. रॉनचं डोकं ठिकाणावर नव्हतं; त्यामुळे एकतर तो तिच्यावर ओरडायचा किंवा ती तिथे नाहीच असा आव आणायचा. बरेचदा ती त्याला भेटून पाच मिनिटांपेक्षाही कमी वेळात तिथून बाहेर पडायची.

१३

ओक्लाहोमामधल्या सगळ्या न्यायालयांचे दरवाजे ठोठावून झाल्यावर, पुढच्या टप्प्याची तयारी म्हणून, रॉनच्या वकिलांनी संघराज्यांच्या न्यायालयांकडे धाव घेतली. त्या प्रक्रियेला 'हेबीयस कॉर्पस' म्हणतात. लॅटिनमध्ये त्याचा अर्थ 'शरीर तुमच्या जवळ हवे'. हेबीयस कॉर्पसच्या नियमांप्रमाणे, कैद्याच्या शिक्षेच्या वैधतेचा निर्णय घेण्यासाठी त्याला तुरुंगात हजर करणं आवश्यक असतं.

'इंडिजंट डिफेन्स सिस्टम'च्या नॉर्मन इथल्या जेनेट चेस्ली या वकिलाकडे रॉनचं प्रकरण सोपवण्यात आलं. जेनेटला हेबीयसच्या कामाचा प्रचंड अनुभव होता आणि मृत्युदंडाची वेळ जवळ येत असताना, शेवटच्या क्षणी धावपळ करत अर्ज दाखल करण्याची तिला सवय होती. ती रॉनला भेटली, त्याला सर्व प्रक्रिया समजावून सांगितली आणि त्याच्या शिक्षेला स्थगिती मिळवून देण्याचं आश्वासन दिलं. तिच्या कामात अशा स्वरूपाची चर्चा नेहमीचीच होती. तिचे सर्वच अशील हबकलेले असले तरी, तिच्याबद्दल साहजिकच त्यांना भरवसा वाटायचा. शिक्षेची तारीख गंभीरपणे दखल घेण्यासारखी असली तरी, हेबीयस कॉर्पसचा निकाल लागल्याशिवाय कोणालाही मृत्युदंड दिला जात नसे.

पण रॉनची परिस्थिती वेगळी होती. मृत्युदंडाच्या तारखेच्या अधिकृत घोषणेमुळे, तो अधिकच वेडेपणाकडे ढकलला गेला होता. जेनेटच्या वचनांवर विश्वास न ठेवता, तो आपले शेवटचे दिवस मोजत होता. घड्याळ थांबलं नव्हतं, मृत्युकक्ष वाट बघत होता.

पहिला आठवडा गेला, तसाच दुसराही गेला. रॉनचा बराचसा वेळ प्रार्थनेत आणि बायबल वाचनात जात होता. तो आता भरपूर झोप काढायला लागला होता आणि त्याचं किंचाळणंही बंद झालं होतं. त्याला जरा जास्त प्रमाणात औषधं दिली जात होती. 'रो'मध्ये शांतता होती, सगळेजण वाट पाहत असल्यासारखी. बाकीच्या कैद्यांना सगळी माहिती असायची आणि रॉन विल्यमसनसारख्या वेड्या माणसाला

सरकार मृत्युदंड द्यायला निघाल्याचं पाहून त्यांना आश्चर्य वाटायचं.

तीन आठवडे संपले.

ओक्लाहोमाचं पूर्वेच्या जिल्ह्यांसाठीचं यु.एस. जिल्हा न्यायालय मुस्कोगी इथे होतं. १९९४ मध्ये तिथे दोन न्यायाधीश होते. दोघांनाही हेबीयस कॉर्पस आणि तुरुंगातले खटले आवडत नव्हते. अशा खटल्यांचं प्रमाण प्रचंड होतं. प्रत्येक कैद्याचे काहीतरी मुद्दे असायचे, तक्रारी असायच्या. बरेचजण निर्दोष असल्याचा दावा करायचे. बहुतेकांची आपल्याला त्रास दिला जात असल्याची तक्रार असायची. मृत्युदंडाच्या कैद्यांचे वकील सर्वपरिचित असायचे, काहीजण मोठ्या व्यावसायिक कंपन्यांमधून काम करणारे असायचे, काही गरिबांसाठी धर्मार्थ काम करणारे असायचे. त्यांनी बनवलेले युक्तिवाद कल्पकतेने लिहिलेले आणि पुस्तकांसारखे जाडजूड असायचे, त्यांची दखल घ्यावीच लागायची. बाकी तमाम कैदी स्वतःचं प्रतिनिधित्व स्वतःच करायचे. कायद्याच्या ग्रंथालयात बसून अर्ज लिहिणारे आणि सिगारेटच्या मोबदल्यात सल्ला विकणारे यांची तिथे कमतरता नव्हती. जेव्हा कैदी ‘हेबीयस’साठी अर्ज दाखल करत नसतील, तेव्हा ते खराब अन्न, अंघोळीचं थंड पाणी, निर्दय पहारेकरी, घट्ट हातकड्या, सूर्यप्रकाशाचा अभाव अशा गोष्टींच्या विरोधात अर्ज करायचे. अशा तक्रारींची लांबलचक यादी बनवता आली असती.

तुरुंगातल्या बऱ्याचशा खटल्यांत काही दम नसायचा आणि ते तत्काळ फेटाळले जायचे. त्या वाढत चाललेल्या जिल्ह्याच्या मुख्य ऑफिसमध्ये ओक्लाहोमाचा समावेश करण्यात आला होता.

जेनेट चेस्लीने दाखल केलेला हेबीयस कॉर्पसचा अर्ज फ्रँक सिये या न्यायाधीशांकडे वर्ग झाला. त्यांची नेमणूक जिमी कार्टर यांनी १९७९ मध्ये केली होती. न्यायाधीश सिये सेमिनोलचे होते. राष्ट्रीय स्तरावर नेमणूक होण्यापूर्वी, बाविसावा जिल्हा ज्यात पोन्टोटॉक काउन्टीचा समावेश होतो, तिथे त्यांनी अकरा वर्षे न्यायाधीशाचं काम केलं होतं. त्यांना तिथलं न्यायालय, ते गाव आणि तिथले वकील याबद्दल चांगली माहिती होती.

मे, १९७१ मध्ये न्यायाधीश सिये ॲशर या खेडेगावात गेले होते आणि तिथल्या हायस्कूलमध्ये त्यांनी भाषण दिलं होतं, तेव्हा ज्या सतराजणांना पदवी प्रदान करण्यात आली, त्यांतला एक रॉन विल्यमसन होता.

पंधरा वर्षे न्यायालयात घालवल्यानंतर, न्यायाधीश सिये यांची त्यांच्या ऑफिसमध्ये येणाऱ्या हेबीयस कॉर्पस अर्जांबद्दलची सहनशीलता संपली होती. सप्टेंबर, १९९४ मध्ये त्यांच्याकडे विल्यमसनचा अर्ज आला, तेव्हा त्याच्या मृत्युदंडाला थोडेच दिवस शिल्लक होते. त्यांना शंका नाही तर खात्रीच होती की, हे मृत्युदंडाच्या कैद्यांचे

वकील शेवटच्या क्षणापर्यंत थांबून मगच अर्ज दाखल करतात; त्यामुळे कागदपत्रांची छाननी करायला वेळ मिळावा म्हणून स्थगिती देण्याशिवाय न्यायाधीशांना गत्यंतरच नसते. इकडे वकील न्यायाधीशांबरोबर असले डावपेच खेळत असताना, तिकडे आपला मृत्यू एकेका दिवसाने जवळ येत असलेला पाहून कैद्याची काय मनःस्थिती होत असेल, हा विचार त्यांच्या मनात नेहमी यायचा.

पण हे चांगले वकिली डावपेच होते आणि न्यायाधीश सिये ते जाणून होते, तरीपण ही प्रक्रियाच त्यांना आवडत नव्हती. आत्तापर्यंत काही स्थगितीचे आदेश त्यांनी दिले होते; पण एकाही हेबीयस कॉर्पसला अद्याप नव्याने खटला चालवण्याचा आदेश त्यांनी दिला नव्हता.

नेहमीप्रमाणे, जिम पेनी यांनी विल्यमसनचा अर्ज वाचला. ते अमेरिकेच्या राष्ट्रीय न्यायालयातले एक दंडाधिकारी होते. पेनी 'सनातनी वृत्तीकडे कल असलेले' म्हणून ओळखले जायचे. त्यांनाही हेबीयसच्या कामाचा तिटकारा होता; पण ते स्वाभाविक न्यायबुद्धीने वागणारे असल्यामुळे सर्वांना त्यांच्याबद्दल आदर होता. प्रत्येक हेबीयस कॉर्पस अर्ज वाचून, त्यातले वैध दावे शोधून काढणे ही बऱ्याच वर्षांपासून त्यांची जबाबदारी होती. वैध दावे दुर्मिळ असले तरी, ते इतक्या वेळा उघडकीस यायचे की, अर्जाचं वाचन चित्तवेधक असायचं.

जिम पेनी यांच्या दृष्टीने त्यांचं काम फार महत्त्वाचं होतं. एवढ्या भल्या मोठ्या अर्जांत आणि प्रतींमध्ये दडलेली काही महत्त्वाची गोष्ट जर त्यांच्या नजरेतून निसटली, तर एखादा निर्दोष मनुष्य हकनाक आपल्या आयुष्याला मुकायचा.

जेनेट चेस्लीने अर्ज इतका मुद्देसूद आणि उत्तम पद्धतीने लिहिलेला होता की, पहिल्या परिच्छेदापासूनच तो लक्षवेधक ठरला. तो वाचून संपवेपर्यंत, पेनी यांच्या मनात रॉनचा खटला योग्य रीतीने चालवला गेल्याबद्दल संशय निर्माण झाला. बचावासाठीचा अकार्यक्षम वकील, मानसिक सक्षमता आणि केसांच्या पुराव्याची अविश्वासार्हता या मुख्य मुद्द्यांवर तिचा युक्तिवाद आधारलेला होता.

जिम पेनी यांनी रात्री, आपल्या घरी तो अर्ज वाचून काढला आणि दुसऱ्या दिवशी सकाळी जेव्हा ते ऑफिसमध्ये परत आले, तेव्हा न्यायाधीश सिये यांना भेटून त्यांनी स्थगितीची शिफारस केली. न्यायाधीश सिये यांना जिम पेनी या आपल्या दंडाधिकाऱ्यांबद्दल प्रचंड आदर होता. विल्यमसनच्या अर्जावर दोघांनी दीर्घ चर्चा केल्यावर, न्यायाधीशांनी मृत्युदंडाच्या स्थगितीचा आदेश जारी केला.

सतत घड्याळाकडे लक्ष ठेवत, उत्कटतेने प्रार्थना करत तेवीस दिवस व्यतीत केल्यानंतर, आपला मृत्युदंड अनिश्चित काळापर्यंत तहकूब झाल्याची बातमी रॉनला मिळाली, तेव्हा विषारी सुईच्या साहाय्याने मृत्यूला भेटण्यापासून तो फक्त पाच दिवस दूर होता.

जिम पेनी यांनी तो हेबीयसचा अर्ज आपली लेखनिक, गेल सेवर्डकडे दिला. अर्ज वाचून झाल्यावर, या प्रकरणात सखोल परीक्षणाची गरज असल्याचं तिचंही मत पडलं. नंतर त्याने तो अर्ज, त्यांच्या ऑफिसमध्ये नव्याने नेमणूक झालेली, कायदेविषयक लेखनिकाचं काम बघणारी विकी हिल्डेब्रँड हिच्याकडे दिला. ऑफिसमधले सर्वच तिच्यापेक्षा ज्येष्ठ असल्यामुळे 'मृत्युदंड लेखनिक' अशी उपाधी तिच्यामागे लागली. कायद्याचा अभ्यास करण्यापूर्वी विकी सामाजिक कार्यकर्ती होती. न्यायाधीश सिये यांच्या 'मध्यममार्गी ते रूढीप्रिय' अशा स्वरूपाच्या ऑफिसमध्ये ती कनवाळू व्यक्तीच्या भूमिकेत स्थिरावली.

मृत्युदंडाची शिक्षा झालेला विल्यमसन हा तिचा पहिलाच 'हेबीयस कॉर्पस'चा अर्जदार होता. त्याचा अर्ज वाचायला सुरुवात केल्यावर, पहिल्या परिच्छेदापासूनच ती त्यात गुंतत गेली :

'हे प्रकरण अतिशय विचित्र आहे, ज्यामध्ये रॉन किथ विल्यमसन याचं स्वप्न त्याच्याचसाठी एक दुःस्वप्न ठरलं. गुन्हा घडल्यानंतर साधारण पाच वर्षांनी त्याला अटक केली गेली, तेसुद्धा गुन्हा घडला, त्या वेळी तो दुसरीकडे होता, हे खात्रीपूर्वक सांगणारा साक्षीदार मरण पावल्यानंतर. गंभीर मनोविकार असणाऱ्या रॉन विल्यमसनने, स्वप्न म्हणून सांगितलेली कहाणी, त्याच्या विरोधात कबुलीजबाब म्हणून वापरली गेली.'

विकीने वाचन चालूच ठेवलं मग तिला खटल्यातला विश्वासार्ह पुराव्याचा अभाव आणि बचाव पक्षाचे विस्कळित डावपेच लगेचच जाणवले. वाचन संपल्यावर तिच्या मनात रॉनच्या अपराधी असण्याबाबत जोरदार संशय निर्माण झाला होता.

तिने स्वतःलाच प्रश्न केला, हे प्रकरण हाताळण्याएवढे आपण खंबीर आहोत का? प्रत्येक हेबीयस अर्ज एवढा खात्रीलायक असेल का? मृत्युदंड झालेल्या प्रत्येकच कैद्यावर आपण विश्वास ठेवणार आहोत का? जिम पेनी यांना विश्वासात घेऊन तिने हे सांगितल्यावर, पेनी यांनी एक योजना बनवली. 'मध्यममार्गी' म्हणून ओळखल्या जाणाऱ्या गेल सेवर्डला हा अर्ज दाखवून तिचंही मत घ्यायचं ठरलं. विकीने पूर्ण शुक्रवार खर्च करून, मूळ खटल्याच्या लांबलचक वृत्तान्ताच्या तीन प्रती बनवल्या, योजनेत सामील असलेल्या प्रत्येक सदस्यासाठी एक! तिघांनीही वीकएंडला रॉनच्या खटल्याच्या वृत्तान्तातला शब्दन्शब्द वाचून काढला आणि जेव्हा सोमवारी सकाळी ते एकत्र जमले, तेव्हा ते ठामपणे एकाच निष्कर्षाला येऊन पोहोचले होते. डावे, उजवे आणि मध्यममार्गी – योग्य न्याय दिला गेला नाही, याबाबत सर्वांचंच एकमत झालं होतं. खटला चालवताना घटनेचं उल्लंघन झाल्याची त्यांची खात्रीच पटली होती. एवढंच नाही, तर रॉन कदाचित निर्दोषही असू शकतो, असा विश्वास

त्यांना वाटायला लागला होता.

'द ड्रीम्स ऑफ अडा' या पुस्तकाच्या उल्लेखाने त्यांची उत्सुकता वाढली. जेनेट चेस्ली हिने अर्जामध्ये, रॉनच्या स्वप्नाच्या कबुलीजबाबावर भर दिला होता. रॉनला अटक करण्यात आल्यानंतर तो तेच पुस्तक वाचत होता. जेव्हा त्याने जॉन ख्रिश्चन याला आपल्या स्वप्नाबद्दल सांगितलं, तेव्हा त्याच्या कोठडीमध्येच ते पुस्तक होतं. सात वर्षांपूर्वी प्रकाशित झालेलं ते पुस्तक सध्या उपलब्ध नव्हतं; पण विकीने त्याच्या प्रती जुन्या पुस्तकांच्या दुकानामधून आणि ग्रंथालयामधून मिळवल्या. तिघांनी ते झटपट वाचून काढलं आणि अडामधल्या अधिकाऱ्यांबाबतचा त्यांचा संशय मोठ्या प्रमाणात वाढला.

'हेबीयस'च्या प्रकरणांमध्ये न्यायाधीश सिये कठोरतेने वागण्यासाठी प्रसिद्ध असल्यामुळे, विल्यमसन प्रकरण जिम पेनी यांनी सिये यांना भेटून समजावून सांगण्याचं ठरलं. न्यायाधीश सिये यांनी काळजीपूर्वक सगळं ऐकून घेतलं, नंतर विकी आणि गेल यांच्याकडूनही त्यांनी संपूर्ण माहिती घेतली. खटल्याची नव्याने सुनावणी होणं आवश्यक असल्याचं तिघांचंही ठाम मत होतं आणि त्या तिघांचंही ऐकून घेतल्यावर न्यायाधीश सिये यांनी अर्जाचा अभ्यास करण्याचं मान्य केलं.

बिल पीटरसन, बार्नी वॉर्ड आणि अडामधल्या इतर कंपूला ते ओळखून होते. बार्नीला ते जुना सहयोगी मानत होते; पण पीटरसनबद्दल त्यांचं मत काही चांगलं नव्हतं. खरंतर, असा उतावळेपणाने चालवला गेलेला खटला आणि तकलादू पुराव्याचं त्यांना आश्चर्य वाटलं नाही. अडामध्ये विचित्र गोष्टी घडायच्या आणि तिथल्या पोलिसांची दुष्कीर्ती न्यायाधीश सिये बरीच वर्षं ऐकून होते. खासकरून, न्यायाधीश रोनाल्ड जोन्स खटल्याच्या कामकाजावर नियंत्रण ठेवू शकले नाहीत, याचं त्यांना वाईट वाटलं. पोलिसांची खराब कामगिरी आणि पक्षपाती सरकारी वकील यात नवीन काही नव्हतं; पण कुठल्याही प्रकारचा भेदभाव होऊ न देता, योग्य न्याय मिळतोय इकडे लक्ष देणं, हे न्यायाधीशांचं कर्तव्य आहे आणि तिथेच न्यायाधीश जोन्स कमी पडले होते.

'कोर्ट ऑफ क्रिमिनल अपील्स'ला या खटल्यात काही वावगं आढळलं नाही, याचंही त्यांना काही आश्चर्य वाटलं नाही.

या खटल्याला योग्य प्रकारे न्याय दिला गेलेला नाही, अशी खात्री पटल्यावर, त्यांनी आणि त्यांच्या कर्मचाऱ्यांनी त्या खटल्याचं व्यापक प्रमाणावर पुनरावलोकन चालू केलं.

डेनिस फ्रिट्झचा रॉनबरोबरचा संपर्क तुटला होता. त्याने आपल्या जुन्या मित्राला एक पत्र पाठवलं होतं; पण त्याचं उत्तर आलं नव्हतं.

किम मार्क्स आणि लेस्ली डेल्क, तपासणीसंदर्भात डेनिसची मुलाखत घेण्यासाठी कॉनरला पोहोचल्या. त्यांनी रिकी ज्यो सिम्मन्सचा व्हिडिओ आपल्याबरोबर आणला होता, तो त्यांनी लावून दाखवला. रॉनप्रमाणेच डेनिसही संतापला. कोणीतरी भलत्यानेच ज्या खुनाची कबुली दिली होती, त्यासाठी या दोघांना दोषी ठरवण्यात आलं होतं, शिवाय ही बाब खटल्याच्या वेळी दडवून ठेवण्यात आली होती. नंतर त्याने किम मार्क्सबरोबर पत्रव्यवहार चालू ठेवला, ती त्याला रॉनच्या प्रकरणातील प्रगती कळवायची.

कायद्याच्या ग्रंथालयातल्या डेनिसच्या कायमच्या उपस्थितीमुळे, कायद्याच्या संदर्भातल्या गप्पा त्याच्या कानावर पडायच्या आणि देशभरातल्या खटल्यांतले नवनवीन निर्णय त्याला माहिती व्हायचे. तो आणि तुरुंगातले त्याचे सहकारी वकील, गुन्हेगारी खटल्याच्या क्षेत्रातील कुठलीही माहिती चुकवायचे नाहीत. DNA चाचणीचा उल्लेख सर्वप्रथम १९९० च्या सुरुवातीला झाला होता, त्या विषयावर जे काही मिळेल, ते त्याने वाचून काढलं होतं.

'डोनाह्यू' या सुप्रसिद्ध टेलिव्हिजन मालिकेतला १९९३ मधला एक भाग, DNA चाचणीमुळे चारजण दोषमुक्त झाल्याच्या माहितीला समर्पित करण्यात आला होता. टेलिव्हिजनवरच्या त्या कार्यक्रमाला बरेच प्रेक्षक लाभले होते, खासकरून तुरुंगातले आणि राष्ट्रभरातील 'इनोसन्स प्रोजेक्ट'करता तो कार्यक्रम प्रेरक ठरला होता.

'इनोसन्स प्रोजेक्ट' नावाच्या एका गटाने सर्वांचंच लक्ष वेधलं होतं. त्याची स्थापना पीटर न्यूफेल्ड आणि बॅरी श्चेक या दोन वकिलांनी १९९२ मध्ये केली होती. त्यांनी 'बेंजामिन एन. कार्डोझो स्कूल ऑफ लॉ'मध्ये 'ना नफा' तत्त्वावर आपलं ऑफिस चालू केलं होतं. तिथे वकिलांच्या देखरेखीखाली विद्यार्थी खटल्याचं काम पाहायचे. न्यूफेल्ड ब्रूकलीन इथे कायद्याच्या क्षेत्रात सक्रिय होता. श्चेक हा DNA चाचणीच्या साहाय्याने गुन्हे अन्वेषण क्षेत्रातला तज्ज्ञ होता आणि ओ. जे. सिम्पसनच्या वकिलांपैकी एक म्हणून प्रसिद्ध झाला होता.

सिम्पसन खटला डेनिसने लक्षपूर्वक पाहिला आणि तो खटला संपल्यावर बॅरी श्चेकबरोबर संपर्क साधण्याच्या शक्यतेवर त्याने विचार सुरू केला.

'एच' युनिटच्या विरोधात असंख्य तक्रारी आल्यानंतर, १९९४ मध्ये 'ॲम्नेस्टी इंटरनॅशनल'ने त्या जागेचं सखोल परीक्षण केलं. आंतरराष्ट्रीय मापदंडांचं बऱ्याच ठिकाणी उल्लंघन झालेलं त्यांना आढळून आलं. तसेच संयुक्त राष्ट्रसंघाने ठरवून दिलेले किमान नियम आणि 'युनायटेड स्टेट्स'ने स्वीकारलेली तत्त्वं यांपैकी काहीच पाळलं जात नसल्याचं त्यांच्या लक्षात आलं. उल्लंघनात पुढील गोष्टींचासुद्धा

समावेश होता – खूप लहान आकाराच्या कोठड्या, अपुऱ्या सुविधा, अंधार, हवा खेळती राहण्याच्या सोयीचा अभाव, खिडक्यांचा अभाव, नैसर्गिक उजेड येण्यासाठी नसलेली सोय, व्यायामासाठी फारच लहान आणि हालचालींना प्रतिबंध करणारी जागा. साथीदार बाहेर गेल्यावर, कोठडीत थोडा वेळ तरी एकान्त मिळावा म्हणून, बरेच कैदी मोकळ्या जागेवर काढायला मिळणारा दिवसातला एक तासही सोडून द्यायला तयार असायचे. हायस्कूल पदविकेव्यतिरिक्त दुसरा कुठलाही शैक्षणिक कार्यक्रम राबवला जात नव्हता. कैद्यांना काम करण्याची परवानगी नव्हती. धार्मिक कार्यक्रमांवर बंधने होती. एकान्तवास फार कठोर होता. जेवणाचं तर पूर्णपणे परीक्षण करण्याची गरज होती.

निष्कर्ष असा होता की, 'ॲम्नेस्टी इंटरनॅशनलच्या अभ्यासानुसार 'एच' युनिटमधील परिस्थिती क्रूर, अमानुष किंवा मानहानिकारक वागणूक देणारी होती, हे आंतरराष्ट्रीय मापदंडाचं उल्लंघन होतं. अशी परिस्थिती 'एखाद्यावर बराच काळ लादली गेल्यास, त्या कैद्याच्या मानसिक आणि शारीरिक परिस्थितीवर हानिकारक परिणाम करू शकते,' अशी नोंद केली गेली.

अहवाल तर तयार झाला; पण तो तुरुंग प्रशासनावर बंधनकारक नव्हता. काही कैद्यांनी दाखल केलेल्या खटल्यांना इंधन पुरवण्याचं काम मात्र त्या अहवालाने केलं.

तीन वर्षांच्या विश्रांतीनंतर मृत्युकक्षातील यंत्रणा पुन्हा कार्यान्वित झाली. २० मार्च, १९९५ रोजी थॉमस ग्रास्सो – पुरुष, गोरा, वय वर्ष बत्तीस – याला 'रो'मधल्या फक्त दोन वर्षांच्या वास्तव्यानंतर मृत्युदंड दिला गेला. साधारणतः दोन वर्षांत हे घडणं अवघड असलं तरी, ग्रास्सो स्वतःच आपली अपील्स थांबवण्यात यशस्वी झाला होता आणि त्यानेच हे प्रकरण एकदाचं संपवून टाकलं होतं.

पुढचा क्रमांक रॉबर्ट डेल स्टॅफोर्डचा होता. मांसाच्या दुकानातला कुप्रसिद्ध खुनी. त्याची शिक्षा चांगलीच गाजली. मोठ्या शहरामध्ये घडलेल्या आणि एकाच वेळी अनेक हत्या झालेल्या प्रकरणाकडे वृत्तपत्रे आकर्षित होतातच; त्यामुळे स्टॅफोर्ड जाताना त्याचा खूप गाजावाजा झाला, त्याचा मृत्यू ही खूप मोठी बातमी ठरली. तो पंधरा वर्षे 'रो'मध्ये होता, त्यामुळे त्याचं प्रकरण पोलीस, सरकारी वकील आणि खासकरून राजकारण्यांनी अपिलाच्या प्रक्रियेतल्या उणिवा दाखवणारं उदाहरण म्हणून वापरलं.

११ ऑगस्ट, १९९५ रोजी शिक्षेच्या अंमलबजावणीत एक विचित्र घटना घडली. रॉबर्ट ब्रेचीन– पुरुष, गोरा, वय वर्ष चाळीस, याला कसंबसं मृत्युकक्षापर्यंत पोहोचवलं गेलं. तुरुंगामध्ये त्याने कसातरी चोरून आणून वेदनाशामक गोळ्यांचा साठा करून ठेवला होता. त्यांतल्या बऱ्याच गोळ्या त्याने शिक्षेच्या आदल्या दिवशी

घेतल्या. आत्महत्या म्हणजे सरकारच्या नाकावर टिच्चून, स्वतःच्या मर्जीने मरून सरकारला हरवायचा त्याचा शेवटचा प्रयत्न होता; पण शेवटी सरकारचाच विजय झाला. पहारेकऱ्यांना ब्रेचीन बेशुद्धावस्थेत पडलेला आढळला आणि त्याला ताबडतोब इस्पितळात नेण्यात आलं. तिथे त्याचं पोट साफ करण्यात आलं आणि त्याची तब्येत थोडी स्थिर झाल्यावर, त्याला परत 'एच' युनिटमध्ये आणून रीतसर मारण्यात आलं.

विल्यमसन प्रकरणातल्या प्रत्येक पैलूच्या कंटाळवाण्या तपासणीसाठी न्यायाधीश सिये यांनी आपल्या कर्मचाऱ्यांना मार्गदर्शन केलं. खटल्याचा संपूर्ण वृत्तान्त, ज्यामध्ये प्राथमिक सुनावणी आणि नंतरच्या न्यायालयातल्या प्रत्येक उपस्थितीचं वृत्त सामावलेलं होतं, त्याचा त्यांनी बारकाईने अभ्यास केला. रॉनचा वैद्यकीय इतिहास त्यांनी सूचीबद्ध केला. पोलीस फाइल्स आणि OSBI तज्ज्ञांचे अहवाल यांचाही त्यांनी अभ्यास केला.

विकी हिल्डेब्रँड, जिम पेनी आणि गेल सेवर्ड यांनी आपापसांत काम वाटून घेतलं. तो एक सामायिक प्रकल्प ठरला, ज्यासाठी नवनवीन कल्पना आणि उत्साहाची कमतरता नव्हती. हा खटला अतिशय वाईट पद्धतीने चालवला गेला होता, न्यायदानात कुचराई झाली होती आणि ती सुधारण्याची त्यांची इच्छा होती.

केसांच्या पुराव्यांवर न्यायाधीश सिये यांचा कधीच विश्वास नव्हता. एकदा राष्ट्रीय स्तरावरील एका मृत्युदंडाच्या खटल्याच्या सुनावणीदरम्यान, FBI चा मुख्य केस-विश्लेषणतज्ज्ञ एक प्रमुख साक्षीदार म्हणून त्यांच्यासमोर उभा केला गेला. त्याची शैक्षणिक पात्रता वादातीत होती आणि त्याने आत्तापर्यंत बरेचदा साक्ष दिली होती; पण न्यायाधीश सिये यांच्यावर त्याचा प्रभाव पडू शकला नाही. शेवटी त्या तज्ज्ञाला साक्ष न देताच परत पाठवण्यात आलं.

विकी हिल्डेब्रँड हिने केसांच्या पुराव्यावर संशोधन करण्याचं काम स्वीकारलं होतं. काही महिने डझनभर खटले आणि प्रबंध वाचून काढल्यावर, ते शास्त्र कुचकामी असल्याची तिची खात्री पटली. ते प्रचंड अविश्वासार्ह असल्यामुळे कुठल्याही खटल्यात, कधीही वापरलं जाऊ नये, असं तिचं मत झालं. न्यायाधीश सिये फार पूर्वीच या निष्कर्षाला पोहोचले होते.

गेल सेवर्डने बार्नी वॉर्ड आणि या खटल्यात त्याने केलेल्या चुका यावर लक्ष केंद्रित केलं. जिम पेनी 'ब्रॅडी' उल्लंघनाचा छडा लावत होते. या टीमने काही महिने क्वचितच दुसरं एखादं काम केलं असेल. जेव्हा एखादं फारच महत्त्वाचं प्रकरण यायचं, तेवढ्यापुरतंच ते विल्यमसनला बाजूला ठेवायचे. काम संपवण्याची जरी काही कालमर्यादा ठरवण्यात आली नसली, तरी न्यायाधीश सिये यांना निष्क्रियता

आवडायची नाही. त्यांनी रात्री आणि वीकएंडलाही कामं केली. ते जसे थरांमागून थर उलगडत गेले, तशा त्यांना जास्त चुका सापडू लागल्या. भरपूर चुका सापडल्या, तसा त्यांचा हुरूपही वाढला.

जिम पेनी रोजच न्यायाधीश सिये यांच्याबरोबर चर्चा करायचे आणि अपेक्षेप्रमाणे त्यांच्याकडून पेनी यांना भरपूर सल्ले मिळायचे. टीमने बनवलेला प्राथमिक मसुदा त्यांनी तपासला, त्यामध्ये दुरुस्त्या केल्या आणि पुढील कामासाठी त्यांना सूचना दिल्या.

हा खटला नव्याने चालवणं आवश्यक आहे असं स्पष्टच दिसू लागल्यावर मात्र न्यायाधीश सिये अस्वस्थ झाले. बार्नी हा त्यांचा जुना मित्र होता. उमेदीचे दिवस संपलेला एक जुना लढवय्या, जो त्याच्यावरची टीका ऐकून दुखावला गेला असता आणि 'आपल्या जुन्या न्यायाधीशांनी कुख्यात खुनी रॉन विल्यमसन याची बाजू घेतल्याची बातमी कळल्यावर अडाच्या रहिवाशांची काय प्रतिक्रिया उमटली असती?' हा प्रश्न त्यांना सतावत होता.

डेन्व्हरमधल्या 'टेन्थ सर्किट कोर्ट ऑफ अपील्स' या पुढच्या स्तरावर आपण केलेल्या कामाची शहानिशा केली जाईल, हे टीमला माहिती होतं. ते जर आपल्या निष्कर्षाच्या विरोधात गेले तर? आपण जे करतोय, त्याबाबत आपली पुरेशी खात्री झालेली आहे का? 'टेन्थ सर्किट'ची खात्री पटवून देण्यासाठी आपण ठामपणे युक्तिवाद करू शकू का?

न्यायाधीश सिये यांच्या मार्गदर्शनाखाली टीमने साधारण वर्षभर अपार कष्ट उपसले. शेवटी १९ सप्टेंबर, १९९५ या दिवशी, शिक्षेला स्थगिती मिळाल्यावर एक वर्षाने, 'हेबीयस कॉर्पस'चा निर्णय देत, त्यांनी नव्याने खटला चालवण्याचा आदेश दिला.

आदेशासोबत व्यापक प्रमाणात त्यांनी आपली मते मांडली होती, ज्यामुळे त्याची लांबी शंभर पानांची झाली. तो आदेश न्यायिक विश्लेषणाचा आणि कारणमीमांसेचा एक उत्तम नमुना बनला होता. अगदी रोखठोक; पण विद्वत्तापूर्ण भाषा वापरत न्यायाधीश सिये यांनी बार्नी वॉर्ड, बिल पीटरसन, अडा पोलीस आणि OSBI यांच्यावर जोरदार टीका केली होती. जरी त्यांनी दुर्दैवी कार्यवाही म्हणून न्यायाधीशांचा प्रत्यक्ष उल्लेख टाळला असला तरी, जोन्स यांच्याबद्दलच्या त्यांच्या भावना स्पष्ट कळत होत्या.

बऱ्याच कारणांमुळे नवीन खटला हा रॉनचा अधिकार ठरत होता, त्यांतलं सर्वांत मुख्य होतं, रॉनला बचावाच्या वकिलाकडून मिळालेलं प्रभावहीन साहाय्य. बार्नी वॉर्डच्या चुका अगणित आणि नुकसानकारक होत्या. आपल्या अशिलाच्या मानसिक असक्षमतेचा मुद्दा न उठवणे, ग्लेन गोअरच्या विरोधात तपास करून पुरावा

सादर न करणे, टेरी हॉलंड हिने कार्ल फॉन्टेनॉट व टॉमी वॉर्ड यांच्या विरोधातसुद्धा साक्ष दिली होती, ही वस्तुस्थिती उजेडात न आणणे, रिकी ज्यो सिम्मन्स याने खुनाचा दिलेला कबुलीजबाब आणि त्याची बार्नीच्या प्रत्यक्ष ताब्यात असलेली व्हिडिओ टेप याची माहिती ज्युरींना न देणे, रॉनच्या खोट्या कबुलीजबाबावर हल्ला चढवून प्रत्यक्ष खटल्यापूर्वीच तो मुद्दा मिटवून न टाकणे आणि खटला शिक्षेच्या टप्प्यावर पोहोचल्यानंतर शिक्षा कमी होण्याचे प्रयत्न म्हणून एकही साक्षीदार न बोलावणे या आणखी काही ठळक चुका होत्या.

बिल पीटरसन आणि पोलिसांच्या चुका अशा होत्या – रॉनच्या १९८३ मधल्या दुसऱ्या पॉलिग्राफ चाचणीची व्हिडिओ टेप लपवून ठेवणे, विवादास्पद मार्गाने कबुलीजबाब मिळवणे, रॉनच्या स्वप्नाचा कबुलीजबाब हा त्याचाच एक भाग. तुरुंगातल्या खबऱ्यांना साक्षीसाठी उभे करणे आणि शपथ घेऊन खोटं बोलायला लावणे, ठोस पुरावा नसतानासुद्धा खटला उभा करणे आणि ज्या पुराव्याच्या आधारे आरोपी दोषमुक्त होऊ शकला असता, असा पुरावा लपवून ठेवणे.

न्यायाधीश सिये यांनी केसांच्या पुराव्याच्या इतिहासाचं विश्लेषण केलं आणि तो अविश्वासार्ह असल्याचं नमूद केलं. पुढे त्यांनी थोड्या नाट्यमय पद्धतीने असंही लिहिलं की, केसांच्या पुराव्यावर सर्वच न्यायालयांमध्ये बंदी घालण्यात यावी. फ्रिट्झ आणि विल्यमसन यांच्या तपासणीदरम्यान नमुन्यांच्या हाताळणीत घोटाळा केल्याबद्दल त्यांनी OSBI तज्ज्ञांवर टीका केली.

बिल पीटरसन, न्यायाधीश जोन्स आणि न्यायाधीश जॉन डेव्हिड मिलर यांनी खटल्याची प्रक्रिया थांबवून, रॉनची मानसिक तपासणी न केल्याबद्दल त्यांच्यावर ठपका ठेवण्यात आला.

रॉन दोषमुक्त ठरू शकेल अशा पुराव्याबाबत झालेल्या ब्रॅडी उल्लंघनाची सुनावणी त्यांनी खटला संपल्यानंतर ठेवली ही त्यांची घोडचूक होती. OSBI तज्ज्ञांनी सादर केलेल्या पुराव्यांना आव्हान देऊन ते फेटाळून लावण्यासाठी गुन्हे अन्वेषण तज्ज्ञांची मदत मिळण्यासाठी बार्नीने केलेली मागणी फेटाळणे, ही चूक होतीच आणि ती निस्तरायचा प्रयत्नही केला गेला नाही.

एखाद्या शल्यचिकित्सकाच्या अचूकतेने न्यायाधीश सिये यांनी खटल्याच्या प्रत्येक पैलूचा समाचार घेतला आणि रॉनला दोषी शाबित करणं ही न्यायदानाची झालेली चेष्टा उघड करून दाखवून दिली. 'ओक्लाहोमा कोर्ट ऑफ क्रिमिनल अपील्स' यांच्याकडे हा खटला दोनदा वर्ग झालेला असूनसुद्धा त्यांना तो निर्णय आक्षेपार्ह वाटला नव्हता, न्यायाधीश सिये यांना मात्र तो निर्णय चुकीचा आढळला आणि तो सगळा प्रकारच संशयास्पद वाटला.

आपल्या निकालाच्या शेवटी या वेळी त्यांनी एक निराळीच गोष्ट केली, त्यांनी

परिशिष्ट जोडलं. त्यात लिहिलं होतं :

'या प्रकरणात काय निर्णय घ्यायचा यावर विचार करत असताना, मी माझ्या एका मित्राला – जो एक सामान्य माणूस आहे – सांगितलं की, वस्तुस्थितीवर माझा विश्वास बसला आहे आणि कायदा असं सांगतो की, अशा परिस्थितीत ज्याला दोषी ठरवून मृत्युदंडाची शिक्षा देण्यात आली आहे, त्याचा खटला नव्याने चालवला जाणं आवश्यक आहे.'

'तो खुनी आहे का?' असं माझ्या मित्राने विचारल्यावर, मी स्पष्टपणे उत्तर दिलं, 'निष्पक्षपातीपणे खटला चालवल्याशिवाय ते आपल्याला कळणारच नाही.'

या महान देशात, एखाद्याला निष्पक्षपातीपणे खटला चालवल्याशिवायच जर मृत्युदंडाची शिक्षा होत असेल आणि अशा वेळी आपण तिकडे दुर्लक्ष करणार असलो, तर मग देवच आपलं रक्षण करो. या प्रकरणामध्ये जवळपास तसंच घडणार होतं.'

सौजन्य व शिष्टाचाराचा भाग म्हणून, न्यायाधीश सिये यांनी आपल्या अहवालाची एक प्रत बार्नी वॉर्ड याला पाठवली, त्याबरोबर पाठवलेल्या चिठ्ठीत लिहिलं होतं की, 'मला वाईट वाटतंय; पण माझ्याजवळ पर्यायच नव्हता.' त्यानंतर बार्नी पुन्हा कधीही त्यांच्याबरोबर बोलला नाही.

विकी हिल्डेब्रँड, गेल सेवर्ड आणि जिम पेनी जरी आपल्या कामाच्या गुणवत्तेबाबत ठाम असले, तरी जेव्हा त्यांचा अहवाल जाहीर करण्यात आला, तेव्हा ते चिंतित होते. मृत्युदंडाच्या कैद्याला नव्याने खटल्याची संधी देणं ओक्लाहोमामध्ये लोकप्रिय नव्हतं. रॉनच्या खटल्याच्या कामामुळे या तिघांच्या आयुष्यातलं एक वर्ष खर्ची पडलं होतं आणि स्वतःच्या कामाबद्दल त्यांची खात्री असली तरी, न्यायाधीश सिये यांच्या ऑफिसवर टीका होऊ नये, अशी त्यांची इच्छा होती.

२७ सप्टेंबर, १९९५ च्या 'अडा ईव्हनिंग न्यूज'मध्ये मथळा होता – 'नव्याने खटला चालवण्याच्या आदेशाला सरकारी वकील आव्हान देणार.' एका बाजूला रॉन विल्यमसनचा फोटो छापला होता आणि दुसऱ्या बाजूला बिल पीटरसनचा फोटो होता. बातमीची सुरुवात अशी होती :

'मृत्युदंडाची शिक्षा झालेला पोन्टोटॉक काउन्टीमधला खुनी रोनाल्ड किथ विल्यमसन, याचा खटला नव्याने चालवण्याच्या राष्ट्रीय न्यायाधीशांनी नुकत्याच काढलेल्या आदेशाच्या विरोधात, तो रद्द करून घेण्यासाठी, गरज पडल्यास यु.एस. सुप्रीम कोर्टात जायची वेळ आली तरी आम्ही आनंदाने जाऊ, संतापलेल्या बिल पीटरसनने सांगितलं.'

पीटरसनच्या सुदैवाने, वॉशिंग्टनला जाऊन या प्रकरणात युक्तिवाद करण्याची वेळ पीटरसनवर येणार नव्हती. त्याने पुढे असंही सांगितलं की, त्याला राज्याच्या ॲटर्नी जनरल यांनी स्वतः आश्वासन दिलं आहे की, 'टेन्थ सर्किट ऑफ डेन्व्हर'कडे ताबडतोब अपील करण्याचं काम ते वैयक्तिकरीत्या हाताळतील.

तो म्हणाला, ''मी अचंबित झालोय, रागावलोय, गोंधळलोय आणि बरंच काही झालोय. या प्रकरणात इतक्या ठिकाणी अर्ज केले गेले, बऱ्याच ठिकाणी याची बारकाईने शहानिशा केली गेली; पण त्याच्या निर्णयावर कुठेही प्रश्नचिन्ह उठलं नाही आणि आता अचानकच हे मत आलंय, त्याचा काहीच अर्थबोध होत नाही.''

त्याने हे बोलायचं टाळलं आणि वार्ताहरांनीसुद्धा ते दाखवून देण्यात दुर्लक्ष केलं की, मृत्युदंडाच्या शिक्षेची सर्वच प्रकरणं 'हेबीयस कॉर्पस'च्या वाटेने जात राष्ट्रीय न्यायालयात पोहोचतातच आणि त्यावर कधी ना कधी काहीतरी मत हे दिलं जातंच.

पण पीटरसन काही थांबायला तयार नव्हता, त्याने बोलणं चालूच ठेवलं :

''या खटल्यावर यु.एस. सुप्रीम कोर्टात दोनदा विचार केला गेला आणि दोन्ही वेळी न्यायालयाने शिक्षेला निःसंदिग्ध पाठिंबा दिला आणि पुनर्सुनावणीची विनंती फेटाळून लावली.''

हे खरं नव्हतं. रॉनच्या खटल्याची योग्य-अयोग्यता सर्वोच्च न्यायालयात कधीही तपासली गेली नव्हती. न्यायालयाने प्रकरण ऐकायलाच नकार देत, तो खटला ओक्लाहोमाला परत पाठवला होता. ही नेहमीचीच पद्धत होती.

पीटरसनने आपली सर्वांत मोठी थाप शेवटासाठी राखून ठेवली होती. न्यायाधीश सिये यांनी आपली मतं मांडत असताना, तळटिपेत 'द ड्रीम्स ऑफ अडा' या पुस्तकाचा उल्लेख केला होता आणि त्याच न्यायालयातून स्वप्नाच्या कबुलीजबाबाच्या आधारावर काही आरोपींवर दोष सिद्ध केले गेल्याचा संदर्भ दिला होता. त्या पुस्तकाचा उल्लेख न्यायालयाच्या निर्णयात केला गेल्यामुळे पीटरसन अस्वस्थ होता, तो म्हणाला : (असं म्हणतात की, तेव्हा त्याचा चेहरा गंभीर होता.)

''विल्यमसन, फॉन्टेनॉट किंवा वॉर्ड या तिघांपैकी कोणालाही स्वप्नाच्या कबुलीजबाबाच्या आधारे दोषी ठरवण्यात आलं आहे, ही गोष्ट खरी नाही.''

ओक्लाहोमा राज्याने, न्यायाधीश सिये यांच्या आदेशाच्या विरोधात, डेन्व्हरमधल्या 'टेन्थ सर्किट कोर्ट ऑफ अपील्स'कडे अपील केलं. या घडामोडींमुळे आणि नव्याने खटल्याच्या शक्यतेमुळे रॉन जरी खुशीत असला, तरी अजून तुरुंगातच होता आणि कंटाळवाण्या प्रक्रियेमध्ये एक एक दिवस ढकलत होता.

तरीसुद्धा आता या लढ्यात तो एकटा नव्हता. त्याची तपासणी अधिकारी किम

मार्क्स, त्याची वकील जेनेट चेस्ली आणि डॉ. फोस्टर यांचे रॉनला योग्य उपचार मिळवून देण्यासाठी अव्याहतपणे प्रयत्न चालू होते. 'स्पेशल केअर युनिट (SCU)', जिथे चांगलं वातावरण आहे आणि जास्त चांगले औषधोपचार उपलब्ध आहेत, अशा ठिकाणी रॉनला दाखल करायला तुरुंग प्रशासन जवळजवळ चार वर्षे नकार देत होते. 'एच' युनिटमधून दिसणारं SCU, सहज चालत जाण्याएवढ्या अंतरावर; पण मृत्युकोठडीमधल्या कैद्यांना प्रवेश निषिद्ध असलेलं!

किम मार्क्सने आपल्या अहवालात अशिलाचं वर्णन केलं होतं : 'मी घाबरले होते, त्याला नाही; पण त्याच्यासाठी. कोणातरी वरिष्ठ अधिकाऱ्याला भेटून काही मदत मिळवण्यासाठी मी आग्रही होते. त्याचे केस खांद्याच्याही खाली वाढले होते आणि त्यांत पिवळ्या रेघा दिसत होत्या, कारण निकोटीनचे डाग त्याच्या बोटाच्या टोकांवरच नाही तर संपूर्ण बोटावर पसरून तिथून हातांवर उतरले होते. त्याचे दात अक्षरशः किडून चालले होते. मला वाटतं की, बोटांनी तो दात पिळायचा. त्याची त्वचा राखाडी दिसू लागली होती, कारण त्याने नक्कीच काही आठवड्यांत अंघोळ केलेली नसावी. हाडं आणि त्वचेच्यामध्ये मांस नसावं असाच तो दिसत होता. त्याचा शर्ट तर असा होता की, इस्त्री तर दूरच; पण काही महिन्यांत तो धुतलेलाही नसावा. तो येरझारा घालत असायचा, कसाबसा बोलू शकायचा, प्रत्येक वेळी तो बोलायला लागला की, त्याच्या तोंडातून थुंकी उडायची. त्याचं बोलणंहीं निरर्थक असायचं. आपण त्याला गमावणार आहोत, त्याच्या मानसिक स्वास्थ्याच्या समस्येमुळे निर्माण झालेल्या शारीरिक समस्यांमुळे तो तुरुंगातच मरण पावेल, अशी मला खरोखरच भीती वाटत होती.'

जेनेट चेस्ली, किम मार्क्स आणि केन फोस्टर यांचं मॅकॲलिस्टरला येणाऱ्या प्रत्येक वॉर्डन, साहाय्यक वॉर्डन आणि साहाय्यक यांना भंडावून सोडणं चालूच होतं. सुसान ओट्टो, 'फेडरल पब्लिक डिफेन्डर्स ऑफिस'ची संचालक आणि जेनेटची वरिष्ठ अधिकारी, हिने आपलं वजन वापरून 'डिपार्टमेंट ऑफ करेक्शन्स'मधून मदत मिळवायचा प्रयत्न केला. शेवटी, फेब्रुवारी १९९६ मध्ये, जेम्स सॅफल, तेव्हाचा DOC मधला एक उच्च पदस्थ अधिकारी, याने किम आणि जेनेटची भेट घेण्याचं मान्य केलं. भेटीच्या सुरुवातीलाच त्याने जाहीर केलं की, सध्याचा मॅकॲलिस्टर इथला वॉर्डन- रॉन वॉर्ड याला त्याने नियमाचा अपवाद करून रॉन विल्यमसनला ताबडतोब SCUला हलवण्याचे अधिकार दिलेले आहेत.

रॉन वॉर्डने SCUच्या संचालकांना पाठवलेल्या पत्रात मान्य केलं होतं की, SCU हे मृत्युकोठडीतील कैद्यांसाठी अधिकृतपणे निषिद्ध आहे. त्यातला काही भाग :

'ओक्लाहोमा तुरुंगव्यवस्थेतल्या 'स्पेशल केअर युनिट'च्या नेहमीच्या सर्वसाधारण

पद्धतीतला नियम : 'मृत्युदंडाच्या शिक्षेव्यतिरिक्त इतर कोणतेही कैदी SCU मध्ये दाखल होण्यास पात्र आहेत' या नियमाला अपवाद करण्याचा अधिकार मी देत आहे.'

असं मतपरिवर्तन होण्यामागे काय कारण असेल? दोन आठवड्यांपूर्वी तुरुंगाच्या मानसोपचारतज्ज्ञाने रॉन विल्यमसनबाबत एक गोपनीय पत्र साहाय्यक वॉर्डनला पाठवलं होतं. बाकीच्या मतांबरोबरच त्यांनी रॉनला SCU मध्ये हलवण्यासाठीची काही सयुक्तिक, वैध कारणंही त्यात लिहिली होती :

'आमच्या टीमच्या चर्चेमध्ये मि. विल्यमसन मनोरुग्ण असल्याबद्दल सर्वांचं एकमत झालं. त्याच्या औषधोपचारांत मोठ्या प्रमाणावर फेरबदल केले, तर त्याला उपयोग व्हायची शक्यता वाटते. आमच्या हेही लक्षात आलंय की, याबाबत विचारविनिमय किंवा साधी चर्चा करायलाही तो हट्टाने नकार देतो.

तुम्हाला हे माहितीच आहे की SCUला जबरदस्तीने औषधोपचार करण्याची स्वायत्तता आहे.'

'एच' युनिटमधले कर्मचारी तसेही रॉनला कंटाळले होते आणि त्यांनाही थोडा बदल हवा होता. पत्रात पुढे लिहिलं होतं :

'आमच्या ते लक्षात आलंय आणि 'एच' युनिटच्या कर्मचाऱ्यांनीही हे नियमितपणे सांगितलंय की, विल्यमसनची तब्येत दर आठवड्याला जास्तच खालावत चालली आहे, यात काहीच संशय नाही. माइक म्युलेन्सने आजच रॉनच्या ढासळत्या तब्येतीबद्दल आणि वेडाच्या झटक्यामुळे होत असलेल्या त्याच्या आरडाओरड्याचा विपरीत परिणाम, नैर्ऋत्येकडच्या विभागामध्ये ठेवलेल्या बाकीच्या कैद्यांवर होत असल्याबद्दल ठामपणे नमूद केलं.'

पण त्यांच्या दृष्टीने रॉनला SCU मध्ये हलवण्याचं सर्वांत उत्तम कारण हे होतं की, तो सुधारला असता, तर त्याची शिक्षा झटपट अमलात आणता आली असती. पत्र संपवताना लिहिलं होतं :

'माझ्या मते, आत्ताची मि. विल्यमसनची परिस्थिती विचारात घेतली तर, त्याचा मनोविकार अशा पातळीवर पोहोचला आहे की, मृत्युदंड अमलात आणण्यासाठी तो असक्षम ठरवलं जाऊ शकतो. SCU मध्ये काही काळ राहिल्यास त्याच्यामध्ये सुधारणा होऊन, तो मृत्युदंडाला सामोरं जाण्यासाठी योग्य अशा पातळीवर येऊ शकतो.'

रॉनला चालवतच SCU मध्ये नेऊन दाखल करण्यात आलं. खिडकी असलेली एक छानशी कोठडी त्याला देण्यात आली. डॉ. फोस्टर यांनी त्याची औषधं बदलली आणि ती योग्य वेळी, योग्य प्रमाणामध्ये घेतली जाताहेत इकडे लक्ष पुरवलं. जरी

रॉन पूर्णपणे सुधारला नाही, तरी तो शांत झाला आणि त्याच्या सतत होणाऱ्या वेदनाही कमी झाल्या.

त्याची तब्येत अगदीच तोळामासा झाली होती आणि त्याचं वेड जेमतेम नियंत्रणाखाली होतं. हळूहळू प्रगती होत असताना तीन महिने तिथे राहिल्यानंतर, २५ एप्रिलला अचानक SCU मधून बाहेर काढून, दोन आठवड्यांकरता त्याला परत 'एच' युनिटमध्ये नेण्यात आलं. या बदलीसाठी वैद्यकीय अधिकारपत्र तर नव्हतंच; पण डॉ. फोस्टरना याची कल्पनाही नव्हती. काहीही कारण देण्यात आलं नाही. त्याला जेव्हा परत SCU मध्ये आणण्यात आलं, तेव्हा त्याची तब्येत मोठ्या प्रमाणावर ढासळली होती. डॉ. फोस्टर यांनी वॉर्डनला एक पत्र पाठवून, या अचानक झालेल्या हलवाहलवीमुळे रॉनच्या तब्येतीतील नुकसानीचं वर्णन केलं.

'योगायोगाने' रॉनची २५ एप्रिलला झालेली बदली आणखी एका अंमलबजावणीच्या एक दिवस आधी घडली. २६ एप्रिल रोजी बेंजामिन ब्रूवर याला मृत्युदंड देण्यात आला. १९७८ साली तलसामध्ये आपल्या एका बावीस वर्षांच्या सहाध्यायी मुलीचा भोसकून खून केल्याचा त्याच्यावर आरोप होता. ब्रूवर सतरा वर्षांपेक्षा जास्त काळ मृत्युकोठडीत होता.

SCU मध्ये दाखल करण्यात आला असलं तरी, शेवटी रॉन हा मृत्युकोठडीतला कैदी होता. 'एच' युनिटमधल्या आणखी एका मृत्यूचं नाट्य, त्याला चुकवून देऊन चाललं नसतं.

अकस्मात करण्यात आलेली बदली हा कायदेशीर डावपेचांचाच भाग असल्याचा संशय जेनेट चेस्ली हिला आला. ओक्लाहोमा राज्याने, न्यायाधीश सिये यांच्या निर्णयाविरोधात डेन्व्हरच्या 'टेन्थ सर्किट'मध्ये अपील केलं होतं. तोंडी युक्तिवादाच्या तारखा ठरल्या होत्या. आपला अशील मानसिकदृष्ट्या असक्षम असल्यामुळे त्याला SCU मध्ये हलवण्यात आलं, असा युक्तिवाद तिला करता येऊ नये म्हणूनच रॉनला परत 'एच' युनिटला आणण्यात आलं.

त्याच्या बदलीची बातमी कळल्यावर पहिल्यांदा ती भडकली होती. तुरुंगाधिकारी व अपिलाचं काम पाहणारे सरकारी वकील यांच्याबरोबर ती जोरदार भांडली होती. शेवटी, तोंडी युक्तिवादात SCUचा उल्लेख न करण्याचं तिने आश्वासन दिलं.

त्यानंतर रॉनला परत SCU मध्ये आणलं गेलं; पण दुर्दैवाने झालेलं नुकसान स्पष्टच दिसत होतं.

राष्ट्रीय स्तरावरील अपिलाचा निर्णय रॉनच्या बाजूने लागून नव्याने खटला चालवण्याचा आदेश दिला गेल्याची आनंदाची बातमी डेनिस फ्रिट्झकडे पोहोचली. डेनिस तेवढा नशीबवान नव्हता. मृत्युदंडाची शिक्षा झालेली नसल्यामुळे, त्याच्या मदतीला कोणी

वकील नव्हता. त्याचा 'हेबीयस कॉर्पस'चा अर्ज त्याला स्वतःलाच दाखल करावा लागला. १९९५ साली तो जिल्हा स्तरावरील न्यायालयात हरला होता आणि आता त्याला राष्ट्रीय 'टेन्थ सर्किट'कडे अर्ज करायचा होता.

रॉनच्या फेरखटल्यासंदर्भात डेनिस फ्रिट्झची कडू-गोड अशी संमिश्र भावना होती. वाईट अशासाठी की, तेच साक्षीदार आणि तीच वस्तुस्थिती असूनही तो दोषी ठरला होता आणि त्याचा 'हेबीयस'चा अर्ज फेटाळला गेला होता. त्याच वेळी रॉनला पुन्हा एकदा कोर्टात उभं राहण्याची संधी मिळतेय, याचा त्याला खूप आनंद होत होता.

शेवटी, मार्च १९९६ मध्ये 'इनोसन्स प्रोजेक्ट'ला पत्र लिहून डेनिसने त्यांची मदत मागितली. एका विद्यार्थी स्वयंसेवकाने त्याला प्रश्नांचा एक संच पाठवला. जूनमध्ये त्या विद्यार्थ्याने डेनिसच्या केस, रक्त, थुंकी इत्यादींच्या तपासणीचे, प्रयोगशाळेचे अहवाल मागवले. डेनिसने ते व्यवस्थित फाइल करून आपल्या कोठडीतच ठेवले होते, त्याने ते लगेचच न्यू यॉर्कला पाठवून दिले. ऑगस्टमध्ये त्याने आपल्या अपिलाच्या प्रती आणि नोव्हेंबरमध्ये आपल्या मूळ खटल्याच्या संपूर्ण वृत्तान्ताची प्रत पाठवून दिली. त्याच महिन्याच्या शेवटी, 'इनोसन्स प्रोजेक्ट'ने अधिकृतरीत्या त्याचं प्रकरण स्वीकारल्याची छान बातमी त्याला मिळाली.

बराच पत्रव्यवहार झाला. दरम्यान, काही आठवडे आणि नंतर काही महिने गेले. 'टेन्थ सर्किट'ने त्याचं अपील फेटाळलं. नंतर मे १९९७ मध्ये सर्वोच्च न्यायालयाने त्याच्या प्रकरणाच्या सुनावणीस नकार दिल्यावर, त्यालाही नैराश्याचा सामना करावा लागला. त्याची अपील्स संपली होती. काळे डगले घालून बसलेल्या, कायद्याच्या जाडजूड पुस्तकांचा अभ्यास केलेल्या, शहाण्यासुरत्या न्यायाधीशांना त्याच्या खटल्यात काहीच वावगं आढळलं नव्हतं. एका निरपराध माणसाला दोषी ठरवण्यात आलंय हे उघडउघड दिसणारं वास्तव, त्यातल्या एकाच्याही लक्षात आलं नाही.

उर्वरित आयुष्य तुरुंगात काढावं लागेल या कल्पनेवर विश्वास ठेवायलाही त्याने आत्तापर्यंत नकार दिला होता; पण आता तशी शक्यता दिसू लागली होती.

मे महिन्यात 'इनोसन्स प्रोजेक्ट'ला त्याने चार पत्रं पाठवली.

१९७९ साली, ओक्लाहोमा शहराच्या जवळच उत्तरेला असलेल्या 'ओकार्च' या छोट्या गावात घडलेली घटना. स्टीव्हन हॅच आणि ग्लेन एके हे दोघे चोरीच्या उद्देशाने रेव्हरंड रिचर्ड डग्लस यांच्या घरात घुसले. तिथे उडालेल्या गोंधळात डग्लस आणि त्यांच्या पत्नीला गोळ्या घालून मारले गेले, त्यांच्या दोन लहान मुलांनाही गोळ्या घालण्यात आल्या आणि ते मरण पावले, असंच हल्लेखोर समजत होते; पण ते बचावले. खून एके याने केले होते, त्याला दोषी ठरवून मृत्युदंडाची शिक्षा

सुनावण्यात आली. न्यायाधीशांनी मानसिक आरोग्यतज्ज्ञांकडून त्याच्या तपासणीस नकार दिल्याच्या कारणास्तव, त्याचा खटला नव्याने चालवण्यात आला. त्याच्या अपिलावरचा 'एके विरुद्ध ओक्लाहोमा' या खटल्यातला निर्णय फार ऐतिहासिक ठरला. दुसऱ्या सुनावणीत त्याला जन्मठेपेची शिक्षा झाली, जी तो अजूनही भोगतोय.

स्टीव्हन हॅच याच्या खुनांमधल्या सहभागाबद्दल शंकाच होती आणि त्यावर जोरदार वादविवाद झाले. असं असूनसुद्धा त्याला मृत्युदंडाची शिक्षा सुनावण्यात आली. ९ ऑगस्ट, १९९६ रोजी हॅचला स्ट्रेचरला बांधून 'एच' युनिटच्या मृत्युकक्षात ढकलत नेण्यात आलं; प्रेक्षकांच्या कक्षात आता प्रौढ झालेली डग्लस यांची दोन्ही मुलं उपस्थित होती.

ग्लेन एके, जो निर्विवादपणे पिस्तूलधारी होता त्याला जन्मठेप आणि स्टीव्हन हॅच, ज्याने कोणालाही मारलं नाही त्याला मृत्युदंड!

१९९४ साली, स्कॉट डॉन कारपेंटर, वीस वर्षीय अमेरिकन इंडियन याने लेक युफुला इथे एक दुकान लुटलं आणि त्याच्या मालकाचा खून केला. फक्त दोन वर्षे मृत्युकोठडीत काढल्यावर, तो आपली सर्व अपील्स थांबवण्यात यशस्वी झाला आणि त्याने विषारी सुई स्वीकारली.

१० एप्रिल, १९९७ रोजी डेन्व्हरमधल्या 'टेन्थ सर्किट कोर्ट ऑफ अपील्स'ने न्यायाधीश सिये यांच्या निर्णयाला दुजोरा दिला. केसांच्या पुराव्यावर बंदी घालण्याबाबतच्या त्यांच्या शेऱ्याला मात्र न्यायालयाचा आक्षेप होता; पण रॉनला चुकीच्या पद्धतीने दोषी ठरवण्यात आलं आहे, हे त्यांना मान्य होतं.

नवीन खटल्याच्या आदेशामुळे, रॉनचं प्रकरण 'इंडिजंट डिफेन्स सिस्टम'च्या (गरिबांसाठी बचाव व्यवस्था) 'कॅपिटल ट्रायल डिव्हिजन'कडे वर्ग करण्यात आलं. जिथला नवीन संचालक – मार्क बॅरेट आता आठ वकिलांच्या टीमवर देखरेख करत होता. या प्रकरणाच्या गुंतागुंतीमुळे आणि रॉनचा त्याला अनुभव असल्यामुळे, ते प्रकरण त्याने स्वतःच हाताळायचं ठरवलं. सुरुवातीला जे साहित्य त्याच्याकडे पोहोचलं, त्यामुळे सोळा खोकी भरली.

मे, १९९७ मध्ये मार्क आणि चेस्ली आपल्या अशिलाला भेटायला मॅकॲलिस्टरला आले. मार्क आणि रॉनची पुन्हा एकदा ओळख करून देणं हे जेनेटचं काम होतं. यापूर्वी ते दोघे एकमेकांना १९८८ मध्ये भेटले होते, तेव्हा रॉन नुकताच 'एफ' कोठडीगृहात दाखल झाला होता आणि मार्क बॅरेटकडे सोपवण्यात आलेलं पहिलंच प्रकरण रॉनचं होतं.

जरी तो जेनेट, किम मार्क्स आणि गरिबांसाठी अपिलाचं काम करणाऱ्या इतर

बऱ्याच वकिलांना ओळखत होता आणि त्यांच्याकडून रॉनबद्दलच्या बऱ्याच अफवा, कहाण्या आणि त्याचे मृत्युकोठडीतले उद्योग यांबद्दल त्याने ऐकलं होतं, तरी रॉनला पाहून त्याला धक्काच बसला. १९८८ मध्ये रॉन पस्तीस वर्षांचा होता, वजन २२० पौंड, कमावलेली शरीरयष्टी, आत्मविश्वासपूर्ण चाल, गडद केस आणि लहान मुलासारखा चेहरा! नऊ वर्षांनंतर तो त्रेचाळीस वर्षांचा असला तरी पासष्ट वर्षांचा वाटत होता. एक वर्ष SCU मध्ये राहूनसुद्धा तो अशक्त, निस्तेज, गबाळा, भुतासारखा आणि अर्थातच खूप आजारी दिसत होता.

तरीसुद्धा त्याच्या खटल्याबद्दलच्या बराच वेळ चाललेल्या चर्चेमध्ये तो भाग घेऊ शकला. प्रसंगी तो भरकटायचा आणि स्वतःशीच पूर्णपणे निरर्थक बरळत राहायचा. बाकीचा वेळ मात्र, काय चर्चा चाललीय आणि आपला खटला कुठल्या दिशेने चाललाय, हे त्याला समजत होतं. मार्कने त्याला समजावलं की, रॉनच्या रक्ताचे, केसांचे आणि थुंकीचे नमुने घेऊन, त्यांची गुन्ह्याच्या जागेवर सापडलेले केस आणि वीर्य यांच्याबरोबर DNA चाचणीच्या तंत्रज्ञानाने तुलना केली जाईल. त्यातून मिळणारे निष्कर्ष हे निःसंशय, खात्रीलायक आणि निर्दोषच असतील. DNA खोटं बोलत नाही.

रॉन अजिबात कचरला नाही, उलट तो चाचण्या करून घेण्यासाठी उत्सुक होता.

"मी निरपराध आहे," तो पुनःपुन्हा सांगत होता. "आणि मला लपवाछपवी करण्याची काही गरज नाही."

रॉनची मानसिक सक्षमतेची चाचणी करण्याबाबत मार्क बॅरेट आणि बिल पीटरसन यांचं सहमत झालं. तसेच DNA चाचणीसाठीसुद्धा त्यांचं एकमत झालं. DNA चाचणीसाठी पीटरसनच जास्त जोर लावत होता, कारण त्याला खात्री होती की, त्याआधारे तो नक्की रॉनचा गुन्हा शाबित करू शकेल.

पण ती चाचणी लांबणार होती, कारण मार्क बॅरेटच्या माफक आर्थिक तरतुदीत ते शक्य होत नव्हतं. आधी त्यासाठीचा अंदाजे खर्च ५,००० डॉलर इतका होता. तेवढे पैसे त्यांना काही महिन्यांनंतर उपलब्ध होणार होते; पण अंतिमतः प्राथमिक अंदाजापेक्षा बराच जास्त खर्च आला.

त्याऐवजी मार्कने सक्षमतेच्या सुनावणीची तयारी सुरू केली. त्याने आणि त्याच्या थोड्याशा सहकाऱ्यांनी, रॉनच्या वैद्यकीय अहवालांची सूची बनवली. त्यांनी एक मानसोपचारतज्ज्ञ शोधून काढला, ज्याने त्या अहवालांचा अभ्यास केला; रॉनची मुलाखत घेतली आणि साक्ष देण्याकरता अडापर्यंतचा प्रवास करायलाही तयार झाला.

'ओक्लाहोमा कोर्ट ऑफ क्रिमिनल अपील्स'मध्ये दोनदा खेपा, न्यायाधीश सिये यांच्या ऑफिसमध्ये एका वर्षाचा मुक्काम, डेन्व्हरच्या 'टेन्थ सर्किट'मध्ये दोन वर्षे, वॉशिंग्टनमधल्या यु.एस. सर्वोच्च न्यायालयाला दोनदा निरुपयोगी; पण आवश्यक भेट आणि या सर्व न्यायालयांमधून ट्रकभर फाइल्सची इकडून तिकडे ने-आण. इतके सर्व प्रकार झाल्यावर 'रोनाल्ड किथ विल्यमसन विरुद्ध ओक्लाहोमा राज्य' हा खटला अडामध्ये पुन्हा स्वगृही परतला.

विनाशर्टचा, अव्यवस्थित आणि फक्त तीन चाकं उरलेलं गवत कापण्याचं यंत्र ढकलत रस्त्यातून फिरत असताना, चार पोलिसांनी घेरून, खुनाच्या आरोपाखाली रॉनला अटक केल्याच्या घटनेला दहा वर्षं पूर्ण झाली होती.

१४

पोन्टोटॉक काउन्टीमध्ये टॉम लॅन्ड्रिथ हा त्याच्या खानदानातल्या तिसऱ्या पिढीचा रहिवासी होता. अडा हायस्कूलमध्ये त्याचं शिक्षण झालं आणि राज्य विजेतेपदाच्या लढतीत तो दोनदा शाळेच्या फुटबॉल संघाकडून खेळला होता. त्याचं कॉलेज आणि कायद्याचं शिक्षण 'युनिव्हर्सिटी ऑफ ओक्लाहोमा'मध्ये झालं. वकिलीचं शिक्षण पूर्ण झाल्यावर तो त्याच्या जन्मगावी येऊन स्थायिक झाला आणि एका छोट्या फर्ममध्ये नोकरीला लागला. १९९४ साली जिल्हा न्यायालयाच्या न्यायाधीशपदाची निवडणूक त्याने लढवली आणि जी. सी. मेहुये यांचा पराभव करून तो निवडून आला. मेहुये यांनी १९९० साली रोनाल्ड जोन्स यांचा पराभव केला होता.

न्यायाधीश लॅन्ड्रिथ रॉन विल्यमसनला चांगले ओळखत होते आणि कार्टर खून खटल्याची त्यांना माहिती होती. 'टेन्थ सर्किट'ने न्यायाधीश सिये यांच्या निर्णयाला दुजोरा दिल्यावर, आता हा खटला अडामध्ये आपल्या न्यायालयात येणार, याची त्यांना कल्पना होती. १९८० च्या सुरुवातीला, दारू पिऊन कार चालवल्याच्या खटल्यात, त्यांनी रॉनचं प्रतिनिधित्व केलं होतं; त्याचप्रमाणे जॉनी कार्टर (डेबीचा काका) आणि लॅन्ड्रिथ हायस्कूलमध्ये एकत्र फुटबॉल खेळले होते आणि बिल पीटरसन आणि लॅन्ड्रिथ हे जुने मित्र होते. १९८८ साली रॉनचा खटला चालू असताना, बरेचदा उत्सुकतेपोटी ते न्यायालयात जाऊन बसले होते आणि नक्कीच ते बार्नीलासुद्धा चांगलेच ओळखत होते.

एखाद्या छोट्या गावाच्या वैशिष्ट्याप्रमाणे, अडामध्येसुद्धा प्रत्येकजण प्रत्येकाला ओळखत होता.

लॅन्ड्रिथ हा एक लोकप्रिय न्यायाधीश होता. मिळून-मिसळून वागणारा, विनोदी स्वभावाचा; पण न्यायालयात कडक वागणूक असलेला. रॉन दोषी असल्याची जरी त्याची कधीच खात्री पटली नव्हती, तरी 'तो निर्दोष असेलच' याचीही त्याला खात्री नव्हती. अडामधल्या लोकांप्रमाणेच, त्यालाही रॉनच्या डोक्यावर परिणाम झालाय

असं वाटत होतं; पण त्याला रॉनला भेटायची उत्सुकता होती आणि रॉनचा खटला योग्य पद्धतीने चालवायची त्याची इच्छा होती.

खुनाला पंधरा वर्षं झाली होती आणि अजूनही गुन्ह्याची उकल झालीय याची खात्री नव्हती. न्यायाधीश लॅन्ड्रिथ यांना कार्टर कुटुंबीयांबद्दल आणि त्यांना ज्या दिव्यातून जावं लागलं, त्याबद्दल पूर्ण सहानुभूती होती. आता या प्रकरणाचा सोक्षमोक्ष लावायची वेळ आली होती.

१३ जुलै, १९९७ च्या रविवारी, कधीही परत न येण्यासाठी, रॉन विल्यमसनने मॅकऑलिस्टर सोडलं. पोन्टोटॉक काउन्टीचे दोन अधिकारी त्याला विनिटा इथल्या 'ईस्टर्न-स्टेट' इस्पितळात घेऊन गेले. कैद्याची वागणूक व्यवस्थित होती, असं शेरीफ जेफ ग्लेस यांनी वृत्तपत्राच्या बातमीदारांना सांगितलं.

'त्याने काहीही त्रास दिला नाही.' ग्लेस यांनी सांगितलं. तसंही, जेव्हा तुम्हाला साखळदंडांनी बांधलेलं असतं, पायांत लोखंडी बेड्या असतात आणि तुम्हाला पूर्णपणे जखडून टाकलेलं असतं, तेव्हा तुमची इच्छा असली तरी तुम्ही त्रास देऊ शकत नाही.

रॉनला आता चौथ्या वेळी 'ईस्टर्न-स्टेट'मध्ये दाखल करण्यात येत होतं. त्याच्यात सुधारणा होऊन खटल्याच्या सुनावणीसाठी तो उपस्थित राहू शकेल, एवढ्यासाठी त्याला तिथे आणण्यात आलं होतं.

न्यायाधीश लॅन्ड्रिथ यांनी खटल्यासाठी २८ जुलै ही तारीख ठरवली; पण ईस्टर्न-स्टेटमधल्या डॉक्टरांकडून रॉनची तपासणी झालेली नसल्यामुळे ती तारीख पुढे ढकलली गेली. बिल पीटरसनने जरी रॉनच्या तपासणीसाठी आक्षेप घेतला नसला तरी, रॉनच्या सक्षमतेबाबत त्याची मतं स्पष्ट होती. मार्क बॅरेटला पाठवलेल्या पत्रात त्याने लिहिलं होतं – 'माझं वैयक्तिक मत असं आहे की, ओक्लाहोमाच्या कायद्याप्रमाणे तो सक्षम आहे. खटल्याच्या दरम्यान आणि दोषी ठरवण्यात आल्यानंतर त्याने केलेला गोंधळ ही फक्त त्याची राग व्यक्त करण्याची पद्धत होती आणि त्याची तुरुंगातील वागणूक सर्वसाधारणपणे बरी होती.'

DNA चाचणीची कल्पना बिल पीटरसनला आवडली होती. विल्यमसन हाच खुनी असल्याच्या त्याच्या ठाम विश्वासापासून तो कधीच ढळला नव्हता आणि आता ते खऱ्याखुऱ्या विज्ञानाच्या आधाराने सिद्ध करता येणार होतं. त्याचा आणि मार्क बॅरेटचा पत्रव्यवहार चालू होता आणि फक्त तपशिलाबाबत थोड्याफार कुरबुरी होत्या. कुठली प्रयोगशाळा, कशाचे पैसे कोणी भरायचे, चाचण्या कधी चालू करायच्या? मात्र, चाचण्या करायच्याच याबद्दल दोघांचं एकमत होतं.

आता रॉनची तब्येत सुधारत होती आणि स्थिर होती. कुठलीही जागा, मग ते

वेड्यांचं इस्पितळ का असेना, मॅकॲलिस्टरपेक्षा नक्कीच चांगलं होतं. ईस्टर्न-स्टेटमध्ये बरेच विभाग होते, त्यातल्या सर्वांत जास्त सुरक्षित विभागात त्याला ठेवलं होतं. खिडक्यांना गज होते आणि बाहेरून तारांनी बंदिस्त केलेल्या खोल्या होत्या. तसेच त्या खोल्या छोट्या आणि जुनाट होत्या आणि फारशा चांगल्या नव्हत्या. सुरक्षित विभाग रुग्णांनी भरला होता. रॉनला स्वतंत्र खोली मिळाली हे त्याचं नशीबच, बरेचजण तर पॅसेजमध्ये झोपले होते.

डॉ. कर्टीस ग्रंडी यांनी त्याला ताबडतोब तपासलं आणि तो असक्षम आहे असं निदान केलं. रॉनला आपल्यावर ठेवण्यात आलेले आरोप समजत होते; पण तो आपल्या वकिलाला मदत करण्याच्या परिस्थितीत नव्हता. डॉ. ग्रंडी यांनी पत्र लिहून न्यायाधीश लॅन्ड्रिथ यांना कळवलं की, योग्य उपचार मिळाले, तर कदाचित रॉन खटल्याला तोंड द्यायला सक्षम होऊ शकेल.

दोन महिन्यांनंतर डॉ. ग्रंडी यांनी रॉनची पुन्हा तपासणी केली. त्यांनी न्यायाधीश लॅन्ड्रिथ यांना एक तपशीलवार चार पानी अहवाल पाठवला, त्यात त्यांनी निदान केलं एक होतं की, 'रॉन १) आपल्यावरच्या आरोपांचं स्वरूप समजून घेऊ शकतो, २) आपल्या वकिलाशी सल्लामसलत करू शकतो आणि ३) तो मनोरुग्ण आहे आणि त्याला आणखी उपचारांची गरज आहे. खटला चालू असेपर्यंत, त्याची सक्षमता टिकून राहण्यासाठी, मानसोपचारतज्ज्ञांकडून त्याच्यावर उपचार चालू राहणे आवश्यक आहे.'

रॉन निरुपद्रवी आहे असं निदान करताना डॉ. ग्रंडी यांनी पुढे लिहिलं की – 'विल्यमसनला उपचारांसाठी इस्पितळात राहण्याची गरज नाही. त्याला मोकळं सोडलं तरी तो लगेच स्वतःसाठी किंवा इतरांसाठी धोकादायक ठरेल असं वाटत नाही. सध्या त्याच्या मनात आत्महत्या किंवा खून करण्याचा विचार किंवा कल्पना येत नसल्याचं तो सांगतो. इस्पितळात असताना तो स्वतःशी किंवा इतरांबरोबर आक्रमक वागला नाही. त्याच्या धोकादायकपणाचं आत्ता केलेलं मूल्यमापन हे तो एका सुरक्षित, बंदिस्त आणि सुनियोजित जागेत राहत असतानाचं आहे. तो बाहेरच्या मोकळ्या वातावरणात गेल्यावर हे मूल्यमापन लागू पडेलच असं नाही.'

न्यायाधीश लॅन्ड्रिथ यांनी सक्षमतेच्या सुनावणीसाठी १० डिसेंबर ही तारीख निश्चित केली आणि रॉनला अडाला आणण्यात आलं. त्याला पोन्टोटॉक काउन्टीच्या तुरुंगात आणून, त्याच्या जुन्याच कोठडीत ठेवण्यात आलं. त्याचा जुना मित्र, जॉन ख्रिश्चनबरोबर त्याची भेट झाली. ॲनेट लगेचच त्याच्यासाठी खाण्याचे पदार्थ घेऊन आली. तिला रॉन उल्हसित, आशावादी आणि घरी परत आल्यामुळे खुशीत दिसला. नव्याने सुरू होणारा खटला आणि आपलं निरपराधित्व सिद्ध करण्याची

संधी यामुळे तो उत्तेजित होता. तो अखंड रिकी ज्यो सिम्मन्सबद्दल बडबडत होता. ॲनेट सतत त्याला विषय बदलायला सांगत होती, जे तो करू शकत नव्हता.

मार्क बॅरेटने रॉनच्या सक्षमतेबाबत साक्ष देण्यासाठी डॉ. सॅली चर्च या मानसोपचारतज्ज्ञाची नेमणूक केली होती. सुनावणीच्या आदल्या दिवशी रॉन तिच्याबरोबर चार तास होता. डॉ. चर्च याआधी त्याला दोनदा भेटली होती आणि त्याच्या विस्तृत वैद्यकीय पूर्वेतिहासाचा तिने अभ्यास केला होता. तो खटल्याला तोंड देण्यास असक्षम आहे, याबद्दल तिच्या मनात काही संदेह नव्हता.

रॉनने मात्र आपण खटल्यासाठी तयार असल्याचं सिद्ध करण्याचा निर्धार केला होता. रॉन गेली नऊ वर्षे बिल पीटरसन, डेनिस स्मिथ, गॅरी रॉजर्स, सगळे खोटारडे आणि खबरे यांना आव्हान द्यायची संधी मिळण्याची स्वप्ने बघत होता. त्याने कोणाचाही खून केला नव्हता आणि ते सिद्ध करण्यासाठी तो उतावीळ झाला होता. मार्क बॅरेट त्याला आवडत होता; पण आपलाच वकील आपल्याला वेडा ठरवण्याच्या प्रयत्नात आहे, याचा त्याला राग येत होता.

रॉन फक्त खटल्याची वाट बघत होता.

रॉनला जिथे दोषी ठरवण्यात आलं, त्या मुख्य न्यायालयाच्या जवळच असलेल्या एका छोट्या न्यायालयात न्यायाधीश लॅन्ड्रिथ यांनी सुनावणी ठेवली होती. दहा तारखेच्या सकाळी एकही खुर्ची रिकामी नव्हती. ॲनेट आली होती, बरेचसे वार्ताहरही होते. जेनेट चेस्ली आणि किम मार्क्स साक्ष देण्याच्या तयारीत होत्या. बार्नी वॉर्ड अनुपस्थित होता.

यापूर्वी जेव्हा रॉनने तुरुंगातून न्यायालयापर्यंतचं थोडंसं अंतर बेड्या बांधलेल्या अवस्थेत कापलं होतं, तेव्हा त्याला मृत्युदंडाची शिक्षा ठोठावण्यात आली होती. तेव्हा तो पस्तीस वर्षांचा होता – तरुण, गडद केस, सणसणीत तब्येत आणि छानसा सूट. नऊ वर्षांनंतर तो तिथूनच चालत आला – पांढरे केस, तुरुंगाचे कपडे, लटपटत्या पायांनी चालणारा, भुतासारखा दिसणारा एक म्हातारा माणूस! तो न्यायालयात शिरला, तेव्हा त्याचा अवतार पाहून टॉम लॅन्ड्रिथला धक्का बसला. मात्र, 'टॉमी'ला काळा डगला घालून तिथे बसलेला पाहून रॉनला खूप आनंद झाला.

रॉन जेव्हा मान डोलवत त्याच्याकडे बघून हसला, तेव्हा न्यायाधीशांच्या लक्षात आलं की, त्याचे बरेचसे दात गेले होते. हाताच्या निकोटीनमुळे त्याच्या केसांवरही पिवळे पट्टे उठले होते.

रॉनच्या असक्षमतेच्या दाव्याला आव्हान द्यायला सरकारकडून बिल पीटरसन तयारीत होता. बिल मुळात या कल्पनेनेच वैतागला होता आणि त्या प्रक्रियेचाच त्याला तिटकारा होता. रॉनच्या पुनर्खटल्यासाठी, पुर्सेलची सारा बॉनेल ही मार्क

बॅरेटची साहाय्यक वकील होती. सारा ही गुन्हेगारी खटल्यांतील एक अनुभवी वकील होती आणि मार्क तिच्यावर अवलंबून होता.

आपली बाजू सिद्ध करायला त्यांना अजिबात वेळ लागला नाही. त्यांचा पहिला साक्षीदार स्वतः रॉन होता आणि काही सेकंदांतच त्याने सगळ्यांना गोंधळात टाकलं. मार्कने त्याला नाव विचारल्यावर त्यांच्यात पुढीलप्रमाणे संवाद झाला.

मार्क : "मि. विल्यमसन, तुला असं म्हणायचंय की, तुझ्याशिवाय दुसऱ्या कोणीतरी हा गुन्हा केलाय?"

रॉन : "होय, त्याचं नाव रिकी ज्यो सिम्मन्स आहे. २४ सप्टेंबर, १९८७ रोजी जेव्हा त्याने अडा पोलीस विभागात आपला कबुलीजबाब दिला, तेव्हा तो '३२३ वेस्ट, थर्ड स्ट्रीट' इथे राहत होता, तेव्हा तरी त्याने आपला पत्ता तसा दिला होता. त्याची पडताळणी केल्यावर मला असं कळलं होतं की, काही सिम्मन्स त्या पत्त्यावर राहत होते, त्यांतला एक रिकी ज्यो सिम्मन्स होता. कोडी आणि डेबी सिम्मन्ससुद्धा तिथे राहत होते."

मार्क : "आणि तू रिकी ज्यो सिम्मन्सबद्दल लोकांना सावध करायचा प्रयत्न केलास?"

रॉन : "मी बऱ्याच लोकांना मि. सिम्मन्सबद्दल सांगितलं. ज्यो गिफोर्डला कळवलं, अंत्यविधीचं काम सांभाळणाऱ्या टॉम आणि जेरी क्रिसवेल यांनाही पत्र पाठवलं आणि त्यांनी जर थडग्यावरील दगड अडामध्येच बनवून घेतला असेल, तर ते काम करणारा फक्त ज्यो गिफोर्ड हा एकटाच आहे आणि फुलांच्या रचना करणारे 'फर्गेट-मी-नॉट फ्लोरिस्ट' त्यांनाही मी पत्र पाठवलं. याच्याही आधी तो जिथे काम करायचा, त्या 'सोलो कंपनी'मधल्या लोकांनाही मी कळवलं, तसेच तो आधी काम करायचा त्या काचेच्या कारखान्यातही पत्र पाठवलं. मृत ज्या कंपनीत काम करत होती, त्यांनाही सावध केलं."

मार्क : "आपण थोडेसे मागे जाऊ. थडग्यावरील शिलालेख बनवणाऱ्या कंपनीला सावध करावं असं तुला का वाटलं?"

रॉन : "कारण मी ज्यो गिफोर्डला ओळखतो. लहान असताना मी त्यांच्या अंगणातलं गवत कापून द्यायचो. माझा शेजारी बर्ट रोज माझ्याबरोबर असायचा आणि मला माहिती होतं की, जर मि. कार्टर आणि मिस स्टीलवेल यांनी अडा, ओक्लाहोमा इथे शिलालेख बनवून घेतला असेल, तर नक्कीच मि. गिफोर्ड यांच्याकडूनच घेतला असणार, कारण इथे तसं काम करणारा तो एकटाच आहे. मी 'गिफोर्ड मॉन्यूमेंट वर्क्स'च्या जवळच लहानाचा मोठा झालो."

मार्क : "आणि 'फर्गेट-मी-नॉट फ्लोरिस्ट'ला तू का लिहिलंस?"

रॉन : "कारण त्यांनी जर अडामध्ये फुलं विकत घेतली असली, मिस

स्टीलवेल या स्टोनवेल, ओक्लाहोमाच्या आहेत; त्यामुळे त्यांनी जर अडामध्ये फुलं विकत घेतली असली तर ती 'फर्गेट-मी-नॉट फ्लोरिस्ट' यांच्याकडूनच घेतली असण्याची शक्यता होती.''

मार्क : ''आणि अंत्यविधी सांभाळणाऱ्यांचं काय?''

रॉन : ''क्रिसवेल फ्यूनरल होम हे अंत्यविधीचं काम बघतात. मी बिल लुकरच्या अहवालात वाचलं होतं की, मृताच्या अंत्यविधी आणि दफनविधीचं काम करण्याची जबाबदारी त्यांच्यावर सोपवण्यात आली होती.''

मार्क : ''आणि तुला त्यांना हे कळवणं महत्त्वाचं वाटलं होतं की, रिकी...''

रॉन : ''हो, तो अतिशय धोकादायक माणूस आहे. त्याला अटक करताना जादा मदत मागवून घ्या असं मी सुचवलं होतं.''

मार्क : ''त्याने मिस कार्टरच्या अंत्यविधीचं काम स्वीकारलं होतं; त्यामुळे का?''

रॉन : ''बरोबर.''

मार्क : ''तू 'फ्लॉरिडा मार्लिन्स'च्या व्यवस्थापकालासुद्धा कळवलं होतंस का?''

रॉन : ''मी ओकलँड ॲथलेटिक्सच्या 'थर्ड बेस'च्या प्रशिक्षकाला कळवलं होतं. तो नंतर 'फ्लॉरिडा मार्लिन्स'चा व्यवस्थापक बनला.''

मार्क : ''त्याने तुला दिलेल्यातली काही माहिती कोणालाही सांगू नकोस असं तू त्याला सांगितलं होतंस का?''

रॉन : ''नाही, मी त्याला 'डेल मॉन्टे'च्या सॉसच्या बाटलीबद्दल सर्व काही सांगितलं. तीच बाटली, जी डेनिस स्मिथने साक्षीदाराच्या पिंजऱ्यात असताना, उजव्या हातात धरून उंचावून दाखवली होती आणि रिकी ज्यो सिम्मन्स म्हणायचा की, त्याने मृतावर सॉसची बाटली वापरून बलात्कार केला. मी रेनेला पत्र लिहून सांगितलं की, मी जिवंत असलेल्या गेल्या चव्वेचाळीस वर्षांत पाहिलेला हा सर्वांत धक्कादायक पुरावा आहे.''

मार्क : ''पण तुला हे माहिती आहे ना की, 'फ्लॉरिडा मार्लिन्स'च्या व्यवस्थापकाने आणखी काहीजणांना हे सांगितलं, बरोबर?''

रॉन : ''शक्यता आहे, कारण रेने लेचमन हा माझा चांगला मित्र आहे.''

मार्क : ''तू असं काही ऐकलंस का की, ज्यामुळे तुझा या गोष्टीवर विश्वास बसला?''

रॉन : ''हो, कारण मी सोमवारी फुटबॉल सामन्यांचं वर्णन ऐकायचो व मी जागतिक विजेतेपदाचं वर्णनही ऐकायचो आणि मी टेलिव्हिजनवरच्या बातम्यासुद्धा ऐकायचो आणि 'डेल मॉन्टे' सॉसची बाटली कुप्रसिद्ध झाल्याचं मला वेगवेगळ्या

माध्यमांतून कळलं.''

मार्क : ''तू त्यांना बोलताना ऐकलंस?''

रॉन : ''हो, नक्कीच!''

मार्क : ''सोमवारी रात्री?''

रॉन : ''नक्कीच.''

मार्क : ''आणि जागतिक विजेतेपदाचे सामने चालू असताना?''

रॉन : ''प्रोत्साहन देणाऱ्या गटाच्या दिव्यातून मला जावं लागलं; पण काहीही झालं, तरी सिम्मन्सला कबुलीजबाब द्यायला लावणं माझ्यासाठी महत्त्वाचं होतं आणि खरंच त्याने कबुली दिली; बलात्कार, साहित्यानिशी बलात्कार, बळाचा वापर करून अनैसर्गिक संभोग आणि त्यानंतर तिच्या राहत्या घरी १०२२ १/२ ईस्ट ८ वा स्ट्रीट इथे ८ डिसेंबर १९८२ रोजी डेबी स्यु कार्टर हिचा खून.''

मार्क : ''त्या दरम्यान तुला डेबीचा उल्लेख केल्याचं ऐकू येतं का?''

रॉन : ''हो, ऐकू येतं.''

मार्क : ''हे सोमवारच्या रात्रीच्या फुटबॉल सामन्यांच्या वेळीदेखील ऐकू येतं का?''

रॉन : ''डेबी स्यु कार्टरचं नाव मला नेहमीच ऐकू येतं.''

मार्क : ''तुझ्या कोठडीत टेलिव्हिजन नाही, बरोबर?''

रॉन : ''मला बाकीच्यांच्या टेलिव्हिजनचा आवाज येतो. विनिटाला असतानासुद्धा मी ते ऐकायचो. मृत्युकोठडीत असताना माझ्याकडे टेलिव्हिजन होता. माझं नाव या भयानक गुन्ह्याबरोबर जोडलं गेल्याचं मी नेहमीच ऐकतो आणि म्हणूनच या गलिच्छ घटनेशी माझा संबंध नाही, हे सांगायचा मी नेहमी प्रयत्न करतो.''

ऐकणाऱ्यांना थोडी उसंत मिळावी म्हणून मार्क थोडासा थांबला. प्रेक्षक एकमेकांकडे बघत होते. काहीजण कोणाच्याही नजरेला नजर न मिळवण्याच्या प्रयत्नात कपाळाला आठ्या घालून बसले होते. न्यायाधीश लॅन्ड्रिथ आपल्या नोटपॅडमध्ये काहीतरी लिहीत होते. या क्षणाला काही अर्थपूर्ण लिहिणं शक्य नसलं, तरी वकीलही काहीतरी खरडत होते.

वकिलांच्या दृष्टीनेही एखाद्या असक्षम साक्षीदाराची तपासणी घेणं अतिशय अवघड काम होतं. तो कधी काय उत्तर बरळेल, हे बाकीचेच काय; पण साक्षीदार स्वतःही सांगू शकला नसता. रॉनला असंच बोलू द्यायचं असं मार्कने ठरवलं.

कार्टर कुटुंबीयांबरोबर ख्रिस्ती शेफर्ड, ही डेबीची भाचीसुद्धा उपस्थित होती. ती लहानपणापासून विल्यमसन परिवाराच्या जवळपासच राहत होती. ती एक प्रशिक्षित स्वास्थ्यसमुपदेशक होती आणि बरीच वर्षे ती वयस्कर आणि गंभीर मनोरुग्णांसाठी काम करत होती. रॉनला काही मिनिटं बोलताना ऐकल्यावरच तिची खात्री पटली.

रॉन विल्यमसन याच्या डोक्यावर नक्कीच परिणाम झालेला असल्याचं तिने त्याच दिवशी नंतर आपली आई आणि पेगी स्टीलवेल यांना सांगितलं.

बिल पीटरसनचा मुख्य साक्षीदार, डॉ. कर्टीस ग्रंडी हासुद्धा बारकाईने लक्ष ठेवून होता; पण त्याची कारणं वेगळी होती.

प्रश्न विचारणं अनावश्यक असलं, तरी प्रश्नोत्तरं चालूच राहिली. एकतर रॉन प्रश्नाकडे दुर्लक्ष तरी करायचा किंवा विचारलेल्या प्रश्नाला पटकन उत्तर देऊन, पुढचा प्रश्न विचारून त्याला थांबवलं जात नाही, तोपर्यंत रिकी ज्यो सिम्मन्सबद्दल बडबडत राहायचा. दहा मिनिटं त्याची बडबड सहन केल्यावर मार्कने त्याची साक्ष संपवली.

तिच्या भावानंतर ॲनेटची साक्ष झाली. त्याचे चंचल विचार आणि त्याच्या डोक्यातलं रिकी ज्यो सिम्मन्सबद्दलचं वेड यावर ती बोलली.

जेनेट चेस्ली हिने त्याचं प्रतिनिधित्व केल्याची तपशीलवार साक्ष दिली आणि त्याला मॅकॲलिस्टरमधल्या 'स्पेशल केअर युनिट'मध्ये हलवण्यासाठी केलेल्या प्रयत्नांबद्दल सांगितलं. तिनेसुद्धा, रॉन अविरत करत असलेल्या रिकी ज्यो सिम्मन्सबद्दलच्या बडबडीची माहिती दिली आणि तो दुसऱ्या विषयावर बोलतच नसल्यामुळे, आपल्या बचावासाठी वकिलांना मदत करण्यास असमर्थ होता, हेही सांगितलं. तिच्या मते, रॉनमध्ये सुधारणा होत होती आणि एक दिवस तो नक्की स्वतःवरील खटल्याला तोंड देऊ शकेल; पण तो दिवस अजून लांब होता.

किम मार्क्स हिनेसुद्धा जवळपास त्याच गोष्टींचा ऊहापोह केला. तिने रॉनला बऱ्याच महिन्यांत पाहिलं नव्हतं आणि आत्ता त्याच्यातील सुधारणा पाहून तिला आनंद झाला होता. 'एच' युनिटमध्येच रॉन मरण पावणार अशी भीती आपल्याला वाटायची त्याबद्दल आणि तिथल्या रॉनच्या वागण्याबद्दल तिने सुस्पष्ट आणि तपशिलात जाऊन सांगितलं. त्याची मानसिक सुधारणा होतेय; पण तो अजूनही रिकी ज्यो सिम्मन्स हा विषय सोडून बाकी कशावरही लक्ष केंद्रित करू शकत नाही, असंही ती म्हणाली. तिच्या मते, अजूनही तो खटल्यासाठी सक्षम नव्हता.

डॉ. सॅली चर्च ही रॉनच्या बाजूने साक्ष देणारी शेवटची साक्षीदार होती. हे अविश्वसनीय वाटेल; पण रॉन विल्यमसनच्या प्रदीर्घ आणि रंगतदार न्यायिक प्रक्रियेच्या इतिहासात, त्याच्या मानसिक स्वास्थ्याबद्दल बोलणारी ती पहिलीच तज्ज्ञ साक्षीदार होती.

उपचारांसाठी अतिशय अवघड असलेल्या अशा दुभंग व्यक्तिमत्त्व आणि स्किझोफ्रेनिया या रोगांचा तो शिकार होता. बरेचदा हे औषधोपचार कशाकरता आहेत हेच रोग्याला कळत नाही. बहुतेक वेळा रॉन स्वतःच औषधं घेणं बंद करायचा आणि सर्व रुग्णांच्या बाबतीत बहुधा हेच घडतं. डॉ. चर्च हिने या रोगाची संभाव्य कारणं,

त्याचे परिणाम आणि त्याच्यावरचे उपचार समजावून सांगितले.

आदल्या दिवशी काउन्टी तुरुंगात रॉनची तपासणी करत असताना त्याने तिला दूरवरून टेलिव्हिजनचे आवाज ऐकू येताहेत का, असं विचारलं. तिला आवाज ऐकू येत असल्याची खात्री वाटत नव्हती. त्याच्या म्हणण्याप्रमाणे, त्याला नक्कीच ते आवाज ऐकू येत होते आणि टेलिव्हिजनवरच्या त्या कार्यक्रमात डेबी कार्टर आणि सॉसची बाटली या विषयावर ते बोलत असल्याचं तो सांगत होता. त्याचं असं झालं होतं : रेने लेचमन, पूर्वीचा खेळाडू आणि ओकलँडचा प्रशिक्षक याला रॉनने पत्र लिहून डेबी कार्टर आणि सॉसच्या बाटलीबद्दल कळवलं होतं. रॉनला असं वाटत होतं की, रेने लेचमनने काही कारणाने त्याच्या काही मित्रांना ते सांगितलं, जे खेळाचे समालोचक होते. त्यांनी ते रेडिओवर सांगितल्यावर ती गोष्ट सगळीकडे पसरली आणि सोमवार रात्रीचे फुटबॉल सामने, विश्वचषक सामने यामध्ये ती बातमी झळकायला लागली. आता टेलिव्हिजनवर जणू दुसरा विषयच नाही, असाच रॉनचा ग्रह झाला होता.

"तुला ऐकू येत नाही का?" डॉ. चर्चच्या अंगावर ओरडत रॉन म्हणाला होता. "ते ओरडताहेत कॅट्सअप! कॅट्सअप! कॅट्सअप!"

रॉन आपल्या वकिलांना मदत करून खटल्याची तयारी करू शकत नाही, असं सांगून तिने आपली साक्ष संपवली.

जेवणाच्या सुट्टीत, डॉ. ग्रंडी यांनी 'आपण रॉनला एकट्याने भेटू शकतो का' अशी मार्क बॅरेटकडे विचारणा केली. मार्कचा डॉ. ग्रंडीवर पूर्ण विश्वास असल्यामुळे त्याचा काहीच आक्षेप नव्हता. मग तुरुंगामधल्या एका खोलीत मानसोपचारतज्ज्ञ आणि कैदी या दोघांचीच भेट झाली.

सुट्टीनंतर न्यायालयाचं कामकाज पुन्हा सुरू झाल्यावर बिल पीटरसनने उभं राहून ओशाळल्यासारखी एक घोषणा केली –

> "न्यायाधीश महाशय, विश्रामकाळात मी आमच्या साक्षीदारांशी (डॉ. ग्रंडी) बोललो आणि मला वाटतं, ओक्लाहोमा राज्याच्या वतीने आम्ही जाहीर करू इच्छितो की, सक्षमतेची अवस्था प्राप्त करणं शक्य आहे; पण आत्ता या क्षणी तरी मि. विल्यमसन असक्षम आहे."

न्यायालयात रॉनला लक्षपूर्वक पाहिल्यावर आणि विश्रामकाळात त्याच्याबरोबर पंधरा मिनिटे बोलल्यावर, डॉ. ग्रंडी यांनी कोलांटीउडी मारावी, तसं आपलं मत बदललं. रॉन खटल्यासाठी तयार नाही असं त्यांचं मत झालं.

न्यायाधीश लॅन्ड्रिथ यांनी रॉनला असक्षम घोषित केलं आणि तीस दिवसांनी पुन्हा एकदा सुनावणी ठेवली. सुनावणी संपवण्याची प्रक्रिया चालू असतानाच रॉनने

विचारलं, "मी एक प्रश्न विचारू शकतो का?"

न्यायाधीश लॅन्ड्रिथ : "जरूर, सर."

रॉन : "टॉमी, मी तुला चांगला ओळखतो आणि तुझे वडील पॉल यांनाही ओळखत होतो. मी तुला प्रामाणिकपणे एक सत्य सांगतो. ड्यूक ग्रॅहम आणि जिम स्मिथ प्रकरणाचा, रिकी ज्यो सिम्मन्सच्या बरोबर कसा काय संबंध येऊ शकतो हे मला कळत नाही. ते मला माहिती नाही आणि हे जर माझ्या सक्षमतेबद्दल असेल, तर मी तीस दिवसांत इकडे परत येतो, आपण सिम्मन्सला अटक करू, त्याला साक्षीदाराच्या पिंजऱ्यात उभा करून त्याला त्याची व्हिडिओ टेप दाखवू आणि त्याने प्रत्यक्षात काय केलं याबद्दल त्याच्याकडून कबुलीजबाब घ्यायचा प्रयत्न करू."

न्यायाधीश लॅन्ड्रिथ : "तुला काय म्हणायचंय, हे माझ्या लक्षात येतंय."

'टॉमी'च्या जर ते खरंच लक्षात आलं असतं, तर संपूर्ण न्यायालयात या बोलण्याचा अर्थबोध झालेला तो एकमेव व्यक्ती ठरला असता.

रॉनला त्याच्या इच्छेविरुद्ध निरीक्षण आणि उपचारासाठी पुन्हा 'ईस्टर्न-स्टेट'ला हलवण्यात आलं. अडामध्येच राहून झटपट खटला चालू करण्याची त्याची इच्छा होती आणि आपण विनिटामध्ये राहावं अशी आपल्या वकिलांचीच इच्छा असल्याचं पाहून तो त्यांच्यावर वैतागला होता. आणखी काही खबरे नव्याने पुढे येण्याआधी त्याला पोन्टोटॉक तुरुंगातून बाहेर काढण्यासाठी मार्क बॅरेट अस्वस्थ झाला होता.

नंतर 'ईस्टर्न-स्टेट'मध्ये एका दंतवैद्याने रॉनच्या तोंडातल्या वरच्या भागातल्या वेदनेची तपासणी केली, त्याची बायोप्सी केली आणि कर्करोग असल्याचं निदान केलं. निर्माण झालेली गाठ सहजपणे काढून टाकता आली. शस्त्रक्रिया यशस्वी झाली होती. डॉक्टरांनी त्याला सांगितलं की, जर तो काउन्टी तुरुंगात किंवा मॅकॲलिस्टर इथे असता आणि त्याला जर योग्य उपचार मिळाले नसते, तर कर्करोग त्याच्या मेंदूपर्यंत पोहोचला असता.

त्याने मार्कला फोन केला आणि आपल्याला ईस्टर्न-स्टेटमध्ये ठेवण्याचा आग्रह धरल्याबद्दल त्याचे आभार मानले. "तू माझा जीव वाचवलास," रॉन म्हणाला आणि त्या दोघांमध्ये पुन्हा एकदा मैत्री झाली.

१९९५ साली ओक्लाहोमा सरकारतर्फे, प्रत्येक कैद्याच्या रक्ताचा नमुना घेण्यात आला आणि त्याच्या विश्लेषणातून आलेले निष्कर्ष सरकारने बनवलेल्या DNA च्या माहितीसाठ्यात नोंदवण्यात आले.

कार्टर खटल्याच्या तपासणीतला सर्व पुरावा अजूनही ओक्लाहोमा शहरातल्या OSBI प्रयोगशाळेत बंदिस्त होता. गुन्ह्याच्या ठिकाणाहून गोळा केलेले रक्त, बोटांचे ठसे, वीर्य व केसांचे नमुने आणि त्याचबरोबर साक्षीदार तसेच संशयित यांचे

असंख्य ठसे, रक्त, केस आणि थुंकीचे नमुने तिथे साठवून ठेवले होते.

सर्व नमुने सरकारच्याच ताब्यात, ही वस्तुस्थिती लक्षात येऊन डेनिस फ्रिट्झ अस्वस्थ होत होता. बिल पीटरसन आणि अडा पोलिसांवर त्याचा विश्वास नव्हता तसेच OSBI मधल्या त्यांच्या कंपूमधल्या लोकांवर तर नक्कीच विश्वास नव्हता. गॅरी रॉजर्स तर OSBIचाच प्रतिनिधी असल्यासारखा होता.

फ्रिट्झ वाट पाहत होता. १९९८ या पूर्ण वर्षामध्ये त्याने 'इनोसन्स प्रोजेक्ट'बरोबर पत्रव्यवहार चालू ठेवला आणि संयम ठेवण्याचा प्रयत्न करत वाट पाहत राहिला. दहा वर्षे तुरुंगात काढल्यावर तो संयम व चिकाटी या गुणांचं महत्त्व शिकला होता, तसेच खोट्या आशेवर राहिल्यामुळे आलेला निष्ठुर अनुभवसुद्धा त्याने घेतला होता.

रॉनकडून आलेल्या पत्राचा उपयोग झाला. 'ईस्टर्न-स्टेट'चे कागद वापरून लिहिलेलं, पाल्हाळ लावलेलं सात पानी पत्र वाचताना डेनिसला हसू येत होतं. त्याच्या जुन्या मित्राने आपला गमतीशीर स्वभाव आणि लढाऊ बाणा अजून सोडला नव्हता. रिकी ज्यो सिम्मन्स अजूनही मोकाट होता आणि त्याला पकडण्याचा रॉनचा इरादा होता.

आपलं मनःस्वास्थ्य टिकवून ठेवण्यासाठी, डेनिस ग्रंथालयातच बसून असायचा आणि खटल्याचा बारकाईने अभ्यास करायचा. वाचत असतानाच त्याला एक आशादायक शोध लागला. त्याचा 'हेबीयस कॉर्पस'चा अर्ज, ओक्लाहोमाच्या पश्चिमी जिल्ह्यांसाठी असलेल्या यु.एस. जिल्हा न्यायालयात करण्यात आला होता; पण पोन्टोटॉक काउन्टीचा समावेश तर पूर्व विभागात होत होता. त्याने कायदा-लेखनिकांबरोबर चर्चा केली आणि सर्वानुमते असा निष्कर्ष काढण्यात आला की, डेनिस पश्चिमी जिल्ह्यांच्या अधिकारकक्षेत येत नाही. त्याने नव्याने आपला अर्ज लिहिला आणि योग्य न्यायालयात दाखल केला. अगदीच नाममात्र संधी दिसत असली तरी त्याच्यामुळे तो उल्हसित झाला. त्याला आणखी एका लढ्याची संधी मिळाली होती.

जानेवारी, १९९९ मध्ये तो बॅरी श्चेकबरोबर फोनवर बोलला. श्चेक एकाच वेळी बऱ्याच आघाड्यांवर लढत होता. चुकीने दोषी ठरवल्या गेलेल्या प्रकरणांचा 'इनोसन्स प्रोजेक्ट'मध्ये पूर आला होता. सगळा पुरावा सरकारच्याच ताब्यात असल्याबद्दल डेनिसने काळजी व्यक्त केली. बॅरीने त्याला समजावलं की, नेहमी अशीच परिस्थिती असते, डेनिसने शांत राहावं; नमुन्यांचं काहीही होणार नाही. पुराव्यामध्ये अनधिकृतरीत्या फेरफार होऊ नयेत म्हणून त्यांचं कसं संरक्षण करायचं हे बॅरीला चांगलं माहिती होतं.

डेनिसच्या प्रकरणाकडे श्चेकचं लक्ष वेधलं जाण्याचं कारण अगदी सोपं होतं, बळी पडलेल्या व्यक्तीबरोबर सर्वांत शेवटी पाहिल्या गेलेल्या माणसाची पोलिसांनी

तपासणीच केली नव्हती. त्याच्या दृष्टीने त्या खटल्यातला हाच भलामोठा लाल बावटा होता आणि श्चेकला खटला जिंकण्यासाठी तेवढा मुद्दा पुरेसा होता.

२६ आणि २७ जानेवारी १९९९ रोजी नॉर्थ कॅरोलिनामधल्या रॉले गावाजवळ असलेल्या 'लॅबोरेटरी कार्पोरेशन ऑफ अमेरिका' (लॅब कॉर्प) नावाच्या एका कंपनीमध्ये, गुन्ह्याच्या घटनास्थळी मिळालेले वीर्याचे नमुने, फाटलेली चड्डी, चादरी, योनिमार्गातले कापसाच्या बोळ्यावर घेतलेले नमुने – यांची पडताळणी, रॉन विल्यमसन आणि डेनिस फ्रिट्झ यांच्या DNA रूपरेषेबरोबर केली गेली. रॉन आणि डेनिसच्या वकिलांनी, चाचणीच्या कामावर लक्ष ठेवण्यासाठी कॅलिफोर्नियाचे ब्रायन व्रॅक्साल या DNA तज्ज्ञाची नेमणूक केली होती.

मार्क बॅरेट आणि इतर बरेचजण ज्या बातमीची वाट बघत होते, ती बातमी न्यायाधीश लॅन्ड्रिथ यांनी दोन दिवसांनंतर सर्वांना सांगितली. DNA चाचणीच्या निष्कर्षांचं विश्लेषण करण्यात येऊन, त्या निष्कर्षाला 'लॅब कॉर्प'मध्ये दुजोरा देण्यात आला होता. गुन्ह्याच्या जागी मिळालेल्या वीर्याच्या विश्लेषणानंतर रॉन आणि डेनिस या दोघांनाही संशयितांतून वगळण्यात आलं होतं.

ॲनेट नेहमीप्रमाणेच मार्क बॅरेटच्या संपर्कात होती आणि कुठेतरी चाचणी चालू आहे, हे तिला समजलं होतं. फोन वाजला, तेव्हा ती घरातच होती. मार्क बोलत होता – "ॲनेट, रॉन निर्दोष आहे." ॲनेटला पायातील शक्ती गेल्यासारखं वाटलं, तिला जवळपास चक्करच आली. "मार्क, तुला खात्री आहे का?"

"रॉन निर्दोष आहे," तो पुन्हा म्हणाला. "आम्हाला आत्ताच प्रयोगशाळेचे निष्कर्ष मिळालेत."

डोळ्यांतून पाण्याच्या धारा सुरू झाल्यामुळे ती पुढे बोलू शकत नव्हती. तिने त्याला नंतर फोन करण्याचं वचन दिलं. ती खाली बसली. बराच वेळ ती रडत, प्रार्थना करत होती. तिच्या ख्रिश्चन धर्मश्रद्धेने तिला रॉनच्या अग्निदिव्याच्या दुःस्वप्नातून तारून नेलं होतं आणि आता देवाने तिची प्रार्थना ऐकली होती. ती धार्मिक श्लोक गुणगुणत राहिली, पुन्हा थोडा वेळ रडली; नंतर तिने आपल्या कुटुंबीयांना आणि मित्रमंडळींना फोन करायला सुरुवात केली. रेनीची प्रतिक्रियासुद्धा ॲनेटसारखीच होती.

दुसऱ्या दिवशी चार तास कार चालवत ते विनिटाला गेले. मार्क बॅरेट आणि सारा बॉनेल त्यांची वाटच बघत होते. ती आनंद साजरा करायची वेळ होती. रॉनला भेटण्यासाठीच्या खोलीत आणण्यात येत असतानाच, डॉ. कर्टिस ग्रंडी तिथून जाताना दिसल्यामुळे त्यांनाही आत बोलावून ही आनंदाची बातमी सांगण्यात आली. रॉन त्यांचा रुग्ण होता आणि त्यांच्यात चांगले संबंध निर्माण झाले होते. अठरा महिने

विनिटामध्ये काढल्यानंतर रॉनची प्रकृती आता स्थिर होती, त्याच्यात सुधारणा होत होती आणि त्याचं वजनही वाढू लागलं होतं.

"आमच्याकडे एक जबरदस्त बातमी आहे," मार्क आपल्या अशिलाकडे बघत म्हणाला. "प्रयोगशाळेतून निष्कर्ष आले आहेत. DNA चाचणीने सिद्ध केलंय की, तू आणि डेनिस निर्दोष आहात."

रॉन भावनावेगाने आपल्या बहिणींकडे गेला आणि एकमेकांना कवटाळून ते रडू लागले. लहानपणी शिकलेली, बायबलच्या एका भागातील प्रसिद्ध प्रार्थना 'आय विल फ्लाय अवे' त्यांनी सहज, नैसर्गिक प्रेरणेने एकत्रितपणे गायला सुरुवात केली.

*

मार्क बॅरेटने 'ताबडतोब रॉनवरचे सर्व आरोप फेटाळण्यात यावेत आणि त्याला मुक्त करावे' असा अर्ज दाखल केला. न्यायाधीश लॅन्ड्रिथ हे प्रकरण सोडवण्यासाठी उत्सुक होतेच. बिल पीटरसनने आक्षेप घेतला आणि केसांच्या आणखी काही चाचण्या करण्याबद्दल आग्रह धरला. पुढची सुनावणी फेब्रुवारीत ठेवण्यात आली.

बिल पीटरसनने अर्जाला आक्षेप घेतला होता; पण त्याला ते शांतपणे करण्याची इच्छा नव्हती. सुनावणीच्या आधी 'अडा ईव्हनिंग न्यूज'मध्ये त्याचं विधान छापून आलं – '१९८२मध्ये केसांच्या नमुन्यांची DNA चाचणी उपलब्ध नव्हती; पण आता मात्र त्या चाचणीच्या शक्यतेमुळे ते दोघेही कार्टर खून खटल्यात दोषी आहेत, हे नक्कीच सिद्ध होईल.'

त्याचं विधान वाचून मार्क बॅरेट आणि बॅरी श्चेक हादरले. इतक्या उशिरा, उद्दामपणे आणि जाहीररीत्या पीटरसन असं बोलतो आहे; याचा अर्थ असा तर नाही ना की, आपल्याला कल्पनाही नसलेलं काहीतरी त्याला माहिती आहे? गुन्ह्याच्या ठिकाणावरून गोळा केलेल्या केसांच्या नमुन्यांपर्यंत तो पोहोचू शकतो का? नमुन्यांची अदलाबदली तो करू शकतो का?

दोन फेब्रुवारीला न्यायालयात एकही खुर्ची रिकामी नव्हती. 'अडा ईव्हनिंग न्यूज'च्या ॲन केलीला या खटल्याने भुरळ घातली होती आणि त्याचं विस्तृत वार्तांकन ती करत होती. तिने दिलेल्या, पहिल्या पानावर येणाऱ्या बातम्या आवडीने वाचल्या जायच्या. न्यायाधीश लॅन्ड्रिथ आपल्या आसनावर स्थानापन्न होईपर्यंत तो कक्ष पोलीस, न्यायालयीन कर्मचारी, कुटुंबीय आणि स्थानिक वकिलांनी पूर्णपणे भरून गेला होता.

बार्नी उपस्थित होता. जरी त्याला काही दिसत नसलं, तरी तो इतरांपेक्षा जास्त ऐकत होता. तो कोडगा होता आणि न्यायाधीश सिये यांचं १९९५ मधलं मत त्याने स्वीकारलं होतं. जरी त्याला ते मान्य नसलं, तरी तो ते बदलू शकत नव्हता.

आपल्या अशिलाला पोलीस आणि सरकारी वकिलांनी अडकवलंय याची त्याला खात्री होती आणि त्या खटल्याचा प्रसिद्धीच्या झोतात उलगडा होताना पाहण्याचा आनंद लुटण्याची त्याची इच्छा होती.

पंचेचाळीस मिनिटं वकिलांचा युक्तिवाद चालला. अंतिम निर्णय घेण्यापूर्वी केसांच्या चाचणीचं काम पूर्ण करून घेण्यात यावं, असं न्यायाधीश लॅन्ड्रिथ यांनी सांगितलं. ते काम लवकर संपवण्याच्या त्यांनी वकिलांना सूचना केल्या.

भर न्यायालयात आणि अधिकृतपणे बिल पीटरसनने असं वचन दिलं की, घटनास्थळी सापडलेल्या केसांच्या DNA चाचणीच्या निष्कर्षामुळे जर विल्यमसन आणि फ्रिट्झ यांना संशयितांमधून वगळण्यात आलं, तर खटला मागे घेतला जाईल. अशा मान्यतेचं श्रेय त्याला द्यावंच लागेल.

दहा फेब्रुवारी, १९९९ रोजी मार्क बॅरेट आणि सारा बॉनेल 'लेक्सिंग्टन करेक्शनल सेंटर'मध्ये जाऊन ग्लेन गोअरला भेटले. वरकरणी ती नित्यनेमातील एक सर्वसाधारण मुलाखत होती. रॉनच्या पुनर्खटल्याची तारीख जरी अजून निश्चित झाली नसली, तरी त्यांनी आपल्याकडून तयारी चालू केली होती.

त्यांची भेट अपेक्षितच असल्याचं सांगत गोअरने त्यांना आश्चर्याचा धक्का दिला. तो नियमित वर्तमानपत्र वाचत होता आणि घडणाऱ्या घटनांची माहिती बाळगून होता. न्यायाधीश सिये यांचं १९९५ मधलं मत त्याने वाचलं होतं आणि भविष्यात कधीतरी नव्याने खटला चालू होणार याचा त्याला अंदाज होता. थोडा वेळ त्या शक्यतेबद्दल बोलल्यानंतर त्यांची चर्चा बिल पीटरसनकडे वळली. त्याच्यामुळे चाळीस वर्षांचा तुरुंगवास घडल्याने गोअरला त्याच्याबद्दल तिरस्कार होता.

त्याने विल्यमसन आणि फ्रिट्झ यांच्या विरोधात साक्ष का दिली, असं मार्क बॅरेटने गोअरला विचारलं.

"ते पीटरसनमुळे!" गोअरने उत्तर दिलं. "मी जर विल्यमसन आणि फ्रिट्झला अडकवायला मदत केली नाही, तर मलाही कशाततरी गुंतवायची धमकी पीटरसनने दिली होती."

"यासाठी तू पॉलिग्राफ चाचणी द्यायला तयार आहेस का?" मार्कने विचारलं.

गोअर म्हणाला की, त्याला पॉलिग्राफ चाचणी द्यायला काहीच अडचण नाही. त्याच्या म्हणण्याप्रमाणे, त्याने पोलिसांनाही तशी तयारी दर्शवली होती; पण त्या बाबतीत नंतर काहीच घडलं नाही.

'DNA चाचणीसाठी तू आपल्या थुंकीचा नमुना देशील का?' असं त्याला दोघांनी विचारल्यावर, 'त्याची काहीच गरज नाही' असं उत्तर त्याने दिलं. सरकारकडे त्याचा DNA अहवाल आधीपासूनच आहे. सर्वच कैद्यांना आपले नमुने द्यावे

लागतात. DNAबाबत त्यांची चर्चा चालू असताना, फ्रिट्झ आणि विल्यमसन यांची चाचणी घेण्यात आल्याचं बॅरेटने त्याला सांगितलं, गोअरला ते आधीपासूनच माहिती होतं.

"तुझा DNA अंश तिच्यावर सापडू शकेल का?" बॅरेटने विचारलं.

गोअर म्हणाला की, तशी शक्यता आहे, कारण त्या रात्री त्याने पाच वेळा तरी तिच्याबरोबर डान्स केला होता.

"ते एकत्र डान्स केल्यामुळे होत नाही," बॅरेट म्हणाला आणि त्याने DNA ठसे मागे राहण्याची कारणं समजावून सांगितली. "रक्त, थुंकी, केस, घाम, वीर्य यांचा DNA जुळतो." बॅरेटने सांगितलं.

गोअरच्या हावभावांत नाट्यमयरीत्या बदल झाला; या माहितीमुळे तो अस्वस्थ झाल्यासारखा दिसू लागला. त्यांना थोडा वेळ थांबायला सांगून तो आपल्या कायदेशीर सल्लागाराला शोधायला गेला. तो बाहेर गेलेला असताना सारा बॉनेलने तिथल्या पहारेकऱ्याकडून कान साफ करण्यासाठी वापरण्यात येणारी एक क्यू-टीप (दोन्ही बाजूला कापूस असणारी बड) मागून घेतली. तुरुंगाचा वकील रुबेन याला घेऊन गोअर परत आला.

"ग्लेन, तू याच्यावर तुझ्या थुंकीचा नमुना देशील का?" सारा बॉनेलने क्यू-टीप पुढे करत विचारलं. गोअरने ती हिसकावून घेतली, त्याचे दोन तुकडे केले; आपले दोन्ही कान साफ केले आणि ते दोन्ही तुकडे आपल्या शर्टाच्या खिशात टाकले.

"तू तिच्याबरोबर संभोग केला होतास का?" मार्कने विचारलं.

गोअरने काहीच उत्तर दिलं नाही.

"तुला असं म्हणायचं आहे का की, तू तिच्याबरोबर कधीच संभोग केला नाहीस?" मार्कने पुन्हा विचारलं.

"मला तसं म्हणायचं नाही."

"जर तू केला असशील, तर वीर्याचा नमुना तुझ्या नमुन्याबरोबर नक्की जुळेल."

"मी ते केलं नाही," गोअर म्हणाला. "मी तुम्हाला मदत करू शकत नाही."

गोअर आणि रुबेन उभे राहिले; ती मुलाखत संपल्याची खूण होती. "आपण पुन्हा भेटू शकतो का?" जाता जाता मार्क बॅरेटने गोअरला विचारलं.

"नक्कीच!" गोअरने उत्तर दिलं. "पण मी जिथे कामाला जातो, तिथे आपण भेटलो तर ते जास्त बरं होईल."

कामाच्या ठिकाणी? तो चाळीस वर्षांचा तुरुंगवास भोगतोय अशीच मार्कची कल्पना होती.

गोअरने त्यांना समजावून सांगितलं की, तो दिवसा पुर्सेल इथे काम करतो. पुर्सेल हे सारा बॉनेलचं मूळ गाव. तो तिथल्या 'पब्लिक वर्क्स डिपार्टमेंट'मध्ये काम करत होता. तिथे भेटलात तर आपण जास्त वेळ बोलू शकू, असं त्याचं म्हणणं होतं.

तो बाहेर नोकरी करतो हे ऐकून दोघांनाही धक्का बसला होता, तरी त्याला भेटायचं त्यांनी कबूल केलं.

OSBI मध्ये आता मेरी लॉन्ग DNA विभागाची प्रमुख होती. मार्कने दुपारी तिला फोन करून, तुरुंगाच्या DNA डेटा बँकेतून गोअरचा DNA शोधून काढून, तो गुन्ह्याच्या जागी सापडलेल्या वीर्याबरोबर पडताळून पाहण्यास सुचवलं. तिनेही ते मान्य केलं.

डेनिस फ्रिट्झ दुपारची ४.१५ ची कैदी मोजणी होण्याची वाट बघत आपल्या कोठडीत बंदिस्त होता. कोठडीच्या धातूच्या दरवाजाबाहेरून, तुरुंगातल्या समुपदेशकाचा ओळखीचा आवाज त्याला ऐकू आला. त्याने बाहेरून ओरडून सांगितलं, "हाय फ्रिट्झ, तू आता एक मुक्त माणूस आहेस!" नंतर तो DNAबद्दल काहीतरी बोलला.

डेनिस बाहेर येऊ शकला नाही आणि तो समुपदेशकही तिथून निघून गेला. कोठडीतल्या त्याच्या साथीदारानेही ते ऐकलं होतं आणि त्या बोलण्याचा अर्थ काय असेल, यावर त्यांनी रात्रभर चर्चा केली.

न्यू यॉर्कला फोन करायचा तर तिथे आता खूप रात्र असणार. डेनिस रात्रभर तळमळत होता. तो फारच थोडा वेळ झोपू शकला. आपला आनंद, उत्सुकता काबूत ठेवण्याचा अयशस्वी प्रयत्न तो करत होता. दुसऱ्या दिवशी सकाळी लवकर त्याने जेव्हा 'इनोसन्स प्रोजेक्ट'ला फोन लावला, तेव्हा त्या बातमीला दुजोरा मिळाला. गुन्ह्याच्या ठिकाणी मिळालेल्या वीर्याच्या DNA चाचणीच्या निष्कर्षांनंतर डेनिस आणि रॉन दोघांनाही संशयितांमधून वगळण्यात आलं होतं.

डेनिस अत्यानंदाने बेभान झाला. अटक झाल्यावर साधारण बारा वर्षांनी सत्य बाहेर आलं होतं. हा पुरावा निर्विवाद आणि बिनचूक होता. त्यांचं निरपराधित्व सिद्ध झाल्यामुळे त्यांना दोषमुक्त करण्यात येऊन आता त्यांची सुटका होईल, हे त्याने ओळखलं. त्याने आपल्या आईला फोन केला, ती भावनांवर ताबा ठेवू शकली नाही. नंतर त्याने, आता पंचवीस वर्षांची झालेली आपली मुलगी एलिझाबेथ हिला फोन केला. त्यांनी गेल्या बारा वर्षांत एकमेकांना पाहिलं नव्हतं आणि आता आपण भेटू शकू, या आनंदात त्यांनी गप्पा मारल्या.

गुन्ह्याच्या ठिकाणी मिळालेले केस व फ्रिट्झ आणि विल्यमसन यांनी दिलेले नमुने

यांचं संरक्षण व्हावं म्हणून मार्कने एका तज्ज्ञाची नेमणूक केली. त्याने केसांची तपासणी करून, इन्फ्रारेड कॅमेऱ्याच्या साहाय्याने सूक्ष्मदर्शकाखाली त्यांचे फोटो काढले.

खटला रद्द करण्याच्या सुनावणीपासून तीन आठवड्यांच्या आतच 'लॅब कॉर्प'ने आपल्या पहिल्या टप्प्यातल्या चाचण्या पूर्ण करून, कुठल्याही ठोस निर्णयापर्यंत न पोहोचणारे आपले अहवाल सादर केले. मार्क बॅरेट आणि सारा बॉनेल अडाला जाऊन न्यायाधीशांना भेटले. फक्त DNAच पुरवू शकेल अशा उत्तरांची टॉम लॅन्ड्रिथ उत्सुकतेने वाट पाहत होते.

DNA चाचणीच्या क्लिष्टतेमुळे वेगवेगळ्या केसांची चाचणी, वेगवेगळ्या प्रयोगशाळांमध्ये करण्यात येत होती. तसेच सरकारी पक्ष आणि बचाव पक्ष यांच्या परस्पर अविश्वासामुळे वेगवेगळ्या प्रयोगशाळा आवश्यक बनल्या होत्या. शेवटी या चाचणीत एकूण पाच प्रयोगशाळा सामील झाल्या.

न्यायाधीशांच्या बरोबर वकिलांनी याच विषयावर चर्चा केली. लॅन्ड्रिथ यांनी त्यांना हे सर्व लवकरात लवकर आटोपण्याच्या सूचना केल्या.

न्यायाधीशांची भेट झाल्यावर, मार्क आणि सारा जिना उतरून खालीच असलेल्या बिल पीटरसनच्या ऑफिसमध्ये गेले. सुनावणीदरम्यानचा आणि पत्रव्यवहारातला पीटरसनचा वाढता कडवटपणा त्यांना जाणवत होता, म्हणूनच मैत्रीपूर्ण भेटीने संबंधांत थोडा फरक पडावा म्हणून ते मुद्दाम त्याला भेटायला गेले.

त्याऐवजी त्यांना कडवट टीकेचा भडिमारच सहन करावा लागला. जरी त्याच्याकडे नवीन काही पुरावा नसला तरी, पीटरसनला अजूनही खात्री वाटत होती की, डेबी कार्टरवर बलात्कार आणि तिचा खून रॉन विल्यमसन यानेच केला. DNA विसरा, OSBIचे तज्ज्ञही विसरा; विल्यमसन हा मुळातच एक वाईट माणूस होता, ज्याने तलसामध्ये बायकांवर बलात्कार केले होते, जो वेगवेगळ्या बारमध्ये जायचा, गिटार वाजवत रस्त्यातून फिरायचा आणि डेबी कार्टरच्या घराजवळच राहायचा. पीटरसनला खात्रीने वाटत होतं की, त्या रात्री फ्रिट्झचा शेजारी– गॅरी ॲलन याने जोरजोरात हसत आणि शिव्या देत एकमेकांच्या अंगावर पाइपने पाणी उडवताना पाहिलेल्या व्यक्ती दुसऱ्या-तिसऱ्या कोणी नसून रॉन विल्यमसन आणि डेनिस फ्रिट्झ हेच होते. तेच गुन्हेगार असणार. पीटरसन बहुधा मार्क आणि सारा यांच्याऐवजी स्वतःचीच खात्री पटवण्यासाठी हे बोलत होता.

ते दोघेही अचंबित झाले. हा माणूस स्वतःची चूक मान्य करायला तयार नव्हता आणि परिस्थितीच्या सत्यतेचं आकलन करण्याची क्षमताही त्याच्यात दिसत नव्हती.

मार्च महिना डेनिस फ्रिट्झला एका वर्षासारखा वाटला. आनंदाचा जल्लोष संपला

होता; आता एक एक दिवस मोठ्या कष्टाने पार पडत होता. बिल पीटरसन किंवा OSBI मधला कोणीतरी केसांच्या नमुन्यांची अदलाबदल करेल, या भीतीने त्याला ग्रासलं होतं. वीर्याचा मुद्दा निकालात निघाल्यानंतर, उरलेल्या एकमेव पुराव्याच्या आधारे, कसंही करून खटला जिंकण्यासाठी सरकारी पक्ष कुठल्याही थराला जाण्याची शक्यता होती. केसांच्या DNAचाचणीतसुद्धा जर रॉन आणि तो निर्दोष शाबित झाले असते, तर त्यांच्या खोट्या खटल्याचं पितळ उघडं पडलं असतं आणि ते दोघे दोषमुक्त झाले असते. इथे काही लोकांची इभ्रत, प्रतिष्ठा पणाला लागली होती.

त्याच्या नियंत्रणात काहीही नसल्यामुळे येत असलेला तणाव डेनिस सहन करू शकत नव्हता. आपल्याला हृदयविकाराचा झटका येण्याची भीती त्याला वाटू लागली आणि हृदयात धडधड होत असल्याची तक्रार घेऊन तो तुरुंगाच्या दवाखान्यात गेला. त्यांनी दिलेल्या गोळ्यांचा त्याला फारसा उपयोग झाला नाही.

असेच रडतखडत दिवस जात असताना एप्रिल उजाडला.

रॉनचाही उत्साह मावळला होता. आनंदातिरेकातून तो काळजी आणि नैराश्याच्या गर्तेत ढकलला गेला होता; त्याच्या मनात आत्महत्येचे विचार डोकावत होते. बरेचदा तो मार्क बॅरेटला फोन करायचा आणि मार्क त्याला दिलासा द्यायचा. मार्कने प्रत्येक वेळी त्याचा फोन घेतला आणि जेव्हा तो ऑफिसमध्ये नसेल अशा वेळी कोणीतरी आपल्या अशिलाबरोबर बोलेल, अशी व्यवस्थाही त्याने करून ठेवली होती.

अधिकारीवर्ग चाचण्यांच्या निकालात काहीतरी गडबड करेल, अशी भीती डेनिसप्रमाणेच त्यालाही वाटत होती. सरकारच्या तज्ज्ञांमुळेच ते दोघेही तुरुंगात होते आणि ते पुरावे अजूनही त्याच लोकांना सहज उपलब्ध होते. आपल्या लोकांच्या बचावासाठी आणि झालेला अन्याय दडपून टाकण्यासाठी, केसांच्या पुराव्यात फेरफार केला जाण्याची शक्यता नाकारता येत नव्हती. एकदा मुक्त झाल्यावर, सगळ्यांवर खटले भरण्याची इच्छा रॉनने गुप्त ठेवली नव्हती. उच्चपदस्थ माणसं अस्वस्थ झाली असली, तर त्यात काही नवल नव्हतं.

जितक्या वेळा फोन करायची परवानगी होती, तेवढ्या वेळा रॉन फोन करायचा; बहुधा रोज एकदा. त्याला भयगंडाने ग्रासलं होतं आणि आपल्याविरुद्ध रचलेली, वेगवेगळी भयानक कारस्थानं त्याला सुचत होती.

यापूर्वी कधीही न केलेली आणि यानंतरही तो कधी करणार नाही अशी एक गोष्ट मार्क बॅरेटने केली. त्याने रॉनला तुरुंगातून नक्की बाहेर काढण्याची हमी दिली. जर DNA चाचणीत त्यांचा पराभव झाला असता, तर नव्याने खटला उभा राहिला

असता आणि त्यात रॉनला निर्दोष शाबित करण्याचं वचन त्याने दिलं.

इतक्या अनुभवी वकिलाचे असे दिलासादायक शब्द ऐकल्यावर रॉनचे काही दिवस शांततेत गेले.

११ एप्रिल, रविवारच्या वृत्तपत्रात मथळा होता – 'केसांचे नमुने जुळत नाहीत'. ॲन केलीने दिलेल्या बातमीप्रमाणे, 'गुन्ह्याच्या ठिकाणी सापडलेल्या सतरा केसांपैकी चौदा केसांची चाचणी 'लॅब कॉर्प'मध्ये करण्यात आली आणि ते फ्रिट्झ आणि विल्यमसन यांच्या DNA बरोबर दुरान्वयानेही सुसंगत आढळले नाहीत.'

बिल पीटरसन म्हणाला, "या क्षणी तरी, हे केस कोणाचे आहेत याची आम्हाला कल्पना नाही. आम्ही ते फ्रिट्झ आणि विल्यमसन यांच्याशिवाय इतर कोणाहीबरोबर पडताळून पाहिले नव्हते. आम्ही जेव्हा ही DNA प्रक्रिया चालू केली, तेव्हा हेच दोघे गुन्हेगार असल्याबद्दल काही संदेह नव्हता. या दोघांच्या विरोधात ठोस निष्कर्ष हवा म्हणून, मी तो पुरावा पाठवण्याची व्यवस्था केली. वीर्याच्या नमुन्याच्या चाचणीचे निष्कर्ष हा माझ्यासाठी आश्चर्याचा फार मोठा धक्का होता."

बुधवार, १४ एप्रिल रोजी लॅबकडून अंतिम अहवाल येणं अपेक्षित होतं. न्यायाधीश लॅन्ड्रिथ यांनी सुनावणीची तारीख १५ एप्रिल ठरवली. फ्रिट्झ आणि विल्यमसन हे दोघेही त्या दिवशी न्यायालयात हजर असणार होते आणि त्याच दिवशी त्यांना मुक्त करण्यात येईल अशीच सर्वांची अटकळ होती.

बॅरी श्चेक हाही त्या दिवशी उपस्थित राहणार होता. 'इनोसन्स प्रोजेक्ट'ने एकापाठोपाठ एक बऱ्याच कैद्यांना DNA चाचणीच्या साहाय्याने दोषमुक्त ठरवण्यास मदत केल्यामुळे, श्चेकची कीर्ती सर्वदूर पसरली होती. तो अडामध्ये येणार असल्याची बातमी कळल्याबरोबर, प्रसिद्धी माध्यमांची धावपळ सुरू झाली. मार्क बॅरेट, न्यायाधीश लॅन्ड्रिथ, बिल पीटरसन, इनोसन्स प्रोजेक्ट, कार्टर कुटुंबीय आणि या नाट्यातल्या सर्व सहभागींना राज्यस्तरीय आणि राष्ट्रीय बातमीदारांनी फोन केले. सनसनाटी वातावरण तयार झालं होतं.

रॉन विल्यमसन आणि डेनिस फ्रिट्झ गुरुवारी खरोखरच मुक्त होणार का?

केसांच्या चाचणीचे निकाल डेनिस फ्रिट्झला कळले नव्हते. मंगळवार, १३ एप्रिलला तो कोठडीत असताना अचानक एक पहारेकरी हजर झाला आणि त्याने आज्ञा केली – "चल, तुझं सामान आवर, तुला निघायचंय."

डेनिसला माहिती होतं की, तो अडाला परत चाललाय. आपण सुटकेसाठी

चाललोय ही आशा होतीच. त्याने पटापट सामान आवरलं, काही मित्रांचा निरोप घेतला आणि तो घाईघाईत निघाला. पोन्टोटॉक काउन्टी तुरुंगातला, त्याचा माहीतगार असलेला जॉन ख्रिश्चन हा त्याला अडाला परत घेऊन जायला आला होता.

बारा वर्षे तुरुंगात काढल्यामुळे स्वातंत्र्य आणि एकान्त याचं महत्त्व डेनिसला चांगलंच कळलं होतं. त्याचप्रमाणे तो फुलं, जंगल, मोकळ्या जागा अशा छोट्या छोट्या गोष्टींतूनही आनंद मिळवायला शिकला होता. वसंत ऋतू बहरला होता आणि तो अडाला निघाला होता. खिडकीतून बाहेर दिसणारी शेतं, जमिनी, डोंगर पाहून तो आनंदाने हसत होता.

त्याच्या विचारात सुसूत्रता नव्हती. नव्याने आलेले चाचणीचे निकाल त्याला कळले नव्हते आणि आपल्याला नक्की कशाकरता अडाला परत नेताहेत हेही त्याला माहिती नव्हतं. त्याला एक शक्यता अशी वाटत होती की, आपली सुटका होणार; पण शेवटच्या क्षणी काही अडचण उभी ठाकून, गाडी रुळावरून घसरू शकेल अशीही शक्यता होती. बारा वर्षांपूर्वी, त्याच्या प्राथमिक सुनावणीदरम्यान, जेव्हा न्यायाधीश यांना सरकारजवळ अगदीच तकलादू पुरावा असल्याची जाणीव झाली होती, त्या वेळीच डेनिसची सुटका होणार असं वाटत होतं. नंतर अचानक पोलिसांनी आणि बिल पीटरसन यांनी जेम्स हारजोला आणून उभा केला आणि डेनिसला खटल्याला सामोरं जाऊन तुरुंगवास भोगावा लागला होता.

एलिझाबेथला भेटताना आणि जवळ घेताना किती आनंद होईल, असा विचार त्याच्या मनात येत होता. ओक्लाहोमामधून बाहेर पडण्याकरता तो अगदी अधीर झाला होता.

त्याच्या मनात पुन्हा एकदा भीतीची भावना उत्पन्न झाली. तो स्वातंत्र्याच्या एवढा जवळ आला असला, तरी अजून हातात बेड्या होत्या आणि त्याला तुरुंगाकडेच घेऊन चालले होते.

ॲन केली आणि एक फोटोग्राफर त्याची वाट पाहत होते. तुरुंगात शिरताना तो हसला. बातमीदारांशी बोलायला तो उत्सुक होता. "हा खटला चालवला जायलाच नको होता," तो वर्तमानपत्रासाठी बोलला. "माझ्याविरुद्ध त्यांच्याकडे अगदीच अपुरा पुरावा होता आणि जर त्यांनी सर्व संशयितांची व्यवस्थित तपासणी केली असती, तर असं घडलंच नसतं." त्याने गरिबांसाठी असलेल्या बचाव पद्धतीतल्या समस्या समजावून सांगितल्या. "जेव्हा स्वतःचा बचाव करण्याएवढे पैसे तुमच्याकडे नसतात, तेव्हा तुम्ही न्यायिक व्यवस्थेच्या मेहेरबानीवर असता आणि एकदा तुम्ही त्या कचाट्यात सापडलात की, मग त्यातून बाहेर पडणं जवळपास अशक्य असतं, मग तुम्ही निरपराध असलात तरी!"

स्वातंत्र्याची स्वप्ने बघत, त्याने आपल्या जुन्या कोठडीमध्ये शांततेत रात्र

व्यतीत केली.

दुसऱ्या दिवशी तुरुंगातील शांतता भंग पावली. १४ एप्रिलला विनिटाहून रॉनला आणण्यात आलं. त्याने तुरुंगाचे चट्टेरीपट्टेरी कपडे घातले होते आणि तो कॅमेऱ्यांकडे पाहून हसत होता. दुसऱ्या दिवशी त्यांना सोडण्यात येणार असल्याची बातमी सर्वत्र पसरली होती आणि राष्ट्रीय वृत्तपत्रांचं तिकडे लक्ष वेधलं गेलं होतं.

रॉन आणि डेनिस अकरा वर्षांत भेटले नव्हते. दोघांनीही दुसऱ्याला फक्त एकेकदाच पत्र लिहिलं होतं; पण प्रत्यक्षात भेटल्यावर एकमेकांना मिठी मारून दोघेही आनंदाने हसत राहिले. ते कुठे आहेत आणि काय घडतंय, याचं वास्तव समजून घ्यायच्या प्रयत्नात होते. त्यांचे वकील आल्यावर, त्यांनी वकिलांबरोबर तासभर चर्चा केली. NBCच्या 'डेटलाइन' या कार्यक्रमासाठी प्रत्येक घटनेचं चित्रीकरण चालू होतं. बॅरी श्चेकबरोबर 'न्यू यॉर्क डेली न्यूज'चा जिम ड्वायरसुद्धा आला होता.

न्यायालयासमोर असलेल्या तुरुंगातल्या पूर्वेकडच्या भेटीगाठींसाठी असलेल्या एका खोलीत सगळे दाटीवाटीने बसले होते. मध्येच उठून रॉन जमिनीवर आडवा झाला आणि त्याने हातावर डोकं टेकवून काचेच्या दारातून बाहेर बघायला सुरुवात केली. शेवटी कोणीतरी विचारलं, "हाय रॉन, तुझं काय चाललंय?"

"पीटरसनच्या प्रतीक्षेत आहे." त्याने उत्तर दिलं.

न्यायालयाबाहेरची हिरवळ वार्ताहर आणि कॅमेरामन यांनी भरून गेली होती. एकाने बिल पीटरसनला अडवलं आणि तो मुलाखत द्यायला तयार झाला. रॉनने जेव्हा सरकारी वकिलाला न्यायालयासमोर बघितलं, तेव्हा तो दरवाजाकडे तोंड करून ओरडला, "अरे जाड्या, बदमाशा! आम्ही तुला हरवलं पीटरसन."

डेनिसच्या मुलीने आणि आईने तुरुंगात येऊन त्याला सुखद आश्चर्याचा धक्का दिला. त्याचा आणि एलिझाबेथचा नियमित पत्रव्यवहार चालू असायचा आणि तिने आपले बरेच फोटो त्याला पाठवले होते, तरी तिला पाहून तो आश्चर्यचकित झाला. ती आता पंचवीस वर्षांची एक सुंदर, आकर्षक आणि खूप समजूतदार तरुणी झाली होती. तिला जवळ घेतल्यावर आपल्या अश्रूंवर तो ताबा ठेवू शकला नाही.

त्या दुपारी त्या तुरुंगात अनेकांच्या अश्रूंचे बांध फुटले.

त्यांनी परत खून पाडायला सुरुवात करू नये म्हणून रॉन आणि डेनिसला वेगवेगळ्या कोठड्यांमध्ये ठेवलं होतं.

शेरीफ ग्लेज यांचं स्पष्टीकरण होतं – 'मी त्यांना वेगवेगळ्या कोठड्यांमध्ये ठेवणार आहे. दोषी ठरवण्यात आलेल्या दोन खुन्यांना एका कोठडीत एकत्र ठेवणं मला योग्य वाटत नाही आणि जोपर्यंत न्यायाधीश सांगत नाहीत, तोपर्यंत ते खुनीच

आहेत.'

त्यांच्या कोठड्या शेजारीशेजारी होत्या आणि ते आपसांत बोलू शकत होते. डेनिसच्या कोठडीतल्या साथीदाराकडे छोटा टेलिव्हिजन होता; त्यामुळेच दुसऱ्या दिवशी दोघांची सुटका होणार असल्याची बातमी डेनिसला प्रत्यक्ष ऐकायला मिळाली. डेनिसने लगेचच ती बातमी रॉनला सांगितली.

टेरी हॉलंड पुन्हा तुरुंगात आली, याचं कोणालाच आश्चर्य वाटलं नाही. तिच्या भुरट्या गुन्ह्यांच्या विस्मयकारक कारकिर्दीतला आणखी एक विश्रामकाळ आला होता. ती आणि रॉन एकमेकांशी थोडंफार बोलले; पण त्यात कटुता नव्हती. जशी रात्र वाढायला लागली, तसा रॉन आपल्या जुन्या सवयींवर घसरला. त्याने आपलं स्वातंत्र्य आणि आपल्यावर झालेला अन्याय याबद्दल ओरडायला सुरुवात केली; महिलाकैद्यांबद्दल अश्लील, बीभत्स भाषेत आरडाओरडा आणि देवाबरोबर मोठ्या आवाजात त्याच्या गप्पा सुरू झाल्या.

१५

रॉन विल्यमसन आणि डेनिस फ्रिट्झच्या दोषमुक्तीच्या बातमीमुळे संपूर्ण राष्ट्राचं लक्ष अडाकडे वेधलं गेलं. १५ एप्रिलचा दिवस उजाडताच न्यूज व्हॅन्स, सॅटेलाइट ट्रक्स, फोटोग्राफर्स, व्हिडिओ कॅमेरामन, बातमीदार यांचा न्यायालयाला गराडा पडला होता. तिथे चालू असलेल्या धांदलीच्या उत्सुकतेपोटी आणि जास्त माहिती करून घेण्याच्या आतुरतेने, हळूहळू गावकरीसुद्धा तिकडे गोळा व्हायला लागले. न्यायालयात बसायला जागा मिळवण्यासाठी चाललेली लोकांची धडपड पाहून, न्यायाधीश लॅन्ड्रिथ यांनी वार्ताहरांकरता सोडत पद्धतीने जागा दिल्या आणि बाहेरच्या व्हॅन्सकरता, न्यायालयातलं कामकाज बाहेर कळू शकेल, अशी व्यवस्था केली.

तुरुंगाबाहेर बरेचजण कॅमेरे घेऊन उभे होते आणि दोन्ही आरोपी बाहेर आल्याबरोबर ते घेरले गेले. ॲनेटने घाईघाईत खरेदी केलेले कोट, टाय, शर्ट आणि पँट रॉनने घातले होते आणि त्याच्यासाठी आणलेले बूट त्याला लहान होत असल्यामुळे त्याच्या पायाला टोचत होते. डेनिसच्या आईने त्याच्यासाठी सूट आणला असला तरी, गेले वर्षभर तुरुंगात जे कपडे वापरण्याची परवानगी त्याला मिळाली होती, तेच कपडे घालणं त्याने पसंत केलं होतं. बेड्या घातलेल्या अवस्थेत, बातमीदारांशी हसत, थट्टामस्करी करत न्यायालयापर्यंतचं अंतर ते चालत गेले.

ॲनेट आणि रेनी लवकरच आल्या आणि त्यांनी आपली नेहमीची, बचाव पक्षाच्या टेबलामागची, पहिल्या रांगेतील जागा पकडली. त्या दोघी एकमेकींचा हात धरून प्रार्थना करत होत्या, रडत होत्या आणि मधूनच हसण्याच्या प्रयत्नात होत्या. आनंद साजरा करायला अजून अवकाश होता. त्यांच्याबरोबर त्यांची मुलं, बाकीचे नातेवाईक आणि काही मित्रमंडळीसुद्धा आली होती. वान्डा आणि एलिझाबेथ फ्रिट्झजवळच बसल्या होत्या. त्यांनीही एकमेकींचे हात घट्ट पकडले होते आणि त्या आनंदाने काहीतरी कुजबुजत होत्या. न्यायालय पूर्ण भरलं होतं. रांगांच्या मध्ये मोकळ्या असलेल्या जागेपलीकडच्या भागात कार्टर परिवार बसला होता. गुन्ह्याची

उकल करण्यात आणि त्यांना न्याय मिळवून देण्यात सरकार अपयशी ठरल्यामुळे, त्यांना आणखी एका सुनावणीचा त्रास सहन करावा लागत होता. डेबीच्या खुनाला सतरा वर्षं झाली होती आणि पहिले दोन संशयित आरोपी, ज्यांना दोषी ठरवण्यात आलं होतं, त्यांनाही सोडून द्यावं लागत होतं.

सगळ्या खुर्च्या भरून गेल्यावर, लोकांनी भिंतीच्या कडेला उभं राहायला सुरुवात केली. न्यायाधीश लॅन्ड्रिथ यांनी कॅमेरे आत आणायला परवानगी दिली होती. ज्युरींच्या बसायच्या पिंजऱ्यात घडीच्या खुर्च्या आणून दाटीवाटीने मांडण्यात आल्या आणि न्यायाधीशांनी वार्ताहरांना आणि फोटोग्राफर्सना तिथे बसवलं. पोलीस आणि सुरक्षारक्षक सगळीकडे होते. रॉन आणि डेनिस दोघांनाही धमक्यांचे निनावी फोन आले होते. न्यायालय खचाखच भरलं होतं आणि वातावरण तणावपूर्ण होतं.

डेनिस स्मिथ आणि गॅरी रॉजर्स जरी दुसरीकडे कुठेतरी व्यग्र होते, तरी बाकी बरेच पोलीस उपस्थित होते.

वकिलांचं आगमन झालं. मार्क, सारा आणि बॅरी श्चेक हे बचाव पक्षाच्या वतीने; बिल पीटरसन, नॅन्सी श्यू आणि ख्रिस रॉस हे सरकारच्या वतीन! स्मितहास्य आणि हस्तांदोलनाने त्यांनी एकमेकांना अभिवादन केलं. सरकारनेसुद्धा हा खटला रद्द करून, त्या दोघांना सोडण्याच्या अर्जाला सहमती दर्शवली होती. घडलेल्या चुकीची दुरुस्ती करण्याचे हे संयुक्त प्रयत्न होते. महत्त्वाच्या क्षणी एकत्र येऊन अन्याय निवारणासाठी योग्य पावलं उचलली गेल्याचं हे एक दुर्मिळ उदाहरण होतं. प्रत्येकजण अभिनंदनास पात्र होता आणि इतक्या उत्तम तऱ्हेने कार्यरत असलेल्या या व्यवस्थेचा सर्वांना अभिमान वाटावा, अशीच परिस्थिती होती.

रॉन आणि डेनिसला आत आणण्यात आलं आणि त्यांच्या बेड्या कायमसाठी काढण्यात आल्या. आपल्या कुटुंबीयांपासून काही फूट अंतरावरच, आपापल्या वकिलांच्या मागे ते बसले. रॉन एकटक समोर नजर लावून बसला होता आणि कुठेही बघत नव्हता. डेनिस मात्र गर्दीत लोकांकडे बघत होता; पण त्याला दुर्मुखलेले आणि कठोर चेहरेच दिसत होते. जमलेल्यांतले बरेचजण त्यांच्या सुटकेच्या शक्यतेमुळे आनंदित दिसत नव्हते.

न्यायाधीश लॅन्ड्रिथ स्थानापन्न झाले, सर्वांचं स्वागत केलं आणि लगेचच कामकाजाकडे वळले. त्यांनी पीटरसनला त्यांचा पहिला साक्षीदार बोलवायला सांगितलं. मेरी लॉन्ग - OSBI मधल्या DNA विभागाची सध्याची प्रमुख - साक्षीसाठी आली. सुरुवातीला तिने चाचणीप्रक्रियेचं सर्वसाधारण वर्णन केलं. गुन्ह्याच्या ठिकाणी सापडलेले केस आणि वीर्य यांची संशयितांच्या नमुन्यांबरोबर ज्या वेगवेगळ्या प्रयोगशाळांत तपासणी करण्यात आली, त्या प्रयोगशाळांची माहिती तिने दिली.

रॉन आणि डेनिसला घाम फुटायला लागला. त्यांची कल्पना होती की, सुनावणी काही मिनिटांतच संपेल; न्यायाधीश लॅन्ड्रिथ यांना आरोप फेटाळून लावून त्यांना मुक्त करायला जो काही वेळ लागेल तेवढाच! जसजसा वेळ जाऊ लागला, तसे ते चिंतित व्हायला लागले. 'हे चाललंय तरी काय?' रॉनची कुरकुर आणि चुळबुळ सुरू झाली. जे चाललंय ते योग्यच आहे, असा दिलासा सारा बॉनेल चिठ्ठी खरडून त्याला देत राहिली.

काळजीने डेनिसची अवस्थाही वाईट झाली. ही साक्ष कुठे चाललीय? अजून एखादा आश्चर्याचा धक्का तर नाही ना? न्यायालयाला दिलेली प्रत्येक भेट ही त्याच्यासाठी एक दुःस्वप्न ठरली होती. आत्ताही तिथे बसल्यावर खोटारडे साक्षीदार, निर्दयी चेहऱ्याचे ज्युरी, मृत्युदंडाच्या शिक्षेची मागणी करणारा पीटरसन या थरकाप उडवणाऱ्या आठवणी जाग्या झाल्या. डेनिसने पुन्हा न्यायालयातल्या लोकांच्या चेहऱ्याकडे पाहण्याची चूक केली आणि आपल्याला जास्त पाठीराखे नाहीत, याची त्याला पुन्हा जाणीव झाली.

मेरी लॉन्ग आता महत्त्वाच्या भागाकडे वळली. घटनास्थळी मिळालेल्या सतरा केसांची चाचणी केली गेली. त्यातले तेरा गुप्तांगावरचे आणि चार डोक्यावरचे होते. त्यांतले दहा केस पलंगावर किंवा गादीवर, अंथरूण-पांघरूणांवर सापडले होते. दोन फाटलेल्या चड्डीवर सापडले होते, तसेच बळीच्या तोंडात कोंबलेल्या फडक्यावर तीन आणि तिच्या शवाच्या खाली दोन सापडले होते.

त्यांतले फक्त चार केस DNA रूपरेषेबरोबर पडताळून पाहता आले, त्यांतले दोन डेबीचे होते; रॉन आणि डेनिस यांचा एकही नव्हता. शून्य!

बिछाना, फाटलेली चड्डी आणि मृत यावर मिळालेले वीर्याचे नमुने आधीच तपासले गेले होते आणि त्यातूनही रॉन आणि डेनिसला वगळण्यात आलं होतं, असं तिने साक्षीत पुढे सांगितलं. इथे तिची साक्ष संपली.

१९८८ मध्ये मेल्विन हेट्टने आपल्या साक्षीमध्ये सांगितलं होतं की, त्या सतरा केसांपैकी तेरा डेनिसच्या नमुन्याबरोबर तर चार रॉनच्या नमुन्याबरोबर 'सूक्ष्मदर्शकाखाली सुसंगत' आढळले होते. त्याने तर चक्क 'जुळतात' हा निषिद्ध शब्दप्रयोगही वापरला होता. आपल्या तिसऱ्या आणि अंतिम अहवालात, जो डेनिसचा खटला चालू असताना सादर केला गेला होता, त्यात केसांच्या विश्लेषणानंतर ग्लेन गोअरला त्याने वगळलं होतं. त्याची तज्ज्ञ साक्ष हा एकमेव, प्रत्यक्ष आणि 'विश्वासार्ह' पुरावा सरकार पक्षाकडे होता आणि त्यांना दोषी ठरवण्यात त्याच साक्षीचा मोठा वाटा होता.

DNA चाचणीमध्ये असं उघडकीस आलं की, शरीराखाली सापडलेला एक डोक्याचा केस आणि बिछान्यावर सापडलेला एक गुप्तांगावरचा केस हे ग्लेन गोअरचे आहेत. शवविच्छेदनाच्या वेळी योनिमार्गातून कापसाच्या बोळ्यावर घेण्यात आलेल्या वीर्याची चाचणी करण्यात आली, त्याचंही उगमस्थान ग्लेन गोअर हाच होता.

न्यायाधीश लॅन्ड्रिथ यांना हे आधीच समजलं होतं; पण सुनावणीपर्यंत त्यांनी ते गुपित ठेवलं होतं. त्यांच्या परवानगीने बिल पीटरसनने, ग्लेन गोअरविरुद्ध मिळालेले पुरावे अवाक् झालेल्या न्यायालयासमोर घोषित केले.

पीटरसन म्हणाला, "न्यायाधीश महाशय, गुन्हेगारीच्या न्यायिक व्यवस्थेच्या दृष्टीने ही परीक्षेची वेळ आहे. हा खून १९८२ साली झाला आणि खटला १९८८ साली उभा राहिला. त्या विशिष्ट वेळी आमच्याकडे जो पुरावा होता, तो आम्ही ज्युरींसमोर सादर केला आणि त्यांनी डेनिस फ्रिट्झ आणि रॉन विल्यमसन यांना दोषी ठरवलं. त्या वेळी तो पुरावा माझ्या मते, प्रचंड महत्त्वाचा वाटला होता.

अकरा वर्षांपूर्वीचा प्रचंड महत्त्वाचा पुरावा नक्की होता तरी काय, याबाबत लोकांच्या आठवणी ताज्या करून देण्याऐवजी त्याने आपण विश्वासार्ह समजलेला पुरावा आता DNA चाचणीमुळे कसा चुकीचा ठरला, या विषयावर बडबड चालू केली. आता त्याच्याजवळ असलेल्या पुराव्याच्या आधारे तो या दोन आरोपींवर खटला चालवू शकत नाही; त्यामुळे खटला रद्द करण्याची विनंती मान्य करण्यात यावी, एवढं बोलून तो खाली बसला.

पीटरसनच्या बोलण्यात कधीही सामोपचाराची भाषा, दिलगिरीचा, पश्चात्तापाचा एखादा शब्द किंवा आपण केलेल्या चुकांची कबुली तर नव्हतीच; पण त्याने एकदाही क्षमा मागितली नाही.

रॉन आणि डेनिसला, निदान दिलगिरीचे काही शब्द तरी अपेक्षित होते. त्यांच्या आयुष्यातील बारा वर्षे अधिकाऱ्यांनी केलेली बेकायदेशीर कृत्यं, मानवी चुका आणि अहंमन्यतेने चोरली होती. त्यांना सहन करावा लागलेला अन्याय सहज टाळता येण्यासारखा होता आणि यासाठी दिलगिरीसारख्या अगदी साध्या गोष्टीसाठी तरी सरकार नक्कीच बांधील होतं.

पण वाईट म्हणजे, ते कधीच घडणार नव्हतं आणि त्यामुळेच ती एक कधीही भरून न येणारी जखम ठरणार होती.

न्यायाधीश लॅन्ड्रिथ यांनी या घटनेच्या अन्यायाबाबत थोडंफार भाष्य केलं आणि रॉन आणि डेनिस यांना उभं राहायला सांगितलं. त्यांच्यावरचे सगळे आरोप फेटाळून लावल्याचं न्यायाधीशांनी घोषित केलं. आता दोघे मुक्त आहेत, जाण्यासाठी स्वतंत्र. काही प्रेक्षकांनी टाळ्या वाजवून आणि ओरडून आनंद व्यक्त केला; पण बहुतांश

लोक त्या मनःस्थितीत नव्हते. ॲनेट आणि रेनी आपल्या मुलांना आणि नातेवाइकांना मिठी मारून रडायला लागल्या.

रॉन बेफाम उधळल्यासारखा बचाव पक्षाच्या टेबलाजवळून उठला, ज्युरींच्या पिंजऱ्याच्या जवळून धावत बाजूच्या दरवाजातून बाहेर पडून, जिन्यावरून खाली उतरून मोकळ्या भागात पोहोचला. तिथे थांबून त्याने आधी स्वच्छ, मोकळी आणि थंड ताजी हवा आपल्या फुप्फुसांत भरून घेतली. नंतर त्याने एक सिगारेट शिलगावला; मुक्त जगात तो नंतर ओढणार असलेल्या लाखोंमधली पहिली सिगारेट! आनंदाच्या बेहोशीत, कॅमेऱ्याकडे बघत त्याने हात उंचावून हलवला. तो फोटो दुसऱ्या दिवशी डझनभर वर्तमानपत्रांत छापून आला.

काही मिनिटांनंतर तो न्यायालयात परत आला. तो आणि डेनिस, त्यांचे कुटुंबीय, त्यांचे वकील न्यायालयात एके ठिकाणी गोळा झाले होते. त्यांचे फोटो काढले जात होते. वार्ताहरांकडून विचारल्या जात असलेल्या प्रश्नांना ते उत्तरं देत होते. मार्क बॅरेटने फोन करून ग्रेग विल्होइटलासुद्धा या महत्त्वाच्या दिवशी उपस्थित राहण्यासाठी ओक्लाहोमाहून बोलावून घेतलं होतं. रॉनने जेव्हा ग्रेगला पाहिलं, तेव्हा बरेच दिवसांनी आपला भाऊ भेटावा, तशी त्याने ग्रेगला कडकडून मिठी मारली.

"मि. विल्यमसन, आता कसं वाटतंय?" एका वार्ताहराने विचारलं.

"कशाबद्दल?" रॉनने ताडकन उलट विचारलं आणि नंतर म्हणाला, "हे बूट फार लहान आहेत; त्यामुळे पाय दुखून मी हैराण झालोय." पत्रकार परिषदेची वेळ नंतरची असली, तरी त्या वेळीसुद्धा प्रश्नोत्तरं चालू राहिली.

पेगी स्टीलवेलला तिच्या बहिणींनी आणि मुलींनी आधार देत न्यायालयातून बाहेर आणलं. तिला धक्का बसला होता, त्या कुटुंबाला ग्लेन गोअरच्या बातमीबद्दल आधी सूचना देण्यात आली नव्हती. ते पुन्हा एकदा खुनाच्या घटनेपाशी आले होते, पुन्हा एकदा खटल्याची वाट पाहणे आणि न्यायापासून अजूनही दूरच! ते गोंधळून गेले होते; फ्रिट्झ आणि विल्यमसन हेच दोषी आहेत असा अजूनही कुटुंबातल्या बऱ्याचजणांना विश्वास वाटत होता आणि आता मध्येच हा ग्लेन गोअर कुठून आला, हा प्रश्न त्यांना पडला होता.

प्रत्येक पावलाची नोंद करत आणि ते मनात जपून ठेवत, शेवटी एकदाचं रॉन आणि डेनिसने बाहेर पडायला सुरुवात केली. तो घोळका अगदी सावकाशीने काळजीपूर्वक एकेक पायरी खाली उतरत, मुख्य दरवाजातून बाहेर पडला. बाहेर काही क्षणांसाठी ते उभे राहिले, आता ते स्वतंत्र होते, स्वच्छ सूर्यप्रकाश आणि थंडगार हवा अंगावर घेत थोडा वेळ ते तिथेच थांबले.

आता ते बंधमुक्त होते. स्वतंत्र, दोषमुक्त! तरीसुद्धा कोणीही दिलगिरी व्यक्त केली नव्हती, कसलंही स्पष्टीकरण देण्यात आलं नव्हतं, एक छदामही नुकसानभरपाई

देण्यात आली नव्हती; कुठल्याही प्रकारच्या मदतीचा अंशही मिळाला नव्हता.

जेवणाची वेळ झाली होती. गावाच्या उत्तरेकडे असलेली 'बॉब्ज बार्बेक्यू' ही रॉनची आवडती जागा होती. ॲनेटने फोन करून काही टेबल्स राखून ठेवायला सांगितली. जास्त टेबल्स लागणार होती, कारण रॉनबरोबरचा घोळका मिनिटागणिक वाढत चालला होता.

आता जरी त्याचे थोडेच दात शिल्लक असले आणि तुमच्या चेहऱ्यावर कॅमेरे रोखलेले असताना खाणं अवघड वाटत असलं तरी, रॉनने पुढ्यात आलेले प्लेटभर 'पोर्क रिब्स' फस्त केले आणि त्याला आणखी खायची इच्छा होती. तो कधीही अन्नाचा आस्वाद घेणारा नव्हता, तरी त्या क्षणाचा आस्वाद मात्र त्याने नक्कीच घेतला. तो प्रत्येकाशी नम्रपणे बोलत होता. जे थांबून पाठिंबा देत होते, त्या सर्व अनोळखी लोकांचेही तो आभार मानत होता. ज्यांना त्याला मिठी मारायची होती, त्यांना तो मिठी मारत होता. जे कहाणीच्या शोधात होते, त्या प्रत्येक वार्ताहराशी तो गप्पा मारत होता.

रॉन आणि डेनिस दोघांचंही तोंड जरी बार्बेक्यू पदार्थांनी भरलं होतं, तरी दोघांच्याही चेहऱ्यावरचं हास्य कमी होत नव्हतं.

आदल्या दिवशी 'न्यू यॉर्क डेली न्यूज'चा बातमीदार जिम ड्वायर आणि NBCच्या 'डेटलाइन' या कार्यक्रमाची प्रतिनिधी अलेक्झांड्रा पेलोसी हे दोघे ग्लेन गोअरला भेटून त्याला काही प्रश्न विचारण्यासाठी पुर्सेल इथे गेले होते. अडामध्ये आता वातावरण तापायला लागलंय आणि आपण झपाट्याने संशयित बनतोय हे गोअर ओळखून चुकला होता; पण गंमत म्हणजे तुरुंग कर्मचारी या बाबतीत अनभिज्ञ होते.

गावाबाहेरून आलेले कोणीतरी लोक आपल्याला शोधताहेत, हे कानावर आल्यावर गोअरने अंदाज केला की, ते वकील तरी असावेत किंवा कायद्याच्या रक्षकांपैकी कोणीतरी असावेत, ज्यांना टाळणं हेच उत्तम! दुपारच्या सुमारास तो त्याच्या कामाच्या ठिकाणाहून बाहेर पडला आणि पुर्सेलमधून पसार झाला. काही मैल झाडाझुडपांतून चालल्यावर तो एका हमरस्त्यावर पोहोचला. तिथून मिळेल त्या वाहनातून लिफ्ट मागत तो अडाच्या दिशेने निघाला.

रॉन आणि डेनिसला जेव्हा गोअर पळून गेल्याची बातमी कळली, तेव्हा ते जोरजोरात हसत सुटले. "तो नक्कीच अपराधी असणार,'' ते म्हणाले.

बराच वेळ लांबलेलं जेवण उरकल्यानंतर फ्रिट्झ-विल्यमसन मंडळी अडामधल्या 'विंटरस्मिथ पार्क' इथल्या पत्रकार परिषदेसाठी पोहोचली. एका लांब टेबलाच्या

मागे, कॅमेऱ्यांसमोर रॉन आणि डेनिस आपल्या वकिलांसमवेत बसले होते. चुकीने दोषी ठरवण्यात आलेल्या माणसांना सोडवण्याचं काम करणाऱ्या 'इनोसन्स प्रोजेक्ट'बद्दल श्चेकने माहिती दिली. मुळात हा अन्याय झालाच कसा याबाबत मार्क बॅरेटला प्रश्न विचारण्यात आले. या वाट चुकलेल्या खटल्याचा भला मोठा इतिहासच त्याने सादर केला. पाच वर्षांचा विलंब, पोलिसांचं भोंगळ, संशयास्पद काम, खबऱ्यांचा वापर, निरुपयोगी तंत्रज्ञानाचा वापर. बरेच प्रश्न नुकत्याच दोषमुक्ती मिळालेल्या दोघांना उद्देशून होते. डेनिसने सांगितलं की, त्याने ओक्लाहोमा सोडून परत कन्सास शहरामध्ये राहायला जायचं ठरवलं आहे आणि शक्य होईल तेवढा वेळ एलिझाबेथसोबत घालवण्याची त्याची इच्छा आहे. उरलेल्या आयुष्यात काय करायचं याचा निर्णय तो सावकाश घेणार आहे. अडामधून बाहेर पडणं, याच्या पलीकडे सध्या तरी रॉनची काही योजना नव्हती.

ग्रेग विल्होइट आणि टिम डरहॅम येऊन त्या मंडळींना सामील झाले. टिम हा तलसामधला दोषमुक्ती मिळालेला आणखी एक माणूस होता. न केलेल्या बलात्काराबद्दल टिमने चार वर्षे तुरुंगात काढली होती. 'इनोसन्स प्रोजेक्ट'ने DNA चाचणीच्या साहाय्याने त्याची सुटका घडवून आणली होती.

मस्कोगी इथल्या राष्ट्रीय न्यायालयात जिम पेनी, विकी हिल्डेब्रँड आणि गेल सेवर्ड आपल्याला वाटणारी अतीव समाधानाची भावना आटोक्यात ठेवण्याच्या प्रयत्नांत होते. आनंद साजरा करायला त्यांना वेळही नव्हता. विल्यमसन प्रकरणात त्यांची चार वर्षं खर्च झाली होती आणि इतर प्रकरणांचा ढीग त्यांच्या पुढ्यात पडला होता, तरी काही वेळ काढून त्यांनी त्या क्षणाचा आनंद घेतला. DNAच्या साहाय्याने त्या प्रकरणातलं गूढ दूर करण्यापूर्वीच, त्यांनी आपली बुद्धिमत्ता वापरून आणि घाम गाळून जुन्या पद्धतीनेच सत्य शोधून काढलं होतं आणि तसं करताना त्यांनी एका निरपराध माणसाचं आयुष्य वाचवलं होतं.

न्यायाधीश सियेसुद्धा आत्मप्रौढी मिरवणाऱ्यांतले नव्हते. निरपराधित्व शाबित होणं ही सुखद गोष्ट तर होतीच; पण ते इतर कामांमध्येच फार व्यग्र होते. आपण आपलं कर्तव्य केलं, एवढीच त्यांची भावना होती. बाकी सर्व न्यायाधीशांनी, रॉन विल्यमसनला न्याय दिला नसताना फ्रँक सिये यांनी संपूर्ण व्यवस्था समजून घेऊन त्यातल्या उणिवा जाणून घेतल्या. सत्य शोधून काढणं हे नेहमीच अवघड असतं; पण शोध घेण्याची त्यांची तयारी होती आणि त्यासाठी कुठे बघायचं हे त्यांना माहिती होतं.

मार्क बॅरेटने ॲनेटला पत्रकार परिषदेसाठी एखादी जागा शोधायला सुचवलं होतं

आणि त्या पाठोपाठ रॉन आणि डेनिसचं घरी परत येणं छानशा पद्धतीने साजरं करण्यासाठी, कदाचित एखादा छोटासा समारंभ ठेवावा, असं त्याला वाटत होतं. तिला त्यासाठी एक अगदी योग्य जागा माहिती होती. ती जायची त्या चर्चमधलं दालन! जिथे रॉन लहानाचा मोठा झाला होता, ते चर्च. जिथे ती गेली चाळीस वर्षं पियानो आणि ऑर्गन वाजवत आली होती, ते चर्च!

आदल्या दिवशी तिने परवानगी मागण्यासाठी आणि बाकीचे तपशील ठरवण्यासाठी तिथल्या पाद्रींना फोन केला होता. ते बरेच घुटमळले, आढेवेढे घेतले आणि शेवटी आपल्याला वरिष्ठांचं मत घ्यावं लागेल, असं त्यांनी सांगितलं. ॲनेटला काहीतरी गडबड असल्याचं जाणवलं, म्हणून ती स्वतःच चर्चमध्ये गेली. तिथे पोहोचल्यावर पाद्रींनी तिला सांगितलं की, ते वरिष्ठांशी बोलले. वरिष्ठांचं आणि पाद्रींचं स्वतःचही मत असं आहे की, असल्या कार्यक्रमांसाठी चर्चचा वापर होता कामा नये. ते ऐकून ॲनेटला धक्काच बसला आणि तिने त्यांना अशा निर्णयाचं कारण विचारलं.

कारण हिंसाचार होऊ शकतो, असं स्पष्टीकरण त्यांनी दिलं. रॉन आणि डेनिसच्या विरोधात धमक्या दिल्या जात असल्याच्या बातम्या आधीच त्यांच्या कानापर्यंत पोहोचल्या होत्या आणि त्यांना परिस्थिती नियंत्रणाबाहेर जाण्याची शक्यता वाटत होती. दोघांच्या सुटकेच्या संदर्भात गावभर चर्चा चालू होती आणि बऱ्याचजणांना ती गोष्ट खटकत होती. कार्टर कुटुंबीयांच्या बाजूने काही मजबूत लोक होते; त्यामुळे अशा कार्यक्रमाच्या नादी न लागलेलंच बरं, असं त्यांना वाटत होतं.

''पण याच चर्चमध्ये आपण गेली बारा वर्षे रॉनसाठी प्रार्थना करतोय,'' तिने आठवण करून दिली.

''हो, ते बरोबर आहे आणि आपण ती यापुढेही करत राहू; पण तो दोषी आहे असं समजणारे बरेच लोक आहेत आणि हे फारच वादग्रस्त ठरेल. चर्चची बदनामी होईल; त्यामुळे 'नाही' असंच उत्तर आहे.''

ॲनेट भावुक झाली आणि त्यांच्या ऑफिसमधून धावतच बाहेर पडली. त्यांनी तिची समजूत घालण्याचा प्रयत्न केला; पण ती ऐकण्याच्या मनःस्थितीत नव्हती.

बाहेर पडून तिने रेनीला फोन केला. काही मिनिटांतच बॅरी सिम्मन्स कार घेऊन अडाकडे निघाला, जे त्यांच्या डलासमधल्या घरापासून तीन तासांच्या अंतरावर होतं. तो तडक चर्चमध्ये जाऊन पाद्रींसमोरच उभा राहिला. ते आपल्या मतावर ठाम होते. बराच वेळ त्यांचा वाद झाला; पण त्यातून काहीच निष्पन्न झालं नाही. ते खूपच धोकादायक ठरेल, या आपल्या भूमिकेवर चर्च खंबीर होतं.

''रॉन रविवारी सकाळी इथे येईल,'' बॅरी म्हणाला. ''तुम्ही त्याला स्वीकाराल का?''

''नाही.'' पाद्रींनी उत्तर दिलं.

आनंदोत्सव तसाच पुढे ॲनेटच्या घरात पोहोचून चालू झाला. मित्रमंडळींची ये-जा चालूच राहिली आणि सर्वांना जेवण दिलं गेलं. सगळी आवराआवर झाल्यावर, सर्वजण मुख्य खोलीत जमले. एकाएकी तिथे गॉस्पेलमधल्या जुन्या पद्धतीच्या गाण्याचं एकत्रित गायन चालू झालं. बॅरी श्चेक, जो न्यू यॉर्कमधला एक ज्यू होता, त्याने कधीही न ऐकलेलं संगीत त्याला ऐकायला मिळाल्यावर, त्यानेही गमतीने त्यांच्याबरोबर गाण्याचा प्रयत्न केला. मार्क बॅरेटसुद्धा तिथे होता, त्याच्यासाठी हा एक उल्लेखनीय आणि अभिमानाचा क्षण होता. त्याला तिथून निघण्याची इच्छा होत नव्हती. सारा बॉनेल, जेनेट चेस्ली आणि किम मार्क्स सर्वजणी गाण्यात सहभागी झाल्या होत्या. ग्रेग विल्होइट आणि त्याची बहीण नॅन्सी हजर होते. फ्रिट्झ कुटुंबीय – डेनिस, एलिझाबेथ आणि वान्डा एकत्र बसले होते आणि मौजमजेत सहभागी होत होते.

"त्या रात्री सगळेजण, आनंदोत्सवाच्या मेजवानीसाठी ॲनेटच्या घरीच राहिले," रेनी म्हणाली. "भरपूर अन्नपदार्थ होते, गाण्यांच्या आणि हसण्याच्या आवाजाने घर भरलं होतं. ॲनेट पियानो वाजवत होती, रॉन गिटार वाजवत होता आणि आम्ही बाकीचे सगळे तऱ्हतऱ्हेची गाणी म्हणून त्यांना साथ देत होतो. प्रत्येकजण गाणी म्हणत, टाळ्या वाजवत आनंद लुटत होता. नंतर दहा वाजता टेलिव्हिजनवरच्या बातम्यांची वेळ झाल्यावर सगळे शांत बसले. आम्ही सगळे मुख्य खोलीमध्ये बसलो होतो, या भिंतीपासून त्या भिंतीपर्यंत माणसंच माणसं होती. जी बातमी ऐकण्यासाठी आम्ही इतकी वर्षे आसुसलो होतो, त्याच बातमीची आम्ही वाट बघत होतो. माझा धाकटा भाऊ रोनाल्ड किथ विल्यमसन याची सुटका करण्यात आली; एवढंच नाही, तर तो निरपराध आहे! (ही घोषणा संपूर्ण गावाला ऐकवावी अशी आमची इच्छा होती.) आम्ही सगळे आनंदात असलो आणि चिंतामुक्त झालो असलो तरी, इतकी वर्षं झालेल्या अत्याचारांमुळे आणि क्लेशकारक परिस्थितीतून गेल्यामुळे, रॉनच्या डोळ्यांत आम्हाला दुःखद भाव दिसत होते."

टेलिव्हिजनवर बातमी सांगून झाल्यावर, पुन्हा एकदा सर्वांनी जल्लोष केला. त्यानंतर मार्क बॅरेट, बॅरी श्चेक आणि जमा झालेल्या काहीजणांनी निरोप घेतले. दुसऱ्या दिवशी बरंच काम असणार होतं.

नंतर उशिरा फोन वाजल्यावर ॲनेटने तो उचलला. कोणी अनोळखी माणूस बोलत होता. त्याने सांगितलं की, "कु क्लक्स क्लानचे लोक या भागात आले आहेत आणि ते रॉनला शोधताहेत." त्या दिवशी पसरलेली एक मोठी अफवा अशी होती की, कार्टर परिवारातल्या कोणीतरी 'कु क्लक्स क्लान'ला रॉन आणि डेनिस यांना ठार मारायचं काम दिलंय आणि आता 'के के के' पैशांसाठी खुनाची कामं

करायला लागलेत. ओक्लाहोमाच्या नैर्ऋत्येकडच्या भागात 'के के के'च्या हालचालींचा थोडाफार मागमूस असायचा; पण त्यांच्याविरुद्ध खुनाचा संशय घेतला गेल्याला आता काही तपं लोटली होती. ते शक्यतो गोऱ्या माणसांवर हल्ला करायचे नाहीत; पण सध्याच्या परिस्थितीत हे काम करू शकेल अशी संघटित टोळी फक्त त्यांचीच होती.

तो फोन थरकाप उडवणाराच होता. ॲनेटने कुजबुजत तो संदेश रेनी आणि बॅरी यांच्या कानावर घातला. त्यांनी ठरवलं की, ही बातमी नक्कीच गंभीरपणे घ्यायला हवी; पण रॉनला हे कळू देता कामा नये.

"आमच्या आयुष्यातील सर्वांत आनंदाची रात्र, आमच्यासाठी एक भीतिदायक रात्र ठरली," रेनी म्हणाली. "आम्ही अडा पोलिसांना कळवायचं ठरवलं. त्यांच्याकडून सांगण्यात आलं की, ते कोणालाही पाठवणार नाहीत, तसेच प्रत्यक्षात काही घटना घडल्याशिवाय ते काहीही करू शकणार नाहीत. ते आमचं संरक्षण करू शकतील असं समजण्याएवढे आम्ही भोळसट कसे काय झालो? धास्तावलेल्या मनःस्थितीमुळे आमची धावपळ सुरू झाली, आम्ही पटापट सगळे पडदे लावले. दरवाजे आणि खिडक्यांना आतून कुलपं लावली. सगळेच काळजीत असल्यामुळे, कोणालाच झोप येणार नाही हे स्पष्टच दिसत होतं. त्याची बायको आणि छोटंसं बाळ या धोक्यात सापडल्यामुळे आमचा जावई चिंतित होता. आम्ही सर्वांनी एकत्र जमून प्रार्थना सुरू केली. हे प्रभू, आमची चिंता दूर कर आणि हे देवदूतांनो, आमच्या घराला वेढा देऊन आमचं संरक्षण करा. ती रात्र काही अपाय न होता पार पडली. देवाने पुन्हा एकदा आमची प्रार्थना ऐकली होती. आता मागे वळून पाहताना आमच्या मनात सर्वप्रथम आलेला, अडा पोलिसांना बोलावण्याचा विचार हास्यास्पद वाटतो."

*'अडा ईव्हनिंग न्यूज'*ची बातमीदार ॲन केली, दिवसभरातील वेगवेगळ्या घटनांचा पाठपुरावा करून त्यांचा बातम्यांमध्ये समावेश करण्यात व्यग्र होती. त्या रात्री तिला असिस्टंट डिस्ट्रिक्ट ॲटर्नी ख्रिस रॉस यांचा फोन आला. पोलीस आणि सरकारी वकिलांची सर्वत्र निंदानालस्ती होत असल्यामुळे ते अस्वस्थ असल्याची तक्रार त्यांनी केली.

त्यांच्या मते, त्यांची बाजू कोणीच मांडत नव्हतं.

दुसऱ्या दिवशी सकाळी लवकर, म्हणजे त्यांच्या स्वातंत्र्यानंतरच्या पहिल्या पूर्ण दिवसाच्या सुरुवातीला रॉन आणि डेनिस, त्यांचे वकील मार्क बॅरेट आणि बॅरी श्चेक यांच्याबरोबर स्थानिक 'हॉलिडे इन'ला पोहोचले. तिथे NBC चे कर्मचारी कॅमेरे लावत होते. NBCच्या 'टुडे' या कार्यक्रमात मॅट लेउरने घेतलेल्या त्यांच्या

मुलाखतीचं थेट प्रक्षेपण करण्यात आलं.

हळूहळू त्यांची कहाणी सर्वदूर पसरायला लागली होती आणि बऱ्याच बातमीदारांनी अजून अडा सोडलं नव्हतं. या प्रकरणाशी दुरान्वयाने का होईना; पण संबंध लावता येऊ शकेल अशा व्यक्ती शोधण्याचं त्यांचं काम चालू होतं. मुख्य नाट्याला एखाद्या दुय्यम कथानकाची जोड लाभावी, तसं त्यांना ग्लेन गोअरच्या पलायनामुळे वाटत होतं.

तोच जथा - दोषमुक्त व्यक्ती, त्यांचे कुटुंबीय आणि वकील नॉर्मनमधल्या 'ओक्लाहोमा इंडिजंट डिफेन्स सिस्टम'च्या ऑफिसमध्ये आणखी एका आनंदोत्सवासाठी गेले. तिथे रॉन थोडं बोलला आणि आपल्याला वाचवण्यासाठी आणि अंतिमतः सुटका होण्यासाठी ज्यांनी कष्ट घेतले, त्या सर्वांचे त्याने आभार मानले. त्यानंतर ते ओक्लाहोमा शहरात 'इनसाइड एडिशन' आणि नंतर 'बर्डन ऑफ प्रूफ' या कार्यक्रमांच्या छायाचित्रणासाठी पोहोचले.

श्चेक आणि बॅरेट या वकिलांची, गव्हर्नर आणि विधिमंडळाच्या वरिष्ठ सदस्यांची भेट घेऊन डीएनए चाचणीसाठीचा आणि त्याचबरोबर चुकीने शिक्षा झालेल्यांना भरपाई मिळवून देण्यासाठीचा कायदा व्हावा अशी मागणी करण्याची इच्छा होती. लोकांना अभिवादन करण्यासाठी आणि आडमुठ्यांना वठणीवर आणण्यासाठी, राज्याच्या राजधानीत त्यांनी एक पत्रकार परिषद आयोजित केली होती. वेळ तर त्यांनी उत्तम साधली होती, कारण सध्या राष्ट्रीय प्रसिद्धीमाध्यमे त्यांच्या मागे फिरत होती. गव्हर्नर स्वतः कामात खूप व्यग्र असल्यामुळे, आपला एक वरिष्ठ मदतनीस त्यांनी भेटीला पाठवला; थोडासा सृजनशील आणि कल्पक स्वभावाचा. त्याला कल्पना सुचली की, रॉन आणि डेनिसला 'ओक्लाहोमा कोर्ट ऑफ क्रिमिनल अपील्स'च्या सदस्यांना भेटवावं. या भेटीतून काय निष्पन्न होऊ शकेल हे अस्पष्ट होतं. मात्र, त्या सदस्यांच्या असंतोषाला तोंड द्यावं लागण्याची शक्यताच जास्त होती. शुक्रवारची दुपार असल्यामुळे सर्वच न्यायाधीश कामात होते. फक्त एकीनेच आपल्या कक्षाबाहेर येऊन या मंडळींशी बोलण्याचं धाडस दाखवलं आणि ती निरुपद्रवी ठरली. फ्रिट्झ आणि विल्यमसनवरच्या दोषारोपांना जेव्हा दुजोरा देण्यात आला होता, तेव्हा न्यायदानात तिचा सहभाग नव्हता.

बॅरी श्चेक न्यू यॉर्कला परत गेला. मार्कचं घर नॉर्मनमध्येच असल्यामुळे तो तिथेच राहिला आणि सारा आपल्या गावी - पुर्सेलला परत गेली. धांदल, धावपळ थांबून थोडी उसंत मिळाली. सर्वांनाच विश्रांतीची गरज होती. डेनिस आणि त्याची आई, ओक्लाहोमा शहरातील एलिझाबेथच्या घरी राहिले.

अडाला परत येताना ॲनेट कार चालवत होती आणि रॉन तिच्या शेजारी बसला होता. त्याला अगदी वेगळंच वाटत होतं. हातांत बेड्या नाहीत, अंगावर तुरुंगाचे

चट्टेरीपट्टेरी कपडे नाहीत; त्याच्यावर लक्ष ठेवायला हत्यारी रक्षकही नाहीत. तो ओक्लाहोमाच्या आग्नेयेकडचा विभाग होता. रॉन तिथल्या वातावरणाचा आनंद लुटत होता. डोंगराळ प्रदेश, शेतं, अध्येमध्ये पसरलेल्या तेलविहिरी आणि निसर्गरम्य भू-प्रदेश. तरीसुद्धा, कधी एकदा हे सोडून कुठेतरी लांब निघून जातोय असंच त्याला झालं होतं.

''तो आमच्या आयुष्यातून इतकी वर्षे दूर होता की, त्याची जवळपास नव्याने सवय करून घेण्याची गरज असल्यासारखं आम्हाला वाटत होतं,'' रेनी म्हणाली. ''त्याच्या सुटकेनंतरचा दिवस आम्ही त्याच्याबरोबर खूप आनंदात घालवला. मी त्याला सांगितलं की, मृत्युकोठडीतल्या त्याच्या आयुष्याबद्दल जाणून घेण्याची आम्हाला खूप उत्सुकता आहे आणि आमच्याजवळ त्याच्यासाठी भरपूर प्रश्न आहेत, तर आमचा त्रास थोडा सहन कर. काही तास त्याने आनंदाने आणि मनमोकळेपणाने आमच्या प्रश्नांची उत्तरं दिली. एकदा मी त्याला विचारलं की, 'तुझ्या हातावर या एवढ्या जखमांच्या खुणा कसल्या आहेत?' तो म्हणाला, 'मला कधीकधी इतकं नैराश्य यायचं की, मी बसायचो आणि स्वतःला कापून घ्यायचो.' आम्ही त्याला विचारलं की, त्याची कोठडी कशी होती? अन्न खाण्यासारखं असायचं का? वगैरे! पण असे बरेच प्रश्न झाल्यावर, त्याने आमच्याकडे बघितलं आणि म्हणाला, 'मला त्या विषयावर जास्त बोलण्याची इच्छा नाही, आपण दुसऱ्या कशावर तरी बोलू या.' मग आम्ही त्याच्या इच्छेप्रमाणे वागायचं ठरवलं. ॲनेटच्या घराबाहेर असलेल्या कट्ट्यावर तो गाणी म्हणत, गिटार वाजवत बसायचा. कधीकधी त्याचा आवाज आतपर्यंत यायचा. त्याने काय काय भोगलंय याचा विचार करायला लागल्यावर येणारे अश्रू, त्याची गाणी ऐकत मी मोठ्या मुश्किलीने आवरायचे. कधीकधी तो रेफ्रिजरेटरजवळ जाऊन, दार उघडून काय खावं असा विचार करत नुसताच आत बघत उभा राहायचा. एवढे विविध प्रकारचे खाद्यपदार्थ आणि त्यातले कुठलेही किंवा सगळेच तो खाऊ शकतो, यावर त्याचा विश्वासच बसायचा नाही. स्वयंपाकघराच्या खिडकीत उभा राहून आमच्या वापरातल्या सुंदर कार्स तो आश्चर्याने बघत राहायचा, त्यांतल्या काही त्याने याआधी पाहिलेल्याही नव्हत्या. एकदा कारमधून जाताना तो म्हणाला की, लोकांना चालताना, पळताना, आपलं रोजचं जीवन जगताना बघायला किती वेगळंच वाटतं.''

चर्चमध्ये जायला रॉन खूप उत्सुक होता. ॲनेटने पाद्रींबरोबर घडलेला किस्सा त्याला सांगितला नव्हता आणि कधी सांगणारही नव्हती. मार्क बॅरेट आणि सारा बॉनेल यांनाही आमंत्रण दिलं गेलं. तिथे जाताना रॉनला ते दोघे बरोबर हवे होते. संपूर्ण विल्यमसन काफिला रविवार सकाळच्या प्रार्थनेसाठी घाईघाईने आला आणि

त्यांनी धावपळ करत पहिल्या रांगेतल्या जागा पकडल्या. नेहमीप्रमाणे ॲनेट ऑर्गन वाजवायला बसली होती आणि एक चैतन्यपूर्ण प्रार्थना सुरू झाल्याबरोबर रॉन ताडकन उठून उभा राहिला आणि हसत, टाळ्या वाजवत त्यानेही गायला सुरुवात केली. रॉन पूर्णपणे त्यात समरस झाला होता.

नंतर निवेदन करताना, रॉन परत आल्याचा पाद्रींनी उल्लेखही केला नाही; पण प्रार्थनेच्या वेळी ते म्हणाले की, "देव सर्वांवरच प्रेम करतो, अगदी रॉनवरसुद्धा!"

ॲनेट आणि रेनी संतापाने खदखदत होत्या.

पेन्टेकोस्टल चर्चची धार्मिक प्रार्थना हे लाजऱ्याबुजऱ्या माणसांचं काम नाही. संगीताची तीव्रता वाढल्यावर आणि गानवृंदाने वातावरण दणाणून सोडल्यावर, जमा झालेल्या समाजाचाही आवाज वाढला. चर्चचे काही सदस्य वाट काढत रॉनपर्यंत पोहोचले, त्याला मिठी मारली आणि त्याचं स्वागत केलं; पण त्यात फारच थोडे सदस्य सामील झाले होते. बाकीचे सगळे चांगले ख्रिश्चन आपल्यामध्ये उभ्या असलेल्या एका खुन्याकडे रागारागाने बघत होते.

ॲनेट त्या रविवारी जी चर्चमधून बाहेर पडली, ती पुन्हा कधीही तिथे न जाण्यासाठीच!

अडामधल्या वर्तमानपत्राच्या रविवारच्या आवृत्तीत, पहिल्याच पानावर, पुढील मथळ्याखाली एक वृत्तान्त छापून आला – 'सरकारी वकिलांनी एका गाजलेल्या खटल्यातल्या त्यांच्या कामाचं केलेलं समर्थन.' त्याच्या बाजूलाच बिल पीटरसनचा संपूर्ण वकिलाच्या पोषाखातला, न्यायालयात खटल्याचं कामकाज पाहत असतानाचा फोटो छापला होता.

दोघांना दोषमुक्त केलं गेल्यामुळे, आपल्यावर होत असलेल्या टीकेमुळे साहजिकच तो उद्विग्न झाला होता आणि आपला उद्वेग अडावासीयांसमोर व्यक्त करण्याची त्याला गरज वाटत होती. त्याच्या मते, रॉन आणि डेनिस या दोघांना निर्दोष शाबित करण्यात असलेल्या त्याच्या वाट्याकडे लोक दुर्लक्ष करत होते. ॲन केली हिने लिहिलेली लांबलचक गोष्ट म्हणजे, खटल्यात वाईट पद्धतीने हार झाल्यानंतर एका सरकारी वकिलाने केलेला लज्जास्पद थयथयाट, एवढंच त्याचं स्वरूप राहिलं होतं. खरंतर त्याने बातमीदारांना टाळणंच योग्य ठरलं असतं.

सुरुवात अशी होती :

'पोन्टोटॉक काउन्टीचे डिस्ट्रिक्ट ॲटर्नी बिल पीटरसन यांचा असा दावा आहे की, डेनिस फ्रिट्झ आणि रॉन विल्यमसन यांचे बचावाचे वकील, ज्या DNA चाचण्यांमुळे त्यांचे अशील तुरुंगातून सुटले, त्याचं श्रेय स्वतःकडे घेत आहेत, ते चुकीचं आहे.'

ॲन केली त्याला स्वतःला लटकवायला जितका धागादोरा आवश्यक आहे, तेवढा पुरवत राहिली आणि कार्टर खटल्यातल्या DNA चाचणीच्या इतिहासाबद्दल पीटरसन तपशीलवार सांगत राहिला. शक्य असेल त्या प्रत्येक संधीमध्ये, मार्क बॅरेट आणि बॅरी श्चेक यांच्याबद्दल अवमानकारक शेरे मारले आणि स्वतःची पाठ थोपटायची एकही संधी दवडली नाही. DNA चाचणी ही फक्त त्याचीच कल्पना होती, असं त्याचं म्हणणं होतं.

जे स्पष्ट दिसत होतं, ते मात्र त्याने व्यवस्थित टाळलं. त्याने एकदाही हे कबूल केलं नाही की, प्रत्यक्षात त्याचा DNA चाचणीसाठीचा आग्रह होता, तो केवळ रॉन आणि डेनिस यांना त्यांच्या शवपेट्यांपर्यंत पोहोचवण्यासाठीच! त्या दोघांच्या अपराधाची त्याला खात्री होती; त्यामुळेच तो चाचणीसाठी आनंदाने तयार झाला आणि आता चाचणीचे निष्कर्ष त्याच्या विरोधात गेल्यावर, न्यायाने वागल्याचं श्रेय आपल्याला मिळावं, अशी त्याची इच्छा होती.

एखाद्या आगाऊ मुलाप्रमाणे दुसऱ्याकडे बोट दाखवण्यात बरेच परिच्छेद भरले होते. अजूनही पुरावे गोळा करणं बाकी आहे आणि इतर संशयित आहेत अशी काही गर्भित धमकी त्याने दिली होती. वृत्तान्तात लिहिलं होतं :

त्याने (पीटरसन) सांगितलं, जर कार्टर खुनाबाबत फ्रिट्झ आणि विल्यमसन यांच्या सहभागाचा काही नवीन पुरावा मिळाला, तर एकाच गुन्ह्यासाठी दोनदा खटला भरता येत नसल्याचा नियम लागू न होता, त्यांच्यावर पुन्हा खटला दाखल केला जाईल.

पीटरसनने सांगितलं की, कार्टर खुनाची नव्याने तपासणी चालू करण्यात आली आहे आणि फक्त ग्लेन गोअर हा काही एकटाच संशयित नाही.

पीटरसनच्या दोन धक्कादायक विधानांनी वृत्तान्ताचा शेवट केला होता. त्यांपैकी पहिलं होतं –

‘१९८८ मध्ये मी त्यांच्यावर खटला भरला ते योग्यच होतं. त्यांना दोषमुक्त करण्यासाठी मी केलेली शिफारसही, माझ्याकडे आत्ता असलेल्या त्यांच्याविरुद्धच्या पुराव्याआधारे, कायद्यानुसार, नैतिकदृष्ट्या आणि तत्त्वांना अनुसरूनच केलेली आहे.’

अर्थातच, वस्तुस्थितीबद्दल बोलायची गरजच नाही, कारण त्याची तथाकथित उच्च प्रतीची नैतिकता आणि निखालस नीतिमत्ता वापरून त्याने दोषमुक्तीसाठी दिलेली मान्यता, ही रॉन मृत्युदंडाच्या अगदी जवळ पोहोचल्याच्या घटनेनंतर पाच वर्षांनी आणि न्यायाधीश सिये यांनी नव्याने खटला घेण्याचे आदेश दिल्यामुळे, पीटरसनने त्यांच्यावर जाहीर टीका केल्याच्या घटनेनंतर चार वर्षांनी दिली गेली होती. शेवटच्या क्षणी नैतिकता जागी झाली म्हणणाऱ्या पीटरसनने, इतकी वर्षं गप्प

राहून रॉन आणि डेनिससारख्या निरपराध माणसांना बारा वर्षे तुरुंगवास भोगावा लागण्यास हातभारच लावला होता.

त्या वृत्तातलं पुढचं विधान निषेधासाठी सर्वांत जास्त पात्र होतं आणि ते पहिल्या पानाच्या मध्यभागी, ठळक अक्षरांत छापण्यात आलं होतं. पीटरसन म्हणाला :

''विल्यमसन आणि फ्रिट्झ यांच्या बाबतींत 'निरपराध' हे शब्द माझ्या ओठांवर कधीच आले नाहीत. इथे त्यांचं निरपराधित्व सिद्ध झालेलं नाही. याचा अर्थ एवढाच निघतो की, आत्ता माझ्यासमोर जो पुरावा आहे, त्या आधारे मी त्यांच्यावर खटला भरू शकत नाही.''

रॉन आणि डेनिस भावुक झाले, घाबरले. स्वातंत्र्याचा उपभोग घ्यायला लागून आत्ता कुठे चारच दिवस होत होते, त्यात हे वृत्त आलेलं वाचून ते धास्तावले. पीटरसनला पुन्हा त्यांच्यावर खटला चालवायची गरज का पडावी? एकदा त्याने त्या दोघांना दोषी शाबित केलं होतं आणि तो पुन्हा तसं करू शकतो याबाबत दोघांनाही काही संशय नव्हता.

नवीन पुरावा, जुना पुरावा, शून्य पुरावा. त्याने काहीही फरक पडत नव्हता. कोणाचाही खून न करताही, बारा वर्षं तुरुंगवास भोगून ते नुकतेच बाहेर आले होते. पोन्टोटॉक काउन्टीमध्ये 'पुरावा' हा घटक कधीच महत्त्वाचा नसायचा.

ते वृत्त वाचून मार्क बॅरेट आणि बॅरी श्चेक दोघेही संतापले. दोघांनीही वृत्तपत्रांकडे धाडण्यासाठी निषेधाची भलीमोठी पत्रं लिहून तयार केली; पण समजूतदारपणा दाखवून दोघेही थांबले आणि फारच कमी लोकांचा पीटरसनवर विश्वास बसला असावा असं दिसतंय, हे थोड्याच दिवसांत त्यांच्या लक्षात आलं.

रविवारी दुपारी मार्क बॅरेटच्या विनंतीवरून रॉन, डेनिस आणि त्यांचे समर्थक नॉर्मनला पोहोचले. योगायोगाने उत्तम वेळ जमून आली होती. 'ॲम्नेस्टी इंटरनॅशनल'चा निधी संकलनासाठीचा रॉक संगीताचा वार्षिक कार्यक्रम, त्याच दिवशी आयोजित करण्यात आला होता. मोकळ्या मैदानातील प्रेक्षागृहात चांगलीच गर्दी होती. छान सूर्यप्रकाश होता आणि वातावरण उबदार होतं.

गाण्यांच्या मध्ये मार्क बॅरेटचं भाषण झालं. नंतर त्याने रॉन, डेनिस, ग्रेग आणि टिम डरहॅम यांची ओळख करून दिली. प्रत्येकाने काही मिनिटं बोलून आपले अनुभव सांगितले. एवढ्या लोकांसमोर बोलण्याची सवय नसल्यामुळे ते थोडे अस्वस्थ होते; पण धीर एकवटून ते मनापासून बोलले. प्रेक्षकांनीसुद्धा त्यांचं कौतुक केलं.

चार माणसं, सर्वसाधारण, गोरे, चांगल्या कुटुंबांतून आलेले, व्यवस्थेने यातना

देऊन एकूण तेहतीस वर्षांसाठी त्यांना तुरुंगवास घडवला होता. यातून मिळणारा संदेश स्पष्ट होता : व्यवस्थेत सुधारणा घडवून आणली नाही, तर हे कोणाच्याही बाबतीत हे घडू शकेल.

बोलून झाल्यावर ते प्रेक्षागृहात फिरत होते, संगीत ऐकत, आइस्क्रीम खात, सूर्यकिरणं अंगावर घेत आणि स्वातंत्र्याचा आस्वाद घेत! अचानक कुठूनतरी ब्रूस लेबा आला आणि त्याने आपल्या जुन्या दोस्ताला जोरदार मिठी मारली. रॉनच्या खटल्यादरम्यान ब्रूस उपस्थित राहिला नव्हता किंवा त्याने रॉनला तुरुंगात पत्रही पाठवलं नव्हतं; पण आपल्या सर्वांत जवळच्या मित्राकडे दुर्लक्ष केल्याबद्दल त्याला वाईट वाटत होतं. त्याबद्दल त्याने रॉनची क्षमा मागितली आणि रॉननेही ताबडतोब त्याला माफ केलं.

तो प्रत्येकालाच माफ करण्याच्या मनःस्थितीत होता. स्वातंत्र्याच्या धुंद करणाऱ्या सुवासाने त्याच्या मनातला वैरभाव मिटवला होता आणि बदला घेण्याची दिवास्वप्नं संपवली होती. गेली बारा वर्षे तो प्रचंड मोठ्या रकमेच्या मोबदल्यासाठी दावा दाखल करण्याची स्वप्नं बघत होता; पण आता ते इतिहासजमा झालं होतं. पुन्हा ती दुःस्वप्नं अनुभवण्याची त्याची इच्छा नव्हती.

प्रसिद्धी माध्यमांची तहान अजून भागली नव्हती. त्यांच्या दृष्टीने खासकरून रॉन विल्यमसन अजून प्रकाशझोतात होता. त्याचं महत्त्वाचं कारण म्हणजे तो गोरा होता, गोऱ्यांच्या गावात राहत होता, गोऱ्या पोलिसांनीच त्याला त्रास दिला होता, गोऱ्या वकिलानेच त्याच्यावर आरोप ठेवले होते आणि गोऱ्या ज्युरींनीच त्याला दोषी ठरवले होते. बातमीदार आणि पत्रकार यांच्याशी स्वेच्छेने बोलणारा तो एक महत्त्वाचा माणूस होता. एखाद्या गरीब अल्पसंख्याकाला अशा प्रकारची वागणूक मिळणं हे काही नवीन नव्हतं; पण छोट्या गावातल्या एका हिरोला अशी वागणूक मिळावी, हेच आश्चर्य होतं.

बेसबॉलमधील कारकीर्द, मृत्युकोठडीत असताना वेडेपणाच्या दिशेने झालेली धोकादायक वाटचाल, शिक्षेच्या अंमलबजावणीच्या अगदी जवळ पोहोचून परत येणं, सहजासहजी लक्षात येणाऱ्या खुन्यालासुद्धा पकडू न शकलेले, गोंधळलेले पोलीस दल असे बरेच पैलू या उत्तम कथेला होते.

मार्क बॅरेटच्या ऑफिसमध्ये तर, मुलाखतीच्या विनंतीसाठी जगभरातून ओघ लागला होता.

सहा दिवस जंगलात लपून काढल्यावर ग्लेन गोअर पोलिसांना शरण आला. त्याने अडामधल्या एका वकिलाशी संपर्क साधला. वकिलाने तुरुंगात फोन करून सगळी

व्यवस्था करून ठेवली. शरण येण्याची तयारी करत असतानासुद्धा अडाच्या अधिकाऱ्यांनी आपलं प्रकरण हाताळू नये, अशी त्याची खास इच्छा होती.

त्याला काळजी करण्याची गरज नव्हती. ज्या कंपूचा नीतिमत्तेशी दुरन्वयानेही संबंध नाही, त्यांची गोअरला अडामध्ये आणून आणखी एक खटला चालू करण्याची इच्छा नव्हती. दुखावलेला अहंकार भरून येण्यासाठी मध्ये काही काळ जाणं आवश्यक होतं. तसेच आम्ही नव्याने गुन्ह्याची चौकशी चालू केलेली आहे या आपल्या अधिकृत भूमिकेच्या मागे ते दडू इच्छित होते. नव्या दमाने एक किंवा अनेक खुनी व्यक्तींचा माग घेण्याचं काम आम्ही चालू केलं आहे, असंच ते सांगत होते आणि या प्रयासामधला गोअर हा एक सामान्य, बिनमहत्त्वाचा खेळाडू आहे असंच ते दाखवत होते.

सरकारी वकील आणि पोलिसांना आपली चूक मान्य करण्याची इच्छा नव्हती; कदाचित, 'आपणच बरोबर असू' या निरर्थक विश्वासाला ते चिकटून होते. एखाद्या दिवशी, असाच एखादा व्यसनी माणूस धडपडत पोलीस चौकीत येऊन कबुलीजबाब देईल किंवा रॉन आणि डेनिसच्या सहभागाचा काही पुरावा देईल. कदाचित, एखादा नवाकोरा खबरी आपल्याला सापडेल किंवा पोलीस एखाद्या साक्षीदाराकडून किंवा संशयिताकडून स्वप्नाचा कबुलीजबाबही मिळवतील याच भ्रमात पोलीस होते.

हे अडा गाव होतं. चांगलं, जबरदस्त काम करून पोलीस अनेक प्रकारचे पुरावे शोधून काढू शकतीलच.

रॉन आणि डेनिस यांना अजूनही संशयितांतून वगळण्यात आलेलं नव्हतं.

१६

आपला संघ जेव्हा बाहेरगावी असेल, तेव्हा 'यान्की' स्टेडियमचा दिनक्रम बदललेला असतो. कॅमेऱ्यांची गडबड, प्रेक्षकांच्या गर्दीची धांदल आणि सर्वोत्कृष्ट सामन्यांसाठी मैदान तयार करण्याची घाई नसल्यामुळे, रोजच्या कामाला आरामात सुरुवात होते. सकाळी उशिरा, मैदानाची देखभाल करणारी माणसं, खाकी शॉर्ट्स आणि राखाडी रंगाचे टी-शर्ट घालून मैदानात सावकाश काम करताना दिसतात. ग्रॅन्टले – मुख्य गवत कापणारा माणूस – आपलं कोळ्याच्या आकाराचं टोरो हे गवत कापण्याचं यंत्र चालवत असतो, तर टॉमी हा मातीतज्ज्ञ 'होम प्लेट'मागची माती सारखी करत असतो. 'फर्स्ट बेस'च्या रेषेजवळ डॅन छोटं गवत कापायचं मशीन घेऊन तिथलं दाट गवत कापत असतो. पाणी फवारणी करणारी यंत्रणा, ठरावीक वेळेनंतर जमिनीतून वर येऊन पाणी फवारण्याचं काम करत असते. 'थर्ड बेस'च्या मागे असलेल्या खेळाडूंच्या बसण्याच्या जागेत (डग-आउट) जमलेल्या घोळक्याला, लांबवर असलेल्या स्कोर बोर्डच्या मागे, बोट दाखवून 'टुर गाइड' काही माहिती देत असतो.

या घडीला सत्तावन हजार खुर्च्या रिकाम्या दिसत असतात. गवत कापण्याच्या यंत्राचा दबका आवाज, मैदानावर काम करणाऱ्यांचे हसण्याचे आवाज, पाण्याच्या स्प्रेने खुर्च्या धुतल्याचा लांबवरून येणारा आवाज, मैदानाबाहेर उजव्या बाजूने जाणाऱ्या रेल्वेचा आवाज, 'प्रेस बॉक्स'च्या बाजूला हातोडीने ठोकल्याचा आवाज अशा तऱ्हेतऱ्हेच्या आवाजांचं मिश्रण होऊन त्यांचा हलकासा प्रतिध्वनी सर्वत्र घुमल्यासारखा ऐकू येत होता. 'रूथ'ने बनवलेलं हे 'घर' सांभाळायला, व्यवस्थित ठेवायला असे सामना नसलेले दिवस खूप उपयोगी पडतात. 'यान्की' संघाच्या सर्वोत्तमतेच्या जुन्या आठवणी आणि यापुढे मिळणार असलेल्या महानतेचा भरवसा, यांच्या मधले असे हे दिवस असतात.

रॉन विल्यमसनने, खेळाडूंसाठी राखीव असलेल्या जागेतून उठून 'यान्की' संघासाठी मैदानात उतरणं, जे साधारण पंचवीस वर्षांपूर्वी अपेक्षित होतं, ते तो आत्ता

अनुभवत होता. 'डग-आउट'मधून उठून, प्रत्यक्ष खेळाच्या मैदानाच्या बाजूला आखलेल्या रेघेबाहेरच्या पिंगट पट्ट्यावर तो उभा राहिला. त्या स्टेडियमची भव्यता तो अनुभवत होता, मनात साठवत होता. बेसबॉलच्या दृष्टीने एखाद्या तीर्थस्थानासारख्या असलेल्या त्या महान जागेच्या जादुई वातावरणात तो अक्षरशः न्हाऊन निघत होता. वसंत ऋतूतला, निळं आकाश सुस्पष्ट दिसणारा असा एक छान वातावरण असलेला तो दिवस होता. स्वच्छ सूर्यप्रकाश पडला होता. हलकी हवा होती. हिरवंगार गवत बारीक कापल्यामुळे, एखादा गालिचा पसरल्यासारखं वाटत होतं. रॉनच्या फिक्या पडलेल्या त्वचेला उन्हामुळे ऊब मिळत होती. नुकत्याच कापलेल्या गवताच्या वासामुळे दुसरी मैदानं, वेगळे सामने, त्याच्या जुन्या स्वप्नांची त्याला आठवण होत होती.

बाहेरच्या ऑफिसमधून स्मरणिका म्हणून मिळालेली 'यान्की' संघाची कॅप त्याने घातली होती. डीएन स्वायरबरोबरच्या 'गुड मॉर्निंग अमेरिका' या न्यू यॉर्कमधल्या कार्यक्रमाच्या एका भागात सहभागी होण्यासाठी रॉन आत्ता तिथे आला होता. तो आजचा प्रमुख पाहुणा असल्यामुळे ॲनेटने घाईघाईने विकत घेतलेला गडद निळ्या रंगाचा ब्लेझर त्याने घातला होता तसेच त्याने त्याच्याकडचा एकमेव टाय आणि पँट घातली होती. आता बूट मात्र वेगळे होते. कपड्यांबाबत त्याची आवड आता संपली होती. एके काळी त्याने अद्ययावत कपडे विकणाऱ्या दुकानात काम केलं होतं, दुसऱ्यांना झटपट सल्ले दिले होते; तरी त्याला आता स्वतःच्या कपड्यांची फिकीर नव्हती. बारा वर्षे तुरुंगाच्या कपड्यांत वावरल्यावर माणसाची अशीच मनःस्थिती होत असावी.

कॅपच्या खाली कसेतरी कापलेले, अस्ताव्यस्त पांढरे केस होते. रॉन आता सेहेचाळीस वर्षांचा होता; पण जास्तच म्हातारा दिसायला लागला होता. त्याने आपली कॅप ठीकठाक केली आणि गवतावर पाऊल टाकलं. त्याची उंची सहा फूट होती, जरी वीस वर्षांच्या दुर्लक्षामुळे आणि व्यसनाधीनतेमुळे आता शरीर पोखरलं गेलं असलं, तरी एके काळी उत्तम खेळाडूची शरीरयष्टी असल्याच्या खाणाखुणा अजूनही जाणवत होत्या. 'फाउल टेरिटरी'कडे जात, 'डर्ट बेस पास'वरून पलीकडे पाय टाकून तो 'माउंड'कडे चालत गेला. तिथे थोडा वेळ थांबून, चकचकीत निळ्या रंगाच्या खुर्च्यांच्या असंख्य रांगांकडे त्याने टक लावून पाहिलं. नंतर 'रबर'वर अलगद पाय ठेवला आणि मान हलवत उभा राहिला. अगदी याच जागेवर उभं राहून डॉन लार्सनने निर्दोष खेळी केली होती. तो ज्यांचा भक्त होता, त्यातला एक व्हायटी फोर्ड हा तर जणू 'माउंड'चा राजाच समजला जायचा. त्याने डाव्या खांद्यावरून वळून पाहिलं – 'राइट फील्ड'च्या दिशेने, तिथली भिंत जरा जास्तच जवळ वाटत होती. रॉजर मॉरिस याने याच बाजूला, कुंपणापलीकडे जातील अशा जोराने बरेच चेंडू

फटकावले होते आणि मध्यभागी दूरवर, भिंतीच्या पलीकडे त्याला उत्तमोत्तम 'यान्कीज'ची स्मारकं दिसत होती.

मिकीसुद्धा तिथेच होता.

मार्क बॅरेट हासुद्धा यान्की कॅप घालून 'होम प्लेट'जवळ उभा होता. आपल्या अशिलाच्या मनात काय खळबळ चालू असेल, याचा विचार तो करत होता. कुठलाही गुन्हा केलेला नसताना बारा वर्षे तुरुंगवास भोगावा लागलेल्या माणसाची सुटका झाल्यानंतर, आपण केलेल्या चुकीसाठी माफी मागायची कोणाचीही तयारी नव्हती, कारण तेवढी धमकच कोणात नव्हती. निरोप-समारंभ नाही, फक्त जेवढ्या गुपचूप इथून बाहेर पडता येईल तसा निघून जा, अशीच भावना! नुकसानभरपाई, समुपदेशन, गव्हर्नर किंवा एखाद्या अधिकाऱ्याकडून काही पत्रं यांपैकी काहीही नाही किंवा समाजसेवेचा अधिकृत उल्लेखही नाही. आता दोन आठवड्यांनंतर तो प्रसिद्धी-माध्यमांच्या वावटळीमध्ये सापडलाय आणि प्रत्येकाला त्याच्याकडून काहीतरी माहिती हवी आहे.

रॉनच्या मनात कोणाबद्दलही आकस किंवा वैरभाव नव्हता, हे फारच उल्लेखनीय होतं. तो आणि डेनिस आपल्या सुटकेचा आनंद उपभोगण्यातच दंग होते. प्रसिद्धीमाध्यमं त्यांच्यापासून दूर गेल्यानंतर कदाचित वैरभाव येऊ शकेल, मार्कच्या मनात आलं.

रॉनवर लक्ष ठेवून आणि बाकीच्यांबरोबर गप्पा मारत बॅरी श्चेक 'डग-आउट'जवळ उभा होता. यान्कीज संघाचा तो निस्सीम चाहता होता. त्यानेच बरेच फोन करून ही स्टेडियमची खास भेट घडवून आणली होती. या सर्वांच्या थोड्या दिवसांच्या न्यू यॉर्क भेटीसाठीचं यजमानपद तो भूषवत होता.

फोटो काढले जात होते, छायाचित्रण चालू होतं. रॉनचं माउन्डवर थोडा वेळ थांबून झाल्यावर, सगळेजण सावकाश 'फर्स्ट बेस'च्या रेषेच्या बाजूने पुढे निघाले. गाइडचं एकेका यान्कीबद्दल माहिती पुरवणं चालू होतं. रॉनला स्वतःला संपूर्ण आकडेवारी आणि इतिहास माहिती होता. 'अजून एकदाही कोणी यान्की स्टेडियमच्या बाहेर चेंडू मारण्यात यशस्वी झालेला नाही,' गाइड सांगत होता; 'पण त्यातल्या त्यात जवळ मॅन्टलच पोहोचला होता.' दूरवर बोट दाखवत तो म्हणाला, 'होमप्लेटपासून ५३५ फूट अंतरावर, त्या तिथे त्याचा फटका पोहोचला होता.'

'पण वॉशिंग्टनमधला तर याहीपेक्षा लांब गेला होता,' रॉनने लगेच सांगितलं. '५६५ फूट आणि 'पिचर' होता चक स्टॉब्ज!' ते ऐकून गाइडसुद्धा प्रभावित झाला.

रॉनच्या मागेच काही पावलांवर, ॲनेट त्यांच्या मागोमाग येत होती. नेहमीप्रमाणे तपशिलांची काळजी करत आणि अवघड निर्णय घेण्याचं काम करत. तशीही ती बेसबॉलची चाहती नव्हतीच आणि आता तिला मुख्य चिंता भेडसावत होती, ती म्हणजे रॉनच्या दारू पिण्यावर नियंत्रण ठेवून त्याला शुद्धीवर ठेवण्याची. आदल्या

रात्री मनसोक्त दारू पिऊन तर्र होऊ दिलं नाही, म्हणून तो तिच्यावर नाराज होता.

त्यांच्याबरोबर डेनिस, ग्रेग विल्होइट आणि टिम डरहॅमसुद्धा होते. चौघेही दोषमुक्ती मिळालेले, 'गुड मॉर्निंग अमेरिका' या कार्यक्रमातून दर्शकांसमोर आले होते. ABCने त्यांच्या भेटीचा खर्च उचलला होता. 'न्यू यॉर्क डेली न्यूज'चा जिम ड्वायर त्यांच्याबरोबर होता.

ते मैदानाच्या मध्यभागी येऊन 'वार्निंग ट्रॅक'जवळ थांबले. दुसऱ्या बाजूला 'मॉन्युमेंट पार्क' होता. तिथे रूथ, गेहरिग, मॅन्टल आणि डी'मॅगिओ यांचे मोठे पुतळे व डझनभर उत्तम यान्की खेळाडूंच्या छोट्या स्मृतिशिला होत्या. गाइड पुढे सांगत होता – 'आता हा पवित्र आणि महत्त्वाचा मानला जात असलेला मैदानाचा भाग, नूतनीकरणापूर्वी खेळाच्या मैदानाचाच एक भाग होता.' कुंपणाचं फाटक उघडून पलीकडे गेल्यावर ते विटांनी बनवलेल्या एका चौथऱ्यावर पोहोचले. आपण बेसबॉल स्टेडियममध्ये आहोत हे काही क्षणांसाठी विसरायला लावणारी ती जागा होती.

रॉन पुढे जाऊन मॅन्टलच्या पुतळ्याजवळ थांबला आणि त्याने त्याचं संक्षिप्त चरित्र वाचलं. लहानपणी पाठ केलेली मॅन्टलच्या कारकिर्दीची आकडेवारी त्याला अजूनही आठवत होती.

यान्की संघाच्या 'अ' गटाकडून १९७७ साली रॉन फोर्ट लॉडरडेल इथे शेवटचा सामना खेळला होता. एखाद्या खऱ्याखुऱ्या खेळाडूच्या दृष्टीने 'मॉन्युमेंट पार्क'पासून लॉडरडेलएवढं दूर दुसरं काही नसेल. ॲनेटजवळ रॉनचे यान्कीच्या खऱ्या गणवेशातले काही फोटो होते. ते कपडे पूर्वी एका खऱ्याखुऱ्या यान्की खेळाडूने याच मैदानावर वापरले होते. हा मोठा क्लब नवीन खेळाडूंना वापरलेलेच कपडे द्यायचा. जसे हे गणवेश एक-एक पायरी उतरत नवनवीन पिढीकडे जायचे, तशा त्याच्यावरच्या वापरल्याच्या, दुरुस्तीच्या खुणाही वाढत जायच्या. प्रत्येक पँट गुडघ्यावर आणि मागच्या बाजूला शिवलेली असायची. कमरेचं इलॅस्टिक खेळाडूच्या आकारमानाप्रमाणे सैल किंवा घट्ट केलं जायचं. आतल्या बाजूने केलेल्या खाणाखुणांचे डाग दिसायचे. प्रत्येक जर्सीवर गवताचे आणि घामाचे डाग पडलेले असायचे.

१९७७, फोर्ट लॉडरडेल, यान्कीज. रॉन चौदा सामन्यांत खेळला. तेहतीस डावांत गोलंदाजी, दोन विजय, चार पराजय. त्याची गोलंदाजी मैदानभर इतकी पिटून काढण्यात आली की, तो हंगाम संपल्याबरोबर त्याला यान्कीज संघातून डच्चू देण्यात आला.

घोळका पुढे सरकला. रेगी जॅक्सनच्या कोनशिलेजवळ जाऊन रॉन कुत्सितपणे बघत उभा राहिला. स्टेडियमच्या बदललेल्या आकारमानाबद्दल गाइड सांगत होता – 'रूथच्या काळात हे मैदान बरंच मोठं होतं आणि मॉरिस व मॅन्टल यांच्या कारकिर्दीपर्यंत त्याचा आकार कमी झाला होता.' कॅमेरामन त्यांच्याबरोबर फिरत होते

आणि प्रत्येक क्षणाचं छायाचित्रण चालू होतं, नंतर संकलनात त्यातल्या बऱ्याचशा दृश्यांना कात्री लागणार होती.

रॉनकडे इतकं लक्ष दिलं जात असल्याचं पाहून ॲनेटला गंमत वाटत होती. बालपणी, किशोरवयात रॉन प्रकाशझोतात राहायला आसुसलेला असायचा. नव्हे, ती त्याची मागणीच असायची आणि आता चाळीस वर्षांनंतर त्याची प्रत्येक हालचाल कॅमेऱ्यात टिपली जात होती.

'आहे या क्षणाचा आनंद घे,' ती स्वतःलाच बजावत होती. 'एका महिन्यापूर्वी तो वेड्यांच्या इस्पितळात बंदिस्त होता आणि कधी काळी तो तिथून बाहेर पडू शकेल, याची आपल्याला खात्रीही नव्हती.'

ते वळून पुन्हा यान्की 'डग-आउट'पर्यंत आले आणि काही वेळ तिथे घालवला. रॉनने त्या जागेची, तिथल्या वातावरणातील जादू शेवटच्या आणखी काही मिनिटांसाठी अनुभवली. तो मार्क बॅरेटला म्हणाला, ''त्या लोकांनी इथे किती आनंद लुटला असेल, याची मी आता कल्पना करू शकतो.''

यावर काय बोलावं हे न सुचल्यामुळे मार्कने नुसतीच मान डोलवली.

''बेसबॉल खेळत राहावं, एवढीच माझी एकमेव इच्छा होती,'' रॉन म्हणाला. ''त्यातच मला खरा आनंद मिळायचा.''

तो थोडा वेळ थांबला, सगळीकडे एकवार नजर टाकली आणि म्हणाला, ''तुला माहिती आहे का, थोडा वेळ गेला की, हे सगळं तुमच्या अंगात भिनतं. आता मला खरी गरज आहे, ती थंडगार बिअरची.''

आणि न्यू यॉर्कमध्ये पुन्हा दारू प्यायला सुरुवात झाली.

यान्की स्टेडियमवरून निघालेला विजयी मोर्चा डिज्नी वर्ल्ड इथे पोहोचला. तिथला, त्या सर्वांच्या मौजमजेचा खर्च एक जर्मन टेलिव्हिजन कंपनी करणार होती. त्या बदल्यात, रॉन आणि डेनिस यांना फक्त आपली गोष्ट त्यांना सांगायची होती. युरोपियन लोकांना मृत्युदंडाच्या शिक्षेबद्दल वाटणाऱ्या वैशिष्ट्यपूर्ण आकर्षणामुळे, जर्मनांनी प्रत्येक तपशील ध्वनिचित्रित करून घेतला.

रॉनचा डिज्नी वर्ल्डमधला सर्वांत आवडता भाग ठरला – 'ॲप्कॉट', जर्मन खेड्याप्रमाणे बनवलेला एक भाग. त्याला तिथे बव्हेरियन बिअर सापडली, जी त्याने एकामागोमाग संपवण्याचा सपाटा लावला.

'लिझ्झा' या कार्यक्रमात त्यांचं थेट प्रक्षेपण करण्यात येणार होतं, त्यासाठी ते लॉस एंजेलिसला पोहोचले. कार्यक्रम सुरू होण्याच्या थोडाच आधी, रॉन गुपचूप जाऊन व्होडकाचा एक पिंट संपवून आला. तोंडातले बरेचसे दात गेलेले असल्यामुळे, तसेही त्याचे शब्दोच्चार स्पष्ट नव्हतेच; त्यामुळे दारूमुळे जड झालेली त्याची जीभ

कोणाच्या लक्षात आली नाही.

जसजसे दिवस जाऊ लागले, तसं त्यांच्या गोष्टीतलं नावीन्य संपलं. ते सगळे रॉन, ॲनेट, मार्क, डेनिस, एलिझाबेथ व सारा बॉनेल आपल्या घरांकडे परतले.

अडा हे असं ठिकाण होतं, जिथे परतण्याची रॉनची इच्छा नव्हती.

तो ॲनेटकडे राहू लागला आणि त्याने नवीन आयुष्याशी जुळवून घेण्याच्या प्रक्रियेला सुरुवात केली. हळूहळू सगळे बातमीदार निघून गेले.

ॲनेटच्या सततच्या देखरेखीखाली, त्याने काळजीपूर्वक आपला औषधोपचार चालू ठेवल्यामुळे त्याची प्रकृती स्थिर होती. तो भरपूर झोप काढायचा, गिटार वाजवायचा आणि मोठा गायक होण्याची स्वप्नं बघायचा. तिच्या घरात दारू पिण्याला तिची परवानगी नव्हती आणि तो फारच कमी वेळा घराबाहेर पडायचा.

आपल्याला पुन्हा अटक करून तुरुंगात टाकतील या भीतीने तो ग्रासला होता; त्यामुळे एखादा मोठा आवाज झाला, तरी दचकून मागे बघण्याची त्याला सवय लागली. पोलीस त्याला विसरलेले नाहीत, हे तो पूर्णपणे जाणून होता. त्या खुनात रॉनचा कुठल्यातरी प्रकारचा सहभाग होता, असं त्यांना अजूनही वाटत होतं आणि अडामधल्या बऱ्याच लोकांचीही तशीच भावना होती.

अडामधून बाहेर पडण्याची त्याची इच्छा होती; पण त्याच्याकडे पैसे नव्हते. कुठल्याही नोकरीत तो टिकू शकत नव्हता आणि आता तर नोकरी या विषयावर तो बोलतही नव्हता. साधारण गेली वीस वर्षे त्याच्याकडे कार चालवण्याचा परवाना नव्हता आणि माहितीपुस्तकं वाचून, त्यांचा अभ्यास करून परीक्षा देण्यात त्याला काही स्वारस्य नव्हतं.

असक्षमतेसाठी मिळणाऱ्या पैशांची थकबाकी मिळावी म्हणून 'सोशल सिक्युरिटी ॲडमिनिस्ट्रेशन' यांच्याबरोबर ॲनेटचा वाद चालू होता. तो तुरुंगात गेल्यावर त्याचे चेक येणं बंद झालं होतं. शेवटी ती जिंकली आणि त्याला एकरकमी ६०,००० डॉलर मिळाले आणि पूर्वीप्रमाणेच महिना ६०० डॉलरचा त्याचा भत्ता चालू झाला. तो भत्ता त्याची असक्षमता दूर होईपर्यंत चालू राहणार होता; पण तो सक्षम बनू शकेल, हे सध्या तरी अशक्यप्राय वाटत होतं.

अचानक आपण लखपती झाल्याची त्याची भावना झाली आणि आपण एकटं राहावं असं त्याला वाटू लागलं. अडाच नाही, तर ओक्लाहोमा सोडून जाण्यासाठी तो अस्वस्थ झाला होता. ॲनेटचा एकुलता एक मुलगा मायकेल, मिसुरीमधल्या स्प्रिंगफील्ड इथे राहत होता. त्यांनी रॉनला तिकडे हलवण्याची योजना आखली.

२०,००० डॉलर खर्चून त्यांनी नवीन, फर्निचरने सुसज्ज, दोन बेडरूम असलेलं एक ट्रेलर घर विकत घेतलं आणि रॉन तिकडे राहायला गेला.

जरी हा अभिमानाचा क्षण असला, तरी रॉनचं एकटं राहणं हा ॲनेटच्या दृष्टीने चिंतेचाच विषय होता. शेवटी त्याला सोडून जेव्हा ती आपल्या घरी परत निघाली, तेव्हा तो आरामखुर्चीत बसून टेलिव्हिजन बघत होता, एखाद्या आनंदी माणसासारखा! तीन आठवड्यांनंतर ती त्याच्यावर लक्ष ठेवण्याच्या हेतूने परत आली, तेव्हाही तो तसाच बसला होता; पण तिला निराश करणारी गोष्ट म्हणजे त्याच्याभोवती बिअरच्या रिकाम्या कॅन्सचा ढीग जमला होता.

ज्या वेळी तो झोपलेला, दारू पीत, फोनवर बोलत किंवा गिटार वाजवत नसायचा, त्या वेळी तो जवळच्या वॉलमार्टमध्ये बिअर आणि सिगारेटची खरेदी करत रेंगाळत असायचा; पण काहीतरी घडलं, अशी काही घटना, ज्यामुळे आता तू आपला वेळ दुसरीकडे कुठेतरी घालव, असं त्याला वॉलमार्टच्या व्यवस्थापकांकडून सांगण्यात आलं.

आता आपण स्वतःच्या पायावर खंबीर आहोत या धुंदीत, आत्तापर्यंत वेळोवेळी ज्यांनी आपल्याला पैसे देऊन मदत केली, त्यांचे पैसे परत करायचेच असं रॉनने डोक्यात घेतलं. पैशांची बचत करण्याची कल्पना त्याला हास्यास्पद वाटली आणि त्याने पैसे वाटून टाकायला सुरुवात केली. टेलिव्हिजनवरून मदतीसाठी करण्यात येणाऱ्या वेगवेगळ्या आर्जवांनी तो भारावून जायचा. भुकेली बालकं, धार्मिक कार्यासाठी मदत इत्यादींसाठी तो पैसे पाठवत राहायचा.

त्याचं टेलिफोनचं बिल प्रचंड यायचं. ॲनेट, रेनी, मार्क बॅरेट, सारा बॉनेल, ग्रेग विल्होइट, 'इंडिजंट डिफेन्स सिस्टम'चे वकील, न्यायाधीश लॅन्ड्रिथ, ब्रूस लेबा यांच्याबरोबरच काही तुरुंगाधिकाऱ्यांनाही तो फोन करत राहायचा. तो नेहमी उल्हसित असायचा आणि सुटकेच्या आनंदात बोलायचा; पण प्रत्येक वेळी गप्पांच्या शेवटी शेवटी रिकी ज्यो सिम्मन्सबद्दल त्याची बडबड चालू व्हायची. ग्लेन गोअरचा DNA जुळल्याचं कळूनही त्याच्यावर काही परिणाम झाला नव्हता. 'बलात्कार, साहित्यानिशी बलात्कार, जबरदस्तीने अनैसर्गिक संभोग आणि डेबी स्यू कार्टर हिचा तिच्या राहत्या घरी, १०२२ १/२ ईस्ट ८वा रस्ता, इथे आठ डिसेंबर, १९८२ रोजी करण्यात आलेला खून' या कारणांसाठी सिम्मन्सला ताबडतोब अटक करण्यात यावी, अशी रॉनची मागणी असायची आणि फोनवरच्या गप्पांच्या शेवटी, प्रत्येक वेळी तो या वाक्याचा दोनदा तरी पुनरुच्चार करायचाच.

गंमत म्हणजे तो पेगी स्टीलवेल हिलाही फोन करू लागला आणि आश्चर्य म्हणजे त्यांच्यात सलोख्याचे संबंध निर्माण झाले. आपण डेबीला कधीही भेटलो नसल्याचं त्याने तिला निक्षून सांगितलं आणि तिचाही त्याच्यावर विश्वास बसला. डेबी गेल्याला आता अठरा वर्षं झाली होती, तरी तिच्या मनाने आपल्या मुलीचा अजूनही निरोप घेतला नव्हता. खुनाचा खरोखरच उलगडा झालाय, याबाबत इतकी

वर्षे तिच्या मनात संदेह होताच हेही तिने रॉनजवळ कबूल केलं.

ठरवल्याप्रमाणे तो बार आणि स्वैरपणे वागणाऱ्या बायकांना टाळत होताच, तरीपण एका प्रसंगात त्याने आपले हात पोळून घेतलेच! एकदा असाच काही कामानिमित्त तो रस्त्यातून चाललेला असताना, दोन बायका बसलेली एक कार त्याच्याजवळ येऊन थांबली आणि तो आत बसला. रात्री उशिरापर्यंत वेगवेगळ्या बारमध्ये दारू पीत शेवटी ते तिघेही त्याच्या ट्रेलरमध्ये पोहोचले. त्यातल्या एकीला त्याने गादीखाली लपवून ठेवलेल्या पैशांचा शोध लागला. नंतर आपले १००० डॉलर चोरीला गेल्याचं लक्षात आल्यावर, त्याने पुन्हा बायकांच्या नादी न लागण्याचं मनोमन पक्कं केलं.

स्प्रिंगफील्डमध्ये मायकेल हडसन हा त्याचा एकमेव मित्र होता. रॉनने त्याला गिटार विकत घ्यायला लावून काही धून शिकवल्या. मायकेल नियमितपणे रॉनवर लक्ष ठेवून असायचा आणि आपल्या आईकडे बातम्या पोहोचवायचा. रॉनची पिण्याची समस्या फारच उग्र व्हायला लागली होती.

दारू आणि औषधं यांचा एकत्रित परिणाम फारच वाईट ठरत होता आणि त्यामुळे त्याचं भ्रामक वेड अतिशय वाढलं होतं. पोलिसांची गाडी दिसल्याबरोबर त्याला गंभीर स्वरूपाचा भीतीचा झटका येऊ लागला. पोलीस आपल्यावर नजर ठेवून आहेत या भयापोटी त्याने फिरायला जाणंही बंद केलं. अडा पोलीस आणि पीटरसन यांचा नक्की काहीतरी कट शिजतोय, या विचाराने तो बेचैन झाला. त्याने खिडक्यांना आतून वर्तमानपत्राचे कागद चिकटवले, दरवाजाला आतून कुलूप लावायला सुरुवात केली आणि तेही आतून चिकटपट्टी लावून बंद केले. झोपताना तो खाटकाचा सुरा जवळ ठेवून झोपू लागला.

मार्क बॅरेट दोनदा त्याला भेटायला आला आणि मुद्दाम रात्री तिथेच राहिला. रॉनचं दारू पिण्याचं प्रमाण, भ्रामक मनःस्थिती आणि ढासळलेली तब्येत पाहून तो हादरला. त्याला खासकरून त्या सुऱ्याची काळजी वाटत होती.

रॉन एकाकी होता आणि भयगंडाने पछाडला गेला होता.

डेनिस फ्रिट्झचं फिरणंही बंद झालं होतं. तो कन्सास शहरात परतला होता आणि आईसोबत, तिच्या लिस्टर ॲव्हेन्यूवरच्या छोट्या घरात राहत होता. त्याला शेवटचं आठवत होतं, तेव्हा SWATच्या उदास झालेल्या सदस्यांनी त्या घराला वेढलेलं होतं.

त्यांच्या सुटकेला काही महिने झाले होते, तरी अजूनही ग्लेन गोअरवर आरोपपत्र दाखल झालेलं नव्हतं. अजूनही भलत्याच दिशेने कंटाळवाणी तपासणी चालू होती आणि डेनिसला जे काही समजलं होतं त्याप्रमाणे, तो आणि रॉन अजूनही

संशयित होतेच. अजूनही पोलिसांची कार दिसल्यावर डेनिस दचकून मागे सरकायचा. घराबाहेर पडल्यावर तो सावधगिरीने सगळीकडे लक्ष ठेवून असायचा. फोन वाजला तरी तो दचकायचा.

रॉनला भेटायला तो स्प्रिंगफील्डला गेला आणि रॉनचं पिण्याचं वाढलेलं प्रमाण पाहून त्याला धक्काच बसला. जुन्या आठवणी काढत, दोन दिवस आनंदात घालवायचा त्याचा विचार होता; पण रॉन जरा जास्तच प्यायला लागला होता. प्यायल्यानंतर रॉन भावुक किंवा निर्दय नक्कीच होत नव्हता; पण त्याचा आरडाओरडा खूप वाढायचा आणि तो असह्य व्हायचा. दुपारपर्यंत तो झोपून राहायचा, उठल्यावर पुन्हा दारू सुरू व्हायची. नाश्ता, जेवण अशा प्रत्येक वेळी त्याला बिअर लागायची आणि प्यायल्यावर तो गिटार वाजवत बसायचा.

एकदा दुपारी ते असेच बिअर पीत, स्वातंत्र्याची मजा चाखत, कारमधून गावात फिरत होते. रॉन गिटार वाजवत होता. डेनिस अतिशय काळजीपूर्वक कार चालवत होता. स्प्रिंगफील्डची त्याला जास्त माहिती नव्हती आणि पोलिसांबरोबर नव्याने काही समस्या उद्‌भवायला त्याला नको होती. एका ठरावीक नाइट क्लबमध्ये थांबून, काहीतरी थापा मारून, आत शिरून रात्री मजा करायचं रॉनने ठरवलं. डेनिसच्या मते, ती एक वाईट कल्पना होती, कारण एकतर रॉनला त्या क्लबबद्दल काहीही माहिती नव्हती आणि दुसरं महत्त्वाचं म्हणजे रॉनची तिथल्या मालकांशी किंवा सुरक्षारक्षकांशी ओळखही नव्हती. दोघांत जोरदार भांडणं झाली आणि शेवटी दोघेही रॉनच्या ट्रेलरकडे परतले.

आपल्या गाण्याचे कार्यक्रम स्टेजवरून सादर करण्याची स्वप्नं रॉन बघत होता. हजारो लोकांसमोर त्याला आपल्या कलेचं प्रदर्शन करायचं होतं, स्वतःचे अल्बम विकायचे होते आणि प्रसिद्ध होण्याची इच्छा होती. त्याचा कर्कश आवाज आणि गिटार वाजवण्यातील त्याची माफक गुणवत्ता पाहून हे स्वप्नच ठरणार आहे, हे डेनिसला दिसत होतं; पण ते बोलून दाखवण्याची त्याची इच्छा नव्हती. तरीसुद्धा त्याने रॉनला दारू कमी करायला भाग पाडलं. रॉनचं रोज 'बडवाइजर'वर जे आक्रमण असायचं, त्यात त्याने अधूनमधून विनाअल्कोहोल बिअर घ्यायला सुरुवात करून मादक बिअरचं प्रमाण कमी करावं, असं डेनिसने सुचवलं. रॉन जाड होत चालला होता, म्हणून त्याने व्यायाम चालू करावा आणि सिगारेट ओढणं बंद करावं, असाही डेनिसने त्याला आग्रह केला.

रॉनने त्याचं बोलणं ऐकून घेतलं; पण आपलं पिणं चालूच ठेवलं, तीही खरीखुरी नशिली, मादक बिअर. तीन दिवसांनंतर डेनिस कन्सासला परत गेला. काही आठवड्यांनंतर मार्क बॅरेट तिथूनच जाणार होता, म्हणून त्याच्याबरोबर डेनिस पुन्हा रॉनला भेटायला आला. ते दोघे रॉनला एका कॅफेमध्ये घेऊन गेले. तिथल्या

छोट्या स्टेजवर उभा राहून, रॉनने बॉब डायलनची गाणी म्हणून दाखवत लोकांकडून बक्षिशी मिळवली. गर्दी जास्त नव्हती आणि लोकांचं गाणी ऐकण्यापेक्षा खाण्याकडे जास्त लक्ष होतं, तरीही स्टेजवर उभा राहून लोकांना गाणी ऐकवायला मिळताहेत म्हणून रॉन खुशीत होता.

वेळ बरा जावा आणि त्याचबरोबर थोडीफार कमाईही व्हावी म्हणून डेनिसने हॅमबर्गर भाजण्याची किमान वेतन देणारी अर्धवेळ नोकरी मिळवली. गेली बारा वर्षे कायद्याची पुस्तकं वाचत राहिल्यामुळे ती सवय त्याला आता सोडवत नव्हती. बॅरी श्चेकने त्याला कायद्याचं शिक्षण घेण्यासाठी प्रेरित केलं आणि त्याला शिकवायचं आश्वासनही दिलं. कन्सास शहरातील 'युनिव्हर्सिटी ऑफ मिसुरी' जवळच होती. तिथे वकिलीच्या शिक्षणाची सोय होतीच आणि ठरावीक वेळेचं बंधनही नव्हतं. डेनिसने प्रवेश परीक्षेसाठी तयारी सुरू केली; पण लवकरच ते सर्व अवघड वाटून त्याने सोडून दिलं.

त्याला कुठल्यातरी आघातपश्चात येणाऱ्या तणावाचा त्रास होत होता; त्यामुळे मानसिक क्षीणता यायची. तुरुंगवासाची भीषणता तर कायमचीच होती, त्याचबरोबर भयावह स्वप्नं आणि पुन्हा अटक केली जाण्याची भीती वाटत होती. अजूनही खुनाची तपासणी बंद झालेली नसल्यामुळे आणि अडा पोलिसांची मनमानी अनियंत्रित असल्यामुळे, मध्यरात्री केव्हाही दारावर थाप पडण्याची शक्यता होती किंवा पुन्हा एकदा SWAT सदस्यांचा छापा पडू शकत होता. डेनिसने व्यावसायिक तज्ज्ञांची मदत घेऊन आपलं आयुष्य पूर्वपदावर आणायला सुरुवात केली. बॅरी श्चेक दावा दाखल करण्याबद्दल बोलत होता. ज्यांनी ज्यांनी अन्यायात सहभाग घेतला, त्यांच्याविरुद्ध प्रचंड रकमेचा खटला दाखल करायचा त्याचा विचार होता. मग डेनिसने त्या कल्पनेवर लक्ष केंद्रित केलं.

क्षितिजावर एक नवीन लढा दिसायला लागला होता आणि डेनिसने त्याची तयारी सुरू केली.

याउलट, रॉनचा प्रवास विरुद्ध दिशेने चालू होता. तो विचित्र वागायला लागला होता आणि ते शेजाऱ्यांच्या लक्षात यायला लागलं होतं. नंतर त्याने तो खाटकाचा सुरा बरोबर घेऊन आजूबाजूला फिरायला सुरुवात केली. पीटरसन आणि अडाचे पोलीस मागावर असल्याचा त्याचा दावा होता. त्याच्या मते, तो स्वतःचं रक्षण करत होता आणि पुन्हा तुरुंगात जाण्याची त्याची इच्छा नव्हती.

त्याने घर खाली करावं यासाठी अॅनेटकडे नोटिस आली. जेव्हा त्याने तिचे फोन उचलणंही बंद केलं, तेव्हा तिने न्यायालयाकडून त्याला मानसिक तपासणीसाठी

इस्पितळात दाखल करण्याचा आदेश मिळवला.

दारं, खिडक्या वर्तमानपत्रांनी झाकून आणि आतून टेप लावून बंद करून, तो बिअर पीत, टेलिव्हिजन बघत बसला होता. अचानक त्याला कोणीतरी तोंडासमोर कर्णा धरून कर्कश आवाजात ओरडत असल्याचा आवाज ऐकू आला – 'तुझे दोन्ही हात वर करून बाहेर ये.' त्याने हळूच बाहेर पाहिलं आणि पोलीस दिसल्यावर, आपलं आयुष्य पुन्हा एकदा कामातून गेलं, असंच त्याला वाटलं. आपण आता नक्कीच परत मृत्युकोठडीत जाणार, हेच त्याच्या मनात आलं.

जेवढा तो त्यांना घाबरत होता, तेवढेच तेही त्याला घाबरत होते; पण शेवटी दोन्ही बाजूंकडून समजूतदारपणा दाखवला गेला आणि त्याला त्यांनी ताब्यात घेतलं; पण तो समजत होता त्याप्रमाणे मृत्युकोठडीत न नेता, त्याऐवजी त्याला वेड्यांच्या इस्पितळात नेण्यात आलं.

त्याचं ट्रेलर घर घेऊन एक वर्षही झालं नव्हतं; पण घराची अगदी दुर्दशा झाली होती, ते विकावं लागलं. त्याला इस्पितळातून सोडण्यात आल्यावर, ॲनेटने त्याच्यासाठी राहायला दुसरी जागा बघायला सुरुवात केली. स्प्रिंगफील्डच्या जवळ असलेल्या शुश्रूषागृहातच फक्त त्याची सोय होऊ शकली. ती इस्पितळात गेली, त्याच्या सामानाची बांधाबांध केली आणि त्याला 'डलास काउन्टी केअर सेंटर'मध्ये नेऊन सोडलं.

नियमित देखभाल आणि रोजची बांधिलकी सुरुवातीला चांगली वाटली. औषधं वेळच्या वेळी घेतली गेली आणि दारूवर पूर्णपणे बंदी आली. रॉनची तब्येत बरी व्हायला लागली. रॉनला लवकरच म्हाताऱ्या आणि चाकाच्या खुर्चीत अडकलेल्या अशक्त लोकांच्या घोळक्यात राहायचा कंटाळा आला. त्याच्या तक्रारी सुरू झाल्या आणि लवकरच तो तिथल्या लोकांसाठी असह्य ठरू लागला; त्यामुळे ॲनेटला त्याच्यासाठी दुसरी जागा शोधायची वेळ आली. तिला मिसुरीमधल्या मार्शफील्ड इथे जागा मिळाली, ती जागासुद्धा म्हाताऱ्या आणि दुःखी लोकांनी भरलेली होती. रॉन फक्त सत्तेचाळीस वर्षांचा होता. आपण या शुश्रूषागृहात काय करतोय, हा प्रश्न तो स्वतःला सतत विचारत राहायचा. शेवटी ॲनेटने त्याला ओक्लाहोमाला परत आणण्याचा निर्णय घेतला.

त्याची अडाला जाण्याची तयारी नव्हती आणि तिथे आतुरतेने त्याची वाट बघणारं कोणी आहे, असंही नव्हतं. ओक्लाहोमा शहरात ॲनेटला योग्य अशी एक जागा सापडली. आयुष्यातल्या एका अवस्थेतून दुसऱ्या, आधीपेक्षा बऱ्या अवस्थेत जाण्याच्या प्रयत्नात असलेल्या लोकांसाठी एका जुन्या मॉटेलचं परिवर्तन 'हार्बर हाउस' नावाच्या एका शुश्रूषागृहात करण्यात आलं होतं. दारूला अजिबात परवानगी नसल्यामुळे, बरेच महिने रॉन शुद्धीत राहू शकला.

मार्क बॅरेट बरेचदा रॉनला भेटायला 'हार्बर हाउस'मध्ये गेला आणि रॉन इथेही जास्त दिवस टिकू शकणार नाही हे त्याने लगेच ओळखलं. तिथे कोणीच जास्त दिवस राहू शकलं नसतं. बाकीचे लोक अचेतन, झोंबीसारखे होते आणि त्यांनी रॉनपेक्षा जास्त हालअपेष्टा भोगलेल्या होत्या.

बरेच महिने गेले, तरी ग्लेन गोअरवर आरोपपत्र दाखल झालं नव्हतं. नव्याने चालू असलेली तपासणी, अठरा वर्षांपूर्वीच्या तपासणीइतकीच फलदायक शाबित होत होती.

गुन्ह्याच्या ठिकाणी मिळालेले वीर्य आणि केसांच्या DNA चाचणीत ते ग्लेन गोअरचेच असल्याचं निर्विवाद सिद्ध झालेलं असलं तरी; अडा पोलीस, सरकारी वकील, OSBI तज्ज्ञ यांना खुनाची उकल करणं शक्य होत नव्हतं. त्यांना आणखी पुराव्यांची गरज वाटत होती.

रॉन आणि डेनिस यांना अजूनही संशयित मानलं जात होतं. सध्या जरी ते दोघे मुक्त असले आणि मुक्ततेचा आनंद उपभोगत असले, तरी त्यांच्याभोवतीचे काळे ढग अजून विरले नव्हते. दर आठवड्याला त्यांच्या गप्पा व्हायच्या, कधीकधी तर ते रोजही बोलायचे. ते आपल्या वकिलांच्याही संपर्कात होते. असंच भीतिदायक वातावरणात एक वर्ष काढल्यावर त्यांनी लढा देण्याचं ठरवलं.

बिल पीटरसन, अडा पोलीस आणि ओक्लाहोमा सरकारने जर झालेल्या अन्यायासाठी माफी मागून, रॉन विल्यमसन आणि डेनिस फ्रिट्झ यांचं प्रकरण मिटवून टाकलं असतं, तर अधिकाऱ्यांसाठीसुद्धा तो एक सन्माननीय मार्ग ठरला असता आणि या दुःखद कहाणीचा तिथेच शेवट झाला असता.

पण, आता त्यांनी स्वतःवर दावा ओढवून घेतला होता.

एप्रिल २००० मध्ये, रॉन विल्यमसन आणि डेनिस फ्रिट्झ या सहदावेदारांनी अर्ध्याअधिक ओक्लाहोमा राज्यावर दावा ठोकला. अडा शहर, पोन्टोटॉक काउन्टी, बिल पीटरसन, डेनिस स्मिथ, जॉन ख्रिश्चन, माइक टेनी, ग्लेन गोअर, टेरी हॉलंड, जेम्स हारजो, ओक्लाहोमा राज्य, OSBI, गॅरी रॉजर्स, रस्टी फिदरस्टोन, मेल्विन हेट्ट, जेरी पीटर्स आणि लॅरी म्युलिन्स हे OSBIचे तज्ज्ञ तसेच बॅरी मेनार्ड, डॅन रेनॉल्ड्स, जेम्स सॅफल आणि लॅरी फील्ड्स हे 'डिपार्टमेंट ऑफ करेक्शन्स'चे अधिकारी एवढे सगळेजण आरोपी होते.

नागरी हक्कांच्या अंतर्गत, राष्ट्रीय न्यायालयात खटला दाखल करण्यात आला होता. चौथ्या, पाचव्या, सहाव्या, आठव्या आणि चौदाव्या घटनादुरुस्तीचं उल्लंघन झाल्याचा त्यांचा दावा होता. योगायोगाने तो खटला न्यायाधीश फ्रँक सिये

यांच्याकडेच सुपूर्द करण्यात आला; पण त्यांनी स्वतःच त्यातून माघार घेतली.

दाव्यात असं म्हटलं होतं की – आरोपींनी १) बनावट पुरावा सादर केला, ज्या पुराव्यामुळे आरोपीची मुक्तता होऊ शकेल असा पुरावा दडवून ठेवला, ज्यामुळे दावेदारांचा खटला योग्य पद्धतीने चालवला जाऊ शकला नाही. २) खोट्या कारणांनी अटक करून सूडबुद्धीने खटला चालवला, ३) कपट-कारस्थानाने वागले, ४) जाणूनबुजून मानसिक क्लेशाला कारणीभूत झाले, ५) दावेदारांचा खटला चालवताना अक्षम्य दुर्लक्ष केले आणि ६) खटला दाखल केल्यापासून संपेपर्यंत वैरभावनेने वागले.

तुरुंगव्यवस्थेबद्दलचा दावा असा होता – मृत्युकोठडीत असताना रॉनला वाईट वागणूक दिली गेली. त्याच्या मनोविकाराबद्दल अधिकाऱ्यांना वारंवार सावध करूनसुद्धा तिकडे दुर्लक्ष केले गेले.

नुकसानभरपाईसाठी दाव्याची रक्कम होती १०० मिलियन डॉलर.

अडामधल्या वर्तमानपत्रात, बिल पीटरसनचं त्यावरचं विधान छापून आलं होतं – 'माझ्या मते, हा दावा अगदीच निरर्थक आहे, केवळ प्रसिद्धीसाठी लक्ष वेधून घेण्याचा प्रयत्न! मला त्याबद्दल जास्त काळजी करण्याची गरज वाटत नाही.'

हत्येच्या गुन्ह्याची तपासणी चालू आहे, या वृत्ताला त्याने दुजोरा दिला.

बॅरी श्चेकच्या फर्मने आणि कन्सास शहरातील चेरील पायलट नावाच्या वकिलाने एकत्र येऊन हा दावा दाखल केला होता. 'इंडिजंट डिफेन्स सिस्टम' सोडून, स्वतःची खासगी वकिली चालू केल्यावर, मार्क बॅरेटसुद्धा त्यांच्यात सहभागी होणार होता.

नागरी हक्कांच्या पायमल्लीच्या विरोधातले दावे शाबित करणं, ही अतिशय अवघड गोष्ट असते आणि शिक्षेतून मुक्ती मिळालेल्या बऱ्याचजणांना तर न्यायालयात येण्यालासुद्धा बंदी घालण्यात येते. चुकून शिक्षा दिली गेली याचा अर्थ असा होत नाही की, त्यांना आपोआप दावा दाखल करण्याचा हक्क प्राप्त झाला, अशीच यामागची भावना असते.

नागरी हक्कांचं उल्लंघन आणि संविधानिक संरक्षण हक्क धाब्यावर बसवला गेल्याचा दावा केल्यावर, ते आरोप सिद्ध करण्याची जबाबदारी संभाव्य दावेदाराची असायची. खरा अवघड भाग यानंतरच येतो. चुकीने दोषी ठरवण्यात आलेल्या खटल्याच्या कायदेशीर प्रक्रियेमध्ये, आरोप ठेवण्यात आलेल्यांतला बहुतेक प्रत्येकजणच कायद्याने प्रतिरक्षित असतो. खटल्याची प्रक्रिया हाताळताना, कितीही खराब कामगिरी असली, तरी न्यायाधीशांना सुरक्षितता असते. सरकारी वकील जोपर्यंत आपलं काम करताहेत, म्हणजे खटला चालवताहेत तोपर्यंत त्यांना सुरक्षितता असते; पण जर

गुन्हे तपासणीत त्यांचा सहभाग जरुरीपेक्षा जास्त आढळला, तर त्यांना दोषी धरता येऊ शकतं. जर दावेदाराला असं दाखवून देता आलं नाही की, पोलिसांची वागणूक इतकी चुकीची होती की, कोणाही कायद्याच्या रक्षकाला ते घटनेचं उल्लंघन करताहेत, हे लक्षात येण्याजोगं होतं, तर पोलीसही संरक्षित असतात.

असे खटले एखाद्याचं दिवाळं वाजवण्याएवढे खर्चिक ठरू शकतात. दावेदाराच्या वकिलांना खटल्याच्या खर्चासाठी कधी दहाच्या पटीत, कधी शेकडो तर कधी हजारो डॉलर उभे करावे लागतात. असे खटले बरेचदा जोखमीचे ठरू शकतात, कारण त्यात खर्च केलेले पैसे वसूल होण्याची शक्यता फारच कमी असते.

ग्रेग विल्होइटसारख्या चुकीने दोषी ठरवल्या गेलेल्या बऱ्याचजणांना तर एक छदामही मिळत नाही.

जुलै २००१, मध्ये रॉनचं पुढचं विश्रामगृह होतं नॉर्मनमधलं 'ट्रान्झिशन हाउस'. समुपदेशन आणि प्रशिक्षण दोन्ही सुनियोजित पद्धतीने पुरवणारं ते एक मान्यता पावलेलं सुविधा केंद्र होतं. आपल्या रुग्णांचं, समुपदेशकांच्या देखरेखीखाली, ते स्वतःच्या पायावर उभे राहू शकतील इतपत पुनर्वसन करायचं, असं त्यांचं ध्येय होतं आणि त्याचबरोबर रुग्णांना स्थिर वागणारे आणि उपयोगी नागरिक बनवून, ते समाजात मिसळतील असं बनवणं, हे त्यांचं अंतिम ध्येय होतं.

पहिल्या टप्प्याचा कार्यक्रम बारा महिन्यांचा होता, त्यात भरपूर नियम पाळावे लागायचे आणि वसतिगृहासारख्या मोठ्या खोल्यांमधून सगळे रुग्ण एकत्र राहायचे. सुरुवातीच्या पाठांमधला एक पाठ असा होता की, त्यांना बसचा वापर करून गावामध्ये फिरायला शिकवणे. स्वयंपाक, साफसफाई आणि वैयक्तिक स्वच्छता या गोष्टी नुसत्याच शिकवल्या न जाता, त्यावर भर देऊन त्या करवून घेतल्या जायच्या. रॉन पीनट बटरचं सँडविच आणि अंडा बुर्जी बनवायला शिकला.

त्याला स्वतःच्या खोलीच्या जवळपासच थांबायला आवडायचं आणि फक्त सिगारेट ओढण्यापुरताच तो बाहेर जायचा. चार महिने झाले, तरी बसची पद्धत त्याला समजली नव्हती.

डेबी किथ नावाची रॉनची बालपणीची एक खास मैत्रीण होती. तिचे वडील धर्मगुरू होते आणि आपल्या मुलीनेही एखाद्या धर्मगुरूबरोबरच लग्न करावं अशी त्यांची इच्छा होती. तिचा भाऊ - मिकी किथ - आपल्या वडिलांप्रमाणेच 'इव्हान्जेलिस्ट' चर्चमध्ये धर्मगुरू बनला. ॲनेट आता अडामधल्या त्या चर्चला जायला लागली होती. रॉनच्या विनंतीवरून आणि ॲनेटच्या आग्रहाखातर रेव्हरंड किथ नॉर्मनमधल्या 'ट्रान्झिशन हाउस'मध्ये पोहोचले.

पुन्हा एकदा चर्चमध्ये जायला सुरुवात करून, आपलं आयुष्य सुधारण्याचा

रॉन गंभीरपणे विचार करत होता. त्याच्या मनाच्या गाभाऱ्यात देव आणि जिझस ख्राईस्ट यांच्यावर गाढ श्रद्धा होती. लहानपणी पाठ केलेले धर्मग्रंथ किंवा त्याला आवडणाऱ्या प्रार्थना तो कधीही विसरणं शक्य नव्हतं. आपण चुकीचं वागलो असलो आणि आपल्यात जरी वैगुण्य आणि दोष असले, तरीही तो आपल्या मूळ धार्मिक वृत्तीकडे वळायला उत्सुक होता. ज्या पद्धतीचं आयुष्य आपण जगलो, त्याबद्दलची टोचणी सतत त्याच्या मनात असायची. तरीसुद्धा जिझसच्या दैवी, शाश्वत आणि संपूर्ण माफीच्या वचनावर त्याचा ठाम विश्वास होता.

रेव्हरंड किथ रॉनबरोबर बोलले आणि त्यांनी एकत्र प्रार्थना केली; तसेच त्यांनी कागदपत्रांबाबत चर्चा केली. त्यांनी रॉनला समजावून सांगितलं की, त्याला जर खरोखरच चर्चचा सदस्य व्हायचं असेल तर त्याला एक अर्ज भरून द्यावा लागेल. त्यात त्याला लिहून द्यावं लागणार होतं की, तो पुन्हा एकदा नव्याने धर्मनिष्ठ ख्रिश्चन होऊ इच्छितो, तो चर्चच्या देखभालीसाठी लागणारा कर भरून आणि जेव्हा शक्य असेल, तेव्हा उपस्थित राहून चर्चला सक्रिय मदत करेल आणि चर्चची बदनामी होईल, असे तो कधीही वागणार नाही. रॉनने झटपट तो अर्ज भरून, सही करून दिला. चर्चच्या नियामक मंडळासमोर तो अर्ज ठेवण्यात आला, त्यावर चर्चा झाली आणि त्याच्या सदस्यत्वाला मान्यता दिली गेली.

त्याचे काही महिने फारच समाधानात गेले. तो स्वच्छ राहायचा आणि दारूच्या नशेतही नसायचा. देवाच्या मदतीने आपली दारूची सवय घालवण्याचा त्याने ठाम निर्धार केला होता. 'अल्कोहोलिक्स ॲनॉनिमस'चा तो सदस्य बनला आणि त्यांच्या प्रत्येक सभेला उपस्थित राहण्याचा त्याने प्रयत्न केला. त्याचा औषधोपचार आता संतुलित झाला होता आणि त्याची संगत त्याच्या परिवाराला व मित्रमंडळींना आवडायला लागली होती. तो मजेशीर बोलायचा, त्याची हजरजबाबी उत्तरं आणि गमतीशीर किस्से ऐकणं सगळ्यांना आवडायचं. 'मी जेव्हा मृत्युकोठडीत होतो तेव्हा...' या वाक्याने एखाद्या नव्या गोष्टीची सुरुवात करून, अनोळखी लोकांना दचकवायला त्याला आवडायचं. त्याचे कुटुंबीय नेहमी भेटून शक्य तेवढे त्याच्या जवळ राहायच्या प्रयत्नात असायचे. रॉनच्या डोक्यावर परिणाम झालेल्या दरम्यानच्या काळात घडलेल्या घटनांचे तपशीलसुद्धा तो ज्या बारकाईने आठवू शकत होता, ते पाहून त्याच्या घरचे आश्चर्यचकित व्हायचे.

नॉर्मनमधला ऑफिसेस असलेला भाग 'ट्रान्झिशन हाउस'पासून जवळच होता. मार्क बॅरेटचं ऑफिस तिथून चालत जाण्याच्या अंतरावरच असल्यामुळे, रॉन बरेचदा त्याला भेटायला जायचा. वकील आणि त्याचा अशील कॉफी प्यायचे, संगीताबद्दल बोलायचे आणि दाखल केलेल्या दाव्याबद्दल चर्चा करायचे. आपल्या दाव्याचा निर्णय कधी लागेल आणि आपल्याला किती पैसे मिळतील, हीच रॉनची मुख्य

उत्सुकता होती आणि त्यात काही नवल नव्हतं. नॉर्मनमधल्या 'डिसिपल्स ऑफ ख्राईस्ट' या मार्क बॅरेट जात असलेल्या चर्चमध्ये येण्याचं निमंत्रण त्याने रॉनला दिलं. रॉन एका रविवारी मार्कच्या पत्नीबरोबर त्या चर्चमध्ये गेला आणि तिथे बायबल आणि ख्रिश्चन धर्माबद्दलची मुक्त आणि सहिष्णू वातावरणात चाललेली चर्चा ऐकून तिकडे आकर्षित झाला. तिथे तुम्हाला कशाबद्दलही प्रश्न किंवा शंका उपस्थित करण्याची परवानगी होती. त्याच्या 'पेन्टेकोस्टल' चर्चमधलं वातावरण याच्या विरुद्ध होतं, तिथला प्रत्येक शब्द निर्विवाद आणि अंतिम मनाला जायचा; कोणी विरोधी मत प्रदर्शित करण्याचा प्रयत्न केला, तर त्याला दडपलं जायचं.

रॉन त्याचा बराचसा वेळ संगीताच्या सरावातच घालवायचा. खासकरून बॉब डायलन किंवा एरिक क्लॅप्टन यांचं एखादं गाणं निवडून, ते चांगलं जमेपर्यंत तो त्याच गाण्याचा सराव करत राहायचा. नंतर त्याला गाण्याचं आणि वाजवण्याचं काम मिळालं. ओक्लाहोमा शहरातील आणि नॉर्मनच्या आजूबाजूला असलेल्या कॉफीच्या दुकानांमधून आणि कॅफेमधून तो त्यासाठी जाऊ लागला. तिथल्या तुरळक गर्दीकडून त्याला काही गाण्यांची फर्माईश केली जायची आणि त्याला बक्षिशी मिळायची. त्या बाबतीत मात्र तो बेडरपणे वागायचा. त्याच्या आवाजाला मर्यादा असल्या, तरी त्याची त्याला फिकीर नसायची. तो बेधडकपणे कुठलंही गाणं म्हणायचा.

मृत्युदंडाच्या शिक्षेवर कायमची बंदी आणण्यात यावी अशी मागणी असलेला 'द ओक्लाहोमा कोएलिशन टू अॅबॉलिश द डेथ पेनल्टी' अशा नावाने काम करणारा एक गट तिथे होता. निधी संकलनासाठी ठेवलेल्या एका कार्यक्रमात गाण्यासाठी आणि भाषण करण्यासाठी त्यांनी रॉनला आमंत्रित केलं. ओक्लाहोमा युनिव्हर्सिटी कॅम्पसजवळच्या, लोकांच्या आवडत्या 'फायर हाउस' नावाच्या सुप्रसिद्ध ठिकाणी तो कार्यक्रम होता. दोनशे लोकांसमोर उभा राहिल्यावर रॉनची घाबरगुंडी उडाली, कारण त्याच्या नेहमीच्या सवयीच्या मानाने ही गर्दी खूपच जास्त होती. तो माइकपासून दूर उभा राहिला. त्याचा आवाज लोकांपर्यंत जेमतेम पोहोचत होता, तरीपण लोकांनी त्याचं कौतुक केलं. त्या संध्याकाळी त्याची डॉ. सुसान शार्पबरोबर ओळख झाली. त्या ओक्लाहोमा युनिव्हर्सिटीमध्ये गुन्हेशास्त्र विषयाच्या प्राध्यापिका होत्या आणि मृत्युदंडाच्या शिक्षेच्या कट्टर विरोधक होत्या. तिने रॉनला आपल्या वर्गावर भेट द्यायला बोलावलं आणि तो लगेच तयार झाला.

त्या दोघांची मैत्री झाली आणि रॉन लगेचच तिला आपली प्रेमिका समजू लागला. संबंध मैत्रीपूर्ण; पण व्यावसायिक स्तरावरच ठेवायचा तिचा प्रयत्न होता. त्याच्यात तिला खूप यातना भोगलेला, एक घायाळ माणूस दिसत होता आणि त्याला सर्वतोपरी मदत करण्याचा तिचा निश्चय होता. तिच्यासमोर प्रेम हा पर्याय नव्हता आणि तोही आक्रमक वागत नव्हता.

'ट्रान्झिशन हाउस'चा पहिला टप्पा त्याने यशस्वीरीत्या पूर्ण केला. आता दुसऱ्या टप्प्यात जाण्याएवढी त्याची तयारी झाली. दुसरा टप्पा होता स्वतःच्या घरात राहण्याचा. त्याने आपल्या घरात स्वतःचं स्वतः व्यवस्थित राहावं म्हणून ॲनेट आणि रेनी उत्कटतेने प्रार्थना करत होत्या. भविष्यासाठी पुन्हा एकदा शुश्रूषागृह, विश्रांतीगृह किंवा वेड्यांचं इस्पितळ या पर्यायांचा विचार करण्याची त्यांची इच्छा नव्हती. दुसरा टप्पा जर तो यशस्वीरीत्या पार करू शकला, तर पुढची पायरी नोकरी शोधणं ही असण्याची शक्यता होती.

साधारण एक महिनाभर तो व्यवस्थित राहिला. मात्र, नंतर त्याची सावकाशपणे उन्मळून पडायला सुरुवात झाली. सुनियोजित व्यवस्थेपासून दूर आणि कोणाच्याही देखरेखीविना राहिल्यावर, त्याने आपल्या औषधांकडे दुर्लक्ष करायला सुरुवात केली. त्याला फक्त थंडगार बिअर पिण्याचीच इच्छा असायची. 'डेली' नावाचा कॅम्पसवरचा एक बार त्याचा अड्डा बनला. मद्यपी आणि हिप्पी मुलांना आकर्षित करेल असा तो बार होता.

रॉन त्यांचा नियमित ग्राहक बनला आणि पूर्वीप्रमाणेच आताही तो नशा चढल्यावर लोकांना असह्य व्हायला लागला.

२९ ऑक्टोबर, २००१ रोजी, दाव्याबद्दलची रॉनची साक्ष झाली. ती खोली म्हणजे न्यायालयाच्या लघुलिपिकांचं ऑफिस होतं. आपल्या विभागात विख्यात झालेल्या रॉनला प्रश्न विचारण्यासाठी वकिलांची प्रचंड गर्दी झाली होती.

काही प्राथमिक प्रश्नोत्तरं झाल्यावर, बचाव पक्षाच्या पहिल्या वकिलाने रॉनला विचारलं, "तुझ्यावर एखाद्या प्रकारचे औषधोपचार चालू आहेत का?"

"हो, आहेत."

"आणि ते एखाद्या डॉक्टरांच्या सल्ल्याप्रमाणे किंवा निर्देश केल्याप्रमाणे आहेत का?"

"हो, एका मानसोपचारतज्ज्ञांच्या सल्ल्याप्रमाणे."

"आत्ता तुझ्याजवळ त्या औषधांची यादी आहे का? किंवा तू कुठली औषधं घेतोस हे तू सांगू शकशील का?"

"मी कोणती औषधं घेतो, ते मला माहिती आहे."

"कोणती औषधं आहेत?"

"डेपाकोट २५० मिलिग्राम दिवसातून चार वेळा, झिपरेक्सा संध्याकाळी दिवसातून एकदा आणि वेलबट्रिन रोज एकदा."

"तुझ्या समजुतीप्रमाणे ही औषधं कशाकरता आहेत?"

"डेपाकोट हे मनःस्थितीत अचानक बदल होतो त्यासाठी आहे, वेलबट्रिन हे

नैराश्यावर आहे आणि झिपरेक्सा मला जे आवाज ऐकू येतात आणि भास होतात त्यासाठी आहे.''

"ओके! आज आम्हाला एक गोष्ट जाणून घ्यायची नक्कीच उत्सुकता आहे, ती म्हणजे या औषधांचा तुझ्या स्मरणशक्तीवर काही परिणाम झाला आहे का? तुला काय वाटतं?"

"मला सांगता येणार नाही. काही आठवून सांगावं लागेल, असा प्रश्नच अजून तुम्ही मला विचारलेला नाही."

साक्ष बराच वेळ चालल्यामुळे तो अगदी थकून गेला.

बिल पीटरसन, जो आता एक आरोपी होता, त्याने या दाव्यात आता काही विश्वासार्हता राहिलेली नसल्यामुळे तो लगेच फेटाळण्यात यावा, असा अर्ज दाखल केला. दाव्यातून बाहेर पडण्यासाठी वापरण्यात येणारा हा एक नेहमीचाच कायदेशीर डावपेच होता.

दावेदारांचा असा आरोप होता की, जेव्हा बिल पीटरसनने वकिलाच्या भूमिकेतून बाहेर पडून डेबी कार्टरच्या खुनाच्या गुन्ह्याची तपासणी सुरू केली, तेव्हाच तो कायदेशीर सुरक्षिततेला मुकला. पीटरसनने बनावट पुरावा सादर केल्याची दोन उदाहरणे त्यांनी दिली.

पहिलं होतं, ग्लेन गोअरने सही करून दिलेलं शपथपत्र; जे नागरी खटल्यात वापरण्यासाठी बनवलं गेलं होतं. गोअरने त्यात स्पष्टपणे नमूद केलं होतं की, तो पोन्टोटॉक काउन्टी तुरुंगात असताना, पीटरसन प्रत्यक्ष त्याच्या कोठडीत आला होता आणि त्याने गोअरला धमकावून रॉन विल्यमसनच्या विरोधात साक्ष देण्यास भाग पाडलं होतं. शपथपत्रात म्हटल्याप्रमाणे, पीटरसन असं म्हणाला होता की, गोअरने अशी आशा केलेली बरी की, त्याचे ठसे 'डेबी कार्टरच्या घरात सापडू नयेत' आणि 'तो गोअरलाही त्यात अडकवू शकतो.'

दुसरी घटना पुरावा बनवण्याबद्दल होती. दावेदारांच्या मते, डेबी कार्टरच्या तळव्यांचे पुन्हा एकदा ठसे घेणे, ही ती घटना होती. पीटरसनने हे कबूल केलं की, तो जेरी पीटर्स, लॅरी म्युलिन्स आणि अडामधल्या तपासणी अधिकाऱ्यांना, तळव्याच्या ठशाबद्दल चर्चा करण्यासाठी जानेवारी, १९८७ मध्ये भेटला होता. पीटरसनने असंही मत प्रदर्शित केलं होतं की, त्याच्याकडे 'आता तपासाच्या दृष्टीने काहीच धागेदोरे नाहीत.' पीटरसनने असं सुचवलं होतं की, शव पुरल्यानंतर चार-साडेचार वर्षांनी पुन्हा एकदा चांगले ठसे घेण्यात यावेत आणि त्याने म्युलिन्स आणि पीटर्स यांना दुसऱ्यांदा तपासणी करायला सांगितलं होतं. शव खणून बाहेर काढण्यात आलं, तळव्याचा नव्याने ठसा घेण्यात आला आणि अचानक तज्ज्ञांनी आपलं नवीन

मत नोंदवलं.

(रॉन आणि डेनिसच्या वकिलांनी आपला स्वतःचा एक ठसेतज्ज्ञ नेमला होता, त्याचं नाव होतं मि. बिल बेली. त्याच्या निष्कर्षाप्रमाणे म्युलिन्स आणि पीटर्सने तळव्याच्या ठशाच्या वेगळ्या भागाचं निरीक्षण करून हा नवीन निर्णय नोंदवला होता. बेलीने स्वतः ठशाचं निरीक्षण करून, भिंतीवरचा ठसा डेबी कार्टरचा नसल्याचा निर्णय दिला.)

राष्ट्रीय न्यायाधीशांनी दावा फेटाळून लावण्यासाठीचा पीटरसनचा अर्जच फेटाळला. ते म्हणाले, 'विल्यमसन आणि फ्रिट्झ यांना दोषी शाबित करायचं म्हणून पीटरसन, म्युलिन्स, पीटर्स आणि बाकीच्यांनी पद्धतशीरपणे बनाव रचला किंवा नाही याच्या सत्यतेबद्दलचा रास्त प्रश्न इथे अस्तित्वात आहे.'

ते पुढे म्हणाले :

'या प्रकरणात, परिस्थितीजन्य पुरावा असं दर्शवतो की, ठरावीक पद्धतीने विविध तपासणी अधिकारी आणि पीटरसन यांनी एकत्रितपणे दावेदारांना एक किंवा अधिक घटनात्मक हक्कांपासून वंचित ठेवलं. ज्या पुराव्यामुळे दावेदारांची सुटका होऊ शकली असती, असा पुरावा तपासणी अधिकाऱ्यांनी वारंवार वगळला; पण त्याच वेळी ज्यामुळे ते दोषी ठरतील असा पुरावा आणि वादग्रस्त बनावट पुरावा सादर केला. दुसऱ्या व्यक्ती या गुन्ह्यात अडकू शकतील अशा स्पष्ट आणि उघडपणे दिसणाऱ्या धाग्यादोऱ्यांकडे दुर्लक्ष केलं. गुन्हे अन्वेषणात वैज्ञानिक तज्ज्ञांचे शंकास्पद निर्णय हेच दर्शवतात की, आरोपींना तपासणीच्या मार्गावर वेळोवेळी मिळत असलेल्या सावधानतेच्या इशाऱ्यांकडे पूर्ण दुर्लक्ष करत, विल्यमसन आणि फ्रिट्झ यांना दोषी ठरवायचंच या उद्देशाने जाणीवपूर्वक प्रयत्न केले गेले; त्यामुळे ते निकाल अन्यायकारक असून त्याला वस्तुनिष्ठ तपासणीचा आधार नाही.'

हा निर्णय सात फेब्रुवारी, २००२ रोजी जाहीर झाला, तो बचाव पक्षासाठी जबरदस्त धक्का होता आणि त्याने दाव्याची गतीच बदलली.

ॲनेटने अडा सोडून दुसरीकडे राहायला जावं म्हणून रेनी बरीच वर्षं तिचं मन वळवण्याच्या प्रयत्नात होती. लोक कायमच रॉनचा संशय घेतील आणि त्याच्या बहिणीबद्दल कुजबुजत राहतील, असं तिचं म्हणणं होतं. त्यांच्या चर्चने त्यांना नाकारलं होतंच. अडा गाव आणि काउन्टीविरुद्ध दाखल केलेल्या दाव्यामुळे लोकांचा संताप आणखी वाढेल, अशी तिला भीती होती.

इतकी वर्षं ॲनेटने त्या कल्पनेला विरोध केला होता, कारण अडा हे ती स्वतःचं घर समजत होती. तिचा भाऊ निरपराध होता. आता ती लोकांच्या नजरा आणि कुजबुज यांकडे दुर्लक्ष करायला शिकली होती आणि असंच खंबीर राहणं ती

चालू ठेवू शकली असती.

पण आता या दाव्यामुळे ती चिंतित झाली होती. खटल्यापूर्वीच्या, साधारण दोन वर्षांच्या अथक संघर्षानंतर आता गोष्टी आपल्याला अनुकूल व्हायला लागल्या आहेत, असं मार्क बॅरेट आणि बॅरी श्चेक यांना वाटायला लागलं होतं. तडजोडीच्या वाटाघाटी कधी चालू असायच्या तर कधी बंद असायच्या; तरीसुद्धा दावा प्रत्यक्षात सुनावणीसाठी न जाता तडजोड होऊनच मिटेल, असं दोन्ही बाजूंच्या वकिलांना वाटत होतं.

कदाचित आता बदलाची वेळ आली होती. एप्रिल २००२ मध्ये (एकूण साठ वर्षे तिथे राहिल्यानंतर) ॲनेटने अडाचा निरोप घेतला. तलसामध्ये तिचे काही नातेवाईक होते, तिकडे ती राहायला गेली आणि त्यानंतर काही दिवसांतच तिचा भाऊसुद्धा तिकडे येऊन तिच्याबरोबर राहू लागला.

त्याला नॉर्मनमधून बाहेर काढायला ती उत्सुक होती. रॉनचं दारू पिणं पुन्हा सुरू झालं होतं आणि एकदा प्यायल्यावर गप्प बसणं त्याच्यासाठी अशक्य असायचं. त्याचा दावा, त्याच्यासाठी काम करणारे भरपूर वकील, ज्यांनी त्याला अन्यायाने मृत्युकोठडीत पाठवलं होतं; त्यांच्याकडून मिळण्याची शक्यता असलेले लाखो डॉलर या आणि इतर गोष्टींच्या बढाया चालू व्हायच्या. 'डेली' आणि इतर काही बारमध्ये त्याचा अड्डा असायचा. एकदा पैसे ताब्यात आले की, आपण त्याचे जवळचे मित्र आहोत असं दाखवू शकणाऱ्या अनेक लोकांचं त्याच्याकडे लक्ष जायला लागलं होतं.

तो ॲनेटबरोबर राहू लागला आणि लवकरच त्याच्या लक्षात आलं की, तलसामधल्या नव्या घरातही तेच नियम लागू होताहेत, जे तिच्या अडामधल्या जुन्या घरात होते, खासकरून दारू पिण्यावरची बंदी. तो नशेपासून दूर झाला, चर्चमध्ये जायला लागला आणि त्याची धर्मगुरूंबरोबर जवळीक निर्माण झाली. तिथे बायबलचं अध्ययन करणारा 'लाइट फॉर द लॉस्ट' नावाचा पुरुषांचा एक गट होता. गरीब देशांमधल्या धर्मप्रसारासाठीच्या मोहिमेवरील लोकांच्या प्रवासासाठी ते पैसे उभे करायचे. त्यांचा आवडीचा निधी संकलनाचा कार्यक्रम म्हणजे, महिन्यातून एकदा आयोजित केला जाणारा 'स्टीक ॲंड पोटॅटो' हा जेवणाचा कार्यक्रम होता. रॉन त्या गटात सहभागी झाला आणि स्वयंपाकघरात मदत करायला लागला. उकडण्यात येणाऱ्या बटाट्यांना फॉइलमध्ये गुंडाळण्याचं काम त्याच्याकडे सोपवण्यात आलं आणि तो ते आनंदाने करू लागला.

२००२च्या पानगळीच्या मोसमात 'निरर्थक' म्हणून हिणवला गेलेला दावा लाखो डॉलरची तडजोड करून मिटवला गेला. सर्वांची कारकीर्द आणि आत्मसन्मान यांचं

संरक्षण व्हावं म्हणून, बऱ्याच आरोपींनी गुप्तपणे तडजोडीचा करार करण्याचा आग्रह धरला. आपण काही चुकीचं केलंय हे कुठेही मान्य न करता, आरोपींनी आणि त्यांच्या विमा कंपन्यांनी मिळून भल्या मोठ्या रकमा दिल्या. तो गुप्त करार एका फाइलमध्ये कुलूपबंद करण्यात आला आणि राष्ट्रीय न्यायालयाच्या आदेशानुसार त्याला संरक्षण देण्यात आलं.

करार कितीही गुप्त ठेवण्याचा प्रयत्न केला गेला, तरीही थोड्याच दिवसांत त्याच्या तपशिलाची चर्चा अडामधल्या कॅफेंमधून सुरू झाली. शेवटी अडाच्या नगरपरिषदेला हे जाहीर करावंच लागलं की, गरजेसाठी उपयोगी पडेल असा त्यांचा जो निधी होता, त्यातले पाच लाख डॉलर त्यांचा हिस्सा म्हणून त्यांना द्यावे लागले आहेत. अडामधल्या लोकांच्या चर्चा वाढतच चालल्या आणि वेगवेगळ्या कॅफेंमध्ये कराराचा आकडा वेगवेगळा ऐकू येऊ लागला; तो आकडा पन्नास लाख डॉलरच्या घरात असावा असा सर्वांना विश्वास वाटत होता. 'अडा ईव्हनिंग न्यूज'मध्ये तर निनावी सूत्रांचा उल्लेख करत प्रत्यक्ष आकडाही छापून आला.

डेनिस आणि रॉन यांचं नाव अजूनही संशयितांतून न वगळल्यामुळे, त्यांचा गुन्ह्यात सहभाग होता असाच काही अडावासीयांचा समज होता आणि गुन्हा करूनसुद्धा त्यांना आता एवढा घसघशीत फायदा होतोय हे पाहून तर त्यांचा तिळपापड होत होता.

आपल्या अशिलांनी सुरुवातीला काही पैसे एकरकमी घेऊन नंतर दरमहा ठरावीक रक्कम घेतल्यास, त्यांच्या दृष्टीनेच ते योग्य राहील असं मार्क बॅरेट आणि बॅरी श्चेक यांचं म्हणणं होतं.

डेनिसने कन्सास शहराच्या उपनगरात एक नवीन घर विकत घेतलं. त्याने आपल्या आईची आणि एलिझाबेथच्या देखभालीचीही सोय केली आणि उरलेली सर्व रक्कम बँकेत ठेवून दिली.

रॉन मात्र इतका समजूतदार आणि दूरदर्शी नव्हता.

ॲनेटच्या मागे लागून रॉनने चर्च आणि ॲनेटचं घर दोन्ही जवळ पडेल अशा ठिकाणी घर विकत घेतलं. दोन बेडरूमच्या एका छानशा घरावर त्यांनी ६०,००० डॉलर खर्च केले आणि पुन्हा एकदा रॉनने एकट्याने राहायला सुरुवात केली. काही आठवडे त्याची तब्येत स्थिर होती. काही कारणांनी जर ॲनेट त्याला कारमधून घेऊन जाऊ शकली नाही, तरी तो स्वतः आनंदाने चालत चर्चमध्ये जायचा.

पण तलसा हा त्याच्या माहितीचा इलाका होता आणि लवकरच त्याने बार आणि स्ट्रिप क्लबमध्ये जायला सुरुवात केली. तिथे गेल्यावर सगळ्यांच्या दारूचे पैसे तो स्वतः भरायचा आणि तिथे काम करणाऱ्या मुलींना हजार/हजार डॉलरची बक्षिशी द्यायचा. त्याने चालवलेली पैशांची उधळपट्टी पाहून आणि त्याच्या अविवेकी

बढाया ऐकून सर्व प्रकारचे मित्र त्याच्याकडे आकर्षित झाले. त्यात नवे-जुने सगळेच होते आणि बऱ्याचजणांनी त्याच्या स्वभावाचा गैरफायदा घेतला. नको इतक्या सढळ हाताने खर्च करण्याची त्याची प्रवृत्ती होती आणि नव्याने हातात आलेलं घबाड कसं वापरायचं, याबाबत तो पूर्णपणे अनभिज्ञ होता. हे ॲनेटच्या लक्षात येऊन ती त्याला अटकाव करेपर्यंत, पन्नास हजार डॉलरचा चुराडा झाला होता.

त्याच्या घराजवळच 'बाऊन्टी' नावाचा एक बार होता. शांत छोटा पब; जिथे ग्रेगचे वडील –गाय विल्होइट – नियमित जायचे. रॉनची आणि त्यांची भेट झाली आणि ते दोघे पिण्यातले साथीदार बनले. ग्रेगबद्दल आणि मृत्युकोठडीतल्या जुन्या आठवणींच्या त्यांच्या गोष्टी तासन्‌तास रंगायच्या. रॉन हा ग्रेगचा आणि त्यांचा खास मित्र असल्याचं 'बाऊन्टी'च्या मालकाला आणि तिथल्या सेवकांना गायने सांगून ठेवलं होतं आणि रॉन जर कधी काही अडचणीत आला, जी त्याची सवयच होती, तर पोलिसांना न बोलावता गायला बोलवायचं, असंही त्याने सांगितलं. त्यांनीही रॉनला सांभाळायचं वचन दिलं.

पण रॉन स्ट्रिप क्लबपासून दूर राहू शकत नव्हता. 'लेडी गोदिवा' हा त्याच्या आवडीचा क्लब बनला होता. तिथल्या एका डान्सरसाठी तर तो खुळावला होता; पण तिचा आधीपासूनच कोणी मित्र आहे हे त्याला नंतर कळलं. त्याने रॉनला काही फरक पडत नव्हता. जेव्हा त्याला कळलं की, तिचं कुटुंब आहे व त्यांना राहायला घर नाही, तेव्हा त्याने त्या सर्वांना आपल्या घरी येण्याचं आमंत्रण दिलं आणि वरच्या मजल्यावरील रिकाम्या बेडरूममध्ये त्यांना राहायला जागा दिली. ती डान्सर, तिची दोन मुलं आणि त्यांचा कथित बाप असे सगळेच मि. विल्यमसनच्या नव्या घरात राहायला आले; पण त्यांच्यासाठी दैनंदिन गरजेच्या किराणा सामानाची गरज होती. ॲनेटला फोन करून, गरजेच्या वस्तूंची लांबलचक यादी करून, त्या वस्तू रॉनने तिला आणायला सांगितल्या. ती मनाविरुद्धच दुकानात गेली आणि त्या वस्तू विकत घेतल्या. जेव्हा ती सामान घेऊन आली, तेव्हा रॉनचा कुठेच पत्ता नव्हता. ती डान्सर आणि तिचं कुटुंब, बेडरूम आतून बंद करून रॉनच्या बहिणीपासून लपून बसले होते आणि बाहेर यायला तयार नव्हते. ॲनेटने दरवाजातून ओरडून त्यांना निर्वाणीचा इशारा दिला. जर ते ताबडतोब निघून गेले नाहीत, तर तिने पोलिसांना बोलावण्याची त्यांना धमकी दिली. ते तर पळून गेले; पण रॉनला त्यांची आठवण येत राहिली.

रॉनची अशी जोखमीची साहसं चालूच राहिली. शेवटी त्याची कायदेशीर पालक असलेल्या ॲनेटला न्यायालयाचा आदेश मिळवून हस्तक्षेप करावा लागला. पैशांवरून त्यांच्यात भांडणं झाली; पण 'आपल्यासाठी उत्तम काय आहे' हे रॉनला कळत होतं. त्यांनी तेही घर विकलं आणि रॉनची रवानगी आणखी एका शुश्रूषागृहात झाली.

त्याचे खरे मित्र त्याला सोडून गेले नव्हते. रॉन स्थिर आणि चाकोरीबद्ध आयुष्य चालू करण्यासाठी झगडतोय, हे डेनिस फ्रिट्झला जाणवत होतं. रॉनने कन्सास शहरात येऊन त्याच्याबरोबर राहावं असं त्याने सुचवलं. रॉनच्या औषधोपचारांवर आणि आहारावर लक्ष ठेवायला तो तयार होता. रॉनकडून व्यायाम करवून घेण्याची आणि त्याची दारू, सिगारेट कमी करण्यासाठी प्रयत्न करण्याची त्याची तयारी होती. डेनिसला आता आरोग्यास हितकारक अन्न, जीवनसत्त्व, ताकद वाढवणारे पदार्थ, औषधी चहा यांसारख्या गोष्टींची माहिती झाली होती आणि अशा काही वस्तूंचा प्रयोग आपल्या मित्रावर करायला तो उत्सुक होता. रॉनने कन्सासला जाण्याबाबत त्या दोघांनी काही आठवडे चर्चा केली; पण शेवटी ॲनेटने त्या गोष्टीस नकार दिला.

ग्रेग विल्होइट, जो आता एक पक्का कॅलिफोर्नियावासी आणि मृत्युदंडाचा कट्टर विरोधक बनला होता, त्याने रॉनला सॅक्रेमॉन्टोला येऊन राहण्याची विनंती केली. त्याच्या मते, तिथली राहणी सहज आणि तणावमुक्त होती आणि तिथे खरोखरच भूतकाळ विसरला जायचा. रॉनला ती कल्पना अतिशय आवडली; पण ती प्रत्यक्षात आणण्यापेक्षा त्याच्यावर चर्चा करण्यातच त्याला जास्त मजा वाटायची.

ब्रूस लेबाने रॉनला शोधून काढलं आणि आपल्या घरातील एक खोली त्याला देऊ केली, जे त्यांनी पूर्वीही बरेचदा केलं होतं. ॲनेटने परवानगी दिली आणि रॉन ब्रूसबरोबर राहायला लागला. त्या वेळी ब्रूस ट्रक चालवण्याचं काम करत होता. ट्रकच्या पुढच्या सीटवर बसून, मोठ्या हायवेवरून भटकण्याचा मनमुराद आनंद रॉनने लुटला.

ही व्यवस्थासुद्धा तीन महिन्यांपेक्षा जास्त टिकू शकणार नाही, याचा ॲनेटला अंदाज होताच. रॉनचा कुठे टिकण्याचा सरासरी काळ तीन महिने झाला होता. प्रत्येक व्यवस्थेचा आणि प्रत्येक जागेचा त्याला लगेचच कंटाळा यायचा आणि झालंही तसंच! ब्रूस आणि रॉनचा कशावरून तरी वादविवाद झाला, त्याचं कारण नंतर दोघांनाही आठवत नव्हतं. रॉन तलसाला परत येऊन काही आठवड्यांसाठी ॲनेटबरोबर राहिला. नंतर त्याने एका हॉटेलमध्ये एक खोली भाड्याने घेतली.

२००१ मध्ये, म्हणजे रॉन आणि डेनिसच्या सुटकेनंतर दोन वर्षांनी आणि खुनाच्या घटनेनंतर साधारण एकोणीस वर्षांनी, अडा पोलिसांनी त्या गुन्ह्याचा तपास संपवला. त्यानंतर ग्लेन गोअरला लेक्सिंग्टनमधील तुरुंगातून हलवून, अडामध्ये आणून त्याच्यावर खटला दाखल होईपर्यंत मध्ये आणखी दोन वर्षं गेली.

बऱ्याच कारणांमुळे सरकारतर्फे बिल पीटरसनने तो खटला चालवला नाही. ज्युरींच्या समोर उभा राहून, त्याने जर ग्लेन गोअरकडे बोट रोखून आरोप केला

असता की, 'ग्लेन गोअर, तू डेबी कार्टरला जे काही केलंस त्यासाठी तुला मृत्युदंडाचीच शिक्षा योग्य आहे,' तर ते हास्यास्पद ठरून कोणालाही पटणं अवघड गेलं असतं, कारण असाच आरोप त्याने यापूर्वी दोन माणसांवर केला होता. हितसंबंधांचा संघर्ष होऊ शकतो असं कारण देत पीटरसनने खटल्यातून माघार घेतली. तरीसुद्धा त्याने ख्रिस रॉस या आपल्या सहकाऱ्याला सरकारी पक्षाच्या टेबलाजवळ बसून नोंदी काढायला पाठवलं.

रिचर्ड विन्टरी या सरकारी वकिलाला खासकरून ओक्लाहोमा शहरातून आणण्यात आलं. त्याच्या हातात DNA चाचणीचे निष्कर्ष तयार असल्यामुळे, आरोपीला दोषी शाबित करणं त्याला सोपं गेलं. गोअरचा लांबलचक आणि हिंसक गुन्हेगारी इतिहास ऐकल्यावर, त्याला मृत्युदंडाची शिक्षा सुनावण्यात ज्युरींना काहीच अडचण आली नाही.

डेनिसने त्या खटल्याकडे दुर्लक्ष करायचं ठरवलं; पण रॉनला ते जमलं नाही. तो रोज न्यायाधीश लॅन्ड्रिथ यांना फोन करून सांगायचा, ''टॉमी, तुम्ही रिकी ज्यो सिम्मन्सला पकडणं आवश्यक आहे.''

''टॉमी, तुम्ही गोअरला विसरा! रिकी ज्यो सिम्मन्स खरा खुनी आहे.''

एका शुश्रूषागृहापाठोपाठ दुसरं, हे चक्र चालूच राहिलं. नवीन जागेला तो कंटाळला किंवा तिथलं आदरातिथ्य कमी झालं असं वाटलं की, लगेच त्याचे फोन चालू व्हायचे आणि त्याची काळजी घेण्यासाठी तयार असेल असं नवीन ठिकाण शोधण्यासाठी ॲनेटची धावपळ सुरू व्हायची. मग ती त्याचं सामानसुमान आवरून त्याला दुसरीकडे हलवायची. काही ठिकाणी जंतुनाशकांचा भपकारा येत असायचा आणि मृत्यूच तिथे घुटमळतोय असं वाटायचं, तर काही ठिकाणं प्रसन्न आणि स्वागतोत्सुक वाटायची.

होवे गावातल्या एका सुखद जागेत रॉन राहत असताना, डॉ. सुसान शार्प त्याला भेटायला आली. बऱ्याच आठवड्यांत त्याने दारूला स्पर्श केला नव्हता आणि तो उत्तम मनःस्थितीत होता. गावाजवळ असलेल्या तलावाकाठी एका बगीच्यात ते फिरायला गेले. आकाश निरभ्र होतं, हवा थंड आणि आल्हाददायव होती.

डॉ. शार्पने नंतर सांगितलं, ''एखाद्या छान दिवशी, घराबाहेर स्वच्छ उन्हात फिरायला मिळाल्यावर खूप आनंद झालेल्या लहान मुलासारखा तो वागत होता.''

तो नशेत नसेल आणि त्याचा औषधोपचार व्यवस्थित चालू असेल, तर त्याच्याबरोबर असणं हा एक सुखद अनुभव असायचा. त्या रात्री ते दोघं जवळच्याच एका रेस्टॉरंटमध्ये जेवायला गेले. एका छान तरुणीला आपण जेवायला बाहेर घेऊन आल्याचा रॉनला अभिमान वाटत होता.

१७

२००४ च्या पानगळीच्या मोसमाच्या सुरुवातीला, रॉनच्या पोटात तीव्र वेदना सुरू झाल्या. बसल्यावर किंवा आडवा पडल्यावर त्याला अस्वस्थ वाटायचं आणि पोट टम्म फुगल्यासारखं वाटायचं. चालल्यावर बरं वाटायचं; पण वेदना वाढत चालल्या होत्या. तो नेहमी दमलेला असायचा आणि त्याच्या झोपेवरही परिणाम झाला होता. पोटाभोवती वाढत चाललेल्या दाबापासून सुटका मिळवण्यासाठी, रात्रभर कुठल्याही वेळी, त्याच्या सध्याच्या शुश्रूषागृहाच्या हॉलमध्ये तो फेऱ्या मारत राहायचा.

ॲनेट त्याच्यापासून दोन तासांच्या अंतरावरच राहायची आणि जरी ती त्याला महिनाभरात भेटली नसली, तरी त्याच्या तक्रारी तिने फोनवरून ऐकल्या होत्या. ती जेव्हा दंतवैद्याकडे जाण्यासाठी म्हणून त्याला घ्यायला आली, तेव्हा त्याच्या पोटाचा आकार पाहून तिला धक्काच बसला. "तो दहा महिन्यांचा गरोदर असल्यासारखा दिसत होता," ती म्हणाली. मग तिने दंतवैद्याकडे जाणं रद्द केलं आणि ती त्याला तडक सेमिनोलमधल्या इस्पितळामध्ये घेऊन गेली. तिथून त्यांना तलसामधल्या इस्पितळात पाठवण्यात आलं. तिथे दुसऱ्या दिवशी रॉनला 'लिव्हर सिरोसिस' झाल्याचं निदान करण्यात आलं. शस्त्रक्रिया अशक्य, उपचार अशक्य आणि अवयव प्रत्यारोपणही अशक्य असलेला हा आजार, म्हणजे त्याला सुनावण्यात आलेली आणखी एक मृत्युदंडाची शिक्षा होती; पण यात शारीरिक वेदना जास्त होत्या. खूपच आशावादी अंदाजानुसार, तो आता फार तर सहा महिने जगू शकेल असं सांगण्यात आलं.

तो एक्कावन वर्षं जगला होता आणि त्यातील कमीतकमी चौदा वर्षं त्याने तुरुंगाच्या गजांआड काढली होती, जिथे त्याला दारू पिण्याची संधी नव्हती. पाच वर्षांपूर्वी दोषमुक्त झाल्यावर मात्र त्याने मोठ्या प्रमाणावर दारू प्यायला सुरुवात केली होती; पण त्यातही अध्येमध्ये बराच काळ असा असायचा, जेव्हा तो व्यसनमुक्तीच्या प्रयत्नात दारूपासून पूर्णपणे दूर असायचा.

ॲनेटच्या मते, सिरोसिस काहीसा अकाली आल्यासारखा वाटत होता; पण तिला पडत असलेल्या प्रश्नांना सोपी उत्तरं नव्हती. सुटका झाल्यापासून तो अमली पदार्थांपासून दूर असला तरी, पूर्वी त्याला दारूबरोबरच अमली पदार्थांच्या सेवनाची सवय होती. त्याच्या वर्षांनुवर्षं चाललेल्या औषधोपचारांचासुद्धा यात काही सहभाग असू शकेल. वेगवेगळ्या वेळी आणि वेगवेगळ्या प्रमाणात मनोविकारावरील अतिशय तीव्र औषधं, रॉनने आपलं अर्धं आयुष्यभर तरी घेतली होती.

मुळातच त्याचं यकृत अशक्त असण्याचीसुद्धा शक्यता होती; पण आता त्यामुळे काही फरक पडत नव्हता. अशी विश्वास ठेवायला अवघड असलेली वाईट बातमी सांगण्यासाठी ॲनेटने पुन्हा एकदा रेनीला फोन केला.

डॉक्टरांनी त्याच्या शरीरातून काही गॅलन पाणी बाहेर काढलं, नंतर इस्पितळाने रॉनसाठी दुसरी जागा शोधायला ॲनेटला सांगितलं. सरतेशेवटी 'ब्रोकन ॲरो' नावाच्या एका शुश्रूषागृहात जागा मिळण्यापूर्वी, तिला सात ठिकाणी नकार ऐकावा लागला. मात्र, इथल्या परिचारिका आणि कर्मचाऱ्यांनी, कुटुंबातल्या एखाद्या जुन्या सदस्यासारखं रॉनचं स्वागत केलं.

सहा महिने हा फारच अवास्तव अंदाज असल्याचं, ॲनेट आणि रेनीला लवकरच जाणवलं. रॉनची तब्येत फारच झपाट्याने खालावू लागली. त्याच्या शरीराचा प्रचंड फुगलेला मधला भाग सोडून, बाकीचं शरीर क्षीण व्हायला आणि आक्रसायला लागलं. त्याचं दारू पिणं आणि सिगारेट ओढणं तर बंद झालंच होतं; पण आता तर त्याला भूकही लागेनाशी झाली होती. यकृताचं काम जसं बंद पडू लागलं, तशी वेदनांची तीव्रता आणखी वाढायला लागली. त्याला स्वस्थता अशी नसायचीच आणि त्यामुळे तो आपल्या खोलीत आणि शुश्रूषागृहाच्या हॉलमध्ये सावकाश फेऱ्या मारत राहायचा.

सगळे कुटुंबीय एकत्र गोळा झाले आणि जमेल तेवढा वेळ त्याच्याबरोबर घालवू लागले. ॲनेट जवळच राहायची; पण रेनी, बॅरी आणि त्यांची मुलं डल्लासजवळ राहत होते. तेही पाच तासांचा प्रवास करून नेहमी यायचे.

मार्क बॅरेट येऊन आपल्या अशिलाला बरेचदा भेटून गेला. खरंतर मार्क आपल्या वकिलीच्या कामात व्यग्र असायचा; पण रॉनला तो नेहमीच प्राधान्य द्यायचा. मृत्यू आणि मृत्युपश्चात जीवन, देव आणि येशूने दिलेली मोक्षाची खात्री; हे त्यांच्या गप्पांचे विषय झाले होते. रॉन संपूर्ण समाधानाने मृत्यूला सामोरा जायला तयार होता. तो आनंदाने मृत्यूची वाट बघत होता, आत्ताच नाही; तर गेली बरीच वर्षे. त्याला मृत्यूची भीती वाटत नव्हती. त्याच्यात कडवटपणा आला नव्हता. त्याला बऱ्याच गोष्टींबद्दल पश्चात्ताप वाटत होता – त्याने आयुष्यात केलेल्या चुका, त्याने दुसऱ्यांना दिलेलं दुःख; पण त्याने देवाकडे मनापासून क्षमायाचना केली

होती आणि ती स्वीकारली गेली होती.

कोणाहीबद्दल त्याच्या मनात आकस किंवा वैरभाव नव्हता; त्याला अपवाद फक्त बिल पीटरसन आणि रिकी ज्यो सिम्मन्स ठरले आणि जवळजवळ शेवटपर्यंत त्याच्या मनात घुटमळत राहिले; पण शेवटी रॉनने त्या दोघांनाही माफ केलं.

नंतरच्या भेटीत मार्कने संगीताचा विषय काढला आणि रॉन काही तास आपली संगीतातील नवीन कारकीर्द आणि शुश्रूषागृहातून बाहेर पडल्यावर तो त्यातून किती मजा घेऊ शकेल, यावर बडबडत राहिला. त्या दिवशीच्या त्यांच्या गप्पांमध्ये ना आजारपणाचा उल्लेख होता, ना मरणाचा!

ॲनेटने त्याचं गिटार आणून दिलं; पण ते वाजवायला त्याला अवघड जात होतं. त्याऐवजी त्याने तिला त्यांच्या आवडीच्या प्रार्थना म्हणायला सांगितल्या. रॉनचा शेवटचा कार्यक्रम त्या शुश्रूषागृहात झाला, ते कॅराओके सत्र होतं. त्याने कशीबशी शक्ती गोळा केली. परिचारिकांना आणि बाकीच्या रुग्णांना आत्तापर्यंत त्याची संपूर्ण कहाणी माहिती झाली होती. त्यांनी रॉनला प्रोत्साहन दिलं. नंतर रेकॉर्डिंग केलेलं संगीत पार्श्वभूमीला वाजवलं जात असताना, त्याने आपल्या दोन्ही बहिणींबरोबर डान्स केला.

त्याला विचार करायला आणि योजना आखायला भरपूर वेळ मिळाल्यामुळे, बाकीच्या रुग्णांसारखी धर्मगुरूंना बोलावण्याची, त्यांचा हात हातात घेऊन शेवटचं पापनिवेदन करण्याची आणि त्यांना प्रार्थना ऐकवण्याची त्याची इच्छा नव्हती. कुठल्याही प्रवचनकाराइतकेच त्यालाही धर्मग्रंथ माहिती होते. त्याचा बायबलचा अभ्यास पक्का होता. कदाचित, तो बाकींच्यापेक्षा जास्त भरकटला असेल; पण ते आता त्याने मागे सोडून दिलं होतं.

तो तयारीत होता.

त्याच्या पाच वर्षांच्या स्वातंत्र्याच्या काळात काही चांगले क्षण जरूर आले होते; पण एकंदरीत तो काळ तापदायकच ठरला होता. सतरा वेळा त्याने जागा बदलल्या होत्या आणि तो एकटा राहू शकत नाही, हे त्याने बरेचदा सिद्ध करून दाखवलं होतं. त्याचं भवितव्य तरी काय असणार होतं? ॲनेट किंवा रेनी यांच्यावर तो भार बनूनच राहिला होता. त्याच्या आयुष्यातला बराचसा कालखंड तो कोणाचंतरी ओझं होऊनच जगला होता. आता या सगळ्याला तो कंटाळला आणि थकला होता.

आपण जन्मलोच नसतो तर बरं झालं असतं, असंच मृत्यूला सामोरं जावं, असं तीव्रतेने वाटत असल्याचं, मृत्युकोठडीत गेल्यापासून त्याने ॲनेटला बरेचदा सांगितलं होतं. दुसऱ्यांना आणि खासकरून आपल्या आई-वडिलांना दिलेल्या दुःखाची त्याला शरम वाटत होती आणि आता त्याला त्यांना भेटावंसं वाटत होतं, त्यांची माफी मागायची होती आणि कायमचं त्यांच्यासोबत राहायचं होतं. त्याची मुक्तता झाल्यानंतर

लगेचच एकदा, ॲनेटच्या स्वयंपाकघरात तंद्रीत असल्यासारखा एकटक खिडकीतून बाहेर बघत तो उभा होता. त्याने तिचा हात पकडला आणि म्हणाला, "ॲनेट, माझ्याबरोबर प्रार्थना कर. देवाने मला आताच्या आत्ता त्याच्या घरी घेऊन जावं, यासाठी प्रार्थना कर."

ही एक अशी प्रार्थना होती, जी ती म्हणू शकली नाही.

ग्रेग विल्होइट जेव्हा 'थँक्स गिव्हिंग'च्या सुट्टीनिमित्त आला, तेव्हा त्याने सलग दहा दिवस रॉनबरोबर घालवले. रॉनची तब्येत झपाट्याने ढासळत असली आणि त्याला गुंगी आणणारं अतिशय प्रभावी मॉर्फिन हे औषध दिलं जात असलं, तरी ते तासन्‌तास गप्पा मारायचे. 'रो' या मृत्युकोठडीतल्या अनुभवांच्या त्या गप्पा असायच्या, नेहमीप्रमाणेच भयानक; पण आता भूतकाळात जमा झाल्यामुळे तो एक विनोदाचा विषय झाला होता.

नोव्हेंबर २००४ पर्यंत, ओक्लाहोमाने दोषी ठरलेल्यांची मृत्युदंडाची शिक्षा विक्रमी वेगाने अमलात आणायला सुरुवात केली होती; त्यामुळे त्यांचे बरेचसे जुने शेजारी आता चिरविश्रांती घेत होते. रॉनला खात्री होती की, तो जेव्हा स्वर्गात जाईल, तेव्हा त्यांतले काहीजण त्याला तिथे भेटतील आणि बाकीचे नक्कीच भेटणार नाहीत.

त्याने ग्रेगला सांगितलं की, त्याने आयुष्यातल्या अगदी उत्तम गोष्टी तसेच वाइटातल्या वाईट गोष्टीही अनुभवल्या आहेत. त्याला आता आणखी काही बघायची इच्छा नाही, तो जायला तयार आहे.

"तो अगदी शांत होता," ग्रेग म्हणाला. "त्याला मरणाची भीती वाटत नव्हती. त्याला आता सगळं संपवण्याची इच्छा होती."

ग्रेगने जेव्हा त्याचा निरोप घेतला, तेव्हा रॉन जेमतेम शुद्धीत होता. आता फारच सढळ हाताने मॉर्फिनचा वापर होत होता आणि मृत्यू आता फक्त काही दिवस अंतरावर होता.

रॉनचा पटकन झालेला अंत हा त्याच्या बऱ्याच मित्रांसाठी धक्का होता. डेनिस फ्रिट्झ तलसामधून गेला; पण त्याला ते शुश्रूषागृह सापडलं नाही. त्याने लवकरच परत यायचं ठरवलं; पण तो वेळेत येऊ शकला नाही. ब्रूस लेबा काही कामानिमित्त राज्याबाहेर गेला होता आणि त्याचा संपर्क तात्पुरता तुटला होता.

जवळजवळ अगदी शेवटच्या क्षणी, बॅरी श्चेकची भेट झाली, तीही फोनवरच! त्याच्या नागरी खटल्यावर काम केलेला डॅन क्लार्क नावाचा एक तपासणी अधिकारी, जो त्या वेळी तिथे उपस्थित होता, त्याने काहीतरी करून एक स्पीकर फोन चालू करून दिला आणि बॅरीच्या आवाजाने खोली भरून गेली. या गप्पा एकतर्फीच होत्या, कारण रॉनला गुंगीच्या औषधाचा मोठा डोस दिला होता आणि तो जवळपास हे जग सोडून गेल्यातच जमा होता. बॅरीने गप्पा मारण्यासाठी लवकरच येण्याचं

वचन दिलं. ''आणि रॉन, तू जर भेटला नाहीस, तर मी खात्रीने सांगतो की, रिकी ज्यो सिम्मन्स तुला नक्की भेटेल.'' या त्याच्या वाक्यावर रॉनने स्मितहास्य केलं आणि बाकीचेही जोरात हसले.

ही भेट झाल्यानंतर लगेचच, कुटुंबीयांना बोलावून घेण्यात आलं.

तीन वर्षांपूर्वी, टेरिन सीमोन नावाच्या एका मान्यवर छायाचित्रकाराने संपूर्ण देशाचा दौरा केला होता. दोषमुक्ती मिळालेल्या माणसांच्या चरित्र-चित्रणाचं एक पुस्तक प्रकाशित करण्याची तिची योजना होती. तिने रॉन आणि डेनिसचे फोटो काढले आणि त्यासोबत त्यांच्या खटल्याचा संक्षिप्त वृत्तान्त बनवला.

फोटोबरोबर तिने प्रत्येकाला काहीतरी थोडक्यात लिहायला सांगितलं.

> रॉनने लिहिलं होतं : 'मी आशा करतो की, मी स्वर्गातही जाणार नाही किंवा नरकातही जाणार नाही. माझी इच्छा आहे की, माझ्या मृत्यूच्या वेळी मला अशी झोप लागावी की, ज्यातून मला कधीच जाग येऊ नये आणि कधीही वाईट स्वप्नं पडू नयेत. चिरविश्रांती! आपण थडग्यांवरील काही शिलालेखांवर वाचतो तशी; इतकीच माझी अपेक्षा आहे. आता मला न्यायनिवाड्यातून जायचं नाही. आता पुन्हा कोणी माझा निवाडा करावा असं मला वाटत नाही. मी मृत्युकोठडीत असताना स्वतःलाच प्रश्न विचारायचो, माझं जन्माला येण्याचं प्रयोजन काय होतं? आणि या सगळ्यांतून मला परत जायला लागणार असेल, तर मग माझ्या जन्माला येण्याला अर्थ तरी काय? तो अनुभव इतका वाईट होता की, मला या जगात आणल्याबद्दल मी माझ्या आई-वडिलांना शिव्या द्यायच्याच बाकी राहिल्या होत्या. मला जर हे सगळं पुन्हा करावं लागणार असेल, तर मी न जन्मलेलाच बरा!'
>
> 'द इनोसन्ट्स' (अंबरेज २००३)

मृत्यू समोर दिसू लागल्यावर मात्र, आपल्या भूमिकेपासून रॉनने थोडी माघार घेतली. तो अनंत काळ स्वर्गात राहण्याची इच्छा व्यक्त करायला लागला.

चार डिसेंबरला, ॲनेट आणि रेनी आणि त्यांचे कुटुंबीय रॉनच्या पलंगाभोवती गोळा झाले आणि त्यांनी त्याचा शेवटचा निरोप घेतला.

तीन दिवसांनंतर 'ब्रोकन ॲरो' शुश्रूषागृहामधल्या 'हेहर्स्ट फ्यूनरल होम'मध्ये त्याच्या अंतिम संस्कारासाठी सगळे गोळा झाले. रॉनचे धर्मगुरू रेव्हरंड टेड हिस्टन यांनी त्याच्या पापमुक्तीचे विधी पार पाडले. रॉनचे तुरुंगामधले पाद्री, चार्ल्स स्टोरी यांनी मॅकॲलिस्टरमधील रॉनबरोबरच्या काही सुखद आठवणी सांगितल्या. मार्क बॅरेटने आपल्या खास मैत्रीला साजेशी हृदयस्पर्शी श्रद्धांजली वाहिली. बॅरी श्चेक एक नव्हे, तर दोन दोषमुक्ती प्रकरणांत व्यग्र असल्यामुळे येऊ शकला नाही. त्याने

पाठवलेलं पत्र चेरील पायलट हिने वाचून दाखवलं.

शवपेटी उघडी होती. आत एक निस्तेज चेहऱ्याचा, पांढरे केस असलेला माणूस शांतपणे, आरामात पहुडल्यासारखा दिसत होता. त्याचं बेसबॉलचं जॅकेट, ग्लोव्ह आणि बॅट अशा वस्तू शवपेटीवर व्यवस्थित मांडून ठेवल्या होत्या. शेजारी गिटार ठेवलं होतं.

'आय विल फ्लाय अवे' आणि 'ही सेट मी फ्री' या बायबलमधल्या दोन पारंपरिक प्रार्थना गायल्या गेल्या. याच प्रार्थना रॉन लहानपणापासून म्हणत आला होता आणि आयुष्यभर गात होता – चर्चच्या विविध कार्यक्रमांदरम्यान, त्याच्या आईच्या अंत्यसंस्काराच्या वेळी साखळदंडांनी बांधलेल्या अवस्थेत, मृत्युकोठडीत सर्वांत जास्त उदास वाटेल अशा दिवशी, तसंच मुक्त झाला त्या रात्री ॲनेटच्या घरी. ताल धरायला लावणारं संगीत आणि गाणी सुरू झाल्यावर सगळे ताण विसरून सैलावले आणि प्रत्येकाच्या चेहऱ्यावर स्मितहास्य दिसू लागलं.

अंतिम संस्कार नक्कीच दुःखद होते; पण रॉनची त्रासातून सुटका झाली ही भावना जास्त प्रबळ होती. एका दुःखद जीवनाचा अंत झाला होता आणि ज्याने ते भोगलं होतं, तो चांगल्या अनुभवांसाठी पुढे निघून गेला होता. रॉननेही अशीच प्रार्थना केली होती. शेवटी खऱ्या अर्थाने तो 'मुक्त' झाला होता. त्याच दिवशी दुपारी उशिरा शोकाकुल परिवार आणि मित्रमंडळी अडामध्ये दफनविधीसाठी जमली. गेलेल्याला सन्मानपूर्वक निरोप देण्यासाठी कुटुंबीय तसेच मित्रमंडळी मोठ्या प्रमाणावर जमली, जे नक्कीच आश्वासक होतं. कार्टर कुटुंबीयांचा आदर राखायचा म्हणून जिथे डेबीचं दफन झालं होतं, त्यापेक्षा वेगळी जागा ॲनेटने निवडली होती.

गार हवा होती आणि जोरदार वारा सुटला होता. ७ डिसेंबर, २००४. डेबी शेवटची जिवंत दिसली त्याला आज बरोबर बावीस वर्षं झाली होती.

शवपेटी वाहून जागेवर आणण्यात आली. शवपेटी आणणाऱ्यांत ब्रूस लेबा आणि डेनिस फ्रिट्झ यांचा समावेश होता. स्थानिक धर्मगुरूंचे शेवटचे काही शब्द, काही प्रार्थना, आणखी काही अश्रू आणि मग शेवटचा निरोप.

थडग्यावरील शिलालेखावर कायमसाठी कोरण्यात आलेले शब्द होते :

रोनाल्ड किथ विल्यमसन

जन्म - ३, फेब्रुवारी १९५३

मृत्यू - ४, डिसेंबर २००४

खंबीरपणे तग धरून राहिलेला

चुकीची दोषसिद्धी १९८८

दोषमुक्ती १५ एप्रिल, १९९९

❐